अभिप्राय

राष्ट्रीय चळवळीला स्थानिक व प्रादेशिक स्तरावर नेण्याचे महत्त्वाचे काम स्त्रियांनी केले. प्रदेश, वर्ग, नाती, लिंग व धर्म या दीर्घकालीन अडसरीचा गुंता उलडगण्याचे काम या चळवळीद्वारा स्त्रियांनी साध्य केले. महात्मा गांधींच्या विविध चळवळींतील स्त्रियांच्या योगदानाने चळवळीवर झालेला परिणाम, या विषयावरील डॉ. नवाझ मोदी यांच्या इंग्रजी पुस्तकाच्या वासंती फडके यांच्या मराठी अनुवादाने साहित्यात मोलाची भर घातली आहे.

दैनिक सकाळ, कोल्हापूर, १३-४-२००३

'भारतीय स्वातंत्र्य चळवळीतील स्त्रियांची भूमिका' या विषयावरील अभ्यासकांनी लिहिलेल्या शोधनिबंधांच्या इंग्रजी पुस्तकाचा मराठी अनुवाद 'भारतीय स्वातंत्र्यलढ्यातील स्त्रिया' या शीर्षकाखाली वासंती फडके यांनी केला आहे.

सकाळ, पुणे, शुक्रवार, २४ डिसेंबर २००४

राष्ट्रीय चळवळीतील क्रांतिकारी स्त्रियांचे योगदान, गांधींच्या विविध चळवळींत भाग घेऊन भूमिका बजावणाऱ्या स्त्रिया व त्यांचा राष्ट्रीय चळवळीवर झालेला परिणाम, अल्पसंख्याक स्त्रियांचे राष्ट्रीय चळवळीतील योगदान, परदेशातील स्त्रियांचा स्वातंत्र्यचळवळीतील सहभाग, अशा चार विभागांतील लेख या 'भारतीय स्वातंत्र्यलढ्यातील स्त्रिया'या वासंती फडके यांनी अनुवादित केलेल्या ग्रंथात समाविष्ट करण्यात आले आहेत.

तरुण भारत, बेळगाव, १८-५-२००३

भारतीय स्वातंत्र्यलढ्यातील स्त्रिया

संपादक
नवाझ ब. मोदी

अनुवाद
वासंती फडके

मेहता पब्लिशिंग हाऊस

✆ +91 020-24476924 / 24460313 / Mob. No. 9545000513

Email : production@mehtapublishinghouse.com

Website : www.mehtapublishinghouse.com

WOMEN IN INDIA'S FREEDOM STRUGGLE by Nawaz B. Mody

Translated into Marathi Language Vasanti Phadke

भारतीय स्वातंत्र्यलढ्यातील स्त्रिया / नवाझ ब. मोदी / इतिहासपर

अनुवाद : वासंती फडके

Email : author@mehtapublishinghouse.com

संस्थापक : सुनील अनिल मेहता

प्रकाशक : मेहता पब्लिशिंग हाऊस प्रा. लि.,
१९४१, सदाशिव पेठ, माडीवाले कॉलनी, पुणे – ४११०३०.

मुद्रक : ट्रिनिटी अ‍ॅकॅडमी फॉर कॉर्पोरेट ट्रेनिंग लिमिटेड

मुखपृष्ठ : चंद्रमोहन कुलकर्णी

प्रकाशनकाल : जानेवारी, २००३ / मे, २००८ / पुनर्मुद्रण : डिसेंबर, २०२४

किंमत : ₹ ६५०

P Book ISBN 9788177663600

सर्व ज्ञात व अज्ञात

महिला स्वातंत्र्यसैनिकांना,

कृतज्ञतापूर्वक

प्रस्तावना

'भारतीय स्वातंत्र्य चळवळीतील स्त्रियांची भूमिका' या विषयावरील राष्ट्रीय परिसंवाद दि. २१ व २२ मार्च १९९८ या दोन दिवशी मुंबई विद्यापीठाच्या कावसजी जहांगीर हॉलमध्ये घेण्यात आला.

डॉ. य. दि. फडके यांनी या परिसंवादातील बीजभाषण केले. परिसंवादातील चार सत्रांत मिळून २० शोधनिबंध सादर केले. या शोधनिबंधांतून समाजातील सर्व स्तरांतील स्त्रियांनी आणि जीवनाच्या विविध क्षेत्रांतील महिलांनी स्वातंत्र्य चळवळीत बजावलेल्या भूमिकेचे दर्शन घडले.

पहिल्या सत्राचा विषय होता 'क्रांतिकारक स्त्रियांचे स्वातंत्र्य चळवळीतील योगदान'. दुसऱ्या सत्रात 'महात्मा गांधींबरोबर त्यांच्या विविध उपक्रमांत व चळवळींत कार्य करणाऱ्या स्त्रियांची भूमिका आणि त्यांचा राष्ट्रीय चळवळीवरील परिणाम' या विषयावर शोधनिबंध वाचले गेले. 'अल्पसंख्याक स्त्रियांचे राष्ट्रीय चळवळीतील योगदान' हा तिसऱ्या सत्राचा विषय होता. चौथ्या सत्रातील शोधनिबंध 'परदेशातील स्त्रियांचे स्वातंत्र्यचळवळीतील योगदान' या विषयावर प्रकाश टाकणारे होते.

आपल्या अतिशय विचारप्रवर्तक भाषणात डॉ. फडके यांनी स्त्रीवादी चळवळीच्या उदयाचे स्वागतच केले. स्त्रियांचे हक्क, पुरुषांच्या बरोबरीने न्याय व समतेच्या जोरदार मागणीसाठी ही चळवळ उभी राहिली. थोडक्यात, स्त्रियांनी स्त्रियांसाठी व्यापक क्षेत्र मिळविण्याकरिता केलेले हे प्रयत्न होत.

पुरुषप्रधान समाजात स्त्रियांचे होणारे शोषण व त्यांना दिली जाणारी दुय्यम भूमिका यांबद्दल वेगवेगळ्या मतांच्या व विचारसरणीच्या स्त्रीवादी परिप्रेक्ष्यात एकमत आढळून येते. इतिहासलेखन पद्धतीवर स्त्रीवादी टीकाकारांकडून केल्या जाणाऱ्या टीकेत बरेच तथ्य आहे, असे डॉ. फडके मान्य करतात. या इतिहासलेखन पद्धतीत स्वातंत्र्य चळवळीतील स्त्रियांची कामगिरी मोठ्या प्रमाणात 'दुर्लक्षिली, विकृत स्वरूपात मांडली गेली आणि मर्यादित केली गेली.' भारतीय स्वातंत्र्यलढ्यातील स्त्रियांच्या सहभागाच्या सर्वंकष आढाव्याची उणीव जाणवत असल्याबद्दल डॉ. फडके यांनी खंत व्यक्त केली.

विख्यात पुरुष इतिहासकारांनी केलेले स्वातंत्र्य चळवळीचे लेखनही पूर्वग्रहदूषित,

संकुचित व दुराग्रही आहे, असे डॉ. फडके यांनी सांगितले. हे सर्व तज्ज्ञ प्रामुख्याने अधिकृत अहवाल व आकडेवारी, कार्यालयीन पत्रव्यवहाराच्या नोंदी आणि १९४७ पूर्वीच्या कालखंडातील विधानसभेतील चर्चा यांवर विसंबत असत. अनेक वेळा हे सर्व विकृत स्वरूपात व कधीकधी दिशाभूल करणारे असल्यामुळे विश्वसनीय नसते.

डॉ. फडके यांनी आणखी एक निरीक्षण नोंदवले. गांधी युगात समाजातील विविध लोकसमुदायांतील, विविध स्तरांतील, वर्गांतील व धर्मांतील स्त्रियांचे सबलीकरण व मुक्तता घडून आली. या स्त्रियांनी तनमनधनाने क्रांतिकारक व अहिंसक चळवळीत स्वतःला झोकून दिले, तरीही त्यांच्या सहभागाबद्दलचे लेखन अर्धवट व वरवरचेच आहे. समाजातील उच्चवर्णीय स्त्रियांच्या सहभागाविषयी ठसठशीतपणे लिहिले गेले; पण ज्यांचे योगदान प्रशंसनीय आहे अशा आदिवासी स्त्रिया, खालच्या जमातीतील स्त्रिया, ग्रामीण भागातील अशिक्षित व अर्धशिक्षित स्त्रिया त्यातून (लेखनातून) वगळल्या आहेत. परदेशात जन्मलेल्या स्त्रियांनी या लढ्यात खारीचा वाटा उचलून आपले योगदान दिले, त्यांच्यावरही प्रकाश टाकलेला नाही. शिवाय ज्यांनी पूरक भूमिका निभावली आणि ज्यांनी मूकपणे त्रास सोसला, त्यांचा उल्लेख या इतिहासलेखनात नाही.

विशिष्ट वर्गांतील स्त्रियांवर लेखन करतानाही बंगाल, मुंबई इलाखा व मद्रास इलाखा या प्रांतांपुरतेच त्यांचे वर्णन व विश्लेषण मर्यादित राहते. मोजक्या, नामवंत स्त्रियांच्याच सहभागावर त्यात भर दिलेला असतो.

स्वातंत्र्य चळवळीतील स्त्रियांच्या सहभागाविषयीचे ऐतिहासिक अहवाल अपूर्ण व असमाधानकारक असल्याचे मत त्यांनी व्यक्त केले. 'विविधरंगी गर्दीतील निनावी, बिनचेहऱ्याच्या व्यक्तींसारखाच' फक्त त्यांचा उल्लेख केला जातो आणि त्यांच्यापैकी अनेकींच्या मृत्यूनंतर त्यांच्यासाठी ना कोणी अश्रू ढाळले, ना त्यांच्या कार्याचे गुणगान केले वा त्यांच्या कार्याची त्यांना पावती दिली. केवळ समाजानेच त्यांच्यावर अन्याय केला असे नाही, तर आपल्या इतिहासलेखनानेही त्यांच्यावर अन्याय केला.

भारतीय स्वातंत्र्य लढ्यातील स्त्रियांच्या योगदानाचा सर्वसमावेशक असा इतिहास लिहिणे ही आजची गरज असल्याचे त्यांनी ठामपणे सांगितले. इतिहासाच्या अभ्यासकांनी राष्ट्रीय व राज्याचे पुराभिलेखागार यावरच संशोधनाची भिस्त ठेवू

नये. पुराभिलेखागाराखेरीज गुप्त पोलिसांच्या अहवालांचे सारांश, ऑफिशिअल सिक्रेट ॲक्टखाली वर्गीकृत केलेले साहित्य यांसारख्या साधनांचाही मुक्त उपयोग करावा. याशिवाय चरित्रे, आठवणी, अप्रकाशित व्यक्तिगत कागदपत्र, रोजनिश्या, न्यायालयातील चौकशांचे अहवाल इत्यादी साधनांचा उपयोग करणे आवश्यक आहे.

पहिल्या सत्रातील पहिल्या शोधनिबंधाचे शीर्षक होते, 'येसूबाई सावरकर - कथा एका मूक त्यागाची.' हा शोधनिबंध उत्तरा सहस्रबुद्धे यांनी सादर केला होता. येसूबाई सावरकर या वीर सावरकरांचे ज्येष्ठ बंधू गणेश दामोदर सावरकर यांच्या पत्नी. उत्तरा सहस्रबुद्धे यांनी येसूबाईंच्या जीवनाचा धावता आढावा घेतला. स्वातंत्र्यसैनिक या संज्ञेची व्याख्या अधिक विस्तृत करण्याची गरज असल्याचे त्यांनी सुरुवातीलाच स्पष्ट केले. गोळीबाराशी सामना करणे, व्यासपीठावरून भाषणे करणे अथवा रस्त्यावरील मिरवणुकीत सहभागी होणे म्हणजेच स्वातंत्र्यसैनिक होणे, असे मुळीच नाही. अनेक अज्ञात स्त्री-पुरुषांनी स्वातंत्र्य चळवळीत लहानमोठ्या जबाबदाऱ्या उचलून आपल्या परीने चळवळीला हातभार लावला आहे; पण त्यांची दखल घेतली गेली नाही. या शोधनिबंधातून दखल न घेतलेल्या अशाच एका स्त्रीची- येसूबाई सावरकरांची कहाणी सांगितली आहे.

लौकिकार्थाने येसूबाई कधीही सार्वजनिक चळवळीत सक्रियरीत्या सहभागी झाल्या नाहीत. स्वातंत्र्यासाठी सर्वस्व अर्पण करणारा नवरा व दोघे दीर यांच्याबरोबर जगताना पत्नीची व भावजयीची पारंपरिक भूमिका त्यांनी पार पाडली व त्या तिघांच्या कार्याला पूरक ठरणारी अशी चकित करणारी भूमिकाही बजावली. लेखिका येसूबाईंच्या तीन महत्त्वाच्या योगदानांचा उल्लेख करते. १) स्वदेशीचे आचरण २) पोलिसांच्या धाडींना तोंड देणे आणि ३) आत्मनिष्ठ युवती संघासारख्या स्त्रियांच्या गटातील उपक्रम. ब्रिटिश सरकारकडून छळल्या जाणाऱ्या अथवा तुरुंगात खितपत पडलेल्या सर्व तरुणांच्या माता, भगिनी आणि पत्नी यांना येसूबाईंचा नैतिक आधार वाटत असे.

या सत्रातील दुसरा शोधनिबंध प्रीता नीलेश यांचा 'कल्पना दत्त यांचे योगदान' हा होता. कल्पना दत्त या बंगालमधील प्रसिद्ध क्रांतिकारक. चितागांग शस्त्रागार लुटण्यासाठी त्यांनी तुरुंगाच्या भिंती फोडल्यामुळे त्यांचे नाव सर्वतोमुखी झाले. राष्ट्रीय चळवळीचे स्वरूप मूलतः अहिंसक असले तरी स्वातंत्र्याचे ध्येय गाठण्यासाठी

स्वातंत्र्यसैनिकांचा एक गट अन्य मार्गांवर विश्वास ठेवणारा होता. कल्पना दत्त या गटातील होत्या. क्रांतिकारी कारवाया करणे ही केवळ पुरुषांची मक्तेदारी नाही, असे त्या मानीत. बंगालमधील क्रांतिकारी चळवळीच्या दुसऱ्या टप्प्यात कल्पना दत्त सहभागी झाल्या होत्या. त्या टप्प्यावर अनेक स्त्रिया क्रांतिकारी चळवळीत सहभागी झाल्या. चितागांग क्रांतिकारकांच्या बरोबर सुरुवातीला त्यांनी क्रांतिकारक चळवळीतील प्रमुख कार्य केले. लेखिकेने चितागांग क्रांतिकारी संघटनेचा इतिहास देऊन सर्व प्रकारच्या प्रतिकूल परिस्थितीतूनही कल्पना दत्तांनी कसे बंड केले, हे नमूद केले आहे. कल्पना दत्तवर प्रसिद्ध शक्तिशाली सुरुंग स्फोटाच्या कटामध्ये ॲसिड शोषून घेतलेल्या कापडाचे स्फोटक व अन्य स्फोटके बनविण्याची कामगिरी सोपवली होती. क्रांतिकारी संघटनेतील सदस्यांना असलेला त्यांचा पाठिंबा, त्यांचे धाडस आणि त्यांचा त्याग, तुरुंगातील कष्टमय जीवन, न्यायालयीन चौकशा आणि यातना या सर्व बाबींची चर्चा लेखिकेने केली आहे. शोधनिबंधातून साकार झालेल्या कल्पना दत्त, ध्येयवादाने आणि इतिहास घडवण्याच्या उत्कट भावनेने भारलेल्या होत्या. क्रांतिकारी स्त्रियांचे योगदान, यश आणि अपयशाच्या मोजपट्टीने मोजले जाऊ नये, हे लेखिकेचे म्हणणे योग्य आहे. कारण त्यांच्या जीवनाचा अभ्यास हा निश्चितच त्यांच्या त्यागाचा अभ्यास आहे. या संदर्भ चौकटीत लेखिकेने कल्पना दत्त यांच्या कार्याचे मूल्यमापन केले आहे. लेखाच्या शेवटी त्यांनी कल्पना दत्त यांच्या कार्याची दखल घेतली गेली नाही, तसेच त्यांच्या मृत्यूचा केवळ ओझरता उल्लेख राष्ट्रीय वृत्तपत्रांनी केल्याबद्दल तीव्र खंत व्यक्त केली आहे.

'जे फक्त उभे राहून वाट पाहतात' तेही सेवा करतात, हा मिल्टनचा संदेश तिसऱ्या शोधनिबंधातून सांगितला आहे. अनिला गद्रे व अनुया राजीव चापेकर यांनी 'चापेकर कुटुंबातील स्त्रियांना भोगाव्या लागलेल्या दुःखाची व कष्टांची कहाणी' या शीर्षकाचा शोधनिबंध लिहिला आहे. १८९७ मध्ये पुण्यात प्लेग व दुष्काळ यांमुळे निर्माण झालेल्या परिस्थितीचे वर्णन करून सरकारने ती परिस्थिती बेजबाबदारपणे व निर्दयतेने कशी हाताळली, त्याचे विवेचन या शोधनिबंधात केले आहे. त्या वेळचा पुण्यातील प्लेग कमिशनर सर चार्ल्स रँडच्या तिघा चापेकर बंधूंनी- दामोदरपंत, बाळकृष्ण आणि वासुदेव- केलेल्या हत्येची आणि त्याबरोबरच पुण्यातील कारागृहात त्यांना दिलेल्या फाशीची चर्चा केली आहे. या

शोधनिबंधात चापेकर बंधूंनी केलेल्या पराक्रमाचे निवेदनही केले आहे. या पार्श्वभूमीवर पती फासावर चढल्यानंतर मागे उरलेल्या बायकांना सोसाव्या लागलेल्या हालअपेष्टा व दुःख, त्यांना सहन करावा लागलेला सामाजिक बहिष्कार, याचाही निर्देश केलेला आहे. या स्त्रियांनी मूकपणे सोसलेल्या यातनांची तेव्हा दखलच घेतली गेली नाही. पतींनी स्वातंत्र्याच्या वेदीवर समर्पित केलेल्या आयुष्याच्या त्या मूक साक्षीदार होत्या. नवऱ्यांनी केलेल्या कृत्याची फळेही या सहचारिणींनी निमूटपणे भोगली, हे निःसंशय प्रशंसनीय होते.

मनीषा डिखोळकरांचा शोधनिबंध मौलिक राष्ट्रवादाची विचारसरणी पुनश्च मांडतो. ब्रिटिश सत्तेविरुद्धचा सक्रिय प्रतिकार करण्यावर विश्वास ठेवणाऱ्या भारतीय देशभक्तांचा एक गट मौलिक राष्ट्रवादाच्या दबावाखाली होता. अरुणा असफअली धाडसी व परंपरा न पाळणाऱ्या महिला होत्या. देशभक्ती, निधर्मीवाद आणि सामाजिक न्याय या तीन विचारांनी त्या प्रोत्साहित झाल्या होत्या. सामाजिक चालीरीती आणि जातीची बंधने तोडून त्यांनी आपल्या वयाच्या दुप्पट वय असलेल्या एका मुसलमान वकिलाशी लग्न केले. त्यांच्या राष्ट्रीय चळवळीतील कामाची सुरुवात १९३च्या सविनय कायदेभंग चळवळीने झाली आणि त्या कामगिरीने १९४२च्या क्रांतिदिनाच्या दिवशी शिखर गाठले. अरुणा असफअलींनी त्या दिवशी मुंबईच्या गवालिया टँक मैदानावर राष्ट्रीय स्तरावरील सर्व पुढाऱ्यांच्या अनुपस्थितीत पुढाकार घेऊन तिरंगा फडकावला. या घटनेनंतर लगेचच अरुणा असफअलींनी ज्या ज्या भूमिगत चळवळी केल्या, त्यांचेही वर्णन लेखिकेने केले आहे. काँग्रेसने हाती घेतलेल्या चळवळींना मार्गदर्शन करणे, अन्य क्रांतिकारकांना साहाय्य करणे आणि भित्तिपत्रके प्रकाशित करणे, यांसारख्या कामात त्या गुंतलेल्या होत्या. ब्रिटिश सत्तेविरुद्ध तडजोड न करता लढा चालू ठेवण्यात त्यांनी दांडगा उत्साह दाखवला होता. ब्रिटिश सरकारने त्यांची मालमत्ता आणि इतर मौल्यवान वस्तू जप्त करून त्यांचा लिलाव केला तरी त्यांनी आपले चळवळीतील काम चालूच ठेवले. आपल्या विचाराशी एकनिष्ठ असल्यामुळे भारताला स्वातंत्र्य मिळाल्यावरही त्यांचे कार्य थांबले नाही. त्यांनी काँग्रेस पक्षाबरोबरचे काम चालू ठेवले. नंतर साम्यवादी पक्षात गेल्यावरही तुरुंगसुधार कार्यक्रम, भारतीय स्त्रियांचे हक्क आणि हिंदू-मुस्लिम ऐक्य या क्षेत्रांत त्या काम करीतच राहिल्या.

'कॅप्टन लक्ष्मी सेहगल- धगधगत्या क्रांतिकारक' या शीर्षकाच्या शोधनिबंधात रोहिणी गवाणकर यांनी कॅप्टन लक्ष्मी यांचे चरित्र आणि कार्य यांबद्दल माहिती सांगितली आहे. १९१४ मध्ये पहिल्या महायुद्धाच्या काळात त्यांचा जन्म झाला आणि विलक्षण शौर्याने त्या दुसऱ्या महायुद्धात लढल्या. मीरत कट खटल्यानंतर त्यांची सरोजिनी नायडूंची बहीण सुहासिनी चट्टोपाध्याय यांच्याबरोबर भेट झाली. या भेटीतूनच त्यांना समाजवादाचे दर्शन घडले आणि त्या कम्युनिस्ट पक्षाच्या सक्रिय कार्यकर्त्या म्हणून काम करू लागल्या. आपल्या कार्यावरील दृढ श्रद्धा आणि बंडखोर स्वभाव यांमुळे त्यांचा विवाह अल्पकालीन ठरला. विवाह मोडला त्या वेळी त्यांचे वैद्यकीय शिक्षण चालू होते.

नोकरी-व्यवसाय करण्यासाठी, तसेच समाजसेवा करण्यासाठी कॅप्टन लक्ष्मी १९४० मध्ये सिंगापूरला गेल्या. तेथील रबराच्या मळ्यात काम करणाऱ्या कामगारांची दयनीय स्थिती पाहून आणि ब्रिटिश मळेवाल्यांबरोबरचा पांढरपेशा भारतीयांचा भावनाशून्य व कृतिशून्य व्यवहार पाहून त्यांना धक्काच बसला. दरम्यान १९४२ मध्ये दुसरे महायुद्ध सुरू झाले. सिंगापूर पडले आणि भारतीय सैनिकांना कैदी बनवण्यात आले. नंतर जपानने त्या कैद्यांची मुक्तता केली. कॅप्टन मोहनसिंग यांनी उभारलेल्या सैन्यात त्या सामील झाल्या. या सैन्य दलाला जपान्यांचा पाठिंबा होता.

नेताजींचे सिंगापुरात आगमन झाल्यानंतर INA चे आझाद हिंद फौज असे नामकरण करण्यात आले आणि सैन्यात स्त्रियांचे पथकही उभारण्यात आले. स्त्रियांचे पथक उभारण्यामागे दोन उद्देश होते. एक म्हणजे शत्रूशी लढा देणे आणि केवळ पुरुषांवर अवलंबून न राहणे. लक्ष्मी या भारतीय स्वातंत्र्य चमूच्या (League)प्रमुख होत्या आणि त्यांनी महिलांच्या पथकाच्या कमांडर पदाचा भार स्वीकारला होता. सेनानी आणि डॉक्टर अशा दोन्ही भूमिका त्या पार पाडीत असत. १९४३ मध्ये नेताजींनी स्वतंत्र भारताच्या हंगामी सरकारची घोषणा केली आणि लक्ष्मी यांची स्त्रिया व मुले यांच्या खात्याच्या केंद्रीय मंत्री म्हणून नेमणूक केली. ब्रह्मदेशात (म्यानमार) ब्रिटिशांशी झालेल्या युद्धात त्यांनी आपल्या पथकाचे नेतृत्व केले होते. ब्रह्मदेशात त्यांना कैद करण्यात आले. युद्ध संपल्यानंतर त्यांना भारतात पाठवले.

दुसऱ्या सत्रात 'महात्मा गांधींबरोबर विविध उपक्रमांत आणि चळवळींत कार्य करणाऱ्या स्त्रियांची भूमिका आणि त्याचा राष्ट्रीय चळवळीवर झालेला परिणाम' या विषयाशी संबंधित शोधनिबंध सादर केले गेले. या सत्रात मणीबेन नानावटींवरील शोधनिबंध होता उषा ठक्कर यांचा. मणीबेन नानावटी गांधीवादाच्या मुशीतून घडलेल्या असल्यामुळे, स्वातंत्र्य प्राप्त झाले तरी त्यांच्या दृष्टीने स्वातंत्र्यासाठीचा लढा संपुष्टात आलेला नव्हता. सामाजिक विकासाचे आणि सामाजिक समतेचे ध्येय गाठताना अडथळे ठरणारे सामाजिक व आर्थिक अडसर दूर करणे म्हणजेच खरे स्वातंत्र्य, असे मणीबेन यांना वाटत होते. मणीबेन यांच्या स्वातंत्र्याच्या परिप्रेक्ष्यातील ही दोन सूत्रे शोधनिबंधात प्रकर्षाने जाणवतात. शोधनिबंधाच्या पहिल्या भागात मणीबेनच्या राष्ट्रीय चळवळीतील सहभागाचे वर्णन आहे, तर स्वातंत्र्योत्तर काळात त्यांनी केलेल्या कामाची रूपरेषा दुसऱ्या भागात येते.

राष्ट्रीय चळवळीतील स्त्री स्वातंत्र्यसैनिकांच्या कार्यामधून त्यांच्या अंतरंगाचे विलक्षण पैलू या शोधनिबंधातून समोर येतात. त्यांचा निश्चय, अतिशय प्रतिकूल परिस्थितीतही त्यांनी दाखवलेली निष्ठा आणि आत्मार्पणाची वृत्ती यांमुळेच तुरुंगातील खडतर जीवनाला, तसेच सत्याग्रहात पोलिसांच्या पाशवी छळाला त्या तोंड देऊ शकल्या. वेगवेगळ्या वातावरणात वाढलेल्या, समाजाच्या भिन्नभिन्न सांस्कृतिक, सामाजिक व आर्थिक स्तरांतून, तसेच विविध वर्गांतून आणि जातींतून आलेल्या या स्त्रियांना या बाबींचा अडसर कधीच जाणवला नाही; आणि एक संलग्न गट म्हणून काम करणे त्यांना शक्य झाले, ही सर्वांत महत्त्वाची बाब होती, हे लक्षात घेणे आवश्यक आहे. त्यांचे जेवणखाण एकत्र होत असे आणि एकमेकींच्या सुखदुःखांतही त्या सहभागी होत असत.

मृदुला साराभाईंच्या स्वातंत्र्यचळवळीतील योगदानाबद्दलचा शोधनिबंध लिहिला आहे कुंजलता शाह यांनी. मृदुला साराभाईंची कहाणी ही आणखी एका योद्ध्याची कहाणी आहे. मृदुलाबेन प्रतिष्ठित, सुसंस्कृत कुटुंबातील होत्या; पण गांधीवादी आदर्शांमुळे त्यांच्या जीवनाला वेगळा आकार प्राप्त होऊन ते पूर्णतया बदलून गेले. मृदुलाबेन मुक्त, व्यक्तीवादी आणि पुरोगामी विचारसरणीच्या वातावरणात वाढल्या. या शोधनिबंधात मृदुलाच्या अंगच्या गुणांचे वर्णन आहे, तसेच त्यांनी किती सुंदर रीतीने राष्ट्रवाद आणि स्त्रीवाद यांचा मिलाफ साधला आहे, हेही

दाखवले आहे. ऐन तारुण्यात त्या स्वातंत्र्यलढ्यात सहभागी झाल्या आणि स्वातंत्र्यलढ्याशी संबंधित अनेक उपक्रमांत सक्रिय भाग घेतला तरी त्यांचे सर्व प्रयत्न स्त्रीस्वातंत्र्य, स्त्रियांचे सबलीकरण आणि स्त्री-पुरुष समानता यांवर केंद्रित केलेले होते. स्त्रीवादी चळवळीवरील या निष्ठेमुळेच फसवून पळवून नेलेल्या स्त्रियांचा शोध, निर्वासितांचे पुनर्वसन, राष्ट्रीय एकात्मता, जातीय ऐक्य या क्षेत्रांत स्वातंत्र्योत्तर काळात त्या सर्वोत्तम कार्य करू शकल्या. स्त्रीशिक्षणाविषयीचा त्यांचा अपारंपरिक दृष्टिकोन, स्त्रियांचे विवाह, त्यांचे स्थान आणि स्त्रियांची कुटुंबातील परंपरागत भूमिका यांविषयीच्या त्यांच्या विचारांनी पितृप्रधान आणि प्रतिगामी समाजावर विलक्षण आघात केला. त्यातूनच त्यांची पुरोगामी समाजसुधारक अशी प्रतिमा निर्माण झाली. अन्य स्त्रियांचे स्वातंत्र्य हे प्रमुख ध्येय होते आणि निकटच्या राजकीय स्वातंत्र्याच्या तुलनेत स्त्रीमुक्तीला त्यांच्या दृष्टीने दुय्यम स्थान होते. मृदुलाबेनना ही दोन्ही ध्येये एकाच वेळी गाठली पाहिजेत, असे वाटत होते. त्यांच्या दृष्टीने तोच स्वातंत्र्याचा खरा अर्थ होता. म्हणूनच त्यांनी या दिशेने केलेले प्रयत्न प्रशंसनीय ठरतात.

लीलाबेन पटेलांचा पहिला शोधनिबंध पद्मश्री मणीबेन कारा यांच्यावरील आहे. या शोधनिबंधातही स्वातंत्र्य म्हणजे खऱ्या अर्थाने स्त्रीवादी चळवळ आणि राष्ट्रीय चळवळ या दोन ध्येयांमध्ये साधलेला समतोल, या विचारावर भर दिला आहे. परंतु एका विस्तृत अशा परिप्रेक्ष्यातून लीलाबेनच्या या भूमिकेचे मूल्यमापन करणे आवश्यक आहे. निव्वळ राजकीय स्वातंत्र्य म्हणजे स्वातंत्र्य नव्हे; तर सामाजिक व आर्थिक स्वातंत्र्याचाही स्वातंत्र्य या संज्ञेत समावेश होतो, असे मणीबेन कारांचे मत होते. पुरोगामी (radical) मानवतावादी तत्त्वज्ञानामुळे त्यांच्या विचारांना आकार प्राप्त झाला. समाजातील आर्थिक व सामाजिक विषमता नष्ट करून प्रत्येकाला समान संधी उपलब्ध होणे, असा स्वातंत्र्याचा अर्थ त्यांना अभिप्रेत होता. सर्वांसाठी न्याय हे त्यांचे स्वप्न होते.

सुसंघटित कामगार संघटनांचा स्वातंत्र्य चळवळीच्या अधःसंरचनेला आधार प्राप्त होईल, असे स्वातंत्र्याचे स्वप्न त्यांच्या डोळ्यांसमोर होते. या प्रक्रियेमुळे स्त्रिया पुरुषांच्या बरोबरीने स्वातंत्र्यसंग्रामातील आपला वाटा उचलू शकतील, असे त्यांना वाटत होते. ट्रेड युनियन चळवळीतील पहिल्या स्त्री कामगार पुढारी म्हणून

मणीबेनच्या कार्याचे वर्णन करून आपले स्वातंत्र्याचे स्वप्न प्रत्यक्षात उतरावे म्हणून त्यांनी क़ोणते प्रयत्न केले, याचेही वर्णन लीलाबेननी शोधनिबंधात केले आहे. ट्रेड युनियनच्या कामात स्त्रियांनी मनापासून लक्ष घालावे, असे त्या स्त्रियांना आग्रहाने सांगत असत. कामगार संघटना फक्त झगडे, भांडणे सोडवणे अथवा कामगारांच्या आर्थिक फायद्यासाठी मागण्या करणे, यांसाठीच अस्तित्वात आलेली नसते; शैक्षणिक उपक्रम आणि कल्याणकारी विधायक कार्य करण्याची विशाल भूमिकाही कामगार संघटनांनी पार पाडायला हवी. स्त्रियांना त्यांचे हक्क व जबाबदाऱ्या यांची जाणीव करून देणे, वाढत्या औद्योगिक समाजात स्वातंत्र्यापूर्वीच्या आवश्यक गरजांची पूर्तता करण्यावर भर देणे, त्यांना आवश्यक वाटत होते. स्त्रियांना त्यांच्या सार्वजनिक जबाबदाऱ्या पुरुषांच्या खांद्याला खांदा लावून पार पाडता याव्यात म्हणून शिक्षण देणे, आवश्यक ती साधने पुरवणे गरजेचे आहे, असे मणीबेनना वाटत होते.

लीलाबेन पटेलांचा दुसरा शोधनिबंध अशाच एका महान स्त्रीवर- कमलाबेन पटेलांवर लिहिलेला आहे- कमलाबेन पटेलांचे वर्णन त्यांनी 'मूर्तिमंत धाडस तरीही अनेकांना अज्ञात' अशा शब्दांत केले आहे. साबरमती आश्रमाच्या परिसरात, बा आणि बापूंच्या छत्राखाली वाढल्यामुळे त्यांच्या व्यक्तिमत्त्वाने विशिष्ट आकार प्राप्त केला. त्यामुळेच जीवनातील चढउतार आणि वैयक्तिक संकटे व प्रचलित प्रथांना कणखरपणे त्या तोंड देऊ शकल्या. बापूंनी त्यांना मानवसेवेचे बाळकडू पाजले होते आणि त्या आदर्शाला त्या आयुष्यभर चिकटून राहिल्या. फाळणीनंतर फसवून पळवण्यात आलेल्या निराधार स्त्रियांच्या सुटकेसाठी आणि पुनर्वसनासाठी कमलाबेननी केलेल्या प्रचंड कामाबद्दल लेखिकेने माहिती दिली आहे. ही माहिती कमलाबेनच्या 'मूल सोता उखाडेला' या गुजराती पुस्तकात दिलेली आहे. कमलाबेनच्या मनातील स्वतंत्र भारतातील स्वतंत्र स्त्रीची प्रतिमा जहाल आणि प्रगतिशील विचारांची होती, हा महत्त्वाचा संदेश या शोधनिबंधातून सर्वांपुढे मांडला आहे. स्वातंत्र्याचा आणि स्वनिर्धाराचा हा जणू आवाज होता. स्त्रिया पुरुषांपेक्षा कोणत्याही बाबतीत कमी नाहीत, स्त्रियांचे स्वातंत्र्य स्त्रियांवरच अवलंबून असल्याचे शोधनिबंधात ठामपणे सांगितले आहे.

'स्वातंत्र्यलढ्यातील तळागाळातील कार्यकर्त्या स्त्रिया आणि सत्याग्रहात सहभागी झालेल्या स्त्रिया - १९१५ ते १९३०' हा शिरीन मेहतांचा शोधनिबंध म्हणजे एक

व्यक्तिगत अभ्यास (Case study) आहे. कनिष्ठ जातींसकट समाजातील विविध वर्ग, स्तर आणि गट यांच्या स्वातंत्र्य चळवळीतील सहभागाबद्दल पुष्कळ लिहिले गेले असले, त्यांचे कार्य प्रकाशात आणले असले तरी उपलब्ध ऐतिहासिक आणि राजकीय स्वरूपाच्या लिखाणात स्त्रियांची व्यक्तिगत कामगिरी पूर्णपणे दुर्लक्षिली गेली आहे.

या शोधनिबंधात सूक्ष्मलक्ष्यी व्यक्तिगत अभ्यास सादर केला आहे. १९१५ ते १९३० मधील उच्चकुलीन स्त्रियांचे पुढारीपण, उच्च व स्थानिक कार्यकर्त्यांचा संवर्ग (Cadre) आणि गुजरातेतील सामान्य जनतेचा त्यांच्याशी असलेला संबंध यांतील द्वंद्व यांचे विवेचन केले आहे. गुजराती स्त्रियांना एकत्र आणण्यासाठी तेथील नेतृत्वाने आखलेले डावपेच व स्वीकारलेली पद्धती यांचे विश्लेषण हे या शोधनिबंधाचे वैशिष्ट्य आहे. संघटनेच्या संरचनेमुळे स्त्रियांना एकत्र जमविण्यात यश मिळाले होते. मोहिमेच्या संलग्न व एकसंध विकासासाठी पूर्व-पश्चिम व दक्षिणोत्तर गतिमानता आणि सत्तेची संरचनाही कारणीभूत होती. गांधीजींच्या विधायक कार्यक्रमात स्त्रियांचा सहभाग मोठा होता. ब्रिटिश शासन लुळेपांगळे करणे, हे या कार्यक्रमाचे प्रमुख उद्दिष्ट होते. यासाठी गांधीजींनी सामाजिक तसेच राजकीय उपक्रमांचा आधार घेतला. यामध्ये स्वदेशी, खादीचा प्रचार, ग्रामीण उद्योगधंद्यांचे ग्रामीण रचनेमार्फत पुनरुज्जीवन, दारूबंदी, स्त्रियांना समान दर्जा देणे, प्रौढ शिक्षण, अस्पृश्यतेचे निर्मूलन आणि हिंदू-मुस्लिम ऐक्याचा जाणीवपूर्वक स्वीकार इत्यादींचा समावेश होता.

लेखिकेने जनतेला एकत्रित करण्याच्या डावपेचातील यशाचे महत्त्व या शोधनिबंधातून दाखवून दिले आहे. (१) परिवर्तन घडवून आणण्यासाठी स्त्रियांना पुढाकार घेण्यासाठी व नेतृत्व स्वीकारण्यासाठी गांधीजींनी प्रवृत्त केले. (२) वसाहतवाद उलथून टाकण्यासाठी आवश्यक त्या संघटनात्मक जाळ्याचा त्यांनी विकास केला. (३) शहरी मध्यम वर्ग आणि विशेषतः ग्रामीण स्त्रिया आणि सर्वसामान्य जनता यांच्यात एक स्वयंपूर्ण दुवा निर्माण झाला. (४) यामुळे स्त्रियांचा दर्जा उंचावून तो पुरुषांच्या बरोबरीचा झाला. स्त्रियांना दुय्यम किंवा हीन दर्जाच्या मानण्याचा दृष्टिकोन बदलला. उलट त्या स्वेच्छेने व जाणीवपूर्वक आपली नियती ठरवू शकतात.

मृदुला देवस्थळे यांनी अवंतिकाबाई गोखल्यांच्या योगदानाबद्दलचा शोधनिबंध सादर केला. राजकीय व सामाजिक अशा दोन्ही अंगांनी राष्ट्रीय जडणघडणीचे कार्य

अंगावर घेणे, अशी राष्ट्रीय चळवळीची विस्तृत व्याख्या अवंतिकाबाईंच्या संदर्भात मृदुला देवस्थळे यांनी मांडली आहे. १९१३ सालच्या इंग्लंडमधील वास्तव्यात तेथील सामाजिक संघटनांचे कार्य पाहून त्या प्रभावित झाल्या. इंग्लंडमधील श्रीमंत व प्रतिष्ठित घराण्यातील स्त्रिया त्या संस्थांच्या कामाशी निगडित असलेल्या त्यांनी पहिल्या. तेथील हा अनुभव लक्षात घेऊन मायदेशी परतल्यावर अवंतिकाबाईंनी लालबाग-परळ विभागात अस्पृश्यांमध्ये समाजकार्य करण्यास सुरुवात केली.

१९१६ मध्ये अवंतिकाबाई गांधीजींच्या सहवासात आल्या आणि त्यांच्या जीवनाने वेगळेच वळण घेतले. त्यानंतर त्यांनी आपले सर्व आयुष्य राष्ट्रीय चळवळीला वाहिले. लेखिकेने त्यांचे जीवनचित्र दोन भागांत विभागले आहे. १९१७ ते १९३३ या पहिल्या भागात त्यांच्या सक्रिय राजकीय सहभागाचे वर्णन आहे, तर १९३३ ते १९४९ या कालखंडातील भागात त्यांच्या सामाजिक कार्याचे वर्णन केले आहे.

तिसऱ्या सत्राचा रोख 'अल्पसंख्याक स्त्रियांचे राष्ट्रीय चळवळीतील योगदान' या विषयावर होता. डॉ. नवाझ मोदी यांनी पेरिन कॅप्टन या पारशी महिलेच्या कार्याची माहिती देणारा शोधनिबंध सादर केला. पारशी समाज संख्येने अतिशय लहान असला तरी इ.स. १८८९ पासून पारशी स्त्रियांनी स्वातंत्र्य चळवळीत स्वतःला झोकून देऊन या चळवळीला कसा हातभार लावला, हे नवाझ मोदी यांनी दाखवून दिले आहे. त्यांचा आदर्शवाद, ध्येये आणि त्यांनी वापरलेल्या पद्धती गांधीजी पुरस्कार करीत असलेल्या पद्धतींपेक्षा पूर्णपणे भिन्न होत्या.

पेरिन कॅप्टन ही दादाभाई नौरोजींची चौथी नात. वयाच्या सतराव्या वर्षी पुढील अभ्यासासाठी त्या युरोपात गेल्या असताना त्यांचा क्रांतिकारी चळवळीशी परिचय झाला. पॅरिसमध्ये फ्रेंच भाषा आणि वाङ्मय यांचे अध्ययन करीत असताना त्या मॅडम कामांच्या सहवासात आल्या. सरदारसिंग राणा आणि वीर सावरकर यांसारख्या क्रांतिकारकांशीही त्यांची भेट झाली. याच काळात पेरिन यांनी क्रांतीच्या तत्त्वज्ञानाचे आणि प्रात्यक्षिकाचे धडे गिरवले, असे डॉ. नवाझ मोदी म्हणतात.

गांधीजींच्या सहवासात आसल्यावर पेरिन यांनी हिंसक, क्रांतिकारी मार्गावरील श्रद्धेचा त्याग केला आणि स्वातंत्र्य मिळवण्यासाठी अहिंसक मार्गच परिणामकारक आहे, हे ओळखून त्याचा स्वीकार केला.

राष्ट्रीय स्त्रीसभा, देशसेविका संघ आणि गांधी सेवा संघ या जुन्या स्त्री

संघटनांच्या पेरिनबाई संस्थापक सदस्य होत्या. हिंदुस्थानी प्रचार सभेचे कार्यही त्यांनी हिरिरीने केले होते. विशेषाधिकार असलेल्या वर्गात जन्मल्यामुळे जन्मजात फायदे, शिक्षण, संपत्ती आणि कौटुंबिक, राजकीय पार्श्वभूमी या साऱ्या बाबी हात जोडून त्यांच्यापुढे उभ्या असतानाही त्यांनी आर्थिक फायद्याकडे लक्ष दिले नाही. स्वातंत्र्यासाठी पेरिनबाईंनी केलेला त्याग, त्यांचे धाडस, आणि समर्पणाची वृत्ती यांमुळे त्या कायमच्या स्मरणात राहतील.

'स्वातंत्र्य चळवळीत तैयबजी कुटुंबातील स्त्रिया' या शीर्षकाच्या शोधनिबंधात स्वातंत्र्य चळवळीत मुस्लिम स्त्रियांनी बजावलेल्या भूमिकेची यास्मिन लुकमानी यांनी चर्चा केली आहे. 'स्वातंत्र्य चळवळीत सहभाग' या संज्ञेचे विस्तृत स्पष्टीकरण लेखिकेने दिले आहे. केवळ राजकीय गतिमानता नव्हे, तर सामाजिक संसाधने आणि संस्था उभ्या करणे, हाही त्या संज्ञेचा अर्थ त्यांनी स्पष्ट केला.

हा विस्तृत अर्थबोध लक्षात घेऊन त्यांनी तैयबजी कुटुंबातील स्त्रियांच्या कार्याचे वर्णन केले आहे आणि तैयबजी कुटुंबातील पुरुषांनी जीवनाच्या विविध क्षेत्रांत आपला ठसा उमटवला होता आणि स्त्रियाही मागे राहिल्या नव्हत्या, हे दाखवून दिले आहे.

सामाजिक पुनर्रचना आणि स्वातंत्र्य चळवळीत सहभाग, अशा दोन्ही ठिकाणी तैयबजी कुटुंबातील स्त्रियांनी महत्त्वाची भूमिका पार पाडली आहे. श्रीमती बद्रुद्दिन तैयबजी आणि श्रीमती अमीना तैयबजी यांचे योगदान महत्त्वाचे आहे. सकिना लुकमानी यांचे काँग्रेस पक्षातील कार्य आणि स्वातंत्र्य चळवळीतील योगदान यांकडे लेखिकेने लक्ष वेधले आहे. सकिनाबाईंची कन्या सफिया जबीर अली यांचा स्वातंत्र्य चळवळीतील सहभाग, त्यांचे ब्रह्मदेशातील कार्य आणि नंतर भारतात केलेले कार्य, यांवरही त्यांनी प्रकाश टाकला आहे. रेहाना तैयबजी आणि शरिफा हमीद अली यांच्या राजकीय आणि सामाजिक चळवळीतील सहभागावरही त्यांनी भाष्य केले आहे. गांधीवादी रेहाना तैयबजींनी आपले सारे आयुष्य स्वातंत्र्यचळवळीला आणि साबरमती आश्रमाला वाहिले होते. त्यांच्या या कार्याचे वर्णन हा या शोधनिबंधातील सर्वांत रोचक भाग. नसिमा अलमा लतीफ, फातिमा तैयबजी, शमीमा लुकमानी, राहत तैयबजी आणि शाहिंदा फैझी यांचेही स्वातंत्र्यलढ्यात महत्त्वाचे योगदान आहे.

महान स्वातंत्र्यसैनिक आणि ग्रामीण पुनर्रचना कार्याच्या आद्य प्रवर्तक मिठूबेन

पेटिट यांच्यावरील शोधनिबंध श्रीमती मणी कामेरकरांनी सादर केला. १९३० मध्ये कस्तुरबा मरोली आश्रमाच्या उभारणीचे त्यांनी केलेले काम, स्वातंत्र्य संग्रामात केलेली देशसेवा या त्यांच्या कार्याबद्दल पद्मश्री पुरस्काराने त्यांना १९६१ मध्ये सन्मानित करण्यात आले.

'खिलाफत लढ्यातील स्त्रिया' हा शोधनिबंध अमृता शोधन यांनी सादर केला. खिलाफत चळवळीतील स्त्रियांच्या कार्याचा यामध्ये आढावा घेण्यात आला आहे. या आढाव्याला दोन कारणांमुळे महत्त्व प्राप्त झाले आहे. पहिले कारण म्हणजे राष्ट्रीय चळवळीतील हिंदू-मुस्लिम ऐक्याबाबतचा खिलाफत चळवळ हा शेवटचा टप्पा होता आणि दुसरे कारण म्हणजे आतापर्यंतच्या स्त्रियांच्या मोठ्या प्रमाणातील सहभागाचे यातून दर्शन घडले.

भारतीय स्त्रियांचा इतिहास सांगणाऱ्या ग्रंथांतून, खास करून खिलाफत चळवळीच्या इतिहासातून ज्या विशिष्ट परिस्थितीत या लढ्यात स्त्रिया उतरल्या त्याबद्दल आणि त्यांच्या जीवनकार्याबद्दल फारच थोडी माहिती दिली जाते. त्याबद्दल लेखिकेने खंत व्यक्त केली. राजकीय प्रवाहात सामील होण्यापूर्वी सामाजिक सुधारणा चळवळीत स्त्रिया सहभागी होत्या, तशाच त्या खिलाफत चळवळीशी संबंधित उपक्रमांतही भाग घेत असत. स्त्रियांच्या या सहभागाच्या स्वरूपाचे विश्लेषण करताना लेखिकेने काही मुद्दे उपस्थित करून सामूहिक विचारमंथनासाठी सर्वांसमोर मांडले आहेत. मर्यादित स्वरूपाच्या राजकीय चळवळीत सक्रिय झालेल्या स्त्रियांबद्दलच्या लेखनात त्यांच्या पारंपरिक स्त्रीवादी भूमिकांबद्दलच लिहिले गेले आहे. स्त्रियांचा आदर, त्यांची लज्जाभावना, मातृत्वाची भाषा या बाबींकडे विशेष लक्ष पुरवून स्त्रियांच्या सहभागाच्या इतिहासलेखनाची पर्यायी पद्धत स्वीकारण्याच्या गरजेवर त्यांनी भर दिला. या अर्थाने स्त्रिया आपल्या भूमिकांकडे पारंपरिक भूमिकेचा विस्तार म्हणून पाहू शकतील.

ख्रिश्चन स्त्रियांनीही स्वातंत्र्यचळवळीत आपला खारीचा वाटा उचलून चळवळीला हातभार लावलेला आहे. क्रांती फरायाज यांनी आपल्या 'व्हायोलेट अल्वा आणि ॲलिस अल्वारिस यांची स्वातंत्र्यचळवळीतील भूमिका' या शीर्षकाच्या निबंधात ख्रिश्चन स्त्रियांच्या हातभाराचे नेमकेपणाने वर्णन केले आहे. भारतीय संस्कृती म्हणजे एका धर्मापासूनची वा गटाची निर्मिती नसून, विविध संस्कृती व धर्मांचा परिणाम तीमध्ये मिसळलेला आहे. या दृष्टिकोनाचे लेखिका समर्थन करते. एकोणिसाव्या

शतकाच्या उत्तरार्धातील राष्ट्रीय काँग्रेस व ख्रिश्चन समाज यांच्यातील परस्परसंबंधाच्या इतिहासाचा लेखिकेने वेध घेतला आहे. मिशनऱ्यांनी वसाहतवादाला दिलेला पाठिंबा आणि त्यांचे व्यापारी व राजकीय हितसंबंध हे वसाहतवादी सत्तेच्या हातातील हत्यार बनले आणि त्याच्या साहाय्याने भारतीयांना गुलाम बनवले. त्यामुळे फक्त भारतातील चर्च भारतीय संस्कृतीच्या सामाजिक जीवनाच्या मुख्य प्रवाहापासून दूर राहिले; एवढेच नव्हे, तर भारतीय ख्रिश्चन आणि येथील चर्च यांना स्वतःचे स्वरूप समजून घेण्यातही अडथळे निर्माण झाले. प्रोटेस्टंट श्रीमती व्हायोलेट अल्वा आणि कॅथलिक श्रीमती ॲलिस अल्वारिस या दोन ख्रिश्चन स्त्रियांच्या या संदर्भातील भूमिकेवर या शोधनिबंधात प्रामुख्याने विचार केला आहे. राष्ट्रीय चळवळीतील या दोघींच्या कार्याचा आणि स्वातंत्र्योत्तर काळात त्यांनी केलेल्या विधायक कार्यांचा वेध या शोधनिबंधात घेतला आहे.

'दलित स्त्रियांचा भारतीय स्वातंत्र्यलढ्यातील सहभाग' या शीर्षकाचा शोधनिबंध श्रीमती अभिनया रमेश गायकवाड यांचा होता. भारतीय स्वातंत्र्य संग्रामाचा इतिहास परंपरेने मध्यम व उच्च समजल्या जाणाऱ्या वर्गांचाच इतिहास आहे, असे मत श्रीमती गायकवाड यांनी व्यक्त केले आहे. इतिहासलेखनातील हा असमतोल अलीकडच्या 'खालच्या वर्गांच्या अभ्यासाने' थोडाफार दुरुस्त झाला आहे. या अभ्यासामुळे समाजाच्या सर्वांत खालच्या पायरीवरच्या स्त्रियांच्या या चळवळीतील भूमिकेचे विश्लेषण होत आहे. जातीत अडकलेली हिंदू समाज व्यवस्था आणि ब्रिटिशांची साम्राज्य सत्ता या दोन्ही व्यवस्थांनी दलित समाजातील स्त्रियांना गौण स्थान दिले. लेखिकेने हे विश्लेषण दोन भागांत केले आहे. पहिल्या भागात दलित स्त्रियांच्या भारतीय स्वातंत्र्य चळवळीतील सहभागाविषयी माहिती आहे. डॉ. बी. आर. आंबेडकरांच्या नेतृत्वाखाली अधिक अर्थपूर्ण मुक्ततेसाठी त्यांनी जो स्वातंत्र्यलढा दिला, त्यातील त्यांच्या सहभागाचे वर्णन दुसऱ्या भागात आहे. विषम जातिव्यवस्थेच्या निर्मूलनासाठी आणि अस्पृश्यतेतून येणारी गुलामगिरी नष्ट करण्यासाठी हा लढा होता. चळवळीच्या दुसऱ्या टप्प्याचे वर्णन लेखिकेने 'अधिक अर्थपूर्ण मुक्ततेसाठी स्वातंत्र्यलढा' असे केले आहे. त्याकडे अधिक लक्ष देणे आवश्यक आहे. आंबेडकरपूर्वकालीन टप्प्यात दलित स्त्रिया त्यांच्यावर होणाऱ्या दबावाची जाणीव करून देत असल्या तरी आंबेडकरी चळवळीच्या टप्प्यावर दलित स्त्रियांची सामाजिक

स्थिती सुधारली नाही. त्यांना दबाव, अन्याय आणि शोषण यांच्या नवनवीन प्रकारांना सामोरे जावे लागत आहे. विविध प्रकारे त्यांच्यावर येणारा दबाव आणि त्यांची असहायता यांविरुद्ध दलित स्त्रिया भविष्यकाळात निश्चितच उभ्या ठाकतील, असा आशावादही त्यांनी शोधनिबंधाच्या अखेरीस व्यक्त केला आहे.

'परदेशातील स्त्रियांचे राष्ट्रीय चळवळीतील योगदान' या विषयावर चौथ्या सत्रात शोधनिबंध सादर केले गेले. 'मीराबेन (मॅडलीन स्लेड) आणि राष्ट्रीय चळवळ' या आपल्या शोधनिबंधात सुनीता गणपुले यांनी मीराबेन मॅडलीन स्लेड या ब्रिटिश तरुणीचा धावता जीवनालेख वाचकांसमोर ठेवला आहे. ही तरुणी धार्मिक यात्रेसाठी भारतात आली; पण नंतरची ३० वर्षे भारत हेच तिचे घर झाले होते. पहिल्या महायुद्धामुळे युरोप उद्ध्वस्त झालेला पाहून तिला फार दुःख झाले. युद्धाने निर्माण केलेल्या समस्यांची उत्तरे मीराबेनला सत्य आणि अहिंसा या गांधीवादातील तत्त्वांत सापडली. गांधीजी या विभूतीच्या व्यक्तिमत्त्वाने मीराबेन भारावून गेल्या. गांधीजींना त्या ख्रिस्ताचा दुसरा अवतार मानू लागल्या आणि गांधीजींच्या पालकत्वाखाली आयुष्याचा अर्थ आणि हेतू सापडल्याबद्दल त्यांची खात्री झाली. साबरमती आश्रमात वास्तव्य करण्यासाठी शिस्त आणि कठोर परिश्रम, हे गुण त्यांनी आपल्या अंगी बाणवले होते.

सत्याचा शोध, त्याचा अर्थ आणि त्याचा जीवनाशी असलेल्या संबंधांचा शोध घेणे, या त्यांच्या उद्दिष्टांमध्ये स्वातंत्र्य चळवळीतला सहभाग खरे म्हणजे प्रसंगपरत्वे घडून आला होता. त्या गांधींच्या विश्वासू शिष्या होत्या. या कामांमुळे स्वातंत्र्यचळवळीतील गांधीजींच्या विविध उपक्रमांबद्दलची अंतर्दृष्टी त्यांना प्राप्त झाली आहे.

राजकीय चळवळीत सामील होण्याबरोबरच गांधीजींनी सुरू केलेल्या सांस्कृतिक आणि सामाजिक चळवळीतही त्यांचा सहभाग असे. ग्रामोद्धार, ग्रामपुनर्रचना आणि खादीचा प्रचार या क्षेत्रांत त्यांनी भरीव कार्य केले. गांधीखुनानंतर १० वर्षे त्यांनी निश्चयपूर्वक व एकटीने कार्य चालू ठेवले होते; पण स्वातंत्र्योत्तर काळात काँग्रेस पक्षाच्या कामकाज पद्धतीमुळे भ्रमनिरास होऊन १९५७ मध्ये भारत सोडून त्या आपल्या जन्मगावी परतल्या.

चंपा लिमये यांनीही आपल्या शोधनिबंधाचे दोन भाग पाडले आहेत. पहिल्या भागात दक्षिण आफ्रिकेतील ब्रिटिशांच्या अन्याय्य सत्तेशी टक्कर देताना स्त्रियांनी

दाखविलेले धाडस आणि सोसलेली शिक्षा यांचे वर्णन आहे, ऐतिहासिक परिप्रेक्ष्याच्या आधारे लेखिकेने ब्रिटिश स्थितीचे वर्णन केले आहे. तसेच गांधीजींच्या आगमनानंतर तिथे सुरू झालेल्या सत्याग्रह चळवळीचेही वर्णन केले आहे. या चळवळीत पुरुषांच्या बरोबरीने स्त्रियाही प्रथम सहभागी झाल्या. सत्याग्रह किंवा निःशस्त्र प्रतिकाराला मिळालेला होकारात्मक प्रतिसाद हे सत्याग्रह चळवळीचे महत्त्वाचे फलित आहे, असे लेखिकेने म्हटले आहे. निःशस्त्र प्रतिकार हे निःसंशयपणे कायदेशीर प्रतिकाराचे हत्यार आणि जनतेच्या स्वाभिमानाचे प्रतीक ठरले.

शोधनिबंधाच्या दुसऱ्या भागात स्त्रियांनी जुलमी पोर्तुगीज राजवटीपासून गोवा मुक्त करण्यासाठी दिलेल्या लढ्याचे वर्णन आहे. श्रीमती सुधाताई जोशी आणि कुमारी सिंधूताई देशपांडे या दोन धाडसी आणि आगळ्यावेगळ्या स्त्रियांच्या गोवामुक्ती लढ्यातील कार्याची माहिती दिली आहे.

गुलाब आणि उषा जानी यांनी भगिनी निवेदितांच्या स्वातंत्र्यचळवळीतील योगदानाबद्दल लिहिले आहे. भगिनी निवेदितांचे मूळ नाव मार्गारेट एलिझाबेथ नोबल. तरुण वयात त्यांच्या आयुष्याला आकार देणाऱ्या आणि त्यावर परिणाम करणाऱ्या बाबींचा वेध घेतला आहे. त्यामुळेच १८९८ मध्ये भारतात कायमचे वास्तव्य करण्याचा त्यांनी निर्णय घेतला. पुढे भारतातील राष्ट्रीय चळवळीमुळे त्या राष्ट्रीय चळवळीच्या भोवऱ्यात ओढल्या गेल्या. या चळवळीतील त्यांचे योगदान प्रभावी होते.

एक बलवान व शक्तिमान राष्ट्र म्हणून भारताचा उदय व्हावा, हे त्यांचे सर्वोच्च ध्येय होते. यासाठी त्या झटत होत्या. निःशस्त्र प्रतिकार आणि असहकार कितपत परिणामकारक ठरेल, याबद्दल श्री. अरविंद घोष साशंक होते. निवेदितांनाही तसेच वाटत होते. त्यामुळे त्या सशस्त्र स्वातंत्र्यलढ्याकडे आकृष्ट झाल्या. आणि त्यांनी गुप्त क्रांतिकारी गटांच्या कार्यातही भाग घेतला. स्वदेशी चळवळीतही त्यांचा सहभाग होता. लेखिकेने भगिनी निवेदितांची प्रतिमा दहशतवादी किंवा शून्यवादी अशी न रेखाटता, एक आदर्शवादी महिला अशी रेखाटली आहे. भारत हा एक गतिमान अविभाज्य देश आहे, यावर त्यांची नितांत श्रद्धा होती.

रुबी मालोनी यांचा 'ॲनी बेझंट यांचे योगदान' या विषयावर शोधनिबंध आहे. बेझंटबाईंबद्दल उपलब्ध असलेल्या साहित्याचे पुनर्विश्लेषण करणे आणि त्यांचे

जीवन व कार्य नव्या दृष्टिकोनातून पाहण्यासाठी पर्यायी संदर्भ चौकटीची मांडणी करणे, हा त्यांच्या शोधनिबंधाचा हेतू आहे. राजकीय रंग देण्यात आलेल्या वेगवेगळ्या वादांत ॲनी बेझंट सहभागी झाल्यामुळे, त्यांची असामान्य पण वादग्रस्त स्त्री, अशी प्रतिमा टीकाकारांनी रंगवली आहे.

राजकीय आणि सामाजिक दोन्ही क्षेत्रांत बेझंटबाईंनी कार्य केले. थिऑसॉफिकल सोसायटीत प्रवेश करून १८९३मध्ये हिंदुस्थान हेच त्यांनी आपले घर मानले. पाश्चिमात्य शिक्षण आणि पौर्वात्य धर्म व नैतिकता यांच्यातील दुवा जोडण्यात त्यांना विशेष रस होता. त्यांच्या प्रयत्नांमुळे अनेक शैक्षणिक संस्था स्थापन झाल्या. राष्ट्रीय स्वातंत्र्य मिळवण्यासाठी स्त्रियांचे हक्क व त्यांचे शिक्षण या दोन बाबींचा त्या जोरदार पुरस्कार करीत. १९१७च्या सुमारास त्यांनी राजकीय वर्तुळात प्रवेश केला. होमरूल लीगची स्थापना आणि 'न्यू इंडिया' या स्वराज्याचा राष्ट्रीय पातळीवर प्रचार करणाऱ्या साप्ताहिकाचे प्रकाशन ही त्यांची संस्मरणीय कामे होत. १९१७ मध्ये कलकत्त्याला भरलेल्या ३२व्या भारतीय राष्ट्रीय काँग्रेसच्या अध्यक्ष म्हणून त्या निवडून आल्यामुळे त्यांच्या प्रयत्नांना सर्वोच्च मान्यता मिळाली. इतर विद्वान पुढाऱ्यांपेक्षा त्यांची मते जरी भिन्न असली तरी इतरांपेक्षा भारतीयांची बलस्थाने आणि त्यांचा कमकुवतपणा त्यांना चांगला माहीत होता. बेझंटबाईंचे लेखन भविष्यसूचक होते. आज भारताला ज्या दुष्ट प्रवृत्तींनी ग्रासले आहे, त्याबद्दलही त्यांनी अगोदरच लिहिले होते आणि त्यावरील बेझंटबाईंनी सुचवलेल्या उपाययोजना आजही लागू पडणाऱ्या आहेत. दुष्प्रवृत्ती केवळ राजकीय मार्गांनी दूर करता येणार नाहीत, तर त्या भारतीय धर्म आणि तत्त्वज्ञान यांच्या पुनरुज्जीवनानेच नष्ट करता येतील, यावर त्यांचा दृढ विश्वास होता.

डॉ. उषा मेहतांचे समारोपाचे अभिभाषण हेलावून टाकणारे होते. या भाषणात नामवंत गांधीवादी स्वातंत्र्यसैनिक उषाबेननी आपल्या गांधीजींबरोबरच्या सहवासात आलेल्या अनुभवांची आणि स्वातंत्र्यचळवळीत निष्ठापूर्वक बजावलेल्या अनन्यसाधारण भूमिकेच्या काही व्यक्तिगत पैलूंची उजळणी केली. सध्याच्या राजकीय परिस्थितीबद्दलचा मनस्तापही त्यांनी व्यक्त केला व परिस्थिती सुधारण्यासाठी काही उपयुक्त उपायही सुचवले.

आपल्या भाषणात स्वातंत्र्यसंग्रामात वापरलेले हिंसक व अहिंसक मार्ग या

दोन्हीच्या वैशिष्ट्यांचे विश्लेषण त्यांनी केले. अन्यायाचा प्रतिकार करणारे तत्त्वज्ञान आणि गांधीजींची स्वातंत्र्याविषयीची मते यांकडे लक्ष वेधून त्यांनी या लढ्याच्या नैतिक पायावर भर दिला.

ही क्रांती उत्स्फूर्त होती; मारून मुटकून लादलेली नव्हती, हे त्यांनी स्पष्ट केले. गांधीजींनी सत्याग्रहाबरोबर सतत विधायक कार्यक्रमांवरच भर दिला. सत्याग्रह हा एक कडक शिस्तबद्ध कार्यक्रम होता.

अधूनमधून त्यांनी थोडे वैयक्तिक किस्से सांगितले तरी त्यांचे भाषण हा मौखिक इतिहासाचा अनोखा आलेख होता. स्वातंत्र्यसैनिकांच्या स्वतंत्र भारताबद्दलच्या स्वप्नावरही त्यांनी झगझगीत प्रकाश टाकला आणि ते स्वप्न अखेर सार्थ होण्यासाठी उपायही सुचवले.

काही महत्त्वाची अंतर्निरीक्षणेही या शोधनिबंधातून पुढे आली. महात्मा गांधींना दीपस्तंभ म्हणून गौरविण्यात आले. गांधीजींच्या भुरळ घालणाऱ्या व्यक्तिमत्त्वाने संपूर्ण चळवळीत इतरांना प्रेरणा दिली व त्यांच्यावर प्रभावही पाडला. प्रमुख असो वा दुय्यम दर्जाची भूमिका असो, स्त्रिया व पुरुष दोघेही स्वातंत्र्य चळवळीच्या भोवऱ्यात खेचले गेले. स्त्रिया पुरुषांच्या बरोबरीने चळवळीत उतरल्या. कधी त्यांनी पुरुषांच्या जागी काम केले, तर कधी पुढाकार घेऊन नेतृत्वही स्वीकारले. पार्श्वभूमी असलेल्या स्त्रिया, शिक्षित आणि अशिक्षित, गरीब आणि उच्चभ्रू, सर्व स्त्रिया ब्रिटिश सत्तेविरुद्ध खांद्याला खांदा लावून लढल्या.

स्वातंत्र्य संग्रामातील कार्य, हा बहुसंख्य स्त्रियांच्या दृष्टीने त्यांच्या परंपरागत ठराविक कार्याचा थोडाफार विस्तार होता. तरीही फार थोड्या साहसी स्त्रियांनी परंपरा झुगारून त्यांच्या परंपरागत आणि दुय्यम दर्जाविरुद्ध बंड पुकारले आणि स्त्रीवादी व राष्ट्रवादी भूमिकांचे एकत्रीकरण केले. कोणतेही पद किंवा सत्ता यांची अभिलाषा न धरता किंवा राजकीय महत्त्वाकांक्षा न बाळगता त्यांनी निःस्वार्थीपणे देशसेवा केली. राष्ट्रीय चळवळीला प्रथमच राष्ट्रीय आणि प्रादेशिक स्वरूप प्राप्त झाले. त्याचा परिणाम म्हणजे मोठ्या संख्येने स्थानिक व प्रादेशिक स्तरावर उत्साह व आवेग दिसून आला. त्यामुळे वर्ग, जाती, लिंग व धर्म यांचे अडसर भारतीय इतिहासात दीर्घ कालानंतर दूर झालेले दिसले. समानतेच्या तत्त्वज्ञानात, सामाजिक न्यायात, निधर्मीवादात आणि राष्ट्रवादात झिरपलेली पायाभूत भावनिष्ठा स्पष्ट झाली. स्वातंत्र्याचे

अंतिम ध्येय गाठण्यासाठीही भावनिष्ठा सर्वत्र हळूहळू झिरपून चळवळीला मार्गदर्शक ठरली होती. स्त्रियांचे सुप्त गुणविशेष, त्यांची शक्ती यशस्वीपणे चळवळीसाठी वापरली गेली; पण हीच 'स्त्रीशक्ती' गांधीजी कालवश झाल्यानंतरच्या काळात समाजात बदल घडवून आणण्यासाठी आणि समाज पुनर्रचनेसाठी वापरण्यात आली नाही. कालांतराने धूसर झालेली गांधीजींची प्रतिमा आणि भुरळ पाडणारे त्यांचे अकस्मात लोप पावलेले व्यक्तिमत्त्व ही कदाचित त्याची प्रमुख कारणे असू शकतील. तरीही स्वातंत्र्यचळवळीच्या इतिहासातून होणाऱ्या बोधातून काही बाबी नाकारणे शक्य नाही. पोषक परिस्थिती आणि स्त्री-सुप्तशक्तीचा अचूक वेध घेतला, तर सामाजिक, आर्थिक व राजकीय पुनर्रचनेसाठी स्त्रिया विधायक, परिणामकारक आणि अनमोल हत्यार बनू शकतात.

सर्वच शोधनिबंधांतून भारतीय स्वातंत्र्यलढ्याला योगदान देणाऱ्या महत्त्वाच्या पण दुर्लक्षित स्त्रियांच्या कार्यावर लक्ष केंद्रित करण्यात आले. अर्थातच सर्व स्त्रियांचा यात समावेश झालेला नाही. उदा. मादाम कामांवर पुस्तकात काहीही लिहिले नाही. कारण यापूर्वी प्रकाशित केलेल्या ग्रंथात त्यांची दखल घेण्यात आली आहे. काही दुर्मिळ छायाचित्रे या ग्रंथात समाविष्ट करण्यात आली आहेत.

विविध प्रकारच्या वाचकांना उपयुक्त ठरेल आणि उपलब्ध होईल अशा तऱ्हेने पुस्तकातील माहिती व आशय यांची रचना केली आहे. स्वातंत्र्य संग्रामातील स्त्रियांच्या सहभागाविषयी, तसेच या संग्रामात सहभागी झालेल्या असामान्य महिलांविषयी हल्लीच्या पिढीच्या मनात उत्सुकता निर्माण होईल, अशी मी आशा करते. तसेच जे नवीन अभ्यासविषय यात अंतर्भूत केले आहेत, त्याविषयी पुढील संशोधकांना, अभ्यासकांना आणि सर्वसामान्य वाचकाबरोबरच तरुण पिढीलाही रस निर्माण होईल, अशीही मी आशा करते.

सर फिरोजशहा मेहतांच्या १५०व्या जन्मशताब्दीनिमित्त अस्तित्वात आलेल्या सोहळा समितीला विशेषाधिकारामुळे हे पुस्तक प्रसिद्ध करणे शक्य होत आहे. हे पुस्तक म्हणजे महान स्त्रियांना नम्र अभिवादन करण्याचा एक छोटासा प्रयत्न आहे.

जुलै २००० **नवाझ ब. मोदी**

अनुवादाविषयी थोडेसे

भारतीय स्वातंत्र्याला ५० वर्षे झाल्याबद्दल मुंबई विद्यापीठाच्या नागरिकशास्त्र व राज्यशास्त्र विभागाने २१ व २२ मार्च १९९८ या दोन दिवशी एका राष्ट्रीय परिसंवादाचे आयोजन केले होते. परिसंवादाचा विषय 'भारतीय स्वातंत्र्य चळवळीतील स्त्रियांची भूमिका' असा होता. या परिसंवादात विविध अभ्यासकांनी सादर केलेल्या शोधनिबंधांचे संपादन परिसंवादाच्या संचालक डॉ. नवाझ मोदी यांनी केले व ते पुस्तक रूपाने मुंबईच्या अलाईड पब्लिशर्स लिमिटेडने प्रसिद्ध केले. मूळ इंग्रजी पुस्तकाचा मराठी अनुवाद करण्याची जबाबदारी प्रकाशक सुनील अनिल मेहता आणि संपादक डॉ. नवाझ मोदी या दोघांनी माझ्यावर सोपवली, याबद्दल त्या दोघांची मी आभारी आहे.

अनुवाद करताना शक्य तो मूळ मजकुराला धक्का न लावण्याची काळजी घेण्याचा यथाशक्ती प्रयत्न मी केला आहे. मात्र शब्दशः अनुवाद करण्यापेक्षा आशयानुरूप अनुवाद करण्याचा व अनुवादामध्ये मराठी भाषेचे वळण जपण्याचा जास्तीत जास्त प्रयत्न मी केला आहे. अनुवाद करताना मराठीखेरीज (उदा. गुजराती, पोर्तुगीज) शब्दांचे उच्चार शक्यतो अचूक देण्याचा मी माझ्या परीने प्रयत्न केला आहे. अनुवाद करताना शोधनिबंध लिहिणाऱ्या अभ्यासकांनी अनवधानाने केलेल्या चुका जिथे आढळल्या तिथे संपादक व लेखिका यांच्या संमतीने त्या मी दुरुस्त केल्या आहेत.

अनुवादात काही ठिकाणी काही वाक्ये लागोपाठ आलेली वाचकांना आढळतील; पण ती द्विरुक्ती मूळ लेखिकांनीच केलेली आहे, हे कृपया वाचकांनी लक्षात घ्यावे. मूळ पुस्तकातील संदर्भग्रंथ सूची व अन्य संदर्भ साहित्याची सूची संपादकाच्या सल्ल्याने व सूचनेनुसार जशीच्या तशी म्हणजे इंग्रजीतच छापलेली आहे.

पुस्तकातील संदर्भसूची मात्र मराठीत आहे.

या पुस्तकाच्या अनुवादाचा पहिला मसुदा डॉ. य. दि. फडके यांनी वाचून वेळोवेळी त्यात दुरुस्त्या सुचवल्या आहेत. तसेच मुद्रिते तपासण्यातही त्यांनी बहुमोल मदत केली आहे. त्यांच्या कार्यबाहुल्यातून वेळ काढून व प्रकृती बरी नसतानाही मसुदा वाचण्याचे किचकट काम त्यांनी केले, याबद्दल मी त्यांची अत्यंत ऋणी आहे.

स्वाती बेंद्रे या शेजारी राहणाऱ्या माझ्या तरुण मैत्रिणीने अंतिम मसुदा माझ्याबरोबर वाचून तो शक्य तितका अचूक करण्यासाठी आपला वेळ दिला त्याबद्दल तिचेही मनःपूर्वक आभार.

वासंती फडके

अनुक्रमणिका

विभाग ३

(अल्पसंख्याक स्त्रियांचे राष्ट्रीय चळवळीतील योगदान)

विभाग ४

(परदेशातील स्त्रियांचा स्वातंत्र्यचळवळीतील सहभाग)

■ बीजभाषण - भारतीय स्वातंत्र्यलढ्यातील स्त्रिया ■

डॉ. य. दि. फडके

(**डॉ. य. दि. फडके** - विख्यात संशोधक. इंग्रजी व मराठी मिळून ५५ पेक्षा अधिक पुस्तके प्रकाशित झाली आहेत. इंग्रजी पुस्तकांत 'सोशल रिफॉर्मर्स ऑफ महाराष्ट्र' (१९५७), 'पॉलिटिक्स अँड लँग्वेज' (१९७९), 'पोर्ट्रेट ऑफ अ रिव्होल्युशनरी - सेनापती बापट' (१९८१), 'सोशल रिफॉर्म मुव्हमेंट्स इन महाराष्ट्र' (१९८९) आणि 'विमेन इन महाराष्ट्र' (१९८९). मराठीत लिहिलेल्या चरित्रांपैकी 'शोध बाळगोपाळांचा' (१९७७), 'केशवराव जेधे' (१९८२), 'शोध सावरकरांचा' (१९८४), 'लोकमान्य टिळक आणि क्रांतिकारक' (१९८५), 'अण्णासाहेब लठ्ठे' (१९८९), 'कहाणी सुभाषचंद्रांची' (दोन खंड - १९९४, १९९५), आणि 'गोपाळ गणेश आगरकर' (१९९६) ही काही महत्त्वाची चरित्रे आहेत. अलीकडे प्रकाशित झालेली पुढील पुस्तके आहेत - 'नथुरामायण' (१९९८), 'कालिंदीच्या तीरावरती' (१९९८), 'लोकसभा निवडणुका १९५२-१९९९' (१९९९), 'राजकीय दहशतवाद' (२०००). १९०१ ते १९४७ या कालखंडातील महाराष्ट्राचा राजकीय इतिहासही त्यांनी मराठीमध्ये पाच खंडांत लिहिला आहे.

त्यांच्या पुस्तकांना महाराष्ट्र शासनाचे सहा पुरस्कार मिळाले आहेत. १९९० मध्ये 'आंबेडकरी चळवळ' या पुस्तकाबद्दल भैरू रतन दमाणी पुरस्कार त्यांना देण्यात आला. या पुस्तकाला महात्मा फुले व डॉ. आंबेडकर पुरस्कारही मिळाला आहे. १९९६ मध्ये वैचारिक लेखनाबद्दल अमेरिकेतील महाराष्ट्र फाऊंडेशनतर्फे देण्यात येणाऱ्या दोन लाख रुपयांच्या जीवनगौरव पुरस्काराचे ते मानकरी ठरले आहेत. मुंबईच्या एशियाटिक सोसायटीने त्यांना मानद फेलोशिप प्रदान केली आहे.

महाराष्ट्र राज्य साहित्य संस्कृती मंडळाचे ते अध्यक्ष होते, तसेच इंडियन कौन्सिल फॉर सोशल सायन्स रिसर्चतर्फे दिल्या जाणाऱ्या डॉ. आंबेडकर राष्ट्रीय शिष्यवृत्तीचे ते पहिले मानकरी होते. अलीकडेच अखिल भारतीय मराठी साहित्य संमेलनाचे अध्यक्ष म्हणून ते निवडून आले.)

शतकानुशतके भारतात तसेच जगातील अन्य देशांत स्त्रियांना गौण किंवा

दुय्यम स्थान देण्यात आले आहे. आजही समाजावर, अर्थव्यवस्थेवर तसेच राजकारणावर पुरुषांचे वर्चस्व असलेले दिसते. गेल्या दोन दशकांहून अधिक काळात स्त्रियांच्या हक्कांबाबतची जाणीव निर्माण होऊन ती हळूहळू वाढीला लागली. 'शिका, संघटित व्हा आणि चळवळ करा' हे ब्रीदवाक्य गेल्या काही वर्षांत महिलांनी स्वीकारलेले दिसते. त्या आपले हक्क प्रस्थापित करण्यासाठी आणि न्याय मिळवण्यासाठी झगडत आहेत. त्यांच्या जागृतीमुळे स्त्रीअभ्यास नावाचे नवीन बहुविद्याशाखीय विभाग सुरू झाले.

स्वतंत्र, मुक्त, जहाल, समाजवादी किंवा मार्क्सिस्ट- कोणत्याही विचारसरणीच्या असल्या तरी स्त्रियांचे सर्वत्र शोषण केले जाते व त्यांना दुय्यम स्थान दिले जाते, याबाबत स्त्रीवाद्यांचे एकमत आहे. इतिहासाचे लेखन करणाऱ्यांनी स्त्रियांच्या कामगिरीकडे दुर्लक्ष केले, त्यांच्या सहभागाला विकृत स्वरूप दिले आणि त्यांना फार कमी श्रेय दिले, ही स्त्रीवाद्यांची टीका रास्त आहे. पाश्चिमात्य देशांत 'फेमिनिस्ट पॉलिटिकल थिअरी' किंवा 'विमेन इन हिस्ट्री' अशी अर्थपूर्ण शीर्षके असलेली पुस्तके प्रकाशित झाली आहेत; मात्र भारतीय स्वातंत्र्यलढ्यातील स्त्रियांच्या सहभागाविषयीचा सर्वसमावेशक इतिहास अद्याप कोणत्याही स्त्रीवाद्यांनी आपल्या देशात लिहिलेला नाही.

स्वातंत्र्योत्तर काळात डॉ. ताराचंद व आर. सी. मजुमदार या नामवंत इतिहासकारांनी स्वातंत्र्यलढ्याचा इतिहास लिहिला. स्वातंत्र्यप्राप्तीच्या उदात्त कारणासाठी जीवन समर्पित करणाऱ्या पुरुषांचा त्याग व त्यांचे दुःख घरात बसून अगतिकतेने पाहणाऱ्या स्त्रिया जणू मूक प्रेक्षक होत्या, असे या इतिहासावरून वाटते. ख्यातनाम इतिहासकारांनी प्रसिद्ध केलेल्या अनेक खंडांमध्ये स्वातंत्र्यप्राप्तीसाठी लढलेल्या काही स्त्रियांचे नावानिशी उल्लेख येत असले तरी, सर्वसामान्यतः त्या बहुरंगी गर्दीत अनेक महिला अनामिका व बिनचेहऱ्याच्या राहिल्या. स्वातंत्र्यासाठी लढलेल्या अनेक स्त्रियांसाठी ना कोणी अश्रू ढाळले, ना त्यांची स्तुतिस्तोत्रे गायली, ना त्यांचा सन्मान केला.

डॉ. रोमेशचंद्र (R.C) मजुमदार यांनी उतारवयात एकट्याने भारतीय स्वातंत्र्यचळवळीचा इतिहास लिहिण्याचे अवघड काम हाती घेतले. १९६३ मध्ये हा इतिहास तीन खंडांत प्रसिद्ध करून आपला दीर्घ काळ चाललेला प्रकल्प नेटाने पूर्ण केला. डॉ. मजुमदार यांच्या कार्याविषयी मला नितांत आदर वाटतो. स्वतंत्र भारताच्या राज्यकर्त्यांच्या दरबारातील मान्यताप्राप्त इतिहासकार होण्याचे त्यांनी नाकारले. सरकारी आश्रय वा अनुदानही त्यांनी नाकारले. डॉ. मजुमदारांनी सत्ताधाऱ्यांची भीती न बाळगता व त्यांच्या अवकृपेची पर्वा न करता, थोर नेत्यांविषयीची आपली मते स्पष्टपणे मांडली. दुर्दैवाने त्यांनी भारतीय स्वातंत्र्यलढ्यातील स्त्रियांच्या कामगिरीला फारसे महत्त्व दिले नाही. त्यांच्या त्रिखंडात्मक ग्रंथांच्या तिसऱ्या खंडात १९१९ ते १९४७ या काळातील स्वातंत्र्यलढ्याच्या अखेरच्या पर्वाविषयी माहिती आहे.

नऊशे पानांच्या या खंडात २० पेक्षाही कमी स्त्री-स्वातंत्र्यसैनिकांचा ओझरता उल्लेख केला आहे. त्यांत पुढील सोळा नावे विखुरलेली आढळतात. १) ॲनी बेझंट २) कस्तुरबा गांधी ३) वासंतीदेवी दास ४) अनसूयाबेन साराभाई. ५) श्रीमती मोतीलाल नेहरू (त्यांचे स्वरूपाराणी हे नाव मजुमदारांनी एकदाही नमूद केलेले नाही. नेहरूंची विधवा किंवा जवाहरलाल नेहरूंच्या मातोश्री असा उल्लेख करणे मजुमदारांना आवडलेले दिसते!) ६) श्रीमती जे. एम. सेनगुप्ता (यांचे पहिले नाव नेली होते) ७) कमला नेहरू ८) सरोजिनी नायडू ९) मीराबेन (मॅडलीन स्लेड) १०) मणीबेन पटेल ११) मातंगिनी हाजरा १२) प्रीतिलता वड्डेदार १३) कल्पना दत्त १४) वीणा दास १५) सुचेता कृपलानी १६) अमृता कौर.

१९४७ पूर्वीच्या सरकारी अहवालांत, पत्रव्यवहारांत आणि कायदेमंडळातील चर्चांमध्ये तुरुंगात डांबलेल्या स्त्री-पुरुषांची निव्वळ आकडेवारी देण्याचा परकीय सरकारचा शिरस्ता होता. अशी सरकारी आकडेवारी पूर्णतया विश्वसनीय नसते. ज्यूडिथ ब्राऊन या विदेशी महिलेने दिलेल्या माहितीनुसार १५ नोव्हेंबर १९३० रोजी मुंबई आणि मध्य प्रांत - वऱ्हाड येथील तुरुंगात ६,६७७ सत्याग्रही होते. त्यांमध्ये मुंबई प्रांतातील कारागृहात १०० स्त्रिया शिक्षा भोगत होत्या, तर मध्य प्रांत वऱ्हाड प्रांतात अवघ्या ४ स्त्रिया शिक्षा भोगत होत्या. (१) १०४ ही स्त्री-सत्याग्रहींची संख्या वाचून आजच्या वाचकाला स्त्रियांच्या कामगिरीबाबत उगीचच अतिशयोक्ती केली जात आहे असे वाटेल. अधिकृत आकडेवारी ही दिशाभूल करणारी असते हे लक्षात घ्यायला हवे. कारण १५ नोव्हेंबर १९३० रोजी दिलेल्या आकडेवारीत त्यापूर्वी सुटका झालेल्या स्त्री-सत्याग्रहींची संख्या धरलेली नाही. झेंडा फडकवण्यासाठी काढण्यात येणाऱ्या मिरवणुकांवरचा आणि जाहीर सभांवरचा बंदीहुकूम मोडणाऱ्या सर्वच महिलांना अटक करून त्यांच्यावर खटले भरण्यात आले नव्हते. दोषी ठरलेल्या अनेक स्त्रियांना एक ते सहा महिन्यांपर्यंतच्या विविध मुदतींच्या साध्या कैदेची शिक्षा भोगल्यावर सोडून देण्यात आले होते. काही स्त्रियांना प्रथम पोलिस कोठडीत ठेवून त्यांना समज देऊन किंवा त्यांच्याकडून दंडाची रक्कम वसूल करून सोडण्यात येत असे. काही वृद्ध स्त्रियांनी बंदीहुकूम मोडून राष्ट्रीय झेंड्यास वंदन करण्याचा कार्यक्रम धिटाईने पार पाडला होता; पण त्यांचे वय लक्षात घेऊन त्यांना सोडून दिले होते. विख्यात समाजसुधारक गोपाळ गणेश आगरकर यांच्या पत्नी यशोदाबाई आगरकर यांनी १९३० मध्ये सत्याग्रह केला होता; पण त्यांच्या उतारवयामुळे त्यांना अटक करण्यात आली नव्हती.

धमक्या, धोक्याचे इशारे, दंड, लाठीहल्ले, गोळीबार, दीर्घ व अल्पमुदतीचे कारावास यांना न जुमानता १९३२-३३ च्या सविनय कायदेभंगाच्या दुसऱ्या मोहिमेत महिलांचा सहभाग वाढला. भारतातील ७५,००० व्यक्तींना तुरुंगात

टाकल्याचे भारत सरकारने कबूल केले. त्यांपैकी तुरुंगवास सोसणाऱ्या स्त्रियांची संख्या ३६३० इतकी होती. १९३० सालच्या संख्येपेक्षा ही संख्या दहा पटींनी अधिक होती. (२) काँग्रेसचे अध्यक्ष पंडित मदन मोहन मालवीय यांनी हेग या गृहमंत्र्याने दिलेल्या आकडेवारीबाबत प्रश्न उपस्थित करून म्हटले, "जवळजवळ एक लाख वीस हजार व्यक्तींना गेल्या १५ महिन्यांत अटक करून तुरुंगात डांबण्यात आले होते. त्यांमध्ये हजारो स्त्रिया व मोठ्या प्रमाणावर मुलेही होती." (३)

१० एप्रिल १९३०ला प्रसिद्ध झालेल्या 'यंग इंडिया' च्या अंकात गांधीजींनी महिलांना उद्देशून केलेल्या आवाहनाला हजारो स्त्रियांनी प्रतिसाद दिला आणि भारताचे स्वातंत्र्यआंदोलन खऱ्या अर्थाने जनआंदोलन बनले. १९२१ मध्ये महिला दिनाच्या निमित्ताने केलेल्या भाषणात लेनिनने जाहीर केले, "जोपर्यंत स्त्रिया राजकीय जीवनात सहभागी होत नाहीत, तोपर्यंत राजकीय जीवनात जनता ओढली गेली, असे म्हणता येणार नाही." (४) १९२८ सालच्या महाराष्ट्र प्रांतिक परिषदेच्या अध्यक्षीय भाषणात सुभाषचंद्र बोस यांनी अशीच मते व्यक्त केली. "स्त्रियांच्या सक्रिय सहानुभूतीशिवाय आणि पाठिंब्याशिवाय पुरुषांना स्वातंत्र्य मिळवणे शक्य होणार नाही." (५)

आजपर्यंत घराबाहेर न पडलेल्या सनातनी आणि संपन्न स्त्रियांना स्वातंत्र्यलढ्यात लक्षणीय प्रवेश मिळवून देण्याचे संपूर्ण श्रेय गांधीजींचे प्रशंसक व टीकाकार एकमताने गांधीजींना देतात. स्त्रियांच्या प्रवेशाचे सरकारलाच नव्हे, तर भारतीयांनाही आश्चर्य वाटले. एच. एन. ब्रेल्सफर्ड आणि जी. स्लोकोम या भारताला भेट देणाऱ्या ब्रिटिश पत्रकारांनी मार्मिक निरीक्षण नोंदवले आहे. "सविनय कायदेभंगाच्या चळवळीमुळे हिंदुस्थानातील स्त्रिया पारंपरिक बंधनातून मुक्त झाल्या, एवढ्यानेही त्या चळवळीचे सार्थक झाले असे म्हणता येईल; मग त्या आंदोलनाने अन्य काही साधले असो वा नसो." (६) अहिंसक प्रतिकारासाठी शरीरसामर्थ्यापेक्षा नैतिक धैर्य व निर्धार यांची गरज असते, असे गांधीजींना वाटत असे.

२६ जानेवारी १९३१ रोजी गांधीजींची सुटका होणार होती. त्याआधी फक्त पाच दिवस साबरमती आश्रमातील महिलांनी व मुलींनी बोरसद येथे मिरवणूक काढली होती. त्या लहानशा गावात मिरवणुका किंवा जाहीर सभांना बंदी नसतानाही पोलिसांनी मिरवणुकीतील स्त्रियांना मारहाण केली. या मिरवणुकीचे नेतृत्व गंगाबेन या वृद्ध विधवा महिलेने केले होते. गंगाबेन या साबरमती आश्रमाच्या व्यवस्थापक मंडळाच्या सदस्य होत्या. लाठीचे तडाखे अंगावर झेलल्यामुळे त्या रक्ताने न्हाऊन निघाल्या होत्या. शक्रीबेन, कलावती, पद्मा, लक्ष्मी, मैत्रेयी, ललिता, वसुमती आणि इतर मुलींनाही लाठीचा प्रसाद मिळाला होता. गंगाबेन व वसुमतीखेरीज अन्य

स्त्रियांना ताबडतोब मुक्त करण्यात आले. गांधीजींना लिहिलेल्या पत्रात गंगाबेनने लाठीहल्ल्याच्या अनुभवाचे निवेदन केले आहे. ''या प्रसंगी अहिंसेचा अर्थ मला काहीसा समजला. जेव्हा लाठीचे प्रहार माझ्यावर केले जात होते तेव्हा मला मुळीच भय वाटले नाही; मला पोलिसांचा संताप आला नाही; तसेच त्यांच्याविषयी माझ्या मनात द्वेषभावनाही निर्माण झाली नाही. आजही पोलिसांबद्दल मला चीड येत नाही, असे मी ठामपणे म्हणते. अन्य भगिनींनीदेखील मोठ्या शौर्याने लाठीहल्ल्याला तोंड दिले. काहींना बेदम मारहाण करण्यात आली. पोलिसांच्या बुटांच्या टाचांचे प्रहार अनेक भगिनींनी छातीवर झेलले. तरीही विचलित न होता त्या आपल्या जागी उभ्या राहिल्या; त्या एक इंचही मागे सरकल्या नाहीत. हे धैर्य आणि सामर्थ्य अचानक आमच्यात कुठून आले, याचे मला नवल वाटते.'' (७)

गांधीजींना भयमुक्तता मोलाची वाटत असे. आजचे राष्ट्रीय स्तरावरील तसेच प्रादेशिक स्तरावरील नेते स्टेनगनधारी कमांडोंचा आणि सशस्त्र अंगरक्षकांचा ताफा बाळगून फिरत असतात. संतप्त निदर्शकांसमोर आणि प्रक्षुब्ध जमावासमोर महात्मा गांधी निर्भयपणे उभे राहत. त्यांना पोलीससंरक्षण देऊ केले तरी ते घेण्यास गांधीजी नकार देत असत. डी. एफ. कराका या गांधीजींच्या चरित्रकाराने म्हटले आहे, ''मातीतून त्यांनी आम्हाला माणसे बनवले.'' गंगाबेनसारख्या शेकडो स्त्रियांनीही 'मातीतून त्यांनी आम्हाला महिला बनवले' असे म्हटले असते. निर्भयता आणि धैर्य ही फक्त पुरुषांची मक्तेदारी नव्हे. हजारो अज्ञात स्त्रियांमध्ये हे गुण गांधीजींनी निर्माण केल, हेच गांधींजींचे खरे मोठपण आहे. त्यांनी महिलांना कोणत्याही बाबतीत कमी दर्जाचे मानले नाही. त्यांनी महिलांचे वर्णन करताना अबला असा शब्द वापरला नाही.

विधायक कार्यक्रमाचा अर्थ आणि व्याप्ती विशद करताना गांधीजींनी लिहिले आहे, ''स्त्रियांच्या उन्नतीचा मी विधायक कार्यक्रमात समावेश केला आहे. सत्याग्रहामुळे स्त्रिया अंधारातून बाहेर येऊन प्रकाशात वावरू लागल्या. इतक्या अल्पावधीत दुसऱ्या कशानेही असे घडले नसते. स्वराज्याच्या लढाईत स्त्रिया समान भागीदार आहेत, याची जाणीव काँग्रेसमधील पुरुषांनाही झाली नव्हती. त्यांनी आधी आपली घरे सुधारण्यापासून सुरुवात करावयास हवी. पत्नी म्हणजे शोभेची बाहुली नव्हे; त्सेच केवळ उपभोगाचा विषय नव्हे. तिला देशसेवा करतानाही सन्माननीय सहकारी म्हणून वागणूक दिली पाहिजे.'' (८)

अहिंसक सत्याग्रहाच्या चळवळीत भाग घेणाऱ्या महिलांची संख्या सशस्त्र लढ्यात सहभागी झालेल्या स्त्रियांच्या संख्येपेक्षा कितीतरी जास्त आहे, ही वस्तुस्थिती आहे. त्याबरोबरच इंग्रजी राजवटीचा सशस्त्र प्रतिकाराचा इतिहास शंभर वर्षापेक्षा जुना आहे, हे विसरून चालणार नाही. विविध राजघराण्यातील स्त्रिया इंग्रजांविरुद्ध

रणांगणात लढल्या. १८२४ मध्ये कर्नाटकातल्या कित्तूर या चिमुकल्या संस्थानाच्या राणी चन्नम्माने ईस्ट इंडिया कंपनीला शरण जाण्याचे नाकारले. कंपनीच्या प्रशिक्षित सेनेशी चन्नम्माने झुंज दिली. पराभूत राणी चन्नम्माला धारवाडच्या तुरुंगात डांबण्यात आले. तेथेच १३ जुलै १८३० रोजी ही शूर राणी कालवश झाली. महाराणा रणजिसिंगांची पत्नी राणी जिंदान कौर हिला इंग्रज राज्यकर्त्यांनी बनारसला स्थानबद्ध केले आणि तिचा मुलगा दलिपसिंग याला इंग्लंडला नेले. वीस वर्षांहून अधिक काळ स्थानबद्धतेत कंठल्यानंतर जिंदान कौरला मुलाला भेटण्यासाठी इंग्लंडला जाण्याची परवानगी देण्यात आली. झाशीची राणी लक्ष्मी म्हणजे धैर्य, निर्धार, निर्भयता, शौर्य आणि त्याग यांचे मूर्तिमंत प्रतीक. या गुणसंपदेबद्दल शत्रूंनीही राणीची वाखाणणी केली. रामगडची राणी अवंतिबाई, अखेरचा मोगल बादशहा बहादुरशहा जफर याची बेगम झीनत महल आणि अवधची बेगम हजरत महल यांच्या अंगीही हेच गुण होते. त्यांनी १८५७च्या इंग्रजांविरुद्धच्या सशस्त्र उठावात भाग घेतला होता. बेगम अलिया आणि अझीझन यांच्या नेतृत्वाखालच्या महिला सैनिकांच्या दोन तुकड्यांनी ब्रिटिश फौजांना कडवा विरोध केला. त्यांचा पराभव झाल्यावर गोऱ्या सैनिकांनी त्या दोघींनाही गोळ्या घालून ठार मारले.

भारतीय समाजातल्या भद्र किंवा अभिजन (Elite) वर्गातल्या महिलांनी स्वातंत्र्यलढ्यात बजावलेल्या कामगिरीची नोंद राष्ट्रवादी इतिहासकारांनी घेतलेली आहे. अलीकडे तरुण पिढीचे इतिहासकार, आदिवासा, तसेच 'गुन्हेगार' असा इंग्रज राज्यकर्त्यांनी शिक्का मारलेल्या जमातीतील महिलांनी इंग्रज राजवटीस केलेल्या प्रतिकाराची दखल घेत आहेत, ही स्वागतार्ह घटना मानली पाहिजे. बिहारमधल्या सिंगभूम जिल्ह्यात मुंडा आणि मानकी या दोन आदिवासी जमाती आहेत. त्या जमातींतील स्त्रिया इंग्रजी राजवटीविरुद्धच्या लढ्यात उतरल्या होत्या. पोलिसांनी त्यांना पकडून त्यांचा तुरुंगात अमानुष छळ केला, तरीही त्यांनी फरारी झालेल्या आपल्या निकटच्या पुरुष नातेवाईकांची नावे किंवा त्यांचा ठावठिकाणा सांगितला नाही. १८५५ मध्ये संथाल जिल्ह्यातील संथाल या आदिवासी जमातीतील सिधू आणि कान्हू या दोन बंधूंच्या नेतृत्वाखाली बंड करण्यात आले. बंडात भाग घेतल्याबद्दल ४५ संथाल स्त्रियांना वीरभूम कारागृहात सक्तमजुरीची शिक्षा सोसावी लागली.

१८५७ मध्ये भागोजी नाईक आणि काझीसिंग यांच्या नेतृत्वाखाली खानदेशात हजारो भिल्लांनी उठाव केला. त्यात पकडल्या गेलेल्या आणि तुरुंगवासात असलेल्या भिल्ल स्त्रियांविषयी पोलिस आयुक्ताने १ जून १८५८ रोजी मुंबई इलाख्याच्या गृहसचिवाला पाठवलेल्या पत्रात लिहिले आहे, ''भिल्ल पुरुषांइतक्याच भिल्ल स्त्रियाही ताप व उपद्रव देत असतात. बंडखोर पुरुषांसाठी आवश्यक ती माहिती

मिळवून ती पुरवण्याचे काम त्या करीत असतात. बंडखोरांना अन्न शिजवून वाढण्याचे काम जसे त्या करतात, तसेच त्या लढतातही. भागोजी आणि अन्य नाइकांची धरपकड केली जाईपर्यंत त्या भिल्ल स्त्रियांना आपण ओलीस ठेवले पाहिजे; त्यांना सोडता कामा नये.'' (९)

बिरसा मुंडा याने आपल्या जमातीच्या सात हजार अनुयायांसकट ख्रिस्ती धर्माचा स्वीकार केला, व त्याने इंग्रजी राजवटीस कडवी लढत दिली. त्याची बंडाळी चार वर्षे चालू होती आणि इंग्रजांनी ती मोठ्या मुश्किलीने मोडून काढली. साली नावाची एक शूर स्त्री, तसेच तिचा मित्र माकी मुंडा यांनी आपल्या सुना आणि नातींसकट बिरसाच्या बंडात भाग घेऊन त्याला मदत केली होती. जदोनांग या नागा बंडखोर नेत्यास २९ ऑगस्ट १९३१ रोजी फाशी देण्यात आले होते. तो शहीद झाल्यानंतर 'राणी' या लोकप्रिय नावाने ओळखल्या जाणाऱ्या गायडिनलू या महिलेने मणिपूरमधील नागांचे नेतृत्व स्वीकारून सशस्त्र लढा पुढे चालू ठेवला. गायडिनलूला ऑक्टोबर १९३२मध्ये पकडण्यात आले होते. तिची सुटका मात्र १५ ऑगस्ट १९४७ नंतरच झाली.

ब्राह्मण, कायस्थ आणि वैद्य या तीन जातींचा बंगालमध्ये भद्रलोक असा सर्रास निर्देश केला जातो. उच्च मानल्या जाणाऱ्या या तीन जातींतील महिलांनी विसाव्या शतकाच्या तिसऱ्या व चौथ्या दशकांत क्रांतिकारकांना विविध तऱ्हांनी मदत केली. ब्रिटिश राज्यकर्ते या सशस्त्र स्वातंत्र्यसैनिकांना टेररिस्ट्स (अराजकवादी किंवा दहशतवादी) म्हणत असत. आपल्या पुरुष सहकाऱ्यांना सांकेतिक भाषेतील गुप्त संदेश पोहोचवण्याचे काम महिला करीत असत. फरारी झालेल्या पुरुषांना आपल्या घरी आश्रय देत. त्यांना अन्न देत. त्या बंदुका आणि रिव्हॉल्वर यांची चोरटी आयात करीत आणि ती शस्त्रे दडवून ठेवीत. जप्त झालेल्या पुस्तकांचे वितरण करीत आणि आर्थिक मदतही बिनबोभाट करीत. क्रांतिकार्यासाठी तरुण मुलींची भरती करून त्यांना प्रशिक्षणही देत असत. यांच्यापैकी काही स्त्रियांनी स्फोटके तयार करण्यात व बॉंब बनवण्यातही मदत केली होती. राजकीय स्वरूपाचे दरोडेही त्या घालीत असत आणि जखमी क्रांतिकारकांची शुश्रूषा करीत. बॉंब टाकून अथवा गोळ्या झाडून इंग्रज अधिकाऱ्यांना ठार मारण्याचे प्रयत्न करणाऱ्या महिलांमध्ये प्रीतिलता वड्डेदार, कल्पना दत्त, सुनीती चौधरी, शांती घोष, बीना (वीणा) दास आणि उज्ज्वला मजुमदार यांचा समावेश केला जातो.

क्रांतिकारकांच्या गुप्त संघटनांचे पुरुष नेते त्यांच्या संघटनांमध्ये स्त्रियांना प्रवेश देत असत तो अनिच्छेने, याची आजही अनेकांना नीटशी कल्पना नाही. कल्पना दत्त यांनी लिहिले आहे, ''पुरुष क्रांतिकारकांनी स्त्रियांचा सहवास टाळावा असा त्या संघटनांचा कडक नियम असे.'' (१०) चितागांग शस्त्रागारावरच्या धाडीत सहभागी

झालेल्या अनंतसिंग यांनी इंदुमती या आपल्या मोठ्या बहिणीला स्पष्ट शब्दांत सांगितले होते की ते आणि त्यांचे सहकारी शस्त्रागारावर धाड घालताना महिलांना बरोबर घेऊन जाणार नाहीत. प्रीतिलता वड्डेदार शहीद झाल्यानंतर त्यांच्या पार्थिवापाशी सापडलेल्या पत्रात पुढील महत्त्वाचे प्रश्न त्यांनी विचारले होते. "देशाच्या स्वातंत्र्यासाठी चाललेल्या युद्धात स्त्रिया आणि पुरुष असा भेदभाव का केला जातो? मातृभूमीसाठी आमचे बांधव लढत असतील, तर आम्हा भगिनींना भाग घेण्यास मज्जाव का? जर बहिणी भावांच्या खांद्याला खांदा लावून उभ्या राहू शकतात, तर क्रांतिकारकांच्या चळवळीत त्यांना तसे का करू दिले जात नाही? इतर देशांत शेकडो स्त्रिया सशस्त्र लढ्यात सामील झाल्या आहेत; मग भारतातच केवळ असे करणे पाप का मानले जाते? कुवतीचा किंवा योग्यतेचा प्रश्न उपस्थित करून स्वातंत्र्यलढ्यात पुरुषांपेक्षा स्त्रियांना दुबळ्या, कमकुवत समजणे, हा धडधडीत अन्याय नव्हे का? असल्या खोट्या समजुती सोडून देण्याची वेळ आली आहे. आजही महिलांना कमकुवत किंवा अपात्र ठरविण्यात येत असते; कारण त्यांना आरंभापासूनच मागे ठेवण्यात आले आहे. त्या आता मागे हटणार नाहीत, असा त्यांनी निर्धार केला आहे. कितीही कठीण अगर जिवाला धोका असणारी कृती करावयाची असली तरी आम्ही आमच्या बांधवांच्या बरोबरीने ठाम उभ्या राहू." (११) २४ सप्टेंबर १९३२ रोजी प्रीतिलताचे हे निवेदन पोलिसांना तिच्या मृतदेहाशेजारी सापडले. त्याच दिवशी प्रीतिलताने पहारतळी युरोपीय क्लबवरील सशस्त्र हल्ल्याचे नेतृत्व केले होते. या हल्ल्यात १३ युरोपियन ठार झाले होते आणि ११ गोऱ्यांना गंभीर स्वरूपाच्या जखमा झाल्या होत्या.

स्वातंत्र्य चळवळीतील महिलांच्या सहभागाविषयी ज्या बेफिकीर पद्धतीने आर. सी. मजुमदार यांनी इतिहासलेखन केले आहे, ते काळजीपूर्वक वाचल्यास कोणाही वाचकाला ते खुपण्यासारखे आहे. आपल्या तिसऱ्या खंडाच्या प्रास्ताविकात महात्मा गांधी यांच्यावर मजुमदारांनी केलेल्या कडक टीकेचे समर्थन करताना त्यांनी म्हटले आहे की, इतिहासकाराने सत्याच्या महान आदर्शाला पाठिंबा दिला पाहिजे. या निकषावर मजुमदारांचा ग्रंथ पारखून त्यांच्या पायाभूत ग्रंथातील चुका व उणिवा दाखवणे अभ्यासकाचे कर्तव्य ठरते; अन्यथा काही प्रमुख महिला स्वातंत्र्यसैनिकांवर मोठा अन्याय होईल.

मजुमदारांच्या मते, "बंगालचे गव्हर्नर एच. इ. जॉन अँडरसन आयरिश दहशतवाद्यांना चिरडून टाकण्यासाठी 'ब्लॅक अँड टॅन' ही संघटना स्थापन केल्यामुळे कुविख्यात झाले होते. कुलपती म्हणून कलकत्ता (कोलकाता) विद्यापीठाच्या पदवीदान समारंभात भाषण करीत असताना बीना दास या मुलीने त्यांच्यावर गोळी झाडली; पण ती गोळी त्यांच्या खिशातील वहीला लागल्यामुळे नेम चुकून गव्हर्नर बचावले."

(१२) खरे म्हणजे बीना दासने सर स्टॅन्ले जॅक्सन यांच्यावर गोळी झाडली होती. स्टॅन्ले जॅक्सन बंगालचे गव्हर्नर आणि कलकत्ता विद्यापीठाचे कुलपती होते. तिने केलेल्या स्फूर्तिदायक निवेदनात म्हटले आहे, "मी या कृत्याबद्दल सर्वस्वी जबाबदार आहे. मला उमदेपणाने मरावयाचे होते, तेही अनियंत्रित शासनपद्धतीविरुद्ध लढताना! माझ्या देशाला कायम गुलामगिरीत ठेवू पाहणाऱ्या आणि निरंतर दुःख भोगायला लावणाऱ्या सरकारविरुद्ध लढताना मरण आले तर मला हवे होते.

"सर स्टॅन्ले जॅक्सन यांच्याविरुद्ध माझ्या मनात व्यक्तिगत द्वेषभावना नाही. ते व्यक्तिशः माझ्याशी माझ्या वडिलांप्रमाणेच चांगले वागले आहेत. लेडी जॅक्सननेही माझ्या मातेप्रमाणे मला चांगली वागणूक दिली; पण बंगालचे गव्हर्नर माझ्या ३० कोटी देशबांधवांना आणि भगिनींना पारतंत्र्यात खितपत ठेवणाऱ्या साम्राज्याचे प्रतिनिधी आहेत." (१३)

स्वभावाने आपण भावनाप्रधान आहोत, हे बीना दासने मान्य केले. मृत्यूने आपली सुटका केली नाही तर आपल्याला वेड लागेल असेही तिला वाटत होते. भारतीय स्त्रीच्या सर्वोत्तम परंपरांनुसार आपल्यासारख्या जात्याच नाजूक स्त्रीला वाढवण्यात आले असले तरी दडपशाही करण्यासाठी सरकारला ज्या दहा वट-हुकमांची मुभा देण्यात आली, त्यामुळे आपल्या स्त्रीजन्माचा आपल्याला विसर पडल्याचे तिने निवेदनात म्हटले होते. तिच्या निवेदनातील काही हृदयस्पर्शी उताऱ्यांकडे आर. सी. मजुमदार यांनी दुर्लक्ष केले, याचे नवल वाटते.

न्यायाधिकरणासमोर माहिती देताना बीना दास म्हणाल्या, "एका स्थानबद्ध देशभक्ताच्या पत्नीची मी खासगी शिकवणी घेत असे. पती हयात असतानाही विधवेचे जिणे वाट्याला आलेल्या गरीब मुलीच्या यातना मी रोज माझ्या डोळ्यांनी पाहिल्या आहेत. जवळजवळ वेड्या झालेल्या मातेला आपल्या मुलाच्या तथाकथित अपराधाबद्दल कसलीही कल्पना नव्हती. त्या देशभक्ताचे वडील रोज हळूहळू खचत चालले होते.

माझी मोठी बहीण कल्याणी दास हिच्या खटल्याची सुनावणी ऐकण्यासाठी मी रोज न्यायालयात हजर राहत असे. गुप्त संघटनेची जी बैठक कधीही भरलेली नव्हती, तिला हजर राहिल्याबद्दल आणि बेकायदा असलेल्या संघटनेची सदस्य असल्याबद्दल तिला सक्तमजुरीची शिक्षा ठोठावण्यात आली होती. तिच्या नकळत छापलेल्या व वितरित केलेल्या हस्तपत्रकाखेरीज ती त्या संघटनेची सभासद असल्याचा कोणताही पुरावा नव्हता. त्यामुळे माझ्या मते तिला ठोठावलेली शिक्षा अत्यंत अन्यायकारक होती."

सेडिशन (रौलट) कमिटीचा अहवाल, तसेच हिंदुस्थानातील दहशतवादासंबंधी भारतमंत्र्याने भारतात घटनात्मक सुधारणा सुचवण्यासाठी ब्रिटनच्या संसदेने नेमलेल्या

संयुक्त समितीला १९३३-३४ मध्ये पाठवलेल्या टिपणासारख्या सरकारी अहवालांवर व आर. सी. मजुमदार यांनी अधिक विश्वास ठेवलेला दिसतो. या अधिकृत अहवालांचे लेखक पुरुषी सत्तेचे खंदे पुरस्कर्ते वाटतात. त्यामुळे त्यांनी इंग्रज अधिकाऱ्यांना मारणाऱ्या किंवा तसा प्रयत्न करणाऱ्या महिला स्वातंत्र्यसैनिकांची नावेही नमूद केली नाहीत. १४ डिसेंबर १९३१ रोजी कोमिल्ला येथे सी. जी. बी. स्टीव्हन्स याचा खून झाला. त्या बाबतीत सरकारी अहवालावर सर्वस्वी विसंबून राहिल्यामुळे मजुमदारांनी लिहिले आहे, ''दोन मुली अर्ज घेऊन जिल्हाधिकारी स्टीव्हन्सकडे आल्या. स्टीव्हन्स अर्ज वाचीत असता एका मुलीने त्याच्यावर गोळी झाडली. तो तात्काळ तेथेच कोसळून मरण पावला.'' (१४) आपले उद्दिष्ट साध्य करण्यात यशस्वी झालेल्या त्या दोन मुली सुनीती चौधरी व शांती दास होत्या. त्या दोघीही मिडलस्कूलमध्ये शिकत असून, त्या दोघी अवघ्या तेरा वर्षांच्या होत्या. दोघींनाही जवळजवळ ८ वर्षांची सक्तमजुरीची शिक्षा भोगावी लागली. १९३९ मध्ये त्यांच्या सुटकेबाबत गांधीजींनी व्हाइसरॉयशी वाटाघाटी केल्या. त्या यशस्वी होऊन दोघींचीही मुक्तता करण्यात आली. ८ मार्च १९३४ रोजी बंगालचा गव्हर्नर सर जॉन अँडरसन याच्या दिशेने एक मुलगी धावली आणि तिने त्याच्यावर गोळी झाडण्याचा अयशस्वी प्रयत्न केला. (१५) मजुमदारांनी नाव न देता या घटनेचा उल्लेख केला आहे. ही मुलगी म्हणजे उज्ज्वला मजुमदार. १९४६ मध्ये तुरुंगातून बाहेर आल्यावर तिने विख्यात क्रांतिकारक भूपेंद्र किशोररक्षित रॉय यांच्याशी विवाह केला.

आझाद हिंद फौजेच्या स्थापनेबद्दल आणि सुभाषचंद्र बोसांच्या शौर्याची प्रशंसा करण्यासाठी तिसऱ्या खंडामध्ये आर. सी. मजुमदारांनी एक स्वतंत्र प्रकरणच लिहिले आहे; पण आझाद हिंद फौजेतील स्त्री-स्वातंत्र्यसैनिकांच्या वाट्याला या ग्रंथातील अवघे एक वाक्य आले आहे. ते पुढीलप्रमाणे, ''मोठ्या संख्येने महिला स्वयंसेवक फौजेत दाखल झाल्या व त्यांची 'झाशीची राणी रेजिमेंट' तयार झाली.'' (१६) कॅप्टन लक्ष्मी, जानकी थिवी, लान्स नाईक बेला दत्त आणि अन्य शूर स्त्रियांच्या योगदानाची दखल घेण्यासाठी मजुमदारांनी आणखी काही लिहिणे आवश्यक होते.

नामवंत पुरुष इतिहासकारांनी लिहिलेल्या ग्रंथांतील अशा ढळढळीत चुका मला आणखीही दाखवता येतील. या इतिहासकारांची पुस्तके इतिहासाचा अभ्यास करणाऱ्या विद्यापीठातील विद्यार्थ्यांना वाचावी लागतात. भारतीय स्वातंत्र्यलढ्यातील महिलांच्या सहभागाबद्दलचा इतिहास लिहिण्याची निकडीची गरज आहे, या वस्तुस्थितीकडे आपले लक्ष वेधावे असे मला वाटते. केवळ समाजानेच नव्हे, तर इतिहासशास्त्रानेही (इतिहासकारांनीही) महिलांवर अन्याय केला आहे.

परदेशात जन्मलेल्या आणि वाढलेल्या महिलांनीही भारतावर प्रेम केले आणि त्याची बहुमोल सेवाही केली आहे. या परदेशी स्त्रियांनी केलेल्या योगदानाबद्दल भारतीयांनी त्यांना पुरेशी मान्यता दिलेली नाही. श्रीमती ॲनी बेझंट आणि भगिनी निवेदिता वगळता मार्गरिट कझिन्स, मॅडेलीन स्लेड (मीराबेन), नेली सेनगुप्ता वगैरे महिलांविषयी फारच थोडे लिहिले गेले आहे. काँग्रेस ही बेकायदा संघटना आहे, असे सरकारने जाहीर केलेले असतानाही नेली सेनगुप्तांनी काँग्रेसचे अध्यक्षपद स्वीकारून तुरुंगाची वाट धरली. कॅथरिन हेल्मन या सरलादेवी या नावाने ओळखल्या जात. सावित्रीदेवी हे अस्सल भारतीय नाव धारण करणाऱ्या स्त्री-स्वातंत्र्यसैनिक मूळच्या आयरिश होत्या. त्या घटस्फोटित असून, अलाहाबादला स्थायिक झाल्या होत्या. तिथे त्या माँटेसरी पद्धतीची शाळा चालवीत असत. चंद्रशेखर आझाद आणि सरदार भगतसिंग यांच्या हिंदुस्थान सोशॅलिस्ट रिपब्लिकन आर्मी या गुप्त संघटनेच्या काही सदस्यांबरोबर सावित्रीदेवींचा संपर्क होता, असे दिसते. पुढील काळात आघाडीचे हिंदी कादंबरीकार म्हणून नावलौकिक मिळवणारे यशपाल यांना पोलिसांनी फरारी म्हणून घोषित केले होते. सावित्रीदेवींनी यशपाल यांना आपल्या घरात आश्रय दिला होता. २२ जानेवारी १९३२ रोजी पहाटेपूर्वीच पोलिसांनी सावित्रीबाईंच्या घरावर धाड घातली. सावित्रीदेवी आणि यशपाल दोघेही पकडले गेले. सावित्रीदेवींनी यशपाल यांच्या मित्रांची नावे अथवा त्यांच्याबद्दल माहिती देण्यास नकार दिला. फरारी व्यक्तीस आश्रय दिल्याबद्दल आणि रिव्हॉल्वर्स दडवून ठेवल्याबद्दल त्यांना दोषी ठरवण्यात आले. पाच वर्षांचा सश्रम कारावास त्यांना भोगावा लागला. मुक्ततेनंतर त्या कॅन्सरला बळी पडल्या. त्यांच्या मृत्यूनंतर कोणी शोक व्यक्त केला नाही किंवा मरणोत्तर त्यांचा कोणी सन्मान केला नाही. आर. सी. मजुमदार यांच्याप्रमाणे आधुनिक भारतातील स्त्रियांविषयी अलीकडेच पुस्तक लिहिणाऱ्या जेराल्डिन फोर्ब्स यांनीही सावित्रीदेवींबद्दल तळटीपेतदेखील उल्लेख केला नाही.

बंगालमधील क्रांतिकारक महिलांविषयी जेराल्डिन फोर्ब्स यांनी एक चांगला शोधनिबंध लिहिला होता. त्यात हिंदुस्थान सोशॅलिस्ट रिपब्लिकन आर्मीशी संबंधित असलेल्या सुशीलादीदी घोष आणि दुर्गाबाई व्होरा यांच्याविषयी काहीही लिहिलेले आढळत नाही. राजकुमार आणि विजयकुमार सिन्हा या सुशीलादीदींच्या धाकट्या भावांनी स्वातंत्र्यलढ्यात अनेक वर्षे कारावासात काढली होती. अंदमानातील कुविख्यात सेल्यूलर तुरुंगातून १९३८ मध्ये मुक्त झाल्यानंतर विजयकुमार सिन्हांनी 'इन अंदमान्स : द इंडियन बास्तील' हे इंग्रजी पुस्तक प्रसिद्ध केले. त्यात सर्व कठीण प्रसंगांत खंबीरपणे आपल्या पाठीशी उभ्या राहिलेल्या आपल्या थोरल्या बहिणीला अर्पणपत्रिकेत त्यांनी कृतज्ञतापूर्वक अभिवादन केले आहे.

सुशीलादीदी म्हणजे आपल्या खंडप्राय देशात मूकपणे यातना व दुःख सहन करणाऱ्या भारतीय स्त्रियांचे मूर्तिमंत प्रतीक असल्याचे भावाला वाटत असे. सुशीलादीदींना १९३२ मध्ये फरारी म्हणून घोषित केले असतानाही त्यांनी गांधीजींच्या सविनय कायदेभंगाच्या मोहिमेत भाग घेतला. पोलिसांनी त्यांना अटक केल्यानंतर फरारी म्हणून आधी घोषित करण्यात आलेल्या सुशीलादीदी घोष त्या याच, हे उघडकीला आले.

भारतीय स्वातंत्र्य चळवळीत अनेक खंबीर स्त्रियांनी मूकपणे यातना व दुःख सहन केले. त्यांना कधीही अटक झाली नाही व त्यांनी एकदाही तुरुंगवास सोसला नाही. दामोदरपंत चापेकरांच्या पत्नीने पती व दोघे दीर फाशी गेल्यानंतर किती दुःख व कष्ट मुकाट्याने सोसले, याची अनेकांना कल्पना नसते. गणेश दामोदर सावरकर आणि विनायक दामोदर सावरकर हे दोघे बंधू अंदमानात जन्मठेपेची शिक्षा भोगीत असताना बाबारावांच्या (गणेश) पत्नी गेरूबाई यांनी कसे दिवस काढले असतील याचीही अनेकांना कल्पना नसते. येसूबाईंचे धाकटे दीर नारायणराव यांनाही काही काळ तुरुंगात डांबण्यात आले होते. जवळच्या नातेवाइकांनीही येसूबाईंना थारा दिला नव्हता. येसूवहिनी १९१९ मध्ये कालवश झाल्या. त्याआधीच्या नऊ वर्षांत त्यांची पतीशी एकदाही भेट झाली नाही. अंदमानात जाऊन पतीची भेट घेण्याची येसूताईंना अनुमती देणारा लखोटा नारायणराव सावरकरांच्या हाती पडला तो येसूवहिनींच्या निधनानंतर तीन दिवसांनी!

सरदार भगतसिंगांच्या मातुःश्री विद्यावती वयाच्या ८८व्या वर्षी १९७५च्या जुलैत कालवश झाल्या. फाशी दिल्यानंतर भगतसिंगांच्या मृतदेहाचे तुकडे करून ते पोत्यात भरण्यात आले. नंतर त्यावर अंतसंस्कार करण्यात आले. हे वृत्त समजल्यावर विद्यावतींनीदेखील परमेश्वराची प्रार्थना केली, "जेव्हा या सैतानी राजवटीचे तुकडे तुकडे होतील तो दिवस पाहण्याइतके तरी आयुष्य देवा मला दे!" विद्यावतीदेवींचे दीर्घायुष्य ही वेदना व त्याग यांची प्रदीर्घ कहाणी आहे. दीर्घायुष्य लाभणे हे जसे वरदान असते, तसाच तो शापही ठरू शकतो. प्रणाम करणाऱ्या कोणाही अनोळखी व्यक्तीला आशीर्वाद देताना त्या म्हणत, "बेटा, हमेशा खूश रहो!" विद्यावती देवींच्या आयुष्यातील सुखाचे क्षण नेहमी दुःखाच्या सोबतीने येत. १५ ऑगस्ट १९४७ रोजी भारत स्वतंत्र झाला. सर्व देश स्वातंत्र्याच्या सोहळ्याच्या आनंदात मग्न होता, तेव्हा विद्यावतीदेवींनी अश्रू ढाळीत आपले दीर सरदार अजितसिंग यांचा अंत्यविधी पाहिला. ३० वर्षांहून अधिक काळ परदेशात परागंदा अवस्थेत राहिलेले सरदार अजितसिंग १९४७ च्या एप्रिलमध्ये भारतात परतले होते. सरदार भगतसिंगांचे निकटचे सहकारी बटुकेश्वर दत्त दिल्लीतील इस्पितळात १९६५ मध्ये मृत्युमुखी पडले. त्यांच्या अखेरच्या क्षणी त्यांच्या बिछान्याशेजारी सुन्न मनाने बसल्या होत्या

विद्यावतीदेवी. आपले अंत्यसंस्कार भारत-पाकिस्तान सीमेवरील हुसेनीवाला येथील भगतसिंग, राजगुरू आणि सुखदेव या हुतात्म्यांच्या स्मारकाशेजारी विद्यावतीदेवींच्या उपस्थितीत व्हावेत, अशी अंतिम इच्छा बटुकेश्वरांनी व्यक्त केली होती. ती विद्यावतीदेवींनी पुरी केली. विद्यावतीदेवींचे माहेर खडकतला या खेडेगावात होते. तेथील गावकऱ्यांनी स्वातंत्र्योत्तर काळात सरदार भगतसिंगांचा पुतळा उभारला, तेव्हा त्या पुतळ्याचे अनावरण विद्यावतीदेवींच्या हस्ते करण्यात आले. विद्यावतीदेवी किंवा येसूताई यांच्यासारख्या यातना सोसणाऱ्या त्यागमूर्ती महिलांची इतिहासकार क्वचितच दखल घेतात.

महिला स्वातंत्र्यसैनिकांच्या चारित्र्याविषयी संशय व्यक्त करून त्यांचे चारित्र्यहनन करण्याचा प्रयत्न इंग्रज नोकरशहा, एवढेच नव्हे तर न्यायाधीशही करीत असत. या दुष्प्रवृत्तीबद्दल आर. सी. मजुमदार तसेच जेराल्डिन फोर्ब्स या दोघांनीही केलेली टीका रास्त आहे. विशेषतः विधवांना सर्रास वेश्या ठरवले जात असे. पोलिसांनी महिलांचा विनयभंग केल्याच्या किंवा त्यांच्यावर बलात्कार केल्याच्या तक्रारी निराधार किंवा दुष्ट हेतूने रचलेल्या बनावट कहाण्या आहेत, असे म्हणून न्यायाधीशही मोकळे होत असत. (१७) १९३२ मध्ये सरकारी दडपशाही व दहशत शिगेला पोहोचली होती. तिचा वृत्तान्त देताना आर. सी. मजुमदार यांनी अधिकाऱ्यांच्या उन्मत्तपणाचा एक नमुना नमूद केला आहे. "निरपराध नागरिकांना धाकदपटशा दाखविण्यासाठी कायदा व सुव्यवस्थेची सबब सांगून पोलिसांच्या तुकड्या गावात तैनात केल्या जात असत. त्यांनी एखाद्या खेड्यात तळ ठोकल्यानंतर चार आण्याचे नाणे दिसेनासे होत असे. त्याबरोबरच एकही कुमारिका शिल्लक राहत नसे, अशी बढाई इंग्रज अधिकारी मारीत असत."(१८)

स्वातंत्र्यदिनापूर्वीच्या अखेरच्या वर्षात न्यायालये विनयभंगाचे आणि बलात्काराचे आरोप निराधार असल्याचे निकालपत्रात नमूद करून आरोपी पोलिसांना निर्दोष ठरवीत असत. 'भारत छोडो' आंदोलनाच्या काळात मध्य प्रांत-वऱ्हाडातील अष्टी आणि चिमूर या गावी पोलिसांनी महिलांवर केलेल्या अत्याचाराचा साधा उल्लेखही आर. सी. मजुमदार आणि जेराल्डिन फोर्ब्स यांनी केलेला आढळत नाही.

चांदा (चंद्रपूर) जिल्ह्यातील चिमूर या गावी सैनिकांनी गैरवर्तन केल्याचे गंभीर आरोप करण्यात आले होते. त्याआधी एका पोलिस उपनिरीक्षकास आणि चार शिपायांना वर्धा जिल्ह्यातील अष्टी येथे जमावाने ठार केले होते. १६ ऑगस्ट १९४२ रोजी संतप्त जमावाने चिमूर येथे एक उपविभागीय दंडाधिकारी आणि एक नायब तहसीलदार यांच्यासकट चार सरकारी अधिकाऱ्यांची हत्या केली होती. या पार्श्वभूमीवर सैनिकांनी आपल्यावर बलात्कार केल्याची आणि विनयभंग केल्याची चिमूर येथील काही महिलांनी तक्रार केली होती. चार प्रमुख

महिलांनी या आरोपाची अनधिकृत चौकशी केली. या चार महिलांमध्ये डॉक्टर श्रीमती वझलवार यांचा समावेश होता. २५ सप्टेंबर १९४२ रोजी चार महिलांच्या पथकाने चिमूरला भेट दिली. अत्याचारांचे बळी झालेल्या महिलांची विचारपूस केली तेव्हा बलात्काराच्या ११ घटना घडल्याबद्दल डॉ. वझलवार व त्यांच्या सहकाऱ्यांची खात्री पटली. या तक्रारी रीतसर प्रतिज्ञापत्र दाखल करून केलेल्या नाहीत, असा तांत्रिक आक्षेप घेऊन सरकारने या प्रकरणाची चौकशी करण्यास नकार दिला. सरकारने अधिकृतरीत्या प्रकाशित केलेल्या पत्रकात म्हटले आहे, "ब्रिटिश सैनिकांविरुद्ध करण्यात आलेले आरोप अतिशय असंभवनीय आहेत. ब्रिटिश सैनिकांच्या सत्प्रवृत्तीबाबत आणि शिस्तीबाबत सत्यस्थिती सर्वांना माहीत आहे. तिच्याशी असलेले आरोप विसंगत असून, ते पुराव्यानिशी सिद्ध करण्यासारखेही नाहीत."(१९)

बलात्काराच्या तक्रारींची चौकशी प्रथम विकेंडेन या विशेष न्यायाधीशाने केली. त्याच्या निकालपत्राचे परीक्षण नागपूर उच्च न्यायालयाच्या एका न्यायमूर्तीने केले. त्यानंतर १ जानेवारी १९४३ रोजी मध्य प्रांत-वऱ्हाडच्या सरकारने एक अभिपत्रक प्रसृत केले. मुंबईतील 'फ्री प्रेस जर्नल' या राष्ट्रवादी वृत्तपत्राने त्या अभिपत्रकाचा धिक्कार केला. तसले अभिपत्रक जारी करून सरकारने विवेकबुद्धीवरच बलात्कार करण्याचा प्रयत्न केला आहे, अशी कडक टीका त्या वृत्तपत्राने केली. सर फ्रेडरिक पोलॉक या नागपूर उच्च न्यायालयाच्या न्यायमूर्तींनी विशेष न्यायाधीशांच्या निर्णयाचे पुनरवलोकन करताना सहमत असल्याचा अभिप्राय देण्याखेरीज दुसरे काहीही केले नव्हते. बचाव पक्षाच्या वतीने साक्ष देणाऱ्या १४०हून अधिक साक्षीदारांना सामुदायिकरीत्या खोटी साक्ष दिल्याबद्दल दोषी ठरवण्यात आले. शपथेवर साक्ष देणाऱ्या या गैरप्रकारात चिमूरचे सर्व खेडुत सामील झाले होते, असा अभिप्राय न्यायमूर्तींनी दिला. १६ ऑगस्ट १९४२ रोजी घडलेल्या घटनांतील आरोपींच्या नातेवाईक स्त्रियांनी बलात्काराच्या तक्रारी केल्या आहेत, असे कारण देऊन सहा तक्रारी निकालात काढण्यात आल्या. विशेष न्यायाधीशाने निकालपत्रात म्हटले होते, "बलात्काराबाबतची एक तक्रार तत्काळ फेटाळण्यासारखी आहे, कारण तक्रार करणारी स्त्री ही घटनेशी संबंधित असलेल्या पुरुषाची भावजय आहे आणि ती स्त्री स्वतः तक्रार करण्यासाठी पुढे आलेली नाही. बलात्कारित स्त्री चिमूरच्या एका हॉटेलवाल्याची मोलकरीण आहे. त्या हॉटेलवाल्याला फाशीची शिक्षा फर्मावण्यात आलेली आहे. बलात्काराबाबत तक्रार करणारी दुसरी महिला एका घरगड्याची मुलगी असून, तिच्या बापाला पोलिसांनी आधीच पकडले आहे. त्याच्या मालकालाही इंडियन पीनल कोडच्या (भारतीय दंड संहिता) ८८ क्रमांकाच्या विभागानुसार आधीच अटक करून त्याच्यावर खटला भरण्यात

आला आहे. तिसरी तक्रारदार महिला जन्मठेपेची शिक्षा झालेल्या एका गृहस्थाची पत्नी आहे. तिच्या नवऱ्याच्या मालकालाही दीर्घ मुदतीची शिक्षा ठोठावण्यात आली आहे. चौथी तक्रारदार महिला एका तेल्याची पत्नी असून, त्या तेल्याच्या एका नातेवाईकालाही पोलिसांनी पकडले आहे. पाचव्या तक्रारदार महिलेच्या नवऱ्यालाही अटक केली होती; पण नंतर त्याला सोडून देण्यात आले. सहावी तक्रारदार महिला मात्र समाजाच्या उच्च स्तरातील आहे. तिच्या मुलीच्या वतीने तिने तक्रार केली असून, त्या मुलीने मात्र तक्रार नोंदविलेली नाही. तक्रारदार महिलेच्या दोन मुलांना अटक करून त्यांना सात वर्षांच्या कारावासाची शिक्षा झालेली आहे.''(२०) न्यायाधीशाने तसेच प्रांतिक सरकारने पोलिसांना आणि सैनिकांना जणू काही स्त्रियांवर बलात्कार करण्याचा अधिकार बहाल केला होता. अटकेत असलेल्या किंवा दोषी ठरलेल्या पुरुषांशी नाते असणे, एवढाच गुन्हा या महिलांनी केला होता. मध्य प्रांत-वऱ्हाड येथील सरकारापेक्षा मुंबई सरकारने पुढे मजल मारली होती. चळवळ दडपणाऱ्या लष्कराविरुद्ध आणि सरकारी नोकरांविरुद्ध पुरावा गोळा करणे मुंबई सरकार सहन करणार नाही, अशी जाहीर घोषणा करण्यात आली होती.

पोलिसांकडून बलात्कार केला जाण्याचा धोका असतानाही काही स्त्रियांनी फरारी झालेल्यांच्या आपण बायका आहेत, असे भासवून त्यांना आपल्या घरात आश्रय दिला होता. १९११ मध्ये लॉर्ड हार्डिंग्ज या व्हाइसरॉयला ठार मारण्याच्या अयशस्वी प्रयत्नात राशबिहारी बोस हे प्रसिद्ध क्रांतिकारक गुंतले होते. त्यांनी पोलिसांना चकवले. १९१४-१५ मधील गदर आंदोलनाचे ते एक नेतेही होते. त्या वेळी ते अविवाहित असून, लाहोरमध्ये राहण्यासाठी घर मिळणेही त्यांना दुरापास्त झाले होते. कोणाही अविवाहित माणसाला राहावयास जागा देऊ नये, असा हुकूम पोलिस आयुक्तांनी जारी केला होता. रामस्वरूप दास राशबिहारींचे विश्वासू सहकारी होते. रामस्वरूप दास यांच्या पत्नी यमुनाबाई यांनी आपण राशबिहारींची पत्नी आहोत असे भासवले आणि एक घर मिळवले. काही दिवस त्या राशबिहारी बोस यांच्याबरोबर त्या घरात राहत असत. गदर नावाने ओळखल्या जाणाऱ्या सशस्त्र उठावाची माहिती एका खबऱ्याने पोलिसांना दिली, तेव्हा अनेक तरुणांना अटक करण्यात आली. राशबिहारी बोस मात्र लाहोरमधून निसटले आणि पुढे जपानमध्ये गेले. उर्वरित आयुष्य त्यांनी परागंदा क्रांतिकारक म्हणून व्यतीत केले. दुसऱ्या महायुद्धाच्या काळात आझाद हिंद फौज उभारण्यात त्यांची महत्त्वाची भूमिका होती. राशबिहारींसारख्या फरारी माणसास आश्रय दिल्याबद्दल यमुनाबाईंस पकडण्यात आले. त्यांचा अमानुष छळ करण्यात आला आणि बलुची रेजिमेंटच्या सैनिकांनी तिच्यावर सामुदायिक बलात्कार केल्यामुळे ती मरण पावली. स्वातंत्र्यलढ्याच्या

अनेक विख्यात इतिहासकारांनी यमुनाबाईंच्या विलक्षण त्यागाची आणि शोचनीय मृत्यूची नोंददेखील घेतलेली नव्हती.

अमरेंद्रनाथ चटर्जी, जदुगोपाल मुकर्जी, भोलानाथ चटर्जी, अतुल घोष, वगैरे क्रांतिकारकांना १९१५चा इंडो-जर्मन कट उघडकीस आल्यावर फरारी व्हावे लागले. अशा स्थितीत नानीबाला या विधवेने त्यांना आपल्या घरात आश्रय दिला. अलीपूरच्या तुरुंगात रामचंद्र मजुमदार हा क्रांतिकारक सजा भोगीत होता. त्याची पत्नी असल्याची बेमालूम बतावणी करीत, सौभाग्यअलंकार अंगावर घालून नानीबालाने रामचंद्रची भेट घेतली. दोन मौझर रिव्हॉल्वर आपण कोठे दडवली आहेत, याबाबतचा सांकेतिक भाषेतील निरोप नानीबालाने शिताफीने त्याच्या मित्रांना सांगितला. १९१६ मध्ये क्षितिज चौधरी आणि सुरेंद्र मोहन घोष या दोन तरुणांवर वसंत चटर्जी या उपपोलिस अधीक्षकाच्या खुनाचा कट रचल्याचा आरोप होता. या दोन्ही आरोपींची आपण आई आहोत, अशी बतावणी क्षीरोदसुंदरी चौधरी या विधवेने केली होती. चितागांग शस्त्रागार लुटल्यानंतर फरारी झालेले सूर्यसेन ऊर्फ मास्टरदा आणि त्यांचे काही सहकारी यांना सावित्री चक्रवर्ती आणि क्षीरोदप्रभा विश्वास या दोन विधवांनी आश्रय दिला. फरारी क्रांतिकारकांना आश्रय देण्याबद्दल दोषी ठरवल्यामुळे नानीबाला मुकर्जी, सावित्री चक्रवर्ती आणि क्षीरोदप्रभा विश्वास यांना काही वर्षे तुरुंगात काढावी लागली.

पारुल मुकर्जी या क्रांतिकारकांच्या गुप्त संघटनेच्या सदस्य होत्या. १९३२ मध्ये त्यांना त्यांच्या घरीच नजरकैदेत ठेवण्यात आले. एक वर्षानंतर त्या तेथून निसटल्या आणि टिटाघर येथे सुमारे दोन वर्षे एक घर भाड्याने घेऊन राहिल्या. पारुल मुकर्जींना फरारी म्हणून घोषित करण्यात आले होते. तरीही त्यांनी पूर्णानंद दासगुप्ता मुकर्जींना आणि शाम विनोद पाल या दोन फरारी देशभक्तांना घरात आश्रय दिला. २० जानेवारी १९३५ रोजी पोलिसांनी त्या घरावर धाड घातली तेव्हा एका खोलीत स्फोटके दडवली असल्याचे त्यांना आढळले. पोलिस कोठडीत असताना पारुल मुकर्जींचा शारीरिक व मानसिक छळ करण्यात आला. एका पोलिस अधिकाऱ्याने त्यांच्यावर बलात्कार करण्याच्या प्रयत्न केला, पण पारुल मुकर्जींनी प्रतिकार करून तो अयशस्वी ठरवला. दोन वर्षे त्यांच्या खटल्याची सुनावणी चालली होती. तेव्हा त्या कैदेत होत्याच. १९३७ मध्ये त्यांना तीन वर्षांच्या सक्तमजुरीची शिक्षा झाली.

स्वातंत्र्य आंदोलनातील महिलांच्या सहभागाविषयीचा ऐतिहासिक वृत्तान्त अनेक कारणांमुळे अपुरा व असमाधानकारक वाटतो. सशस्त्र व निःशस्त्र स्वातंत्र्यलढ्यात भाग घेणाऱ्या स्त्रियांविषयी संपूर्ण व पद्धतशीर अभ्यास करण्याची गरज आहे. स्वातंत्र्यलढ्याच्या दोन्ही प्रकारांपैकी एकावरच सामान्यतः अभ्यासकही आपले लक्ष

केंद्रित करतात. तेव्हाही फक्त बंगाल, मुंबई, आणि मद्रास या प्रांतांतील स्त्रियांच्या सहभागाविषयी लिहिले जाते. काही मोजक्या नामवंत स्त्रियांच्या कार्यावर अधिक भर दिला जातो. आधुनिक भारताच्या स्वातंत्र्यलढ्यातील स्त्रियांच्या सहभागाविषयी सहानुभूतीने अभ्यास करणाऱ्या जेराल्डिन फोर्ब्स यांनीही अभिजन वर्गातील मोजक्या सुशिक्षित स्त्रियांवरच आपले लक्ष केंद्रित केले आहे. 'भारत छोडो' आंदोलनाविषयी संक्षिप्त हकिगत देताना अरुणा असफसली, सुचेता कृपलानी, उषा मेहता आणि मातंगिनी हाजरा या चौघींचाच उल्लेख केला आहे. मातंगिनी हाजरा वगळता बाकी तिघीही उच्च जातींत जन्मलेल्या पदवीधर महिला आहेत. 'भारत छोडो' आंदोलनात ग्रामीण भागातल्या अनेक निरक्षर, तसेच अर्धशिक्षित महिलांनी तुरुंगवास सोसला. दुर्दैवाने जेराल्डिन फोर्ब्स यांनी या स्त्रियांकडे दुर्लक्ष केले.

भारतातील महिलांनी केवळ परक्या राज्यकर्त्यांविरुद्धच संघर्ष केला असे नाही, तर त्या स्वकीयांविरुद्धही लढल्या आहेत. पुणे जिल्ह्यातील मुळशी येथे टाटांनी धरण बांधण्याचा उपक्रम हाती घेतला, तेव्हा सेनापती बापट यांच्या नेतृत्वाखाली झालेल्या अहिंसक सत्याग्रहातही १९२१-२२मध्ये मावळ्यांच्या स्त्रिया सहभागी झाल्या होत्या. त्यांपैकी काहींना अटक करून तुरुंगात टाकण्यात आले. गोऱ्यांऐवजी काळे मालक सत्तेवर येणे, हा स्वातंत्र्याचा अर्थ नव्हता. राजकीय स्वराज्याबरोबरच सामाजिक, धार्मिक आणि आर्थिक स्वातंत्र्य मिळणेही तितकेच महत्त्वाचे होते. भारतीय उद्योगपती, जमीनदार आणि पुरोहित यांच्याविरुद्ध करण्यात आलेल्या संघर्षात महिलाही सहभागी झाल्या होत्या. नाशिक येथील काळाराम मंदिरात प्रवेश करण्याचा आपला हक्क प्रस्थापित करण्यासाठी डॉ. बाबासाहेब आंबेडकर यांच्या नेतृत्वाखाली १९२९ ते १९३५पर्यंत जो सत्याग्रह झाला, त्यात दलित स्त्रियाही सहभागी झाल्या होत्या. दगडफेकीला आणि लाठीहल्ल्याला त्यांनी धैर्याने तोंड दिले. पोलिसांनी आणि पुरोहितांनी वापरलेल्या दबावतंत्राला न जुमानता, काही दलित स्त्रियांनी या आंदोलनात तुरुंगात जाणे पसंत केले. कापडगिरणी उद्योगातील कामगारांच्या संपात भाग घेणाऱ्या स्त्रियांविषयी आजही कोणा अभ्यासकाने वेगळे पुस्तक लिहिलेले आढळत नाही.

सामाजिक आणि आर्थिक समतेच्या प्रस्थापनेसाठी झालेल्या आंदोलनातील स्त्रियांच्या सहभागाचे महत्त्व रेणू चक्रवर्ती आणि जेराल्डिन फोर्ब्स यांनी ओळखलेले आहे. त्यामुळे बंगालमधील तेभागा चळवळीतील, तेलंगणातील लढ्याबद्दल, तसेच ठाणे आणि नाशिक जिल्ह्यांतील वारली जमातीने केलेल्या लढ्यात महिलांचा सहभाग होता, त्याकडे रेणू चक्रवर्ती आणि जेराल्डिन फोर्ब्स यांनी लक्ष दिले आहे. वरील सर्व लढे १९४६ मध्ये सुरू झाले आणि स्वातंत्र्यप्राप्तीनंतरही काही वर्षे ते चालूच राहिले. स्थानिक महत्त्वाच्या आणि मर्यादित मुदतीच्या अनेक तृणमूल

(Grass Root) आंदोलनांकडे इतिहासकारांनी दुर्लक्ष केले आहे. स्त्रियांच्या सहभागाचे अवलोकन करण्यावर भर देण्यापेक्षा काही काळ तरी त्यांच्या सहभागाचा सूक्ष्मलक्ष्यी अभ्यास करण्यास प्राधान्य देणे गरजेचे आहे. निजामाचे हैद्राबाद संस्थान आणि गोवा, दीव आणि दमण या पोर्तुगीज वसाहतींचे भारतीय संघराज्यात झालेले विलीनीकरण, हेही भारतीय स्वातंत्र्यलढ्यातील इतिहासाचे अविभाज्य भाग मानले पाहिजेत, आणि त्यांतील महिलांच्या सहभागाविषयी स्वतंत्र व सखोल अभ्यास करण्याची आवश्यकता आहे.

राष्ट्रीय आणि राज्यांच्या अभिलेखागारातील अधिकृत कागदपत्रे, पोलिसांनी दर आठवड्याला नियमाने पाठवलेल्या संक्षिप्त अहवालांच्या संचिका, तसेच अन्य अप्रकाशित कागदपत्रे राज्य सरकारांच्या गृह खात्यांनी आणि केंद्रीय गृहविभागाने संशोधकांना मुक्तपणे उपलब्ध करून दिली पाहिजेत. सध्याचा सरकारी गुपितांविषयीचा कायदा हा केव्हाच कालबाह्य झालेला असला तरी त्यातील बंधने संशोधकांना काटेकोरपणे पाळावी लागतात. आजकाल माहितीचा हक्क देण्यासंबंधी घोषणा केली जात असते. तथाकथित गुप्त किंवा गोपनीय कागदपत्रे एखाद्या अभ्यासकाला सत्ताधारी पक्ष उपलब्ध करून देतो, तेही त्याच्यावर मेहेरबानी केल्याच्या थाटात. खरे म्हणजे भारतीय नागरिकाचा हा माहितीचा अधिकार सर्वमान्य झाला पाहिजे. प्रत्यक्षात भारतीय अभ्यासकाला मात्र विपरीत अनुभव येतो. परदेशी अभ्यासकांना गोपनीय कागदपत्रे पाहण्याची आणि त्यांतील आवश्यक भाग उद्धृत करण्याची अनुमती जेवढ्या सहज देण्यात येते, तेवढी भारतीय अभ्यासकांना सहजतेने मिळत नाही.

केवळ सरकारी कागदपत्रांवर विसंबून न राहता, स्त्रियांच्या सहभागाविषयी लिहिणाऱ्या संशोधकाने चरित्रे, आत्मचरित्रे, अप्रकाशित खासगी कागदपत्रे, रोजनिश्या, न्यायालयातील खटल्यांचे वृत्तान्त, कायदेमंडळातील कामकाजाचे आणि चर्चेचे अहवाल वगैरे साधनांची काळजीपूर्वक छाननी केली पाहिजे. तिला इंग्रजी आणि आधुनिक भारतीय भाषांतील वृत्तपत्रांच्या चिकित्सक अभ्यासाची जोड द्यावी लागते. अलीकडच्या वर्षांत मौखिक इतिहास (Oral History) या साधनाला बरेच महत्त्व दिले जाते. इतिहासकार कितीही मोठा असला तरी त्याला एकहाती आणि एका खंडात स्वातंत्र्यलढ्यातील महिलांच्या सहभागाविषयीचा इतिहास लिहिणे अशक्य झाल्याची जाणीव वाढते आहे. किमान सोळा भारतीय भाषांमध्ये स्वातंत्र्यलढ्याच्या इतिहासाची साधने विखुरलेली आहेत. समर्पित वृत्तीने वर्षानुवर्षे अनेक अभ्यासकांनी निर्धाराने प्रयत्न केले, तरच स्वातंत्र्यलढ्यातील महिलांच्या सहभागाचा विस्तृत आणि विश्लेषणात्मक इतिहास उपलब्ध होईल आणि सर्वांना जरी तो समाधानकारक वाटला नाही तरी अनेकांना तो समाधानकारक वाटेल.

बीजभाषण - संदर्भ

१. ब्राऊन ज्यूडिथ, गांधी अँड सिव्हिल डिसओबिडियन्स, लंडन केंब्रिज युनिव्हर्सिटी प्रेस १९८९, पृ.१२४

२. कित्ता, पृ.२८२

३. बोस एस. सी., द इंडियन स्ट्रगल, मुंबई, एशिया पब्लिशिंग हाऊस, १९६४, पृ. ३६१

४. कम्युनिस्ट इन इंडियन विमेन्स मूवमेंट, न्यू दिल्ली, १९८०, पृ. ३ वर रेणू चक्रवर्तींनी उद्धृत केलेले आहे.

५. बोस एस. सी., नेताजी-कलेक्टेड वर्क्स, खंड ५, न्यू दिल्ली, ऑक्सफर्ड युनिव्हर्सिटी प्रेस, १९८५, पृ. २८५

६. मजुमदार, रमेशचंद्र, हिस्ट्री ऑफ द फ्रीडम मूवमेंट इन इंडिया, खंड ३, फर्मा के. एल. मुखोपाध्याय, १९६३, पृ.३४१

७. गांधीजींनी मुक्तपणे अनुवाद केलेल्या गंगाबेनच्या मूळ गुजराती पत्रासाठी पाहा : कुंटे बी. जी.(संपा.), सोर्स मटिरियल फॉर हिस्ट्री ऑफ द फ्रीडम मूवमेंट इन इंडिया, महात्मा गांधी, खंड ३, भाग ४, मुंबई १९३१-३२; १९७३, पृ. ९८

८. गांधी, मो. क., कन्स्ट्रक्टिव्ह प्रोग्रॅम : मीनिंग अँड प्लेस, अहमदाबाद, नवजीवन पब्लिशिंग हाऊस, १९४१, पृ. १४-१५

९. पाळंदे, एम. आर.(संपा.), सोर्स मटिरियल फॉर हिस्ट्री ऑफ द फ्रीडम मूवमेंट इन इंडिया, खंड १, १८५८-१८८५; १९५८, पृ. ३०७

१०. दत्त, कल्पना, चितागांग आर्मरी रेडर्स-रेमिनिसन्सेस, न्यू दिल्ली, १९४५, पृ. १६.

११. मूळ बंगाली पत्रासाठी पाहा : गुहा, एस. (संपा.), चत्तोग्राम बिद्रोहेर बहिंमसिखा, १९४४, डॉ. तीर्थामंडल यांनी त्याचे इंग्लिश रूपांतर दिले.
आहे.

१२. मजुमदार रमेशचंद्र, उपरोक्त, पृ. ५०७

१३. बीनाच्या संपूर्ण निवेदनासाठी पाहा, मेहेरअली युसूफ (संपा.), द प्राईस ऑफ लिबर्टी, मुंबई, द नॅशनल इन्फॉर्मेशन अँड पब्लिकेशन्स लि., १९४८, पृ. १५१-१५५

१४. मजुमदार, रमेशचंद्र, उपरोक्त, पृ. ५०७

१५. कित्ता, पृ. ५०८

१६. कित्ता, पृ. ७११

१७. कित्ता, पृ. ४२९-४३६, आणि फोर्ब्स जेराल्डिन, द न्यू केंब्रिज हिस्ट्री ऑफ इंडिया : विमेन इन मॉडर्न इंडिया, केंब्रिज, केंब्रिज युनिव्हर्सिटी प्रेस, १९९६, पृ.१५२

१८. मजुमदार, रमेशचंद्र, उपरोक्त, पृ. ४७१-४७२

१९. 'इंडिया अनरिकन्साइल्ड', द हिंदुस्थान टाईम्स, न्यू दिल्ली, १९४३, पृ. ४३७

२०. कित्ता, १९४३, पृ. ४४३-४४४

२१. घोष एस. 'अ मॅरेज ऑफ कन्व्हिनियन्स', ईव्हज वीकली, ऑगस्ट १५-२१, १९८१, पृ. १४-१५

◆

विभाग : १

राष्ट्रीय चळवळीतील क्रांतिकारी स्त्रियांचे योगदान

■ येसूबाई सावरकर- एका मूक त्यागाची कहाणी ■

उत्तरा सहस्त्रबुद्धे

(श्रीमती उत्तरा सहस्त्रबुद्धे- मुंबईच्या विनायक वझे कॉलेज ऑफ आर्ट्स आणि सायन्स महाविद्यालयात राज्यशास्त्र विभागातील ज्येष्ठ अधिव्याख्यात्या. 'सोव्हिएत-इंडियन रिलेशन्स अंडर इंदिरा गांधी' हा विषय घेऊन पीएच. डी. साठी त्यांनी नाव नोंदवले आहे. तसेच त्यांचे काही शोधनिबंधही प्रसिद्ध झाले आहेत. त्या डॉ. नारायणराव सावरकरांची नात आहेत.)

भारतीय स्वातंत्र्यलढ्याच्या सुवर्णजयंतीच्या सोहळ्याच्या निमित्ताने अनेक स्वातंत्र्यसैनिकांच्या स्मृतींना उजाळा मिळाला. ज्ञात नावांपेक्षाही संख्येने कितीतरी अधिक स्त्री-पुरुषांनी स्वातंत्र्य चळवळीत योगदान दिले. पण त्या सर्व व्यक्तींच्या कार्याची दखल घेतली गेली नाही. येसूबाई अशा व्यक्तींपैकीच एक होत्या.

येसूबाई स्वतः क्रांतिकारक नव्हत्या; पण ज्या कुटुंबात त्यांचा विवाह झाला, त्या कुटुंबातील तिघे बंधू स्वातंत्र्यसैनिक होते. सर्वांत मोठे बंधू गणेश ऊर्फ बाबाराव, विनायक स्वातंत्र्यवीर आणि सर्वांत धाकटा भाऊ नारायण या तिघांनीही स्वतःला स्वातंत्र्य चळवळीत झोकून दिले होते. बराच काळपर्यंत तिघेही भाऊ समान ध्येयाच्या प्राप्तीसाठी एकमेकांच्या एकत्रित विचाराने कार्य करीत होते. त्यांनी 'अभिनव भारत' या गुप्त क्रांतिकारी संघटनेची नाशिकमध्ये स्थापना केली. दोघे मोठे बंधू अंदमानात (जन्मठेपेची) सजा भोगत असताना, धाकटे बंधू नारायणराव भारतीय राष्ट्रीय काँग्रेसमध्ये सक्रिय सहभागी होते आणि मुंबई प्रदेश काँग्रेस समितीचे काही काळ सभासदही होते. जेव्हा 'हिंदू महासभेचे' नेतृत्व स्वातंत्र्यवीरांनी स्वीकारले, तेव्हा त्यांच्या बंधूंनी त्यांना तिथेही साथ दिली. भारतीय स्वातंत्र्य चळवळीतील बाबाराव व नारायणराव यांचे योगदान खरोखरच अनमोल आहे ते केवळ स्वातंत्र्यवीर सावरकरांचे बंधू म्हणून नव्हे, तर त्यांचे स्वतंत्र व्यक्तिगत कार्य म्हणूनही महत्त्वाचे आहे. गृहस्वामिनी म्हणून येसूबाईंनी आणि अन्य दोघा बंधूंच्या बायकांनी सावरकर बंधूंच्या परस्पर विचाराने केलेल्या कार्यास मनापासून सहकार्य केले. येसूबाईंचे

स्वातंत्र्यसंग्रामातील योगदान या संदर्भात समजून घेणे आवश्यक आहे.

येसूबाईंचे संक्षिप्त जीवनचरित्र

येसूबाईंबद्दल लिहिणे हे अवघड आहे; कारण त्यांच्याविषयी फारच थोडी माहिती उपलब्ध आहे. त्यापैकी बरीचशी माहिती बाबारावांच्या चरित्रात आणि डॉ. नारायणराव सावरकरांच्या पत्नी शांताबाई यांच्या आठवणींत आढळते. (१) येसूबाई सुमारे ८० वर्षांपूर्वी मरण पावल्या. येसूबाईंना पाहिलेल्या किंवा त्यांना भेटलेल्या व्यक्ती मिळणे आता कठीणच आहे. सावरकर कुटुंबातली सर्वांत वृद्ध हयात व्यक्ती येसूबाईंच्या निधनानंतर सात वर्षांनी जन्माला आली आहे. येसूबाईंनी लिहिलेल्या काही आठवणी स्वातंत्र्यवीर सावरकरांनी आपल्या आत्मचरित्रात प्रसिद्ध केल्या आहेत. (२) त्यांमध्येही येसूबाईंनी स्वतःविषयी फारसे न लिहिता आपल्या कुटुंबाविषयीच जास्त लिहिले आहे.

यशोदा ऊर्फ येसूबाईंचा जन्म नाशिकजवळील त्र्यंबकेश्वरच्या फडके कुटुंबात १८८५ मध्ये झाला. त्यांची जन्मतारीख आणि त्यांच्या आई-वडिलांची नावे यांचीही माहिती नाही. (३) लग्नापूर्वी शिक्षण घेण्याची त्यांना संधी मिळाली नाही. बाबारावांशी त्यांचे लग्न १८९६ मध्ये झाले. लग्नानंतर त्यांच्या दिराने- विनायकरावांनी त्यांना लिहायला-वाचायला शिकवले.

सावरकर बंधू सधन वतनदार (जमीनदार) होते. येसूबाईंचे लग्नानंतरचे पहिले काही दिवस फक्त शांततेत नव्हे, तर सुखासमाधानात गेले. आपल्या आठवणींमध्ये त्यांनी त्या दिवसांचे वर्णन केले आहे. मात्र हे सुखसमाधान अल्पकाळच टिकले. १८९६च्या जून-जुलैत बाबाराव पुढील शिक्षणासाठी नाशिकला गेले. तिथे त्यांनी योगशास्त्राचा अभ्यास केला आणि घर सोडून संन्यासी होण्याबाबत ते गांभीर्याने विचार करू लागले. १८९८मध्ये नाशिक शहरात प्लेगची साथ पसरल्यावर ते भगूरला आपल्या गावी परतले. बाबाराव ऐहिक बाबींत दिवसेंदिवस अधिकाधिक उदासीन होत असल्याचे कुटुंबीयांच्या लक्षात आले; पण केवळ योगायोगामुळे घरातून पळून संन्यासी होण्यापासून बाबाराव बचावले. भगूरही प्लेगच्या विळख्यात सापडले आणि सावरकर कुटुंबातील माणसे प्लेगला बळी पडली. येसूबाईंचे सासरे व चुलत सासरे प्लेगने मृत्युमुखी पडले. येसूबाईंचे धाकटे दीर नारायणराव ऊर्फ बाळ यांनाही प्लेगची लागण झाली. नातेवाईक व मित्रमंडळी यांनी बाळला तसेच सोडून भगूरमधून पळून जाण्याचा सल्ला सावरकर बंधूंना दिला; पण बाबारावांनी व येसूबाई यांनी जातीने बाळची शुश्रूषा करून त्याचा जीव वाचवला. बाबारावांनाही प्लेगने गाठले होते; पण कशीबशी प्लेगच्या तावडीतून सुटका होऊन ते वाचले.

वडिलांच्या मृत्यूनंतर सावरकर बंधूंची आर्थिक स्थिती झपाट्याने खालावत

गेली. त्यामुळे भगूर सोडून सावरकर कुटुंब नाशिकला स्थायिक झाले. या वेळेपर्यंत बाबारावांचे योगाचे आकर्षण नाहीसे होऊन त्यांनी कुटुंबाच्या पालनपोषणाचा भार उचलला होता. दोघा धाकट्या भावांना शिक्षण देण्यासाठी त्यांनी खडतर परिश्रम केले. काही काळ जमीनदारी अनुभवलेल्या येसूबाईंना दारिद्र्याशी सामना करावा लागला. कुटुंबाच्या उदरभरणासाठी त्यांनी आपल्या सर्व दागदागिन्यांचा त्याग केला. १९०३-०४ च्या सुमारास येसूबाईंना एक मुलगी झाली होती; पण ती लगेचच मरण पावली. त्यानंतरही त्यांनी एका मुलीला जन्म दिला; पण तीही जगली नाही.

सावरकर बंधूंच्या राजकीय हालचाली आणि सहकारी क्रांतिकारकांबरोबर सतत झडणारे वादविवाद यांचा परिणाम येसूबाईंवर झाल्याशिवाय राहिला नाही. त्यांच्या कार्याचे महत्त्व येसूबाईंनी ओळखले. त्यांना मूक पाठिंबा देऊन प्रोत्साहित करण्याबरोबरच स्वतःही काही करण्याचा त्यांनी निश्चय केला. फक्त स्वदेशी वस्तू वापरण्याची त्यांनी शपथ घेतली. 'आत्मनिष्ठ युवती संघ' नावाचा महिलांचा गट त्यांनी नाशिकमध्ये स्थापन केला. जे क्रांतिकारक पकडले जात त्यांच्या कुटुंबीयांना त्या मदत करीत.

मार्च १९०९ मध्ये पोलिसांनी बाबारावांना मुंबईत अटक केली. देशभक्तिपर पुस्तके आणि कविता प्रकाशित करून 'ब्रिटिश बादशहांचे शासन उलथून टाकण्यासाठी चिथावणी देण्याचा आरोप' दाखल करून त्यांच्यावर खटला भरण्यात आला. १९०९ च्या जूनमध्ये त्यांना अंदमानातील जन्मठेपेची शिक्षा सुनावण्यात आली. १९०९ च्या नोव्हेंबरमध्ये उच्च न्यायालयाने या शिक्षेवर शिक्कामोर्तब केले. १९१० मध्ये मार्च महिन्यात स्वातंत्र्यवीर सावरकरांना लंडनमध्ये अटक करून मुंबईत आणण्यात आले. त्यांच्यावर दोन वेगवेगळे खटले भरले गेले. पहिला प्रसिद्ध नाशिक कट खटला व दुसरा जॅक्सन खून खटला. त्यांना पन्नास वर्षांच्या अंदमानातील जन्मठेपेची शिक्षा झाली. सर्वांत धाकटे बंधू नारायणराव यांनाही नाशिक कट खटल्यात ६ महिन्यांच्या तुरुंगवासाची शिक्षा ठोठावण्यात आली. (४)

त्या खडतर काळात येसूबाईंनी विलक्षण धैर्याने सर्व संकटांना तोंड दिले. सावरकर बंधूंच्या संपूर्ण मालमत्तेच्या जप्तीचे आदेश न्यायालयाने दिले होते. नाशिकच्या त्यांच्या घरावर पोलिसांनी धाड टाकली. त्या वेळी स्वयंपाकाच्या भांड्याकुंड्यांसकट त्यांनी सर्व वस्तू जप्त केल्या. येसूबाईंना आश्रय दिला तर सरकारची अवकृपा होईल या भीतीने येसूबाईंच्या नाशिकमधील मामांनी त्यांना आपल्या घरात थारा दिला नाही. रामभाऊ दातार या बाबारावांच्या स्नेह्यांनी येसूबाईंना आसरा दिला आणि त्या दातारांच्या कुटुंबातीलच एक बनून तेथे राहिल्या. (५) या काळात पॅरिसमध्ये राहणाऱ्या क्रांतिकारक मादाम कामा दर महिन्याला सावरकर

कुटुंबासाठी ३० रु. पाठवीत असत.

सहा महिन्यांची शिक्षा भोगून सुटल्यानंतर नारायणरावांना मुंबई इलाख्यातील सर्व महाविद्यालयांनी प्रवेश नाकारला. त्यामुळे वैद्यकीय शिक्षणासाठी ते कलकत्त्याला (कोलकाता) गेले. १९१६ मध्ये वैद्यकीय अभ्यासक्रम पूर्ण करून ते मुंबईत स्थायिक झाले. येसूबाई नंतर मुंबईत येऊन नारायणरावांच्या कुटुंबाबरोबर राहू लागल्या. तोपर्यंत त्यांना दुःखाचे व अपमानास्पद जिणे जगावे लागले. (६) 'कैद्याची बायको' म्हणून लोक त्यांना हिणवीत असत. हळदीकुंकू वगैरेसारख्या बायकांच्या समारंभांना त्यांना आमंत्रण दिले जात नसे. जेव्हा त्या माहेरी जात तेव्हा शेजारीपाजारी 'माहेराला भार झालेली स्त्री' असे त्यांना टोमणे मारीत. येसूबाईंनी हे सगळं तर सहन केलंच, शिवाय ज्या क्रांतिकारकांच्या कुटुंबीयांच्या वाट्याला असं मानहानिकारक जीवन येई त्यांच्या पाठीशी त्या खंबीरपणे उभ्या राहत.

मुंबईत स्थायिक झाल्यावर नारायणरावांच्या मदतीने अंदमानच्या कोठडीत शिक्षा भोगणाऱ्या आपल्या नवऱ्याला भेटण्याची परवानगी मिळावी असा विनंतीअर्ज त्यांनी ब्रिटिश शासनाला केला; परंतु त्यांचे बहुतेक विनंतीअर्ज फेटाळण्यात आले. १९१८च्या अखेरीस नाशिकमध्ये असताना त्या आजारी पडल्या. त्या आजारपणात त्यांना भास होत असत. आपले यजमान परत आले असून, ते दरवाजाशी उभे आहेत, असा भ्रम त्यांना होत असे. त्या शांताबाईंना- आपल्या धाकट्या जाऊबाईंना - बाबारावांचे ओवाळून स्वागत करून घरात घेण्यास सांगत असत. अखेरच्या काही दिवसांत त्या वारंवार असे म्हणत असत. दरम्यान ८ फेब्रुवारी १९१९ रोजी येसूबाईंना बाबारावांना भेटण्याची परवानगी दिली असल्याचे हिंदुस्थान सरकारचे पत्र नारायणरावांच्या हाती पडले; पण त्याआधीच तीन दिवस म्हणजे ५ फेब्रुवारी १९१९ रोजी येसूबाईंचा देह पंचत्वात विलीन झाला होता. सुमारे ३४ वर्षांच्या आयुष्याचा असा दुःखद अंत झाला.

येसूबाईंचे योगदान

येसूबाईंनी कधीही सार्वजनिक चळवळीत भाग घेतला नाही. त्यांनी भाषणे ठोकली नाहीत, अथवा स्वतःहून काही लेखन केले नाही वा काही प्रसिद्धही केले नाही; मात्र आपला नवरा व दोघे दीर यांच्या कामात त्यांना आधार देण्याची विलक्षण भूमिका त्यांनी पार पाडली. स्वयंपाक करणे, कुटुंबीयांची सर्वतोपरी काळजी घेणे इत्यादी पारंपरिक कामाच्या कक्षा ओलांडून पलीकडे जाणारी भूमिका त्यांनी बजावली. त्यांच्या या योगदानाचे मुख्यत्वे तीन पैलू होते. १) स्वदेशीचा प्रचार २) पोलिसांच्या धाडींना तोंड देणे ३) 'आत्मनिष्ठ युवती संघ' या स्त्रियांच्या गटातील चळवळीतील त्यांचे कार्य.

१९०५च्या सुमारास स्वदेशी चळवळ ऐन भरात असताना फक्त स्वदेशी वस्तूच वापरण्याची येसूबाईंनी शपथ घेतली. त्या काळात साखर आयात केली जात असे. म्हणून त्यांनी साखर खाणे सोडून दिले होते. (७) मृत्युशय्येवर असतानाही स्वदेशीच्या तत्त्वाशी तडजोड करण्याचे त्यांनी नाकारले. त्यांचे अंग सुजल्यामुळे हातातील बांगड्या काढाव्या लागल्या. हिंदू पद्धतीनुसार ज्या स्त्रीचा पती हयात आहे तिने आपले हात ओकेबोके ठेवू नयेत, यावर त्यांची श्रद्धा होती. तरीही परदेशी बनावटीच्या मोठ्या मापाच्या बांगड्या घालण्यास त्यांनी नकार दिला. त्यांच्या जाऊबाईंनी- शांताबाई सावरकरांनी- काळे मणी दोऱ्यात ओवून त्यांच्यासाठी घरगुती बांगड्या तयार केल्या. येसूबाईंनी त्याच बांगड्या शेवटपर्यंत वापरल्या. (८)

क्रांतिकारकांची घर आणि मालमत्ता यांवर पोलिसांच्या धाडी येणे, ही स्वातंत्र्यसैनिकांसाठी नित्याची बाब होती. सावरकर बंधूंच्या घरात तर बाँब कृतिपुस्तिका, सरकारने बंदी घातलेली पुस्तके, सुरे, पिस्तुले यांसारख्या अनेक 'आक्षेपार्ह' वस्तू असण्याची शक्यता होती. पोलिसांची धाड येण्याची शक्यता लक्षात घेऊन काही वस्तू सुरक्षित ठिकाणी अथवा शेजारपाजारच्या घरात ठेवणे अथवा काही वेळेस त्या नष्ट करणे, यांसारख्या गोष्टी फक्त अटळ राहिल्या नव्हत्या तर नंतर नंतर कुटुंबीयांच्या दृष्टीने ते नित्यकर्मच झाले. (९) येसूबाई अशा प्रसंगांना नेहमीच थंड डोक्याने व धैर्याने सामोऱ्या जात. या संदर्भातील दोन प्रसंग आवर्जून लक्षात घेण्यासारखे आहेत. जून १९०८ मध्ये बाबारावांना मुंबईत अटक करण्यात आली तेव्हा त्या दिवशी नारायणराव बाबारावांच्या बरोबर होते. नाशिकच्या घरावर धाड येईल याची कल्पना येऊन नारायणरावांनी चतुराईने विश्वनाथ केळकर या 'अभिनव भारता'च्या सदस्याला नाशिकला पाठवले. (१०) येसूबाईंनी विश्वनाथरावांच्या व इतरांच्या मदतीने काही साहित्य लपवले, तर काही साहित्य नष्ट करून टाकले. काही साहित्य आबा दरेकर ऊर्फ कविवर्य गोविंद यांच्या घरात ठेवले. (११) थोडी पुस्तके जाळून टाकली. हे सर्व काम उरकेपर्यंत पहाटेचे चार वाजले. त्यानंतर अर्ध्या तासाच्या आत पोलिस धाड घालण्यासाठी हजर झाले. (१२)

दुसरा प्रसंगही १९०९ मध्ये बाबारावांना अटक झाली तेव्हाचा आहे. या प्रसंगी त्यांनी एकट्यानेच कामगिरी पार पाडली. 'अभिनव भारता'चे एक सदस्य श्री. बर्वे नाशिकजवळच्या कोठूर या गावी राहत असत. त्यांच्या घरात त्यांनी काही बाँब दडवून ठेवल्याचे येसूबाईंना माहीत होते. बाबारावांच्या अटकेची माहिती देऊन पोलिसांची धाड येण्याअगोदर बाँब नष्ट करण्याचा निरोप द्यायला हवा होता. स्थानिक पोलिसांना 'अभिनव भारता'चे सर्व सभासद माहिती असल्यामुळे त्यांच्यापैकी कोणावरही हे काम सोपवणे येसूबाईंना प्रशस्त वाटत नव्हते. सावरकर कुटुंबाला काही मदत हवी आहे का याची चौकशी करण्यासाठी स्वातंत्र्यवीरांचे गणपतराव

जोगळेकर नावाचे सहाध्यायी नाशिकला आले होते. येसूबाईंनी जोगळेकरांना तो निरोप कोठूरला पोचविण्याची विनंती केली. पोलीस येण्यापूर्वी बॉंब नष्ट करण्यात आले. (१३)

येसूबाईंनी घेतलेल्या या अचूक निर्णयाचे महत्त्व आणखी एका प्रसंगातून ठळकपणे स्पष्ट होते. १९०९ सालीमध्ये अटक केल्यानंतर बाबारावांना चौकशीसाठी नाशिकला आणण्यात आले होते. त्यांना नाशिकच्या पोलिस कोठडीत भेटण्यासाठी आलेल्या नारायणरावांना घरात दडवून ठेवलेल्या काही वस्तूंबद्दलचा निरोप बाबाराव देत होते. या वस्तूंविषयी बाबारावांखेरीज अन्य कोणाला माहिती नव्हती. या वस्तू तात्काळ नष्ट करून टाकण्याबाबत बाबाराव आग्रही होते. दोघांत चाललेले हे संभाषण तेथील पोलिसांच्या कानावर पडले. तो निरोप घरी पोहोचू नये म्हणून पोलिसांनी नारायणरावांना कोठडीत डांबून ठेवले. ताबडतोब घरावर धाड टाकण्यात आली. पोलिसांनी कागदपत्रे व अन्य अनेक वस्तू ताब्यात घेतल्या. इतर अनेक वस्तूंत पोलिसांना एक पत्त्यांची वही सापडली. त्यामध्ये बाबारावांनी 'अभिनव भारता'च्या जवळजवळ सर्व सदस्यांची नावे व पत्ते यांची नोंद केली होती. याच पत्त्यांच्या वहीमुळे नाशिक कट खटला उभारणे सरकारला शक्य झाले. (१४)

'आत्मनिष्ठ युवती संघ' हा एक स्त्रियांचा गट होता. सावरकर बंधूंचे 'अभिनव भारता'शी जे नाते होते, तेच येसूबाईंचे या संघाबरोबर होते. येसूबाईंच्या प्रयत्नांमुळे या गटाच्या चळवळी वाढल्या. नाशिकच्या आजूबाजूच्या भागांत त्या अनवाणी हिंडून अधिकाधिक स्त्रियांनी स्वदेशीचे व्रत आचरावे म्हणून प्रयत्नशील असत. नाशिक कट खटल्यात 'अभिनव भारता'च्या बहुतेक सर्व सदस्यांना कैद करून शिक्षा ठोठावण्यात आल्या. या सर्व तरुणांच्या बायका, बहिणी व माता या सगळ्यांना येसूबाईंचा मोठा नैतिक आधार वाटत असे. त्या नेहमीच त्यांचे सांत्वन करीत व त्यांना मदत करीत. स्वतःचे नैतिक धैर्य उंचावण्यासाठी या सर्व जणी एकमेकींना वारंवार भेटत आणि देशभक्तिपर गीते गात. ज्या गीतांसाठी बाबारावांना अंदमानला धाडले, ती बाबारावांनी प्रकाशित केलेली गीते त्या सर्व जणी म्हणत. सरकारने या गीतांचे वाचन व प्रकाशन यांवर बंदी आणली तरी या स्त्रियांमुळे ही गीते टिकून राहिली.

या काळातील सामाजिक व राजकीय चळवळीत सक्रिय सहभागी होणाऱ्या स्त्रियांच्या कार्याशी येसूबाईंच्या कामाची तुलना करता येणार नाही. त्यांच्या वाट्याला एखादे स्वतंत्र काम नव्हते आणि तसे करण्याची त्यांची इच्छाही नव्हती. स्वातंत्र्यासाठी जीवनसर्वस्व देणाऱ्या कुटुंबातील पुरुषांना आधार देण्याचे मर्यादित कार्य त्यांनी पार पाडले.

खऱ्या अर्थाने हिंदू कुटुंबातील स्त्रीची परंपरागत भूमिका त्यांनी बजावली. नवरा

व दोघे दीर यांना कौटुंबिक विवंचनांपासून दूर ठेवले. घरच्या सर्व जबाबदाऱ्या सांभाळल्या. त्यामुळे तिघांनाही सार्वजनिक कार्यासाठी वेळ देता आला. मात्र स्त्रीच्या पारंपरिक भूमिकेच्या पुढे जाऊन त्यांनी काही कार्य केले. ज्या कार्यासाठी घरातील तिघा पुरुषांनी आपले आयुष्य संकटात लोटले होते, त्या कार्याचे महत्त्व येसूबाईंनी ओळखले होते. म्हणूनच या कार्यासाठीचे त्यांचे योगदान सकारात्मक होते. येसूबाईंनी कुटुंबातील पुरुषांच्या मनात स्वतःबद्दल इतका विश्वास निर्माण केला होता, की ही पुरुष मंडळी गुप्त गोष्टी त्यांना सांगण्यास कचरत नसत. कुटुंबातील स्त्रियांचे धैर्य आणि विश्वास याबद्दल पक्की खात्री वाटत असल्यामुळे सावरकर बंधू आपल्या हालचाली घरातील स्त्रियांपासून लपवून ठेवीत नसत.

भारतीय स्वातंत्र्य चळवळीचा इतिहास प्रमुख पुढारी आणि हुतात्मे यांनीच लिहिलेला नाही; वेदना सहन करून आणि त्याग करूनही अल्पावधीत आपण विस्मृतीत जाणार हे माहीत असूनही, ज्या हजारो लोकांनी मूकपणे पाठिंबा दिला, त्यांनीही हा इतिहास लिहिला आहे. अशा असंख्य स्त्री-पुरुषांचे आज विस्मरण झाले असले तरी ही सर्व मंडळी निश्चितच प्रशंसनीय व आदरणीय आहेत. येसूबाईंचे योगदान किमान अशा प्रशंसेला व आदराला प्राप्त ठरणारे आहे.

संदर्भ

१. गोखले, द. न., क्रांतिवीर बाबाराव सावरकर, पुणे श्रीविद्या प्रकाशन, दुसरी आवृत्ती, १९७९, आणि सावरकर, शांताबाई, हरिदिनी, नागपूर, लाखे प्रकाशन, १९८५. हा शोधनिबंध प्रामुख्याने या दोन साधनांवर आधारलेला आहे.

२. समग्र सावरकर वाङ्मय, खंड १, चरित्रखंड, आत्मवृत्त, पुणे, समग्र सावरकर वाङ्मय प्रकाशन समिती, १९६३

३. मुंबईच्या दादर येथील स्वातंत्र्यवीर सावरकर राष्ट्रीय स्मारकात येसूबाईंच्या छायाचित्रावर १८८५ हे त्यांचे जन्मवर्ष असल्याचे नमूद केले आहे. अन्य कुठल्याही साधनात माहितीचा संदर्भ सापडत नाही. त्यांच्या मृत्यूची तारीखही त्या छायाचित्रावर नमूद केलेली आहे. त्र्यंबकेश्वरच्या नानाराव फडक्यांची येसूबाई ही पुतणी अशी स्वातंत्र्यवीरांनी नोंद केलेली आढळते. पाहा समग्र सावरकर वाङ्मय, खंड १, चरित्रखंड, आत्मवृत्त, पुणे समग्र सावरकर वाङ्मय प्रकाशन समिती, १९६३, पृ. १०२

४. सावरकर बंधूंची अटक व त्यांच्यावरील खटले यांच्या तपशिलासाठी पाहा फडके, य. दि., शोध सावरकरांचा, पुणे, श्रीविद्या प्रकाशन, १९८४

५. रामभाऊ हे बाबारावांचे वर्गमित्र. रामभाऊंच्या वडिलांच्या अखेरच्या आजारपणात बाबारावांनी स्वतःच्या वडिलांसारखी त्यांची सेवाशुश्रूषा केली. तेव्हापासून दातार बंधू आणि सावरकर बंधू यांच्यात घनिष्ठ संबंध निर्माण झाले.

६. गोखल्यांनी अशा अनेक प्रसंगांच्या नोंदी केल्या आहेत. उपरोक्त
७. सावरकर, शांताबाई, उपरोक्त, पृ. ४९
८. शांताबाई सावरकरांनी अशा धाडींच्या अनेक रोमांचक आठवणी दिल्या आहेत. पाहा हरिदिनी, पृ. ८७-९७
९. विश्वनाथराव 'अभिनव भारता'च्या सदस्यांपैकी एक होते. नाशिक कट खटल्यातून ते निसटले. नंतर त्यांनी नागपूरला स्थलांतर केले. कायद्याचा अभ्यास करून ॲडव्होकेट म्हणून प्रसिद्ध. सावरकर बंधूंच्या स्वातंत्र्यासाठीच्या त्यागाने विश्वनाथरावांची पुतणी शांताबाई प्रभावित झाली आणि जेव्हा तिच्या लग्नाचा विचार घरात सुरू झाला तेव्हा तिने नारायणराव सावरकरांशी विवाह करण्याचा विचार घरातील मंडळींना सांगितला. लग्नानंतर शांताबाईंनी कुटुंबासाठी येसूबाईंनी निभावलेल्या
भूमिकेचा कित्ता गिरवला. शांताबाईंनी परागंदा झालेल्या क्रांतिकारकांना अनेक वेळा आपल्या घरात आश्रय दिला होता.
१०. गोविंद हे 'स्वातंत्र्यकवी' म्हणून प्रसिद्ध आहेत. बाबारावांच्या जन्मठेपीच्या शिक्षेला कारणीभूत ठरलेल्या पुस्तकांमध्ये कविवर्य गोविंदांनी लिहिलेल्या कवितांचे एक पुस्तक होते. आपल्या क्रांतिकारक मित्रांच्या कुटुंबांना गोविंद खूप मदत करीत असत. आश्चर्याची गोष्ट म्हणजे कविवर्य गोविंदांना कधीही पोलिसांनी पकडले नाही.
११. गोखले, द. न., कित्ता, पृ. १०७
१२. करंदीकर शि. ल., सावरकर चरित्र, पुणे, शि. ल. करंदीकर, दुसरी आवृत्ती, १९४७, पृ. २२७-२२८
१३. गोखले, द. न., कित्ता, पृ. ११५-११६
१४. गोखले, द. न., कित्ता, पृ. १६०, १७३-१७५

या निबंधासाठी दुर्मिळ साहित्य व विविध माहिती पुरविल्याबद्दल लेखिका श्री. विक्रम सावरकर व श्रीमती स्नेहलता साठे (डॉ. नारायणराव सावरकरांचे चिरंजीव व कन्या) यांची आभारी आहे. या शोधनिबंधाचा पहिला मसुदा वाचून बहुमोल सूचना केल्याबद्दल श्रीमती प्रीता नीलेश यांच्याबद्दलही लेखिका कृतज्ञता व्यक्त करते.

परिशिष्ट १

सांत्वन (वहिनीस पत्र)

जयासी तुवा प्रतिपाळले । मातेचे स्मरण होऊ न दिले
श्रीमती वहिनी वत्सले । बंधु तुझा तो तुज नमी
आशीर्वाद पत्र पावले । जे लिहिले ते ध्यानी आले
मानस प्रमुदित झाले । धन्यता वाटली उदंड

धन्य धन्य आपुला वंश । सुनिश्चये ईश्वरी अंश
की रामसेवा पुण्यलेश । आपुल्या भाग्यी लाधला
अनेक फुले फुलती । फुलोनिया सुकोन जाती
कोणी त्यांची महती गणती । ठेविली असे?
परि जे गजेंद्रशुंडेने उपटिले । श्रीहरीसाठी मेले
कमलफूल ते अमर ठेले । मोक्षदातें पावन
ह्या पुण्य गजेंद्रासमची । मुमुक्षुस्थिती भारतीची
करुणारवे ती याची । इंदीवरश्यामा श्रीरामा
स्वोद्यानी तिने यावे । आपुल्या फुलासीच भुलावे
खुडोनिया अर्पण करावे । श्रीरामचरणी
धन्य धन्य अपुला वंश । सुनिश्चये ईश्वरी अंश
श्रीरामसेवा पुण्यलेश । आपुल्या भाग्यी लाधला
अशीच सर्व फुले खुडावी । श्रीरामचरणी अर्पण व्हावी
कांही सार्थकता घडावी । या नश्वर देहाची
अमर होय ती वंशलता । निर्वंश जिचा देवांकरिता
दिगंती पसरे सुगंधता । लोकहित परिमलाची
सुकुमार आमुच्या अनंतफुला । गुंफोनि करा हो सुमनमाला
नवरात्रीच्या नवकाला । मातृभूमी वत्सले
एकदा नवरात्र संपली । नवमाला पूर्ण झाली
कुलदेवी प्रकटली काली । विजयालक्ष्मी पावन
तू धैर्याची अससी मूर्ति । माझे वहिनी, माझे स्फूर्ति
रामसेवाव्रतांची पूर्ति । ब्रीद तुझे आधीच
महत्कार्याचे कंकण धरिले । आता महत्तमत्व पाहिजे बाणले
ऐसे वर्तन पाहिजे केले । की जे पसंत पडले संतांना
अनेक पूर्वज ऋषीश्वर । अजात वंशजांचे संभार
साधु साधु गर्जतील । ऐसे वर्तणे या काला

संपादकीय टीप : स्वातंत्र्यवीर सावरकरांनी आपले ज्येष्ठ बंधू व कनिष्ठ बंधू या दोघांनाही १९०९ मध्ये अटक केल्याचे वृत्त समजल्यावर वरील पत्र आपल्या वहिनीला उद्देशून पाठविले. हे पत्र म्हणजे एक कविता आहे.

♦

■ कल्पना दत्त यांचे योगदान ■

प्रीता नीलेश

(**श्रीमती प्रीता नीलेश** - मुंबईच्या विनायक वझे कॉलेज ऑफ आर्ट्स आणि सायन्स महाविद्यालयात इतिहास विभागातील अधिव्याख्यात्या आहेत. त्यांनी एम. फिल. चा 'हिस्टोरियोग्राफी ऑफ मॉडर्न इंडिया : कंपॅरिटिव्ह स्टडी ऑफ डॉ. आर. सी. मजुमदार अँड डॉ. ताराचंद अॅज हिस्टोरियन्स ऑफ मॉडर्न इंडिया' या विषयावरील प्रबंध पूर्ण केला आहे. "लॉ अँड सोशल चेंजेस इन २०th सेंच्युरी बॉंबे : फोर ज्युडिशिअल केसेस' हा त्यांचा पीएच. डी.चा विषय आहे. त्यांनी अनेक शोधनिबंध प्रसिद्ध केले आहेत.)

बंगालच्या प्रसिद्ध महिला क्रांतिकारक श्रीमती कल्पना दत्त यांचे व्यक्तिमत्त्व बहुरंगी, तेजस्वी होते. विविध प्रकारच्या क्रांतिकारक चळवळींत त्यांचा सक्रिय सहभाग होता. चितागांग शस्त्रागार लुटणाऱ्या क्रांतिकारकांची कारावासातून मुक्तता करण्यासाठी स्फोट घडवून आणून तुरुंगाच्या भिंती उडवण्याच्या त्यांच्या धाडसी कार्यामुळे त्या भारतीयांच्या कायम स्मरणात आहेत. क्रांतिकारी कार्यामुळे त्या प्रामुख्याने प्रसिद्धीच्या झोतात आल्या. महात्मा गांधींच्या अहिंसक असहकारामुळे मुख्यतः भारताला स्वातंत्र्य मिळाले यात शंका नाही. मात्र अहिंसक असहकारामुळे इतर अनेकांनी स्वातंत्र्यासाठी केलेली कामगिरी झाकोळली गेली. क्रांतिकारकांचे स्वातंत्र्य चळवळीतील योगदान दुर्लक्षिता येणार नाही. स्वातंत्र्यप्राप्तीच्या ध्येयासाठी कोणतेही मार्ग वापरण्यावर त्यांचा मनापासून विश्वास होता. पहिली गुप्त क्रांतिकारी संघटना उभारण्याच्या प्रयत्नांचे श्रेय निश्चितपणे वासुदेव बळवंत फडके यांना दिले पाहिजे. क्रांतिकारी चळवळ ही फक्त पुरुषांची मक्तेदारी नव्हती. त्या चळवळीने शूर स्त्रियांचीही प्रशंसा केली. कल्पना दत्त अशा स्त्रियांपैकी एक होत्या. बळाचा वापर करणे हे तात्त्विक दृष्ट्या न्यायाचे आहे, असा त्यांचा दृढ विश्वास होता. कल्पना दत्त यांच्या सार्वजनिक कार्याचा इतिहास ५०हून अधिक वर्षांचा आहे. भारतीय स्वातंत्र्य चळवळीतील त्यांचे योगदान समजून घेण्यासाठी त्यांच्या सार्वजनिक कार्याचे उचित यथादर्शन करण्याची गरज आहे.

क्रांतिकारी चळवळीत कल्पना दत्त यांनी तनमन ओतून केलेल्या कार्याचे विश्लेषण करण्याचा प्रयत्न या शोधनिबंधात केला आहे. वसाहतवादी सत्तेबाबतच्या कल्पना दत्त यांच्या दृष्टिकोणाचे विश्लेषण करण्याचा प्रयत्न या शोधनिबंधात केला आहे. स्वातंत्र्योत्तर काळात क्रांतिकारकांना जी वागणूक मिळाली, त्याबद्दलच्या कल्पना दत्त यांच्या भावना या अभ्यासात स्पष्टपणे व्यक्त केल्या आहेत.

त्यांच्या क्रांतिकारक कृत्यांकडे वळण्यापूर्वी त्यांच्या सुरुवातीच्या आयुष्याचे पुनरवलोकन करणे उपयुक्त ठरेल. कल्पना दत्त यांचा जन्म १९१३ मध्ये चितागांगमधील श्रीपूर गावातील वजनदार घराण्यात झाला. त्यांचे वडील सरकारी नोकरीत होते आणि त्यांचे आजोबा दुर्गादास दत्त वैद्यकीय व्यवसाय करीत होते आणि ब्रिटिश सरकारचे त्यांच्याबद्दलचे मत चांगले होते. (१) कल्पना दत्त चितागांगच्या खस्तगीर इंग्लिश हायस्कूलमध्ये शिकत होत्या. शाळेत शिक्षण घेत असतानाच त्यांनी गर्ल गाईडमध्ये प्रवेश घेतला. ब्रिटिशांनी ज्या पद्धतींचा उपयोग करून आपले सामर्थ्य उभे केले, त्या पद्धती कल्पना दत्त व त्यांची मैत्रीण प्रीती यांना शिकायच्या होत्या. म्हणजे वेळ येईल तेव्हा त्यांचा उपयोग करता येईल, अशी त्यांची धारणा होती. (२) शाळेत असतानाच कल्पना व प्रीती दोघी जणी देशभक्तीच्या भावनेने भारल्या गेल्या. त्यांच्या साम्राज्यविरोधी भावनेचा आवेशयुक्त उद्रेक ब्रिटिश बादशहाला पाठिंबा देण्याच्या विरोधातील वचनातून झाला. 'सम्राट राजा आणि परमेश्वर यांच्याशी एकनिष्ठ' या वचनाऐवजी 'देश आणि परमेश्वर यांच्याशी एकनिष्ठ' असा बदल करण्याची दोघींची इच्छा होती. (३)

बुद्धिमान आणि जिज्ञासू कल्पनाने महान वैज्ञानिक होण्याचे स्वप्न उराशी बाळगले होते. तसेच कलकत्ता विद्यापीठाची प्रेमचंद रॉयचंद शिष्यवृत्ती (बंगालमध्ये परदेशातील अभ्यासासाठी उपलब्ध असलेली शिष्यवृत्ती) आपण पटकावू अशी तिला आशा वाटत होती. (४) कल्पना दत्त क्रांतिकारी कशा बनल्या हे जाणून घेण्यासाठी ज्या काही घटना उपयुक्त ठरतात, त्यांमध्ये त्यांच्या जडणघडणीच्या काळातील त्यांच्यावरचा प्रभाव हाही प्रमुख आहे. हुतात्म्यांच्या जीवनाचा तिच्यावर प्रभाव होता. झाशीच्या राणीने तिची कल्पनाशक्ती प्रज्वलित केली. शरच्चंद्राच्या 'पथेर दाबी' या कादंबरीचा आणि त्यावर आधारलेल्या नाटकातील डॉक्टरबाबू या क्रांतिकारी पात्राचाही तितकाच परिणाम त्यांच्यावर झाला होता. (५) अशा क्रांतिकारी मुशीतून गेल्यामुळे आपल्या घरचे लोक परदेशी कापड वापरतात आणि ब्रिटिश सरकारने दिलेले सन्मान स्वीकारतात हे पाहून त्यांचे तरुण मन खवळले. आपण फारच थिटे आहोत असे तिला वाटे. जेव्हा मैत्रीण त्यांच्या घरातील सर्व जण स्वदेशी वस्तूंचाच वापर करतात हे सांगत असे, तेव्हा तिला फारच कमीपणा वाटे. आपल्या काकांनाच फक्त आपल्या भावना कळतात आणि त्यांनीच असे मातृभूमीसाठी

धडाडीचे आयुष्य जगण्याच्या आपल्या निर्धाराला प्रोत्साहन दिले असे त्या सांगत असत. (६) सरकारविरोधी कृत्यांमध्ये सहभागी होण्याच्या अनेक प्रसंगांचे कल्पना दत्त स्मरण करतात. शिक्षणसंचालकाने पाठवलेल्या एका परिपत्रकाविरुद्ध चितागांगमधील सर्व शाळा-महाविद्यालयांनी संप पुकारला होता. (७) त्या संपाच्या वेळी प्रीती आणि अन्य दोन मुलींबरोबर खस्तगीर शाळेच्या फाटकासमोर केलेल्या निदर्शनांची आठवण कल्पना दत्त कधीही विसरल्या नाहीत. बंगालमध्ये क्रांतिकारी चळवळीमुळे निर्माण झालेल्या देशभक्तीच्या तीव्र भावनांशी अशा कृती सुसंगतच होत्या. १९२९मध्ये मॅट्रिक्युलेशनची परीक्षा उत्तीर्ण झाल्यावर त्यांनी कलकत्त्यातील बेथून महाविद्यालयात प्रवेश घेतला. (८) बेथून महाविद्यालय ही स्त्रियांच्या उच्च शिक्षणासाठी असलेली महत्त्वपूर्ण संस्था होती. या संस्थेतील अनेक विद्यार्थी पुढे राजकीय कार्याकडे वळले. (९)

बंगालमधील क्रांतिकारक चळवळीच्या दुसऱ्या टप्प्यात कल्पना दत्त चळवळीत उतरल्या. या टप्प्यावर अनेक स्त्रिया या चळवळीत सहभागी झाल्या. बंकिमचंद्रांनी १८८१मध्ये लिहिलेल्या 'वंदे मातरम्'मध्ये क्रांतिकारी चळवळीचा तात्त्विक पाया कालीमातेच्या रूपात दाखवलेला असला तरी चळवळीच्या पहिल्या पर्वात स्त्रियांच्या सहभागाचा अभाव होता. (१०) कलकत्त्यातील विद्यार्थिनींची संघटना अथवा 'छात्रीसंघ' यामध्ये कल्पना दत्त सामील झाल्या. अशा प्रकारची ही पहिलीच संघटना होती. ही संस्था राजकीय विषयावर विचारमंथन व्हावे या हेतूने कल्याणी दास यांनी १९२८मध्ये स्थापन केली. अल्पावधीतच ही संस्था म्हणजे क्रांतिकारकांच्या भरतीचे आणि प्रशिक्षणाचे एक केंद्र बनले. या संस्थेने कलकत्त्यातील क्रांतिकारी कृत्यांशी घनिष्ठ संबंध विकसित केले होते. (११) कल्पना दत्त यांनी तलवारीचे आणि लाठी, दांडपट्टा चालवण्याचे प्रशिक्षण घेतले, आणि त्यातले पहिले धडे येथेच गिरवले. सायकल चालवणे, सूर मारणे या गोष्टींचे छात्रीसंघाच्या व्यायामशाळेत त्यांनी प्रशिक्षण घेतले. (१२) या प्रशिक्षणामुळे राजकीय चळवळीत भाग घेण्याची कल्पना दत्तना सर्वाधिक प्रेरणा मिळाली. सविनय कायदेभंगाच्या चळवळीत बेथून कॉलेजच्या विद्यार्थिनींनी संप पुकारला होता. या संपात सहभागी झाल्यामुळे कल्पना दत्त कलकत्त्याच्या क्रांतिकारकांच्या संपर्कात आल्या. सर्वसामान्यतः क्रांतिकारकांची साहसी कृत्ये पाहून आणि वयाच्या १६व्या वर्षीच अहिंसक व असहकाराच्या चळवळीतील वैयर्थ्याबद्दल त्यांची पुरेपूर खात्री झाली होती. याबाबत आपल्या आठवणींच्या दुसऱ्या आवृत्तीच्या प्रस्तावनेत त्यांनी उल्लेख केला आहे. यामुळे सुसंघटित दहशतवाद्यांचा हल्लाच ब्रिटिश प्रशासनावर मोठा आघात करील, यावरचा त्यांचा विश्वास दृढ होत गेला.

राजकारणात स्त्रियांचे मोठ्या प्रमाणावर एकत्रीकरण करण्याचे श्रेय गांधीजींच्या असहकार चळवळीचे असले तरी, काही स्त्रियांची अहिंसक तत्त्व स्वीकारण्याची तयारी नव्हती आणि स्वातंत्र्य मिळवण्यासाठी ते पुरेसे नाही, असे त्यांना वाटत होते.

(१३) चितागांग क्रांतिकारकांच्या गटाबरोबर त्यांनी केलेले काम ही त्यांची पहिली मोठी कामगिरी होती.

१९१८ मध्ये स्थापन झालेल्या चितागांग क्रांतिकारी संघटनेचे नेतृत्व सूर्यसेन, अनंतसिंग आणि गणेश घोष हे करीत होते. या नेत्यांना १८१८ सालच्या रेग्युलेशन III या कायद्यान्वये १९२४मध्ये गजाआड टाकण्यात आले आणि १९२८ मध्ये त्यांची सुटका झाल्यावर ते चितागांगला परतले. (१४) तुरुंगात असतानाच आपली ताकद व आपल्या हाताशी असणारी साधने यांचा विचार करून यशस्वी होणाऱ्या कार्यक्रमाची आखणी करण्याची आवश्यकता असल्याचा निष्कर्ष त्यांनी काढला होता. त्यांच्या कार्यामुळे अन्य तरुणांना स्फूर्ती मिळेल व देशभरातील क्रांतिकारकांना एकत्र येण्यास साहाय्य होईल, असे त्यांना वाटत असे. (१५) चितागांग चळवळीतील कार्यकर्ते भारतीय राष्ट्रीय काँग्रेसच्या युवा, विद्यार्थी आणि स्वयंसेवक संघटनेचे सभासद म्हणून कार्य करीत असत. सूर्यसेन सचिव असताना १९२९ मध्ये त्यांनी जिल्हा प्रदेश काँग्रेस ताब्यात घेतली होती आणि त्यांच्या चोरून घेतलेल्या सभा आणि चोरट्या योजना यांवर पांघरूण घालण्याचे कार्य काँग्रेसची कचेरी करीत होती. (१६) 'ईस्टर वीक' हा आयर्लंडमधील बंडखोरांचा गट आणि आयरिश चळवळ यांपासून चितागांग क्रांतिकारकांना प्रेरणा मिळत होती. (१७) १९४२ मध्ये गांधीजींनी 'करेंगे या मरेंगे' ही घोषणा दिली होती. त्याआधी क्रांतिकारकांचा 'करा आणि मरा' असा कार्यक्रम होता. (१८) जिल्ह्याचे प्रशासन पूर्णपणे लुळेपांगळे करण्यासाठी एकाच वेळी शस्त्रागार, तार कचेऱ्या आणि पोलिसांच्या बराकी यांवर हल्ला करण्याच्या योजना सूर्यसेन व इतर पुढाऱ्यांनी आखल्या होत्या. धाडीत त्यांनी यश मिळवले होते आणि कदाचित बंगालमधील क्रांतिकारक कृतींच्या इतिहासातील ती सर्वांत अपूर्व घटना होती. सूर्यसेनने ब्रिटिश साम्राज्याचा ध्वज जाळून टाकला आणि राष्ट्रीय तिरंगा फडकवला आणि क्रांतिकारकांनी त्याला वंदन केले. (१९) छोट्या-मोठ्या चकमकी आणि तयारीनिशी दिलेले लढे त्यापाठोपाठ झाले. अनंतसिंग, गणेश घोष यांच्यासह काही नेते पकडले गेले. त्यांच्यावर खटले भरण्यात आले आणि इतर अनेक जण परागंदा झाले. (२०)

चितागांग गटाने केलेल्या कार्याचा गवगवा झाल्यामुळे उत्तेजित झालेल्या कल्पना व प्रीती दोघींनी कोणत्या ना कोणत्या क्रांतिकारक कार्यात भाग घेण्याचा निर्धार केला. चितागांग क्रांतिकारी गटाच्या कलकत्त्यात राहणाऱ्या मनोरंजन रॉय या नेत्यामार्फत सूर्यसेनला कल्पना दत्त यांची बेथून कॉलेज सोडून चितागांगच्या एखाद्या कॉलेजात प्रवेश घेण्याची तयारी असल्याचा संदेश पाठवण्यात आला. त्यायोगे कल्पनाला इंग्रजांविरुद्धच्या बंडात सहभागी होणे शक्य होते. कल्पना दत्त यांच्या या विनंतीला प्रतिसाद देऊन सूर्यसेनने त्यांना प्रसिद्ध बॉंबस्फोट कटात काम करू

देण्याचा निर्धार केला. १९३० सालच्या सप्टेंबर महिन्याच्या दुसऱ्या आठवड्यात शस्त्रागार लुटल्यामुळे अटक झालेल्या क्रांतिकारकांवरील खटला सुरू झाला होता. सूर्यसेन व इतर परागंदा झालेल्या क्रांतिकारकांनी तुरुंगातील क्रांतिकारकांची सुटका करण्यासाठी तुरुंगाच्या भिंती बॉबस्फोटाने उडवून लावण्याची योजना आखली. तसेच जिल्ह्यातील सर्व प्रशासन ठप्प व्हावे म्हणून त्याच वेळी चितागांगमध्ये निरनिराळ्या ठिकाणी स्फोट घडवून आणण्याच्याही योजना तयार केल्या होत्या. (२१)

ठरल्याप्रमाणे कल्पना दत्त बेथून कॉलेज सोडून इंटरमिजिएट सायन्सच्या अभ्यासासाठी चितागांगच्या कॉलेजात दाखल झाल्या. बॉंबस्फोट कटात वापरण्यासाठी ॲसिडमध्ये भिजवलेले कापड व अन्य स्फोटके तयार करण्याची कामगिरी कल्पना दत्त यांच्याकडे सोपवली होती. (२२) या कामात अनंतसिंग त्यांचा सल्लागार होता. (२३) रेणू रॉय आणि कल्पना बॅनर्जी या वसतिगृहातील मैत्रिणींच्या मदतीने त्या पूर्वयोजनेनुसार कलकत्त्याहून नायट्रिक ॲसिड व सल्फ्युरिक ॲसिड मिळवू लागल्या. सुरुवातीला कल्पना दत्त स्वतः आपल्या ट्रंकेतून ॲसिड आणीत असत. नंतर निवारण घोष आणि नानी दास हे त्यांचे दोन सहकारी कल्पना दत्तांच्या मार्गदर्शनाखाली व्यवस्थित सीलबंद केलेल्या ॲसिडच्या बाटल्या पाळत ठेवणाऱ्या पोलिसांना चुकवून ट्रकमधून चितागांगला आणीत असत. (२४) शस्त्रागार धाडीत हुतात्मा झालेल्या रजत सेन यांची बहीण मृणालिनी सेन कल्पना दत्तांची निकटची सहकारी होती. अनंतसिंग यांनी धाडलेल्या सूत्राच्या मदतीने श्रीपूरमधील आपल्या घरी कल्पना दत्त ॲसिडमध्ये भिजवलेले कापड कसे तयार करीत असत हे मृणालिनी सेन यांनी सांगितले आहे. (२५)

क्रांतिकारी कृत्यांमध्ये गुंतलेल्या इतर अनेक स्त्रियांच्या कुटुंबीयांप्रमाणे कल्पना दत्तचे कुटुंबीयही त्यांच्या या सहभागाविषयी अनभिज्ञ होते. विज्ञानाची विद्यार्थिनी असल्यामुळे ती तिची प्रयोगाची प्रात्यक्षिके करण्यात मग्न आहे, अशी कुटुंबीयांची समजूत झाली. मोठ्या प्रमाणावर शक्तिशाली स्फोटके गुप्तपणे बनवली गेली. त्यातील काही चोरून तुरुंगात पाठवली आणि तिथेच पुरली. काही स्फोटके शहरातील मोक्याच्या ठिकाणी आणि महत्त्वाच्या चौकात पुरून ठेवली.

बॉंब प्रज्वलित करण्यासाठी विजेच्या तारा जोडण्याची कामगिरी विश्वासू कल्पना दत्त यांच्यावर सोपवली होती. (२६) जेव्हा चितागांगमधील पोलिस डोळ्यांत तेल घालून सावध होते, त्रासदायक ठरणाऱ्या संशयितांना डांबून ठेवत होते, त्यांची चौकशी करीत होते त्याच वेळी कल्पना दत्त आपले काम पार पाडीत होत्या.

अचानक निर्माण झालेल्या अडथळ्यामुळे ही योजना फसली. मोठ्या प्रमाणावरील या धाडसी योजनेमुळे सरकार अवाक झाले. पुराव्याचा अभाव आणि कटाचा किंचितही सुगावा न लागण्याच्या नाचक्कीमुळे ब्रिटिश सरकारला अटकेतील क्रांतिकारकांबद्दल नरमाईचे धोरण स्वीकारावे लागले. शस्त्रे, विजेच्या तारा, स्फोटके,

खंजीर इत्यादी दडवलेल्या वस्तू तुरुंगातून तुरुंगाबाहेर आणि न्यायालयाच्या आवारात बाहेर काढण्यात आल्या. तर न्यायालयाच्या आवारात व अन्य प्रमुख ठिकाणी सुरुंगाच्या कांड्या पुरलेल्या आढळल्या. बाँबस्फोट कटाच्या खटल्यात ८ क्रांतिकारकांवर खटला भरला गेला आणि तो विशेष न्यायाधिकाऱ्यांसमोर चालवला गेला. (२७) ज्यांच्यावर खटला भरण्यात आला होता, त्यांच्याकडील पुराव्यामुळे वरिष्ठांना कल्पना दत्त यांच्या सहभागाबद्दल संशय येऊ लागला. मात्र ठोस सूचकांच्या अभावी कल्पना दत्तांना अटक झाली नाही. पोलिसांनी मात्र कल्पना दत्त या चितागांग कॉलेजात आपल्या वर्गात हजर राहतात आणि कॉलेज संपल्यावर कुठेही न जाता सरळ घरी परततात याबद्दल खात्री करून घेतली. (२८) पोलिसांच्या या पहाऱ्यामुळे कल्पना दत्त डगमगल्या नाहीत. त्यांच्याजवळ त्यांचे मार्ग होते. कल्पना दत्त यांनी पूर्वीप्रमाणेच आपले कार्य चालू ठेवले. आपल्या हालचालींमुळे कोणत्याही प्रकारचा संशय निर्माण होणार नाही याची त्यांनी काळजी घेतली.

बाँबस्फोट कटाच्या अपयशानंतर 'मास्टरदा' या नावाने ओळखल्या जाणाऱ्या सूर्यसेनना कल्पना दत्त प्रथमच भेटल्या. सूर्यसेनचा त्यांच्यावर खूपच प्रभाव पडला. (२९) १९३१च्या मेनंतर त्यांच्या नियमित गाठीभेटी होऊ लागल्या आणि एकमेकांच्या सल्लामसलतीने ती दोघं कार्य करू लागली. प्रीतीचा सूर्यसेनशी परिचय कल्पना दत्तमुळेच झाला होता. दोघींनी अनेक क्रांतिकार्यांत स्वतःला झोकून दिले होते. अशा कार्यात पोलिस व लष्कराबरोबर एकाहून अधिक वेळा झालेल्या झटापटींचाही समावेश आहे. अशाच एका योजनेनुसार कल्पना व प्रीती या दोघींच्या नेतृत्वाखाली पहारतळीच्या युरोपियन क्लबवर हल्ला चढवायचा होता. या क्लबमध्ये ब्रिटिश अधिकारी आणि त्यांच्या बायका अनेक वेळा जमत असत. मात्र हा हल्ला चढवण्यापूर्वी एक आठवडा कल्पना दत्तना अटक करण्यात आली. पुरुषी पोषाख चढवून त्या सूर्यसेनला भेटायला चालल्या असताना वाटेतच पोलिसांनी त्यांना पकडले. प्रीतीने त्या क्लबवर हल्ला चढवला व ती कृती यशस्वी झाली; पण त्यामध्ये प्रीती जखमी झाली आणि पोटॅशियम सायनाईड खाऊन तिने स्वतःचा बळी दिला. बंगालमधील क्रांतिकारी लढ्यात प्राण देणारी ती पहिली हुतात्मा ठरली. मैत्रिणीच्या मृत्यूमुळे साहजिकच कल्पना दत्त अस्वस्थ झाल्या. दोघींनी एकत्र राहून कार्य करावे व त्यातून सहीसलामत सुटावे, अशी त्यांची इच्छा होती. (३०) कल्पनाला अटक केली तेव्हा तिने घातलेला पोषाख व प्रीतीच्या अंगावरील पोषाख हे हुबेहूब सारखे होते. त्यामुळे तिच्यावरही खटला भरला; पण पुराव्याच्या आणि साक्षीदारांच्या अभावामुळे खटला चालू शकला नाही. कल्पना दत्तना एक महिन्यानंतर सोडले; पण सुरक्षा व्यवस्था सज्ज ठेवून त्यांना घरातच नजरकैदेत ठेवले. (३१) कल्पना दत्तना जामिनावर सोडल्यानंतर काही दिवसांतच त्यांना सूर्यसेनकडून घरातून परागंदा होण्याचा संदेश मिळाला. पितृसत्ताक पद्धतीत

स्त्रियांना फारच कमी संधी दिल्या जातात. ब्रिटिश साम्राज्यवादाने बदलाचा स्फुल्लिंग पेटवला आणि परिवर्तनाचा काळ आला आहे हे ओळखून पुरुषांनी आपल्या मतांमध्ये बदल करण्याचा निश्चय केला. सूर्यसेनने कल्पनाला सांगितले, "क्रांतिकारक मुलींना परागंदा व्हायला सांगण्यास माझे मन तयारच होऊ शकत नव्हते; पण त्यांचे धैर्य आणि अविचलितता यांमुळे मी माझ्या मनाची तयारी केली." (३२)

भारतातील स्त्रियांनी आपल्या स्वतंत्र अस्मितेसाठी आणि समान हक्कांनिशी बरोबरीने उभे राहिले पाहिजे, असे सूर्यसेनला वाटत असे. तसेच बंगालमधील स्त्री-क्रांतिकारकांनी धैर्याचे आणि स्वार्थत्यागाचे उदाहरण घालून द्यावे, अशी त्यांची इच्छा होती. (३३) स्त्रियांना नेतृत्व देण्यास सूर्यसेन प्रामुख्याने कारणीभूत झाला होता. कल्पना दत्त अशा नेतृत्व करणाऱ्यांपैकी एक होत्या. १९३२मध्ये त्या फरारी झाल्या. नंतर त्या सूर्यसेनच्या प्रत्यक्ष व्यक्तिगत मागदर्शनाखाली कार्य करू लागल्या. (३४) त्या काळातील त्यांचे आयुष्य खडतर व क्लेशदायी होते. ती एखादी कृती संघटित करील या भीतीने वरिष्ठ (पोलिस अधिकारी) अतिशय दक्ष राहत असत. तिच्या वर्णनासह तिचे छायाचित्र सगळीकडे प्रसारित करण्यात आले होते आणि तिला अटक करण्यास उपयोगी पडेल असा धागादोरा देणाऱ्यास सरकारने बक्षीसही जाहीर केले होते. (३५)

१२ फेब्रुवारी १९३३ रोजी कल्पना दत्त सूर्यसेन आणि अन्य क्रांतिकारकांसमवेत गैराला गावात पोहोचल्या. नेत्रा सेन या शेजाऱ्याने केलेल्या फितुरीमुळे पोलिसांशी झटापट करण्याचा प्रसंग त्यांच्यावर ओढवला आणि त्यामध्ये सूर्यसेनला अटक झाली. गोळीबाराच्या फैरी झाडल्या जात असताना मणी दत्त या त्यांच्याच गटातील क्रांतिकारकांच्या मदतीने कल्पना दत्त लष्कराचे कडे तोडून पळून जाण्यात यशस्वी झाल्या. (३६) १९३३च्या मे महिन्यात कल्पना दत्त आश्रय घेण्यासाठी किनारट्टीवरच्या गहिरा या गावी गेल्या. पोलिसांचा कडक पहारा आणि अनेक संकटे उभी असतानाही कल्पना आणि त्यांचे सहकारी यांनी गहिरा गावातूनच सूर्यसेनना सोडविण्याच्या योजना आखल्या; पण त्या अयशस्वी ठरल्या. (३७) चितागांगच्या जिल्हा मॅजिस्ट्रेटला ठार मारण्याचाही प्रयत्न करण्यात आला. हा जिल्हा मॅजिस्ट्रेट क्रांतिकारकांशी अतिशय कठोरपणे वागत असे आणि त्यांचा माग काढताना दबाव तंत्राचा वापर करीत असे. या योजनेतील पुढे दिसणारा धोका लक्षात घेऊन शेवटच्या क्षणाला ती योजना सोडून देण्यात आली. (३८)

१९ मे १९३२ रोजी गहिरा खेड्यात आश्रय घेतलेला असताना ज्यांनी कल्पना दत्तना आश्रय दिला, त्या खेड्याचे रहिवासी आणि लष्करी सैनिक यांच्यात झटापट झाली. शेवटपर्यंत लढा द्यायचा असे सुरुवातीला ठरले. मात्र जेव्हा निष्पाप माणसे मृत्युमुखी पडताना पाहिली, तेव्हा कल्पना दत्त आपणहून लष्कराच्या स्वाधीन

झाल्या. त्यांना पोलिस पहाऱ्यात पाच मैलांवर असलेल्या लष्करी तळावर चालत नेण्यात आले. कल्पना दत्त गावकऱ्यांच्या दृष्टीने झुंजार स्त्री होत्या. त्यांना अशा प्रकारे नेलेले पाहून दुःखाने त्यांच्या डोळ्यांत अश्रू उभे राहिले. अन्य दोन क्रांतिकारकांसह कल्पना दत्तना २० मे रोजी तुरुंगात टाकले. (३९)

शस्त्रागार धाडीच्या दुसऱ्या पूरक खटल्याच्या सुनावणीला १५ जून १९३३ रोजी सुरुवात झाली. सूर्यसेन, तारकेश्वर दस्तीदार आणि कल्पनादीदी यांच्यावरील खटले एकाच वेळी सुरू झाले. सूर्यसेन व दस्तीदार या दोघांना फाशीची शिक्षा झाली आणि कल्पना दत्तना जन्मठेपेची शिक्षा झाली. तरुण स्त्री असल्यामुळे कल्पनादीदींना फाशीची शिक्षा खास न्यायाधिकरणाने सुनावली नाही. (४०) सुरुवातीला कल्पना दत्तना हिजलीच्या खास कारागृहात ठेवण्यात आले होते. नंतर त्यांची रवानगी वेगवेगळ्या तुरुंगांत करण्यात आली. तुरुंगात त्यांना छळ सोसवा लागला. त्यांना एकाकी अवस्थेत डांबण्यात आले. त्यापाठोपाठ त्यांना महारोगी रुग्णांबरोबर राहावे लागल्यामुळे त्यांना मानसिक यातना भोगाव्या लागल्या. हा सगळाच अनुभव मनाला खिन्नता देणारा होता. अशा परिस्थितीतही स्त्री-क्रांतिकारकांचे मनोधैर्य खचले नाही. दुर्गापूजेच्या दिवशी केलेल्या नृत्यनाटकात कल्पनादीदींनी बंडखोर शिपायाची भूमिका वठवली होती. (४१) जेव्हा तिची सुटका होईल तेव्हा ती हिंसक मार्गांचा वापर करील हे वरिष्ठ अधिकाऱ्यांमार्फत पोहोचवण्यासाठीच कदाचित तिने ती भूमिका केली असावी. तिला भीती ठाऊकच नव्हती. 'वंदे मातरम्' आणि इतर देशभक्तिपर गाणी मोठ्याने म्हणून कल्पना दत्त तुरुंगातील सहकाऱ्यांना ब्रिटिश सरकारच्या विरोधात सामील करून घेत असत. (४२)

कल्पनादीदींच्या वडिलांनी महात्मा गांधी, रवींद्रनाथ टागोर आणि रेव्हरंड सी. एफ. अँड्र्यूज यांना विनंती करून खास प्रयत्न केल्यामुळे सहा वर्षांनंतर १९३९च्या मे महिन्यात त्यांची मुक्तता झाली. (४३) त्या चितागांगला परतल्या आणि कम्युनिस्ट पक्षाचे काम करू लागल्या. कार्यरत राहण्याचा हा उत्तम मार्ग त्यांना सापडला. त्याहूनही महत्त्वाची बाब म्हणजे कम्युनिस्ट पक्षात 'नैतिक निष्काळजीपणाला थारा नाही' तसेच 'आत्मकेंद्रीत्व आणि स्वार्थ' यालाही स्थान नाही असे त्यांच्या लक्षात आले. (४४) कलकत्ता येथून त्यांनी १९४०च्या एप्रिलमध्ये कला शाखेची पदवी मिळवली आणि पदव्युत्तर शिक्षणासाठी सायन्स कॉजेजमध्ये प्रवेश घेतला. (४५) जपान्यांचे चितागांगवरील आक्रमण जवळ येऊन ठेपल्याचे दिसले तेव्हा जपानविरोधी प्रचार करण्यासाठी आणि स्वसंरक्षणासाठी त्यांनी स्त्रियांच्या संघटना उभारण्याचे काम हाती घेतले. (४६) जन संघटनांमार्फत त्यांनी नैसर्गिक देशभक्ती जागृत केली आणि गुलामगिरीविरुद्ध द्वेष निर्माण केला. यामुळे सूर्यसेनच्या नेतृत्वाखालील चितागांग क्रांतिकारकांनी उराशी बाळगलेली अनेक स्वप्ने प्रत्यक्षात आणण्यास थोडीफार मदत

झाली. १९४३च्या चितागांगमधील महादुष्काळात शहरातील सुमारे दोन लाख माणसे मरण पावली. कम्युनिस्ट पक्षाच्या सभासद असलेल्या कल्पनादीदींनी संकटग्रस्त लोकांना कपडे पुरवले आणि त्या काळात मदतकार्यातही जीव ओतून काम केले. (४७)

१९४३ मध्ये श्री. प्रकाशचंद्र जोशी या भारतीय कम्युनिस्ट पक्षाच्या सचिवाशी कल्पनादीदींनी विवाह केला. त्यानंतर बंगालमधील भारतीय कम्युनिस्ट पक्षाच्या कार्यात हिरिरीने भाग घेतला. त्यांनी मजुरांच्या शिबिरात, किसान सभेच्या कार्यालयात उपयुक्त कार्य केले. नंतर ट्राम कर्मचारी संघटनेत सामील होऊन तिथे त्यांनी पूर्ण वेळ कार्यकर्त्या म्हणूनही काम केले. (४८) पक्षातील अंतर्गत मतभेदांमुळे श्री. जोशी व कल्पनादीदी यांची पक्षातून हकालपट्टी करण्यात आली; परंतु १९५१ मध्ये त्या दोघांना पुन्हा पक्षात प्रवेश दिला. या मधल्या कालावधीत प्रा. महालनोबीस संख्याशास्त्र संस्थेत कल्पनादीदी नोकरी करू लागल्या. (४९) भारत-रशिया सांस्कृतिक संस्थेशी तसेच अखिल भारतीय रशियन भाषा संस्थेशीही त्यांचा अनेक वर्षे संबंध होता. दीर्घ काळ सन्मानित आयुष्य त्या जगल्या. १९९५ मध्ये त्यांचे निधन झाले.

कल्पना दत्तसारख्या स्त्रियांनी केलेल्या कार्याचे वर्णन करणे अथवा त्याचे मोजमाप करणे खूपच अवघड आहे. मातृभूमीची पारतंत्र्यातून मुक्तता करण्याच्या हेतूने काही आदर्शवाद स्वीकारल्यामुळे त्या हिंसक मार्गाकडे वळल्या. त्यामुळेच कदाचित त्यांचे ध्येय बाजूला सारले गेले. इतिहास घडविण्याच्या तीव्र इच्छेने कदाचित चितागांग क्रांतीच्या काळात त्या झपाटल्या गेल्या होत्या. देशासाठी फाशी जाणारी चितागांगमधील पहिली मुलगी होण्याची आपली संधी हुकली, असे त्यांनी आपल्या आठवणींत नमूद केले आहे. त्यांचे कार्य इतर अनेकांप्रमाणे नसले तरी त्या योगदानाचे महत्त्व लक्षात घ्यायला हवे. चितागांगमध्ये १९३० ते १९३४ मध्ये अनिर्बंध दहशतवादी अधिसत्ता असताना कल्पनादीदींनी परिणामांची तमा न बाळगता देशासाठी कार्य केले. यश अथवा अपयश यांच्या मोजपट्ट्या वापरून स्त्री-क्रांतिकारकांच्या योगदानाचे मूल्यमापन करणे शक्य नाही. कारण त्यांच्या जीवनाचा अभ्यास हा प्रामुख्याने त्यांच्या त्यागाचा अभ्यास आहे. दुःख, न्यायालयीन चौकशी, यातना आणि वियोगाचा इतिहास आहे. ज्या स्त्री-क्रांतिकारकांनी पुरुषांच्या निकट सान्निध्यात राहून काम केले, ज्या भूमिगत राहिल्या, ज्यांनी कारावास सोसला, त्यांना त्यांच्या कुटुंबीयांनीही कोणतेच श्रेय दिले नाही. (५०) या बाबतीत सुचेता कृपलानींनी केलेल्या मीमांसेनुसार सविनय कायदेभंगाच्या चळवळीत सहभागी झालेल्या स्त्रिया अधिक सुदैवी होत्या. गांधीजींच्या उच्च नैतिक पातळीमुळे स्त्रिया जेव्हा घराबाहेर पडून गांधीजींबरोबर राजकीय क्षेत्रात कार्यरत झाल्या, तेव्हा त्या सुरक्षित व संरक्षित राहतील याबद्दल कुटुंबीयांना खात्री वाटत होती. (५१)

क्रांतिकारकांच्या 'उदार त्यागाचे' मूल्यमापन करताना कल्पना दत्त म्हणतात

क्रांतिकारकांनी आपल्या आयुष्यातील सर्वोत्तम काळाचा देशासाठी त्याग करूनही त्यांच्या वाट्याला काहीच आले नाही. क्रांतिकारकांची महान परंपरा, स्वातंत्र्योत्तर काळातील देशभक्तीचा अभाव, आपापसांत झगडण्याची वृत्ती यांमुळे पार नष्ट झाली. अन्नाच्या बदल्यात आपल्या स्वत्वाचा लिलाव करणाऱ्या स्त्रिया पाहून कल्पना दत्त अतिशय दुःखी होत असत. १९४३ च्या चितागांगच्या दुष्काळाच्या दिवसांत ढासळलेल्या नैतिक मूल्यांमुळे कल्पनादीदी अस्वस्थ होत असत. (५२) स्त्रियांची अवनती आणि सामाजिक रीतिरिवाजांना तुच्छ लेखण्याची वृत्ती पाहून त्यांना खूप काळजी वाटत असे. कल्पना दत्त यांनी स्त्रियांविषयी आणि स्त्रियांच्या समाजातील कार्याविषयी काहीही लिहिले नाही, याचे आश्चर्य वाटते. स्त्रिया, त्यांचे स्वातंत्र्य आणि त्यांचे हक्क यांसंबंधी कल्पनादीदींची मते जहाल असल्याचा कुठलाही संदर्भ आपल्याला आढळत नाही. राजकीय निषेधाच्या चळवळीत स्त्री-पुरुष समानतेचे मूल्य त्या मानीत होत्या, असे आपण खात्रीपूर्वक म्हणू शकतो.

कल्पना दत्त यांनी आपल्या आठवणी लिहिल्या. त्यामुळे अनेक स्त्री-क्रांतिकारकांच्या जीवनातील अनेक गोष्टी जाणून घेण्यात येणारी अडचण थोडीफार दूर होते. अनेक स्त्री-क्रांतिकारकांच्या संदर्भात अशा प्रकारची साधने नाहीत. त्यामुळे त्यांची कार्ये अज्ञातच राहतात. ती पोकळी भरून काढता येत नाही. स्वातंत्र्य चळवळीवर प्रसिद्ध झालेली बरीचशी पुस्तके आहेत. ज्या ठिकाणी स्त्रियांनी लिहिले आहे, तिथेही काही कारणाने त्यांनी स्वतःचे कार्य कमी लेखले आहे. कल्पनादीदींना कधीही एखाद्या पदाचे आणि प्रसिद्धीचे आकर्षण वाटले नाही. (५३) आपल्या निश्चयाशी त्या ठाम राहिल्या आणि आपल्या कार्यासाठी समर्पित जीवन जगल्या. त्यांच्या व्यक्तिमत्त्वातील कमालीचा शांतपणा, त्यांचे शिस्तबद्ध आयुष्य आणि त्यांचा प्रेरणादायी स्वार्थत्याग यांचा उल्लेख त्यांचे परिचित आवर्जून करीत. आयुष्याच्या अखेरपर्यंत त्याच अविचल वृत्तीने त्यांनी सेवा केली. प्रसिद्धीच्या झोतातून बाहेर पडल्यावर या क्रांतिकारक महिलेचे इतर अनेक बाजूला पडलेल्या क्रांतिकारकांप्रमाणेच लोकांना विस्मरण झाले. ८ फेब्रुवारी १९९५ रोजी त्यांचे निधन झाले तेव्हा वृत्तपत्रांनी छोट्याशा स्तंभात ती बातमी छापली, तर दूरदर्शनने ही बातमी देण्यासाठी काही सेकंदही खर्च करण्याचे औचित्य दाखवले नाही. (५४)

चितागांगमध्ये मात्र कल्पना दत्त यांचा उल्लेख 'आमादेर मेये' म्हणजे 'आमची स्वतःची कन्या' असाच केला जात असे. (५५) चितागांगने आपल्या या कन्येला आदराने मुजरा केला. बंधनमुक्ततेच्या शोधाचे प्रतीक अशा आदरयुक्त भावनेने केलेल्या तिच्या देशभक्तीचा गौरव रास्त ठरला असता. कल्पना दत्त यांच्या मते मुक्तता फक्त राजकीय नव्हे, तर सामाजिक होणेही गरजेचे होते.

(प्रा. ज. वि. नाईक आणि डॉ. य. दि. फडके यांच्याबरोबर या शोधनिबंधाबाबत चर्चा केली. त्यांच्या मदतीबद्दल त्यांचे आभार. माझ्या सहकारी नीलाक्षी रॉय आणि मुंबई विद्यापीठाच्या (कालिना) जवाहरलाल नेहरू ग्रंथालयातील श्रीमती यू. चट्टोपाध्याय यांचेही मी मनापासून आभार मानते. कल्पना दत्तविषयीच्या आठवणी आणि त्यांचा मनावर उमटलेला ठसा यांबद्दल सांगितले तसेच चट्टोपाध्याय यांनी १९७६ मध्ये काढलेले कल्पना दत्त यांचे छायाचित्रही मला उपलब्ध करून दिले याबद्दल मनःपूर्वक आभार.)

संदर्भ

१. मंडल, तीर्था : द विमेन रिव्होल्युशनरिज ऑफ बेंगाल, १९०५-१९३९, कलकत्ता, १९६१, पृ. ६६ व ६७
नंदा, बी.आर. (संपा.) : इंडियन विमेन फ्रॉम परदा टू मॉडर्निटी, न्यू दिल्ली, १९७६, बिब्लिऑग्राफिकल नोट्स, पृ. १६५

२. प्रीतिलता वड्डेदार या कल्पना दत्तच्या शाळेत त्यांच्या पुढच्या वर्गात शिकत होत्या. त्यांनीही चितागांगच्या क्रांतिकारी चळवळीत भाग घेतला होता. त्यांना भारताच्या स्वातंत्र्य चळवळीत हौतात्म्य प्राप्त झाले. अधिक तपशिलासाठी पाहा दत्त, कल्पना, चितागांग आर्मरी रेडर्स : रेमिनिसेन्सेस, न्यू दिल्ली, १९७९, दुसरी आवृत्ती, पृ. ४३-५०

३. कित्ता, पृ. ४६

४. कित्ता

५. कित्ता, पृ. १२

६. मंडल, तीर्था : उपरोक्त, पृ. ९७

७. दत्त, कल्पना, रेमिनिसेन्सेस, उपरोक्त, पृ. ४७

८. मंडल, तीर्था, उपरोक्त, पृ. ९७

९. बागल, जे.सी. 'हिस्ट्री ऑफ बेथून स्कूल अँड कॉलेज' नाग. के. (संपा.) बेथून स्कूल अँड कॉलेज सेंटेनरी व्हाल्यूम १८४९-१९४९, कलकत्ता, १९४९. बागल यांनी बेथून स्कूल आणि कॉलेजच्या स्थापनेचा सविस्तर तपशील तसेच तिथे घेतले जाणारे उपक्रम/चळवळी यांचाही तपशील दिला आहे. फोर्ब्स जेराल्डिन, द न्यू केंब्रिज हिस्ट्री ऑफ इंडिया : विमेन इन मॉडर्न इंडिया, न्यू दिल्ली, १९९६, पृ. १३५-१३७

१०. बंदोपाध्याय, संदीप, विमेन इन बेंगॉल रिव्होल्युशनरी मूवमेंट (१९०२-१९३५), 'मानुषी'मधील लेख, नं. ६५, जुलै-ऑगस्ट १९९१, पृ. ३०-३१, बंकिमचंद्रांनी राष्ट्रवादातील भावनिक पुनरुज्जीवन पर्वाचे दर्शन घडवले. जहाल मतवाद हे त्याचे राजकीय अंग होते.

११. बसू, अर्पणा, द रोल ऑफ विमेन इन द फ्रीडम स्ट्रगल फॉर इंडिया, बी.आर.नंदा (संपा.) इंडियन विमेन, उपरोक्त, पृ. ३२-३३; बंदोपाध्याय, संदीप, उपरोक्त,

पृ. ३१-३२. जेव्हा १९३०मध्ये गांधीजींनी कायेदभंगाची हाक दिली तेव्हा छात्रीसंघाचे नेतृत्व करून कल्याणीने बेथून कॉलेजच्या समोर निदर्शने केली. लतिका घोष या ऑक्सफर्ड शिक्षित शिक्षिकेने महिला राष्ट्रीय संघ ही अशीच दुसरी संघटना १९२८ मध्ये स्थापन केली होती. ही संघटना राष्ट्रीय कार्यासाठी स्त्रियांना एकत्र आणीत असे. पाहा, फोर्ब्स जेरिल्डिन, उपरोक्त, पृ. १३५-१३७

१२. दत्त, कल्पना, रेमिनिसेन्सेस, उपरोक्त, पृ. VIII IX शिवाय डे, शुब्र, आयडिऑलॉजिक, पर्सेप्शन्स ऑफ विमेन इन रिव्होल्युशनरी 'टेररिस्ट' मूवमेंट इन बेंगॉल, १९२८-१९३४. सम इंट्रोडक्टरी रिमार्कस् - प्रोसिडिंग्ज ऑफ द इंडियन हिस्ट्री कॉंग्रेस, ५३वे अधिवेशन, वरंगळ, १९९२-९३, पृ. ३८०-३८१

१३. बसू, अपर्णा, उपरोक्त, पृ. ३१

१४. शर्मा, एम. आय., ईस्टर रिबेलियन इन इंडिया, द चितागांग अपरायझिंग, हैद्राबाद, १९९३, पहिली आवृत्ती, पृ. १३-१६, शिवाय दत्त, कल्पना, रेमिनिसेन्सेस, उपरोक्त, प्रस्तावना, पृ. VII VIII

१५. कित्ता, प्रस्तावना, पृ. IX

१६. कित्ता, प्रस्तावना, पृ. IX - X

१७. शर्मा, उपरोक्त , पृ. २७-२९

१८. दत्त, कल्पना, रेमिनिसेन्सस, उपरोक्त, प्रस्तावना, पृ. X

१९. शर्मा, उपरोक्त, पृ. २७-२९

२०. दत्त, कल्पना, रेमिनिसेन्सेस, उपरोक्त, पृ-४-८

२१. शर्मा, उपरोक्त, पृ. ५२-५४

२२. कित्ता, पृ. २८०, पाहा मंडल, उपरोक्त, पृ. ९८; १९२०पर्यंत स्त्रिया परागंदा क्रांतिकारकांना आश्रय देणे, शस्त्रे-दारूगोळा दडवणे, व त्याचे वाटप करणे, सांकेतिक भाषेतील संदेश पोहोचवणे अशीच कामे करीत असत. नंतरच्या काळात त्यांच्या सक्रिय सहभागाला परवानगी देण्यात आली. १९२०नंतरच्या काळातील स्त्रियांच्या सहभागाच्या स्वरूपाविषयी तीर्था मंडल यांनी विस्ताराने चर्चा केली आहे. त्यामध्ये स्त्रियांना दाखल करून घेण्याची पद्धत आणि पूर्वतयारी म्हणून त्यांच्यावर सोपवलेली कामे यांचाही अंतर्भाव आहे. पृ. ४१-४४, २३. दत्त, कल्पना, रेमिनिसेन्सेस, उपरोक्त, पृ.२९-३०, कल्पना दत्त यांचे योजना आखण्यातील सल्लागार अनंतसिंग यांच्या सहवासात आल्यावर त्यांना सामर्थ्य आणि आत्मविश्वास कसा प्राप्त झाला याची त्यांनी विस्ताराने चर्चा केली आहे. क्रांतिकारकांच्या जाळ्यात मुलींना घेण्यास अनंतसिंग यांचा कडवा विरोध होता. चितागांग शस्त्रागारावर धाड टाकण्यासाठी करावयाच्या पूर्वतयारीत व संपूर्ण योजनेत त्यांची बहीण इंदुमती हातभार लावीत होती तरी तिलाही त्यांनी प्रत्यक्ष सहभागी करून घेण्यास नकार दिला. अनंतसिंगांच्या मनात आपण आपल्याबद्दल विश्वास निर्माण करू शकलो, ही बाब कल्पना

दत्तना गौरवाची वाटत असे. अनंतसिंगांबरोबरच्या पुढील मैत्रीत, अनंतसिंगांनी सरकारविरोधी कारवाया करण्यात स्त्रियांवर अविश्वास दाखविल्याबद्दल क्षमा मागितल्याचे कल्पना दत्त यांनी नमूद केले आहे. एवढेच नव्हे तर स्त्री क्रांतिकारकांनी केलेल्या कामगिरीची त्यांनी नंतर स्तुतीही केल्याची नोंद कल्पना दत्त करतात.

२४. कित्ता, पृ. २२, शर्मा, उपरोक्त, पृ. २८०-२८१, व मंडल, उपरोक्त, पृ. ६३

२५. मृणालिनी सेनबद्दलची शर्मा यांनी दिलेली माहिती, शर्मा, उपरोक्त, पृ.२९४; दत्त, कल्पना, रेमिनिसेन्सेस, उपरोक्त, पृ. ५

२६. शर्मा, उपरोक्त, पृ. ५२-५४

२७. दत्त, कल्पना, रेमिनिसेन्सेस, उपरोक्त, पृ. ५

२८. कित्ता, पृ.

२९. कित्ता, पृ. १२

३०. कित्ता, पृ. ४४

३१. कित्ता, पृ. ७६

३२. कित्ता, पृ. १२

३३. मुखर्जी, इशान, 'विमेन अँड आर्मड् रिव्होल्युशन इन लेट कलोनिअल बेंगॉल : ॲन इंटिग्रेटेड स्टडी ऑफ चेंजिंग रोल पॅटर्नस्' कस्तुरी एल. व मजुमदार व्ही. (संपा.), विमेन अँड नॅशनॅलिझम, न्यू दिल्ली, १९९४, पृ. ६१-६२. कदाचित ज्या उद्देशाने आपण लढा देतो आहो त्यामध्ये स्त्री-पुरुष असा भेद करू नये, अशी आशा आपल्या अखेरच्या संदेशातून प्रीतिलता यांना व्यक्त करावयाची असेल. पाहा : द चितागांग अपरायझिंग गोल्डन ज्युबिली सुवेनिअर, कलकत्ता, १९८०; शर्मा, उपरोक्त, पृ. २६२-२६३

३४. दत्त, कल्पना, रेमिनिसेन्सेस, उपरोक्त, पृ. ७६

३५. दत्त, कल्पना, चतगाव की शहिदोंकी परंपरा (हिंदी), बाँबे, १९४६, या पुस्तकात कल्पना दत्त यांनी प्रामुख्याने हिंदू व मुस्लिम कुटुंबांनी त्यांना आश्रय दिला याची चर्चा करून चितागांगमधील क्रांतिकारकांच्या संदर्भात मुस्लिम कुटुंबाच्या योगदानावर भर दिला आहे.

३६. दत्त, कल्पना, रेमिनिसेन्सेस, उपरोक्त, पृ. ५४-५७ गैराला येथे झालेल्या झटापटीचा सविस्तर वृत्तान्त कल्पना दत्त यांनी दिला आहे. 'लेक्चरर' या नावाने सर्वांना परिचित असलेल्या मणी दत्तने तिला निसटून जाण्यासही कशी मदत केली, हेही सांगितले आहे. पाहा गुहा, ए. सी. द स्टोरी ऑफ इंडियन रिव्होल्युशन, बाँबे, १९७२, पृ.२००-२०१. काही दिवसांतच नेत्रा सेन यांचे तुकडे तुकडे करून त्यांना कसे यमसदनास पाठवले त्याचीही चर्चा गुहा यांनी केली आहे.

३७. मंडल, उपरोक्त, पृ. १०२

३८. शांती सेन यांच्या आठवणी. या सूर्यसेन यांच्या गटातील क्रियाशील कार्यकर्त्या, शर्मा, उपरोक्त, पृ. २९८-२९९

३९. तारकेश्वर दस्तीदार आणि सुधींद्र दास हे दोघे कल्पना दत्त यांच्याबरोबर तुरुंगात होते. पाहा दत्त, कल्पना, रेमिनिसेन्सेस, उपरोक्त पृ. ७-८ आणि ७७

४०. कित्ता पृ.

४१. मंडल, उपरोक्त, पृ. ६६

४२. अखिल भारतीय रशियन भाषा संस्थेच्या सचिव व अध्यक्ष असताना कल्पना दत्त १९८३मध्ये मॉस्कोला गेल्या असताना त्यांना नीलाक्षी रॉय यांच्याबरोबर चर्चा करण्याचे भाग्य लाभले.

४३. दत्त, कल्पना, रेमिनिसेन्सेस, उपरोक्त, पृ. ७२

४४. कित्ता, पृ. ८३, कम्युनिस्ट पक्षाने क्रांतिकारी गटातील प्रसिद्ध सभासदांची प्रशंसा केली. कल्पना दत्त अशा सभासदांपैकी एक असा विशेष उल्लेख केला आहे. पाहा. ओव्हरस्ट्रीट जी. डी. आणि विंडमिलर, एम. कम्युनिझम इन इंडिया, बर्कले, १९५९, पृ. २३४-२३५

४५. दत्त, कल्पना, रेमिनिसेन्सेस, उपरोक्त, पृ. ८३-८४

४६. कित्ता, पृ. ८६ ते ९०

४७. कित्ता

४८. कौर, मनमोहन, रोल ऑफ विमेन इन फ्रीडम मूवमेंट, १८५७-१९४७, दिल्ली, १९६८ पृ. २१५-२१६

४९. पाहा निखिल चक्रवर्ती यांचा 'ट्रिब्यूट टू कल्पना दत्त' हा लेख. मेनस्ट्रीम, Vol xxxiii, क्रमांक १३, फेब्रुवारी १८, १९९५.

५०. अनेक क्रांतिकारी स्त्रियांना त्यांच्या कुटुंबीयांनी नाकारले. त्या कुटुंबांना त्यांच्याशी कोणतेच संबंध ठेवायचे नव्हते. तुरुंगात इतके दिवस काढल्यावर घरी परत न येण्याबद्दल काही स्त्रियांच्या नवऱ्यांनी स्पष्टपणे बजावले होते. काहींना तर उदरनिर्वाह करणे अवघड झाले होते. पाहा फोर्ब्स, जेराल्डिन, उपरोक्त, पृ. १२१ आणि दत्त, कल्पना, रेमिनिसेन्सेस, यात कल्पना दत्तने क्रांतिकारी स्त्रियांच्या स्थितीचे विवरण केले आहे. तुरुंगातून मुक्त झालेल्या सावित्रीदेवींना जाण्यासाठी घरच नव्हते. त्यांनी कल्पना दत्तना मदत करण्याची विनंती केली.

५१. फोर्ब्स, जेराल्डिन, उपरोक्त, पृ. १२१

५२. दत्त, कल्पना, रेमिनिसेन्सेस, उपरोक्त, पृ.८६

५३. शुभ्र, डे, उपरोक्त, पृ. ३७७

५४. चक्रवर्ती, निखिल, मेनस्ट्रीम, उपरोक्त, त्यांच्या मृत्यूची बातमी बहुतेक वृत्तपत्रांनी पुढीलप्रमाणे दिली होती. भारतीय कम्युनिस्ट पक्षाचे माजी (जनरल) सर्वसाधारण सचिव यांच्या पत्नीचे निधन. त्यांच्या मागे दोन मुलगे आहेत. १९ फेब्रुवारी १९९५ रोजी डॉ. फडके यांनी त्यांच्यावर 'लोकसत्ता' दैनिकात प्रदीर्घ लेख लिहून त्यांना अभिवादन केले.

५५. दत्त, कल्पना, रेमिनिसेन्सेस, उपरोक्त, प्रकाशचंद्र जोशी यांनी पहिल्या आवृत्तीला लिहिलेली प्रस्तावना.

◆

■ क्रांतिकारी चापेकर बंधूंच्या बायकांच्या दुःखाची व कष्टांची कहाणी ■

अनुया राजीव चापेकर आणि अनिला गद्रे

(डॉ. (श्रीमती) अनिला गद्रे : या गोखले एज्युकेशन सोसायटीच्या भाऊसाहेब वर्तक कला आणि वाणिज्य महाविद्यालयात राज्यशास्त्र विभागाच्या प्रमुख आहेत. मुंबईच्या एस. एन. डी. टी. महिला विद्यापीठातून त्यांनी पीएच. डी. पदवी मिळवली. 'द रोल ऑफ विमेन ॲज पोलिटिकल इलाईट्स फ्रॉम बाँबे ड्यूरिंग द इंटरनॅशनल डिकेड ऑफ विमेन १९७५-१९८५' हा त्यांच्या प्रबंधाचा विषय होता. ११वी व १२वीच्या विद्यार्थ्यांसाठी त्यांनी राज्यशास्त्र विषयावरची काही पाठ्यपुस्तके लिहिली आहेत. शैक्षणिक पत्रिका/मासिकांतून त्यांचे काही शोधनिबंध प्रसिद्ध झाले आहेत.

श्रीमती अनुया राजीव चापेकर : वाणिज्य क्षेत्रातील एम. कॉम. पदवी प्राप्त केली असून, सध्या त्या पुणे येथे अकाऊंटंट म्हणून काम करतात. बाळकृष्ण चापेकरांच्या त्या पणतसून आहेत.)

भारतीय स्वातंत्र्यलढ्याच्या आरंभीच्या कालखंडावर क्रांतिकारी चळवळीने आपला ठसा उमटविला होता. १८५७च्या स्वातंत्र्यसमराने या लढ्याला सुरुवात झाली. नंतर १८७०मधील वासुदेव बळवंत फडक्यांच्या कार्यामुळे त्यांचा आद्य क्रांतिकारक म्हणून गौरव झाला.

मध्यमवर्गीय हिंदू चित्पावन (कोकणस्थ) ब्राह्मण कुटुंबात जन्मलेल्या तिघा चापेकर बंधूंची- दामोदर (जन्म १८६९), बाळकृष्ण (जन्म १८७३) आणि वासुदेव (जन्म १८७९) कहाणी त्यांच्या जन्माबरोबरच सुरू झाली. त्यांचे वडील हरी विनायक चापेकर यांना त्यांच्या परिस्थितीमुळे दारिद्र्य आणि संकटांना तोंड द्यावे लागत होते. तेच नशीब त्यांच्या तीनही मुलांच्या वाट्याला आले. अवघड परिस्थितीशी झगडा करावा लागल्यामुळे त्यांच्या शालेय शिक्षणावरही विपरीत परिणाम झाला.

स्वातंत्र्य चळवळीतील क्रांतिकारक प्रवृत्ती वासुदेव बळवंत फडक्यांपासून सुरू

झाली. ब्रिटिश राजवटीबद्दल वाटणारा द्वेष या क्रांतिकारक चळवळीच्या मागे होता. पेशवाईपासून काही चित्पावन (कोकणस्थ) ब्राह्मण यात सहभागी झाले होते. (१)

वासुदेव बळवंत फडक्यांच्या क्रांतिकारी कृत्यांचा दामोदर चापेकरांच्या तरुण मनावर जबरदस्त परिणाम झाला होता. दामोदर चापेकर एकदा म्हणाले होते, ''आमच्या मानसिकतेला क्रांतिकारी आकार देण्याची ही सुरुवात आहे.'' ब्रिटिश सत्तेकडून प्रत्यक्षपणे वा अप्रत्यक्षपणे त्यांच्या धार्मिक भावनांना लागलेला धक्का त्यांना अजिबात सहन होत नसे. ख्रिश्चन मिशनऱ्यांनी हिंदूंचे मोठ्या प्रमाणावर धर्मांतर करण्याचा सपाटा लावल्यामुळे, ब्रिटिश सरकारविषयीच्या त्यांच्या संतापाला पारावार राहिला नाही. (२)

ब्रिटिशांविषयीच्या द्वेषाच्या अनेक कारणांपैकी परकीयांचा अंमल हे एक कारण होते. चापेकर बंधूंनी ब्रिटिश सत्तेची कटुता जरी कधी अनुभवली नव्हती, तरी मातृभूमीची गुलामगिरीतून सुटका करण्याची महत्त्वाकांक्षा त्यांनी लहानपणापासून उराशी बाळगली होती. एकदा ब्रिटिशविरोधाचा निर्धार पक्का झाल्यावर चापेकर बंधूंनी शारीरिक सामर्थ्य कमावण्यासाठी दमछाक करणारे व्यायाम आणि दूर अंतरापर्यंत धावण्यास सुरुवात केली. पुणे ते चिंचवड हे वीस मैलांचे अंतर मध्ये मुळीच न थांबता ते धावत असत. नियोजित कार्याच्या पूर्ततेसाठी समविचारी तरुणांना आकर्षित करून त्यांनाही आपल्या कामात चापेकर बंधूंनी सामील करून घेतले होते. दामोदर व बाळकृष्ण या दोघांची लष्करात भरती होण्याची इच्छा होती; पण ते ब्राह्मण असल्याची सबब सांगून त्यांना प्रवेश नाकारण्यात आला. (३)

लोकमान्य टिळकांचे लेखन व त्यांचे कार्य यामुळे अतिशय प्रभावित झालेल्या चापेकर बंधूंनी लष्करी कौशल्ये आत्मसात करण्यास सुरुवात केली. १८९० पासून त्यांनी हत्यारांचा साठा करण्यास सुरुवात केली. १८९५पर्यंत त्यांच्या संग्रहात ६५ हत्यारे जमा झाली होती. त्यांनी अनेक तरुण मुलांना लष्करी तंत्राचे शिक्षण दिले. १९ एप्रिल १८९८च्या 'द टाइम्स ऑफ इंडिया' ने लिहिले होते, ''काही दिवसांपूर्वी दामोदरने एक मुलांचा संघ स्थापन केला असून, पुण्याबाहेरील पर्वतीवर जाऊन ही मुले दगडफेकीचा सराव करतात. क्रांतिकारक कृत्ये किंवा बंडखोरीचे अंतस्थ उद्दिष्ट यामागे असावे.'' (४)

आपल्या जीवनकार्यात विविध विचारांच्या लोकांना एकत्र आणण्याचा प्रयत्न म्हणून चापेकर बंधूंनी 'आर्यधर्म प्रतिबंधक निवारक मंडळी' नावाची क्रांतिकारी संघटना उभी केली. ब्रिटिशविरोधी गुप्त भूमिगत चळवळी चालू ठेवणे, हे या संघटनेचे प्रमुख ध्येय होते.

याच कालावधीत अन्य गुप्त क्रांतिकारक चळवळी हिंदुस्थानभर पसरल्या होत्या. चापेकर बंधूंना या चळवळींमुळे मोठी नैतिक शक्ती प्राप्त झाली; मात्र काही

कृती करून या क्रांतिकारक चळवळीत सक्रिय भाग घेण्याची संधी १८९६पर्यंत चापेकर बंधूंना मिळालेली नव्हती. १८९६मध्ये पुण्यात प्लेगची साथ पसरली, तेव्हा अशी संधी त्यांना मिळाली.

प्लेगची साथ आणि सर चार्लस् रँड

१८९६मध्ये पुण्यात प्लेगचा प्रादुर्भाव झाला. वॉल्टर चार्लस् रँड याच्या अध्यक्षतेखाली एक प्लेग समिती नेमली गेली. प्लेगची लागण झालेल्या लोकांना वेगळ्या वसाहतीत अथवा तंबूत ठेवण्यात येत असे. प्लेग आटोक्यात आणण्याचे सर्व उपाय योजले गेले होते. मात्र हॉस्पिटलमधील अधिकाऱ्यांनी केलेला छळ, सार्वजनिक मालमत्तेची बेपर्वाईने केलेली जाळपोळ, स्त्रियांवर केलेले बलात्कार या सर्व बाबींचा अतिरेक झाला. दुष्काळामुळे झालेले अतीव दुःख, प्लेगची लागण झालेल्या सर्वसामान्य जनतेच्या वाट्याला आलेले दुर्दैवाचे भोग आणि सैनिकांनी केलेला अतिरेक यांमुळे चापेकर बंधूंचा संताप उफाळून आला. भारताला गुलामगिरीच्या जोखडातून मुक्त करणाऱ्यांची पुण्यात जडणघडण होत असे. त्याच पुण्यात ब्रिटिश अधिकाऱ्यांविरुद्धचा चापेकर बंधूंच्या रागाचा तीव्र उद्रेक होत होता.

सर चार्लस् रँडने लोकांच्या खासगी जीवनाची, त्यांच्या आत्मसन्मानाची आणि त्यांच्या धार्मिक व भावनिक संवेदनांची कधीच कदर केली नाही. इलाखाभर प्लेगची साथ पसरली असतानाही व्हिक्टोरिया राणीच्या अमलाचा हीरक महोत्सवी सोहळा २२ जून १८९७ रोजी साजरा करण्यात आला.

जाचक सत्तेमुळे संतप्त झालेल्या चापेकर बंधूंनी गुप्त कट रचला आणि २२ जून १८९७ रोजी सर चार्लस् रँडवर पुण्यातील गणेश खिंडीत रात्रीच्या वेळी गोळ्या झाडल्या. काही दिवसांनी रँड मरण पावला. आपण विचारपूर्वक केलेल्या आणि अमलात आणलेल्या कटाचे काय परिणाम भोगावे लागतील याची पूर्ण जाणीव चापेकर बंधूंना होती. मृत्यूला सामोरे जाण्याची त्यांची तयारी होती. पुण्यातील येरवडा तुरुंगात १८९८ मध्ये जेव्हा त्यांना फाशी दिले, तेव्हा ते अजिबात घाबरलेले नव्हते.

चापेकर बंधूंच्या मृत्यूमुळे भारतीय स्वातंत्र्याच्या चळवळीच्या इतिहासाला वेगळेच वळण मिळाले. भारतातील क्रांतिकारक चळवळीचे ते अग्रदूत होते. (५)

आपल्या तीनही मुलांना तुरुंगात फाशी दिल्याची बातमी ऐकून चापेकर बंधूंच्या आई-वडिलांना जबरदस्त धक्का बसला. त्यानंतर थोड्याच दिवसांत हाय खाऊन दोघेही मृत्यूच्या स्वाधीन झाले. चापेकर बंधूंच्या कथेमागे त्यांच्या बायकांची- दुर्गाबाई दामोदर, यमुनाबाई बाळकृष्ण आणि सीताबाई वासुदेव- शोकाकुल कहाणी शिल्लक राहिली. त्या काळातील समाजातील प्रचलित चालीरीतींप्रमाणे तिघीही

सनातनी, परंपरागत विधवा हिंदू स्त्रीचे आयुष्य जगल्या. छळ, सामाजिक बहिष्कार यांचा जो त्रास या तिघी स्त्रियांना सहन करावा लागला, त्याचे वर्णन करणे शब्दातीत आहे. शूर वीराला साजेशा नवऱ्याच्या कृत्यानंतरच्या कठीण प्रसंगाला त्या स्त्रियांनी धैर्याने तोंड दिले. घराच्या चार भिंतींपुरते मर्यादित आयुष्य असल्यामुळे त्यांच्या वेदना त्यांच्याजवळच राहिल्या. त्यामुळे त्यांच्या दुःखाला वाचा फोडण्याचे फारच थोडे प्रयत्न केले गेले. या स्त्रियांच्या मूक वेदना दुर्लक्षित, अज्ञात, अप्रकाशित आणि अनोळखीच राहिल्या.

चापेकर बंधूंनी आपण करीत असलेल्या क्रांतिकारक कृत्यांबद्दल आपल्या बायकांना कधीही सांगितले नव्हते किंवा त्यांना त्या बाबतीत विश्वासातही घेतले नव्हते. या स्त्रिया त्यांच्या कार्यात कुठल्याच प्रकारे सहभागी नव्हत्या, तरीही त्याचे परिणाम त्यांना भोगावेच लागले. त्यामुळे त्या कृत्यानंतर (रँडच्या वधानंतर) २२ जून १८९७ ते १८ एप्रिल १८९८ या कालावधीत त्या कुटुंबाला प्रचंड ताण-तणावाखाली वावरावे लागले. त्या स्त्रियांना तुरुंगात जाऊन आपल्या नवऱ्यांना भेटण्याची परवानगीही नाकारण्यात आली. दुर्दैवाने त्यांच्या राहत्या वाड्याला अचानक लागलेल्या आगीत चापेकर बंधूंनी लिहिलेले काही साहित्य नष्ट झाले. या घटनेमुळे त्या कुटुंबाला मानसिक त्रास झालाच; शिवाय कुटुंबात एक भावनिक पोकळी निर्माण झाली.

कुटुंबातील पाच वडील मंडळी मृत्युमुखी पडल्यामुळे कुटुंबाची संपूर्ण जबाबदारी अवघ्या २४ वर्षांच्या दुर्गाबाईंवर पडली. यमुनाबाईंची दोन मुले आणि दुर्गाबाईंचा धाकटा मुलगा यांना गणेशपंत चापेकर चिंचवडला घेऊन गेले आणि त्यांना व्हर्नाक्युलर फायनलपर्यंतचे शिक्षण त्यांनी दिले.

रँडच्या खुनानंतर चापेकर बंधूंना झालेल्या अटकेमुळे त्या कुटुंबावर सामाजिक बहिष्कार घालण्यात आला. ब्रिटिश सत्तेच्या वर्चस्वाची भीती सामान्य माणसाच्या मनात इतकी होती, की चापेकर कुटुंबाशी कोणत्याच प्रकारचे संबंध ठेवले गेले नाहीत. यमुनाबाईंच्या अंत्यसंस्काराला हजर राहण्याचीही लोकांना इच्छा नव्हती. ब्रिटिशांच्या दबावाला बळी पडू नये आणि नावाला काळिमा लागू नये म्हणून काही चापेकरांनी आपली आडनावेही बदलली.

समाजाकडून मिळणाऱ्या अपमानास्पद वागणुकीमुळे दुर्गाबाईंनी कित्येक वर्षे उंबरठ्याबाहेर पाऊलही टाकले नव्हते. यमुनाबाई व सीताबाई यांनी लवकरच ईहयात्रा संपवल्यामुळे दुर्गाबाईंनी कुटुंबाची सर्व जबाबदारी आपल्या खांद्यांवर पेलली. एका उदाहरणावरून दुर्गाबाईंच्या दुर्दम्य इच्छाशक्तीचे दर्शन घडते. एकदा गणेशपंत आपल्या वयाने लहान असलेल्या दुसरेपणाच्या पत्नीला शिकवीत असता, रागाने बेभान झाले आणि त्यांनी धोंडो या दुर्गाबाईंच्या मुलाला आपल्या पत्नीस मारण्यास

सांगितले. सतत सजग असलेल्या दुर्गाबाई हे ऐकून धावतच खोलीबाहेर आल्या व त्यांनी आपल्या मुलाला तसे करण्यापासून रोखले. या प्रसंगामुळे गणेशपंतांच्या पत्नीच्या मनात दुर्गाबाईंविषयी विशेष आपुलकी निर्माण झाली.

त्या काळातील प्रथेप्रमाणे दुर्गाबाई विकेशा झाल्या होत्या आणि त्या दिवसातून एकदाच जेवत असत. हिंदू लोक नेहमीच त्यांना पांढऱ्या पायाची असे हिणवत असत.

अशा प्रकारे छळ होत असला तरी आपली मुले, पुतणे व नातवंडे यांचा प्रतिपाळ करण्याबाबत त्या सतत दक्ष असत. लहान मुलांना खूपच दुःख सहन करावे लागले. अनेक संकटांना तोंड देत त्यांनी आपले शिक्षण पूर्ण केले. त्यांच्या या खडतर काळात लोकमान्य टिळक, अमरावतीचे दादासाहेब खापर्डे, दादरचा वनमाळी ट्रस्ट आणि इतरांनी त्यांना आर्थिक मदत आणि नैतिक पाठिंबा दिला. स्वातंत्र्यवीर सावरकरांना चापेकर कुटुंबाबद्दल अतिशय आदर वाटत असे. आचार्य अत्रे, सुधीर पडके आणि अन्य लोकांनी निःस्वार्थी बुद्धीने चापेकर कुटुंबाला मदत केली.

चापेकर हे नाव ब्रिटिश प्रशासकांच्या स्मरणात खोलवर कोरले गेले होते. रँडच्या वधानंतर ३५ वर्षांनी म्हणजे १९३२मध्ये दादरला राहणाऱ्या चापेकरांपैकी एक जण कायद्याच्या अभ्यासासाठी इंग्लंडला गेला होता. त्या वेळी 'चापेकर' हे नाव धारण करीत असल्यामुळे त्याची व्यक्तिगत पत्रे फोडून आधी वाचली जात व नंतर ती त्याच्यापर्यंत पोहोचत असत. (चापेकर नावाचा इतका धसका ब्रिटिश प्रशासनाने घेतला होता.)

स्वातंत्र्यानंतर

चापेकर बंधूंच्या स्वातंत्र्य चळवळीतील योगदानाची थोडीफार दखल भारताला स्वातंत्र्य मिळाल्यानंतरच घेतली गेली. भारत सरकारने, तसेच महाराष्ट्र सरकारनेही त्यांच्या कार्याची थोडीफार दखल घेतली. २२ जून १९९७ या दिवशी चापेकर बंधूंच्या स्मृतीदाखल एका कार्यक्रमाचे आयोजन करून त्यांच्या वीरकृत्याचा गौरव करण्यात आला. धोंडोपंत चापेकरांना त्या जराजर्जर अवस्थेत स्वातंत्र्यसैनिक म्हणून निवृत्तिवेतन मिळू लागले; पण त्यांना त्याचा लाभ त्यांच्या मृत्यूपर्यंत जेमतेम एक वर्षभरच मिळाला.

चापेकर बंधूंना फाशी दिल्यावर आणि त्यांच्या माता-पित्याच्या मृत्यूनंतर त्यांच्या बायकांच्या मनात सक्रिय राजकारणाबद्दल तिटकारा निर्माण झाला. राजकारणात सहभागी होण्याची कल्पनाच मुळी त्यांच्या शारीरिक व मानसिक सामर्थ्यापलीकडची होती. मात्र दुर्गाबाई व अन्य दोघींना आपल्या नवऱ्यांबद्दल खरोखरच अभिमान वाटत

असे. चापेकरांच्या नंतरच्या पिढ्यांनाही आपल्या पूर्वजांबद्दल आदर व अभिमान वाटतो.

सर्वसामान्य जनतेचा पाठिंबा मिळवण्यासाठी जनतेच्या भावनांना आवाहन करण्याच्या महात्मा गांधींच्या क्षमतेमुळे अहिंसक चळवळ स्वातंत्र्यलढ्याचा प्रमुख स्रोत बनली. सर्वसामान्य जनतेच्या अहिंसक सहभागामुळे क्रांतिकारक संवेदना आणि तंत्र मागे सारले गेले; एवढेच नव्हे, तर त्याला अतिरेकी वृत्ती, मूळ ध्येयापासून विचलित होणे, असे समजले जाऊ लागले. शिवाय अशा कृत्यांना फारच थोड्या लोकांकडून समर्थन मिळते. चापेकर बंधूंच्या योगदानाप्रमाणे इतरांच्या योगदानाकडेही आदर्शवादविरहित किंवा संघटित पाठिंब्याविना केलेली बंडखोरी अशाच दृष्टिकोनातून पाहिले गेले. स्वातंत्र्यवीर सावरकर, सुभाषचंद्र बोस यांच्यासारखे त्या वेळचे क्रियाशील क्रांतिकारक चापेकरांच्या वारशामुळे निःसंशयपणे प्रेरित झाले.

आजच्या पिढीतले चापेकर सुस्थितीत आणि समाधानी आहेत. हिंदुत्वाचा आदर्शवाद त्यांनी स्वीकारला आहे. शौर्य व धाडस यांचा ते मान राखतात. आपल्या क्रांतिकारी पूर्वजांना मिळालेल्या वागणुकीमुळे आजच्या चापेकरांनी आपल्याला सक्रिय सार्वजनिक राजकारणाच्या परिघापासून पूर्णपणे अलिप्त ठेवले आहे.

संदर्भ

१. चिरोल, व्हॅलेंटाईन, इंडियन अनरेस्ट अँड डिसअफेक्शन इन द डेक्कन, न्यू दिल्ली, लाईट अँड लाईफ पब्लिशर्स, १९७९

२. जोशी, वि. श्री, कंठस्थान आणि बलिदान, राजा प्रकाशन, १९८६, पृ. १२

३. कित्ता, पृ. २४-२५

४. कित्ता, पृ. ३३

५. कीर, धनंजय, वीर सावरकर, पॉप्युलर प्रकाशन, १९८८, पृ. ३-५

◆

कल्पना दत्त

श्रीमती अरुणा असफअली

श्रीमती मणीबेन नानावटी

पद्मश्री मणीबेन कारा

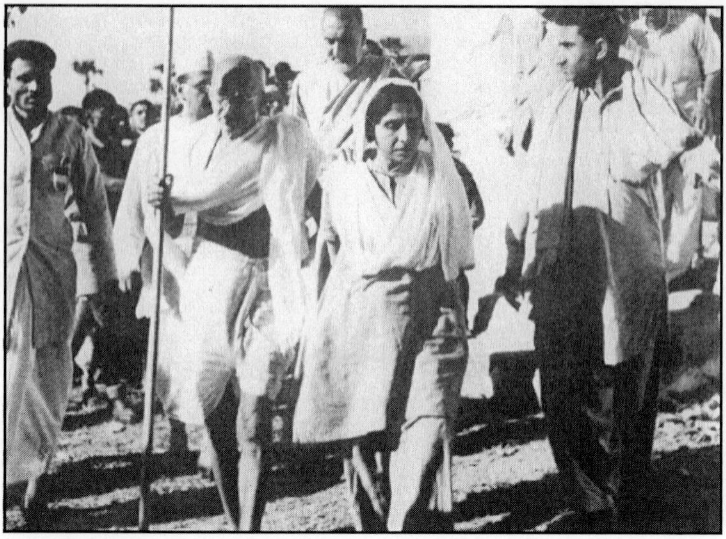

महात्मा गांधी व खान अब्दुल गफारखान यांच्या समवेत मृदुला साराभाई

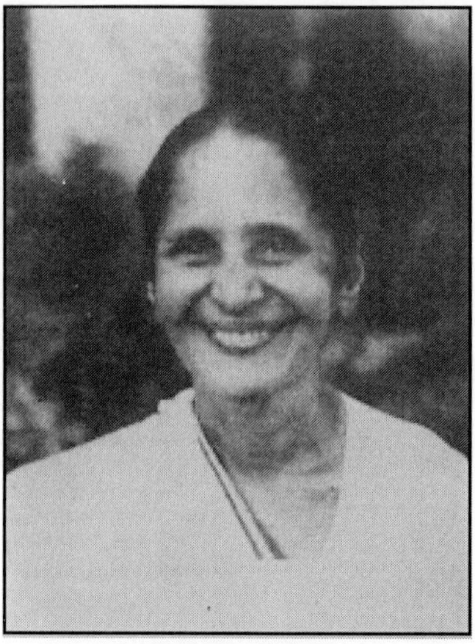

श्रीमती कमलाबेन पटेल

श्रीमती अवंतिकाबाई गोखले

श्रीमती सुधाताई जोशी - पांढऱ्या साडीतील

श्रीमती कस्तुरबा गांधी

1937 सालातील कस्तुरबा सेवाश्रमातील
मिठूबेन पेटिट - वय 45

बी. अम्मा शौकत अली व महंमद अली या पुत्रांसह.

महात्मा गांधी, मिठूबेन पेटिट आणि सरोजिनी नायडू

■ अरुणा असफ अली- भारतमातेची धाडसी कन्या ■

मनीषा डिखोळकर

(डॉ. (श्रीमती) मनीषा डिखोळकर : मुंबईच्या एलफिन्स्टन महाविद्यालयात इतिहास विभाग प्रमुख. 'इंडियाज स्ट्रगल फॉर इंडिपेंडन्स - ब्रिटिश रिॲक्शन अँड रिस्पॉन्सेस १८८५-१९२०' या विषयावरील प्रबंधासाठी त्यांना मुंबईच्या एस. एन. डी. टी. विद्यापीठाची पीएच. डी. पदवी मिळाली. प्रयाग विद्यापीठाची हिंदीतील 'साहित्यरत्न' ही पदवीही त्यांनी प्राप्त केली आहे. त्यांचा पीएच. डी. चा प्रबंध 'हिस्ट्री ऑफ इंडियाज फ्रीडम स्ट्रगल इन ब्रिटन- ब्रिटिश रिॲक्शन्स अँड रिस्पॉन्सेस' या शीर्षकाने प्रसिद्ध झाला आहे.

'लव्हर्स ऑफ ह्यूमन राईट्स अँड फॉरेन फ्रेंड्स ड्यूरिंग फ्रीडम स्ट्रगल' हे त्यांचे पुस्तक अलीकडेच प्रसिद्ध झाले आहे.)

महात्मा गांधी एकदा म्हणाले होते, "भारतीय स्वातंत्र्याचा इतिहास जेव्हा लिहिला जाईल तेव्हा भारतीय स्त्रियांनी केलेल्या त्यागाला त्यामध्ये अग्रस्थान प्राप्त होईल." भारतीय स्वातंत्र्यलढ्यात भारतीय स्त्रियांनी बजावलेली भूमिका खरोखरच प्रशंसनीय आहे. भारतीय स्त्रियांनी प्राचीन काळी घरी आणि समाजात मानाचे स्थान मिळवले होते. मुस्लिमांच्या आक्रमणानंतर त्यांचे समाजातील स्थान हळूहळू घसरत गेले. बालविवाह, सती, गोषापद्धत, भ्रूणहत्या आणि शिक्षणाविरुद्ध पूर्वग्रहदूषित दृष्टिकोन या साऱ्या बाबी स्त्रियांच्या प्रगतीला मारक ठरल्या. अनेक वर्षे असे चालत आलेले असूनही योद्धा, प्रशासक, शिक्षणतज्ज्ञ, राजकारणपटू, सामाजिक व धार्मिक सुधारक म्हणून काही स्त्रियांनी आपले श्रेष्ठत्व दाखवून दिले. ब्रिटिशांच्या आगमनाबरोबर जुनी व्यवस्था हळूहळू बदलली. पाश्चिमात्य शिक्षणामुळे भारतीय स्त्री-पुरुषांना नवी क्षेत्रे व नव्या संधी यांची द्वारे खुली झाली. १८८५ मध्ये स्थापन झालेल्या भारतीय राष्ट्रीय काँग्रेसने स्त्रियांना एक व्यासपीठ उपलब्ध करून दिले. १९०० सालापर्यंत अधिकाधिक स्त्रियांनी राष्ट्रीय काँग्रेसच्या अधिवेशनांना हजेरी लावण्यास सुरुवात केली होती आणि राजकीय क्षेत्रातही त्या क्रियाशील झाल्या.

विसाव्या शतकातले पहिले दशक स्वातंत्र्य संग्रामातील क्रांतिकारी कृत्यांच्या टप्प्याचे साक्षीदार होते. मादाम कामा त्या काळातील सर्वश्रेष्ठ नेत्या होत्या. (१) ॲनी बेझंट या आयरिश महिलेने भारतीय राजकारणात प्रवेश करून भारतात आणि इंग्लंडमध्ये होमरूल लीगची स्थापना केली. भारतीय राष्ट्रीय काँग्रेसची पहिली स्त्री-अध्यक्ष म्हणून निवडून येण्याचा सर्वोच्च मान त्यांना मिळाला.

राजकीय रंगमंचावर जेव्हा गांधीजींचा प्रवेश झाला, तेव्हा गांधीजींनी सत्याग्रहास सुरुवात केली. गांधीजींच्या सत्याग्रह दलात हजारो स्त्रिया सामील झाल्या. स्त्रियांनी पुरुषांच्या बरोबरीने रौलट कायदा, मिठाचा कायदा, जंगल कायदा, मुद्रणावरील निर्बंधांचा कायदा यांसारख्या ब्रिटिश सत्तेच्या अन्यायाविरुद्ध आपला आवाज उठवला. त्यांच्या या विरोधाचा परिणाम म्हणून त्यांना तुरुंगाची हवा खावी लागली. १९२५ मध्ये भारतीय राष्ट्रीय काँग्रेसचे अध्यक्षपद भूषविलेल्या आणि जगप्रसिद्ध कवयित्री व राजकारणपटू सरोजिनी नायडू यांनी मुंबईतील सर्वांत मोठ्या मिठाच्या सत्याग्रहाचे नेतृत्व केले.

१९४०च्या दशकात चळवळीची सूत्रे हाती घेऊन नेतृत्व केलेले प्रमुख नेते पहिल्या फेरीत पकडले गेले, तेव्हा भारतीय स्त्रियांनी पाऊल पुढे टाकून स्वातंत्र्याची चळवळ पुढे नेली. स्वातंत्र्य संग्रामाच्या त्या अवघड काळात लोकांना मार्गदर्शन करणे व नेतृत्व स्वीकारणे, या जबाबदाऱ्या भारतीय स्त्रियांवर येऊन पडल्या. मातृभूमीसाठी स्त्रियांनी आपला वेळ, आयुष्य, पैसा आणि मानसन्मान या सर्व बाबींचा त्याग केला. हजारो स्त्रियांना अटक झाली. अशा परिस्थितीत अरुणा असफ अली, सुचेता कृपलानी, उषा मेहता आणि यांच्यासारख्या अन्य धाडसी स्त्रियांनी भूमिगत राहून कार्य केले. उषा मेहता या स्वातंत्र्य संग्रामातील चालताबोलता चमत्कारच आहेत. अरुणा असफ अली या कालपर्यंत असाच चालता बोलता चमत्कार होत्या; पण आज मात्र त्या इतिहासाचा एक भाग बनून राहिल्या आहेत.

अरुणाबाईंची वृत्ती अस्वस्थ, ठाम निश्चयी, धाडसी आणि परंपरा धुडकावून लावणारी होती. देशभक्ती, निधर्मीवाद आणि सामाजिक न्याय यांच्याशी त्यांची बांधिलकी होती. अरुणाबाई सुशिक्षित महिला असून, प्रतिष्ठित हिंदू कुटुंबात त्यांचा जन्म झाला होता. त्यांच्यापेक्षा वयाने दुप्पट असलेल्या असफ अली या प्रसिद्ध मुस्लिम वकिलाशी जात व चालीरीतींची बंधने तोडून त्यांनी विवाह केला. त्या भारतीय स्त्री-स्वातंत्र्यसैनिकांपैकी एक पराक्रमी महिला होत्या. त्या जहाल बनल्या. ब्रिटिश सत्तेविरुद्ध कोणत्याही तडजोडीविना लढा देण्याचा त्या पुरस्कार करीत असत. १९३०च्या सविनय कायदेभंगाच्या चळवळीत त्यांनी भाग घेतला आणि तुरुंगवास भोगला. गांधीजींनी मिठाचा सत्याग्रह सुरू केल्यावर अरुणा असफ अली अधिक क्रियाशील बनल्या. मीठ बनवणे, मिरवणुका काढणे आणि सभा भरवणे

यासाठी त्या काळात त्यांची सर्वत्र भटकंती चालू असे.

दिल्लीतील ब्रिटिश अधिकारी अरुणाबाईंच्या कृत्यामुळे चकित झाले. परिणामी अरुणाबाईंवर खटला भरण्यात आला. परकीय सत्तेविरुद्ध उठावाची चिथावणी दिल्याबद्दल त्यांच्यावर हा खटला भरलेला नव्हता, हा त्यातील गमतीचा भाग होता. उदरनिर्वाहाचे दाखवण्यासारखे कोणतेच साधन नसल्यामुळे उनाड- भटकभवानी असल्याबद्दल त्यांच्यावर हा खटला भरण्यात आला होता. चांगल्या वर्तणुकीची त्यांना हमी देण्यास सांगण्यात आले; पण तसे करण्यास त्यांनी नकार दिला. परिणामी त्यांना अटक होऊन एक वर्षाच्या कारावासाची सजा ठोठावण्यात आली. गांधी आयर्विन करारानुसार जेव्हा बहुसंख्य राजकीय कैद्यांची मुक्तता करण्यात आली, तेव्हा पंजाबातील लाहोर येथल्या तुरुंगात असलेल्या अरुणाबाईंची सुटका करण्यास ब्रिटिश सरकार नाखूश होते. त्यामुळे महात्मा गांधींना या संदर्भात मध्यस्थी करावी लागली. (३)जनतेच्या प्रखर आंदोलनामुळे काही दिवसांनी अरुणाबाईंची सुटका करण्यात आली. १९३२ मध्ये त्यांना पुन्हा अटक करून तुरुंगात डांबण्यात आले आणि दोन हजार रुपयांचा दंडही ठोठावण्यात आला. दंडाची रक्कम न मिळाल्यामुळे पोलिसांनी वैशिष्ट्यपूर्ण मार्ग अवलंबिला. त्यांच्या अनेक उंची साड्या पोलिसांनी ताब्यात घेतल्या. (४) राजकीय कैद्यांची दयनीय अवस्था असलेल्या दिल्ली जिल्हा कारागृहात त्यांची रवानगी करण्यात आली. तुरुंगात सुधारणा घडवून आणण्याचा त्यांनी निश्चय केला. राजकीय कैद्यांना चांगले जगता यावे म्हणून त्यांनी भूक हरताळ सुरू केला. तुरुंगाधिकाऱ्यांनी त्यांच्या मागण्या मान्य केल्या; पण अरुणाबाईंना मात्र अधिक छळ सहन करावा लागला. त्यांची अंबाला तुरुंगात रवानगी करण्यात येऊन तिथे त्यांना एकाकी कोठडीत ठेवण्यात आले. (५)

१९४२ सालच्या 'चले जाव' चळवळीमुळे त्यांच्या आयुष्याने एक वेगळेच वळण घेतले. महात्मा गांधी, जवाहरलाल नेहरू यांच्यासकट संपूर्ण राष्ट्रीय नेतृत्वालाच ब्रिटिश सरकारने खबरदारीचा उपाय म्हणून आधीच तुरुंगात टाकले होते. नेतृत्वाच्या अभावी देशात उलथापालथ आणि राजकीय पोकळी निर्माण झाली. मुंबईच्या गोवालिया टँक मैदानावर अखिल भारतीय कॉंग्रेस समितीची बैठक बोलावण्यात आली होती. समितीने जनतेत जागृती निर्माण करण्यासाठी 'चले जाव'ची घोषणा दिली. पोलिसांच्या वेढ्याला विरोध करून अरुणाबाईंनी तिरंगा फडकावला आणि राष्ट्रीय ध्वज फडकवण्याच्या समारंभाची अध्यक्षीय जबाबदारी मोठ्या धैर्याने पार पाडली. ऑगस्ट क्रांतिदिनाची ती वीरांगना बनली. हा समारंभ पाहण्यासाठी हजारो लोक गोवालिया टँक मैदानावर जमले होते. पोलिसांनी समारंभ उधळण्याचा प्रयत्न केला आणि जमावावर लाठीहल्लाही केला. अश्रुधुराचा आणि गोळीबाराचाही वापर पोलिसांनी केला. वातावरणात तणाव उत्पन्न होऊन लोकांच्या मनातही धडकी

भरली. लोकांच्या तीव्र ब्रिटिशविरोधी भावना लक्षात घेऊन प्रक्षुब्ध अरुणाबाई आपल्या समाजवादी साथींसह चळवळीला मदत करण्याच्या एकमेव उद्देशाने भूमिगत झाल्या.

स्वतःला अटक होऊ न देण्यात अरुणाबाई चार वर्षे यशस्वी झाल्या. त्यासाठी त्यांना अनेक संकटांनाही सामोरे जावे लागले. अरुणाबाई कलकत्त्याला शांती कबीर या प्रा. हुमायून कबीर यांच्या पत्नीच्या छायाछत्राखाली राहिल्या. तिथून त्यांनी काँग्रेसच्या आंतरप्रांतीय स्वरूपाच्या हालचालींना मार्गदर्शन केले. (६) अरुणाबाई या सक्षम असून त्यांच्याजवळ नेतृत्वाचे, प्रसंगानुरूप कृती करण्याचे विलक्षण सामर्थ्य होते. त्या स्वतंत्र विचारसरणीच्या, उत्साही, प्रेरणादायी आणि मृदू स्वभावाच्या होत्या. दिल्लीत असताना ५ जंतरमंतर रोडवर राहणाऱ्या राय बहादूर सरदार वैशाखसिंग या सरकारी कंत्राटदाराने त्यांना मदत केली. (७) काँग्रेसच्या वतीने दिल्लीत वितरित केली जाणारी भित्तिपत्रके श्री. बी. पटनाईक आणि मुल्कराज आनंद यांच्या मदतीने अरुणाबाईंच्या विनंतीवरून सेंट्रल न्यूज एजन्सीचे आर.पी. पुरी चक्रमुद्रांकित करीत असत. दिल्लीतील भूमिगत चळवळीच्या अरुणा असफ अली प्रमुख नेत्या होत्या. अन्य आरोपींना व कार्यकर्त्यांना त्या नेहमी भेटत असत. कधी त्या त्यांना निरोप पाठवून दर्यागंजला किंवा कधीकधी रिंगरोडवर भेटत असत. क्रांतिकारकांनी औरंगजेब रस्त्यावर एक घरही भाड्याने घेतले होते. तिथे अरुणाबाईंच्या सूचनेनुसार काम करीत असत. १७ फेब्रुवारी १९४३ रोजी त्यांनी देवदास गांधींना एक पत्रही पाठवले होते. त्या व आचार्य जुगलकिशोर दिल्ली प्रांताच्या भूमिगत चळवळीचे उच्चाधिकारी होते. दिल्ली क्लॉथ मिल्सचे श्री. एम.एम.शाह हे दिल्लीतील काँग्रेसच्या भूमिगत चळवळीचे नेते होते. त्यांना तेथील कापड गिरण्यांत संप घडवून आणण्याच्या कामावर लक्ष केंद्रित करण्यास सांगितले गेले. स्वातंत्र्य संग्रामाच्या लढ्यात गिरणी कामगार हा एक महत्त्वाचा घटक होता. (८) सुरेंद्रनाथ जोहर या दोघांमधील मध्यस्थ होता. (९) कापड गिरण्यांतील कामकाज पूर्णपणे बंद पडावे म्हणून त्यांनी नव्या योजनेची आखणी केली होती. त्यामुळे कोणत्याही प्रकारची तडजोड करणे शक्य होणार नाही, अशी आवश्यक परिस्थिती निर्माण करता येईल अशी अटकळ होती. यंत्र विभाग आणि सूत कातण्याची पूर्वतयारी करणारे कामगार यांचा संप घडवून आणण्यात त्यांना यश मिळाले. या दोन्ही विभागांत प्रत्येकी २०० पेक्षा अधिक कामगार नव्हते. त्यांना थोडा पैसा देऊन संपात सामील करून घेतले. या कामासाठी सुमारे २५०० ते ३००० रु. खर्च करावे लागले. (१०)

कृष्णा नायर दिल्लीतील खेडुतांना प्रशिक्षण देत असे व संघटित करीत असे. गिरवार नारायण वेद यांना हत्यारे, रासायनिक पदार्थ, दारूगोळा इत्यादी खरेदी करण्यासाठी २०००/- रुपये मिळाले होते. या साधनांच्या साहाय्याने त्यांच्या मार्गदर्शनाखाली घातपाताचे प्रकार घडवून आणावयाचे होते. नायर हा बॉंब,

हातबाँब, टाइम बाँब आणि आग लावणारे बाँब बनवण्यात पटाईत होता. दिल्लीतील शांती आणि बिशन या दोन मुलांना बाँब बनविण्याचे प्रशिक्षणही तो देत असे. ऑल इंडिया रेडिओच्या प्रक्षेपण करणाऱ्या तारा उद्ध्वस्त करून टाकण्यावर अरुणा असफ अलींचा विशेष भर होता. (११) वेद याचा गट ही घातपाती कृत्ये करणारा जवळजवळ अधिकृत स्थानिक सर्वश्रेष्ठ गट होता. याखेरीज रमेश मेहता गट, राजिंदर भास्कर मंडळ, विद्यार्थी संघ आणि यू. पी. गट हेही घातपाती कृत्यांत कार्यरत असणारे गट होते. हे गट स्वतंत्रपणे कार्य करीत आणि प्रसंगोपात्त लागणाऱ्या आर्थिक साहाय्याशिवाय शिखरप्रमुख गटाशी सल्लामसलत करीत नसत. असे असून, अरुणा असफ अली त्यांना प्रोत्साहन देण्यास व मदतीचा हात देण्यास नेहमीच तयार असत. स्वयंसेवकांच्या तुरुंगवासाच्या काळात त्यांना मदत म्हणून दरमहा १५ रु. पोहोचवण्याची आणि त्यासाठी भरती केंद्रे उभारण्याची देशबंधू गुप्तांनी सुचवलेली योजना श्रेष्ठींनी स्वीकारली. त्या वेळीही अरुणाबाईंनी त्या योजनेसाठी सढळ हाताने मदत केली. याशिवाय प्रत्येक कार्यकर्त्याला त्याचा व्यक्तिगत मासिक भत्ता रु. ५०/- देण्यासाठी त्यांनी ५०० रुपयेही दिले होते. त्यांच्या गटातील प्रत्येकाला वेगवेगळे नाव दिले जाव, असेही त्यांनी सुचवले होते. त्यानुसार अरुणाबाईंना कुसुमदेवी अथवा भाभी असे संबोधले जात होते.

अरुणाबाई व त्यांच्या गटाने यू. पी. गटाकडून जमिनीवर पेरण्याचे सुरुंग मिळवण्याचा प्रयत्न केला. त्यांनी स्पिरिटच्या बाटल्या व अन्य साहित्यही मिळवण्याचा प्रयत्न केला. यू. पी. गटाकडून त्यांना २० सुरुंगकाड्या आणि द्राक्षासव नावाने ओळखल्या जाणाऱ्या स्पिरिटच्या बाटल्या मिळवता आल्या. (१२)

दरम्यान गुप्तचर विभागाच्या लक्षात आले, की नवी दिल्लीतील कॅनॉट प्लेस येथील मेसर्स लोकनाथ अँड सन्स हे कापडाचे व्यापारी त्यांच्या सिमला शाखेतर्फे अरुणाबाईंसाठी संदेश गोळा करून त्यांच्या दिल्ली येथील शाखेमार्फत त्यांच्याकडे पोहोचवतात. (१३) एम. डी. शाह या एका सदस्याच्या अटकेनंतर त्यांच्याकडे महत्त्वाची कागदपत्रे सापडल्याची अफवा शहरात पसरली. अरुणाबाईंनी दिल्ली क्लॉथ मिलचे बाबा त्रिलोकनाथ यांना सूचना दिल्या. त्यानुसार शाह यांच्याजवळ सापडलेले साहित्य म्हणजे फारसे काही महत्त्वाचे नसून, केवळ काँग्रेस पक्षाची भित्तिपत्रके होती, अशी दुसरी अफवा पसरविण्यास दिवाणजींना सांगितले. (१४)

अरुणा असफ अली वसंतदादा पाटील यांच्याबरोबर पश्चिम महाराष्ट्रात 'प्रतिसरकार' (समांतर सरकार) स्थापन करण्यातही सक्रिय सहभागी होत्या. (१५) त्यांना पोलिसांच्या स्वाधीन होण्याचा आदेश दिला होता; पण त्यांनी तो जुमानला नाही. त्यानंतर पोलिसांच्या स्वाधीन होण्यासाठी एक महिन्याचा कालावधी देण्यात आला होता; पण त्याकडेही त्यांनी दुर्लक्ष केले. दिल्लीच्या अधिकाऱ्यांनी २६ सप्टेंबर

१९४२ रोजी त्यांची सर्व मालमत्ता जप्त केली. (१६) त्यांच्या मालमत्तेत त्यांचे घर व त्यांची मोटार यांचा समावेश होता. घराचा लिलाव वीस हजार रुपये तर मोटारचा लिलाव ३५०० रु.त झाला. हे सगळे घडूनही अरुणाबाई आपल्या ध्येयापासून विचलित झाल्या नाहीत. उलट, त्यांनी आपल्या हालचाली अधिक जोमाने करण्यास सुरुवात केली.

त्यांनी भित्तिपत्रके प्रकाशित केली आणि अटक टाळण्यासाठी त्या सतत एका ठिकाणाकडून दुसऱ्या जागी फिरत राहिल्या. कलकत्ता, मुंबई, दिल्ली, पुणे आणि इतर अनेक ठिकाणी त्यांनी दौरे केले. १९४३ नंतर चळवळीला आलेली मरगळ पाहून त्यांनी सर्व शक्तींना एकत्र आणण्यासाठी भगीरथ प्रयत्न केले. १९४४ मध्ये भूमिगत असताना त्या पुणे येथील निसर्गोपचार केंद्रात गांधीजींना भेटण्यासाठी गेल्या होत्या. (१७) त्यांनी आपला पोषाख असा काही बदलला की पोलिसही त्यांना ओळखू शकले नाहीत आणि त्यांच्या ठावठिकाण्याचाही पोलिसांना थांगपत्ता लागला नाही. राममनोहर लोहियांच्या सोबत भारतीय राष्ट्रीय काँग्रेसच्या पश्चिम विभागाच्या 'इन्किलाब' या दर महिन्याला निघणाऱ्या नियतकालिकाचे संपादन अरुणा असफ अली करीत असत. १९४४च्या मार्च महिन्याच्या 'इन्किलाब' च्या अंकात अरुणाबाईंनी विद्यार्थी आणि तरुण वर्गाला मातृभूमीच्या स्वातंत्र्यासाठी सक्रिय होण्याबद्दल आवर्जून आवाहन केले. अरुणा असफ अलींना अटक करणे हे ब्रिटिश सरकारपुढचे एक मोठे आव्हान होते. त्यांच्या अटकेसाठी अधिकाऱ्यांनी पाच हजारांचे बक्षीसही जाहीर केले होते.

अरुणाबाईंची तब्येत ढासळत असल्याचे गांधीजींच्या कानावर आले. अरुणा असफ अलींचे असामान्य धैर्य, निडरपणा आणि शौर्य यांबद्दलच्या आदराने गांधीजींचे मन भरून आले. त्यांनी अरुणाबाईंना सल्ला दिला, "भूमिगत राहून मरण पत्करण्यापेक्षा प्रकट होऊन पोलिसांना शरण जा आणि तुझ्या अटकेसाठी लावलेले बक्षीस तूच जिंक, आणि ते पैसे हरिजनोद्धारासाठी जपून ठेव." (१८) अरुणाने मात्र शरण जाण्याचे नाकारले. २६ जानेवारी १९४६ रोजी त्यांच्यावरील वॉरंट रद्द होईपर्यंत त्या त्याच उत्साहाने कार्य करीत राहिल्या. राष्ट्रीय संघटनेचे चैतन्य टिकवून ठेवण्यासाठी आणि ते पुढे नेण्यासाठी त्यांना ठिकठिकाणी फिरावे लागत असे. (१९) ब्रिटिश सत्ता उलथून टाकण्यासाठी क्रांतिकारी चळवळ संघटित करता यावी म्हणून काँग्रेस पक्षाच्या झेंड्याखाली भारतात नवीन आझाद हिंद लष्कराची स्थापना करावी, असे अरुणा असफ अलींनी १९४६च्या फेब्रुवारीत सुचवले होते. अरुणा असफअली म्हणाल्या होत्या, "निव्वळ बुद्धिवाद्यांसाठी आमच्याजवळ जागा नाही. पूर्व-पश्चिम आणि दक्षिणोत्तर अशा संपूर्ण भारतभर स्वातंत्र्याचा संदेश पोहोचविणारे कृतिशील लोक आम्हाला हवे आहेत." (२०)

१९४६ मध्ये भूमिगत स्थितीतून बाहेर पडल्यानंतर अरुणाबाईंना लाभलेल्या राष्ट्रीय नेतृत्वाच्या वलयामुळे त्या दिल्ली प्रदेश काँग्रेस समितीच्या अध्यक्ष म्हणून १९४७ मध्ये निवडून आल्या. १९४८ मध्ये त्यांनी समाजवादी पक्षात प्रवेश केला. त्यानंतर दोनच वर्षांत त्यांनी समाजवादी पक्षाशी संबंध तोडले आणि त्या कम्युनिस्ट चळवळीत सक्रिय सहभागी झाल्या. तुरुंगांची सुधारणा, स्त्रियांचे हक्क, हिंदू-मुस्लिम ऐक्य यासाठी त्या झटत राहिल्या. कार्ल मार्क्स, लेनिन, लाला लजपतराय, बाळ गंगाधर टिळक, महात्मा गांधी आणि जयप्रकाश नारायण यांच्या विचारप्रणालीने त्या प्रभावित झाल्या होत्या. स्वातंत्र्यप्राप्तीनंतर स्वातंत्र्यासाठीचा लढा संपला, असे त्या मानीत नसत. उलट स्वातंत्र्याची कल्पनाच मुळी देशाच्या आर्थिक, राजकीय व सामाजिक जीवनास व्यापते, असे त्यांना वाटत असे. १९५५ मध्ये त्यांना मिळालेले सोव्हिएत लँड नेहरू पारितोषिक, १९७५ मधील लेनिन शांतता पारितोषिक आणि १९९१ सालचे आंतरराष्ट्रीय मैत्री आणि समझौता जवाहरलाल नेहरू पारितोषिक या पारितोषिकांनी त्यांचा उचित सन्मान केला गेला. वयाच्या ८८व्या वर्षापर्यंत चालू असलेला अविरत झगडा त्यांच्या मृत्यूबरोबरच २९ जुलै १९९६ रोजी संपुष्टात आला. त्यांच्या शौर्यामुळे दंतकथा बनलेले त्यांचे कार्य, खडतर पण साधी राहणी यांमुळे आपल्या हयातीतच त्या भारतातील स्त्री-शक्तीच्या प्रतीक बनल्या. आता त्या तेजस्वी भूतकाळाचा भाग बनून राहिल्या आहेत.

संदर्भ

१. मादाम कामा, भारताच्या स्वातंत्र्यासाठी युरोपातून लढा दिला.

२. द ट्रिब्यून, फेब्रुवारी १८, १९४६

३. कित्ता

४. कित्ता

५. कित्ता

६. ब्रिटिश सीक्रेट डॉक्युमेंट - एफ. २८, काँग्रेस - ४२ - A III

७. कित्ता, F -२८ काँग्रेस ७२ बी IV , मार्च १७, १९४३

८. कित्ता, दिल्लीतील चळवळीचे प्रमुख सदस्य, बसूकर, कुंदनलाल शर्मा, ई. नारायणन, गोविंद शरण, दुर्गादास, भंडारी, पंत, सुशीला मोहन, मुल्कराज, सुरेंद्रनाथ जोहर आणि एम. एम. शाह.

९. कित्ता

१०. कित्ता

११. कित्ता

१२. द्राक्षासवासारखी दिसणारी बाटली

१३. ब्रिटिश सीक्रेट डॉक्युमेंट F-२८ काँग्रेस - ४२ E, मे १२, १९४३
१४. कित्ता, F - २८, काँग्रेस - ४२, जून १०, १९४३
१५. कित्ता, 'प्रतिसरकार'चा उल्लेख ब्रिटिश खबरे 'पत्री सरकार' असा करीत असत.
१६. टाइम्स ऑफ इंडिया, जुलै ३०, १९९६
१७. लोकसत्ता, जुलै ३०, १९९६
१८. प्यारे, लाल., महात्मा गांधी : द लास्ट फेज, खंड I, अहमदाबाद, नवजीवन पब्लिशिंग हाऊस, १९५६, पृ. ३७
१९. कित्ता, पृ. ४३
२०. द ट्रिब्यून, फेब्रुवारी १८, १९४६

♦

■ कॅप्टन लक्ष्मी सेहगल- धगधगती क्रांतिकारक ■

रोहिणी गवाणकर

(डॉ. (श्रीमती) रोहिणी गवाणकर : मुंबईच्या एस. एन. डी. टी. विद्यापीठातून राज्यशास्त्र विभागप्रमुख म्हणून सेवानिवृत्त. स्त्रीविषयक अभ्यास, स्त्रियांच्या चळवळी आणि 'पंचायती राज'मधील स्त्रिया' या विषयावर त्यांचे संशोधन सुरू आहे. त्यांनी प्रसिद्ध केलेल्या पुस्तकांत पुढील पुस्तकांचा समावेश आहे. 'भारतीय स्वातंत्र्यसंग्रामात स्त्रियांचे योगदान' (१९७०), 'स्त्रीशक्तीचे राजकारणी रूप' (१९८६), 'भारतीय महिला एवं आझादी की लडाई (१९९८), 'कॅप्टन लक्ष्मी आणि राणी झाशी रेजिमेंट' (१९९८) (मराठी). स्त्रीसमस्यांच्या विविध पैलूंवर कार्य करणाऱ्या महाराष्ट्र स्त्री अभियान व्यासपीठ आणि महिला दक्षता समिती यांच्या त्या संस्थापक अध्यक्ष आहेत.

हा शोधनिबंध म्हणजे त्यांच्या अलीकडे मराठीत प्रसिद्ध झालेल्या 'कॅप्टन लक्ष्मी आणि राणी झाशी पलटण' या पुस्तकातील काही अंश उद्धृत केला आहे.)

कॅप्टन डॉ. लक्ष्मी सहगल यांचा जन्म १९१४ मध्ये पहिले महायुद्ध सुरू असताना भारतात झाला. दुसरे महायुद्ध सुरू असताना आग्नेय आशियात त्यांनी भारतीय स्वातंत्र्यासाठी मोठ्या शौर्याने लढा दिल्यामुळे त्या वीरांगना म्हणून ओळखल्या जाऊ लागल्या. जर लहानपणी त्यांची कुंडली पाहून त्यांच्याबद्दल कोणी असे भविष्य वर्तवले असते, तर त्यावर इतरांचाच काय पण त्यांच्या आई-वडिलांचाही विश्वास बसला नसता.

लक्ष्मीबाई गर्भश्रीमंत घरात जन्मल्या. इंग्रज शिक्षिका कुमारी जॉर्डन यांच्या देखरेखीखाली पाश्चिमात्य वातावरणात शिकल्या आणि लहानाच्या मोठ्या झाल्या. भारतीय स्त्रिया आपल्या मुलांना वाढवतात तसे न वाढविता मुलांना कडक शिस्तीत वाढवले पाहिजे, असे कुमारी जॉर्डन लक्ष्मीबाईंची आई श्रीमती अम्मू स्वामिनाथन यांना नेहमी सांगत असे. लक्ष्मीबाईंचे आई-वडील धर्मनिरपेक्ष विचारांचे होते. जातिव्यवस्था व धर्म यांवर त्यांचा विश्वास नव्हता. भारतीय मुले गुलामीच्या

गंडापासून दूर असावीत, असे लक्ष्मीबाईंचे वडील बॅरिस्टर स्वामिनाथन यांना वाटत असे; परंतु भारतात दिले जाणारे शिक्षण अशा गंडाला पोषक ठरते. अशा वातावरणात शिकलेल्या मुलांमध्ये नक्कीच अशा प्रकारचा गंड निर्माण होतो. म्हणूनच त्यांनी आपल्या मुलांना शिक्षणासाठी इंग्लंडला पाठवले आणि मुलींना इंग्रजी माध्यमाच्या शाळेत दाखल केले.

वयाच्या दहाव्या वर्षापर्यंत लक्ष्मीबाईंना राष्ट्रवाद, देशभक्ती या संकल्पनांची अजिबात जाणीव नव्हती. त्या ज्या शाळेत शिकल्या तिथे ब्रिटिश सत्ता हे भारतीयांना मिळालेले वरदान आहे, हे विद्यार्थ्यांच्या मनावर ठसविण्याचा सतत प्रयत्न होत असे. स्वातंत्र्य, आर्थिक शोषण या संकल्पना आकलन होण्याचे त्यांचे वय नव्हते. तरीही त्या नाजूक वयात त्यांनी गरिबांची सेवा करण्यासाठी डॉक्टर होण्याचा निश्चय केला होता.

लक्ष्मीबाईंच्या वडिलांचे अनेक इंग्रज मित्र होते. मित्राच्या भूमिकेत त्यांची व्यक्तिमत्त्वे वेगळे रूप धारण करीत. हे रूप शासकाच्या रूपाच्या अगदी विरुद्ध असते, हे आपले मत उघडपणे सांगण्यास लक्ष्मीबाईंचे वडील कचरत नसत. शासक किंवा सत्ताधारक म्हणून ते बदमाष असतात. जन्मजात स्पष्टवक्तेपणा त्यांच्याकडे होता. लक्ष्मीबाईंमध्ये वडिलांचे हे गुणवैशिष्ट्य आनुवंशिकतेने उतरले होते. मात्र बॅरिस्टर स्वामिनाथन इंग्रजांचा द्वेष करीत नसत. इंग्रज माणसांमध्ये अनेक चांगले गुण आहेत आणि भारतीयांनी ते आत्मसात करावेत, असे ते म्हणत असत. मात्र इंग्लंडला भेट दिल्यावरच इंग्रजांच्या या गुणांचा प्रत्यय येतो. मुलगे आणि मुली असा भेदभाव त्यांनी कधी केला नाही. त्यामुळेच कदाचित लक्ष्मीबाई आणि त्यांची बहीण मृणालिनी यांना त्यांच्या आवडीचे शिक्षण घेण्याचे स्वातंत्र्य लाभले. लक्ष्मीबाईंना उच्च शिक्षणासाठी परदेशी पाठविण्याचा बॅरिस्टर स्वामिनाथन यांचा विचार होता, पण लक्ष्मीबाईंनी गरीब भारतीय स्त्रियांची सेवा करण्यासाठी भारतातच राहणे महत्त्वाचे आहे, असा विचार केला. अनेक विषयांत रस असल्यामुळे शाळा-कॉलेजात त्यांनी अनेक पारितोषिके पटकावली. लहान वयातच त्यांना वाचनाची गोडी लागली. आजही त्यांच्या कानपूरच्या घरातील पुस्तकांनी भरलेली कपाटे लक्ष्मीबाईंच्या वाचनवेडाची साक्ष देतात.

लक्ष्मीबाईंच्या आई निष्ठावान गांधीवादी होत्या. अशा वातावरणाचा घरातील मुलांवर परिणाम झाला नसता, तरच नवल वाटले असते. लक्ष्मीबाईंनाही महात्मा गांधी देवदूतासारखेच वाटत. त्यांनी आपले सर्व दागदागिने भारतीय राष्ट्रीय काँग्रेसला देणगी म्हणून देऊन टाकले. जेव्हा गांधीजींनी सत्याग्रह चळवळ सुरू केली, तेव्हा लक्ष्मीबाई मोर्चात व मिरवणुकीत सामील होत असत; पण अहिंसक मार्गाने लाठीहल्ल्याला तोंड देणे त्यांना कठीण जात असे. शिक्षणाला रामराम ठोकून

चळवळीत सहभागी होण्यावर त्यांचा कधीच विश्वास नव्हता. अभ्यास करून शिक्षणक्रम पूर्ण करणे, हेच विद्यार्थ्यांचे प्रमुख उद्दिष्ट असले पाहिजे, असे त्यांना वाटत असे. अभ्यासक्रम पूर्ण केल्यानंतर ते आपला वेळ चळवळीसाठी देऊ शकतात. हा त्यांचा निर्धार त्यांनी प्रत्यक्ष खरा केला. लहानपणापासून आपल्या गरीब देशबांधवांची सेवा करण्यासाठी डॉक्टर होण्याचे ध्येय त्यांनी उराशी बाळगले होते. हे त्यांचे ध्येय शिक्षणावर बहिष्कार घालून प्राप्त करता येण्यासारखे नव्हते. ब्रिटिशांजवळ जितके ज्ञान आहे, त्यापेक्षा अधिक ज्ञान प्राप्त करूनच त्यांच्यावर मात करता येईल, याबद्दल त्यांना पक्की खात्री वाटत होती. (१) कोणीतरी सल्ला दिल्यामुळे त्यानुसार त्या कधी वागल्या नाहीत. (आजही वागत नाहीत.) गांधीजी त्यांना देवदूतासारखे वाटत असले तरी केवळ गांधीजींनी सल्ला दिल्यामुळे त्यांनी तो मानला, असे होत नसे.

एका इंग्रज माणसाचा तिटकारा आणणारा अनुभव त्यांना लहान वयातच आला. त्यामुळे त्यांच्या जीवनाला निराळी दिशा मिळाली. (२) लक्ष्मीबाईंच्या वडिलांनी कदंबूर कत्तल खटल्यात आरोपीच्या वतीने खटला हाती घेतला होता. कदंबूरच्या जमीनदाराच्या अज्ञान वारसाने श्री. डेला या आपल्या इंग्रज पालकाचा खून केला होता. स्वामिनाथन यांनी हा खटला लढवला आणि अज्ञान जमीनदाराला दोषमुक्त करण्यात ते यशस्वी झाले. या खटल्याला हिंदुस्थानभर भरपूर प्रसिद्धी मिळाली होती. स्वामिनाथन यांच्यावरही चहूबाजूंनी स्तुतिवर्षाव झाला; पण त्यांची पत्नी व मुले यांना त्यानंतर विचित्र अनुभवाला सामोरे जावे लागले. आजपर्यंत जे इंग्रज त्यांच्या घरी मित्र म्हणून येत असत, त्यांनी मैत्री सोडून दिली आणि स्वामिनाथन कुटुंबाबरोबरचे सर्व संबंध तोडून टाकले. लक्ष्मीबाईंच्या मातोश्री अम्मू यांच्या मैत्रिणी इंग्रज होत्या आणि त्यांच्या वर्तुळात अम्मूंची ये-जा असे; पण त्या मैत्रिणीही अम्मूपासून दूर राहू लागल्या. लक्ष्मी व मृणालिनी यांच्या शाळेतील इंग्रज शिक्षकही त्यांच्यापासून लांब राहू लागले. अम्मू आणि त्यांची मुले बॅरिस्टर स्वामिनाथन यांच्या कुटुंबातील होती, हे एक साधे कारण त्यांच्या या वर्तणुकीमागे होते आणि बॅरिस्टर स्वामिनाथन यांनी 'निष्पाप' इंग्रज माणसाला मारणाऱ्या आरोपीची त्या आरोपातून मुक्तता केली होती. अशा प्रकारे त्यांच्या दृष्टिकोनातून स्वामिनाथन दोषी होते. शाळेच्या प्राचार्या श्रीमती डेला फक्त याला अपवाद होत्या. श्रीमती डेला या मरण पावलेल्या श्रीयुत डेलांच्या भगिनी. परंतु अम्मू व स्वामिनाथन यांच्या कुटुंबाशी त्यांनी आपले संबंध पूर्ववत चालू ठेवले होते. या प्रसंगानंतर इंग्रज माणसाचे न्यायप्रेम, प्रामाणिकपणा आणि सत्यवचनीपणा या निव्वळ दिखाव्याच्या गोष्टी आहेत, हे लक्ष्मीबाई आणि त्यांची भावंडे यांच्या लक्षात आले. दोघी बहिणींनी पूर्णतया भारतीय बनण्याचा निर्धार केला. त्यांनी युरोपीय शाळा सोडून सरकारी

शाळेत आपली नावे नोंदवली. त्यांनी युरोपीय पद्धतीच्या पोषाखाऐवजी परकर, पोलका व त्यावर मद्रासी पद्धतीचे जाकीट घालण्यास सुरुवात केली. आपल्या जवळील परदेशी वस्तूंचा त्यांनी त्याग केला. या घटनेपूर्वी त्या घरातही संभाषण इंग्रजीमधून करीत; पण नंतर कुटुंबातील संवाद मल्याळी किंवा तमीळ भाषेतून होऊ लागला. आणि याच वेळी राजकीय रंगमंचावर गांधीजींचा उदय झाला.

या घटनेनंतर जसे दोघी बहिणींचे आयुष्य बदलले तसेच अम्मूंचे-त्यांच्या आईचे जीवन बदलण्यासही ही घटना कारणीभूत ठरली. अम्मूंनीही आपल्या पाश्चिमात्य जीवनपद्धतीचा त्याग केला. अखिल भारतीय महिला परिषदेच्या आणि मद्रास भारतीय महिला संघटनेच्या त्या क्रियाशील सदस्य बनल्या. अशा प्रकारे त्यांच्या घरातील ब्रिटिश राहणी बदलून ती पूर्णपणे भारतीय बनली.

१९२८च्या डिसेंबरमध्ये कलकत्ता येथे भरलेल्या काँग्रेसच्या अधिवेशनाला हजर राहण्यासाठी लक्ष्मीबाई आईबरोबर गेल्या होत्या. त्या काळात काँग्रेसचे अधिवेशन आणि भारतीय महिला परिषद दोन्ही एकाच वेळी भरत असत. अधिवेशनात स्वयंसेवक म्हणून काम करण्यासाठी युवकांची एक संघटना सुभाषचंद्र बोस यांनी स्थापन केली होती. सुभाषचंद्रांनी त्या युवकांना लष्करी पद्धतीने संचलन करण्याचे प्रशिक्षण दिले होते. कलकत्त्यातील पार्क सर्कस मैदानावर या संचलनाच्या रंगीत तालमी घेतल्या जात असत. अम्मूंवर गांधीजींचा प्रभाव इतका होता, की सुभाषबाबूंची लष्करी पद्धतीची स्वयंसेवकांची संघटना त्यांना पसंत पडली नाही. लक्ष्मीबाई मात्र त्यामुळे प्रभावित झाल्या होत्या. सुभाषबाबूंबद्दल अम्मूंनी मारलेला शेरा मात्र अजूनही त्यांच्या लक्षात आहे. ‘‘केवढा देखावा त्यांनी उभारला आहे! लष्करी वेषात ते स्वतःला कोण समजतात?’’

मद्रासमधील सविनय कायदेभंगाच्या चळवळीत लक्ष्मीबाईंनी तिरंगा हातात घेऊन मिरवणुकीचे नेतृत्व केले. त्या अटकेला सामोऱ्या गेल्या. खऱ्या देशभक्ताप्रमाणे आणि चळवळीतील शिस्त राखण्यासाठी त्यांनी गांधीजींच्या आवाहनाचा भंग केला नाही; परंतु गांधीजींच्या अहिंसक तत्त्वांवर त्यांचा कधीच विश्वास बसणे शक्य नव्हते. जरी गांधीजींबद्दल त्यांच्या मनात अपार आदर असला तरी हळूहळू त्या त्यांच्या विचारसणीपासून दूर गेल्या.

मीरत कट खटला हा भारतातील राजकीय चळवळींमधला खरोखरच मैलाचा दगड मानला जातो. त्या काळच्या युवकांवर त्या घटनेचा जबरदस्त प्रभाव होता. भाई डांगे, मिरजकर व जोगळेकर गजाआड होते. सरोजिनी नायडूंच्या भगिनी सुहासिनी चट्टोपाध्याय यांचे नाव खटल्याच्या सुनावणीत घेतले गेले; पण त्यांच्या नावाचे पकड वॉरंट निघाले नाही. चट्टोपाध्याय व स्वामिनाथन या कुटुंबांचे घरोब्याचे संबंध होते. त्याच सुमारास अम्मूंनी सुहासिनीला विश्रांती मिळावी आणि तिच्या

भोवतालच्या वातावरणातही बदल व्हावा, या उद्देशाने तिला आपल्या घरी राहायला बोलावले. सुहासिनी त्यांच्या घरी राहायला आल्यावर पोलिसांनी त्यांच्या घरावर गुप्त पाळत ठेवली होती. ब्रिटिशांच्या संशयी वृत्तीचा लक्ष्मीबाईंनी पुन्हा एकदा अनुभव घेतला.

स्वामिनाथन कुटुंबातील सुहासिनीच्या वास्तव्याचा लक्ष्मीबाईंच्या नाजूक, उमलत्या अंतःकरणावर विलक्षण प्रभाव पडला. रात्रीच्या वेळी घराच्या आजूबाजूला शांतता असताना लक्ष्मीबाई जाग्या राहून सुहासिनीदीदीबरोबर अनेक वादाच्या मुद्द्यांवर चर्चा करीत असत. 'समाजवाद' हा शब्द त्यांनी प्रथम सुहासिनीदीदींच्या तोंडून ऐकला. रशियन क्रांतीची कथा, तिची कारणे व परिणाम सुहासिनीदीदींनी लक्ष्मीबाईंना उलगडून दाखवले. रशियातील समाजवादी कार्यपद्धती आणि त्याचे विश्लेषण व परिणामस्वरूप रशियातील समाजवादाची संरचनाही त्यांनी लक्ष्मीबाईंना विशद करून सांगितली. अशा तऱ्हेने समाजवादी विचारांचे बी लक्ष्मीबाईंच्या मनात पेरले गेले आणि त्यांचेच रूपांतर लक्ष्मीबाई कम्युनिस्ट पक्षाच्या क्रियाशील कार्यकर्त्या बनण्यात झाले.

शोषित आणि शोषणकर्ता यांमधील संघर्षाचे लक्ष्मीबाईंना हळूहळू आकलन होऊ लागले. तसेच या संघर्षामागील कारणांचे स्वरूपही स्पष्ट होऊ लागले. कामगारांची स्थिती पाहून त्यांना उदासीनता येत असे. जरी रशियासारखी क्रांती भारतात घडून आली नाही, तरी चळवळीच्या प्रभावाने भारताला कधी ना कधी स्वातंत्र्य प्राप्त होईल आणि मग सर्व काही व्यवस्थित होईल, असे लक्ष्मीबाईंना वाटत असे. समानतेच्या तत्त्वावर आधारलेली सामाजिक संरचना प्रत्यक्षात आणण्यासाठी गांधीजींची ग्राम स्वराज्याची कल्पना हा एक पोषक घटक आहे, अशी लक्ष्मीबाईंची धारणा होती. याच सुमारास गांधीजींबरोबर नेहरू तरुण वर्गात लोकप्रिय होते. लक्ष्मीबाईही याला अपवाद नव्हत्या. सुहासिनीदीदींनी नेहरूंचे भुरळ घालणारे रूप आणि त्यांचे समाजवादावरील विचार दोन्ही आकर्षक असले तरी त्यामुळे हुरळून गेल्यास वाट चुकण्याचा धोक्याचा इशारा लक्ष्मीबाईंना दिला. (३) नेहरू जरी आपल्या भाषणांतून संपूर्ण क्रांतीची भाषा करीत असले तरी काँग्रेसच्या कार्यक्रमांत तशा प्रकारची शब्दयोजना कधीही केलेली आढळत नाही. (४) अस्पृश्यता नष्ट करण्यावर आणि उच्च जातींकडून घडणाऱ्या अन्यायाचे समूळ उच्चाटन करण्यावर गांधीजींचा जरी विश्वास असला तरी त्यांचा दृष्टिकोन क्रांतिकारी असल्याचे कोणालाच जाणवले नाही. मानवतावादी समाजसुधारकांचे हे विचार असू शकतात, इतपतच त्यांची दखल घेतली गेली. (५) सुहासिनीदीदींचे सगळे बोलणे त्या वेळी लक्ष्मीबाईंना नेमकेपणाने समजले नाही; परंतु त्यांच्या विचारांनी लक्ष्मीबाईंच्या मनात कुठेतरी मूळ धरले. जेव्हा लक्ष्मीबाई बुद्धिमत्तेने परिपक्व झाल्या, तेव्हा त्या विचारांचे महत्त्व

त्यांना समजले आणि ज्यासाठी त्या थांबल्या होत्या, तेच हे इच्छित तत्त्वज्ञान अशी त्यांना खात्री पटली. समाजवादी साहित्य वाचण्याचा आणि सुहासिनीदीदींबरोबर त्याबाबत केलेल्या चर्चेचा त्यांच्या विचारांवर परिणाम झाला. काँग्रेसची स्वातंत्र्याची संकल्पना आणि समाजवादी समाजाचे स्वप्न, ही दोन्ही एकमेकांशी सुसंगत नाहीत यांबद्दल लक्ष्मीबाईंची पक्की खात्री झाली. या पार्श्वभूमीमुळे आझाद हिंद फौजेत सामील होण्याचे आणि नेताजींचे नेतृत्व स्वीकारण्याचे लक्ष्मीबाईंना आकर्षण वाटले व नंतर त्यांनी आझाद हिंद फौजेत सामील होण्याचा निश्चय केला. ब्रिटिशांच्या तीव्र आक्रमणाला अहिंसक पद्धतीने तोंड देण्याच्या गांधीजींच्या कल्पनेपेक्षा ब्रिटिशांविरुद्ध बंदूक घेऊन समरांगणावर शौर्याने लढण्याचे आकर्षण त्यांना अधिक वाटत होते. असे असले तरीही स्वातंत्र्यानंतर समाजवादी समाजाचे स्वप्न साकार होण्याचा कोणताच आशेचा किरण त्यांच्या डोळ्यांसमोर नव्हता. आपल्या समाजवादी तत्त्वज्ञानाच्या अभ्यासाचे त्यांनी नूतनीकरण केले आणि त्या पक्क्या कम्युनिस्ट बनल्या.

वैद्यकीय महाविद्यालयात शिक्षण घेत असतानाच १९३६ मध्ये टाटा एअरलाईन्समध्ये पायलट असलेल्या बी. के. एन. राव. यांच्याबरोबर त्यांचा विवाह झाला. हा प्रेमविवाह होता. श्री. राव यांना पत्नीने फक्त आपल्याकडेच लक्ष पुरवावे असे वाटत होते. डॉक्टर होऊन गरिबांच्या सेवेत जीवन घालवण्याला श्री. राव यांचा विरोध होता. लक्ष्मीबाई मात्र आपल्या निश्चयाशी ठाम राहिल्या. कितीही किंमत मोजण्याची पाळी आली तरी केवळ गृहलक्ष्मी बनून राहण्याची त्यांची मुळीच तयारी नव्हती. आपल्या व्यक्तिगत स्वातंत्र्याशी तडजोड करण्याची कल्पना त्या स्वीकारू शकत नव्हत्या. त्याबरोबरच वयाच्या दहाव्या वर्षापासून डॉक्टर होऊन समाजसेवा करण्याच्या उराशी बाळगलेल्या स्वप्नाबाबतही तडजोड करणे त्यांना मान्य नव्हते. घरगुती कामापेक्षा वैद्यकीय व्यवसायाला अग्रक्रम देण्याबाबत त्या आग्रही होत्या; पण श्री. राव यांना ते मान्य नव्हते. या मतभेदांमुळे त्यांनी लग्नानंतर सहा महिन्यांतच नवऱ्याचे घर सोडले आणि आपले वैद्यकीय शिक्षण पुढे चालू ठेवले. लक्ष्मीबाईंनी रावांकडे घटस्फोटाची मागणी केली. ती त्यांनी तेव्हा मान्य केली नाही. अखेर १९४६ साली त्यांना घटस्फोट मिळाला. नंतर त्यांनी कर्नल प्रेमकुमार सेहगल यांच्याशी विवाह केला.

या सर्व घटनांचा त्यांच्या कौटुंबिक जीवनावर परिणाम होणे अपरिहार्य होते. सध्याच्या समाजाचे मापदंड आणि तत्त्वज्ञान साठ वर्षांपूर्वीच्या समाजवादाला लावून चालणार नाही. आजही समाजातील केवळ दोन टक्के स्त्रिया आपली लग्ने जमवतात अथवा मोडतात. स्त्रियांना स्त्रीसंघटनांचे आणि कायद्याचे भरपूर पाठबळ असूनही त्यांच्यावर होणारा अन्याय सहन करणेच त्या पसंत करतात. साठ वर्षांपूर्वी

लक्ष्मीबाईंनी दाखवलेल्या धाडसाचे त्यामुळेच कौतुक करावेसे वाटते. तमिळी आणि मल्याळी समजातच नव्हे, तर अन्य कोणात्याही भारतीय समाजात लक्ष्मीबाईंच्या या निर्णयाचे स्वागत होणे शक्य नव्हते. लक्ष्मीबाई व त्यांचे कुटुंबीय यांना कठोर सामाजिक टीकेचे दुःख सहन करावे लागले. या सर्व प्रसंगांत एक बाब प्रकर्षाने जाणवली- कुटुंबातील कोणालाही झाल्या घटनेचा खेद वाटला नाही. त्यांच्या स्वतंत्र व पुरोगामी विचारांच्या आईने आपली लेक आणि तिने घेतलेला निर्णय समजून घेतला. त्यांनी लेकीला शिक्षण पूर्ण करण्यास प्रोत्साहन दिले. अल्पकालीन ठरलेल्या विवाहामुळें लक्ष्मीबाईंचा स्वतंत्र स्वभाव आणि आपले स्वतंत्र व्यक्तिमत्त्व जपण्याची त्यांची प्रवृत्ती लक्षात आली. स्वतःचा विकास आणि व्यक्तिगत स्वातंत्र्य या कल्पना समाजापुढे मांडणाऱ्या दुर्मिळ, प्रसिद्ध स्त्रियांपैकी लक्ष्मीबाई एक होत्या. आपल्या कृतीने त्यांनी स्त्रीस्वातंत्र्याच्या तत्त्वज्ञानाचा पाया घातला. या अर्थाने त्यांना समाज क्रांतिकारक म्हणता येईल.

डॉक्टर झाल्यानंतर मद्रासच्या व्हिक्टोरिया क्रॉस हॉस्पिटलमध्ये स्त्रीरोग तज्ज्ञ म्हणून त्या काम करू लागल्या. सिंगापूरच्या त्यांच्या एका सुहृदाने त्यांना सिंगापूरला स्थायिक होऊन वैद्यकीय व्यवसाय करण्याचे आमंत्रण दिले. सिंगापूरमध्ये एकही महिला डॉक्टर नव्हती. आधीच प्रचंड असणाऱ्या भारतातील डॉक्टरांच्या संख्येत आणखी एकाची भर घालण्यापेक्षा ज्या ठिकाणी डॉक्टरच उपलब्ध नाहीत अशा ठिकाणी जाऊन वैद्यकीय व्यवसाय करणे इष्ट, असा विचार त्यांनी केला. तेथील रुग्णांवर उपचार करून त्यांचे जीवन सुखी बनवणे, हा समाजसेवा करण्याचा अधिक चांगला मार्ग आहे, असेही त्यांना वाटले. त्यानुसार ११ जून १९४० रोजी मद्रास बंदरातून त्या सिंगापूरला निघाल्या. या प्रवासात त्यांनी केलेले निरीक्षण आणि रबराच्या मळ्यात काम करणाऱ्या कामगारांच्या दुःस्थितीबद्दल जमवलेली माहिती यांवरून सिंगापूरला जाण्याचा आपला निर्णय योग्यच होता, असे त्यांना वाटले. सिंगापूरला उरनिर्वाहासाठी आलेल्या गरीब कामगारांना मदत करण्याची संधी लक्ष्मीबाईंना मिळणार होती.

त्या काळातही सिंगापूर हे श्रीमंत शहर होते; पण ती श्रीमंती समाजातील गरीब स्तरापर्यंत झिरपली नव्हती. सामाजिक व राजकीय उद्धार करून घेण्याची जाणीव तेथील विपन्नावस्थेत जीवन जगणाऱ्या लोकांना झालेली नव्हती. या गोष्टीने लक्ष्मीबाई गोंधळून गेल्या. मलायातील लोकांची ब्रिटिश सत्ताधाऱ्यांविरुद्ध तक्रार नव्हती. ब्रिटिशांनी आणलेल्या मजुरांच्या कष्टांमुळे ते समृद्ध झाले होते. समाजवादाचा अभ्यास केलेल्या आणि त्याबद्दल विश्वास असणाऱ्या लक्ष्मीबाई मलायातील लोकांची उदासीन वृत्ती पाहून विलक्षण अस्वस्थ झाल्या.

सिंगापूरमधील पांढरपेशा भारतीयांची संवेदनशून्यता, निष्क्रियता आणि भित्रेपणा

यांबाबतच्या एका अनुभवाने लक्ष्मीबाई संत्रस्त झाल्या. १९४१च्या जानेवारीत सेलांगोर आणि एपोहा येथील रबराच्या मळ्यातील मजुरांनी काम थांबवले. युद्धामुळे रबराच्या किमती चौपट झाल्या होत्या. या किंमतवाढीमुळे मजुरांना खूप यातना सहन कराव्या लागल्या. ब्रिटिश मालकांनी मजुरांची वेतनवाढीची मागणी नाकारली व त्यांची चळवळ मजुरांच्या काही नेत्यांना कामावरून दूर करून आणि मजुरांना बेदम मारहाण करून मोडून काढली. भारतात काँग्रेसच्या चळवळीत सक्रिय सहभागी असलेल्या लक्ष्मीबाईंना मजुरांवरचा हा अन्याय सहन झाला नाही. सिंगापूरमधील पांढरपेशा भारतीयांची त्यांनी बैठक बोलावली. या बैठकीत अन्यायाचा निषेध करणारा ठराव मांडण्यात आला. बैठकीत ज्या लोकांनी मजुरांवर होणाऱ्या अन्यायाविरुद्धचा शाब्दिक संताप व्यक्त केला होता, त्यांच्यापैकी एकही जण सरकारच्या भीतीने अन्यायाविरुद्धच्या ठरावावर सही करण्यासाठी पुढे आला नाही, हे पाहून लक्ष्मीबाईंना आश्चर्य वाटले. चिनी लोक भारतीयांकडे तुच्छतेने का पाहतात, याचाही लक्ष्मीबाईंना उलगडा झाला. त्या सभेमुळे लक्ष्मीबाईंच्या विचारांना नवी दिशा मिळाली आणि निष्ठुर भारतीयांची संवेदनक्षमता जागृत करण्याचे मार्ग त्यांनी शोधले.

लवकरच लक्ष्मीबाई आपल्या व्यवसायात स्थिर झाल्या. १९४२च्या जानेवारी पर्यंत सिंगापूर शांत होते; पण मलायात युद्धाचा जोर होता. फेब्रुवारीच्या पहिल्या आठवड्याच्या सुमारास मलायातील युद्ध संपले. जपान्यांनी सिंगापूरच्या दिशेने संचलन करून सिंगापूर जिंकले. जपानी लोक भारतीयांना आपले मित्र समजत असत आणि गांधीजींबद्दल त्यांना अपार आदर होता. युद्धाला आसुसलेले जपानी गांधीजींबद्दल आदराने बोलतात, हे पाहून लक्ष्मीबाई आश्चर्यचकित झाल्या. या काळात लक्ष्मीबाई खासगी वैद्यकीय व्यवसाय करीत असल्या तरी तिथल्या वैद्यकीय मदत केंद्रावर त्यांना हजेरी लावावी लागे. या वेळेपर्यंत लक्ष्मीबाईंनी इंडियन इंडिपेंडन्स लीगमध्ये प्रवेश करून तेथील स्त्री विभागात काम करण्यास सुरुवात केली होती.

जेव्हा सिंगापूर पडले, तेव्हा युद्धकैद्यांना जपान्यांच्या ताब्यात देण्यात आले. सर्व युद्धकैदी भारतीय होते. ब्रिटिश इंडियन आर्मीतील तुकड्यांचा ताबा देताना ब्रिटिश कमांडरने या लष्करी तुकड्या जपान्यांच्या कैदी असून यापुढे त्यांना जपान्यांच्या आज्ञा पाळाव्या लागतील व त्यांच्या नियंत्रणाखाली राहावे लागेल, असे सांगितले. मात्र जपान्यांनी भारतीय कैद्यांना मुक्त केले. मुक्त झालेल्या कैद्यांनी इंडियन नॅशनल आर्मी या नावाचे कॅप्टन मोहनसिंग यांच्या नेतृत्वाखाली स्वतःचे लष्कर स्थापन केले. लक्ष्मीबाईंनी ब्रिटिश लष्करातील आपल्या डॉक्टर मित्रांना आय.एन.ए. मध्ये सामील होण्याची कळकळीची विनंती केली; पण त्या मंडळींवर ब्रिटिशांचा इतका पगडा होता, की जपान्यांनी पाठिंबा दिलेल्या आय.एन.ए.मध्ये सामील होण्यापेक्षा युद्धकैदी म्हणून तुरुंगात खितपत पडणे त्यांनी पसंत केले.

नेताजी सुभाषचंद्रांच्या आग्नेय आशियातील आगमनामुळे तेथील चित्र पूर्णपणे बदलले. ते आले, त्यांनी पाहिले, ते जिंकले असे त्यांच्याबद्दल म्हणता येईल. त्यांनी आय.एन.ए.चा ताबा घेतला व आझाद हिंद फौज असे त्यांचे नामांतर केले. सिंगापूरमधील आपल्या पहिल्याच सार्वजनिक भाषणात नेताजींनी आझाद हिंद फौजेमध्ये राणी झाशी रेजिमेंट या नावाने महिला विभाग उभारण्याच्या योजनेची घोषणा केली. नेताजींची ही घोषणा लक्ष्मीबाईंच्या आयुष्याला वेगळे वळण देणारी ठरली. नेताजींच्या या घोषणेने उद्दीपित झालेल्या व भारावून गेलेल्या लक्ष्मीबाईंना त्या रात्री झोप आली नाही. स्त्री-डॉक्टर असल्यामुळे लक्ष्मीबाईंना प्रत्येक घरातील चुलीपर्यंत निःसंकोच प्रवेश असे. सिंगापूरमधील भारतीय स्त्रिया मध्यमवर्गीय अथवा कनिष्ठ वर्गातील होत्या. समानता, स्वातंत्र्य यांसारख्या वादाच्या विषयाबाबत त्या पूर्णपणे अनभिज्ञ होत्या. सरंजामशाही, सनातनी परंपरांशी त्यांची मते मिळतीजुळती होती. खाणेपिणे, कपडालत्ता, कुटुंब व कौटुंबिक समस्या यांमध्येच त्यांना रस होता. अशा स्त्रिया घराबाहेर पडून देशासाठी त्याग करायला तयार होतील की नाही, याबद्दल लक्ष्मीबाईंच्या मनात जबरदस्त संशय होता.

इंडियन इंडिपेंडन्स लीगच्या वतीने केवळ स्त्रियांसाठी एक सभा आयोजित करण्याचे निश्चित करण्यात आले. त्या वेळी वीस रायफलधारी स्त्रियांनी नेताजींना मानवंदना देण्याचे ठरवले. लक्ष्मीबाईंनी २० स्त्रियांना जमवून त्यांना आझाद हिंद फौजेतील एका हवालदाराच्या मदतीने प्रशिक्षित केले. सभेच्या वेळी स्त्रियांनी दिलेली मानवंदना आणि सभेला मोठ्या संख्येने स्त्रियांनी लावलेली हजेरी पाहून नेताजी खूपच प्रभावित झाले. त्यांनी स्त्रियांची रेजिमेंट उभारण्याबाबतच्या शक्यतेबद्दल चर्चा करण्यासाठी लक्ष्मीबाईंना आपल्या कचेरीत बोलावून घेतले. ही चर्चा सुमारे साडेतीन तास चालली होती. या चर्चेत नेताजींनी लष्करी पेशातील कष्टमय जीवन, सतत चालणारा संघर्ष आणि त्यातून निर्माण होणारी व्यक्तिगत असुरक्षा यांबद्दल लक्ष्मीबाईंना माहिती दिली. त्यांनी लक्ष्मीबाईंना सल्ला दिला, नीट विचार करून निर्णय घ्या. एकदा पाऊल पुढे टाकल्यावर मागे फिरता येणार नाही.'' स्त्रियांच्या सामर्थ्याबद्दल त्यांना वाटणारा विश्वास नेताजींनी लक्ष्मीबाईंसमोर प्रकट केला. हा दुहेरी डावपेच होता. एक म्हणजे पलटणीतील पुरुषांच्या बरोबरीने लढाईत प्रवेश केल्याने त्या सर्व शक्तीनिशी लढतील आणि दुसरे म्हणजे त्यांच्या पुरुषांवरील सतत परावलांबित्वाविरुद्ध व पुरुषांकडून होणाऱ्या शोषणाविरुद्धही लढा देतील. यामुळे पुरुषांबरोबर समानतेचा मार्ग आक्रमिणे त्यांना शक्य होईल. लक्ष्मीबाईंचे मतही असेच होते. जेव्हा नेताजींनी महिलांच्या सैन्य पलटणीची (regiment) आपली योजना घोषित केली, तेव्हा सैन्यात भरती होण्याचे त्यांनी निश्चित केले; पण नेताजींनीच मानवंदनेनंतर लक्ष्मीबाईंना सैन्याच्या तुकडीचे नेतृत्व कराल का, असे

विचारले. देशाची सेवा करण्याची संधी यामुळे मिळेल इतकाच विचार लक्ष्मीबाईंच्या मनात नव्हता, तर स्त्रियांना पुरुषांच्या बरोबरीने आपल्या अंगची गुणवत्ता दाखवण्याची संधी मिळेल, असे लक्ष्मीबाईंना वाटले. स्त्रीवाद हे तत्त्वज्ञान म्हणून त्या काळात उदयास आले नव्हते; परंतु लक्ष्मीबाईंचे तत्त्वज्ञान खरोखरच आधुनिक स्त्रीवादाशी जुळणारे होते.

दुसऱ्या दिवसापासून म्हणजे १४ जुलै १९४३पासून पलटणीची प्रमुख व संघटक म्हणून लक्ष्मीबाईंचे काम सुरू झाले. ज्या वीस मुलींनी नेताजींना मानवंदना दिली होती, त्यांपैकी १५ मुलींच्या प्रशिक्षणाने त्यांच्या कामाचा प्रारंभ झला. इतरांबरोबर स्वतः लक्ष्मीबाईही लष्करी प्रशिक्षण घेऊ लागल्या. दिवसेंदिवस प्रशिक्षण घेणाऱ्या स्त्रियांची संख्या वाढत गेली आणि अखेरीस ती शंभरापर्यंत पोहोचली.

लक्ष्मीबाईंच्या जबाबदाऱ्या वाढल्या. स्त्री-सैनिकांची संख्या वाढल्यावर त्यांची छावणीत राहण्याची व्यवस्था त्यांना करावी लागे. स्त्रियांच्या पलटणीची कल्पना जपान्यांना मान्य नव्हती आणि त्यामुळे त्यांना कोणतीही जागा देण्यास ते नाराज होते. तरीही नेताजींच्या साहाय्याने तीन आठवड्यांत छावणी उभारली गेली आणि त्यामध्ये ५०० सैनिकांच्या निवासाची व्यवस्था झाली. लक्ष्मीबाई संपूर्ण दिवसभर कामात बुडून जात. सकाळ-संध्याकाळचा वेळ लष्करी प्रशिक्षणात घालवावा लागे आणि दिवसाचा वेळ कार्यालयीन कामकाज करण्यात जात असे.

२७ ऑक्टोबर १९४३ रोजी नेताजींनी स्वतंत्र भारताच्या प्रांतिक सरकारची म्हणजेच 'अर्जी-हुकमत आझाद-ए-हिंद'च्या स्थापनेची घोषणा केली. लक्ष्मीबाईंची महिला-बालक कल्याण खात्याच्या मंत्री म्हणून नेमणूक करण्यात आली. त्यामुळे त्यांची जबाबदारी अधिक वाढली. यापूर्वी रेजिमेंटची कमांडर आणि इंडियन इंडिपेंडन्स लीगचे अध्यक्षपद या दोन जबाबदाऱ्या त्यांच्यावर पडलेल्याच होत्या. हा सन्मान प्राप्त करणाऱ्या लक्ष्मीबाई या पहिल्या महिला होत्या. 'मला बहाल केलेला सन्मान माझा एकटीचा नसून, संपूर्ण स्त्रीजातीचा तो सन्मान आहे' असे आपले मत त्यांनी व्यक्त केले. २२ ऑक्टोबर १९४३ रोजी नेताजींनी राणी झाशी रेजिमेंटचे औपचारिक रीत्या उद्घाटन केले. १५० स्त्रिया सैनिक म्हणून रेजिमेंटमध्ये सामील झाल्या होत्या. अल्पावधीतच त्यांची संख्या तीनशेपर्यंत वाढली.

आझाद हिंद सरकारचे मुख्य कार्यालय सिंगापूरहून रंगून येथे हलवण्यात आले. त्यामुळे लक्ष्मीबाईंनाही रंगूनला आपले बस्तान हलवावे लागले. रंगूनला लक्ष्मीबाईंनी राणी झाशी रेजिमेंट या पलटणीची उभारणी केली. शिवाय लष्करासाठी दैनंदिन लागणाऱ्या वस्तू एकत्रित करण्यासाठी मदत व्हावी म्हणून भारतीय स्त्रियांची एक संघटनाही त्यांनी उभी केली. लक्ष्मीबाईंच्या देखरेखीखाली जुन्या साड्यांपासून बँडेजेस बनवणे, सुकी फळे पाकीटबंद करण, ही कामे स्त्रिया करत असत.

लक्ष्मीबाई आघाडीवर गेल्या असताना त्यांच्या अनुपस्थितीत पूर्वीच्याच शिस्तीने, त्याच पद्धतीने स्त्रियांनी आपली कामे चालू ठेवली होती. ब्रह्मदेशातील लष्कर आघाडीवर गेल्यामुळे आपल्या पलटणीला प्रशिक्षित करण्यासाठी एकही अधिकारी लक्ष्मीबाईंच्या हाताशी नव्हता; पण अशा स्थितीतही लक्ष्मीबाई व्यायामाची सत्रे, कवायत, नेमबाजीचा सराव करून घेत आणि दीर्घ अंतराचे संचलनही पलटणीला करावयास लावीत. कर्नल शहानवाझ यांच्या आधिपत्याखाली गनिमी युद्ध खेळणारी पलटण इंफाळच्या रोखाने कूच करणारी पहिली पलटण होती. लक्ष्मीबाईंना या पलटणीत सहभागी होण्याची परवानगी मिळाली. लक्ष्मीबाई असा अनुभव घेण्यासाठी आसुसल्या होत्या. कारण अग्रभागी राहून शत्रूवर हल्ला करण्याच्या भाग्यशाली दिवसाकडे त्या डोळे लावून बसल्या होत्या. दोन महिने रंगूनमध्ये राहून राणी झाशी पलटणीच्या पुढील प्रशिक्षणाची व्यवस्था करण्यासाठी त्या रंगूनला परतल्या. सिंगापूर छावणीतील ८ मुलींना अधिकारी म्हणून बढती मिळाली हे पाहून त्यांना खूप समाधान वाटले. लक्ष्मीबाईंनी सिंगापूरमधील कार्यातून स्वतःला सोडवून घेतले आणि युद्ध आघाडीवर आपले लक्ष केंद्रित केले.

स्त्रियांच्या रेजिमेंटची पहिली तुकडी युद्ध आघाडीवर पुढे गेली होती. त्या तुकडीत सामील होण्यासाठी ८ अधिकारी व १० सैनिक यांच्यासह लक्ष्मीबाई मायमोला जाण्यासाठी निघाल्या. दिवसा ही मंडळी लष्कराच्या ट्रकमधून प्रवास करीत. स्वयंपाक व खाणेपिणे जंगलात पार पाडीत आणि रात्री ट्रकमध्येच झोपत असत. मायमोला येथे पलटणीला मिळाल्यावर लक्ष्मीबाईंनी दोन महिने प्रशिक्षण आणि सराव चालू ठेवला. एके दिवशी दिवसा उजेडी शत्रूच्या विमानांनी त्यांच्यावर अचानक केलेला हल्ला पाहून, सर्व जणी स्तिमित झाल्या. स्त्रियांच्या पलटणीजवळ विमानविरोधी तोफा नव्हत्या. अतिशय कमी उंचीवरून उड्डाण करीत असल्यामुळे शत्रूच्या विमानांनी छावण्या पूर्णतया उद्ध्वस्त करून टाकल्या.

त्या प्रसंगातून लक्ष्मीबाईंच्या धाडसी करामतीचा सर्वांना प्रत्यय आला. संभाव्य हल्ल्याची सूचना देणारा धोक्याचा भोंगा वाजला की लक्ष्मीबाईंसकट प्रत्येक जण खंदकात उडी मारत असे. खंदकात अचानक लक्ष्मीबाईंना लीली या राणीची (महिला सैनिक) आठवण झाली. लीली आजारी होती व आपल्या खोलीत झोपलेली होती. लक्ष्मीबाई आवाज न करता खंदकाबाहेर आल्या व लीलीच्या खोलीत गेल्या. विलक्षण वेगाने तिला उचलून त्यांनी खंदकात आणले. त्यांची ही कृती इतकी वेळेवर झाली की त्यानंतर काही क्षणांतच ती छावणी बॉंबने उद्ध्वस्त केली गेली.

इंफाळ पडणार हे दिसत होते; पण भारत-ब्रह्मदेशाच्या (म्यानमार) सीमेवर अचानक मुसळधार पाऊस कोसळू लागल्याने विजयाची शक्यता दुरावली. लक्ष्मीबाई व इतर सैन्याला मुख्य ठाण्याकडे परतण्याचे आदेश दिले गेले. तसेच काही

काळपर्यंत राणी झाशी रेजिमेंट विसर्जित करण्याचा हुकूमही दिला गेला. इंफाळ आघाडीवर खूप मनुष्यहानी झाली होती. त्याखेरीज मलेरिया व हगवणीमुळे हवालदिल झालेल्या रुग्ण सैनिकांची संख्याही वाढली होती. मेजर लक्ष्मी हॉस्पिटलमधील अन्य परिचारकांसमवेत तिथे आपली डॉक्टरची भूमिका पार पाडीत होत्या. देशासाठी प्राण वेचण्यास तयार असलेल्या सैनिकांच्या जीवनाचा असा दुर्दैवी अंत व्हावा याचे लक्ष्मीबाईंना कमालीचे दुःख होत असे. आपल्या परिचारिकांच्या गटाच्या साहाय्याने झियावाडी येथे लष्करासाठी छोटेसे इस्पितळ थाटण्याचे लक्ष्मीबाईंनी ठरवले. युद्धविरहित क्षेत्र समजल्या गेलेल्या झियावाडी क्षेत्रात तुफान बाँबवर्षाव झाला आणि ते इस्पितळ भुईसपाट झाले. त्यामुळे लक्ष्मीबाईंनी आपल्या परिचारिकांना परत पाठवले आणि आपल्या सहकारी डॉक्टरांना मदत करण्यासाठी त्या कॉलॉ येथे जाण्यास निघाल्या. वाटेत त्यांना बाँबहल्ल्याला तोंड द्यावे लागले; पण अखेर काही दिवसांनी त्या कॉलॉ येथे पोहोचल्या. काही दिवसांनी कॉलॉ येथील इस्पितळ आणि उपचार केंद्र रंगूनला हलवण्याचा त्यांना आदेश मिळाला. निघण्याच्या तयारीत असताना पुन्हा एकदा धोक्याची सूचना देणारे भोंगे वाजले आणि बाँबहल्ला झाला. लक्ष्मीबाई आणि त्यांचे सहकारी त्यातून थोडक्यात बचावले; पण यल्लप्पा या त्यांच्या मित्राचे घर कोसळल्याने तो जबर जखमी झाला. योग्य औषधोपचार उपलब्ध न झाल्यामुळे त्याची प्रकृती अधिक बिघडली. ब्रिटिश सैनिकांनी लक्ष्मीबाईंना त्यांच्या १५ सहकाऱ्यांसह कैद केले. जखमी यल्लप्पाला सोडून जाताना लक्ष्मीबाई अतिशय व्यथित झाल्या. यल्लप्पानेच त्यांना राणी झाशी रेजिमेंटकडे पोहोचवण्याचा मार्ग दाखविला होता. परंतु कैदी असल्यामुळे त्यांना या बाबतीत तोंड उघडता येत नव्हते. डोंगराचे चढउतार करत जंगलातून त्या तीन महिने चालत होत्या. या काळात त्यांना पुरेसे अन्नही मिळत नसे. या तीन महिन्यांच्या काळात त्यांना आंघोळही करता आली नाही. तेच कपडे तीन महिने अंगावर वागवावे लागले. त्यांचे कपडे चिखलाने बरबटले होते; ठिकठिकाणी फाटले होते आणि त्यांना घामाची दुर्गंधी येत होती.

लक्ष्मीबाई आणि त्यांचे सहकारी यांना रंगून येथे आणले गेले. पुरुषांची रवानगी कैद्यांच्या युद्ध छावणीत करण्यात आली. लक्ष्मीबाई या एकमेव स्त्री-युद्ध-कैदी असल्यामुळे त्यांना पुरुषांच्या छावणीत पाठवता येईना. ब्रिटिश अधिकाऱ्यांकडे योग्य अशी पर्यायी व्यवस्था नव्हती. त्यामुळे लक्ष्मीबाईंच्या एका ब्रह्मी परिचिताच्या घरी त्यांना ठेवण्यात आले. एक महिन्यानंतर अन्य परिचितांकडे जाण्याची परवानगी त्यांना देण्यात आली. रंगून येथील वास्तव्यात जबरदस्तीने आझाद हिंद फौजेत सामील करून घेण्यात आल्याची कबुली लक्ष्मीबाईंनी द्यावी म्हणून ब्रिटिश अधिकारी प्रयत्नांची पराकाष्ठा करीत होते. आझाद हिंद फौज म्हणजे जपान्यांच्या हातातले

निव्वळ बाहुले आहे, असा कबुलीजबाब लक्ष्मीबाईंनी द्यावा म्हणून त्यांचे शर्थीचे प्रयत्न चालू होते. मात्र आझाद हिंद फौज हे देशभक्त नागरिकांचे लष्कर होते, हे लक्ष्मीबाईंनी आपल्या प्रतिक्रियेतून त्यांच्या निदर्शनास आणले.

घरात रिकामटेकडे बसून बसून लक्ष्मीबाईंना उबग आला. त्यामुळे त्यांनी खासगी दवाखाना काढून वैद्यकीय व्यवसाय करण्याची परवानगी मिळावी म्हणून अर्ज केला. ब्रिटिश सरकारने त्यांची विनंती मान्य केली. लवकरच लक्ष्मीबाईंचा दवाखाना म्हणजे आझाद हिंद फौजेतील सदस्यांच्या भेटीगाठींचा अड्डा बनला. पराभव पत्करावा लागला तरी कोणीही निराश झाले नव्हते. त्यांचे स्वप्न तसेच कायम होते. २१ ऑगस्ट हा आझाद हिंद फौजेच्या स्थापनेचा वर्धापनदिन होता. हा दिवस साजरा करण्यासाठी लक्ष्मीबाईंनी पुढाकार घेतला. फाटके असले तरी लष्करी गणवेष परिधान करून सर्व सदस्य जमले होते आणि त्यांनी ध्वजवंदनाचा कार्यक्रम केला. 'देशभक्त' या कलकत्त्यामधून निघणाऱ्या वृत्तपत्राने आपल्या पहिल्या पृष्ठावर या ध्वजवंदनाच्या कार्यक्रमासंबंधीचा लेख छायाचित्रासकट छापला होता. नजरकैदेत असलेल्या लक्ष्मीबाईंनी अशा कार्यक्रमाचे आयोजन कसे केले याबद्दलचे स्पष्टीकरण रंगूनच्या लष्करी प्रशासनाकडे मागितले गेले. नेताजी खरोखरच मरण पावले का आणि ते पुन्हा प्रकट होतील की काय, या भीतीने लष्करी प्रशासन गोंधळून जाऊन अवाक झाले होते. लक्ष्मीबाईंना कोणत्याही प्रकारचे स्वातंत्र्य देणे धोक्याचे आहे हे कळून चुकल्यामुळे त्यांना कॉलॉ येथे नजरकैदेत ठेवण्यात आले होते. कॉलॉ येथील पोलिस लक्ष्मीबाई व त्यांच्या भेटीसाठी येणाऱ्या लोकांवर डोळ्यांत तेल घालून लक्ष ठेवीत असत. विमान दलातील काही अधिकाऱ्यांनी तर आपल्या विमानातून लक्ष्मीबाईंना गुप्तपणे अन्यत्र हलविण्याबद्दलची इच्छाही प्रकट केली होती; परंतु लक्ष्मीबाईंनी ही विनंती धुडकावून लावली. एके दिवशी सकाळी लक्ष्मीबाईंना विमान दलाच्या विमानातून नेण्यात आले. त्यांना कुठे नेत आहेत याची वाच्यता लक्ष्मीबाईंजवळ केलेली नव्हती. ज्या लष्करी अधिकाऱ्याने त्यांच्या संरक्षणाची जबाबदारी घेतली होती, तो विमानात त्यांच्या बाजूलाच बसला होता. भारत-ब्रह्मदेश सीमा ओलांडल्यावर पायलटने विमान भारतीय हद्दीत पोहोचल्याची बातमी दिली. नंतर तो अधिकारी लक्ष्मीबाई त्याच्या नजरेच्या टप्प्यात राहतील इतक्या दूर अंतरावर बसला. अधूनमधून लक्ष्मीबाईंवर नजर ठेवताना, ही किती महाभयंकर बाई आहे असे त्याच्या नजरेतून सूचित होत होते. लक्ष्मीबाई तब्बल सहा वर्षांनी परतल्या होत्या; पण हा त्यांच्या स्वप्नातला भारत नव्हता.

भारतात परतल्यावर काँग्रेसमधील लोक आझाद हिंद फौजेतील सैनिकांची स्काऊटमधील मुलगे व गर्लगाईडमधील मुली अशी गणना करतात अशी लक्ष्मीबाईंची समजूत झाली. गांधीजींना भेटण्याचा सल्लाही अनेक लोकांनी त्यांना दिला. पण

अहिंसेचा मार्ग स्वीकारण्याची तयारी नव्हती तसेच आपल्या तत्त्वांशी तडजोड करण्याचीही त्यांची बिलकूल इच्छा नव्हती. त्यामुळे गांधीजींबद्दल अपरंपार आदर वाटत असूनही त्या गांधीजींना भेटल्या नाहीत. लक्ष्मीबाई अहिंसेच्या तत्त्वावर निस्सीम श्रद्धा ठेवणाऱ्या गांधीवादी आईच्या लेक होत्या, तर धगधगत्या राजकीय कार्यकर्त्या सुहासिनी यांच्या क्रांतिकारक लक्ष्मीबाई माता होत्या. (६) लक्ष्मीबाईंनी विवाह असो वा व्यवसाय असो आपल्या तत्त्वांशी कधीच तडजोड केली नाही.

लक्ष्मीबाई स्त्रीजातीचे-समुदायाचे गर्वस्थान होते. एकाच व्यक्तीमध्ये सौंदर्य, बुद्धिमत्ता, धाडस, शौर्य, कोमलता, कठोरता व मदत करण्याची वृत्ती असा गुणसमुच्चय क्वचितच आढळतो. लष्करात लेफ्टनंट पदापर्यंत पोहोचणारी जगातील पहिली महिला होण्याचा मान त्यांना मिळाला. तसेच जगातील पहिली महिला मंत्री होण्याचा मानही त्यांनी पटकावला. आज वयाच्या ८६व्या वर्षीही सळसळते व्यक्तिमत्त्व त्यांच्याकडे आहे. लक्ष्मीबाई कदाचित एकट्या महिला क्रांतिकारक नसतील; परंतु आग्नेय आशियातील भारतीय स्वातंत्र्यलढ्यातील धगधगती ज्वाला असे त्यांचे वर्णन निश्चित करता येईल.

संदर्भ

१. गवाणकर, रोहिणी, कॅप्टन राणी लक्ष्मी व राणी झाशी रेजिमेंट, साधना प्रकाशन,
पुणे, १९९८, पृ. ६८
२. कित्ता, पृ. ६८
३. कित्ता, पृ. ७०
४. कित्ता, पृ. ७२
५. कित्ता
६. सुहासिनी या भाकप मार्क्सिस्टच्या क्रियाशील सदस्य असून, त्या खासदार म्हणून लोकसभेवर निवडून आल्या होत्या.

◆

विभाग : २

महात्मा गांधींच्या विविध चळवळींत भाग घेऊन भूमिका बजावणाऱ्या स्त्रिया व त्यांचा राष्ट्रीय चळवळीवर झालेला परिणाम

■ मणीबेन नानावटी : स्वातंत्र्याचे सूत कातणारी महिला ■

उषा ठक्कर

(डॉ. (श्रीमती) उषा ठक्कर : पाटणा विद्यापीठातून १९६२मध्ये एम.ए. पदवी आणि मुंबई विद्यापीठाची पीएच. डी. पदवी १९७३ मध्ये प्राप्त केली. मुंबईच्या एस. एन. डी. टी. विद्यापीठात त्या राज्यशास्त्र विभागप्रमुख होत्या. १९८५ मध्ये त्यांना यू. जी. सी. करिअर अॅवॉर्ड देण्यात आले. १९८७-८८ व १९८९ या वर्षी त्या ब्रिटनमधील शेफिल्ड सिटी पॉलिटेक्निक येथे अतिथी फेलो म्हणून एज्युकेशन मॅनेजमेंट विभागात काम करीत होत्या. १९८१-८२ मध्ये कार्नेल विद्यापीठात फुलब्राईट शिष्यवृत्ती मिळवून पोस्ट डॉक्टरल संशोधन केले. १९९० मध्ये ज्येष्ठ फुलब्राईट शिष्यवृत्तीधारक म्हणून कार्नेल विद्यापीठात ऑगस्ट ते नोव्हेंबरपर्यंत होत्या. १९९४ मध्ये त्यांना शास्त्री-इंडो-कॅनेडियन इन्स्टिटयूटतर्फे 'विमेन इन डेव्हलपमेंट' या विषयावर संशोधन करण्यासाठी शिष्यवृत्ती देण्यात आली. सहलेखक आणि सहसंपादक म्हणून त्यांची पुढील पुस्तके प्रकाशित झाली आहेत. 'कौटिल्याज अर्थशास्त्र' (१९८०), 'विमेन अँड मेन व्होटर्स' (१९८१), 'पॉलिटिक्स इन महाराष्ट्र' (१९९५), 'इंडिया इन वर्ल्ड अफेअर्स : टूवर्ड्स द २१st सेंच्युरी' (१९९९) आणि 'एसेज ऑन गांधीअन थीम्स' (१९९९), 'घुंगट के पट खोल' हा गुजराती लेखिकांनी लिहिलेल्या लघुकथांचा संग्रहही (स्तबक) त्यांनी संपादित केला आहे. त्यांनी अनेक शोधनिबंध लिहिले आहेत, तसेच अनेक संशोधन प्रकल्पही पूर्ण केले आहेत. सध्या त्या मुंबईच्या मणीभवन येथील 'इन्स्टिटयूट ऑफ रिसर्च ऑन गांधीअन थॉट अँड रूरल डेव्हलपमेंट'मध्ये मानद संचालिका म्हणून काम करतात.)

भारतीय स्वातंत्र्यलढ्यातील स्त्रियांचा सहभाग देशासाठी नव्या युगाची नांदी ठरला; तसेच स्त्रियांसाठीही तो नवयुगाचे सूचक ठरला. खासगी आणि सार्वजनिक अशी विभागणी करणारी रेषा अस्पष्ट झाली आणि स्त्रिया आपले जीवन आणि आपला देश यांतील संबंधांना आकार देऊ शकल्या. स्त्रियांच्या पारंपरिक भूमिकांना

आव्हान दिले गेले नसले तरी त्या जेव्हा स्वातंत्र्य संग्रामात भाग घेऊ लागल्या, तेव्हा त्यांना स्वतःच्या सुप्त शक्तीचा आणि सामर्थ्याचा शोध लागला. दुर्बळ व्यक्तीही मजबूत होऊ शकते आणि हिंस्र शक्तीपेक्षा आंतरिक शक्ती अधिक बलवान असते, हे त्या गांधीजींकडून शिकल्या. स्वातंत्र्य संग्रामातील सहभागामुळे जीवनाकडे बघण्याचा त्यांचा दृष्टिकोन बदलला. त्यांना नवी क्षितिजे व नवे अंतरिक्ष खुले झाले. राजकारण शब्दाचा त्यांच्या भाषेतील अर्थ त्यांना समजला, तसेच औपचारिक राजकारणाच्या सीमारेषांपलीकडील स्वातंत्र्य शब्दाचा अर्थ त्यांनी त्यांच्या जीवनात रूपांतरित केला.

या शोधनिबंधात मणीबेन नानावटींची जीवनकथा या संदर्भात सादर केली आहे. शोधनिबंधाच्या पहिल्या भागात त्यांच्या राष्ट्रवादी लढ्यातील सहभागाचे वर्णन आहे, तर स्वातंत्र्योत्तर काळात त्यांनी केलेल्या कामाची रूपरेखा नंतरच्या भागात दिली आहे.

१

साबरकाठामधील (गुजरात) देरोल येथे २८ फेब्रुवारी १९०५ रोजी मणीबेन नानावटींचा जन्म झाला. गांधीजींच्या तत्त्वानुसार आकार प्राप्त झालेल्या जीवनाचा आदर्श नमुना म्हणजे मणीबेन होत. त्यांचे वडील चुनीलाल नानकचंद जव्हेरी सधन कापडव्यापारी होते. प्रामाणिकपणा आणि जातीसाठी केलेल्या निःस्वार्थ सेवेसाठी त्यांची ख्याती होती. त्यांच्या या गुणांचा ठसा त्यांच्या दोघी मुली- मणीबेन व कांताबेन यांच्या मनात खोलवर उमटला होता. मणीबेनचे प्राथमिक शिक्षण गुजरातेत ,तसेच मुंबईच्या जैन मंग्रोल कन्याशाळेत झाले. प्रपंचाचे व्यवस्थापन कार्य निपुणतेने करण्यासाठी लागणारी कौशल्ये त्यांनी आत्मसात केली होती. लहान वयातच जैन धर्मविषयक ग्रंथातून धर्माचे धडे गिरवले होते. १९२२ मध्ये वयाच्या १७व्या वर्षी त्यांचा विवाह चंदूलाल बालाभाई नानावटी यांच्याशी झाला. त्यांचे यजमान समृद्ध व सुसंस्कृत नानावटी कुटुंबातील होते. त्यांच्यावर गांधीजींचा प्रभाव होता. राष्ट्रवादी वृत्तीमुळे नेहमी खळबळ माजणाऱ्या विलेपार्ले या मुंबईच्या उपनगरात ते राहत होते. धंद्याच्या निमित्ताने हे जोडपे कोलंबोला गेले. (ते तिथे महिनाभर राहिले.) तेव्हा भारतातील राजकीय चित्र वेगाने बदलत होते. १९३०च्या चळवळीने या जोडप्याला आपल्या भोवऱ्यात ओढले. नवऱ्यावरचा राष्ट्रवादी कल्पनांचा परिणाम लक्षात घेऊन मणीबेन म्हणतात, "आपल्याला देशासाठी काहीतरी केले पाहिजे, असे आम्हाला वाटले म्हणून आम्ही परतलो." (१)

१९३०च्या मिठाच्या सत्याग्रहाच्या वेळी महाराष्ट्र काँग्रेसमधील सर्व जिल्ह्यांचे प्रधान कार्यालय विलेपार्ले येथे होते. जमनालाल बजाज, बाळासाहेब खेर, आणि

किशोरीलाल मश्रूवाला यांच्यासारखे नेते तिथे काम करीत. त्यांच्या चळवळीचा परिणाम म्हणून त्यांना तुरुंगात जावे लागे. कमलाबेन सोनावाला यांनी विकत घेतलेल्या घोडबंदर रोडवरील एका प्रचंड इमारतीत सत्याग्रहाची छावणी टाकण्यात आली. बेकायदा रीतीने मीठ तयार करणे आणि वसईतील विभागातून मीठ आणणे अशा कार्यक्रमांची आखणी येथे केली जात असे; पण लवकरच सत्याग्रहींना तुरुंगात डांबले जाऊ लागले आणि ज्या इमारतीत या छावण्या होत्या, त्या इमारतीही ब्रिटिश सरकारने जप्त केल्या. गांधी आयर्विन करारामुळे सत्याग्रही व नेते यांची सुटका झाली; पण जप्त केलेल्या इमारती मात्र ब्रिटिश सरकारच्याच ताब्यात राहिल्या. लोकांना गांधी-आयर्विन कराराच्या सत्यतेविषयी शंका असल्यामुळे सत्याग्रहींनी वेगळ्या दिशेने काम चालू ठेवण्याचे ठरवले. त्यांनी आपली सर्व शक्ती आणि प्रयत्न खादीचा प्रचार, दारूबंदी आणि ग्रामोद्धार या बाबींकडे वळवली. स्वामी आनंद या प्रकारच्या कार्यात खूप गढून गेले होते. त्यांच्या कार्याला हातभार लावण्याच्या हेतूने चंदूभाई आणि मणीबेन यांनी स्वामी आनंद आणि त्यांचे स्वयंसेवक यांना आपल्या घराच्या तळमजल्यावर वास्तव्य करण्यासाठी आमंत्रण दिले. चंदूभाई व मणीबेन दोघेही त्यांची काळजी घेत. गांधीजीही कराची काँग्रेसला जाण्यासाठी मुंबईत आले होते. त्यामुळे ती जागा लोकांच्या कृती व उत्सुकता यांनी भरून गेली होती. (२)

सर्व विभागांत ही चळवळ पसरली होती. त्या दिवसांची आठवण काढून मणीबेन त्यात रमून जात. त्या म्हणत, ''स्वातंत्र्य हे आता स्वप्न राहिले नव्हते. आमच्या आटोक्यातील ध्येय बनले होते आणि आम्हाला ते प्राप्त करावयाचे होते. प्रभातफेऱ्यांचे आयोजन करणे, बैठका घेणे, दारूच्या व परदेशी कपड्यांच्या विरोधात निदर्शने करणे, मीठ तयार करणे यांसारखे अनेक कार्यक्रम आमच्यासमोर होते. त्याखेरीज बापूंच्या प्रेरणेने आम्ही अनेक विधायक कार्यक्रमांतही गुंतलो होतो. विधायक कार्यक्रमात दारूबंदी, अस्पृश्यता निवारण, जातीय सलोख्यासाठी प्रयत्न आणि खादीचा प्रचार यांचा समावेश होता.''(३)

त्या दिवसांत राष्ट्रीय चळवळीचे विलेपार्ले हे एक प्रमुख केंद्र होते. एक सत्याग्रही म्हणून मणीबेनचे प्रशिक्षण तिथेच झाले. मणीबेनच्या आयुष्यावर आणि कार्यावर तिचे पती चंदूलाल, स्वामी आनंद, गांधीजी, दिलखुष दिवाणजी आणि रविशंकर महाराज यांचा प्रभाव पडला. तो मणीबेन मान्य करतात. गांधीजींच्या संदेशाचा चिरकाल टिकणारा परिणाम मणीबेनच्या अंतःकरणावर झाला. स्वातंत्र्याच्या कार्यात सहभागी होण्याचा निर्धार केल्यानंतर इतर अनेक सत्याग्रही स्त्रियांप्रमाणेच त्यांनी आपल्या ठराविक दैनंदिन कार्यक्रमात बदल केले. त्यांना आठवते, ''त्या दिवसांत प्रत्येक घर, प्रत्येक मुलगा आणि मुलगी स्वराज्याच्या कार्यात मग्न असे.

आमचा स्त्रियांचा गट विलेपार्ल्याच्या छावणीत होता. सकाळी आम्ही खादीफेरीत व्यस्त होतो. त्यानंतर घरी परतल्यावर घरातल्या दैनंदिन कामाकडे लक्ष देत असू. या कामात नाश्ता तयार करण्यापासूनच्या सर्व कामांचा समावेश होता. घरातील सर्व कामे आटोपून आम्ही छावणीत जाऊन स्वयंपाक आणि अन्य कामांची व्यवस्था पाहत असू. जेवणानंतर पुन्हा आम्ही समाजात जागृती निर्माण करण्यासाठी घराबाहेर पडत होतो. सामुदायिक स्वयंपाक, सूतकताई, आणि जनतेपर्यंत संदेश पोहोचविण्याच्या कामात आम्ही गर्क होतो. आम्ही गरब्याची गाणीही गात होतो. घर आणि छावणी यांमध्ये आम्हाला मोकळे क्षण मिळतच नसत.(४)

भारतातील अन्य ठिकाणच्या स्त्रियांप्रमाणे मुंबईतील स्त्रियांनीही असामान्य धैर्य आणि दृढनिश्चय दाखवला. मणीबेनच्या मतानुसार सर्व जातींतील आणि वर्गांतील स्त्रिया एकत्र काम करीत होत्या. त्यांच्याच शब्दांत सांगायचे तर "आम्ही मिळून खात-पीत होतो आणि पोलिसांकडून मारहाण होतानाही आम्ही एकत्र होतो. अनेक वेळा निदर्शने करताना पोलिस स्त्रियांना अटक करीत आणि नंतर विक्रोळीच्या जंगलात सोडून देत; परंतु त्या स्त्रियांपैकी कोणीही रडतभेकत वा घाबरत नसत. रात्रीच्या मिट्ट काळोखातून त्या मुख्य रस्ता शोधून काढीत आणि शक्यतो रस्त्यावरून जाणाऱ्या एखाद्या वाहनचालकाला विनंती करून वाहनात जागा मिळवून घरी परतत असत, किंवा स्टेशनपर्यंतचे अंतर पायी चालून जात असत. आम्हा बायकांमध्ये अशी सुप्त शक्ती व सामर्थ्य होते. गांधीजींनी हे ओळखले आणि ही शक्ती कार्यरत केली. जर ही शक्ती उपयोगात आणली गेली नसती तर ती गंजून गेली असती. गांधीजींनी जर प्रेरणा दिली नसती, तर आम्ही घराबाहेर पडून या चळवळीत कार्य केले नसते."(५)

घराचा उंबरठा ओलांडून बाहेरच्या जागात कार्य करू लागल्यावर घरासाठी जसे त्या तनमनधन बहाल करीत असत, त्याच वृत्तीने त्यांनी बाहेरची कार्ये केली. स्वामी आनंदना त्यांचा शांत स्वभाव आठवतो. मात्र खादीफेरीतील त्यांच्या संतापाने उफाळून होणाऱ्या हालचाली, सूतकताईचे वर्ग, दारूच्या दुकानापुढील निदर्शने, खजुराच्या झाडांच्या मालकांना खजुरापासून ताडी बनवण्यापासून परावृत्त करणे इत्यादी त्यांची कार्ये मुंबईच्या उपनगरात अतिशय जोरात चालत असल्याचेही त्यांना आठवते. पुष्कळ उच्चवर्गीय स्त्रिया अशी कामे मोठ्या उत्साहाने करीत असत. मणीबेननाही अशा प्रकारचे कार्य शांतपणे करण्यासाठी चंदूभाईंकडून प्रोत्साहन व मार्गदर्शन मिळत असे. (६)

१९३२ मध्ये मणीबेनना तुरुंगात डांबले. तुरुंगात गेल्यावर दिवस गेल्याचे त्यांच्या लक्षात आले. "दहा महिन्यांना दहा दिवस कमी इतका काळ त्यांना ठाण्याच्या तुरुंगात राहावे लागले. तिथे अन्य दोन-तीन स्त्रियाही गरोदर अवस्थेतील

होत्या. दरम्यान बडोदा येथे उच्च पद विभूषित करणाऱ्या मणीबेनच्या दिराने त्या वेळच्या ठाण्याच्या कलेक्टरला मणीबेनना अशा अवस्थेत काही अपाय झाला तर त्याचे परिणाम चांगले होणार नाहीत, अशी ताकीद देणारे पत्र लिहिले. मणीबेनची तुरुंगातून सुटका झाल्यावर दहाच दिवसांनी त्यांनी कन्यारत्नाला जन्म दिला. तुरुंगातील आपल्या वास्तव्याचा त्यांनी बाऊ केला नाही. तुरुंगात जन्मलेल्या कृष्णाप्रमाणेच माझे मूल असेल, असे त्या इतरांना नेहमी सांगत असत. घराबाहेरील जगाचा अजिबात अनुभव नसलेल्या स्त्रियांनी खडतर कारावास विनातक्रार सहन केला. यातूनच त्यांच्या समर्पित वृत्तीचे दर्शन घडते.

तुरुंगातील दिवसांची आठवण काढताना मणीबेन म्हणतात, "स्वातंत्र्य मिळवण्याच्या आशेच्या धाग्याने स्त्रियांना एकत्र बांधून ठेवले होते. शिक्षित-अशिक्षित समाजाच्या सर्व स्तरांतून आलेल्या स्त्रिया तिथे होत्या. त्यांमध्ये हरिजन स्त्रियासुद्धा होत्या. त्या सर्व जणी एकत्र खात-पीत असत; एकमेकींची काळजी घेत आणि एकमेकींच्या सुखदुःखात सहभागी होत. तुरुंगात अ, ब, क, अशी वर्गवारी असे; परंतु जातींसकट सर्व भेदभाव वितळून गेल्याचे तिथे आढळून येत असे. तुरुंगात खूपच गैरसोयी होत्या. सत्याग्रही स्त्रियांना गुन्हेगारांबरोबर ठेवले जात असे; पण त्यांना त्याचा त्रास वाटला नाही. कारण तुरुंगवासासाठी त्यांच्याकडे सबळ कारण होते." (७)

मणीबेनच्या राष्ट्रीय चळवळीतील सहभागाची चमकदार शब्दांत माहिती सांगताना उषा मेहता म्हणतात, "त्या दिवसांत मणीबेन स्त्रियांना नेहमी प्रोत्साहित करीत असत. दारूड्यांना हात जोडून दारू न पिण्याबद्दल विनंती करणाऱ्या आणि राष्ट्रीय शाळेतील शिबिरात स्त्रियांना सूत कातण्यास शिकविणाऱ्या मणीबेन मला आठवतात. मी लहान असताना त्यांनी मला काळजीपूर्वक, चिकाटीने व प्रेमाने सूत कातायला शिकवले. जर कोणाचा सूत कातण्याचा वेग कमी झाला, तर त्या 'चरखा चला चला के लेंगे स्वराज्य लेंगे' हे गाणे म्हणत असत. आपल्या तत्त्वांशी त्या नेहमीच ठाम राहिल्या." (८)

राष्ट्रीय चळवळीचा आवेग ओसरल्यावरही स्त्री-कार्यकर्त्यांनी त्यांचे कार्य चालूच ठेवले होते. १९३४ मध्ये मणीबेन व इतर स्त्रियांना गांधीजींच्या सल्ल्यानुसार त्यांच्या देशसेवेच्या उत्कट इच्छेला वाव देणारे मार्ग विधायक कार्यक्रमात सापडले. काही जणी खेड्यात गेल्या, तर इतर काहींनी आपापल्या स्थानिक क्षेत्रातील कार्यक्रमांवर लक्ष केंद्रित केले. मणीबेनना खादीचे काम नेहमीच मनापासून प्रिय होते आणि त्यांच्या दृष्टीने चरखा हे स्वातंत्र्याचे प्रतीक होते. सूतकताई हा त्यांच्या जीवनाचा अत्यावश्यक भाग झाला होता. आयुष्याच्या अखेरच्या क्षणापर्यंत सूतकताई करण्याची त्यांची इच्छा होती. सूतकताई आणि स्वातंत्र्य यांच्यातले महत्त्वाचे नाते

त्यांनी ओळखले होते. स्वातंत्र्य प्राप्त करणे, तसेच त्याचे संरक्षण या दोन्ही गोष्टी सूतकताईशी जोडलेल्या आहेत, असे त्यांचे मत होते. जयाबेन देसाई, शिरीन व नवाझ हवेवाला आणि सूनाबेन राव या आपल्या मैत्रिणींच्या साहाय्याने मणीबेननी विलेपार्ले येथे एक खादीमंदिर सुरू केले. खादीमंदिराच्या सुरुवातीच्या काळातील गोड आठवणी त्यांनी जपून ठेवल्या आहेत. त्या म्हणतात, ''आम्ही एक पाटी लावली, 'No Men' (पुरुष नाहीत) नंतर आम्ही 'स्त्रियांनी चालविलेले खादी मंदिर' असेही लिहिले. आमच्याकडे आत्मविश्वास आणि कामासाठी लागणारी सुसज्ज साधनसामग्री होती. इयत्ता ७वी पलीकडे ज्यांचे शिक्षण झालेले नाही, अशा आम्ही सर्व जणी खादी आणणे, तिची विक्री करणे आणि जमाखर्चाचे हिशेब व्यवस्थित ठेवणे, ही सगळी कामे करीत होतो. या स्त्रियांच्या गटात मी सर्वांत कमी शिकलेली होते.'' (९)

मणीबेनच्या कार्यक्षम आणि जबाबदारपणे केलेल्या मार्गदर्शनाखाली खादीमंदिर चालवले जात होते. मणीबेनच्या मते खादीशी संबंधित कोणतेही कार्य अतिशय महत्त्वाचे असते. त्यांच्या म्हणण्याप्रमाणे, ''खादी माझी शाळा आहे. खादी माझे पाठ्यपुस्तक आहे.'' (१०) दिलखुष दिवाणजी अतिशय आपुलकीने 'खादीबेन' या नावाने त्यांना हाक मारीत. (११) लोकांशी बोलत असताना, बैठकीत किंवा सभेत महत्त्वाच्या मुद्द्यावर चर्चा करतानादेखील त्यांची सूतकताई चालूच असे, असे गोकुलभाई भट्ट यांनी नमूद केले आहे. (१२)

गोलमेज परिषदेहून गांधीजी परतल्यानंतर चळवळ नव्या उत्साहाने सुरू झाली. विलेपार्ल्यातून अनेक जणांना तुरुंगवास सोसावा लागला. तुरुंगात जाणाऱ्यांमध्ये शिरीनबेन हवेवाला, कमलाबेन सोनावाला, गोमतीबेन मश्रूवाला, जानकीदेवी बजाज आणि मणीबेन यांचा समावेश होता. स्वामी आनंदांच्या आठवणीनुसार १९३४ ते १९३९ या पाच वर्षांत चळवळीचा फारसा जोर नव्हता. त्या काळात त्यांच्या घराच्या तळमजल्यावर स्त्रियांसाठी सूतकताईच्या वर्गाचे आयोजन करण्यात, स्त्रियांसाठी गटप्रार्थनेची व्यवस्था करण्यात त्या गुंतलेल्या असत. याखेरीज ग्रामोद्धार आणि खादी यांसारख्या गांधीजींच्या विधायक कार्यक्रमांतही त्यांचा सहभाग असे. (१३) राष्ट्रीय संग्रामात सामील झाल्याबद्दल त्यांच्या यजमानांनी- चंदूभाईंनी नेहमीच त्यांचे कौतुक केले. मणीबेननी विलक्षण निर्धाराने केलेल्या विधायक कार्याचा चंदूभाईंना नेहमीच अभिमान वाटत असे. (१४)

१९४० मध्ये मणीबेनना वैधव्य प्राप्त झाले. त्या वेळी त्यांचे वय अवघे ३५ वर्षांचे असून त्यांच्या पदरात चार मुले होती. दैवाच्या या कठोर आघाताने त्या विचलित झाल्या नाहीत. कामाच्या विधायक बाजूवर अधिक लक्ष केंद्रित करून त्यांनी आपले काम चालू ठेवले. गांधीजींच्या निकटवर्तीयांपैकी त्या एक होत्या.

जेव्हा मणीबेन गोंधळून जात किंवा त्यांना त्रास दिला जात असे, तेव्हा त्या सेवाग्रामला जात असत. जेव्हा चंदूभाई वारले तेव्हा त्यांचे अवसान गळून गेले होते; परंतु मणीबेननी आपले काम चालू ठेवावे, असा गांधीजींनी आग्रह धरला. (१५)

गांधीजींनी १९४२ मध्ये 'चले जाव' चळवळीला प्रारंभ केला. आपल्या चार मुलांची काळजी घ्यायची असल्यामुळे मणीबेन या चळवळीत सक्रिय भाग घेऊ शकल्या नाहीत. त्यांचा सर्वांत लहान मुलगा तेव्हा अवघा चार वर्षांचा होता. तरीही आपल्या दोन मोठ्या मुलांना रस्त्यावर घोषणा देणे, भित्तिपत्रके चिकटविणे, माहितीपत्रके वाटणे, अशा साध्या पद्धतीने त्यांनी चळवळीत सहभागी होण्यासाठी प्रोत्साहन दिले. मणीबेननी १६ वर्षांच्या सर्वांत मोठ्या मुलीला- अरुणाला मिरवणुकीचे नेतृत्व करून अटक करून घेण्यासही सांगितले. या वर्षात 'अरुणोदय' हे मणीबेनचे घर राजकीय हालचालींनी गजबजून जात असे. तिथे कार्यकर्त्यांच्या सतत बैठका होत असत. मणीबेन आपल्या घरात स्वातंत्र्यसैनिकांना आणि चळवळीला पाठिंबा देणाऱ्या इतरांनाही आसरा देत असत.

२

दुर्दैवाने देशाच्या स्वातंत्र्याबरोबरच फाळणीही झाली आणि फाळणीमुळे लोकांना अभूतपूर्व दुःख भोगावे लागले. ही मानवनिर्मित शोकांतिका होती. मणीबेन दुःख निवारण करण्यात गढून गेल्या. कराचीतून आलेल्या निर्वासितांसाठी त्यांनी बोरिवली येथे मदत छावणी उभारली. दररोज सकाळी मदत शिबिरात स्वयंपाकाची व अन्य सोयींची व्यवस्था करण्यासाठी त्या जात असत. नंतर तेथील लोकांना रोजगार पुरवण्याचीही व्यवस्था त्यांनी केली. त्यायोगे निर्वासितांना उदरनिर्वाहाचे साधन मिळून स्वाभिमानाचे व आत्मसन्मानाचे आयुष्य जगणे शक्य झाले.

खेड्यांना उत्पादनाचे व वितरणाचे समर्थ व आत्मनिर्भर घटक बनविण्याचे महत्त्व मणीबेननी खूप पूर्वीच ओळखले होते. गांधीजींच्या म्हणण्याप्रमाणे खेडी ही 'देशाचा आत्मा' आहेत. देशाच्या आत्म्याच्या भरणपोषणासाठी मढी, बार्डोली आणि वेदेही इथे खादी प्रचारासारख्या विधायक कार्यासाठी मणीबेननी केंद्रे उभारली. या भागातील जुगतराम दवे हे एक पुढारी होते आणि त्यांच्याबरोबर काम करण्याची मणीबेनना संधी मिळाली. मजुराचा आत्मसन्मान आणि आर्थिक स्वावलंबन ही दोन तत्त्वे खेड्यांचे सुसंघटन करतात, असे त्यांना ठामपणे वाटत असे. हे ध्येय नजरेसमोर ठेवून खेड्यांत जाऊन काम करू शकणाऱ्या स्त्रियांचे व पुरुषांचे गट त्यांनी निर्माण केले. या संदर्भात दिलखुष दिवाणजी यांनी कराडी (नवसारीजवळ) येथे केलेले काम लक्षात घेण्यासारखे आहे.

अनेक गांधीवादी संस्थांशी त्यांचा दीर्घ काळ संबंध होता. त्या संस्थांमध्ये त्यांनी विश्वस्त म्हणून अथवा संस्थेतील मानद अधिकारी या नात्याने सेवा केली. त्यांपैकी काही संस्था पुढे दिल्या आहेत. कराडी येथील गांधी कुटीर आणि गांधी स्मृतिमंदिर, मढीतील कन्या आश्रम, डुंगरा येथील चंदनबेन सेवाश्रम आणि वेदेहीतील गांधी विद्यापीठ.

गरजूंना अन्नधान्य आणि कपडे मिळवून देण्याच्या व्यवस्थेला त्यांच्या कार्यक्रमपत्रिकेत अग्रक्रम होता. पूर किंवा दुष्काळ यांसारख्या नैसर्गिक आपत्तींचा तडाखा बसलेल्या गुजरात, बिहार, ओरिसा या राज्यांत आणि अन्य भागांत मदतकार्य करण्यासाठी त्या सलग महिनो न् महिने घालवीत असत. आदिवासींना अन्नधान्य व कपडे मिळवून देण्यात मदत करणे, घरे बांधण्यासाठी मदत करणे, शेतकामात साहाय्य करणे, विहिरी खोदून देणे व त्यांच्या मुलांच्या शिक्षणाची व्यवस्था करणे, इत्यादी कामांचा मदतकार्यात समावेश होत असे. आपदग्रस्त भागांना मणीबेन स्वतः भेट देत आणि मदत करत व आवश्यक वस्तूंचे वाटप जातीने करीत असत. दुष्काळ, वादळ किंवा पूर यांसारख्या नैसर्गिक आपत्तींनी पीडित लोकांना मदत देता यावी म्हणून त्यांनी 'मुंबई उपनगर रिलीफ फंड' या नावाचा फंड उभारला होता. या फंडातून झालेल्या ठळक कामांची यादी पुढीलप्रमाणे. बिहार दुष्काळ मदतकार्य १९६७, सुरत फ्लड रिलीफ वर्क आणि १००० झोपड्यांचे बांधकाम १९६८-६९, बनासकाठा दुष्काळात मदत आणि अन्नधान्याचे वाटप १९७०, भडोच जिल्ह्यातील पूरग्रस्तांना मदत १९७१, धर्मापूर दुष्काळग्रस्तांना अन्नधान्याचे वितरण १९७२-७३, धर्मापूर वादळग्रस्तांना मदत १९७७, आंध्र प्रदेश वादळग्रस्तांना मदत १९७८, धर्मापूर वादळग्रस्तांना मदत १९७९, धर्मापूर जिल्ह्यात विहिरी खणणे १९८२, ओरिसातील दुष्काळग्रस्त विभागात छोटे कालवे खणणे आणि ग्रामोद्धार कार्यक्रम १९८४, ओरिसात विहिरी बांधणे, बियाणांचे वाटप करणे आणि हातमागाची केंद्रे उभारणे अनुक्रमे १९८८, १९८९ व १९९२.

गांधीजींच्या प्रेरणेने हाती घेतलेले खादीशी संबंधित काम मणीबेनना नेहमीच जिवाभावाचे वाटले. त्यांनी उभारलेले महिला संचालित खादी केंद्र अजूनही कार्यरत आहे. राष्ट्रीय चळवळीतील दिवसापासून खादी प्रदर्शने भरवण्याच्या कामात त्यांनी व्यक्तिशः रस घेतला. उषा मेहतांनी या संदर्भातील एक आठवण सांगितली आहे. कॅप्टन भगिनींनी सुरू केलेल्या गांधी सेवा सेनेमधील कामगारांसमोर एक समस्या निर्माण झाली. काही सदस्यांनी ती संस्थाच बंद करण्याचा सल्ला दिला; परंतु मणीबेनना तो सल्ला पटला नाही. ती खादी संस्था आहे, स्त्रियांनी चालवलेली संस्था आहे, त्यामुळे ती बंद करता येणार नाही, असे जोरदार प्रतिपादन मणीबेनननी केले.

विठ्ठलदास जेराजानी यांच्या नेतृत्वाखालील मुंबई चरखा संघाच्या त्या १९४३

मध्ये मानद सचिव झाल्या. ही संस्था हल्ली मुंबई ग्रामोद्योग संघ या नावाने ओळखली जाते. या संस्थेची डझनभराहून अधिक विक्री केंद्रे मुंबईत आहेत आणि निर्मिती केंद्र बोरिवलीला आहे. हे केंद्र कोरा केंद्र या नावाने लोकांना परिचित आहे. महाराष्ट्र स्टेट खादी अँड व्हिलेज इंडस्ट्रीज कमिशनच्या सुरुवातीच्या काळात त्या मानद सचिव होत्या. गुजरात खादी ग्रामोद्योग मंडळाच्या सदस्य म्हणून त्यांची १९८८मध्ये नेमणूक झाली. नंतर मणीबेन त्या संस्थेच्या अध्यक्ष झाल्या आणि ५ एप्रिल २००० रोजी मृत्यू होईपर्यंत त्या त्याच पदावर होत्या. आपल्या आजूबाजूच्या लोकांमध्ये त्या मनापासून रस घेत व त्यांची त्यांना काळजीही वाटत असे. हे त्यांच्या विविध प्रकल्पांवरून दृष्टोत्पत्तीस येते. विलेपार्ल्याच्या डॉ. बालाभाई नानावटी हॉस्पिटलच्या त्या संस्थापक विश्वस्त होत्या. राष्ट्रीय संग्रामात त्यांच्यामध्ये उत्पन्न झालेल्या स्त्रियांच्या विकासाबद्दलच्या जाणिवेमुळे त्या शिक्षण क्षेत्रात काम करू लागल्या. आपल्या यजमानांच्या स्मृतिप्रीत्यर्थ त्यांनी स्त्रीशिक्षणासाठी 'श्री. चंदूभाई नानावटी विमेन्स इन्स्टिटट्यूट अँड गर्ल्स हायस्कूल' असा ट्रस्ट उभारला. या ट्रस्टमार्फत श्री. चंदूभाई नानावटी विद्यामंदिर ही शाळा आणि मणीबेन नानावटी विमेन्स कॉलेज या दोन शिक्षण संस्था चालविल्या जातात. विमेन्स कॉलेज श्रीमती नाथीबाई दामोदर ठाकरसी महिला विद्यापीठाला संलग्न आहे.

भगिनी सेवा मंदिर व कुमारिका स्त्रीमंडल या संस्थेशीही प्रथम विश्वस्त म्हणून आणि नंतर व्यवस्थापक विश्वस्त म्हणून त्यांचा संबंध होता. या ट्रस्टमार्फत इंग्रजी व गुजराती माध्यमाच्या शाळा चालवल्या जातात. तसेच विशेष विद्यार्थ्यांसाठी शाळा आणि शिक्षिकांसाठी प्रशिक्षण महाविद्यालय चालवले जाते. (१६)

नव्वदीच्या घरातही कर्तव्यासाठी समर्पण आणि कार्याबद्दल बांधिलकी या गांधीवादी मूल्यांचे त्या प्रतीक बनून राहिल्या होत्या. खादीचा प्रसार आणि वंचितांचे कल्याण ही 'बापूंनी नेमून दिलेली कामे' होती, असे त्या मानीत असत. म्हणूनच कुटुंबीयांच्या व सहकारी कार्यकर्त्यांच्या पाठिंब्याने त्यांनी आपले अथक प्रयत्न चालूच ठेवले होते. जगदीशभाई (मणीबेनचा मुलगा) आणि मंदाकिनीबेन (मणीबेनची सून) या नावांचा या संदर्भात खास उल्लेख केला पाहिजे. सधन कुटुंब असूनही मणीबेनची राहणी अत्यंत साधी होती. जैन धर्मावर त्यांचा गाढा विश्वास होता. टाकाऊ कापडांच्या तुकड्यांतून त्या गरजूंसाठी सुरेख कपडे शिवीत असत. अगदी अलीकडेपर्यंत त्या पार्ल्याहून सर्वसाधारण दुसऱ्या वर्गातून लोकल गाडीतून प्रवास करीत असत. हिंदुस्थानभर प्रवास करतानाही त्या नेहमीच दुसऱ्या वर्गाने प्रवास करीत असत. पूर्वी त्याला तिसरा वर्ग म्हटले जात असे. रुग्णांची सेवा करणारी सर्वोत्तम परिचारिका असल्याचे त्यांनी सिद्ध केले होते; मग तो रुग्ण कुटुंबीय असो वा कोणी अनोळखी व्यक्ती असो. मुद्दाम प्रयत्न न करताही दया, क्षमा आणि

दुसऱ्यांबद्दल वाटणारी चिंता या त्यांच्याजवळील गुणांनी त्यांनी लोकांची हृदये जिंकली होती. संसाधनांची व्यवस्था करणे, जमाखर्चाचे हिशेब बिनचूक ठेवणे आणि अवघड समस्यांवर व्यवहार्य उपाययोजना शोधून काढण्याची विरळाच आढळणारी क्षमता त्यांच्याकडे होती. त्यासाठी त्या पैशाचा किंवा अन्य बाबींचा अडसर येऊ देत नसत. भारताचे स्वातंत्र्य स्त्रियांच्या त्यागावर आणि आकलनक्षमतेवर अवलंबून आहे, असा गांधीजींचा विश्वास होता, असे प्रमुख गांधीवादी आणि स्वातंत्र्यसैनिक श्री. छगनलाल जोशी यांनी नमूद केले आहे. मणीबेन त्या आदर्शानुसार जगल्या. (१७)

आजकाल भारतीय लोक आपल्या व्यक्तिगत मालकीकडे देशाच्या मालकीपेक्षा अधिक लक्ष देतात. या गोष्टीमुळे मणीबेन अतिशय व्यथित होत असत. जेव्हा राजकारणी लोक वस्तूंचे वाटप करीत नाहीत तेव्हा नागरिकांनी आपल्या विधायक कार्याने देश सामर्थ्यशाली बनवला पाहिजे, असे त्यांना तीव्रतेने वाटत असे. त्या म्हणत, "स्वातंत्र्यप्राप्तीबरोबर आमचा लढा संपलेला नाही. जोपर्यंत आमच्या अवतीभवती भूक आहे, तोपर्यंत तो चालूच राहील. म्हणून देशासाठी कार्य करायला आपल्याला तयार राहायला हवे." (१८)

बापूंनी स्वातंत्र्यसैनिकांवर सोपवलेली कामगिरी अद्याप संपलेली नाही. असमानता व वंचितता यांपासून आपला देश मुक्त केला पाहिजे आणि त्या दिशेने आपले प्रयत्न चालू राहायला हवेत. स्वातंत्र्यानंतर राजकीय हुद्दा स्वीकारण्याबाबत त्यांना विचारले होते; पण त्याला त्यांनी नकार दिला. आणि लोकांबरोबर व लोकांसाठी काम करण्याचा मार्ग निवडला. रेल्वे प्रवासात सवलत, सेवानिवृत्ती वेतन यांसारखे फायदे स्वातंत्र्यसैनिकांना मिळावेत म्हणून सरकार योजना घेऊन पुढे आले. पण मणीबेननी कधीही त्यासाठी अर्ज केला नाही. देशभक्तीच्या तीव्र भावनेमुळे स्वातंत्र्य चळवळीत आपण सहभागी झालो, असे त्यांना ठामपणे वाटत असे. स्वातंत्र्य चळवळीतील त्यांचा सहभाग आर्थिक फायद्यासाठी नव्हता.

संदर्भ

१. मणीबेन नानावटींबरोबर मुलाखत, ९ सप्टेंबर १९९७
२. आनंद, स्वामी, धरती नू लून, एन. एम. त्रिपाठी प्रा. लिमिटेड, मुंबई, १९७८, पृ. २११
३. मणीबेनबरोबर मुलाखत
४. कित्ता
५. कित्ता

६. आनंद, स्वामी, उपरोक्त, पृ. २१२-२१३, मणीबेन नानावटी यांच्यासंबंधी काही महत्त्वाची माहिती, कांता मारी बहेन, मंदाकिनी नानावटी, मुंबई, १९९१, पृ. १०-१३
७. मणीबेनबरोबर मुलाखत
८. डॉ. उषा मेहता यांच्याबरोबर मुलाखत, ६ मार्च १९९८
९. मणीबेनबरोबर मुलाखत
१०. कित्ता
११. दिवाणजी, दिलखुष, 'बाधा ना बा अने रितीआना तपस्वी' श्रीमती मणीबेन नानावटी जीवनदर्शन अंक, शकुंतला, दिवेटिया, मीना आणि देसाई (संपा.), भगिनी सेवा मंदिर, कुमारिका स्त्री मंडल पत्रिका, मुंबई, जाने-एप्रिल १९८५, पृ. ६
१२. भट्ट, गोकुलभाई, 'श्रीमंतौ कुंजे जागे सेवकै', मणीबेन नानावटी जीवनदर्शन अंक, उपरोक्त, पृ. ४
१३. आनंद, स्वामी, धरती नू लून, उपरोक्त, पृ. २१९
१४. कित्ता, पृ. २२४-२२५
१५. डॉ. उषा मेहतांबरोबर मुलाखत
१६. बेतई, सुंदरजी, 'अपना साव ना वंदनीया मणी बा' श्रीमती मणीबेन नानावटी जीवनदर्शन अंक, उपरोक्त, पृ. २५
१७. जोशी, छगनलाल, 'साचा वैष्णवजन', श्रीमती मणीबेन नानावटी जीवनदर्शन अंक, उपरोक्त, पृ. १४
१८. मणीबेनबरोबर मुलाखत.

♦

■ मृदुला साराभाई : स्वातंत्र्यलढ्यातील अपराजिता ■

कुंजलता शाह

(डॉ. (श्रीमती) कुंजलता शाह : श्रीमती नाथीबाई दामोदर ठाकरसी महिला विद्यापीठाच्या मुंबई येथील कला आणि वाणिज्य महाविद्यालयात प्रपाठक व इतिहास विभागप्रमुख. 'स्त्रियांचा इतिहास आणि भारताचा नागरी इतिहास' या विषयावर त्यांचे संशोधन चालू आहे. शैक्षणिक नियतकालिके आणि अन्य संग्रह यांतून त्यांचे २० शोधनिबंध प्रसिद्ध झाले आहेत. 'अहमदाबाद : औद्योगीकरण पूर्व ते शहरी औद्यागिक केंद्र (१८८२-१९३०)' हा त्यांच्या पीएच. डी. प्रबंधाचा विषय आहे.)

मृदुला साराभाईंचा जन्म १९११ मध्ये झाला. त्या स्त्रीस्वातंत्र्यासाठी तसेच देशासाठी लढणाऱ्या अजिंक्य सैनिक होत्या. जातीय सलोखा, राष्ट्रीय एकात्मता, निर्वासितांचे पुनर्वसन आणि परागंदा झालेल्या स्त्रियांचा शोध यांसारख्या कामांतही त्यांनी जीवनसर्वस्व अर्पण केले. १९२० ते १९७४ म्हणजेच अखेरचा श्वास घेईपर्यंतच त्यांचे प्रदीर्घ जीवन विविध महत्त्वपूर्ण घटनांनी गजबजलेले होते. प्रभावी नेतृत्व, संघटनकौशल्ये, निर्भयपणा, मानवतावादी दृष्टिकोन, चिकाटीने हाती घेतलेल्या कामाबद्दल अपार बांधिलकी या त्यांच्या गुणांमुळे त्यांचे कार्य विशेष उठून दिसत असे. भारताच्या इतिहासात राष्ट्रीय नेता व प्रमुख स्त्री म्हणून त्यांनी आपले स्थान कोरून ठेवले आहे.

या शोधनिबंधात मृदुलाबेनच्या सार्वजनिक कार्याचा १९४८पर्यंतचा आढावा घेण्याचा प्रयत्न केला आहे. स्वातंत्र्यलढ्यातील त्यांचे कार्य आणि स्त्रियांची समानता आणि त्यांच्या सबलीकरणासाठी मृदुलाबेन यांनी केलेले प्रयत्न यांवर भर देण्यात आला आहे. राष्ट्रवाद आणि स्त्रीवाद हे दोन्हीही त्यांना सारख्याच महत्त्वाचे वाटत होते. त्यांच्या राजकीय कार्याबद्दल काही अभ्यासकांची निरीक्षणे कशी चुकीची आहेत, हे या शोधनिबंधात ठळकपणे दाखवण्याचा प्रयत्न केला आहे. एक म्हणजे स्वातंत्र्यलढ्यातील राजकारणी स्त्रिया या राष्ट्रीय चळवळीत होत्या. त्यांचा सहभाग

प्रामुख्याने स्त्रीमुक्तीसाठी नव्हता आणि दुसरे म्हणजे या स्त्रियांनी त्यांच्या पारंपरिक भूमिकांविरुद्ध बंडाचा आवाज उठवला नाही. त्यांनी आदर्श हिंदू स्त्रियांबाबतच्या एकसुरी प्रतिमेशी मिळून मिसळून राहणे पसंत केले. अशा प्रकारे काही अभ्यासकांनी स्त्रियांच्या राजकीय कार्याबाबत नोंदवलेली निरीक्षणे कशी चुकीची आहेत, हे ठळकपणे दाखवण्याचा प्रयत्न या शोधनिबंधात केला आहे. (१)

१

मृदुला साराभाईंचा जन्म ६ मे १९११ रोजी गुजरातेतील अहमदाबाद या प्रमुख शहरातील एका धनाढ्य जैन कुटुंबात झाला. १४११ साली अहमदाबाद शहराची स्थापना झाल्यापासून त्या शहराची भरभराट होऊन वाणिज्य, व्यापार आणि उद्योगधंदे यांचे ते केंद्र बनले. १८१८ सालापासून तिथे ब्रिटिशांचा अंमल सुरू झाला आणि त्या शहराच्या इतिहासाने एका नव्या युगात प्रवेश केला. ब्रिटिश सत्ताधीशांच्या भांडवलशाही व वसाहतवादी धोरणाचा शहराच्या अर्थव्यवस्थेवर विपरीत परिणाम झाला तरी ब्रिटिश राजवटीने केलेल्या नव्या प्रशासकीय, कायदेविषयक आणि शैक्षणिक व्यवस्थेमुळे अहमदाबाद शहराने सूक्ष्म पण सकारात्मक बदल अनुभवला. १८२६मध्ये पाश्चिमात्य शिक्षण देणारी पहिली शाळा सुरू झाली आणि १८४६ मध्ये पहिला छापखाना सुरू झाला. गुजरात व्हर्नाक्युलर सोसायटी या स्वयंसेवी संघटनेची स्थापना ए. के. फोर्ब्स आणि त्यांचे युरोपियन मित्र यांनी १८४८मध्ये केली. आपल्या 'बुद्धिप्रकाश' व 'वर्तमान' या नियतकालिकांमार्फत या संस्थेने सुधारणावादी आणि पुरोगामी कल्पनांचा प्रसार करण्याची महत्त्वाची भूमिका बजावली. एकोणिसाव्या शतकाच्या उत्तरार्धात पाश्चिमात्य शिक्षण घेऊन नव्याने उदयाला आलेल्या मध्यम वर्गाने इतर अनेक विविधलक्ष्यी स्वयंसेवी संघटना स्थापन केल्या. नियतकालिके, पाश्चिमात्य शिक्षण आणि सुधारणावादी संघटना यांच्यामुळे एक नवीन सामाजिक-सांस्कृतिक चैतन्य शहरात निर्माण झाले.

हे नवचैतन्य आत्मसात केलेल्या रणछोडलाल, छोटालाल या तरुण नागर ब्राह्मणाने १८५९ मध्ये पहिली कापड गिरणी अहमदाबाद शहरात सुरू केली. त्यामुळे कापड व्यवसायाच्या या मध्ययुगीन केंद्राचे औद्योगिक शहरात रूपांतर होण्यासाठी एक आदर्श अशी गती लाभली आणि १९१४पर्यंत शहरात सुमारे ६० कापडगिरण्या उभ्या राहिल्या व या शहराला त्यामुळे 'भारताचे मँचेस्टर' असे टोपण नाव मिळाले.

गांधीजींच्या आगमनापूर्वी या शहरात फारच थोड्या राजकीय घडामोडी होत असत. १८८४ मध्ये स्थापन झालेली गुजरात सभा ही एकमेव राजकीय संघटना

होती. तीमध्ये मध्यमवर्गीय व ब्रिटिश राजवटीवर निष्ठा असलेली मंडळी होती. अहमदाबाद शहर राजकीय चळवळीपासून पूर्णपणे अलिप्त राहिलेले होते. (२)

मृदुलाबेनचे वडील अंबालाल साराभाई हे धनवान गिरणीमालक होते. कॅलिको व ज्युबिली या दोन गिरण्या त्यांच्या मालकीच्या होत्या. त्यांचे आजोबा रावबहादूर मगनलाल करमचंद (१८२३-१८६४) हे श्रीमंत व्यापारी व बँकर होते. अफूच्या व्यापारात आणि पेढीच्या व्यवसायात त्यांनी खूप धनसंपत्ती गोळा केली होती. त्यांचे मित्र जमशेटजी जिजीभॉय यांच्याकडून त्यांनी दातृत्वाचा वसा घेतला होता. त्यांच्यापासून प्रेरणा घेऊन लोकमत स्त्रीशिक्षणाविरुद्ध पूर्वग्रहदूषित असतानाही त्यांनी १८५१मध्ये मुलींच्या शिक्षणासाठी शाळेची स्थापना केली. गुजरात प्रांतिक महाविद्यालयाच्या निधीलाही त्यांनी भरघोस देणगी दिली आणि धार्मिक संस्थांनाही उदारहस्ते देणग्या दिल्या. त्यांनी जैन मंदिरे आणि धर्मशाळा बांधल्या, तसेच जैन पाठशाळांचीही स्थापना केली. (३)

शेठ करमचंद प्रेमचंद या नावाने ओळखल्या जाणाऱ्या मगनभाईंच्या कंपनीने दिवाळखोरी जाहीर केलेल्या मालकांकडून अहमदाबाद प्रिंटिंग कंपनी ताब्यात घेतली. नंतर त्यात सूतकताई व विणकाम या दोन खात्यांची भर घातली. १८८०मध्ये त्यांनी अहमदाबाद मॅन्युफॅक्चरिंग अँड कॅलिको प्रिंटिंग कंपनी ही नवी गिरणी सुरू केली. हा त्यांचा व्यवसाय खूपच यशस्वी ठरला.

मगनभाईंनी आपल्या बहिणीच्या साराभाई या मुलाला दत्तक घेतले होते. तो मुंबई विद्यापीठाची मॅट्रिक्युलेशनची परीक्षा उत्तीर्ण झाला होता व गुजरात कॉलेजमध्ये प्रवेश घेऊन तिथे त्याने एक वर्षभर अभ्यास केला होता. त्याची पत्नी गोदावरीबेन हिला इंग्रजी भाषा येत होती; ती शेक्सपिअरची नाटके वाचत असे. अनसूया, अंबालाल आणि कांता या अनुक्रमे ९, ५ व १ वर्षांच्या मुलांना मागे ठेवून दोघांचेही दुर्दैवाने अकाली निधन झाले. चिमणभाई या चुलत्याने पोरक्या मुलांना मायेने आणि काळजी घेऊन वाढविले.

वयाच्या १२व्या वर्षी अनसूयेचे लग्न झाले. नवरा शिक्षणाकडे लक्ष देत नसल्यामुळे तिला तो अयोग्य वाटला आणि त्याच्याबरोबर राहण्यास तिने नकार दिला. त्या काळात घेतलेला हा निर्णय खरोखरीच धीट आणि बंडखोरीचा होता. त्याऐवजी १९११ मध्ये अनसूयाने वैद्यकीय शिक्षणासाठी इंग्लंडला जायचे ठरवले. मात्र जैन आणि पक्की शाकाहारी असल्यामुळे प्राण्यांची कापाकापी करणे तिला आवडले नाही. म्हणून तिने वैद्यकीय अभ्यासक्रम सोडून दिला. इंग्लंडमध्ये असताना फेबियन समाजवादाचा आणि समाजसेवेच्या कल्पनेचा तिच्यावर विलक्षण प्रभाव पडला. स्त्रियांना मताधिकार मिळावा म्हणून झगडणाऱ्या स्त्रियांच्या संपर्कातही ती आली. १९१३ मध्ये भारतात परतल्यावर कांता या आपल्या धाकट्या बहिणीचा

मृत्यू झाल्याचे तिला कळले. समाजवादी व पुरोगामी विचाराने भारलेल्या अनसूयेने मजुरांच्या मुलांसाठी १९१४मध्ये शाळा काढून ती स्वखर्चाने चालवली. मजुरांमधील तिच्या विविध प्रकारच्या कार्यामुळे शंकरलाल बँकर, अनुभाई मेहता आणि अन्य तरुण नेत्यांचे तिच्याकडे लक्ष वेधले. त्या सर्वांनी एकत्र येऊन मजूर मित्र मंडळाची स्थापना केली. मजुरांची पुढारी म्हणून अनसूया अहमदाबादमध्ये ओळखली जाऊ लागली. (४)

वयाच्या १८व्या वर्षी अंबालालचे लग्न राजकोटच्या पंधरा वर्षे वयाच्या रेवा या मुलीशी झाले. रेवाचे लग्नानंतर सरलादेवी असे नाव ठेवण्यात आले. सरलादेवी इंग्रजी माध्यमाच्या शाळेत शिकल्या होत्या. त्यांनी आपले औपचारिक शिक्षण चालू ठेवले; पण काही दिवसांतच पहिल्या अपत्याची- मृदुलाची चाहूल लागल्यावर सरलादेवींनी शिक्षण सोडून दिले. तथापि शिक्षणाबद्दलची त्यांची आवड आणि इतर अनेक विषयांत असणारी गोडी आयुष्यभर कायम राहिली. शाहीबाग येथील १९ एकर शेतजमिनीवर बांधलेल्या रिट्रीट नावाच्या आलिशान प्रासादात साराभाई कुटुंब राहत होते. या वाड्याच्या सभोवार पोहण्याचा तलाव असलेला सुरेख बगीचा, मासे व कमळे असलेली तळी आणि विदेशी फुले व वनस्पती होत्या. मृदुलाबेन अशा थाटामाटात आणि सुखसोयींनी सुसज्ज असलेल्या घरात वाढल्या. त्या एक वर्षाच्या असताना त्यांचे आई-वडील व इतर कुटुंबीय इंग्लंडला गेले आणि तिथे त्यांनी दहा महिने वास्तव्य केले. तिथे ते कुटुंब मोठ्या रुबाबात राहिले आणि पोशाख व चालीरीतींच्या बाबतीत पूर्णपणे इंग्रजाळले. सरलादेवी शिफॉनच्या साड्या, झालरीचे झंपर व उंच टाचांचे बूट वापरू लागल्या. इंग्लंडहून परतताना त्यांनी आपल्याबरोबर आपल्या दोन मुलींना सांभाळण्यासाठी दोन गव्हर्नेसेस आणल्या. अंबालाल पुरोगामी होते आणि सनातन्यांच्या प्रथांना आणि परंपरांना न जुमानता अंबालाल आपली पत्नी व बहिणी यांना घेऊन सामाजिक समारंभांना उपस्थित राहत असत. अहमदाबादच्या सनातनी समाजाला हे वर्तन मुलुखावेगळे वाटत असे. १९२० मध्ये सगळे कुटुंब पुन्हा इंग्लंडला गेले. ते सर्व जण हॅपस्टेड येथे ऐटीत राहिले. तेथील खासगी शाळेत मुले शिकू लागली; पण तेथील इंग्रज विद्यार्थी या मुलांच्या कातडीरंगामुळे त्यांना खिजवू लागल्यामुळे मुलांनी शाळा सोडली. त्यामुळे केंब्रिजच्या दोन पदवीधरांनी आणि भारतातून इंग्लंडमध्ये गेलेल्या करुणाशंकर भट्ट यांनी मुलांना घरीच शिकवले. मादाम मॉटेसरींच्या शिक्षणपद्धतीमुळे आणि मुलांना वाढवण्याच्या रीतीमुळे सरलादेवी इतक्या प्रभावित झाल्या होत्या की त्यांनी आपली मुले वाढविताना मॉटेसरी पद्धतीचा वापर केला.

साराभाईंना अहमदाबादमधील शिक्षणपद्धती आपल्या मुलांसाठी असमाधानकारक वाटल्यामुळे त्यांनी आपल्या घरातच १९२१मध्ये खासगी शाळा सुरू केली. या

शाळेत मॉंटेसरी पद्धतीने मुलांकडे वैयक्तिक लक्ष देऊन शिकवले जाई. साराभाईंच्या मुलांना इंग्लंडमध्ये शिकवणारे केंब्रिजचे दोन पदवीधर- श्री. स्टँडिंग आणि श्रीमती विल्यम्स यांच्याखेरीज कवी धूमकेतू, केंब्रिजला गणिताचे शिक्षण घेतलेले श्री. एस. एच. गिडवानी, करुणाशंकर भट्ट हे विद्वान भारतीय शिक्षक आणि इतरही काही जणांना साराभाईंनी त्या शाळेत शिक्षक म्हणून नेमले होते. संगीत, नृत्य आणि घोडदौडीसकट अनेक खेळ उत्तम शिक्षकांकडून त्या शाळेत शिकवले जात. साराभाईंचा दृष्टिकोन विशाल असल्यामुळे त्यांनी विविध धर्मांची मूलतत्त्वे आपल्या मुलांना शिकवली. त्यामुळे त्यांचा दृष्टिकोन उदार होऊन ती धर्मनिरपेक्ष बनली. अशा शालेय वातावरणात मृदुलाबेनचे शिक्षण झाले. मृदुलाबेन १९२८ मध्ये मॅट्रिक्युलेशनच्या बरोबरीची विनीत परीक्षा उत्तीर्ण झाल्या आणि नंतर त्यांनी गांधीजींनी सुरू केलेल्या राष्ट्रीय विद्यापीठात- गुजरात विद्यापीठात प्रवेश घेतला.

राष्ट्रीय व आंतरराष्ट्रीय ख्याती मिळवलेल्या व्यक्तींच्या भेटीगाठी घेण्याची साराभाई कुटुंबातील मुलांना अनेकदा संधी मिळाली. गांधीजी, रवीन्द्रनाथ टागोर, डॉ. सर्वपल्ली राधाकृष्णन, सर सी.व्ही. रामन आणि मादाम मॉंटेसरी ही विख्यात माणसे त्यांच्या रिट्रीट या निवासस्थानी येत असत व काही दिवस राहून जात असत. भारतात आणि युरोपात केलेल्या विपुल प्रवासामुळे मुलांच्या विचारांचे क्षितिज रुंदावले. (५)

मृदुलाबेनचे वडील अंबालाल व्यक्तिवादी विचारसरणीची कदर करीत असत. परिणामी त्यांची मुले व्यक्तिवादी विचारसरणीनुसार वाढवली गेली. त्यांना घरातील मोकळ्या वातावरणाचा लाभ झाला. मृदुलाबेनही अशाच वातावरणाच्या मुशीत स्वतंत्र विचाराच्या व्यक्ती म्हणून लहानाच्या मोठ्या झाल्या आणि त्यांचा दृष्टिकोन धर्मनिरपेक्ष व उदारमतवादी बनला.

गांधीजींचे अहमदाबादमधील आगमन हे फक्त त्या शहराच्या इतिहासाच्या दृष्टीने नव्हे, तर साराभाई कुटुंबीयांच्या जीवनालाही वेगळे वळण देणारे ठरले. मृदुलाबेनवर गांधीजींचा जोरदार प्रभाव पडला. त्यामुळे त्यांच्या विचाराला वेगळे वळण लागले आणि त्यांचा जीवनमार्ग बदलून गेला.

२

दक्षिण आफ्रिकेतून परतल्यावर पाच महिन्यांतच म्हणजे २५ मे रोजी अहमदाबादच्या सीमेवरील कोचरब या ठिकाणी गांधीजींनी सत्याग्रह आश्रमाची स्थापना केली. पुढील १५ वर्षे अहमदाबाद हे फक्त गांधीजींचे निवासस्थान बनून राहिले नाही, तर राष्ट्रीय चळवळीचे ते एक सळसळते केंद्र बनले. गांधीजींचा अहमदाबादवरील प्रभाव

सर्वव्यापी होता.

गांधीजींच्या दक्षिण आफ्रिकेतील चळवळी आणि त्यांचे सत्याग्रहाचे तंत्र यांचा अहमदाबादमधील लोकांवर गडद ठसा उमटला आणि बापूजींनी तेथील लोकांचे प्रेम व आदर मिळवला. बापूजींनी आपल्या आत्मचरित्रात लिहिले आहे, की गुजराती असल्यामुळे त्यांनी अहमदाबादची निवड केली. गुजरातची सेवा करून त्यायोगे देशाची सेवा उत्तम प्रकारे होईल, असा त्यांनी विचार केला. त्याशिवाय अहमदाबाद हातमागाच्या विणकामाचे प्राचीन केंद्र असल्यामुळे हाताने सूतकताई करण्यासाठी व कुटीरोद्योगाच्या पुनरुज्जीवनासाठी अहमदाबाद अगदी योग्य स्थान ठरेल, असे त्यांना वाटले. अहमदाबादच्या धनाढ्य नागरिकांकडून आर्थिक मदत मिळेल अशीही त्यांना आशा वाटत होती. (६) आपल्या जीवनकार्यासाठी अहमदाबाद त्यांना अनुकूल वाटले आणि तेथील जनतेशी सहज सुसंवाद साधून ते जिव्हाळ्याचे भावबंध प्रस्थापित करू शकले. अल्पावधीतच त्यांनी शहराच्या राजकीय व सामाजिक जीवनात मध्यवर्ती स्थान प्राप्त केले. राजकीय नेते व व्यापारी यांच्याशी त्यांनी जाणीवपूर्वक स्नेहसंबंध विकसित केले.

आश्रमाच्या स्थापनेनंतर काही महिन्यांतच गांधीजींनी एका धेड कुटुंबाला आश्रमात प्रवेश दिला. त्यामुळे अहमदाबादच्या त्यांच्या सनातनी मित्रांनी त्या प्रसंगी आश्रमाची आर्थिक मदत थांबवली. तडजोड न स्वीकारणाऱ्या आणि गांधीजींबद्दल अपरंपार आदर असणाऱ्या साराभाईंनी बापूजींना १३,००० रु. देणगी दिली आणि त्यांचा आश्रम वाचवला. या घटनेने गांधीजी व साराभाई यांच्यामधील घनिष्ठ मैत्रीच्या प्रारंभावर शिक्कामोर्तब केले. अंबालाल आणि सरलादेवी आपल्या कुटुंबीयांसह गांधीजींच्या सार्वजनिक सभांतील भाषणांना हजर राहत आणि अधूनमधून आश्रमालाही भेट देत. १९१८ सालच्या शहरातील मजूर चळवळीत गांधीजी प्रत्यक्ष गुंतले तेव्हा त्यांचे संबंध अधिक निकटचे झाले. मजूर-पुढारी अनसूया आणि गिरणीमालक संघटनेचे अध्यक्ष असलेले त्यांचे बंधू या संपात एकमेकांविरुद्ध उभे राहिले होते. गांधीजींच्या मध्यस्थीने अहमदाबादमधील मजूर चळवळीला निराळीच दिशा प्राप्त झाली. परिणामतः त्या संघर्षामुळे त्या दोघांत कोणतीही कटुता निर्माण झाली नाही. नंतर अंबालालभाईंनी आपल्या बहिणीने हाती घेतलेल्या मजुरांच्या कामासाठी आर्थिक मदतही दिली.

अंबालालांचे घरदार हळूहळू गांधीजींच्या प्रभावाने व्यापले. त्या कुटुंबातील स्त्रिया- सरलाबेन, अनसूयाबेन, निर्मलाबेन व इंदुमतीबेन- गांधीजींच्या प्रबळ प्रभावाखाली आल्या. त्यांचा गांधीजींच्या विधायक कार्यक्रमांत सक्रिय सहभाग होता. साराभाईंच्या इंग्रजाळलेल्या घरादाराला स्वदेशीच्या विचाराने वेढले. या वातावरणाच्या परिणामामुळे जे जे इंग्रजांचे आहे, त्याच्याकडे मृदुलाबेनने तोंड फिरवले. लहान वयातच त्यांनी

खादी वापरायला सुरुवात केली आणि अखिल भारतीय चरखा संघाच्या बालविभागाचे त्यांनी सदस्यत्व मिळवले. मृदुलाबेन बालसेनेतही सामील झाल्या. (७) १९२१ मध्ये म्हणजे वयाच्या दहाव्या वर्षी अहमदाबादला भरलेल्या ३६व्या अखिल भारतीय काँग्रेसच्या अधिवेशनात स्वयंसेवक प्रतिनिधींना पाणी देण्याचे काम त्यांनी केले. राष्ट्रीय चळवळीत सहभागी होण्याची ती त्यांची पहिलीच वेळ होती.

विनीत परीक्षा उत्तीर्ण झाल्यावर मृदुलाबेननी गुजरात विद्यापीठाची पुढील शिक्षणासाठी निवड केली. खरे म्हणजे कोणत्याही सरकारी महाविद्यालयात त्यांना प्रवेश घेता आला असता. परदेशी शिकण्याची संधीही त्यांना उपलब्ध होती. मृदुलाबेन चरख्यावर सूत कातण्यास शिकल्या. त्याबरोबरच त्यांनी राष्ट्रवादाचीही भावना आत्मसात केली. युवा चळवळीत सहभागी होऊन त्या युवक संघाच्या सक्रिय सदस्य बनल्या. या सर्व कार्यक्रमांत रोहित मेहतांबरोबर त्या आघाडीला असत. युवक संघ खादीचा प्रसार करीत असे व खादीच्या विक्रीसाठी संघटनही करीत असे. १९२९मध्ये मृदुलाबेन युवक संघाच्या चिटणीस होत्या. त्या व्याख्याने ठरवीत आणि वादविवाद, चर्चा आणि सांस्कृतिक कार्यक्रमांत सहभागी होत असत. त्या तरुण पुरुषांबरोबर निःसंकोच कार्य करीत. लहान वयापासूनच मृदुलाबेननी स्त्रियांच्या प्रगतीच्या कार्याबाबत खूपच आत्मीयता दाखवली होती. त्या आपल्या जहाल कल्पना युवक संघाच्या बैठकीत धीटपणाने मांडीत असत. स्त्रियांना कुटुंबात आणि समाजात स्त्रीत्वामुळे मिळणारी असमानतेची वागणूक, त्यांच्यावर होणारा अन्याय, छळ आणि लैंगिक भेदभाव यांच्याशी सामना करावा लागतो. त्याच्या विरोधातही त्या आवाज उठवीत असत. युवक संघाच्या एका बैठकीत त्यांनी दोन ठराव संमत करून घेतले. ते ठराव असे होते.

१) महिला अविवाहित आहेत की विवाहित आहेत यांवरून त्यांना कुमारी, सौभाग्यवती, गंगास्वरूप असे संबोधण्याऐवजी सर्वांनाच श्रीमती म्हणावे.

२) रंगीत साड्या, दागदागिने वापरण्याची व कुंकू लावण्याची विधवांना परवानगी द्यावी आणि त्यांच्यावर केशवपनाची सक्ती करू नये.

विधवांना केवळ पुनर्विवाहाची अनुमती न देता, त्यांना सकारात्मक पाठिंबा देऊन पुनर्विवाहासाठी प्रोत्साहित करावे. तसेच त्यांची कुटुंबातील व समाजातील स्थिती सुधारण्यासाठी पावले उचलावीत असाही ठराव युवक संघाने मंजूर केला. (८) अशा प्रकारे सार्वजनिक जीवनाच्या प्रारंभापासूनच राष्ट्रवादी चळवळीच्या सावटाखाली स्त्रियांच्या उद्धाराचे कार्य झाकोळले जाणार नाही याची मृदुलाबेननी काळजी घेतली. मृदुलाबेन गुजरात विद्यापीठात शिकत असताना १९३० मध्ये गांधीजींनी सविनय कायदेभंगाच्या चळवळीची घोषणा केली. दक्षिण गुजरातच्या किनाऱ्यापासून २०० मैलांवर असणाऱ्या दांडी या गावी मिठाचा कायदा मोडून

लढ्याची सुरुवात करणार असल्याचे गांधीजींनी जाहीर केले. त्यासाठी त्यांनी अहमदाबाद ते दांडी अशा मोर्चाची योजना आखली होती. गांधीजींनी या मोर्चात स्त्रियांना सामील करून घेतले नव्हते. ज्या दिवशी गांधीजी दांडीला पोहोचले त्या दिवशी त्यांनी प्रमुख स्त्री-कार्यकर्त्यांची एक परिषद आयोजित केली. त्या परिषदेला हजर राहण्याचे सरलादेवींना निमंत्रण दिले. या सभेत गांधीजींनी परदेशी कापडाच्या दुकानांसमोर व दारूगुत्त्यांपुढे निदर्शने करण्याची जबाबदारी स्त्रियांवर सोपवली. परदेशी कापडाच्या दुकानांसमोरील निदर्शने ही आर्थिक गरज आहे, तर दारूच्या दुकानांपुढील निदर्शनांची नैतिक आवश्यकता आहे. गांधीजींनी स्त्रियांना घराबाहेर पडून कार्य करण्यास व निर्भय बनण्यास सांगितले.

महाविद्यालयाचे प्राचार्य काका कालेलकर यांनी परवानगी नाकारलेली असूनही अवघ्या १९ वर्षांच्या मृदुलाबेन लढ्यात सामील झाल्या. (९) त्या काँग्रेस सेवादलात स्वयंसेवक म्हणून सामील झाल्या. दारूचे गुत्ते व परदेशी कापडाची दुकाने यांसमोर निदर्शने करण्यात त्या मनापासून सहभागी झाल्या. परदेशी कापडावरील बहिष्काराचे आयोजन करण्यासाठी परदेशी कापड बहिष्कार समितीची अहमदाबादमध्ये स्थापना करण्यात आली. या समितीच्या सरलादेवी अध्यक्ष तर मृदुलाबेन चिटणीस होत्या. त्या वेळच्या वातावरणात प्रचंड उत्साह व भावनोत्कटता होती. स्त्रीस्वयंसेविकांनी पंचकुवा, रतन पोळ आणि मस्कती मार्केट येथील परदेशी कापडाची विक्री करणाऱ्या दुकानांसमोर निदर्शने केली. मृदुलाबेननी तरुण मुलांसाठी वानरसेना व तरुण मुलींसाठी मांजरसेना सुसंघटित केली. स्त्रिया व मुले प्रभात फेऱ्यांच्या मिरवणुकांमध्ये सामील होऊन देशभक्तिपर गीते गात आणि देशभक्तीच्या उत्कट भावनेने सारा परिसर भारून टाकीत. खादीच्या प्रचारासाठी व विक्रीसाठी इंदुमतीबेन व निर्मलाबेन या मृदुलाबेनच्या दोघी आत्यांनी अहमदाबादमध्ये पहिले खादी भांडार उघडले.

निदर्शनविरोधी वटहुकूम जारी असतानाही दारूगुत्ते व परदेशी कापडाची दुकाने यांच्यासमोर मृदुलाबेन निर्भयपणे निदर्शने करीत असत. अहमदाबादमध्ये लिलावासाठी खूप मोठ्या प्रमाणावर दारू आणली जात आहे, अशी खबर मिळताच स्त्री-स्वयंसेविका घोडागाड्या अडवण्यासाठी भल्या पहाटे घराबाहेर पडल्या. मृदुलाबेननी धीटपणाने धावत्या घोड्याचा लगाम पकडला आणि दारू वाहून देणाऱ्या घोडागाड्यांना थांबवण्यात त्या यशस्वी झाल्या. अर्थात त्यांच्या या कृत्यामुळे पोलिसांनी त्यांना अटक केली. (१०)

दांडी व धोलेरा येथून गोळा केलेले चोरटे मीठही स्त्रियांनी विकले. मृदुलाबेननी एका तोळ्याला पाचशे रुपये या भावाने सत्याग्रही मिठाची विक्री केली असे महादेवभाईंनी आपल्या रोजनिशीत लिहिले आहे. (११) अहमदाबादमधील सरकारी

शाळा व आर. सी. हायस्कूल येथे राष्ट्रीय तिरंगा ध्वज फडकवण्यासाठी विद्यार्थी व तरुण लोकांचे एक पथकही मृदुलाबेननी संघटित केले होते. १९३०च्या नोव्हेंबर महिन्यात अटक होईपर्यंत मृदुलाबेन विविध राष्ट्रीय कार्यक्रमांत गढून गेल्या होत्या. त्यांच्याबरोबर त्यांच्या मातुःश्री व खुर्शीदबेन नौरोजी (दादाभाई नौरोजींची नात) यांनाही अटक करून साबरमतीच्या तुरुंगात तीन आठवडे ठेवले होते. (१२)

मृदुलाबेनच्या निधडेपणामुळे अनेक तरुण स्त्रियांना स्वातंत्र्यलढ्यात सामील होण्याची प्रेरणा मिळाली. त्या काळात मृदुलाबेननी सलवार-कमीझ आणि पठाणी सँडल्स वापरण्यास सुरुवात केली होती. त्यामुळे कौतुकाने लोकांनी 'पठाण' असे त्यांचे टोपण नाव ठेवले होते. १९३२मध्ये सविनय कायदेभंगाची चळवळ पुन्हा सुरू झाली तेव्हा त्यांना पुन्हा अटक करण्यात येऊन सहा महिन्यांच्या कारावासाची सजा ठोठावण्यात आली. सुरुवातीला त्यांना साबरमतीच्या तुरुंगात ठेवण्यात आले होते. नंतर त्यांची रवानगी येरवडा व बेळगाव येथील तुरुंगात करण्यात आली.

सविनय कायदेभंगाच्या चळवळीत मृदुलाबेननी कमालीची देशभक्ती, निर्भयता, धाडस आणि उत्कृष्ट दर्जाचे संघटनकौशल्य दाखवले. वयाच्या अवघ्या १९व्या वर्षी स्वातंत्र्यलढ्यातील एक प्रमुख पुढारी म्हणून त्या ओळखल्या जाऊ लागल्या.

१९३७ मध्ये प्रजामंडलाच्या स्वयंसेविका म्हणून त्यांनी राजकोट सत्याग्रहात भाग घेतला होता. प्रजामंडल ही राजकोटमध्ये जबाबदार शासनासाठी लढणारी संघटना होती. मणीबेन पटेलांना अटक झाल्यानंतर मृदुलाबेनने त्यांच्या जागी नेतृत्व केले. तथापि राजकोटमध्ये पाऊल टाकल्यापासून ४८ तासांच्या आत त्या पकडल्या गेल्या. त्यांना पाच आठवड्यांच्या कारावासाची शिक्षा फर्मावण्यात आली आणि त्यांना तीन महिने डांबून ठेवण्यात आले.

८ ऑगस्ट १९४२ रोजी मुंबईत काँग्रेस कार्यकारिणीच्या समितीने 'चले जाव' चा ठराव मंजूर केला. त्याच्या दुसऱ्या दिवशी म्हणजे ९ ऑगस्ट १९४२ ला गांधीजी व अन्य काँग्रेस नेत्यांना अटक करण्यात आली. नेत्यांच्या अटकेची बातमी पसरताच सर्वत्र उत्स्फूर्त निदर्शने झाली. या निदर्शनात स्त्रियाही मोठ्या संख्येने सहभागी झाल्या होत्या. काँग्रेसचे अनेक प्रमुख नेते भूमिगत झाले आणि त्यांनी ही चळवळ जिवंत ठेवण्याचा प्रयत्न केला. त्यानंतर सुमारे एक आठवड्याने म्हणजे २० ऑगस्ट १९४२ रोजी मृदुलाबेननाही अटक होऊन त्यांना दीड वर्ष तुरुंगवासाची शिक्षा झाली. सुटकेनंतर त्यांनी मुंबईतील भूमिगत कार्यकर्ते व नेते यांना मदत केली. त्यांना आर्थिक साहाय्य दिले, तसेच त्यांच्या रोजगाराची व्यवस्था केली. त्यांचे मुंबईतील निवासस्थान भूमिगत नेत्यांच्या भेटीचे ठिकाण बनले होते.

१९४५ मध्ये मुंबई विधानसभेचे सदस्यत्व आपणास देऊ करण्यात आले होते, असे मृदुलाबेननी आपल्या आत्मचरित्रात्मक लेखनात म्हटले आहे. परंतु

गांधीजींच्या सल्ल्यानुसार त्यांनी संसदीय राजकारणापासून दूर राहण्याचे ठरवले. विविध विधायक कार्यक्रमांत शांतिसैनिक म्हणून त्यांनी आपले काम चालू ठेवले. गुजरातमध्ये समर्पित वृत्तीने कार्य करणाऱ्या कार्यकर्त्यांचे विशाल जाळे असल्यामुळे गुजरातबाहेर जाऊन कार्य करण्याचे त्यांनी ठरवले. १९४६मध्ये गांधीजींच्या शांतिसेनेत सामील होऊन बिहारमध्ये शांतिसैनिक म्हणून काम केले. नंतरही त्यांनी बिहार, पूर्वपंजाब, दिल्ली, उत्तर प्रदेश, पश्चिम बंगाल, जम्मू आणि काश्मीर राज्यांत आणि पूर्व व पश्चिम पाकिस्तानात शांतता प्रस्थापित करण्याचे कार्य चालूच ठेवले. (१३)

तत्पूर्वी १९४१मध्ये अहमदाबादामध्ये जातीय दंगलींचा डोंब उसळला तेव्हा पूर्ववत शांतता प्रस्थापित करण्यात त्यांनी महत्त्वाची भूमिका बजावली. १९४६ मध्ये मीरतला भरणाऱ्या काँग्रेस अधिवेशनाच्या २० दिवस अगोदर तिथे जातीय दंगली उसळल्या. बेभान जमावाला शांत करण्यासाठी त्या निडरपणे जमावात घुसल्या आणि परिस्थिती पूर्ववत निर्माण केली. त्या वेळी त्या काँग्रेसच्या सर्वसाधारण सचिव होत्या.

१९४६ अखेरीस व १९४७च्या प्रारंभी दंगलग्रस्त बिहारमध्ये मुदुलाबेननी शांतिसैनिक म्हणून काम केले. त्या गांधीजींबरोबर गावागावातून पायी हिंडल्या. गांधीजी एखाद्या गावात येण्यापूर्वी त्या सर्व तयारी करीत आणि तिथे सार्वजनिक सभेचे आयोजन करीत. ५ ते २९ मार्च या छोट्याशा कालावधीत त्यांनी गांधाजींच्या चिटणीस म्हणून काम केले. मृदुलाबेनच्या दृष्टीने गांधीजींबरोबर इतक्या जवळून काम करण्याचा अनुभव विलक्षण होता. सुदैवाने मृदुलाबेननी आपले बिहारमधील अनुभव- 'गांधी इन बिहार १९४६-४७' - आपल्या रोजनिशीत गुजरातीत शब्दबद्ध केले आहेत. त्यात त्यांनी बिहारमध्ये गांधीजींबरोबर केलेल्या प्रवासाचा वृत्तान्त दिलेला आहे. ही रोजनिशी गुजरातीत 'प्रथम प्रत्यागत' या शीर्षकानिशी १९८० मध्ये प्रसिद्ध झाली. त्या अनुभवानंतर हिंदू-मुस्लिम ऐक्यासाठी आपण आपले जीवन समर्पित केले पाहिज, अशी त्यांच्या मनाची खात्री पटली. (१४)

१९४७ मध्ये स्वातंत्र्य मिळाल्यानंतर पूर्व पंजाबातील मुसलमानांना संरक्षण देऊन त्यांना सुरक्षित स्थळी हलविण्याची व्यवस्था करण्याचे आणि त्याच वेळी पश्चिम पंजाबातून फाळणीनंतर स्थलांतर करणाऱ्या हिंदू व शीख निर्वासितांना पुनर्वसनासाठी मदत करण्याचे प्रचंड काम नेहरूंनी मृदुलाबेनवर सोपवले होते. भीषण जातीय दंगलींच्या प्रक्षुब्ध परिसरात बेफाम जमावासमोर मनाचा तोल ढळू न देता विलक्षण धैर्याने व निर्धाराने त्यांनी हे काम केले. जातीयतेला थारा न देण्याच्या त्यांच्या दृष्टिकोनाबद्दल दोन्ही देशांनी त्यांची कदर केली. १९५० मध्ये बंगालमधील स्थलांतरितांच्या मदतकार्यावर देखरेख करण्याच्या कामावर नेहरूंनी मृदुलाबेनची नेमणूक केली. हे कामही त्यांनी चतुरस्र संघटनकौशल्याने केले.

मृदुलाबेनच्या अंगच्या सर्वोत्तम गुणवैशिष्ट्यांचा प्रत्यय त्यांनी फाळणीनंतर पळवून नेलेल्या स्त्रियांचा शोध घेण्याचे सामाजिक कार्य हाती घेतल्यावर आला. त्यांच्यात उपजत असलेल्या मानवतावादी प्रेरणेने निराधार स्त्रियांचा बचाव करण्याचे अतिअवघड काम त्यांनी देहभान विसरून केले. जातीय दंगलीमुळे उद्भवणाऱ्या गोंधळाच्या प्रक्षुब्ध वातावरणात त्यांनी सहा वर्षे चिकाटीने कार्य केले. भारत व पाकिस्तानातील सामान्य जनता आणि अधिकारी यांनी मृदुलाबेनच्या कामाबद्दल खूपच गौरवोद्गार काढून, त्यांना पावती दिली. या त्यांच्या कार्यात कमलाबेन पटेल त्यांच्या सहकारी होत्या. पळवलेल्या स्त्रिया आणि त्यांचा शोध याबद्दलच्या करुण कहाण्या त्यांनी त्यांच्या 'मूल सोतां उखाडेलां' या १९७९ मध्ये अहमदाबादहून गुजरातीत प्रसिद्ध झालेल्या पुस्तकात सांगितल्या आहेत. कमलाबेन पटेलांनी मृदुलाबेनचे वर्णन 'निर्भीक सन्नारी' - अपराजित योद्धा असे केले आहे. गांधीजी मृदुलाबेनच्या कार्याचे महत्त्व जाणून म्हणत असत, "जर मृदुलाबेनसारख्या शंभर कार्यकर्त्या मला मिळाल्या, तर मी भारतात क्रांती घडवून आणू शकेन."

प्रारंभापासूनच मृदुलाबेनचे राजकीय जीवन भारतीय राष्ट्रीय काँग्रेसबरोबर गुंफले गेले होते. १९३४मध्ये वयाच्या २३व्या वर्षी गुजरात प्रांतिक समितीच्या एकमेव स्त्री-प्रतिनिधी म्हणून त्या निवडून आल्या होत्या. १९३६मध्ये काँग्रेसच्या लखनौ अधिवेशनासाठी अहमदाबादच्या प्रतिनिधी म्हणून त्यांची निवड झाली होती. तथापि त्या स्वतंत्र विचार करीत आणि आपल्या विचारपूर्वक बनवलेल्या मताशी त्या नेहमीच ठाम असत. गुजरातच्या नेत्यांच्या मनाविरुद्ध त्यांनी १९३६ सालच्या काँग्रेसच्या अधिवेशनात नेहरूंच्या ठरावाच्या बाजूने मत दिल्यामुळे गुजरात काँग्रेसच्या नेत्यांबरोबर त्यांचा उघडउघड संघर्ष झाला.

१९३८ मध्ये हरीपुरा काँग्रेसच्या अधिवेशनाच्या वेळी स्वयंसेविकांची प्रमुख (कॅप्टन) म्हणून त्यांची नेमणूक झाली. स्वयंसेविकांची भरती करणे व त्यांना प्रशिक्षण देण्याची जबाबदारीही मृदुलाबेनना पार पाडायची होती. या कामामुळे गुजरात काँग्रेसच्या सदस्यांशी, विशेषतः मोरारजीभाईंशी त्यांचा अतिशय निकटचा संबंध आला.

काँग्रेसमधील अरुणा असफ अली, सुचेता कृपलानी यांच्यासारख्या प्रमुख महिला सदस्यांच्या सहकार्याने गुजरात प्रदेश काँग्रेसमध्ये मृदुलाबेननी स्त्री-विभागाचे संघटन केले. तसेच स्त्रियांच्या समस्या सोडविण्यासाठी अखिल भारतीय काँग्रेस कार्यकारिणीत असा विभाग उभारण्याची गरज असल्याचे मत त्यांनी व्यक्त केले. अखेरीस त्या सर्व जणींच्या प्रयत्नांनी अशा विभागाची स्थापना करण्यात आली; परंतु त्याची प्रगती मात्र अतिशय मंद होती.

काँग्रेसबरोबर निकटचे संबंध असूनसुद्धा स्त्रियांच्या समस्यांबद्दलचा काही काँग्रेसजनांचा

उदासीन दृष्टिकोन व विरोधी प्रतिक्रिया मृदुलाबेनना बिलकूल आवडत नसत. लोकक्षोभावर आधारलेल्या राजकारणात स्त्रियांनी महत्त्वपूर्ण कार्य केले असले तरी कार्यकारिणीसारख्या निर्णय घेणाऱ्या समित्या व विभाग यांमध्ये स्त्रियांना योग्य ते स्थान दिले जात ना, असे मृदुलाबेनना वाटत असे. त्याच्या विरोधात निषेध नोंदवून त्यांनी कार्यकारी समितीत स्त्रियांचा समावेश करण्याची मागणी केली.

जुलै १९४६मध्ये अखिल भारतीय काँग्रेस कमिटीच्या पहिल्या सर्वसाधारण स्त्री-सचिव म्हणून नेमणूक होण्याचा मान त्यांना मिळाला. कार्यकारी समितीवरही नेहरूंनी त्यांची नियुक्ती केली. तथापि नेहरूंनी स्वतःच जेव्हा काँग्रेसच्या अध्यक्षपदाचा राजीनामा दिला, तेव्हा मृदुलाबेननीही आपल्या सर्वसाधारण सचिवपदाचा राजीनामा दिला.

१९५४-७४ ही आयुष्याची अखेरची वर्षे त्यांनी मुख्यत्वे करून काश्मीर समस्येसाठी समर्पित केली. शेख अब्दुल्लांना त्यांनी पाठिंबा दिला. त्यांचे सार्वजनिक जीवन काँग्रेस नेत्यांबरोबरच्या संघर्षात ढवळून निघाले. तरीही आपल्याला योग्य वाटणाऱ्या विचारांबाबत व कृतीबाबत त्या अढळ राहिल्या. परंतु काँग्रेस सदस्यत्वाचा राजीनामा देऊन त्यांना आपल्या दृढनिश्चयाची किंमत मोजावी लागली. (१५)

३

मृदुलाबेनच्या संपूर्ण कार्यात त्यांनी स्त्रीस्वातंत्र्य आणि स्त्री-पुरुष समानता हे आपले जीवितकार्य मानले होते. देशाच्या स्वातंत्र्याची त्यांनी जितकी काळजी घेतली, तितकीच स्त्रियांच्या प्रगतीसाठी काळजी केली. आपल्या स्त्रीवादी विचारासाठी व कार्यासाठी त्यांनी राजकारणात अथवा समाजात अथवा कोणाबरोबरही तडजोड केली नाही. आपल्या पौगंडावस्थेपासूनच त्यांनी आपल्या न्याय व लैंगिक समानता यांविषयीच्या आपल्या जहाल कल्पना निर्धास्तपणे प्रकट केल्या होत्या.

१९३०च्या दशकाच्या सुरुवातीला गांधीजींनी मिठाच्या सत्याग्रहाच्या वेळी ज्या स्त्रिया घराबाहेर पडून कार्य करीत होत्या, त्या पुन्हा घराच्या चार भिंतींआड दबल्या जाणार नाहीत, याकडे २३ वर्षांच्या मृदुलाबेनना लक्ष देण्यास सांगितले. (१६) अहमदाबादमध्ये पुष्पाबेन मेहता, नंदूबेन कानुगा, लीलावती देसाई, चंपाबेन मेहता या नेत्यांबरोबर आणि अन्य स्त्रियांबरोबर त्यांनी सल्लामसलत केली. मिठाच्या सत्याग्रहात सहभागी झालेल्या अहमदाबादमधील स्त्रियांचा ओसंडून जाणारा उत्साह व शक्ती यांचा योग्य प्रकारे उपयोग करून घेण्यासाठी त्या सर्व जणींनी स्त्रियांसाठी, स्त्रियांनी चालवलेली एक संघटना स्थापन करण्याचा निश्चय केला. २४ एप्रिल १९३४ रोजी गांधीजींनी या संघटनेचे उद्‌घाटन करून तिचे 'ज्योतिसंघ' असे

नामकरण केले. गांधीजी म्हणाले, ''ज्योती म्हणजे प्रकाश. जसा एक दिवा इतर दिवे प्रकाशित करतो त्याप्रमाणेच तुमच्या प्रयत्नांनी समाज प्रकाशित होवो आणि गरिबांच्या घरातून तो प्रकाश पसरो.'' मृदुलाबेन या संघटनेच्या प्रेरणास्रोत बनल्या. स्त्रियांना आर्थिक दृष्ट्या स्वावलंबी बनवण्यासाठी त्यांना उपयुक्त व्यवसायांचे व हस्तकलांचे प्रशिक्षण देऊन त्यांचे सबलीकरण करणे, हे या संघटनेचे प्रमुख उद्दिष्ट होते. स्त्रियांमध्ये आत्मविश्वास निर्माण करणे, त्यांना निर्भय व आत्मनिर्भर नागरिक बनवणे, हेही या संघटनेचे ध्येय होते. अशा स्त्रिया देशाच्या विकासात योगदान देतील आणि सामाजिक अन्यायाविरुद्धही लढा देतील.

या संघटनेने शिवणकाम, भरतकाम, सूतकताई, संगीत व रंगकाम यांसारख्या व्यवसायांचे वर्ग नामवंत शिक्षकांच्या मार्गदर्शनाखाली सुरू केले. या संघटनेने भाषांचे व अन्य शैक्षणिक विषयांचे वर्गही चालवले. ख्यातनाम अभ्यासक नेते व साहित्यिक यांची भाषणे मृदुलाबेन आयोजित करीत. या वक्त्यांमध्ये गांधीजी, सरदार पटेल, जवाहरलाल नेहरू आणि स्वामी आनंद यांसारख्यांचा समावेश होता. 'ज्योतिपुत्री' नावाचे साप्ताहिक ज्योतिसंघ प्रकाशित करीत असे. स्त्रिया आर्थिक दृष्ट्या स्वतंत्र व्हाव्यात म्हणून उद्योग विभागात त्यांना साबण बनवणे, विणकाम, ब्लॉक प्रिंटिंग, शिवणकाम यांसारखे व्यवसाय शिकवले जात. स्त्रियांनी बनवलेल्या वस्तूंची विक्री करण्यासाठी एक दुकानही उघडले होते. आणखी एक विभाग संघटनेमध्ये उघडला होता. त्याचे नाव होते संचलन. हिंसा, अन्य दडपशाही व छळ यांपासून स्त्रियांची सुटका करण्याचे काम हा विभाग करीत असे. प्रारंभी अनेक सनातनी लोकांनी- एवढेच नव्हे तर काही काँग्रेस नेत्यांनीही या उपक्रमांवर टीकास्त्र सोडले. मृदुलाबेनचे जहाल विचार आणि तडजोड न करण्याचा दृष्टिकोन आणि हे उपक्रम यांमुळे वर्षानुवर्षांची परंपरा आणि कौटुंबिक जीवन उद्ध्वस्त होईल, असे त्यांना वाटत होते. परंतु ज्योतिसंघाचे अमूल्य योगदान पाहून याच लोकांनी ज्योतिसंघाची प्रशंसा केली. सामान्य स्त्रियांचे सबलीकरण करण्यात ज्योतिसंघ यशस्वी झाला.

स्त्रियांमधील सुप्त कौशल्ये, हुन्नर आणि नेतृत्वाचे गुणविशेष ओळखण्याची हातोटी मृदुलाबेनकडे होती. मृदुलाबेननी अशा स्त्रियांना हेरले. चारुमती योद्धा, पुष्पाबेन मेहता, सुस्मिता मेध, चित्तशांती दिवाणजी, हेमलता हेगिष्टे, उदयप्रभा मेहता, निर्मला देसाई, विद्या मेहता इत्यादी स्त्रिया नेत्या बनल्या. परिणामतः त्यांच्यामधून नेत्यांची दुसरी फळी उदयाला आली. जेव्हा १९४६नंतर मृदुलाबेन अहमदाबादमध्ये नव्हत्या, तेव्हा ज्योतिसंघाची व विकासगृहाची सूत्रे या दुसऱ्या फळीने हाती घेतली. या स्त्रियांनी गांधीजींच्या विविध विधायक कार्यक्रमांत भाग घेतला आणि प्रक्षुब्ध राजकारणातही त्या सहभागी झाल्या. त्यांच्यापैकी अनेक

जणींनी 'चले जाव' चळवळीतही भाग घेतला.

मृदुलाबेननी आपल्याला कसे बदलून टाकले, याची आठवण हेमलता हेंगिष्टे यांनी सांगितली आहे. मृदुलाबेनशी भेट होण्यापूर्वी त्या लाजऱ्याबुजऱ्या आणि घाबरट होत्या. हळूहळू त्यांचा आत्मविश्वास वाढला आणि त्या निर्भय बनल्या. (१७) गंगाबेन पटाडिया या निरक्षर बालविधवेलाही मृदुलाबेननी शिक्षण दिले आणि कापडगिरणीच्या पाळणाघरात तिला नोकरी लावून दिली. उच्चवर्णीय सदस्यांचा कडवा विरोध असूनही त्यांनी मच्छीबेन या हरिजन स्त्रीला शिपायाची नोकरी दिली. मृदुलाबेनच्या मार्गदर्शनाखाली लाजरीबुजरी व आत्मविश्वास नसलेली चारुबेन 'योद्धा' धीट बनली. एका तरुण विधवेला तिचे सासू-सासरे केशवपनासाठी जबरदस्ती करीत होते. तिची सुटका करण्यासाठी मृदुलाबेननी चारुबेनला पुष्पाबेन मेहतांबरोबर जाण्यास सांगितले, तेव्हा ती बिलकूल तयार नव्हती. नंतर मात्र मृदुलाबेननी तिच्यावर सोपवलेली अवघड व धाडसाची कामे तिने निर्भयपणे पार पाडली. थोड्याच कालावधीत चारुबेनने धीटपणा व धैर्य यांमुळे नाव मिळवले. ज्योतिसंघातील सर्व कार्यकर्त्यांचे मृदुलाबेन प्रेरणास्थान बनल्या.

ज्योतिसंघाने काही सायकली खरेदी केल्या आणि स्त्रियांना सायकल चालवण्यास शिकवले. ज्योतिसंघाच्या अनेक सदस्या रस्त्यावरून धीटपणे सायकली चालवू लागल्या. सामाजिक अन्याय व जुलूम यांच्या बळी ठरलेल्या दुःखी स्त्रियांना आसरा देण्यासाठी पुष्पाबेन मेहता यांच्या साहाय्याने मृदुलाबेननी १९३७ मध्ये एका विकासगृहाची स्थापना केली.

मृदुलाबेन यांचे चरित्र लिहिणाऱ्या सुस्मिता मेध यांनी मृदुलाबेनना वैतालिक म्हटले आहे. वैतालिक हा पक्षी पहाटेच्या वेळी आवाज देऊन लोकांना उठवतो. मृदुलाबेननीही स्त्रियांना जागृत करून त्यांना नव्या युगाची पूर्वसूचना दिली. ज्योतिसंघ आणि विकासगृह ही मृदुलाबेनची अहमदाबादमधील जिवंत स्मारके आहेत. स्त्री-शक्ती कार्यान्वित करण्यासाठी 'पॉवर हाऊस'ची सुरुवात केल्याबद्दल स्वामी आनंद यांनी मृदुलाबेनचे अभिनंदन केले. त्यांनी ज्योतिसंघातील स्त्रियांना आत्मनिर्भर, निर्भय आणि स्वतंत्र बनवले. आधी उल्लेख केल्याप्रमाणे काँग्रेसमधील आपल्या पुरुष सहकाऱ्यांचा स्त्रियांबद्दलचा दृष्टिकोन सनातनी आणि पुरुषी वर्चस्वाच्या अहंभावाने भरलेला असल्याचे मृदुलाबेनच्या लक्षात आले होते. काँग्रेसच्या स्त्रियांबद्दलच्या सहानुभूतीशून्य दृष्टिकोनावर मृदुलाबेननी उघडउघड सडकून टीका केली; कारण स्त्रियांच्या समस्यांचा काँग्रेसच्या कार्यपत्रिकेत जवळजवळ उल्लेखच नव्हता. काँग्रेसमधील पुरुष व स्त्रिया यांच्या बाबतीत नैतिकतेचे वेगळे निकष लावण्याची पद्धतही त्यांना मान्य नव्हती. देश स्वतंत्र झाल्यावर स्त्रियांना स्वातंत्र्य व समानता यांचा लाभ होईल, असे अनेक स्वातंत्र्यसैनिक स्त्रियांना वाटत होते; परंतु मृदुलाबेन अशा

आत्मसंतुष्ट स्त्रियांपैकी नव्हत्या. स्त्रियांना आपले हक्क आणि स्वातंत्र्य मिळविण्यासाठी लढा द्यावा लागेल; अन्यथा देश स्वतंत्र झाल्यावर स्त्रियांना पुन्हा पूर्वीचा दुय्यम दर्जा मिळेल आणि त्यांना पुन्हा घराच्या चार भिंतींत ढकलले जाईल, याची काँग्रेसमधील अनुभवाने त्यांची खात्री पटली होती. युरोपमधील क्रांतीत सहभागी झालेल्या स्त्रियांना क्रांतीनंतर कोणतेही हक्क वा फायदे मिळाले नाहीत, या युरोपातील इतिहासाची त्यांना जाणीव होती. (१८)

त्यांच्या कल्पना धाडसी व क्रांतिकारक होत्या. सहशिक्षणावर त्यांचा विश्वास होता. तसेच पुरुष व स्त्रिया यांना समान शिक्षण द्यावे, असेही त्यांना वाटत असे. हा विचार त्या काळात जहाल मानला जात असे. हंसाबेन मेहतांसारख्या स्त्रीशिक्षण तज्ज्ञांनी माता व गृहव्यवस्थापन या स्त्रीच्या भूमिकांवर भर देणारे स्त्रीशिक्षण असावे असे आग्रही मत मांडले होते. सर्व विवाह नोंदणी पद्धतीने झाले पाहिजेत असे त्यांचे मत होते. अशा नोंदणीमुळे बालविवाहांची दुष्ट रूढी संपुष्टात येऊ शकेल, तसेच द्विभार्यापद्धती आणि जबरदस्तीच्या विवाहांनाही आळा बसू शकेल, असे त्यांना वाटत होते. स्त्रीविरोधी असलेल्या कायद्यातील उणिवांवर त्यांनी बोट ठेवले, तसेच १९३९ मध्ये नव्याने मांडलेल्या हिंदू घटस्फोट विधेयकाला आणि हिंदू द्विभार्याप्रतिबंधक विधेयकाला त्यांनी पाठिंबा दिला. या विधेयकांना अनुकूल मते मिळावीत म्हणून त्यांनी खूप परिश्रमही केले.

स्त्रीबद्दलची ठराविक साचेबद्ध प्रतिमा त्यांना कधीच मान्य नव्हती. स्वातंत्र्याच्या लढाईतील आपण एक सैनिक आहोत, असेच त्या मानत असत. त्यांनी दागदागिने वापरणे सोडून दिले होते, तसेच सलवार-कुर्ता असा साधा पोशाख त्या वापरू लागल्या होत्या. शिस्त, आत्मविश्वास, धीटपणा हे पुरुषांचे समजले जाणारे गुणविशेष त्यांनी जाणीवपूर्वक आत्मसात केले आणि परावलंबित्व, असहायता, नाजूकपणा, लाजरेपणा या स्त्रीसुलभ गुणवैशिष्ट्यांचा त्याग केला. (१९)

गांधीजी व त्यांच्या कल्पना यांचा फार मोठा प्रभाव मृदुलाबेनवर पडला आणि त्यांच्या जीवनाला आकार प्राप्त झाला. त्या खादी वापरू लागल्या. गांधीजींच्याच प्रभावामुळे अविवाहित राहण्याचा त्यांनी निर्णय घेतला. त्याबरोबर लग्नामुळे आपण स्वातंत्र्याला मुकू असेही त्यांना वाटल्यामुळे त्यांनी अविवाहित राहणेच पसंत केले. अनेक बाबतींत त्यांनी गांधीजींचे अनुयायित्व पत्करले तरी त्या कधीच अंधानुकरण करणाऱ्या पारंपरिक गांधीवादी नव्हत्या. स्त्रियांचे समाजातील स्थान आणि त्यांची भूमिका यांबद्दलच्या गांधीजींच्या दृष्टिकोनापेक्षा मृदुलाबेनचा दृष्टिकोन भिन्न होता. स्त्रियांबद्दलच्या त्यांच्या कल्पना अधिक पुरोगामी होत्या आणि स्त्रिया सामर्थ्यशाली व स्वतंत्र व्हाव्यात असे त्यांना वाटत असे. स्त्रियांनी दुय्यम व पूरक भूमिका न स्वीकारता, नेत्याची आणि निर्णय घेणाऱ्याची भूमिका बजावावी, अशी त्यांची इच्छा

होती. मृदुलाबेन ही गांधी युगाची निर्मिती होती तशाच त्या व्यक्तिवादी व स्वतंत्रपणे मुलांना वाढविणाऱ्या साराभाई कुटुंबाचीही निर्मिती होती.

स्वातंत्र्यलढ्यातील इतर राजकारणी स्त्रियांपेक्षा मृदुलाबेन वेगळ्या होत्या. स्वातंत्र्यलढ्यातील स्त्रियांच्या कार्याची माहिती देणाऱ्या विजय ॲग्न्यू, मारिया माईस, कुमारी जयवर्धने यांच्यासारख्या अभ्यासकांनी काही निरीक्षणे नोंदवली आहेत. स्वातंत्र्यासाठी लढणाऱ्या स्त्रियांनी कधीही पुरुषी वर्चस्वाला आव्हान दिले नाही आणि समाजातील पारंपरिक भूमिका बिनबोभाट बजावल्या. समाजातील आपल्या दुय्यम स्थानाबाबत स्त्रियांनी ना कधी निषेध नोंदवला, ना स्वातंत्र्यलढ्यातील पूरक भूमिकेबाबत आवाज उठवला. त्या वेळी देशाचे स्वातंत्र्य याच ध्येयाला त्यांनी अग्रक्रम दिला. जेराल्डिन फोर्ब्सने म्हटले, "स्वातंत्र्यलढ्याच्या काळात स्त्रीवादी ध्येये मागे सारण्यात आली आणि राजकीय स्वातंत्र्य या नजीकच्या ध्येयावर स्त्रियांचे लक्ष केंद्रित केले गेले." (२०) तथापि मृदुलाबेन यांचे जीवन आणि कार्य या अभ्यासकांच्या निरीक्षणाला छेद देणारे आहे. मृदुलाबेन निराळ्याच होत्या. स्वतंत्र वृत्तीची व पुरोगामी विचाराची स्त्री अशी त्यांची जडणघडण त्यांच्या 'कुटुंब संस्कृती' मुळे झाली. कोणत्याही अन्यायाविरुद्ध त्या निर्भयपणे बंड पुकारीत असत. मृदुलाबेननी स्त्रीवाद आणि राष्ट्रवाद यांचा सुरेख मिलाफ करून दोन्हीबद्दल समान आपुलकी दाखवली.

संदर्भ

१. ॲग्न्यू, विजय, एलिट विमेन इन इंडियन पॉलिटिक्स, न्यू दिल्ली, विकास पब्लिशिंग हाऊस, १९७९. जयवर्धने कुमारी : फेमिनिझम अँड नॅशनॅलिझम इन द थर्ड वर्ल्ड, न्यू दिल्ली, काली फॉर विमेन, १९८६. माईस, मारिया, इंडियन विमेन अँड पॅट्रिआर्की, न्यू दिल्ली, विकास पब्लिशिंग हाऊस, १९८०

२. शाह, कुंजलता, 'अहमदाबाद' - प्री-इंडस्ट्रिअल टू, इंडस्ट्रिअल अर्बन सेंटर, (१८५९-१९३०), अप्रकाशित पीएच. डी. प्रबंध, एस. एन. डी. टी. विमेन्स युनिव्हर्सिटी, मुंबई, १९७०

३. कित्ता, पृ. १६४-१६५

४. बँकर, शंकरलाल, गांधीजी अने मजूर प्रवृत्ती - संस्मरणो अने अनुभवो (गुजराती) अहमदाबाद, १९६५, पृ. ४-६

५. मंगळदास, लीना, अखंड दिवो, अहमदाबाद, श्रेयस पब्लिकेशन्स, १९७० मेध, सुस्मिता., वैतात्मिक, अहमदाबाद, ज्योती संघ, १९८७, पृ.१-३९ बसू, अपर्णा, मृदुला साराभाई : रिबेल विथ अ कॉज, दिल्ली, ऑक्सफर्ड युनिव्हर्सिटी प्रेस, मुंबई, १९९६, पृ. ११-२८

६. गांधी, मो. क., ॲन ऑटोबायोग्राफी ऑर द स्टोरी ऑफ माय एक्सपरिमेंट्स

विथ टूथ, भाषांतर, देसाई महादेव पी., अहमदाबाद, १९८९, पृ. ३२९ (पहिली आवृत्ती)

७. साराभाई, मृदुला, 'बायॉग्राफिकल नोट्स इन हर ओन वर्ड्स्', प्रथम प्रत्यागत : 'बापूनी बिहारयात्रा'मधील २८ मे १९६२च्या नोंदी, अहमदाबाद साराभाई प्रतिष्ठान,
१९८० (यापुढे याचा उल्लेख बायॉग्राफिकल नोट्स असाच केला जाईल.)

८. बसू, अपर्णा, उपरोक्त, पृ. ६८-६९, मेध, सुस्मिता, उपरोक्त, पृष्ठ ४८

९. ज्योती संघ, ज्योतिविकास यात्रा, अहमदाबाद, ज्योती संघ, तारीख नाही, पृ. २९०

१०. मेध, सुस्मिता, उपरोक्त, पृ. ५२

११. देसाई, महादेव, डायरीज, खंड १३, अहमदाबाद, १९५४, पृ. ३०३

१२. मेध, सुस्मिता, उपरोक्त, पृ. ५२-५४

१३. साराभाई, मृदुला, बायॉग्राफिकल नोट्स

१४. कित्ता

१५. बसू, अपर्णा, उपरोक्त,

१६. मेध, सुस्मिता, उपरोक्त, पृ. ६९, गांधीजींनी मृदुला साराभाईंना लिहिलेले पत्र.

१७. ज्योती संघ, पत्रिका : निवपांजलि अंक (गुजराती), १९७५, पृ. २०-२८

१८. बसू, अपर्णा, उपरोक्त, पृ. ८१, मृदुला साराभाईंचे जे. बी. कृपलानींना १३ मार्च १९३६चे पत्र

१९. बसू, अपर्णा, उपरोक्त, पृ. ६९

२०. फोर्ब्स जेराल्डिन, इंडियन विमेन अँड द फ्रीडम मूवमेंट : अ हिस्टोरियन्स पर्स्पेक्टिव्ह, बॉंबे, आरसीडब्ल्यूएस. एस. एन. डी. टी. विमेन्स युनिव्हर्सिटी, १९७७, पृ. २६

◆

■ पद्मश्री मणीबेन कारा - सच्च्या क्रांतिकारक ■

श्रीमती लीला पटेल

(**श्रीमती लीला पटेल :** मुंबई येथील सोशल सर्व्हिस लीगच्या दोन दशकांहून अधिक काळ अध्यक्ष आहेत. तसेच 'माहीम महिला मंडळ' आणि 'उत्तर विभाग संयुक्त समिती' यांच्याही त्या अध्यक्ष आहेत. मुले, स्त्री-समस्या, स्त्रियांचे प्रश्न आणि ग्राहकांचे हक्क या विषयांवर त्या पुस्तके लिहितात.)

१९०५ मध्ये मुंबईत जन्म झालेल्या मणीबेन कारांनी पुरोगामी मानवतावादाच्या राजकीय तत्त्वज्ञानाला वाहून घेतले होते. समाजातील आर्थिक व सामाजिक विषमतेचे निर्मूलन करण्यासाठी त्या कंबर कसून उभ्या राहिल्या. तसेच प्रत्येक व्यक्तीला समान संधी मिळावी म्हणूनही त्यांनी प्रयत्न केले. प्रत्येक माणसाविषयीची कळकळ केंद्रस्थानी असायला हवी, असे त्यांना वाटत असे. आपल्या या आदर्शांच्या पूर्ततेसाठी कामगार चळवळ आणि समाजसेवा यांच्या माध्यमातून त्यांनी आयुष्यभर लढा दिला. आंतरराष्ट्रीय कामगार चळवळीतील श्रेष्ठ पुढाऱ्यांपैकी त्या एक होत्या. दडपल्या गेलेल्या तळागाळातील लोकांच्या उद्धारासाठी त्यांनी आपले संपूर्ण आयुष्य खर्च केले. त्या जन्मजात समाजसेवक होत्या. समाजाचा सर्वांगीण विकास साध्य करण्यासाठी सुसंघटित आणि शिस्तबद्ध समाज हा एकमेव उपाय आहे, असा त्यांचा दृढ विश्वास होता. मानवतावादावर नितांत श्रद्धा असल्यामुळे त्या कामगार चळवळीकडे वळल्या.

कामगार संघटना कामगारांचा जीव की प्राण असतात, असे त्यांचे मत ठाम मत होते. या संघटना कामगारांची आर्थिक स्थिती सुधारण्याचे केवळ एक साधन आहे असे समजू नये. कामगार ज्या समाजाचा भाग असतो, त्या समाजाच्या सामाजिक, शैक्षणिक, सांस्कृतिक, आरोग्यविषयक आणि राजकीय उद्धाराचेही एक साधन म्हणून त्याचा उपयोग करता येतो, या दृष्टीने कामगार चळवळीकडे पाहिले पाहिजे. समाजपरिवर्तनासाठी कामगार संघटनांची आवश्यकता आहे. हा आदर्श डोळ्यांसमोर ठेवून त्यांनी आपला वेळ, कौशल्य व शक्ती प्रामुख्याने कामगार

संघटनांच्या चळवळीसाठी खर्च केली. आपल्या प्रदीर्घ जीवनात आपल्या आदर्शापासून त्या कधीही ढळल्या नाहीत. त्यामुळे त्यांना आदर्श सामाजिक, राजकीय कार्यकर्त्या असे म्हणता येईल. कामगार संघटनांनी कामगारांचे हक्क व त्यांच्या मागण्या एवढ्यापुरतेच आपले कार्य मर्यादित ठेवू नये. या कामगार संघटनांनी कामगारांच्या दारांपर्यंत जाऊन त्यांच्या कुटुंबीयांशी, तसेच एकूण समाजाशी संपर्क साधायला हवा, असा त्यांचा दृष्टिकोन होता. नव्या समाजाचे त्यांचे स्वप्न न्याय व समता यांवर आधारलेले होते. हा समाज सर्वांना कवेत घेणारा असावा. अशा समाजाचा आदर करायला हवा.

भाटिया समाजातील उच्च मध्यमवर्गीय कुटुंबात त्यांचा जन्म झाला. मुंबई शहरात स्थलांतर केलेल्या पहिल्यावहिल्या भाटिया कुटुंबांपैकी मणीबेनचे एक कुटुंब होते. हे कुटुंब कापडव्यापारात व उद्योगात होते. मुंबईत स्थिरस्थावर झाल्यावर कारांनी मुंबई हीच आपली कर्मभूमी मानली. त्यांनी समाजात सर्वाधिक मानही मिळवला. मणीबेनचे पिताजी लीलाधर कारा हिंदूंमधील आर्य समाज या सुधारणावादी पंथाचे सदस्य होते. ते समाजसुधारक व पुरोगामी विचारसरणीचे होते. (१) मूर्तिपूजेवर त्यांचा विश्वास नव्हता. आणि मुलगा व मुलगी यांच्यात त्यांनी कधीही फरक केला नाही. अशा पुरोगामी विचाराच्या पित्याने पुरुषप्रधान समाजातील अन्य पुरुषांपेक्षा वेगळ्या पद्धतीने आपल्या मुलीच्या व्यक्तिमत्त्वाची जडणघडण करणे, हे अगदी स्वाभाविक होते. मणीबेनचे स्वतंत्र, विश्वासू, आत्मनिर्भर, प्रभावी व सकारात्मक व्यक्तिमत्त्व फुलवण्यास घरातील मुक्त वातावरण साहाय्यभूत ठरले.

हिंदू धर्मानुसार व्रतबंध समारंभ मुलाच्या दृष्टीने महत्त्वाचा मानला जातो. वयाच्या ८ ते १२ वर्षांमध्ये कधीतरी हा समारंभ केला जातो. व्रतबंध समारंभ संपल्यावर आपल्या आई-वडिलांना व नातेवाईकांना सोडून मुलाला काशीला जावे लागे. त्या काळी तशी पद्धत होती. काशी हे त्या काळी विद्येचे व शिक्षणाचे माहेरघर समजले जात असे. काशीला त्याला १२ वर्षे ब्रह्मचर्याचे पालन करावे लागत असे. कुटुंबातील पुरुषांचाच हा विशेषाधिकार होता. मणीबेनचे वडील आर्य समाजिस्ट होते आणि आर्य समाजाने मुलींच्या व्रतबंधास मान्यता दिली होती. त्यामुळे मुलींनाही शिक्षणाचा जन्मसिद्ध हक्क असल्याचे आर्य समाजाने मान्य केले होते. एक प्रकारे हिंदू धर्मातील ही एक प्रगत रीत होती. श्री. लीलाधर कारा यांनी मणीबेनला हिंदू समाजात प्रचलित नसलेले, आवडीप्रमाणे वागण्याचे स्वातंत्र्य दिले होते.

गिरगावातील चंदारामजी हायस्कूलमध्ये मणीबेनच्या शिक्षणाला सुरुवात झाली. नंतर त्यांनी गावदेवीच्या सेंट कोलंबा हायस्कूलमध्ये प्रवेश घेतला. या शिक्षण संस्थेतील त्यांचा प्रवेश त्यांच्या जीवनाला महत्त्वाचे वळण देणारा ठरला. ही मिशनऱ्यांची शाळा होती. समाजसेवेच्या निरलस कामासाठी ही शाळा प्रसिद्ध होती.

तळागाळातील लोकांच्या उन्नतीसाठी ही शाळा कार्य करीत असे.

शाळेच्या तेव्हाच्या प्राचार्या श्रीमती मॅक्लीन यांच्या व्यक्तिमत्त्वाचा मणीबेनच्या मनावर व विचारांवर खोलवर परिणाम झाला होता. दोघींमधील शिक्षक-विद्यार्थी हे नाते जिव्हाळ्याचे होते आणि ते अखेरपर्यंत टिकून राहिले. सेवानिवृत्तीनंतर श्रीमती मॅक्लीन इंग्लंडला परतल्या. आपली एक विद्यार्थिनी आंतरराष्ट्रीय ख्यातीची महान मजूर पुढारी झाली. कामगारांच्या न्याय्य मागण्यांसाठी आणि कल्याणासाठी सतत लढली, हे पाहून त्यांना खूप समाधान झाले आणि अभिमानही वाटला.

मणीबेनची सांस्कृतिक जडणघडण करण्याचे मोठे श्रेय सेंट कोलंबा हायस्कूलला दिले पाहिजे. समाजसेवेचे प्रशिक्षण घेण्यासाठी मणीबेनना उत्तेजन देणारी ही संस्था ध्रुव ताऱ्याप्रमाणे मार्गदर्शक ठरली. सेंट कोलंबा शाळेमार्फत धर्माची सेवा करण्याच्या मिशनरी वृत्तीची मणीबेनना ओळख झालेलीच होती. श्रीमती मॅक्लीन व इतर शिक्षिकांबरोबरच्या सहवासात मणीबेन यांनी ही सेवावृत्ती आत्मसात केली. श्री. व श्रीमती मॅक्लीन यांच्यामुळे मुंबईच्या भायखळा आणि ताडदेव या विभागांतील रहिवाशांच्या त्या संपर्कात आल्या. तिथेच त्यांनी आपले समाजसेवेचे पहिले धडे गिरवले. समाजसेवी वृत्तीमुळे मणीबेन त्या विभागांना भेटी देत आणि तिथे राहणाऱ्या लोकांना आरोग्याबाबत जाणीव करून देण्याचा प्रयत्न करीत.

शालेय जीवनात मणीबेन अभ्यासू होत्या असे म्हणता येणार नाही. त्या वेळी होणाऱ्या मॅट्रिक्युलेशनच्या परीक्षेत त्या अनुत्तीर्ण झाल्या होत्या; पण या परीक्षेतील अपयश त्यांच्या पुढच्या जीवनाला प्रेरणा देणारे ठरले.

परीक्षेतील अपयश त्यांना इतके बोचले की त्यांनी पुन्हा परीक्षेला बसण्यास नकार दिला. त्यांच्या वडिलांनी त्यांना सामाजिक शास्त्रांच्या प्रशिक्षणासाठी आणि खास अभ्यासासाठी इंग्लंडला जाण्याचा सल्ला दिला. तो सल्ला त्यांनी मानला. हा त्यांनी घेतलेला सर्वोत्तम निर्णय होता. हा अभ्यास त्यांच्या पुढील जीवनाला आकार देण्यास खूपच उपयुक्त ठरला. त्यामुळे त्यांच्या सामान्यज्ञानात भर पडली. तो सोन्याचा क्षण होता. या निर्णयाने देशाला समर्पित, स्वार्थत्यागी आणि शिस्तप्रिय समाजसेवक लाभला. पुढील शिक्षणासाठी १९२८ मध्ये त्या इंग्लंडला जाण्यासाठी निघाल्या. तेथील बर्मिंग्रहॅम विद्यापीठात त्यांनी सामाजिक शास्त्रांच्या पदविका अभ्यासक्रमासाठी प्रवेश घेतला. १९३०मध्ये पदविका प्राप्त झाल्यावर त्या मायदेशी परतल्या. इंग्लंडमध्ये पेरलेल्या बीजाचे भारतात फळे देणाऱ्या विशालवृक्षात रूपांतर झाले.

लीलाधर कारांची सांपत्तिक स्थिती उत्तम होती. मणीबेनच्या मिळकतीची त्या कुटुंबाला गरज नव्हती. खरे म्हणजे मणीबेनच्या नोकरी करण्याच्या कल्पनेला त्यांचा विरोध होता; पण इंग्लंडहून परतलेल्या मणीबेनच्या व्यक्तिमत्त्वात तीव्र

स्वरूपाचा बदल झाला होता. आर्थिक दृष्ट्या आत्मनिर्भर बनण्याचा त्यांनी निश्चय केला होता. आर्थिक स्वातंत्र्य हा स्त्रीमुक्ती चळवळीचा केवळ एक पैलू नाही, तर तो त्या चळवळीचा पायाच आहे, असा दृढ विश्वास त्यांना वाटत होता. त्यांचे पुरोगामी पिताजी त्यांच्या या मताशी सहमत झाले. शेवटी वडिलांच्या मार्फतच त्यांना रोलर प्रिंटिंग प्रेसचा अधिकृत परवाना मिळाला. त्यांच्या विनंतीमुळे काही काळ त्यांनी हिंदू अनाथाश्रमातील रोलर प्रिंटिंग प्रेस चालवली. ही प्रेस व्यापारी तत्त्वांवर चालवण्याचा त्यांचा विचार होता. त्या काळी एखाद्या स्त्रीने मुद्रण व्यवसायात शिरून काम करणे सोपे नव्हते. तरीही मणीबेननी बराच काळपर्यंत ती प्रेस चालवली; पण आर्थिक दृष्ट्या तो आतबट्ट्याचा व्यवहार ठरला. मणीबेनना मात्र त्यातून खूपच अनुभवाचा लाभ झाला.

या व्यवसायात योगायोगाने मणीबेन एम. एन. रॉय यांच्या संपर्कात आल्या. एम. एन. रॉय आपल्या देशातील स्वतंत्र विचारशक्ती असलेल्या थोर राजकारण्यांपैकी एक होते. एके दिवशी सकाळी तय्यब शेख यांनी मणीबेनकडे छोट्या जाहीरनाम्याच्या ७५,००० प्रतींच्या मुद्रणाचे काम दिले. त्या जाहीरनाम्याचा मसुदा कॉम्रेड एम. एन. रॉय यांनी केलेला असावा. (कम्युनिस्टाला कॉम्रेड म्हणत.) (२) या व्यवहारामुळे मणीबेनचा रॉयिस्ट गटाशी आणि नंतर रॅडिकल डेमोक्रॅटिक पार्टीशी संबंध आला. क्रांतिकारी कृत्यामुळे पोलीस एन. एम. रॉय यांच्या मागावर असताना मणीबेननी रॉय यांना अनेक गुप्त ठिकाणी आश्रय देण्याची व्यवस्था केली. रॉयिस्ट पक्षाने 'इंडिपेंडंट इंडिया' या साप्ताहिकाच्या व्यवस्थापनाची जबाबदारी मणीबेनवर टाकली, व या प्रकारे मणीबेनचा राजकारणात प्रवेश झाला; परंतु जन्मजात समाजसेवक असल्यामुळे त्यांची राजकीय निष्ठा, त्यांचे निष्काम समाजसेवेचे कार्य व दृष्टिकोन यापेक्षा वरचढ ठरली नाही. शालेय दिवसांपासून सुरू केलेले समाजसेवेचे कार्य त्यांच्या आयुष्याच्या अखेरपर्यंत त्यांचे महत्त्वाचे कार्यक्षेत्र बनले होते.

सामाजिक कार्याच्या प्रशिक्षणामुळे त्यांना मोकळा वेळ फुकट घालवण्याची सवय जडली नाही. सर्वसामान्य माणसांना मदत करण्यास, तसेच आपली कामे लवकर सुरू करण्यास त्या अतिशय आतुर असत. याच सुमारास सुदैवाने एन. एम. (नारायण मल्हार) जोशी यांच्याशी त्यांचा परिचय झाला. एन. एम. जोशींना 'भारतीय कामगार संघटना चळवळीचे जनक' मानले जाते. (३) मणीबेननी त्यांना आपले गुरू मानले होते. एन. एम. जोशींना त्यांच्या निकटच्या सहवासातील मंडळी जोशीबुवा असे संबोधित असत. जोशीबुवांच्या नेतृत्वाखाली मणीबेननी कामगार चळवळीतले धडे घेतले. जोशीबुवाही समर्पित समाजसेवक होते. त्यांचा सहवास मणीबेनच्या कार्याला उठाव देणारा ठरला. या दोघांमधील मैत्री जोशीबुवांच्या मृत्यूपर्यंत तशीच अभेद्य राहिली. मणीबेनचे 'मिशनरी' मित्र त्यांना त्यांच्या कार्यात

नेहमीच मनापासून पाठिंबा देत व सहकार्य करीत असत.

कोणत्याही कामाला सुरुवात करण्यापूर्वी कामासाठी योग्य विभागाची निवड करणे त्यांना जरुरीचे वाटत असे. खूप विचारांती त्यांनी भायखळा पोस्ट ऑफिसच्या जवळील बाँबे इंप्रूव्हमेंट ट्रस्टच्या चाळी सामाजिक कार्यासाठी निवडल्या. चाळी पुष्कळ होत्या आणि बऱ्याचशा चाळींत म्युनिसिपालिटीचे झाडूवाले, सफाई कामगार व गटारांत काम करणारे कामगार राहत असत. त्या काळात त्यांना अस्पृश्य समजत असत आणि त्यांची स्थिती अतिशय दयनीय होती. ती सर्व माणसे दरिद्री व वाईट सवयींची बळी होती. घराची स्वच्छता गृहिणीच्या स्वच्छतेच्या सवयींवर प्रामुख्याने अवलंबून असत, हे मणीबेनचे सूत्र होते आणि ते त्यांना पक्के माहीत होते. त्यासाठी त्यांनी तिथे समाजकल्याण केंद्र (Social Welfare Centre) सुरू केले. त्या ठिकाणी दुपारी २ ते ५ या वेळेत त्या स्त्रियांना एकत्र यायला लावीत. मणीबेननी साक्षरतेची मोहीम हाती घेतली आणि मोठ्या उत्साहाने त्यांना स्वच्छतेचे धडे द्यायला सुरुवात केली. ''मुलांना स्वच्छ ठेवणे हे काही अवघड काम नाही'' असे त्या सांगत असत. काही काळाने त्यांनी स्त्रियांना मुलांना केंद्रावर घेऊन येण्यास सांगितले आणि तिथे त्यांना प्रात्यक्षिकांमार्फत ज्ञान देण्यास सुरुवात केली. सुरुवातीला त्या साबण कसा वापरावा, इतर सर्वसामान्य डिटर्जंट कसे वापरावेत आणि स्वच्छतेसाठीच्या अन्य वस्तूंचा वापर कसा करावा, याचे शिक्षण देत.

त्यांच्या 'मदर्स क्लब'चे मूळ या प्रकारच्या कार्यात होते. अल्पावधीतच 'मदर्स क्लब'ने त्या परिसरात आपले पाय घट्ट रोवले. त्यांचे 'मदर्स क्लब'चे काम इतके वाढले, की शेवटी त्यांना स्वयंसेविकांची चणचण भासू लागली. म्हणून त्यांनी त्याच विभागातील स्वयंसेविकांना प्रशिक्षण देण्यास सुरुवात केली. त्यांच्या साहाय्याने मणीबेननी साक्षरता मोहीम काढली आणि स्वच्छतेच्या शिक्षणाचा प्रसार सुरू केला. त्यांनी गोष्टी सांगण्यास आणि मनोरंजनाच्या कार्यक्रमांना सुरुवात केली. मणीबेन मुलांसाठी खेळ व अन्य स्पर्धा यांसारख्या त्यांच्या आवडीच्या कार्यक्रमांचे आयोजन करीत असत. हळूहळू मुले आकृष्ट होऊ लागली. मुलांसाठी बाहेरून कपडे गोळा करणे, हेही एक कार्य होते. 'मदर्स क्लब' अर्थातच स्त्रियांच्या कौटुंबिक समस्या सोडवण्याचे तसेच स्त्रियांना समुपदेशन करणारे मार्गदर्शन केंद्र बनले.

कुटुंबाचे अंदाजपत्रक बनवण्याचे शिक्षण त्यांना देणे आवश्यक होते. कुटुंबाच्या अंदाजपत्रकात साबणासारख्या वस्तूंचा अंतर्भाव करण्यास स्त्रियांना शिकवावे लागत असे. साबण ही चैन नसून, आवश्यक वस्तू आहे. त्यामुळे तुटपुंजे उत्पन्न असले तरी साबण विकत घेतलाच पाहिजे, एवढेच नव्हे तर साबणासाठी अन्य वस्तूंची काटकसर करावी लागली तरी हरकत नाही, हे त्यांना पटवून द्यावे लागत असे.

बी. आय. टी. चाळींजवळच त्या विभागातील म्युनिसिपालिटीची शाळा होती;

पण कामगारांच्या मुलांचा शाळेत जाण्याकडे कल नव्हता. 'मदर्स क्लब'च्या स्वयंसेविकांनी शाळेत जाण्यासाठी त्या मुलांचे मन वळविण्याचा सर्वतोपरी प्रयत्न केला. पुस्तके व अन्य शालोपयोगी साहित्य त्या मुलांना पुरविण्याची जबाबदारीही त्यांनी स्वीकारली. शाळेत नियमित उपस्थित राहणाऱ्या विद्यार्थ्यांना बक्षिसे देऊन त्या मुलांना प्रोत्साहनही दिले.

'मदर्स क्लब'तर्फे लवकरच त्यांनी 'हेल्थ केअर सेंटर' सुरू केले. हे केंद्र स्त्रिया व मुले यांच्या प्रकृतीकडे व आरोग्यविषयक सवयींकडे योग्य लक्ष देऊ लागले. दारू पिण्याची सवय, हा या परिसरातील पुरुषांना मिळालेला शाप होता. कष्टकरी स्त्रियांचा त्यांच्या नवऱ्याकडून होणारा छळ व मारझोड ही रोजचीच बाब होती. पुरुषांना या दुर्वर्तनापासून परावृत्त करणे मोठे अवघड काम होते; परंतु मणीबेनच्या मार्गदर्शनाखाली स्वयंसेविकांनी हे आव्हान स्वीकारले. पुरुषांचे मन वळवण्याच्या जोडीला स्त्रियांना नवऱ्यांकडून होणाऱ्या मारझोडीच्या व छळाच्या घटना त्यांनी पोलिसांकडे दाखल केल्या. कर्जबाजारी असणे, ही कामगारांच्या जीवनातील नेहमीची बाब होती. मदर्स क्लबने कामगारांना कर्जमुक्त होण्यासाठी आणि लोभी सावकारांच्या कचाट्यातून सुटका होण्यासाठी मार्गदर्शन केले.

मणीबेनचे कामगार कुटुंबाशी सलोख्याचे संबंध होते. सामाजिक जाणिवेचा अभाव व अपुरे उत्पन्न यांमुळे त्यांच्या सामाजिक व आर्थिक जीवनाचे दयनीय चित्र मणीबेनना दिसत होते. जमाखर्चाची तोंडमिळवणी करणे त्यांना अशक्य होत होते. त्यांची आर्थिक स्थिती सुधारण्याचे प्रयत्न केल्याशिवाय त्यांच्या सर्वांगीण सुधारणेची आशा करणे व्यर्थ आहे, या निष्कर्षाला त्या पोहोचल्या. यामुळेच कामगार संघटनेच्या चळवळीत त्या उतरल्या.

कामगार असंघटित राहिले तर त्यांच्या मागण्यांकडे कोणीही लक्ष देणार नाही, ही दुसरी बाब तत्काळ त्यांनी हेरली. म्हणून त्यांनी म्युनिसिपल कामगारांची संघटना बांधण्याचे कार्य हाती घेतले आणि आपल्या आयुष्याच्या अखेरपर्यंत त्यात स्वतःला झोकून दिले. मणीबेनची बुद्धिमत्ता, चिकाटी, खूपसा व्यावहारिक शहाणपणा, त्यांचा पुरोगामी विचार आणि नेहमीचे परिश्रम यांमुळे देशातील कामगार चळवळीतील आघाडीच्या नेत्यांमध्ये त्यांची गणना होऊ लागली. चाळीतील कामगारांच्या सतत संपर्कात आल्यामुळे कामगारांच्या आर्थिक स्थितीची त्यांना पुरेपूर कल्पना होती. आपले काम कायमस्वरूपी करता यावे म्हणून त्यांनी बाँबे सेंट्रल स्टेशननजीक 'सेवा मंदिर' नावाची संस्था सुरू केली. म्युनिसिपालिटीकडून जागा मिळवून त्यांनी एक छोटेसे बांधकामही तिथे केले होते. पण त्यांचा कामगार चळवळीतील कार्याचा पसारा प्रचंड वाढल्यामुळे 'सेवा मंदिर' येथील कार्यासाठी त्यांना पुरेसा वेळ देणे अवघड होऊ लागले, तेव्हा त्यांनी ती संस्था 'भगिनी समाज' या नावाजलेल्या

संस्थेच्या ताब्यात देऊन टाकली. ती संस्था त्या भागातील ठळक केंद्र म्हणून ओळखली जाते व तेथील कामकाज मणीबेननी ठरवून दिलेल्या पद्धतीनेच आजही चालवले जाते.

म्युनिसिपालिटीच्या नगरसेवक

१९३२ मध्ये मणीबेनननी म्युनिसिपालिटीची निवडणूक मांडवी भागातून लढवली आणि त्या मुंबई महापालिकेत निवडून आल्या. असा मान स्त्रीने मिळवणे ही त्या काळात विरळाच बाब होती. त्या तीन वर्षे महापालिकेच्या नगरसेवक होत्या. त्या काळात त्यांनी विविध समित्यांमार्फत कार्य केले. विशेषतः स्त्रियांच्या संबंधीच्या समस्यांबद्दलचे त्यांचे योगदान बहुमोल होते. महिला सेवा मंडळ आणि हिंदू विमेन्स रिस्क्यू होम या संस्थांवर त्यांनी महापालिकेच्या प्रतिनिधी म्हणून काम केले. त्यांच्या कार्यामुळे समाजाचे लक्ष स्त्रियांच्या दुर्दशेकडे वेधले गेले. महापालिकेच्या कामात त्यांना विशेष रस होता. आणि आपल्या मैत्रीच्या वर्तणुकीने व महत्त्वाच्या वादग्रस्त विषयांवर योग्य तो पवित्रा घेतल्यामुळे त्यांनी अनेक सुहृद जोडले होते. १९३५ मध्ये त्यांनी पुन्हा निवडणूक लढवली व जिंकलीही; पण त्यांची निवडणूक काही किरकोळ कारण दाखवून रद्दबातल ठरवली गेली.

कामगार चळवळीत एका स्त्रीने काम करणे, ही गोष्ट त्या काळात सोपी नव्हती. राजकीय पक्षांच्या वैमनस्याचा कामगार चळवळीच्या कार्यावर परिणाम होत असे. क्रांतीवर श्रद्धा ठेवणारा राजकीय पक्ष मणीबेनच्या सामाजिक कार्याला क्रांतिविरोधी व सुधारणावादी म्हणून तुच्छ लेखू लागला. ते पक्ष संप हे कामगारांचे प्रश्न सोडवण्याचे एकमेव साधन आहे, असे मानत असत.

कापडगिरणीतील कामगारांमध्ये काम करू लागल्यावर काही महिन्यांतच मणीबेनच्या संघटनेचा कापडगिरणी कामगारांमध्ये बोलबाला झाला. खटाव गिरणीचे मालक मणीबेनच्या नात्यातील असूनही त्यांचे मन क्षणभरही द्विधा झाले नाही. कामगारांच्या संपात त्या पूर्णपणे सहभागी झाल्या. कापडगिरणी संघटनेतील चळवळीचे नेतृत्व यशस्वी झाल्यामुळे गोदीसारख्या इतर विभागांतील कामगारांवरही त्यांचा प्रभाव पडला आणि तिथेही त्यांनी संघटना बांधल्या. नंतर त्या फेरीवाल्यांच्या संघटनेत रस घेऊ लागल्या, तसेच मुंबईतील शिंप्यांच्या संघटनेकडेही त्यांनी लक्ष दिले. (बाँबे टेलरिंग वर्कर्स युनियन) फेरीवाल्यांच्या संघटनेच्या सभा मध्यरात्री आयोजित केल्या जात असत. त्या मध्यरात्रीच्या सभांनाही मणीबेन हजर राहत असत. त्या कामगार चळवळीतील झुंजार व तेजस्वी पुढारी असूनही त्यांनी कधी हिंसाचाराचा आश्रय घेतला नाही. या वेळेपर्यंत मणीबेनचे नाव झाले होते आणि इतर कामगार चळवळीच्या नेत्यांनी मणीबेनना अखिल भारतीय ट्रेड युनियन काँग्रेसमध्ये

(AITUC) सामील होण्याची विनंती केली. अशा तऱ्हेने त्या एक आघाडीच्या कामगार पुढारी म्हणून ओळखल्या जाऊ लागल्या.

१९३२ मध्ये मे दिनानिमित्त १ मे रोजी मुंबईच्या विविध भागांत सभा आयोजित करण्यात आल्या होत्या. डोंगरी मैदान येथील सभेत मणीबेन एक प्रमुख वक्त्या होत्या आणि त्या सभेत कामगार वर्गाच्या दुःखाबद्दल, तसेच भांडवलदार आणि सरकार यांनी त्यांच्या चालवलेल्या शोषणाबद्दल त्या पोटतिडिकेने बोलल्या. या भाषणामुळे अटक होऊन त्यांच्यावर खटला भरण्यात आला. त्यांच्यावरील या खटल्याचा सविस्तर वृत्तान्त 'बादशहा विरुद्ध मणीबेन' या शीर्षकाखाली बॉंबे लॉ रिपोर्टर ३४ मध्ये दिलेला आहे. कोठडीत एकट्याने राहण्याच्या शिक्षेपेक्षा मणीबेनना तुरुंगवास नकोसा वाटत असे. तुरुंगात स्त्री-कैदी कोणीच नव्हते. म्हणूनच त्यांची कैद पुरुष कैद्यांपेक्षा अधिक त्रासदायक व कंटाळवाणी होत असे. १९३२मध्ये व १९६० मध्ये असे दोनदा त्यांना या भयानक अनुभवाला सामोरे जावे लागले.

१९३०च्या दशकाच्या सुरुवातीला परळ विभागात नेहमीच संप होत असत आणि 'भांडवलशाही नष्ट करा', 'क्रांतीचा जयजयकार असो' अशा घोषणा देत निघणाऱ्या मिरवणुका, हे नेहमी दिसणारे दृश्य होते. पोलिस व मिरवणुकीतील लोकांत संघर्ष होत असत. मणीबेन संघर्षात अग्रेसर असत. त्या नेहमीच कोणालाही जुमानीत नसत. हळूहळू कामगार संघटनांच्या धोरणाबाबतच्या त्यांच्या भूमिकेत बदल होत गेला. कम्युनिस्टांच्या तत्त्वाप्रमाणे त्या कामगार संघटना वर्गलढ्याचे हत्यार राहिल्या नाहीत. वेतनवाढ, फुटकळ फायदे, यांसारख्या विविध मागण्या पदरात पाडून घेण्यासाठी त्यांना 'सामुदायिक लाभाचे' धोरण अवलंबणे भाग पडले. समझौत्यामध्ये निवासस्थाने, शिक्षण यांसारख्या बाबींचाही समावेश होत असे. मणीबेननी चळवळीच्या विधायक बाजूकडे अधिक लक्ष द्यावयाचे ठरवले.

या कालखंडात मणीबेनच्या वैयक्तिक, राजकीय व सामाजिक जीवनात अनेक बदल घडून आले. पूर्वी नमूद केल्याप्रमाणे गर्भश्रीमंत कुटुंबात त्यांचा जन्म झाला होता आणि परदेशात त्यांनी शिक्षण घेतले होते. समाजसेवेत त्या अग्रेसर होत्या. त्यांच्या घरातील वातावरण त्यांच्या पुरोगामी विचाराला आणि स्वतंत्र विचारसरणीला पोषक होते. त्यामुळे त्यांच्याशी विवाह करण्यास अनेक तरुण आतुर होते. त्यांना अनेक मित्र होते. श्री. हंसराज मूळजी हे त्यांपैकी एक होते. मणीबेननी आयुष्याचा जोडीदार म्हणून त्यांना निवडले व वडील आणि कुटुंबीय यांच्या इच्छेविरुद्ध त्यांच्याशी लग्न केले. थोड्याच काळात दुर्दैवाने त्यांच्यात मतभेद निर्माण होऊन त्यांना वैवाहिक जीवनात यश लाभले नाही. लग्न यशस्वी होण्याचे कोणतेच चिन्ह दिसेना. मणीबेन मानसिक दृष्ट्या अस्वस्थ झाल्या. अयशस्वी विवाह पुढे चालू

ठेवायचा की तो तोडून टाकून प्रचलित सनातनी समाजाच्या विरोधाला तोंड देत पारंपरिक आदर्शांविरुद्ध लढत द्यायची, अशा द्विधा मनःस्थितीत त्या सापडल्या होत्या. आपल्या कृतीचे परिणाम भोगण्याची त्यांची तयारी होती. त्यांचे कुटुंबीय, मित्रमंडळी आणि समाज यांना धक्कादायक वाटणारा तो निर्णय होता. मणीबेननी खूप विचार करून अखेर विवाह मोडण्याचा निर्णय घेतला. समर्थनीय असला तरी त्या काळातील समाजात तो निर्णय धाडसाचाच होता. कायदेशीर घटस्फोट न मागता त्या नवऱ्यापासून विभक्त राहू लागल्या. त्यांच्या वडिलांनी त्यांच्या निर्णयाला मनापासून पाठिंबा दिला. सुदैवाने त्यांच्या धनवान पित्याच्या समाजातील उच्च स्थानामुळे त्यांना विरोध आणि दुःख यांचा फारसा सामना करावा लागला नाही. त्यांनी आपले स्वतःचे घर थाटले आणि नावामागे 'सौ.' लावण्याचे थांबवले. पुढील संपूर्ण आयुष्यात त्या 'कुमारी' मणीबेन कारा याच नावाने संबोधल्या जाऊ लागल्या. त्यांच्या वैवाहिक जीवनावर कायमचा पडदा पडला. अल्पकाळ टिकलेल्या विवाहाच्या दुःखी प्रकरणाचे स्मरण ठेवण्याचे मणीबेनच्या आयुष्यात कारणच उरले नाही.

मणीबेन अतिशय धाडसी होत्या हे सर्वांनाच माहिती आहे. गुजराती या मातृभाषेखेरीज हिंदी व मराठी भाषा त्यांना अवगत होत्या. इंग्रजीवर त्यांचे प्रभुत्व होते. त्यांचे भाषण ऐकणे, ही एक मेजवानी असे. त्यांच्या वक्तृत्वामध्ये हजारो श्रोत्यांना मंत्रमुग्ध करण्याची शक्ती होती.

मणीबेन ज्या ज्या कामगार चळवळीशी संबंधित असत, तीवर कोणत्याही राजकीय पक्षाच्या धोरणाची सावली पडू नये, म्हणून त्या दक्ष असत. स्वातंत्र्यपूर्व काळात सर्वसामान्य राजकारणापासून अलिप्त राहणे एखाद्याला अशक्य होते. विशेषतः मणीबेनसारख्या विचारांच्या व्यक्तीला तर ते फारच अशक्य होते. त्या देशाच्या स्वातंत्र्याच्या चळवळीत गुंतल्या होत्या. म्हणून देशाच्या स्वातंत्र्यासाठी कामगारांनी लढा देणे आवश्यक आहे, असे त्या कामगारांच्या मनावर ठसवत असत. हा एक प्रकारे त्यांच्या मागण्यांसाठीचा लढा आहे, असे त्या सांगत. त्यामुळे त्यांनी कर्तव्य केलेच पाहिजे. भारताच्या स्वातंत्र्याशिवाय समाजाकडून कामगारांचे होणारे शोषण थांबणार नाही; कामगारांच्या आशा-आकांक्षांची पूर्तता होणे शक्य नाही आणि समाजात पात्रतेप्रमाणे त्यांना स्थान मिळणे शक्य नाही, असे त्यांना वाटत असे.

मणीबेनचे राजकीय कार्य

मणीबेनच्या राजकीय कार्याला १९३१मध्ये सुरुवात झाली. पूर्वी उल्लेख केल्याप्रमाणे रॉयिस्ट पक्षाच्या कार्यकर्त्यांशी त्यांचा प्रिंटिंग प्रेस चालवताना संपर्क आला. राजकीय कार्य करताना भाई एम. एन. रॉय, व्ही. बी. कर्णिक, प्रा. जी. डी.

पारीख (४), तर्कतीर्थ लक्ष्मणशास्त्री जोशी (५), बॅरिस्टर व्ही. एम. तारकुंडे आणि स्वातंत्र्यपूर्व काळातील तसेच स्वातंत्र्योत्तर काळातील अनेक थोर राजकीय नेत्यांशी मणीबेनचा निकटचा संबंध आला. त्या शूर होत्या. कॉम्रेड एम. एन. रॉय हे गुन्हेगार आहेत असे जाहीर झाल्यावरही त्यांच्याबरोबर संबंध ठेवताना आणि त्यांच्यासाठी सुरक्षित आश्रयाची व्यवस्था करताना त्या कचरल्या नाहीत. त्यांनी रॉय यांची आणि लुई गिसलर या फरारी व्यक्तीची गुप्त भेट घडवून आणण्याची जबाबदारीही स्वीकारली होती.

देशाच्या राजकीय आघाडीवरील परिस्थिती अशी होती. लंडनहून आलेल्या सायमन आयोगाने देशहिताच्या विरोधी अहवाल सादर केला होता. राष्ट्रीय पातळीवरील नेते त्या अहवालामुळे नाराज झाले आणि त्यांनी त्याला विरोध केला. अखिल भारतीय ट्रेड युनियन कॉंग्रेसही नाराजीत सहभागी झाली. 'सायमन, परत जा' ही त्या दिवसांतील लोकप्रिय घोषणा होती. अ. भा. ट्रे. यु. कॉंग्रेसच्या मणीबेन सर्व-साधारण सचिव होत्या आणि नंतर त्यांनी अध्यक्ष म्हणून काम केले. ए. आय. टी. यु. सी. आणि भारतीय राष्ट्रीय कॉंग्रेस या दोन्ही संघटना एकत्रितपणे सायमन आयोगाला विरोध करीत होत्या. याच वेळी कॉंग्रेस समाजवादी पक्ष निर्माण झाला आणि हा पक्ष कॉंग्रेसमध्ये भक्कम डावी बाजू म्हणून काम करील, या कल्पनेने मणीबेन त्या पक्षात सामील झाल्या. १९३६ मध्ये अ. भा. ट्रे. यु. कॉंग्रेसचे १५ वे अधिवेशन मुंबईत भरले. मणीबेन त्याच्या अध्यक्ष होत्या. त्यांच्या विनंतीनुसार अखिल भारतीय कॉंग्रेसचे अध्यक्ष पंडित जवाहरलाल नेहरूंना या अधिवेशनाला हजर राहण्याचे खास निमंत्रण पाठवण्यात आले. पंडितजींनी देशासाठी लढा देण्याचे आवाहन कामगारांना कामगारांना केले. या आवाहनाला मणीबेननी पाठिंबा दिला. त्याबरोबरच कामगारांच्या मागण्यांसाठीचा लढाही महत्त्वाचा असल्याचे जोरदार प्रतिपादन केले.

ए. आय. टी. यु. सी. व भारतीय राष्ट्रीय कॉंग्रेस यांनी काही काळ हातात हात घालून कार्य केले. १९३७ मध्ये जिथे कॉंग्रेस सरकारे स्थापन झाली, तिथे देशभरच्या कामगारांनी त्यांचे स्वागत केले. गैरसमजूत दूर करून ही कॉंग्रेस मंत्रिमंडळे कामगार चळवळीबाबत उदार दृष्टिकोन स्वीकारतील, अशी खूप आशा कामगारांना वाटत होती; पण त्यांचा भ्रमनिरास झाला. ए. आय. टी. यु. सी. व अखिल भारतीय कॉंग्रेस एकमेकांपासून दूर जाऊ लागल्या. मणीबेननी त्यांना एकत्र ठेवण्यासाठी केलेले प्रयत्न निष्फळ ठरले. दुसरे महायुद्ध सुरू झाले आणि कॉंग्रेस मंत्रिमंडळांनी राजीनामे दिले. १९३९ मध्ये पुन्हा ब्रिटिश प्रशासनाचा अंमल सुरू झाला.

रॉयवादी पक्ष बळकट बनत होता. १९३७मध्ये पक्षाने 'इंडिपेंडंट इंडिया'

नावाचे साप्ताहिक सुरू केले. आणि त्याच्या व्यवस्थापक पदी मणीबेनची नेमणूक केली. रॅडिकल डेमोक्रॅटिक पक्षाची (आर डी पी ची) स्थापना १९४० मध्ये झाली. मणीबेन त्याच्या सभासद झाल्या. रॉय गटाच्या त्या आधीपासूनच सदस्य होत्या. तसेच ज्यांनी आर. डी. पी. चे संघटन केले, त्या लीग ऑफ रॅडिकल काँग्रेसमेनच्याही त्या सदस्य होत्या. या पक्षाच्या राष्ट्रीय कार्यकारी समितीच्या सभासद म्हणून त्या निवडून आल्या. पक्षाच्या अनेक परिषदांना त्या हजर राहिल्या व काही राज्य परिषदांचे अध्यक्षपदही त्यांनी भूषविले. आर. डी. पी. हा पक्ष १९४८ मध्ये संपुष्टात आला. नंतर एम. एन. रॉय यांनी सुरू केलेल्या रॅडिकल ह्युमॅनिस्ट चळवळीत त्या सामील झाल्या आणि तिथेही त्यांनी महत्त्वाची भूमिका बजावली.

दुसरे महायुद्ध सुरू झाल्यावर महायुद्धाला पाठिंबा द्यायचा की नाही, याबद्दलचे कामगार संघटनांमधील मतभेद स्पष्टपणे उफाळून वर आले. फॅसिझमच्या विरोधात हे युद्ध असल्यामुळे बिनशर्त या युद्धाला पाठिंबा द्यावा, असे एम. एन. रॉय यांना वाटत होते. हा दृष्टिकोन अ. भा. काँ.च्या पवित्र्याच्या विरोधी होता. ब्रिटिशांनी भारत स्वतंत्र केल्याशिवाय हे युद्ध लोकांचे आहे असे लोकांना वाटणार नाही, असा अ. भा. काँ. चा दृष्टिकोन होता. आणि फक्त स्वतंत्र भारतातील लोकांनाच युद्धाबाबत निर्णय घेण्याचा अधिकार आहे. काँग्रेस पक्षातील लोक आणि ए. आय. टी. यु. सी. मधील जयप्रकाश नारायणांसारखे समाजवादी युद्धाला विरोध करीत होते. युद्धासाठी केलेली तयारी उधळून टाकण्याचा त्यांनी पवित्रा घेतला. ए. आय. टी. यु. सी.मधील बऱ्याचशा काँग्रेसवाद्यांनी घेतलेल्या तटस्थतेच्या भूमिकेचा मणीबेनसकट सर्व रॉयवाद्यांनी जोरदार निषेध केला. रॉयवाद्यांनी संघटनेशी काडीमोड घेऊन 'इंडियन फेडरेशन ऑफ लेबर' (IFL) ही कामगारांची दुसरी मध्यवर्ती संघटना सुरू केली.

रॉयवाद्यांच्या युद्धाला पाठिंबा देण्याच्या पवित्र्यामुळे मणीबेनना युद्धाला विरोध करणाऱ्या लोकांशी सामना करावा लागला. युद्धविरोधकांनी मणीबेनना सभांतून, बैठकींतून भाषण करणे अशक्य केले; इतकेच नव्हे, तर त्यांच्यावर हल्ले करण्याचेही प्रयत्न झाले; पण त्यांनी कधी माघार घेतली नाही आणि हल्ल्यांना शौर्याने तोंड दिले. ग्रॅनाईटच्या खडकाप्रमाणे त्या निश्चल राहिल्या. १९४४ मध्ये ट्रेड युनियनची जागतिक परिषद लंडनमध्ये भरणार होती. ए. आय. टी. यु. सी.ने मणीबेनना त्या परिषदेला पाठवण्याचे ठरवले. लंडनचा प्रवास त्या काळात अतिशय धोकादायक होता. ब्रिटिश ट्रेड युनियन काँग्रेसने भारतीय प्रतिनिधींसाठी काही कार्यक्रम आखले होते. कामगार संघटनांच्या चळवळीच्या कार्याला त्यांनी पुन्हा जोमाने सुरुवात केली. त्या आपला वेळ आर. डी. पी. व आय. एफ. एल. साठी देत असत. रॅडिकल डेमोक्रॅटिक पक्षाने देशाच्या सर्वांगीण विकासासाठी एक योजना प्रकाशित केली. त्या

योजनेच्या प्रचारासाठी मणीबेन मनापासून भरपूर वेळ देत असत.

आयएफएलने युद्धाला पाठिंबा दिल्यामुळे देशातील बहुसंख्य कामगार चळवळीतील नेते आयएफएलला विरोध करीत होते. आयएफएल आणि युद्धाला विरोध करणारी कामगार आघाडी यांच्या भांडणात आयएफएलला हार पत्करावी लागली. फाळणीनंतर ती संघटना अधिकच दुर्बळ झाली. स्वातंत्र्यानंतर श्री. अशोक मेहता व समाजवादी कामगार संघटनेच्या अन्य नेत्यांनी हिंद मजदूर सभा स्थापन करण्याचे ठरवले. त्यामध्ये मणीबेन आपल्या नेतृत्वाखाली असलेल्या आयएफएलसह सामील झाल्या. हिंद मजदूर सभा ही लोकशाही तत्त्वावर चालणारी मालक, सरकार व राजकीय पक्ष यांच्या नियंत्रणापासून मुक्त असलेली चळवळ होती. मणीबेन हिंद मजदूर सभेच्या अध्यक्ष झाल्या. तोपर्यंत WFTU (वर्ल्ड फेडरेशन ऑफ ट्रेड युनियन) कम्युनिस्टांनी काबीज केल्यामुळे त्या फेडरेशनशी आयएफएलने संबंध तोडले होते. युद्धात लढणाऱ्या कामगारांच्या अनुपस्थितीमुळे उरलेल्या संघटनेचे रूपांतर कम्युनिस्टांच्या मजूर संघात झाले. त्यामुळे जगभरच्या कामगार नेत्यांना दुसरी स्वतंत्र लोकशाही संघटना उभारण्यावाचून दुसरा पर्याय उरला नव्हता. हे सर्व नेते १९५१मध्ये ब्रुसेल्स येथे एकत्र भेटले. त्यांनी 'इंटरनॅशनल कॉन्फेडरेशन ऑफ फ्री ट्रेड युनियन्स' (आय. सी. एफ. टी. यु.)ची स्थापना केली. ही जगातील सर्वात मोठी कामगार संघटना होती. आणि तिला आंतरराष्ट्रीय मजदूर संघटनेच्या प्रतिनिधित्वाचा दर्जा होता. (International Labour Organisation-ILO) मणीबेन आय.सी.एफ.टी.यु. च्या स्थापना मेळाव्याला हिंद मजदूर सभेच्या एकमेव प्रतिनिधी म्हणून हजर होत्या. आय.सी.एफ.टी.यु.च्या कार्यकारी परिषदेवरही त्यांनी काम केले. सरकारे, मालक आणि जगातील विविध देशांचे कामगार अशा तिघांचे प्रतिनिधित्व करणाऱ्या आयएलओ या संघटनेच्या सभांनाही त्या हजर राहत.

मध्यवर्ती कायदेमंडळाच्या सदस्य

१९४६ मध्ये मध्यवर्ती कायदेमंडळाच्या सदस्य म्हणून त्यांची नियुक्ती केली गेली. त्या आणि जोशीबुवा जरी विरोधी संघटनेत असले तरी त्यांनी मजूरविरोधी इंडस्ट्रियल रिलेशन्स विधेयकाला कडाडून विरोध केला. हेच विधेयक नंतर १९४७ मध्ये इंडस्ट्रियल डिस्प्यूट ॲक्ट या नावाने पारित झाले. कायदेमंडळाच्या सदस्यत्वाचा त्यांचा कार्यकाल फारच थोडा होता. कारण १९४७ मध्ये कायदेमंडळाचे विसर्जन होऊन संविधान सभा अस्तित्वात आली; पण त्या थोड्या कालावधीतही त्यांनी त्यांच्या अंगच्या संसदीय क्षमतांची साक्ष पटवली. असेंब्लीमध्ये त्यांनी विविध वादग्रस्त विषयांवर भाषणे दिली. दिल्लीतील हातरिक्शांना प्रतिबंध, रेल्वे कर्मचाऱ्यांना अंतरिम मदत, औद्योगिक कामगारांसाठी अधिक चांगल्या घरांची सुविधा, मध्यवर्ती

सरकारच्या सार्वजनिक बांधकाम खात्यातील कामगारांना कामगार कायदा लागू करणे, रेल्वेतील कर्मचाऱ्यांना वेतन वाढवून देणे, हे काही वादग्रस्त विषय त्यांनी लोकसभेत उपस्थित केले होते.

रेल्वे कर्मचाऱ्यांच्या नेत्या आणि समाजकार्य

१९४६मध्ये पश्चिम रेल्वे कर्मचारी संघटनेच्या अध्यक्षपदी मणीबेन एकमताने निवडून आल्या. हे पद त्यांनी आयुष्यभर भूषवले. अध्यक्ष झाल्यावर आपण केवळ खुर्चीतले बाहुले बनून राहणार नाही, तर संघटनेच्या दैनंदिन कामकाजात लक्ष घालू, असे सर्व संबंधितांना त्यांनी स्पष्टपणे सांगितले होते. त्यांनी त्या कार्यालयात शिस्त व व्यवस्था प्रस्थापित केली आणि विविध उपक्रमांनुसार कामाची विभागणी करून चोख आर्थिक व्यवहाराचा आग्रह धरला. त्यांनी रेल्वेच्या कामासंबंधीचे नियम व कायदे यांची माहिती करून घेतली. हे नियम व कायदे बऱ्याच वेळा कामगारांच्या फायद्याचे नसत. मणीबेननी त्यासंबंधी परिपूर्ण ज्ञान मिळवले. गरज पडली तर रेल्वे कामगारांच्या संघटनेतील माहीतगार व्यक्तीचा सल्ला त्या घेत असत. इतर क्षेत्रांतल्याप्रमाणे वेगवेगळ्या रेल्वे कामगारांच्या संघटनांमध्ये ऐक्य नव्हते; परंतु मणीबेन त्यांच्या ऐक्यासाठी झटून प्रयत्न करीत.

कामगारांच्या कुटुंबीयांना भेटण्यास त्या नेहमीच उत्सुक असत. आणि त्यांच्या कौटुंबिक समस्यांमध्ये लक्ष घालत असत. पश्चिम रेल्वे कर्मचारी संघटनेच्या रौप्य महोत्सवानिमित्त मणीबेनचे विचारप्रवर्तक भाषण या संदर्भात लक्षात घेण्यासारखे आहे. त्या म्हणाल्या,

"सभासदांच्या बायका-मुलांना इथे संघटनेच्या कार्यालयात आणण्याचा मी नेहमी प्रयत्न करते. संघटनेच्या कार्यक्रमासाठी सभासदांनी हजर राहावे यासाठी विशेषतः सर्वसाधारण सभेच्या वेळी सभासदांनी कुटुंबीयांसह उपस्थित राहावे, म्हणून मी वेळोवेळी त्यांचे मन वळवले. त्याचा थोडाफार परिणाम झाला आहे. इतर संघटनांच्या सभांपेक्षा आमच्या सभांना कामगारांच्या कुटुंबीयांची खूप उपस्थिती असते, असे मी निश्चितपणे सांगू शकते. संघटनेच्या अनेक सभांमध्ये स्त्री वर्गाचे मन वळवण्याचा आणि त्यांचे नवरे, भाऊ आणि मुलगे संघटनेत काय करतात हे जाणून घेण्यासाठी त्यांचे मन वळवण्याचा मी प्रयत्न केला. असाही एक दिवस उजाडेल, जेव्हा या संघटना केवळ कामगार व त्यांचे कुटुंबीय यांच्यापुरत्या मर्यादित न राहता कामगारांचे जिवलग व अन्य निकटवर्तीय यांच्यासाठीही विस्तारित होतील. केवळ कामगारांच्या आर्थिक मागण्यांसाठी लढा देऊन संघटना यशस्वी होत नाहीत. त्यासाठी त्याचबरोबर विधायक कल्याणकारी कार्यक्रम आणि शैक्षणिक उपक्रम विकसित केले पाहिजेत, असे माझे ठाम मत आहे." (६)

कामगार संघटनांच्या कार्यातली त्यांची भूमिका स्फटिकासारखी स्वच्छ होती. त्याविषयी त्यांच्याच शब्दांत काही सांगणे अस्थानी ठरणार नाही.

"सामाजिक कार्यावर असलेला माझा भर हे माझ्या संघटनेतील कामाचे दुसरे वैशिष्ट्य. इंग्लंडमध्ये पूर्वी घेतलेले शिक्षण मला या संदर्भात खूपच साहाय्यभूत ठरले. केवळ कामगारांच्या आर्थिक मागण्यांसाठी लढा देऊन संघटना यशस्वी होत नाहीत. त्यासाठी त्याचबरोबर विधायक कल्याणकारी कार्यक्रम आणि शैक्षणिक उपक्रम विकसित केले पाहिजेत, असे माझे ठाम मत आहे." (७)

देशाच्या सर्वांगीण विकासाला लोकसंख्यावाढीचा राक्षसी धोका असल्याचे जागरूक समाजकार्य करणाऱ्या मणीबेनच्या लक्षात यायला वेळ लागला नाही. पाठोपाठ येणाऱ्या गरोदरपणामुळे स्त्रियांचे शारीरिक आरोग्य व मानसिक शांतता यांना धोका निर्माण होतो आणि अनेक वेळा कुटुंबाच्या सुखासमाधानात त्यामुळे अडथळा निर्माण होतो. ही बाब त्यांच्या स्वातंत्र्यालाही अडचणीची ठरते. पश्चिम रेल्वे कर्मचारी संघटनेचे सुसंघटित सामर्थ्य मणीबेनच्या पाठीशी होते. आपले कुटुंब नियोजनाचे कार्य पुढे नेण्यासाठी या संघटनेचा त्यांनी पूर्ण लाभ उठवला. त्यांनी कुटुंब नियोजन केंद्रे सुरू केली, परिषदांचे आयोजन केले, शिबिरे आणि सार्वजनिक सभा यांद्वारे कार्य पुढे नेले. दैनंदिन जीवनातील कुटुंब नियोजनाचे महत्त्व कामगारांच्या मनावर ठसवण्यासाठी त्यांनी कोणतेही प्रयत्न शिल्लक ठेवले नाहीत. कालांतराने पश्चिम रेल्वे कर्मचारी संघटनेत ज्या व्यक्तीने कुटुंब नियोजनाची खबरदारी घेतली नाही, ती व्यक्ती संघटनेत कोणतेही महत्त्वाचे पद भूषवू शकणार नाही, असा अलिखित नियमच होऊन गेला आणि आजतागायत तो तसाच चालू आहे.

स्त्रीमुक्ती चळवळीबद्दलचे त्यांचे विचार व कल्पना यांतून त्यांची व्यक्ती म्हणून विशेषता आणि बलस्थाने लोकांसमोर मांडली गेली. अ. भा. महिला परिषदेच्या त्या सदस्य होत्या. ए.आय.डब्ल्यू.सी.ने १९७२मध्ये एक कामगार समिती नेमली होती. त्या समितीवर मणीबेननी काम केले. भारत सरकारने स्त्रियांच्या समाजातील स्थानाच्या अभ्यासासाठी एक खास आयोग नेमला होता. मणीबेनची त्या आयोगाच्या सदस्य म्हणूनही नेमणूक झाली. या कामासाठी समाजाच्या निरनिराळ्या स्तरांतील स्त्रियांच्या मुलाखती घेण्यासाठी त्यांनी संपूर्ण भारताचा दौरा केला. कायदेमंडळासारख्या ठिकाणी स्त्रियांना राखीव जागा असाव्यात, या मागणीला त्यांचा विरोध होता. या संदर्भात त्यांचे अवतरण देणे अयोग्य ठरणार नाही.

"कायदेमंडळ आणि अन्य निर्वाचित मंडळे यांवर स्त्रियांसाठी राखीव जागा ठेवण्याच्या पद्धतीला मी नेहमीच विरोध केला आहे. अशा जागा ठेवणे निरर्थक आहे; कारण एकूण लोकसंख्येतील स्त्रियांची संख्या किमान ५० टक्के असताना अशा निर्वाचित मंडळावर स्त्रियांचे प्रतिनिधित्व नगण्य आहे. परंतु अशा तऱ्हेने

राखीव जागांमार्फत दिलेले मामुली प्रतिनिधित्व स्त्रियांना उपयोगी पडणार नाही. यातून आत्मसंतुष्टतेची भावना निर्माण होऊन ती त्यांच्या प्रगतीत अडथळाच ठरण्याची शक्यता आहे. स्त्रियांना अधिक प्रतिनिधित्व मिळणे हे स्त्रियांच्या तसेच समाजाच्या दृष्टीनेही हिताचे आहे; पण ते प्राप्त करण्यासाठी स्त्रियांना त्यांचे हक्क व जबाबदाऱ्या यांबाबत जागृत करणे आवश्यक आहे. तसेच स्त्रियांच्या बाजूने लोकमत तयार करण्याचीही नितांत गरज आहे. राखीव जागांमार्फत काही अधिक जागा स्त्रियांनी मिळवण्यापेक्षा शिक्षणाबरोबरच त्या दिशेने केलेले प्रयत्न, सार्वजनिक जबाबदाऱ्या स्वीकारणे व त्या योग्य तऱ्हेने पार पाडणे यांसाठी स्त्रियांना सुसज्ज केले तर ते त्यांना अधिक फायद्याचे ठरेल.'' (८)

१९७३ मध्ये 'इंटरनॅशनल लेबर ऑर्गनायझेशन'ने कामगारांच्या समस्यांचा अभ्यास करण्यासाठी नेमलेल्या 'पॅनेल फॉर विमेन'वर त्यांची नेमणूक झाली. त्यांनी वेळोवळी केलेल्या सूचनांमुळे अन्य सभासदांचे लक्ष वेधले गेले. विधानमंडळे वगैरेसारख्या ठिकाणी स्त्रियांसाठी राखीव जागा ठेवण्यास जसा त्यांचा विरोध होता, तसाच कामाच्या ठिकाणी स्त्रियांना रात्रपाळी करायला लावण्यासही त्या अनुकूल नव्हत्या. रात्रपाळीचे काम स्त्रियांच्या आरोग्याला धोकादायक आणि कौटुंबिक शांततेला व शीलरक्षणाला हानिकारक ठरते, असे त्यांचे मत होते.

१९७५ मध्ये मुंबईज प्रॉडक्टिव्हिटी कौन्सिलतर्फे आयोजित केलेल्या परिसंवादात त्यांनी हे मत व्यक्त केले. 'रोल ऑफ वर्किंग विमेन' या विषयावर बोलताना स्त्रियांना रात्रपाळीचे काम देऊ नये, हे सांगताना त्यांनी वर उल्लेखिलेली कारणे स्पष्टपणे व ठासून सांगितली.

''आमच्या अथक प्रयत्नांमुळे आमच्या या तत्त्वाचा इंटरनॅशनल लेबर ऑर्गनायझेशनने स्वीकार केला आहे. या तत्त्वाच्या विरुद्ध जाणे म्हणजे चक्र उलट दिशेने फिरवल्यासारखे होईल.''

कामगार स्त्रियांच्या मागण्या आणि त्यांचे हक्क यांवर मणीबेननी खूप विचार केला होता. दुर्दैवाने त्या मागण्या व हक्क यांच्या स्वीकृतीसाठी त्या ठोस पावले उचलू शकल्या नाहीत; परंतु तो त्यांचा दोष नव्हता. तो काळ वेगळा होता. स्वातंत्र्य नुकतेच मिळाले होते आणि देशासमोरील विविध समस्यांच्या बाबतीत स्त्रिया आणि पुरुष यांतील भेद यांसारख्या समस्या होत्या. स्त्रियांच्या काही खास मागण्या होत्या. कामगार स्त्रियांच्या मागण्यांकडे खास लक्ष पुरवण्याइतका काळ अनुकूल नव्हता. खऱ्या कामगार चळवळीची नुकती सुरुवात झाली होती.

तरीही मणीबेननी समाजावर मोठ्या प्रमाणात आपल्या विचारांचा ठसा उमटवला होता, हे नाकारता येत नाही. परंतु खरा परिणाम झाला तो ऑल इंडिया विमेन्स कॉन्फरन्सच्या धोरणांवर! मणीबेन त्यामध्ये १९५८ मध्ये सामील झाल्या. या

कॉन्फरन्सच्या लेबर कमिटीच्या त्या प्रमुख होत्या. मुंबई शाखेत त्यांचे कार्य खूप जोमाने चालले होते. अन्य शाखाउभारणीमध्येही त्यांचा हातभार होता. समाजातील तळागाळातील व दडपलेल्या लोकांच्या समस्यांमध्ये एआयडब्ल्यूसीला लक्ष घालण्यासाठी मणीबेननी भाग पाडले.

१९७५ मध्ये नेमलेल्या 'कमिशन ऑन द स्टेट्स ऑफ विमेन' या आयोगावर सदस्य म्हणून त्यांची नियुक्ती झाली. विस्तृत दौऱ्यानंतर एकमताने अहवाल तयार केला. औद्योगीकरणाचा स्त्रियांवर होणारा परिणाम या विषयावरील एक निबंध आयोगासमोर विचारविनिमयासाठी ठेवला. त्यातील मुख्य मुद्दे पुढीलप्रमाणे होते.

१) कारखान्यात काम करणाऱ्या स्त्रिया असोत अथवा घरात राहून घरकामाकडे लक्ष देणाऱ्या स्त्रिया असोत- त्यांच्यावर उद्योगाचा परिणाम होतोच.

२) स्त्री कामगार स्वस्तात मिळतात. स्त्रियांचे अमानुष शोषण होते. कामगार कल्याण कायद्याने त्यावर नियंत्रण ठेवता येईल.

३) विधिविधानांमुळे स्त्रियांच्या रोजागाराला अडथळा निर्माण होत आहे. त्याला संमती देऊ नये.

स्त्रियांना औद्योगिक रोजगारापासून दूर ठेवू नये, असे त्यांचे मत होते. घराची देखभाल करणे, स्वयंपाकघर सांभाळणे आणि अन्य अनेक कामे करण्याची क्षमता स्त्रियांमध्ये आहे. औद्योगीकरणाची घोडदौड रोखता येणार नाही, हे त्यांनी ओळखले होते आणि चाके उलटी फिरू शकत नाहीत, असेही त्यांचे ठाम मत होते.

"आपल्या उद्योगधंद्यांच्या विकासाला वाव द्यावा; पण त्याच वेळी अन्य देशांकडून त्याचे परिणाम नियंत्रित करण्यासही शिकले पाहिजे."

'स्त्री हितकारिणी' ही मुंबईतील एक ख्यातनाम संस्था आहे. ही संस्था स्थापण्यात मणीबेननी पुढाकार घेतला होता. त्या या संस्थेच्या अध्यक्ष झाल्या आणि त्या संस्थेला भक्कम आर्थिक पायावर उभे राहण्यास त्यांनी मदत केली. या संस्थेतर्फे आरोग्य केंद्र, शैक्षणिक व रोजगार पुरवणारे उपक्रम चालवले जातात. बालवाडीही चालवली जाते.

मूलतः त्या आधुनिक होत्या. राजकीय पुरोगामी विचारांप्रमाणेच सामाजिक बाबतीतही त्यांचे विचार क्रांतिकारी होते. सुधारकी विचाराची कौटुंबिक पार्श्वभूमी, मिशनरी संस्थेतील शालेय शिक्षण, परदेशातील शिक्षण, वेळोवेळी परदेशांना दिलेल्या भेटी आणि कामगार चळवळीशी संबंधित परिषदांतील उपस्थिती, यांमुळे त्यांचा दृष्टिकोन संकुचित राहिला नाही. जे जे उत्तम होते ते त्यांनी आत्मसात केले आणि त्यांच्या मते जे वाईट होते, त्याचा त्यांनी त्याग केला. भारतीय समाजातील हिंदू, मुस्लिम, ख्रिश्चन वा अन्य कोणताही धर्म असो, त्यांमधल्या पुरोगामी सामाजिक सुधारणांमध्ये त्या विश्वास ठेवत होत्या.

१९५५ मध्ये मद्रास येथे पचियप्पामध्ये भरलेल्या रॅडिकल यूथ कॉन्फरन्सचे अध्यक्षपद देऊन मणीबेनचा सन्मान करण्यात आला. त्या वेळी भारतीय युवकांना त्यांनी जो संदेश दिला, ते त्यांच्या सुधारणावादी व प्रागतिक विचारांचे मूर्तिमंत उदाहरण होते. त्यांनी तरुणांना उद्देशून पुढील उद्‌गार काढले.

"त्रेतायुगाचे प्रतिनिधित्व करणाऱ्या प्रचलित सामाजिक चालीरीती आणि प्रथा यांच्याशी तरुण पिढीचा सतत संघर्ष होत असतो. आजच्या औद्योगिक युगात राहणाऱ्या तरुणांची आयुष्ये पितृप्रधान समाजाचे प्रतिनिधित्व करणाऱ्या व पुरातन सरंजामशाहीत उत्पादन करणाऱ्या मनू आणि याज्ञवल्क्याच्या जमान्यातील नीतिनियमांनी नियंत्रित करणे मूर्खपणाचे आहे. समाजाच्या या नव्या रूपाला त्याच्या सदस्यांचे सामाजिक वर्तन विनियमित करण्यासाठी नव्या नियमांची गरज आहे. एकत्र कुटुंबपद्धती, तिचे नियम, विधिनियम आणि वर्तनपद्धतीसकट आपली उपयुक्तता हरवून बसली आहे. भारतीय समाजाचे वाढते बल तिच्या संदर्भचौकटीत बंदिस्त करून ठेवणे शक्य नाही. अचानक औद्योगिक कामात फेकल्या गेलेल्या तरुणाला १३व्या शतकातील सरंजामशाही बंधने त्याच्या वैयक्तिक स्वातंत्र्याला आणि उत्स्फूर्ततेला हानिकारक वाटल्यामुळे साहजिकच तो त्याविरुद्ध बंड पुकारतो. या बंडाने अनेक रूपे धारण केली. त्यातील काही अतिशयोक्त व उपहासात्मक होती. परंतु एकूण त्यांनी निकोप व पुरोगामी कल दाखविला आहे. पुरातन सामाजिक बंधनाविरुद्धच्या आणि अधिक वैयक्तिक स्वातंत्र्याच्या विकासासाठी व पुढाकारासाठी केलेल्या या चळवळीला केवळ काही अतिउत्साही व्यक्तींनी काही अतिरेक केल्यामुळे तुम्ही दूषण देऊ शकत नाही. जातपात, एकत्र कुटुंब पद्धती, पारंपरिक विवाह, धार्मिक अंधश्रद्धा आणि सामाजिक बहिष्कार इत्यादींविरुद्ध तरुणांनी केलेले सामाजिक बंड प्रोत्साहनाला पात्र असून, समाजातील सर्व पुरोगामी घटकांनी त्याला पाठिंबा द्यायला हवा."(११)

१९६८मध्ये 'इंटरनॅशनल ट्रान्सपोर्ट फेडरेशन'ने वाहतूक कामगारांसाठी केलेल्या प्रशंसनीय कामगिरीबद्दल सुवर्णपदक देऊन त्यांचा सन्मान केला. त्यांच्या देशसेवेबद्दल भारत सरकारनेही 'पद्मश्री' किताब देऊन त्यांचा सन्मान केला.

अन्यायाविरुद्ध तडजोड न करता लढा आणि समाजपरिवर्तनाचे निरंतर कार्य यांमुळे त्या खऱ्याखुऱ्या क्रांतिकारक ठरल्या.

'वज्रादपि कठोराणि मृदुनि कुसुमादपि' असा त्यांचा स्वभाव होता. जीवनाच्या विविध क्षेत्रांतील मंडळी त्यांना सुहृद म्हणून लाभलेली होती. त्यांचा मित्रपरिवार फार मोठा होता आणि विविध प्रकारच्या व्यक्तिमत्त्वांनी भरलेला होता. त्यांमध्ये सामाजिक कार्य करणारे, मजूर वर्ग, देशातील व परदेशांतील राजकीय पुढारी यांचा सुंदर मिलाफ झाला होता. पाहुण्यांना त्यांच्या घरी मुक्तद्वार असे.

त्यांच्याकडील रात्रीच्या मेजवान्या म्हणजे सर्व विषयांवरील वस्तुनिष्ठ विवेकी चर्चांचा सुखद अनुभव असे. मणीबेनचे कामगार चळवळीतले निकटचे सहकारी व माझे यजमान डॉ. शांति पटेल यांच्याबरोबर अशा रात्रीच्या मेजवान्यांना उपस्थित राहण्याची खास संधी मला मिळाली होती. मुलांच्या संगतीत त्यांना आनंद मिळत असे. मुलांना सहलीला घेऊन जाण्याची व त्यांना गोष्टी सांगण्याची मणीबेनना आवड होती.

अतिशय सक्षम, शूर, दयाळू वृत्तीच्या या पुरोगामी विचाराच्या महिलेने आपल्या आयुष्याची पन्नास वर्षे समाजाच्या संस्मरणीय विकासासाठी खर्च केली. त्यांचा मृत्यू २८ ऑक्टोबर १९७९ रोजी झाला. त्यांच्या मृत्यूने देशाचे अपरिमित नुकसान झाले. त्यांच्यापूर्वी किंवा त्यांच्यानंतरही भारतीय कामगार चळवळीत त्यांच्या तोडीची स्त्री कामगार पुढारी झाली नाही. त्या आदर्श सामाजिक-राजकीय कार्यकर्त्या होत्या.

आदरांजली

मणीबेनचे निधन झाले तेव्हा डॉ. शांती पटेल हिंद मजदूर सभेचे सर्वसाधारण सचिव होते. भारतीय कामगार चळवळीतील मणीबेनच्या सेवेचे स्मारक म्हणून डॉ. शांति पटेल यांनी मणीबेन कारा इन्स्टिट्यूटची कल्पना मांडून ती प्रत्यक्षात आणली. ही संस्था १९७९पासून कामगार संघटनांना विविध प्रकारच्या सेवा देत आहे. या संस्थेचे स्वतःचे सुसज्ज ग्रंथालय आहे. कामगार चळवळीशी संबंधित विविध पैलूंवर संशोधन व अभ्यास इथे केला जातो. या संस्थेची प्रकाशने प्रतिष्ठित मानली जातात आणि जीवनाच्या विविध क्षेत्रांतील लोकांकडून त्यांना मान्यता मिळते. कामगार संघटनांना महत्त्वाच्या वाटणाऱ्या विषयांवर ही संस्था वेळोवेळी परिसंवाद, कार्यशाळा, शिबिरे इत्यादींचे आयोजन करते.

पश्चिम रेल्वे कर्मचारी संघटनेने १९८० मध्ये त्यांच्या स्मरणार्थ 'मणीबेन कारा फाऊंडेशन'ची स्थापना केली. कामगारांचे विशेषतः रेल्वे कामगारांचे हित पाहण्याचे कार्य या फाऊंडेशनकडून केले जाते. या फाऊंडेशनतर्फे विविध खेळ, स्पर्धा घेतल्या जातात. कामगार संघटना बांधणाऱ्या कामगारांना माहिती देण्यासाठी शैक्षणिक व प्रशिक्षणविषयक शिबिरे भरवली जातात. साक्षरता वर्ग, हुंडाविरोधी मोहिमा, रक्तदान शिबिरे, कुटुंब नियोजन शिबिरे, कल्याण केंद्रे, शिवण वर्ग, व्याख्याने यांचे नियमित संयोजन केले जाते. स्त्रियांची छळणूक विशेषतः हुंडाबळी, स्त्रियांविषयीची प्रदर्शनेही आयोजित केली जातात. अशा तऱ्हेची प्रदर्शने अहमदाबाद, कोटा, मुंबई, इंदूर यांसारख्या शहरांत भरवली आहेत. अशा प्रकारे समाजाला प्रशिक्षित करण्याचे कार्य

संस्था नियमितपणे हाती घेते.

मणीबेन कारा इन्स्टिटयूट आणि मणीबेन कारा फाऊंडेशन, ही थोर महिला पद्मश्री मणीबेन कारा यांची जितीजागती स्मारके आहेत. आपल्या देशात पुढे येणाऱ्या नव्या सामाजिक कार्यकर्त्या आणि कामगार चळवळीचे नेतृत्व करू पाहणाऱ्यांना मार्गदर्शक ठरेल अशी मशाल त्यांनी उंच धरली आहे.

भूषविलेल्या जागा आणि प्राप्त झालेले सन्मान :

आपल्या आयुष्यात त्यांनी ज्या विविध जागा भूषवल्या आणि जे सन्मान त्यांना प्राप्त झाले, त्यांवर नजर टाकली तर त्यांच्या विविध क्षमता व विविध क्षेत्रांत त्यांना मिळालेले यश लक्षात येते. यांमध्ये

१९३२ : मुंबई म्युनिसिपल कॉर्पोरेशनच्या सदस्य
१९३६ : ए.आय.टी.यु.सी.च्या अध्यक्ष
१९४४ : 'इंडियन फेडरेशन ऑफ लेबर'च्या अध्यक्ष
१९४६ : कामगार प्रतिनिधी म्हणून मध्यवर्ती कायदेमंडळाच्या सदस्य
१९४८ : पश्चिम रेल्वे कर्मचारी संघटना परिषदेच्या अध्यक्ष
१९५१ : 'आय.सी. एफ. टी. यू.'च्या कार्यकारी परिषदेच्या सदस्य, हिंद मजदूर सभेच्या अध्यक्ष
१९६३-६७ : ऑल इंडिया रेल्वेमेन्स फेडरेशनच्या अध्यक्ष
१९६८ : इंटरनॅशनल ट्रान्सपोर्ट वर्कर्स फेडरेशनतर्फे 'सुवर्णपदक' प्रदान
१९७० : भारताच्या राष्ट्रपतींकडून 'पद्मश्री' किताब
१९७४ : 'आयएलओ'तर्फे 'पॅनेल फॉर विमेन'वर नेमणूक
१९७५ : भारत सरकारतर्फे 'कमिटी ऑन स्टेटस् ऑफ विमेन'च्या सदस्य म्हणून नेमणूक

हा शोधनिबंध लिहिण्यासाठी डॉ. शांती पटेल, श्री. जगदीश अजमेरा, श्री. वसंत गुप्ते, श्रीमती अरविंदाक्षन यांनी केलेल्या साहाय्याबद्दल त्यांचे मनःपूर्वक आभार.

संदर्भ

१. आर्य समाज ही दयानंद सरस्वतींनी पंजाबात सुरू केलेली धार्मिक आणि सामाजिक सुधारणेची चळवळ होती. देशपांडे, पांडुरंग, गणेश; आधुनिक भारत, गुजराती भाषांतर, मूळ लेखक : आचार्य जावडेकर, अहमदाबाद,

गुजरात विद्यापीठ, पृ. १६९

२. कॉम्रेड एम. एन. रॉय हे आंतरराष्ट्रीय कम्युनिस्ट चळवळीचे महान नेते होते. स्टॅलीनच्या धोरणामुळे त्यांचा भ्रमनिरास झाला आणि त्यांनी 'रॅडिकल डेमोक्रॅटिक पार्टी' या पक्षाची भारतात स्थापना केली. नंतर त्यांनी हा पक्ष विलीन करून पक्षातील लोकशाहीचा प्रचार करण्यासाठी व ती अमलात आणण्यासाठी रॅडिकल ह्युमॅनिस्ट लीगची स्थापना केली. व्यक्तिगत स्वातंत्र्य, शिक्षण व अज्ञान दूर करणारे अनुभवी गृहस्थ, अशी त्यांची ओळख करून देण्यात येऊ लागली. पाहा व्ही. बी. कर्णिक, मणीबेन कारा : ए टेल ऑफ स्ट्रगल अँड सर्व्हिस, मुंबई, मणीबेन कारा फाऊंडेशन

३. एन. एम. जोशी; भारतीय कामगार चळवळीचे जनक, मध्यवर्ती कायदेमंडळाचे सदस्य आणि सोशल सर्व्हिस लीगचे संस्थापक सदस्य.

४. जी. डी. पारीख मुंबईच्या राम नारायण रुईया महाविद्यालयात अर्थशास्त्राचे व राज्यशास्त्राचे प्राध्यापक होते. ते लेखक व अभ्यासक म्हणून परिचित होते आणि मुंबईच्या रॉयिस्ट गटाशी संबंधित होते.

५. तर्कतीर्थ लक्ष्मणशास्त्री जोशी हे वेदान्तशास्त्राचे अभ्यासक होते व मार्क्सवादाकडे वळले होते. हे प्रसिद्ध मराठी लेखक असून, त्यांनी मराठी वाङ्मयावर खोल ठसा उमटवला आहे.

६. पश्चिम रेल्वे कर्मचारी संघटनेच्या रौप्यमहोत्सवी समारंभात केलेले भाषण, उपरोक्त, आधुनिक भारत

७. होमेज टू मणीबेन, प्रकाशक जगदीश अजमेरा, पश्चिम रेल्वे कर्मचारी संघटनेसाठी प्रकाशित, १९८१

८. रिपोर्ट ऑफ द कमिशन ऑन द स्टेट्स ऑफ विमेन इन इंडिया, गव्हर्नमेंट ऑफ इंडिया, मिनिस्ट्री ऑफ एज्युकेशन अँड सोशल वेल्फेअर, पृ. ३५५५

९. १९७५ साली प्रॉडक्टिव्हिटी कौन्सिलतर्फे आयोजित केलेल्या परिसंवादातील भाषण

१०. रिपोर्ट ऑफ कमिशन ऑन द स्टेट्स ऑफ विमेन इन इंडिया, १९७५

११. कर्णिक व्ही. बी., उपरोक्त, प्रस्तावना

१२. मणीबेन कारा फाऊंडेशन, पश्चिम रेल्वे कर्मचारी संघटना आणि मणीबेन कारा इन्स्टिट्यूट यांनी प्रकाशित केलेले हस्तपत्रक

◆

■ श्रीमती कमलाबेन पटेल - धाडसी स्त्री ■

श्रीमती लीला पटेल

श्रीमती कमलाबेन पटेल या कमूबेन या लोकप्रिय नावाने ओळखल्या जात. कमूबेन अतिशय धाडसी होत्या; पण त्या अज्ञात राहिल्या. त्यांचे धाडस दूरदृष्टी प्रशासकीय क्षमता आणि फाळणीनंतर भारत-पाक सीमेवरच्या आपल्या दुर्दैवी बंधू-भगिनींसाठी त्यांनी केलेले अथक प्रयत्न इतिहासाच्या त्या अंधाऱ्या कोपऱ्यात राहिले असते; पण 'मूल सोतां उखाडेला' म्हणजे पूर्णतया मुळापासून उखडले गेलेले (१) या हृदयस्पर्शी पुस्तकामुळे त्यांचे कार्य जनतेसमोर आले. मूळ गुजरातीत लिहिलेल्या या पुस्तकाला गुजराती साहित्य परिषदेचा भगिनी निवेदिता पुरस्कार मिळाला. मला त्या पुस्तकाचा मराठी अनुवाद करण्याची खास संधी मिळाली. मूळ शीर्षक बदलून मी 'रक्तपहाट' असे नवे शीर्षक दिले. रक्तपहाट म्हणजे रक्ताळलेली पहाट. (२) दुःखद फाळणीनंतर घडलेल्या सत्य आणि करुण कथा आणि प्रसंग यांच्या त्या साक्षीदार होत्या. ते सर्व कागदावर उतरवून काढणे त्यांना शक्य होत नव्हते. त्या प्रसंगांच्या निव्वळ स्मरणानेही त्यांचे डोळे भरून येत आणि हातही थरथरू लागत. ते दुःखद आणि भयानक प्रसंग आणि हादरवून टाकणारे अनुभव त्यांच्या डोळ्यांसमोर येत. हे सगळे सहन करणे त्यांना अशक्य होत असे! तब्बल चाळीस वर्षांच्या कालावधीनंतर त्यांचे मन वळवल्यावर त्यांनी स्वानुभवाचे कथन करून खरा इतिहास पुस्तकरूपाने पुढे आणला. त्यांच्या या आगळ्यावेगळ्या कार्याला शोधनिबंधाद्वारा पूर्ण न्याय देता येणार नाही. असंख्य शब्दांनी वा शब्दसंपत्तीनेही त्यांच्या संस्मरणीय कार्याला न्याय देणे शक्य होणार नाही. यातून फक्त त्यांच्या कामाची कल्पना येते. जिवावर बेतण्याचा सतत धोका पत्करून केलेल्या प्रचंड कार्याची झलक पाहायला मिळेल. 'मूर्तिमंत धाडस' असलेले त्यांचे व्यक्तिमत्त्व यातून उलगडते.

गुजरातेतील खेडा जिल्ह्यातील नडियाद या छोट्याशा शहरात ९ जानेवारी १९१२ रोजी एका मध्यमवर्गीय कुटुंबात कमूबेनचा जन्म झाला. चार बहिणींच्या मध्ये त्या सर्वांत मोठ्या होत्या. शांताबेन, मंगलाबेन, पुष्पाबेन अशी अन्य तीन

बहिणींची नावे होती. कमूबेनचे वडील श्री. शंकरभाई पटेल खेडा जिल्ह्यातील विरसाद येथे जन्मले होते. (३) शिक्षणासाठी ते बडोदरा येथे आले. ते फ्रेंच भाषा शिकत होते. कॉलेजच्या शेवटच्या वर्षाला असताना त्यांनी 'हिंद स्वराज' हे गांधीजींचे पुस्तक वाचले. त्या वाचनाने ते खूप प्रभावित झाले. महात्माजींनी परकीय शिक्षण आणि परदेशी कपडे यांवर बहिष्कार घालण्याचे आवाहन केले. त्या आवाहनाला प्रतिसाद म्हणून शंकरलालभाईंनी कॉलेजला रामराम ठोकला; आणि परदेशी कपड्यांची होळी केली. त्यांनी स्वतः खादी परिधान करण्यास सुरुवात केली आणि पत्नीलाही खादीच्या आखूड व खरखरीत साड्या नेसावयास लावल्या.

१९१८ मध्ये अहमदाबादच्या साराभाई ग्रुप ऑफ इंडस्ट्रीजमध्ये अकाऊंटंट म्हणून त्यांनी नोकरी स्वीकारली. ही नोकरी त्यांनी एक वर्षभरच केली. त्यांना नोकरी करण्यात स्वारस्य नव्हते आणि साराभाईंनी त्यांचे मन वळवण्याचा प्रयत्न करूनही त्यांनी ती नोकरी सोडली. सूतकताई आणि विणकामाच्या वर्गात प्रवेश घेतला आणि स्वदेशी शिक्षणाच्या चळवळीत स्वतःला झोकून दिले. या वेळेपर्यंत शंकरलालभाईंना चार मुली झाल्या होत्या. सांसारिक जबाबदाऱ्यांचा ताण आणि कठीण आर्थिक परिस्थितीचा त्यांच्या पत्नीच्या प्रकृतीवर विपरीत परिणाम झाला. मृत्युशय्येवर असलेल्या पत्नीने निरोप धाडल्यावर त्यांनी तिला लिहिले, "तुला सुखी करण्यात या जन्मी मी अयशस्वी झालो आहे. पुढील जन्मी तुला चांगला नवरा मिळावा अशी तू परमेश्वराकडे प्रार्थना कर." वयाच्या ३४व्या वर्षी चार लहान मुलींना मागे ठेवून शंकरलालभाईंच्या पत्नीने जगाचा निरोप घेतला. आई-वडील, मित्रमंडळी आणि सासू-सासरे यांनी शंकरलालभाईंना पुन्हा लग्न करण्याचा सल्ला दिला, पण त्याकडे लक्ष न देता त्यांनी विधुर म्हणूनच उरलेले आयुष्य कंठले; पण चार मुलींची मोठी जबाबदारी त्यांच्यावर होती. बार्डोली जिल्ह्यातील स्यादला या गावी त्यांनी राष्ट्रीय शाळा सुरू केली. त्यांच्या मुलीही त्यांच्या बरोबर होत्या; दरम्यानच्या काळात त्यांनी महात्मा गांधीजींशी साबरमती आश्रमात प्रवेश मिळावा म्हणून पत्रव्यवहार केला. १९२५ मध्ये त्यांना आश्रमात प्रवेश दिला गेला. ते पूर्णपणे गांधीवादी झाले. त्यांनी आपल्याबरोबर मुलींनाही आश्रमात नेले. मी शंकरलालभाईंच्या जीवनावर इथे बरेच लिहिले आहे. शंकरलालभाईंनी मुलींना महात्माजींच्या व अन्य आश्रमवासीयांच्या संपर्कात आणले. त्यांनीच मुलींच्या जीवनावरही प्रभाव पाडला. त्यांचे आश्रमातील वास्तव्य हा त्यांच्या जीवनातील महत्त्वाचा टप्पा ठरला. त्यांची मने लवचिक होती. आश्रमातील कडक शिस्त व तेथील वातावरण यांचा त्यांच्या मनावर खूपच प्रभाव पडला. त्या मुलींच्या वयाच्या मुलांना सर्वसामान्यपणे ज्या अनेक गमतीजमतीची मजा लुटता येते, त्यापासून आश्रमात राहिल्यामुळे या मुलींना वंचित व्हावे लागले. परंतु मुलींनी

त्याबद्दल कधी तक्रार केली नाही. उलट आपल्या वडिलांनी आपल्यासाठी जे काही केले, त्याबद्दल त्यांनी वडिलांचे आभार मानले आहेत. आपली काळजी घेण्यासाठी महात्माजी व बांच्या ताब्यात दिल्याबद्दल त्यांनी वडिलांना धन्यवादच दिले आहेत. त्या मुली बापू व बा यांना 'जगाचे पालक' म्हणत असत. तसे त्यांनी शंकरलालभाईंच्या चरित्राच्या प्रस्तावनेत नमूद केले आहे. त्या लिहितात,

"केवढे हे भाग्य! आम्हाला केवळ बापू व यांच्याकडूनच नव्हे, तर आदरणीय विनोबाजी, नरहरभाई, स्वामी आनंद, बाळकोबाजी, काकासाहेब कालेलकर, इमामसाहेब इत्यादी अनेकांची त्या वेळच्या आश्रमाच्या स्वर्गीय वातावरणात माया लाभली. वर उल्लेख केलेल्या व्यक्तींच्या सहवासात आमचे शिक्षण झाले. आजच्याप्रमाणे आम्हाला शिक्षण मिळाले नाही; पण जगात कसे जगावे याबद्दलचे शिक्षण आम्हाला मिळाले. याचा परिणाम असा झाला, की देशसेवेसाठी आम्ही बहिणींनी आमची आयुष्ये वाहिली, आणि आजही यथाशक्ती आम्ही ते काम करीत आहोत, हे सांगताना आम्हाला अभिमान वाटतो. 'जर आमच्या पिताजींनी आम्हाला आश्रमात आणले नसते, तर आम्ही कोण झालो असतो?' या एकाच विचाराने वडिलांविषयी वाटणाऱ्या आदरभावनेने आणि त्यांच्या आमच्यावरील ऋणाने आमची अंतःकरणे भरून येतात. (४)

कमूबेनच्या वडिलांनी कमूबेनना त्यांच्या इच्छेप्रमाणे वागण्याचे स्वातंत्र्य दिले होते. त्यांनी आपले विचार कधी कमूबेनवर लादण्याचा प्रयत्न केला नाही. स्वतःचे निर्णय स्वतः घेण्याचे स्वातंत्र्य आणि आश्रमातील सांस्कृतिक वातावरण यांचा कमूबेनच्या निकोप स्वभावाची जडणघडण होताना खूपच परिणाम झाला.

काही दिवसांनंतर मुलींना आश्रमवासीयांबरोबर सोडून शंकरलालभाई बडोद्याला निघून गेले. मुलींच्या देखभालीची जबाबदारी खुद्द गांधीजींनी घेतली. ते कस्तुरबांना नेहमी म्हणत, "मुलींना आईची उणीव भासणार नाही याची काळजी घे !" (५) मिठाच्या सत्याग्रहातील प्रसिद्ध दांडीयात्रेत महात्माजींबरोबर सामील झालेल्या ८० व्यक्तींमध्ये शंकरलालभाईंचीही स्वयंसेवक म्हणून निवड झाली होती. हा मान विरळाच होता!

कमूबेन १८ वर्षांच्या झाल्या तेव्हा त्यांच्या आजोबांनी त्यांचे लग्न करून देण्याच्या उद्देशाने त्यांना नडियादला बोलावून घेतले. आपल्या हयातीतच आपली नात आयुष्यात स्थिरस्थावर झालेली पाहावी, अशी त्यांची इच्छा होती. यामुळे आपल्या मुलीच्या आत्म्यालाही शांती लाभेल असे त्यांना वाटत असावे. शंकरलालभाई मिठाच्या सत्याग्रहात गुंतलेले असल्यामुळे कमूबेनचे लग्न पहिल्या बायकोच्या दोन मुली असलेल्या एका तरुण विधुराशी लावून दिले. नवरा-बायकोच्या वयांत बराच फरक होता; पण तो माणूस शिकलेला, श्रीमंत व सुसंस्कृत होता. तो पटेल जातीचा

असून, हा समाज उच्च समजला जातो. हे पटेल कुटुंब धर्मराज येथील प्रतिष्ठित कुटुंब होते. लग्नानंतर कमूबेन धनवानाची पत्नी, बंगल्याची मालकीण आणि दोन सावत्र मुलींची आई झाली. कमूबेनचा नवरा आणि वकील रमणलालभाई नायक दोघे घनिष्ठ मित्र होते. त्यांचे कौटुंबिक संबंध अगदी निकटचे असून दोनही कुटुंबे एका घरात राहत असत. रमणलालभाईंची पत्नी सुधाबेन आणि त्यांची तेव्हा पाच वर्षांची असलेली कन्या प्रतिमा यांचे कमूबेनच्या कुटुंबाशी असलेले संबंध रक्ताच्या नात्यापेक्षाही अधिक जवळिकीचे होते. ॲडव्होकेट रमणलालभाई आणि कमूबेनचा नवरा यांचे व्यावसायिक हितसंबंध समान होते; पण दुर्दैवाचा फेरा असा की लग्नानंतर अवघ्या दहा महिन्यांतच कमूबेनचा नवरा देवाघरी गेला. कमूबेनवर ५ लहान मुली सांभाळण्याची जबाबदारी येऊन पडली. त्यांना बसलेला हा धक्का खूपच भयानक होता.

त्या काळी हिंदू विधवेला भविष्यच नसे. त्यातही सनातनी पाटीदार जमातीतील विधवेचे जिणे फारच कठीण. विशेषतः चारोतार विभागातील पटेल पाटीदार ब्राह्मणांपेक्षाही अधिक परंपरावादी होते. याउलट काही पालक आपल्या विधवा मुलींना आपल्याजवळ ठेवतात व त्यांना मुलांसारखी वागणूक देऊन त्यांची अतिशय चांगली काळजी घेतात. विसाव्या शतकाच्या मध्यावधीतही विधवांना केशवपन करावे लागत होते. गडद तपकिरी रंगाचे कपडे वापरणे त्यांना बंधनकारक होते. सोन्याचे दागिने वापरणे, इतकेच नव्हे तर काचेच्या बांगड्या भरण्यास वा कपाळावर कुंकुमतिलक रेखण्यास विधवांना मनाई होती. विधवेची उपस्थिती अशुभ समजली जात असल्यामुळे मंगल कार्यात हजर राहणे वा त्यात सहभागी होणे विधवांना शक्य नव्हते. जीवनातील अनेक आरामदायक बाबी त्यांना नाकारल्या जात असत. विधवेला साध्वीचे जिणे जगावे लागे. परंतु कमूबेननी या सर्व परंपरागत बाबी स्वीकारण्यास स्पष्ट नकार दिला. त्यांनी केशवपन केले नाही आणि तपकिरी साड्याही नेसल्या नाहीत. परंपरावादी समाजातील प्रस्थापित आदर्शांविरुद्ध हे बंड आहे असे मानले गेले. पण कमूबेननी मोठ्या धैर्याने समाजाला तोंड दिले आणि त्या खडकाप्रमाणे अचल राहिल्या. कमूबेन विधवा झाल्या तेव्हा त्यांनी नोकरीसाठी बाहेर पडण्याचा प्रश्नच उद्‌भवला नाही. दुर्दैवाने कमूबेनच्या प्रकृतीच्या तक्रारीही तेव्हाच सुरू झाल्या. त्यांना क्षयाची बाधा झाली आणि कोलायटीसचाही त्रास सुरू झाला. त्या बारा वर्षे आजारी होत्या. रमणलालभाईंनी त्यांच्या वैद्यकीय उपचाराची व्यवस्था केली. क्षयरोग बरा झाला; पण कोलायटीसने त्यांना आयुष्यभर त्रास दिला. त्यांच्यावर खाण्यापिण्याची बंधने होती. मलईविरहित दूध आणि दही यांवरच त्यांना आयुष्यभर राहावे लागले.

कमूबेनचे आजोबा आता इतके वृद्ध झाले होते, की ते कमूबेनला कसलाच आधार देऊ शकत नव्हते. कमूबेनचे वडील राष्ट्रीय चळवळीच्या कामात व्यस्त होते. नवऱ्याचे मित्र हाच कमूबेनचा खरा आधार होता. त्यातही रमणलाल नायक जवळचे

होते. त्यांनी कमूबनेना सांपत्तिक व्यवहाराच्या बाबतीत मदत केली. त्यांच्या सल्ल्यावरून कमूबेननी आपली अहमदाबादची मालमत्ता विकली आणि बडोद्याला स्थलांतर केले. तिथे त्यांना नव्या आयुष्याची सुरुवात करावयाची होती. त्यांनी भाड्याचे लहानसे घर घेतले. कुटुंबाचा घरगुती खर्च कमी व्हावा म्हणून सर्व कामे त्या स्वतः करू लागल्या, आणि आपल्या दोन सावत्र मुली व सर्वांत धाकटी बहीण यांना त्यांनी शाळेत दाखल केले; पण पुन्हा एकदा नशिबाने दगा दिला. कमूबेनचे मार्गदर्शक अ‍ॅडव्होकेट रमणलाल नायक मृत्युमुखी पडले. कमूबेनना कोणाचाच आधार राहिला नाही. हेही आव्हान त्यांनी स्वीकारले. त्यांनी सुधाबेनना ज्योतिसंघाच्या विकासगृहात अहमदाबाद येथे प्रशिक्षणासाठी पाठवले. कमूबेनना स्वतःला परिचारिका अभ्यासक्रमासाठी प्रवेश घ्यायची इच्छा होती. केवळ पैसे मिळवण्यासाठी या अभ्यासक्रमात दाखल व्हायचे असेल तर तसे न केलेले बरे, असा विचार महात्माजींनी व्यक्त केला. मानवजातीची सेवा करण्याच्या हेतूने या अभ्यासक्रमात दाखल व्हावे असे महात्माजींनी त्यांना सांगितले. महात्माजी म्हणाले,

"अति दुर्दैवी स्त्री म्हणून जग तुझ्याकडे कदाचित पाहील; पण मला तसे वाटत नाही. जर तू सेवेचा मार्ग पत्करलास तर तुझे आयुष्य सफल होईल." (६)

कमलाबेन मुंबईला स्थायिक झाल्या आणि मुंबईत १९४४ मध्ये स्थापन झालेल्या कस्तुरबा गांधी मेमोरियल ट्रस्टमध्ये त्यांनी नोकरी स्वीकारली. फोर्ट विभागातील जैन महिला मंडळात त्यांनी सुधाबेनला कारकुनाची नोकरी मिळवून दिली व सुधाबेनच्या मुलींना तमीळ शिबिरात दाखल केले. ट्रस्टमध्ये कामाच्या निमित्ताने कमलाबेनचा पुप्पुल जयकर, सुचेता कृपलानी यांच्याशी आणि खास करून मृदुला साराभाईंशी निकटचा संबंध आला. त्यांच्या नोकरीत कमलाबेनना जमाखर्चाच्या हिशेबाचे ज्ञान आवश्यक होते. आवश्यक त्या प्रशिक्षणासाठी त्या मुंबई स्टेट को-ऑपरेटिव्ह बँकेत गेल्या. पुरुषांचे वर्चस्व असलेली ती बँक होती. त्यांच्या अवतीभवतीच्या पुरुषांना ती काय शिकणार असे आश्चर्य वाटत असे. ते पुरुष कमलाबेनकडे दुर्लक्ष करीत. त्या कधीही निराश झाल्या नाहीत आणि दृढनिश्चयाने त्यांनी आपले प्रशिक्षण पूर्ण केले.

१९३०-१९४५ ही वर्षे कमलाबेनच्या दृष्टीने कसोटीची होती. त्यांनी आपल्या एका सावत्र मुलीचे लग्न करून दिले होते; पण हा विवाह यशस्वी झाला नाही. या धक्क्यातून त्या सावरतात न सावरतात तोच त्यांच्या दोघी सावत्र मुली मरण पावल्या आणि त्यांना फार मोठा आघात सहन करावा लागला.

आधी उल्लेख केल्याप्रमाणे कमलाबेनना औपचारिक शिक्षण मिळाले नव्हते; परंतु आजारपणातून बऱ्या झाल्यावर त्या सतीश कालेलकरांकडून खासगी रीत्या इंग्रजी शिकल्या आणि त्या भाषेवर त्यांनी प्रभुत्व मिळवले. त्यांनी इंग्रजीतून

वाचलेल्या गंभीर पुस्तकांची यादी थक्क करणारी आहे. ज्ञान मिळवण्याची त्यांची चिकाटी दांडगी होती. गरज पडली तर शंका विचारण्याची त्यांना कधी लाज वाटली नाही. मराठी व हिंदी भाषाही त्या शिकल्या.

कस्तुरबा मेमोरियल ट्रस्टमध्ये कमलाबेन मृदुलाबेनच्या वैयक्तिक सहायक असल्यामुळे त्यांना 'चले जाव' चळवळ आणि भूमिगत कार्याशी संबंधित कामात मृदुलाबेनना मदत करावी लागत होती. अशा अतिशय विश्वासाच्या कार्यात त्या मृदुलाबेनचा उजवा हात होत्या. या काळात थोर क्रांतिकारक अरुणा असफ अलींना पंडित जवाहरलाल नेहरूंची भेट हवी होती. मृदुलाबेनना त्या दोघांच्या गुप्तभेटीची व्यवस्था केली. कमूबेनच्या साहाय्यामुळे भेटीची योजना यशस्वी ठरली. मृदुलाबेनच्या हाताखाली घेतलेले अशा प्रसंगातील प्रशिक्षण सीमा भागात कार्य करताना साहाय्यकारी झाले. ते काम करताना काश्मीर नॅशनल काँग्रेसच्या एका क्रियाशील कार्यकर्त्याला निसटून जाण्यास त्यांनी मदत केली. तो कार्यकर्ता 'आझाद काश्मीरच्या' शत्रूच्या ताब्यातील सापळ्यात अडकला होता. त्यावर पाकिस्तानचा अंमल होता. पाकिस्तानातील सर्वसामान्य जनतेशी कमूबेनचे चांगले संबंध असल्यामुळे त्याला सोडविण्यासाठी त्यांनी कौशल्याने आखलेली योजना यशस्वी झाली. अर्थात यामध्ये त्यांनी आपले प्राण पणाला लावले होते.

१५ ऑगस्ट १९४७ला मध्यरात्री भारत स्वतंत्र झाला; परंतु स्वातंत्र्याची पहाट रक्ताळलेली होती. पंडितजींच्या शब्दांत,

"स्वातंत्र्य आमच्यापर्यंत आले आणि नंतर आम्हाला रक्त आणि अश्रू यांतून वाट काढावी लागली. अंधार आमच्या मातृभूमीवर उतरला आणि वेडेपणाने लोकांचा कबजा घेतला. भयावर भय चढले आणि अचानक पोकळी निर्माण झाली आणि प्रकाश बाहेर जाताना दिसू लागला."

स्वातंत्र्याच्या पहाटेचे चित्र असे होते. देशाचे धर्माच्या आधारे तुकडे होऊन दोन नवीन देश अस्तित्वात आले. एकसंध भारताच्या नकाशात बदल घडून आला. धर्माच्या आधारे लोकसंख्येची अदलाबदल झाली आणि त्याचा राजकीय परिणाम जाणवू लागला. जगाच्या इतिहासात असा शोकात्म प्रसंग प्रथमच घडला असेल. दोन्ही देशांतील ज्या लोकांकडे आपल्या पूर्वजांचा देश सोडून जाण्यासाठी साधनसामग्री होती, ते लवकरात लवकर मिळालेली संधी साधून नव्या देशात स्थानिक होण्यासाठी निघाले. अर्थात हे करताना त्यांना मालमत्ता गमवावी लागली. व प्राणही धोक्यात घालावे लागले. नव्या देशाच्या मार्गावर त्यांना अनेक कठीण प्रसंग व धोके यांना तोंड द्यावे लागले. गरिबांजवळ देश सोडण्यासाठी साधने नसल्यामुळे त्यांना जबरदस्तीने तिथेच राहावे लागले आणि फाळणीचे परिणाम भोगणे त्यांच्या नशिबी आले. धार्मिक उद्रेकांनी दोन्ही देशांवर आपली पकड घट्ट केली होती. लोक वेडेपिसे

होऊन हिंस्र पशूंप्रमाणे रक्तपिपासू झाले होते. देशाच्या फाळणीला विरोध करणारे गांधीजी स्वातंत्र्यदिन साजरा केल्या जाणाऱ्या देशाच्या राजधानीत-दिल्लीत थांबले नाहीत. हिंसाचाराचे बळी ठरलेल्या आपल्या भावा- बहिणींचे अश्रू पुसण्यासाठी बंगालमधील अतिदूरच्या कोपऱ्यातील नोआखलीकडे त्यांनी धाव घेतली. भारतीय स्वातंत्र्याचे शिल्पकार असलेल्या गांधीजींना अतिशय दुःख झाले. अंतःकरणातील तीव्र वेदनेने ते अस्वस्थ झाले होते. सर्वंकष विध्वंसाखेरीज मालमत्तेचे नुकसान झालेच आणि निरपराध स्त्री-पुरुष-मुले हिंसक जमावाच्या निर्घृण दुष्कृत्यांना बळी पडली. स्त्रियांवर बलात्कार करणे व त्यांना पळवून नेणे, हे दुष्टांच्या पाशवी वर्तनाचे सामान्य स्वरूप होते. युद्ध, बंडाळ्या यांसारख्या शांतता भंग करणाऱ्या परिस्थितीत लैंगिक गुन्ह्यांमुळे सर्वांत अधिक दुःख स्त्रियांच्या वाट्याला येते, ही गोष्ट नाकारता येण्यासारखी नाही. दोन्ही देशांतील मूलतत्त्ववाद्यांच्या उद्रेकामुळे- धर्मवेडामुळे दंगलीचा प्रादुर्भाव झाला; परंतु जेव्हा स्त्रियांवरील बलात्काराचा, त्यांना बळजबरीने फसवून नेण्याचा प्रश्न असतो, तेव्हा वय, धर्म, जात वा पंथ हे अडसर होत नाहीत. स्त्री ही स्त्री व पुरुष हा पुरुष असतो आणि फक्त लैंगिक वासना वरचढ ठरते. अशा बळींच्या आणि बळजबरीच्या संभोगातून जन्माला आलेल्या मुलांच्या समस्या अनेक होत्या. त्यांच्या हृदयद्रावक समस्या संपूर्णपणे सोडवणे अशक्य होते.

काळ कठीण होता आणि आमचे राजकारणी नव्या देशाच्या राजकीय, आर्थिक व लष्करी समस्यांशी सामना करीत होते; कारण त्यांकडे तत्काळ लक्ष देणे गरजेचे होते. त्यामुळे बळजबरीने फसवून नेलेल्या स्त्रिया आणि त्यांची सुटका यांसारख्या समस्यांकडे लक्ष देण्यासाठी त्यांना वेळ देता येत नव्हता. लाखोंच्या संख्येने सीमापार करून येणाऱ्या निर्वासितांचा लोंढा मुसळधार पावसासारखा येत होता. निर्वासितांचे पुनर्वसन करावयाचे होते. त्यांच्यासाठी अन्न, कपडे आणि आसरा यांची व्यवस्था करावयाची होती. निर्वासितांसाठी तंबू ठोकले असले तरी ती व्यवस्था तात्पुरती होती. फसवून पळवून नेलेल्या स्त्रियांचा शोध घेऊन त्यांना पुन्हा आपापल्या कुटुंबात रुळवण्याचे कार्य असाधारण व अवघड होते. सुभद्रा जोशी, सुचेता कृपलानी, रामेश्वरी नेहरू आणि मृदुलाबेन साराभाई यांच्यासारख्या सामाजिक कार्यकर्त्यांना याची कल्पना होती. आणि त्याच्या गंभीर परिणामांचेही भान होते. मृदुलाबेनच्या नेतृत्वाखाली नवी दिल्लीत 'शांती दल' नावाची एक संघटना स्थापन करण्यात आली आणि सुभद्रा जोशी, सुचेता कृपलानी आणि श्री. ब्रह्मप्रकाश यांच्यावर तिची जबाबदारी विश्वासाने टाकण्यात आली. फसवून पळवून नेलेल्या स्त्रियांच्या हृदयद्रावक कहाण्या या सामाजिक कार्यकर्त्यांच्या कानावर आल्या होत्या; पण स्त्रियांना पळवून कुठेतरी अज्ञात स्थळी लपवून ठेवून त्यांना गुलामीचे जिणे जगायला लावले जात होते. अशा दुर्दैवी स्त्रियांसाठी

काहीतरी करण्याची गरज आहे याची जाणीव मृदुलाबेनना झाली होती. त्या स्त्रिया भिन्न धर्माच्या असल्यामुळे त्यांच्याकडे द्वेषाने, तिरस्काराने पाहिले जात होते व त्यांना अतिशय वाईट वागणूक दिली जात होती. ज्या पुरुषांनी या स्त्रियांच्या निकटच्या व प्रिय व्यक्तींना ठार मारले होते, त्यांच्याकडूनच या स्त्रियांचा लैंगिक सुखासाठी वापर केला जात होता व त्यांना समाजात व कुटुंबात कोणतेही स्थान दिले जात नव्हते. या स्त्रियांचे जीवन अतिशय दुःखी होते. कोणताही आशेचा किरण आयुष्यात दिसेल अशी त्यांना शक्यता वाटत नव्हती.

या समस्येचे अनेक पैलू होते.

१. अविवाहित माता आणि त्यांची नवजात अर्भके
२. अशा स्त्रियांचा व तरुण मुलींचा त्यांच्या कुटुंबांनी व नातेवाइकांनी स्वीकार करणे.
३. ज्या मुली व विवाहित स्त्रिया मुस्लिम कुटुंबात राहिल्या, त्यांचा पुन्हा आपल्या कुटुंबात स्वीकार करण्यात मुस्लिमांपेक्षा हिंदू अधिक कडवे सनातनी असतात, ही वस्तुस्थिती
४. गरोदर स्त्रियांची व कुमारिकांची बाळंतपणे
५. मानसिक परिणाम झालेल्या स्त्रिया आणि त्यांचे नष्ट झालेले मानसिक संतुलन
६. बळी पडलेल्या स्त्रियांचा शोध घेणे आणि
७. त्यांच्या नातेवाइकांचा आणि मित्रमंडळींचा माग काढणे.

महात्माजींनी आपल्या एका संध्याकाळच्या प्रार्थनेच्या वेळी या समस्येकडे लक्ष वेधले होते. ते म्हणाले, जर अशा पळवलेल्या स्त्रिया शोधल्या तर त्यांचा स्वीकार करण्यात अडचण येता कामा नये. पळवलेल्या स्त्रियांच्या कुटुंबांची त्यांचा स्वीकार करण्याबद्दलची अनिच्छा हाच मुख्य प्रश्न आहे. जर एखाद्या स्त्रीचे बळजबरीने मुस्लिमाबरोबर लग्न लावले असेल, तर तिला मुस्लिम म्हणता येणार नाही. स्त्रियांना पळवून नेणे ही गांधीजींच्या मते, "धर्मविरोधाच्या मर्यादा ओलांडून जाणारी अतिशय लाजिरवाणी बाब आहे." (७) हिंदू व शीख कुटुंबेही पळवून आणलेल्या मुस्लिम स्त्रियांना सामाजिक कार्यकर्त्यांच्या हवाली करण्यास राजी नसत, ही बाब इथे लक्षात घ्यावयास हवी. अशा पळवलेल्या स्त्रियांच्या हातावर ॐ, श्रीराम आणि शिखांचे धार्मिक शब्द गोंदवले जात असत आणि त्या स्त्रिया मुस्लिम आहेत हे कबूल केले जात नसे.

सामाजिक कार्यकर्त्यांच्या अथक प्रयत्नांनी आणि पंडितजींचे सहकार्य व पूर्ण पाठिंबा यांमुळे रिहॅबिलिटेशन डिपार्टमेंट ऑफ ॲबडक्टेड विमेन हे खाते अस्तित्वात आले. महात्माजींना त्याचे महत्त्व पटले होते. मृदुलाबेनचे या दोन्ही नेत्यांशी घनिष्ठ

संबंध होते. त्यामुळे गरज भासेल तेव्हा त्या त्यांना सहज भेटू शकत असत.

नोव्हेंबर १९४७च्या सुमारास पाकिस्तानातून भारतात येणाऱ्या निर्वासितांचा लोंढा कमी झाला तेव्हाच पळवलेल्या स्त्रिया व मुले यांच्या समस्येचा आढावा घेणे शक्य झाले. ६ डिसेंबर १९४७ रोजी भारत व पाकिस्तान यांच्यामध्ये लाहोर येथे झालेल्या बैठकीत एक करार करण्यात आला. या चर्चेच्या केंद्रस्थानी मृदुलाबेन होत्या व त्यांनीच पाकिस्तानचे सोशल वेल्फेअर आणि रिहॅबिलिटेशन मंत्री श्री. राजा गझनफर अली खान यांच्याबरोबर या समस्येबाबत बोलणी केली. या बैठकीत पळवलेल्या स्त्रिया व मुले यांचा शोध घेण्याची जबाबदारी दोन्ही देशांच्या सरकारांनी वाटून घ्यावी. दोन्ही देशांतील लष्करी अधिकारी आणि पोलिस यांना विशेष अधिकार देण्यात यावेत. दोन्ही देशांतील प्रत्येकी एक किंवा दोन कार्यकर्ते पोलिसांचे साहाय्य देऊन संबंधित क्षेत्रात पाठवावेत. त्यामुळे पोलिसांच्या बेबंद कृत्यावर नजर ठेवता येईल, असे बैठकीत मान्य करण्यात आले. पोलिस दलातील खास अधिकारांच्या संदर्भात पुढील मुद्दे चर्चिले गेले :

१. पळवणाराच्या घरातून पळवलेल्या स्त्रीची मुक्तता करण्यात पोलिस अडथळा आणू लागले किंवा भ्रष्टाचाराला वा लाचलुचपतीला बळी पडले तर त्यांच्यावर लक्ष ठेवणे.
२. पळवलेल्या स्त्रीचे प्रकरण जेव्हा पोलिस हाती घेतील तेव्हा पोलिसांनी त्या स्त्रीला पळवणाऱ्या इसमाला आगाऊ सूचना देऊन पोलिसांच्या कृतीची जाणीव करून देऊ नये; अन्यथा तो इसम त्या स्त्रीची दुसऱ्या ठिकाणी उचलबांगडी करील आणि
३. पळवून नेलेल्या स्त्रियांच्या अगतिकतेचा फायदा पोलिस घेणार नाहीत यासाठी सतत डोळ्यांत तेल घालून जागरूक राहणे. (८)

कमलाबेननी या कार्यात अत्यंत महत्त्वाची भूमिका बजावली. दोन्ही देशांतील लष्करी, नागरी व पोलिस अधिकाऱ्यांच्या संपर्कात राहून सेवावृत्तीने कार्य करणाऱ्या समर्थ सामाजिक कार्यकर्त्यांची या कामासाठी मृदुलाबेनना नियुक्ती करावयाची होती. मृदुलाबेन आपल्या संस्थेचे कार्य व निर्वासितांशी संबंधित अन्य कामे यांत इतक्या बुडालेल्या होत्या, की कोणतीही नवी जबाबदारी स्वीकारणे त्यांना सर्वस्वी अशक्य झाले होते. त्यांचे प्रतिनिधित्व करणाऱ्या कार्यक्षम व्यक्तीची त्यांना गरज होती. मृदुलाबेननी कमूबेनची निवड केली. ही निवडच कमूबेनबद्दल अनेक गोष्टी सांगते, शिवाय कमूबेनबद्दल मृदुलाबेनचे मत किती चांगले होते हेही दाखवून देते. आपली प्रतिनिधी म्हणून कमूबेनची निवड करण्यापूर्वी मृदुलाबेननी गांधीजींचा सल्ला घेतला होता. कमूबेनच्या निवडीच्या कल्पनेला त्या वयाने तरुण आहेत, नाजूक आहेत या कारणास्त्व रामेश्वरी नेहरूंसकट अनेकांनी विरोध दर्शवून ही निवड चुकीची असल्याचा

विचार बोलून दाखवला होता; पण गांधीजींनी त्यांना प्रोत्साहन दिले आणि पुढील ओळी उद्धृत केल्या.

"शूर व्यक्ती कधी रणांगणाचा त्याग करीत नाही आणि जी व्यक्ती त्याचा त्याग करते ती शूर नसते." (९)

दोन्ही देशांतील पोलिस खाती फारशी उपयुक्त नसल्याचे सिद्ध झाले आणि पळवलेल्या स्त्रियांचा शोध घेण्याची जबाबदारी सरळ दोन्ही देशांच्या सरकारांना घ्यावी लागली, हे इथे लक्षात घेतले पाहिजे.

कमूबेन चणीने ठेंगण्या होत्या व प्रकृतीने नाजूक होत्या. त्यांना ऊर्दू भाषा येत नव्हती. त्यांना हिंदी भाषा येत होती; पण ती मराठी व गुजराती मिश्रित होती. त्यांची हिंदी म्हणजे अनेक भाषांची खिचडी होती. त्यांना इंग्रजी भाषा येत असे; पण इंग्रजीतून संभाषण करण्याचा त्यांना सराव नव्हता. उत्तर भारत त्यांना पूर्णपणे नवीनच होता. त्यांनी कधी विमानाने प्रवास केला नव्हता. वरिष्ठ अधिकाऱ्यांबरोबर बोलताना हुद्द्यानुसार पाळावयाचे संकेतही त्यांना अपरिचित होते. त्या जेमतेम ३५ वर्षांच्या होत्या आणि लाहोरच्या वातावरणाची त्यांना काहीच माहिती नव्हती. त्या वेळचे लाहोर धोकादायक होते कारण तिथे गडबड-गोंधळ माजलेला होता. जिथे आपण काम करणार आहोत तेथील धोक्याच्या तीव्रतेची त्यांना अजिबात कल्पना नव्हती. कमूबेनना मृदुलाबेनचा प्रेमळ पण करडा व कधीकधी असह्य वाटणारा स्वभाव माहीत होता. मृदुलाबेन अतिशय प्रभावी होत्या आणि अनेक थोर राष्ट्रीय नेत्यांशी त्यांचे घनिष्ठ संबंध होते. पंडित जवाहरलाल नेहरूंना त्यांच्याबद्दल कमालीचा आदर वाटत असे आणि आवश्यक वाटल्यास कोणालाही विरोध करण्याचे धैर्य मृदुलाबेनमध्ये होते. कमूबेन शूर होत्या आणि कोणत्याही हिंसक परिस्थितीशी मुकाबला करण्याचे धाडस त्यांच्यामध्ये होते. लष्करी व पोलिस अधिकारी त्यांना विरोध करण्यापूर्वी दहादा विचार करीत. त्यांच्या हाताखाली काम करणाऱ्या व्यक्तीची क्षमता, शौर्य आणि धाडस यांची कसोटीच लागत असे. जेव्हा मृदुलाबेननी या कामाबाबत सांगितले, तेव्हा कमूबेनची त्या कामाबद्दल फारशी तयारी नव्हती. तरीही त्यांनी त्यावर विचार करून अखेरीस ते आव्हान स्वीकारले.

३० नोव्हेंबर १९४७ला त्या अहमदाबादहून दिल्लीला पोहोचल्या आणि १९५३पर्यंत त्यांनी सीमाभागात कार्य केले. त्यांच्या अनुभवांना न्याय देणे सर्वस्वी अशक्य आहे. त्यांतील बहुतेक अनुभव दुःखदायकच होते. मानवतेवरची श्रद्धा दृढ होईल असे त्यात फारच थोडे आनंददायी होते. जेव्हा त्या प्लॅटफॉर्मवर उतरल्या तेव्हा त्यांना उतरवून घेण्यास आलेल्या श्री. नंदा सिंगना त्या शोधू शकल्या नाहीत. एक तर नंदा सिंग व कमूबेन यांची यापूर्वी कधीही भेट झाली नव्हती आणि दुसरे म्हणजे दिल्ली स्टेशन काळोखात बुडून गेले होते. त्यांनी

भाड्याचा टांगा ठरवला आणि भारताचे तेव्हाचे पाकिस्तानातील डेप्युटी हायकमिशनर श्री. श्रीप्रकाशजी संसद भवनाजवळ राहत होते, तिथे गेल्या. श्रीप्रकाशजी त्याच दिवशी कराचीहून नवी दिल्लीला आले होते. त्यामुळे सुदैवाने कमूबेनची त्यांच्याबरोबर भेट झाली. श्रीप्रकाशजीच त्यांना कामात मार्गदर्शन करणार होते आणि पुढेही त्यांची खूप मदत होणार होती. 'मी स्टेशनवर आलो होतो; पण कमूबेन मध्यमवयीन स्त्री असाव्यात अशी माझी समजूत होती; त्या इतक्या तरुण असतील असे मला वाटले नव्हते,' असे नंदा सिंगांनी कमूबेनना प्रथम पाहिले तेव्हा सांगितले. ती एक शाळकरी मुलगी असावी इतकेच त्यांना वाटले आणि ते म्हणाले, "शाळकरी मुलीसारखी दिसणारी ही स्त्री सिंहाच्या जबड्यातून त्याचे भक्ष्य काढून घेऊ शकेल का?"

श्रीप्रकाशजींच्या कुटुंबीयांनी कमूबेनचे जिव्हाळ्याने स्वागत केले. त्या वेळी मृदुलाबेन अमृतसरमध्ये होत्या. लाहोरच्या प्रवासाला निघण्यापूर्वी कमूबेनना मृदुलाबेनकडून काही अधिक सूचना घ्यावयाच्या असल्यामुळे त्यांच्याशी संपर्क साधावयाचा होता. दुसऱ्या दिवशी महत्प्रयासाने त्यांना मृदुलाबेनशी संपर्क साधता आला. बिलाची रक्कम अदा करण्याबाबत काही गैरसमजूत झाली होती. श्रीप्रकाशजी कमूबेनची चाललेली धडपड निरखीत होते. जेव्हा कमूबेनच्या प्रयत्नांना यश आलं, तेव्हा श्रीप्रकाशजींनी त्यांचे अभिनंदन केले आणि ते म्हणाले, "पोस्ट अँड टेलिग्राफ डिपार्टमेंटमार्फत मी अमृतसरशी सहज संपर्क साधू शकलो असतो; परंतु मी तुझी परीक्षा पाहत होतो आणि तू पहिल्या श्रेणीत उत्तीर्ण झालीस." (१०) जर मृदुलाबेनशी संपर्क साधण्यात कमूबेन अयशस्वी झाल्या असत्या तर त्यांनी कमूबेनना लाहोरला जाण्याची परवानगीच दिली नसती.

मृदुलाबेननी कमूबेनना रामेश्वरी नेहरूंची भेट घेण्यास सांगितली. रामेश्वरी नेहरूंना सर्व जण आदराने 'माताजी' म्हणत असत. जेव्हा कमूबेन माताजींच्या कार्यालयात पोहोचल्या, तेव्हा माताजी विचारात गढून गेलेल्या दिसल्या. थोड्या वेळाने त्यांनी कमूबेनना त्यांचे वय विचारले. कमूबेननी आपले वय ३५ असल्याचे आणि साबरमती आश्रमात शिक्षण घेण्याचे भाग्य लाभल्याचे सांगितले. तसेच आपले वडील महात्माजींबरोबर त्यांच्या प्रसिद्ध दांडीयात्रेत सहभागी झाल्याचेही सांगितले. हे सगळे ऐकल्यावर रामेश्वरी नेहरू स्वतःशी काहीतरी बोलल्या आणि म्हणाल्या, "अशा अशक्त मुलीला लाहोरला पाठवण्याचा मृदुलाबेनचा निर्णय चुकीचा आहे असे मला वाटते." नंतर माताजींनी कमूबेनना लाहोरमधल्या वास्तव्याबाबत बऱ्याच सूचना दिल्या आणि लाहोरमध्ये स्वतःची काळजी घेण्याचाही सल्ला दिला. लाहोरमधील परिस्थितीबाबत त्यांना काहीच माहीत नव्हते. त्यामुळे माताजी इतकी चिंता का करीत होत्या, ते त्यांना कळत नव्हते.

त्यांचे लाहोरचे तिकीट आधीच काढलेले होते. लाहोरला जाण्यासाठी त्या नवी दिल्ली विमानतळावर गेल्या. आयुष्यात पहिल्यांदाच त्या विमानात बसल्या होत्या. पाकिस्तानला जाणाऱ्या उतारूंनी विमान भरून गेले होते आणि बसण्यासाठी एकही जागा रिकामी नव्हती. त्यांच्या सामानात सर्व प्रकारची भांडीकुंडी, अन्य घरगुती सामान, इतकेच नव्हे तर त्यांच्या मेंढ्याही होत्या. परंतु एका मुस्लिमाशी लग्न केलेली असनुल्ला नावाची फ्रेंच स्त्री कमूबेनच्या मदतीला आली. तिने कमूबेनना आपली बसण्याची जागा देऊ केली. कमूबेनबद्दल आस्था दाखवली. कमूबेनना स्वतःच्या इंग्रजीबद्दल विश्वास वाटत नसल्यामुळे असनुल्ला बाईंबरोबर संभाषण करणे त्यांना खूप अवघड जात होते. मात्र आपल्या लाहोर भेटीचा हेतू त्यांनी असनुल्लाबाईंना कसाबसा समजावून सांगितला. असनुल्लाबाईंनी कमूबेनचे बोलणे लक्षपूर्वक ऐकले व तेव्हाच्या लाहोरमधील परिस्थितीत एका हिंदू स्त्रीने तिथे जाणे खरोखरच धोकादायक आहे, हे कमूबेनना स्पष्टपणे सांगितले. कमूबेन साहजिकच चिंताग्रस्त झाल्या!

लाहोर विमानतळावर पोहोचल्यावर त्यांना संरक्षण देण्याच्या उद्देशाने गुरखा सैनिकांनी त्यांच्याभावेती कडे केले. भारताच्या उपउच्चायुक्ताच्या कार्यालयातील एक व्यक्ती आपल्या लष्करी मोटारसह त्यांच्या स्वागतासाठी आलेली होती. श्रीमती असनुल्लाबाईंचे एखाद्या वयस्कर नातेवाईक व्यक्तीप्रमाणे कमूबेनशी संबंध जोडले गेले. त्यांनी कमूबेनची सर्वतोपरी काळजी घेतली आणि कमूबेनला डी.ए.व्ही. कॉलेज निर्वासित छावणीपर्यंत सोबत करण्याची इच्छा व्यक्त केली. मृदुलाबेन अमृतसरहून येईपर्यंत कमूबेनला तिथेच छावणीत राहावे लागणार होते. भारतीय लष्करी अधिकाऱ्यांनी छावणीपर्यंत सोबत येण्याची असनुल्लाबाईंची विनंती मान्य केली. तेथील सगळे वातावरण संशयग्रस्त व भीतीदायक होते. छावणी पाहून कमूबेनला धक्का बसला. छावणी अतिशय गलिच्छ व दुर्गंधाने भरलेली होती. सर्वत्र माशा घोंगावत होत्या. हगवणीने ग्रस्त झालेली मुले-माणसे आपल्याच मलमूत्रात पडलेली होती. कमूबेनना स्वतःचे सामान ठेवायलाही जागा नव्हती. सगळा परिसर उदास व घुसमटून टाकणारा होता. कमूबेनचे डोळे अश्रूंनी भरून आले. श्रीमती असनुल्लांना कमूबेनच्या मानसिक दुःखाची कल्पना आली. त्यांनी पुन्हा छावणीच्या अधिकाऱ्यांना मृदुलाबेन येईपर्यंत कमूबेनला स्वतःच्या निवासस्थानी घेऊन जाण्याची परवानगी मागितली आणि अधिकाऱ्यांनी मान्यता दिली. असनुल्लाबाईंच्या निवासस्थानी जाईपर्यंत आणि प्रत्यक्ष तेथील वास्तव्यात एका हिंदू मुलीला आपण आपल्या घरी आणत आहोत हे लपवून ठेवण्यात त्यांना किती कष्ट पडत होते हे कमूबेनच्या लक्षात आले.

लवकरच मृदुलाबेन लाहोरला येऊन पोहोचल्याचा निरोप कमूबनेनना मिळाला.

जो इसम निरोप घेऊन आला होता, त्याच्याचबरोबर कमूबेन मृदुलाबेनना भेटण्यास गेल्या. थोडा वेळ बोलणे झाल्यावर त्या दोघी झोपावयास गेल्या; पण छावणीचे स्वरूप आणि तिच्या आठवणी यांनी कमूबेनच्या मनाचा कबजा घेतला होता. त्यांच्यावर जी जबाबदारी विश्वासाने टाकली होती ती पेलण्यास आपण अपात्र आहोत, अशा निष्कर्षाला कमूबेन पोहोचल्या होत्या. त्यामुळे त्यांनी आपला हा विचार मृदुलाबेनजवळ व्यक्त करण्याचे ठरवले. तसेच लगेचच्या विमानाने भारतात परत जाण्याची आपली इच्छाही मृदुलाबेनना सांगण्याचे त्यांनी ठरवले. या विचाराने त्यांच्या मनावरचा ताण थोडा कमी झाला आणि त्यांना झोप लागली. परंतु दुसऱ्या दिवशी जेव्हा त्या जाग्या झाल्या; तेव्हा महात्मा गांधींच्या लेखसंग्रहातील स्त्रियांसंबंधीचे एक वाक्य त्यांच्या अंतःचक्षूंसमोर चमकले. त्या वाक्याने जादू केली. 'द माइंड ऑफ महात्मा' या पुस्तकातील ते वाक्य पुढीलप्रमाणे होते.

"जर मी स्त्री म्हणून जन्माला आलो असतो तर पुरुष स्त्रीला आपल्या हातातील खेळणे समजतात, या गैरसमजुतीच्या विरोधात बंड करून उठलो असतो." (११)

मनाचा निश्चय करून त्या उठल्या आणि त्यांनी निर्णय घेतला, "काहीही होवो, दैवाने माझ्या खांद्यावर टाकलेल्या जबाबदारीला मी पूर्ण न्याय देईन व खडकासारखी निश्चल उभी राहीन. स्त्रियांच्या हक्कांच्या संरक्षणासाठी या संधीचा मी पुरेपूर लाभ उठवीन आणि त्यांच्या आत्यंतिक गरजेच्या वेळी त्यांना मदत करीन. माझ्यावर आकाश कोसळले तरी मी तसूभरही हलणार नाही." या विचाराने त्यांचे मन स्वस्थ झाले आणि त्यांच्याकडून ज्या कामाची अपेक्षा होती त्याबद्दल पुढील सूचना घेण्यासाठी त्या मृदुलाबेनकडे गेल्या.

त्यांच्याकडून ज्या कामाची अपेक्षा होती त्या कामाच्या स्वरूपाबाबत कमूबेन पूर्णपणे अनभिज्ञ होत्या. त्यांच्यामध्ये दोन तास जे बोलणे झाले त्यातून पुढील कामे त्यांच्यावर विश्वासपूर्वक सोपवण्यात आली.

मृदुलाबेनच्या प्रतिनिधी म्हणून कमूबेनना कार्य करावयाचे होते. कमूबेननी नेहमी धर्म, जातपात आणि पंथ या विचारांच्या पलीकडे जाऊन मानवतावादाचा आधार घेऊन काम केले पाहिज, असे मृदुलाबेननी ठामपणे सांगितले. राजकारण मध्ये न आणता कमूबेननी पुढील कर्तव्ये पार पाडावीत. (१२)

१. गंगाराम हॉस्पिटलमध्ये शिबिरांचे आयोजन करणे, भारतातून पाकिस्तानात आलेल्या महिला समाजसेविकांच्या तसेच शोधलेल्या स्त्रियांच्या निवासाची व्यवस्था करणे.
२. सामाजिक कार्यकर्त्यांना क्षेत्रीय कामासाठी कोणत्या जिल्ह्यात पाठवायचे त्याचा निर्णय घेणे, संक्रमण शिबिरांसाठी जागा मिळवण्यासाठी त्या त्या विभागाच्या जिल्हाधिकाऱ्याला भेटण्याच्या वेळेस कमूबेननी त्या

कार्यकर्त्यांबरोबर जाणे, तसेच त्यांच्यासाठी धान्य व अन्य आवश्यक वस्तूंचा पुरवठा करणे.

३. कार्यकर्त्यांना निश्चित सूचना देणे आणि त्यांना काम करताना येणाऱ्या अडचणींना तोंड देण्यासाठी वेगवेगळे मार्ग शोधणे, तसेच निरनिराळ्या अधिकाऱ्यांना भेटताना व शासकीय खात्यांना भेटी देताना येणाऱ्या अडथळ्यांचा मुकाबला करून त्यावर उपाय शोधणे.

४. भारत व पाकिस्तान यांच्यात शोध घेतलेल्या स्त्रियांच्या पुनर्वसनाबद्दलचा करार आधीच झालेला होता. भारतीय हद्दीत असणाऱ्या पूर्व पंजाबातील जालंदर शहरात 'विश्राम धाम' नावाची एक संस्था स्थापन करण्यात आली. त्या स्त्रियांच्या वास्तव्यासाठी तिथे व्यवस्था करणे.

५. वर उल्लेखिलेल्या कराराच्या योग्य अंमलबजावणीसाठी पाकिस्तानातील अधिकाऱ्यांच्या सतत संपर्कात राहणे आणि गरज पडल्यास त्यांच्याशी चर्चा करून अडथळे दूर करणे, गरज वाटल्यास लाहोरमधील भारतीय उपउच्चायुक्तांच्या कार्यालयातील अधिकाऱ्यांकडून सूचना व सल्ला घेणे, वादग्रस्त मुद्द्यातील विशिष्ट समस्येच्या संदर्भात दोन्ही देशांच्या प्रतिनिधींची बैठक घडवून आणणे; भारतीय प्रतिनिधींना स्वतःबद्दल व कार्यकर्त्यांबद्दल, त्यांच्या कामाबाबत व काम करताना ज्या अनुभवांना वा अडचणींना तोंड द्यावे लागते त्यांबद्दल माहिती देणे, पाकिस्तानी अधिकाऱ्यांबरोबरच्या चर्चेच्या वेळी त्यांना सावध करण्यासाठी योग्य त्या सूचना देणे.

चणीने एखाद्या कुमारिकेसारख्या दिसणाऱ्या या ३५ वर्षीय स्त्रीला ही सगळी जबाबदारी खरोखरच ओझे वाटण्यासारखी होती. पुढील चार खात्यांना त्यांना नियमित भेटी द्याव्या लागत.

१. भारतीय उप उच्चायुक्तांचे कार्यालय

२. मिलिटरी इव्हॅक्युएशन ऑर्गनायझेशन

३. प्रमुख लायझां अधिकारी (संपर्क अधिकारी)

४. पळवून नेलेल्या स्त्रियांच्या शोध घेऊन पुनर्वसन करणारे केंद्र

ही सर्व कार्यालये जवळजवळ असून, ती मॉलरोडवर होती. कोणत्याही खात्याला प्रारंभीच्या काळात कमूबेनच्या कार्याबद्दल खरीखुरी आस्था वाटत नव्हती. कमूबेन व त्यांचे कार्य त्यांनी कधी गंभीरपणे घेतलेच नाही. उलट कमूबेनना ओघवत्या हिंदीत आणि इंग्रजीत बोलता येत नाही, निरनिराळ्या खात्यांच्या कार्यपद्धतीबद्दलचे तसेच शिष्टाचाराबद्दलचे त्यांचे अज्ञान यांमुळे या खात्यातील कर्मचारी त्यांची चेष्टा करीत. अशा वेळी हिंस्र श्वापदांच्या कळपाने पिच्छा पुरवलेल्या

व्यक्तीसारखी त्यांची अवस्था होत असे.

संभाषणकौशल्याच्या अभावामुळे तसेच लष्करी विभागात आवश्यक असलेल्या सफाईदार बोलण्यासाठी लागणाऱ्या आत्मविश्वासाच्या अभावामुळे कमूबेन लष्करी खात्याला भेट देण्याचे शक्यतो टाळीत असत; पण अशी टाळाटाळ किती काळ करणे शक्य होते? अखेरीस लष्करी विभागाची मदत त्यांना घ्यावी लागली आणि त्यावर अवलंबून राहावे लागले. तरीही इतर खात्यांपेक्षा लष्करी खाते त्यांची कामे अधिक वेगाने करते, हे कमूबेनच्या लक्षात आले. दोन्ही देशांमधील पोलिस अधिकारी त्यांना मदत करण्यास अनुत्सुक होते. पळवलेल्या स्त्रियांची समस्या, त्यांचा शोध आणि त्यांचे पुनर्वसन यांवर भारताने गंभीर विचार केला होता, हे सत्य आहे. पळवलेल्या स्त्रियांचा शोध घेण्यास पाकिस्तानातील अधिकारी सामाजिक कार्यकर्त्यांना फारसे सहकार्य करीत नसत. भारतीय अधिकारी अशा स्त्रियांची संख्या मोजताना व त्यांना स्वदेशी परत पाठवताना त्यांच्याकडे गुरांपेक्षा अधिक वेगळ्या दृष्टीने पाहत नाहीत, हे कळल्यावर कमूबेनना फार दुःख झाले. मुस्लिम स्त्रियांची प्रकरणे हाताळताना पूर्णपणे धार्मिक पूर्वग्रहविरहित अशी त्यांची भूमिका होती. स्त्री ही स्त्री असते. तिच्या धर्मामुळे कोणताही फरक पडत नाही. पळवून आणलेल्या वा बलात्कारास बळी पडलेल्या स्त्रीबद्दल त्यांची धर्म, पंथ वा जातनिरपेक्ष अशी उत्स्फूर्त सहानुभूती उफाळून येत असे आणि गुन्हेगार कोणत्याही धर्माचा असला तरी त्याविरुद्ध संताप येत असे.

बोलणी चालू असताना कमूबेनना भारतीय अधिकाऱ्यांबरोबरच्या प्रक्षुब्ध युक्तिवादाला तोंड द्यावे लागत असे. पळवलेल्या मुस्लिम स्त्रियांच्या पुनर्वसनाशी संबंधित समस्येतून तोडगा काढण्यासाठी अमृतसरला बैठक बोलावली होती. या बैठकीत कुटुंबीयांनी भारतात मागे ठेवलेल्या स्त्रियांची यादी मृदुलाबेननी भारतीय अधिकाऱ्यांना दिली. ही यादी पाकिस्तानातील अधिकाऱ्यांनी मृदुलाबेनकडे पाठवली होती. ती यादी जेव्हा भारतीय अधिकाऱ्यांनी पाहिली तेव्हा त्यांचा तोल गेला आणि ती यादी खोटी असल्याचा युक्तिवाद ते करू लागले. त्यांचे वादाचे मुद्दे असे होते.

१. मुस्लिम स्त्रियांची इतकी मोठी संख्या भारतात नाही.

२. पाकिस्तानात मागे राहिलेल्या भारतीय हिंदू मुलींपैकी एकाही मुलीला भारतात पाठवण्यासाठी पाकिस्तानने प्रयत्न केलेले नाहीत. अशा परिस्थितीत त्यांना अन्याय्य वाटणारे काम करण्याची त्यांच्यावर जबरदस्ती करण्यात येत आहे. अशा स्त्रियांच्या बाबतीत काय करावयाचे व काय नाही हे फक्त पंजाबी हिंदूच ठरवू शकतील. जे पंजाबी नाहीत त्यांना त्यांच्या नातेवाइकांबद्दल वाटणारी जवळीक कधीच कळू शकणार नाही! भारतीय स्वातंत्र्यासाठी पंजाबने सर्वाधिक त्याग केलेला आहे. (१३)

चर्चा चालू असताना काही उच्च पातळीवरच्या भारताच्या अधिकाऱ्यांनी शेरा मारला, ''पाकिस्तानातून जितक्या हिंदू स्त्रिया भारतात पाठवल्या जातील, त्याच प्रमाणात आम्ही भारतातील मुस्लिम स्त्रियांना पाकिस्तानात परत पाठवू.'' या विधानाने कमूबेन दुखावल्या गेल्या. त्यांनी आपल्या पुस्तकात लिहिले आहे,

''विद्वेषाच्या ज्वाळांनी दोन्ही देशांतील वातावरणाला विळखा घातला होता. जातीय वैमनस्याने दोन्ही समाजांचा ताबा घेतला होता. या दोन्ही जमाती शेकडो वर्षे प्रेमाने परस्परांबरोबर जीवन जगत होत्या. त्या एका विशिष्ट भागातील व खेड्यातील असून, तेथील विशिष्ट सांस्कृतिक वातावरणात लहानाच्या मोठ्या झाल्या होत्या. असे असूनही धर्माबाबतच्या माझ्या आंधळ्या श्रद्धांवर मात करण्यात मी यशस्वी झाले. माझ्या धार्मिक व सांस्कृतिक भावनांना अजिबात महत्त्व न देता फाळणीच्या वाईटातल्या वाईट स्थितीला बळी पडलेल्या स्त्रीचा धर्म, जात आणि पंथ कोणता याचा विचार न करता तिला साहाय्य करण्याचा मी आटोकाट प्रयत्न केला. माझ्या बाजूने मी केलेल्या दृढ व प्रामाणिक प्रयत्नांमुळेच पाकिस्तानातील जनतेकडून मला खूप प्रेम मिळाले.'' (१४)

खातेनिहाय पातळीवर कमूबेनना त्यांच्या कामात संपूर्ण पाठिंबा लाभला नाही तरी व्यक्तिगत पातळीवर त्यांना पाकिस्तानी अधिकाऱ्यांनी मनापासून पाठिंबा दिला. त्यांना कमूबेनबद्दल अतिशय आदर वाटत असे.

लाहोरच्या छावणीतील निर्वासितांचा लोंढा १९४९च्या सुमारास कमी झाला होता. त्यामुळे कमूबेनना लाहोरला राहण्याची आवश्यकता उरली नव्हती. कमूबेन भारतात परतणार, हे वृत्त त्यांचा ड्रायव्हर श्यामसिंग यांच्याकडून कळले तेव्हा ती बातमी आगीसारखी सर्वत्र पसरली आणि लाहोर विमानतळावरील अधिकारी त्यांचा निरोप घेण्यासाठी एकापाठोपाठ येऊ लागले. कमूबेनना अनेक वेळा विमानतळाला भेट द्यावी लागे. तिथल्या हवाई वाहतूक कंपनीचे व्यवस्थापक श्री. अलासी कमूबेनना विमानापर्यंत पोहोचवण्यासाठी जातीने हजर होते. कमूबेन विमानात चढत असताना श्री. अलासी विमानाकडे धावले व त्यांनी कमूबेनशी भावनावेगाने हस्तांदोलन केले हे पाहून कमूबेनही आश्चर्यचकित झाल्या. अलासींनी कमूबेनच्या कार्याचे कौतुक करणाऱ्या आपल्या भावना व्यक्त करीत म्हणाले, ''तुमचा हसरा चेहरा दीर्घ काळ आमच्या स्मरणात राहील.''

कमूबेन भारतात जाणार या विचाराने त्यांच्या मोलकरणीला अतोनात रडू कोसळले. तिचे सांत्वन करणे कमूबेननाही अवघड झाले. आपण कायमचे सोडून जात नसून, अधूनमधून ऑफिसच्या कामासाठी लाहोरच्या भेटीसाठी येत जाऊ, असे कमूबेनला तिला सांगावे लागले. कमूबेनच्या लाहोरमधील वास्तव्यात त्यांच्या

खाण्या-पिण्यावरील निर्बंधांसकट त्यांची सर्व प्रकारची काळजी या मोलकरणीने घेतली होती.

आपल्या हाताखाली काम करणाऱ्या कर्मचाऱ्यांशी मैत्रीचे संबंध जोडण्याची कला कमूबेनकडे होती. हे कर्मचारी त्यांना कधीही विसरले नाहीत. त्यानंतर बऱ्याच वर्षांनी खादी कमिशनच्या कामासाठी त्या नवी दिल्लीला गेल्या होत्या. नवी दिल्लीहून मुंबईला परतताना रेल्वेचे आरक्षण त्यांना सहजासहजी मिळत नव्हते. तेव्हा तेथील एक कारकून त्यांच्या मदतीला आला. या कारकुनाला मधल्या कालावधीत त्या विसरल्या होत्या.

खादीच्या हुंड्या विकण्यासाठी जेव्हा त्या नवी दिल्लीत फिरत असत, तेव्हा टॅक्सीवाल्यांच्या संघटनेने त्यांना दर आठवड्याला टॅक्सीचे भाडे भरण्याची व त्याची पावती देण्याची खास सुविधा उपलब्ध करून दिली. त्यामुळे टॅक्सीवाल्यांच्या व कमूबेनच्या दोघांच्याही वेळाची बचत झाली. आपल्या कुटुंबातील बहिणी व बायका कमूबेनमुळेच आपल्या घरी पुन्हा येऊ शकल्या, याची जाणीव असल्यामुळे कमूबेनना बहीण मानून टॅक्सीवाले त्यांच्याबद्दलची कृतज्ञता व्यक्त करीत असत. एकदा मुंबईतील एका टॅक्सी ड्रायव्हरने कमूबेन टॅक्सीसाठी थांबलेल्या पाहिल्या व लगेच त्याने त्यांना ओळखले. त्याने अदबीने त्यांच्यासाठी टॅक्सीचे दार उघडले आणि त्यांच्यामुळेच आपली पत्नी परत मिळाली, असे त्या टॅक्सी ड्रायव्हरने सांगितले आणि आता त्या दोघांचे कौटुंबिक आयुष्य सुखी असल्याचेही त्याने सांगितले. त्याने कमूबेनकडून एक पैसाही न घेता त्यांना जिथे जायचे होते तिथे नेऊन पोहोचवले. पळवलेल्या स्त्रिया व मुलेबाळे यांच्या त्या खरोखरच 'आई' झाल्या होत्या.

कमूबेन धीट होत्या व आय.ए.एस. अधिकाऱ्यांच्या लाल फितीच्या कार्यपद्धतीला त्या विरोध करू शकत असत. एकदा गरम घोंगड्यांची पार्सले त्यांना मिळाली. कडाक्याच्या थंडीत डोक्यावर छप्पर नसणाऱ्या मोकळ्या मैदानात तळ ठोकलेल्या व थंडीने कुडकुडणाऱ्या निर्वासितांसाठी त्या घोंगड्या होत्या. अधिकृत परवानगीसाठी न थांबता ती पार्सले उघडण्याचा त्यांनी तात्काळ निर्णय घेतला. हे केल्यामुळे त्यांना आय.ए.एस. अधिकाऱ्यांच्या संतापाला तोंड द्यावे लागले. जर त्यांतील एकही घोंगडी हरवली तर कमूबेननाच सरकारकडे त्याबद्दल स्पष्टीकरण द्यावे लागेल, असे त्या अधिकाऱ्याने बजावले. 'आपण घेतलेल्या निर्णयाचे या जगात कोणाला स्पष्टीकरण द्यावे लागेल किंवा नाही याची आपण पर्वा करीत नाही' असे कमूबेननी त्या अधिकाऱ्याला सुनावले. मात्र त्या कडाक्याच्या थंडीच्या रात्री निर्वासित मरण पावला तर परमेश्वरासमोर कोणते उत्तर द्यायचे याची आपल्याला चिंता वाटते, असेही त्यांनी त्या अधिकाऱ्याला सांगितले.

मृदुलाबेन जरी चुकत असल्या तरी त्यांचे म्हणणे खोडून काढण्याची अथवा

त्याला विरोध करण्याची शक्ती कोणातही नव्हती. परंतु मृदुलाबेनबद्दल अतिशय आदर वाटत असूनही जर त्या चुकताहेत असे वाटले तर त्यांना विरोध करण्यासही कमूबेन मागेपुढे पाहत नसत. निर्वासितांच्या छावणीत कंजेक्टिव्हायटिसची साथ पसरून मुलांनाही त्याची लागण झाली तेव्हा मृदुलाबेनचा तोल ढळला आणि त्या छावणीच्या व्यवस्थापनाबाबत त्यांनी निराशा व्यक्त केली आणि मुलांना आधीच काळे चष्मे का पुरवले नाहीत, असा जाब त्यांनी कमूबेनना विचारला. कमूबेननीही ताबडतोब आवाज चढवून उत्तर दिले. साबण, दंतमंजन, तेल, कंगवा यांसारख्या आवश्यक गोष्टींसाठीही अर्थसंकल्पात तरतूद नव्हती. मुलांना दुधाचा एक थेंबही त्या पुरवू शकत नव्हत्या. तुपाची तर गोष्टच सोडून द्या. मग मुलांसाठी काळे चष्मे कुठून आणि कसे खरेदी करू शकणार? हे ऐकल्यावर मृदुलाबेन शांत झाल्या व ताबडतोब त्यांनी पैशाची व्यवस्था केली.

कधीकधी मृदुलाबेन कमूबेनना एखाद्या कामासाठी विशिष्ट जागी जायला सांगत. काही वेळा लष्करी अधिकारी व भारतीय अधिकारी यांच्यासाठी ते प्रतिबंधित क्षेत्र असे. मृदुलाबेन अशा क्षेत्राबाबत कमूबेनना आधी सांगत नसत. एकदा मृदुलाबेननी पाकिस्तानचे पोलिस सुपरिटेंडेंट श्री. रिझवी यांना कमूबेनबरोबर सियालकोटला जाण्याची विनंती केली. तेव्हा काश्मीरमधील युद्ध जोरात चालू होते. एका विशिष्ट भागात प्रवेश करण्यास लष्कराला व भारतीय अधिकाऱ्यांना सक्त मनाई होती. कमूबेनना जेव्हा आपल्यावर सोपवलेल्या कामाबद्दल कळले तेव्हा त्या आश्चर्यचकित झाल्या आणि त्या पाकिस्तानी पोलिसांबरोबर प्रतिबंधित क्षेत्रात जाण्याची आपली बिलकुल तयारी नाही, असे मृदुलाबेनना स्वतः सांगण्याचा विचार त्यांच्या मनात आला. भाग मेहतांची भारत सरकारने प्रतिनिधी म्हणून नेमणूक केली होती. जेव्हा आपल्या सियालकोट भेटीबद्दल कमूबेन त्यांच्याशी बोलल्या, तेव्हा त्यांनाही धक्का बसला आणि त्यांनी सुरक्षिततेचा उपाय म्हणून कमूबेनना पंजाबी ड्रेस घालण्यास सांगितले. हे ऐकताच कमूबेननी आपण होऊन आपल्या शिरच्छेदाची तयारी केली असताना श्रीमती भाग मेहतांना इतकी काळजी का वाटते आहे असे त्यांना कमूबेननी विचारले.

श्री. रिझवींना भारताबद्दल अतोनात द्वेष वाटत असला तरी ते चतुर व सक्षम अधिकारी होते. ते बरोबर असताना कमूबेनच्या केसालाही धक्का लावण्याचे धाडस कोणीही करणार नाही, असे त्यांनी कमूबेनला आश्वासन दिले.

एरवी मित्रत्वाच्या नात्याने वागणाऱ्या सामान्य पाकिस्तानी नागरिकांच्या रोषाला कमूबेनना तोंड द्यावे लागले. भारतीय लष्कराने निजामाच्या हैद्राबाद संस्थानावर यशस्वी कारवाई केल्याची बातमी लाहोरात येऊन थडकल्यावर घडलेला हा प्रसंग आहे. कमूबेन नेहमी लाहोरमधील अनारकली मार्केटला भेट देत असत. हे मार्केट मुंबईच्या महात्मा फुले मंडईसारखेच आहे. कमूबेनच्या ओळखीचा

एक फळविक्या तिथे होता. तो नेहमी कमूबेनशी सौजन्याने वागे; परंतु त्या दिवशी जेव्हा कमूबेननी आपल्या ड्रायव्हरला फळे खरेदी करण्यासाठी पाठवले तेव्हा त्याने तोंड फिरवले व त्याला फळे देण्यास नकार दिला. त्यामुळे कमूबेन स्वतः त्या फळवाल्याकडे गेल्या. फळवाल्याचे तोंड रागाने लाल झाले होते व त्याने कमूबेनला फळे विकण्यासाठी आपल्याला फुरसत नाही, असे सांगितले. त्या वेळी पाकिस्तानी लष्करी अधिकाऱ्यांचाही असाच अनुभव कमूबेनना आला होता. भारतीय लष्कराच्या विजयाबद्दल कळल्यावर ते कमूबेनशी अतिशय उद्धटपणे वागले आणि त्यांनी कमूबेनना टोमणे मारले. आपल्या पुस्तकात त्यांनी लिहिले आहे, ‘‘आपला देश शत्रूशी लढत असताना शत्रूच्या मायभूमीत राहण्याचा अनुभव प्रत्येकाने घेतला पाहिजे.’’ भारताच्या उप उच्चायुक्त कार्यालयातील कर्मचाऱ्यांनाही असाच अनुभव आला. कमूबेननी मात्र आपले काम पुढे चालू ठेवण्यात कोणतीही कसर ठेवली नाही.

छावणीच्या सुरक्षेच्या संदर्भातील हुकूम आज्ञाधारकपणे पाळले जावेत व शिस्त राखली जावी, याबाबत त्या अतिशय दक्ष असत. पाकिस्तानचे तेव्हाचे समाजकल्याणमंत्री राजा गझनफर अली खान यांनाही एकदा असाच अनुभव आला होता. मृदुलाबेनबरोबर हे मंत्री छावणीला भेट देणार असल्याचे कमूबेनला माहीत होते; पण त्यांच्या येण्याची नक्की वेळ माहिती नव्हती. कुंजा छावणीतील निर्वासित लाहोर छावणीत येणार असल्याची बातमी लाहोर छावणीतील त्यांच्या नातेवाइकांना समजली. त्यांना भेटण्यासाठी नातेवाइकांची खूपच गर्दी उसळली. ती गर्दी अनावर झाली. स्पेशल एम.इ.ओ. गुरखा सैनिकांना गर्दीच्या नियंत्रणासाठी बोलवावे लागले. आपल्या परवानगीखेरीज कोणालाही छावणीत प्रवेश देऊ नये, असे कडक आदेश कमूबेननी तेथील पहारेकऱ्याला दिले होते. या आदेशांचे पालन करणाऱ्या पहारेकऱ्याने मृदुलाबेननाही छावणीमध्ये प्रवेश नाकारला. प्रत्यक्ष मृदुलाबेनला प्रवेशास मनाई केल्याचे वाईट परिणाम होतील आणि त्याची जबर किंमत मोजावी लागेल, असे सांगितल्यावरही पहारेकऱ्याने छावणीचे प्रवेशद्वार उघडण्यास नकार दिला. मृदुलाबेनच्या आगमनाची बातमी कमूबेनपर्यंत पोहोचण्यास थोडा वेळ लागला. पहारेकऱ्याने कोणाच्याही सांगण्याकडे लक्ष दिले नाही आणि कमूबेन व राजा गझनफर अली खान उभे असलेले पाहून कमूबेन आश्चर्यचकित झाल्या. त्यांनी त्या दोघांची मनापासून माफी मागितली. कमूबेनच्या गोंधळलेल्या मनःस्थितीची त्या दोघांना कल्पना आली. परंतु कमूबेनच्या कडक शिस्तीबद्दल मृदुलाबेननी त्यांचे अभिनंदन केले आणि मंत्र्यांकडे वळून त्यांनी पुढील उद्‌गार काढले, ‘‘व्यवस्थापनाचा मक्ता फक्त पुरुषांकडेच नसतो. एका पटेल कन्येकडून अनुभव आणि पुरावा तुम्हाला मिळालेला आहे!’’ (१५) हे ऐकल्यावर कमूबेनच्या मनावरील ताण दूर झाला.

निर्वासितांच्या दुःखदायक कथा आणि त्यांची हाताळावी लागणारी प्रकरणे यांना अंत नव्हता. कमूबेन व त्यांच्या कार्यकर्त्यांचा चमू २४ तास काम करीत असे. जेवण अथवा विश्रांतीसाठी त्यांना क्वचितच फुरसत सापडत असे. कधी कधी त्या एक ग्लासभर लस्सीवरही दिवस काढत असत आणि केव्हा केव्हा तीही घेत नसत. कारण दुःखाने कण्हणाऱ्या, विव्हळणाऱ्या निर्वासितांपुढे त्यांना काही खाणे-पिणेही नकोसे वाटे.

जेव्हा फसवून पळवून नेलेल्या स्त्रियांच्या नातेवाइकांना संशोधन विभागाची स्थापना झाल्याचे कळले, तेव्हा त्यांनी हजारोंच्या संख्येने छावणीकडे धाव घेतली. कमूबेन व त्यांना साहाय्य करणाऱ्यांना त्यांच्याबद्दल सहानुभूती दाखवणे भाग होते. निर्वासित स्त्रियांवर मानसिक परिणाम झाला होता आणि नंतर मानसिक असंतुलनाचा त्रास त्यांना सहन करावा लागला. कधी त्यांना आपल्या गुन्ह्याचे ओझे वाटत असे. ज्या दुःखातून व त्रासातून त्यांना जावे लागले, त्याला अंतच नव्हता. प्रत्येक कहाणीत बलात्काराची, हिंसाचाराची आणि अमानुष कृत्यांची एक वेगळीच बाब होती. कमूबेनच्या म्हणण्याप्रमाणे,

"दिवस उजाडताच असंख्य समस्या मनात तरळत असत. एक समस्या दुसरीला ढकलून पुढे येई. भविष्याबद्दल विचार करायला क्षणाचीही फुरसत नसे. माझे अंतःकरण एखाद्या कोऱ्या पाटीसारखे झाले होते. आणि तीवर उभ्या-आडव्या रेघोट्या ओढून ती पाटी खरखरीत झाली होती. त्यावरचे शब्द स्पष्ट दिसत नव्हते. माझे मन गोंधळून जात असे आणि माझ्या खांद्यावर टाकलेली जबाबदारी मला असह्य होत असे. वेगवेगळी प्रकरणे हाताळण्यासाठी माझ्याकडे मार्गदर्शक तत्त्वे नव्हती. शिकण्यासाठी जुना अनुभवही माझ्या किंवा मृदुलाबेनच्या गाठीशी नव्हता. प्रत्येक नव्या प्रकरणात तोडगा शोधण्यासाठी माझे निर्णय व अनुभव यांची एकमेकांशी तुलना करणे आणि त्यांचे मूल्यमापन करणे, हा एकच मार्ग माझ्यासमोर होता."(१६)

बलात्काराला बळी पडलेल्या स्त्रियांना शांत करणे, त्यांचे सांत्वन करणे आणि त्यांनी मुळीच गुन्हा केलेला नाही याबद्दल त्यांची समजूत काढणे, ही कामे कमूबेनना करावी लागत होती. त्या स्त्रियांमध्ये कमूबेनना विश्वास निर्माण करावा लागे. दंगलींना बळी पडलेली हजारो तरुण मुले-मुली त्यांना भेटली. कधी प्रेमविवाह होऊ शकले नाहीत. उदा. जितू हा हिंदू मुलगा व इस्मत ही मुस्लिम मुलगी यांचा विवाह होऊ शकला नाही. कॅप्टन टफेल हा मुस्लिम पुरुष व प्रेमा ही हिंदू विधवा यांचाही विवाह होऊ शकला नाही. जितू वेडा झाला आणि प्रेमाचा पत्ताच लागला नाही. ती हरवली. अशा अनेक शोकांतिका व क्रौर्यकथा आढळल्या.

मानवतेवरील आपली श्रद्धाच खरे म्हणजे कमूबेन हरवून बसल्या असत्या; पण काही लोकांनी दाखवलेला मनाचा उमदेपणा आणि दुसऱ्या जमातीतील लोकांकडून

दुःख भोगलेल्या बळींच्या मनाची अकल्पित विशालता यांमुळे मानवतेवरील त्यांची श्रद्धा टिकून राहिली. त्यांना एक मुस्लिम जोडपे भेटले. त्या जोडप्याने एका हिंदू मुलाला आश्रय दिला होता. त्या मुलाला आपलाच मुलगा मानून ती दोघे त्याची देखभाल करीत होती. हिंदूंनी त्या जोडप्याच्या तितक्याच वयाच्या मुलाला निर्दयपणाने मारले होते. तीन वर्षांच्या हिंदू मुलाला आपले नातवंड समजून दत्तक घेणारे मुस्लिम आजी-आजोबा कमूबेनना भेटले. जेव्हा भारत-पाक सीमेवर त्या प्रथम गेल्या, तेव्हा त्या तरुण होत्या. माणसे वेडी होऊन इतक्या मोठ्या प्रमाणावर भयानक निर्दय कृत्ये करू शकतात, हे त्यांनी पाहिले नव्हते. त्या जेव्हा भारतात परतल्या, तेव्हा दुःखद अनुभवांच्या आठवणीनेही त्यांना रात्ररात्र झोप लागत नसे. सहकारी व दोन्ही जमातींतील अधिकारी यांच्या काही सुखद आठवणीही त्यांनी मनात जपल्या होत्या. विशेषतः त्यांचा ड्रायव्हर श्यामसिंग याने त्यांना भरतकाम केलेली शाल भेट म्हणून दिली. या भेटीने त्यांच्या मनाला थोडीफार शांती मिळेल, अशी त्याला आशा होती. परंतु त्या काळातील दुःखद आठवणीने त्यांचे डोळे भरून येत आणि ४० वर्षांनंतरही जणू त्या आठवणी कमूबेनचा पाठलाग करीत.

लाहोरमधील छावणी सुरळीत सुरू झाल्यावर कमूबेनचे तेथील काम संपले. ज्या नवजात अर्भकांना त्यांच्या माता त्यांच्याजवळ लाहोरमध्ये ठेवू शकत नव्हत्या. त्यांना अलाहाबादच्या कमला नेहरू इस्पितळात हलवण्याची व्यवस्था करण्यात आली.

त्यानंतर अशाच प्रकारच्या कामासाठी त्या काश्मीरमध्ये गेल्या. हे काम अत्यंत अवघड होते. काश्मीरचा काही भाग 'आझाद काश्मीर' म्हणून घोषित करण्यात आला होता. भारत सरकारने हा भाग पाकिस्तानचा आहे, असे मानण्यास नकार दिला आणि पाकिस्तान सरकार 'आझाद काश्मीर'च्या मध्यस्थीशिवाय तिथे कोणतेही पुनर्वसनाचे काम करण्यास संमती देत नव्हते. त्यातही तेथील स्त्रिया त्याच मुस्लिम समाजातील असल्यामुळे त्यांचा शोध घेणे अवघड होते. हे काम करताना कमूबेनची दोन थोर व्यक्तींशी भेट झाली- एक बंधूजी या लोकप्रिय नावाने ओळखले जाणारे ताराचंद कौल आणि दुसरे भारतीय लष्करप्रमुख यदुनाथसिंग धर. यदुनाथसिंग सच्चे गांधीवादी होते. त्यांनी कमूबेनच्या कार्याचे जोरदार समर्थन करून प्रत्येक टप्प्यावर त्यांना पूर्ण सहकार्य केले. कमूबेन शिबिरे आयोजित करीत असत. शोधून काढलेल्या स्त्रियांना या शिबिरात हस्तकला, कला यांचे प्रशिक्षण व मुलांना शिक्षण देण्याची व्यवस्था कमूबेन करीत असत. पंडित जवाहरलाल नेहरू या शिबिरांना खास भेट देत आणि कमूबेनच्या कामाची प्रशंसा करीत असत.

कमूबेननी काही काळ कराचीलाही वास्तव्य केले होते. तिथेही दंगली माजल्या होत्या. परंतु त्यांचे प्रमाण फार मोठे नव्हते. पळवलेल्या स्त्रियांचे प्रमाण भारतातील प्रमाणापेक्षा खूपच कमी होते. परंतु काश्मीरमधून पळवलेल्या स्त्रियांना कराचीत

वेश्या म्हणून विकले जात होते. पाकिस्तानी अधिकाऱ्यांना कमूबेनची कराचीतील उपस्थिती अजिबात आवडली नव्हती. परंतु मृदुलाबेनला घाबरत असल्यामुळे त्यांना विरोध करण्याचे धैर्य त्यांच्याजवळ नव्हते. कराचीतील त्यांचे वास्तव्य फारच अल्पकालीन होते. तिथे करण्यासारखे फारसे कामही नसल्यामुळे त्यांना ते कंटाळवाणे झाले.

कमूबेन मुंबईत परतल्या आणि त्यांनी खादी आयोगाच्या विविध जबाबदाऱ्या स्वीकारल्या. खादीच्या प्रसारासाठी ज्यांनी आपले आयुष्य वाहिले त्या विठ्ठलदास जेराजानींच्या स्वीय सहायक म्हणून त्या काम करीत. त्यांच्याबरोबर कमूबेननी खूप प्रवास केला. नवी दिल्लीतील सचिवालयातल्या मोठ्या हुद्द्यावरच्या अनेक अधिकाऱ्यांशी त्यांच्या ओळखी होत्या. खादी हुंड्या विकताना त्यांनी आपल्या ओळखीचा खूपच उपयोग करून घेतला.

खादी आयोगाचे काम संपल्यानंतर त्यांनी मुंबईतील सहारनजीकच्या एका खेड्यातील झोपडपट्टीत काम सुरू केले. हे गाव रोटरी क्लबने दत्तक घेतले होते. तिथे १९६८-१९७४ या काळात कमूबेननी कल्याण केंद्र चालवले होते.

१९५६-५७ मध्ये 'बापनू घर' ही संस्था उभारण्यात त्यांचे मोठे योगदान होते. ही संस्था विपन्नावस्थेतील असहाय, परित्यक्ता स्त्रियांसाठी स्थापन करण्यात आली होती. कमूबेननी वाङ्मयीन चळवळीत विशेष रस घ्यायला सुरुवात केली. 'लेखिनी'सारख्या संस्थेशी त्या संबंधित असून, कमूबेन त्या संस्थेच्या आजीव सदस्यही होत्या.

स्त्रीमुक्तीविषयी त्यांचे विचार स्पष्ट व पुरोगामी होते. कमूबेननी सनातनी समाजाला विरोध करण्याचे धैर्य दाखवले होते. त्यांनी केशवपन करण्यास, तसेच आमरण गडद तपकिरी रंगाच्या साड्या नेसण्यास नकार दिला होता. आपल्या एका लेखात त्या लिहितात-

"शतकानुशतके स्त्रियांना न्यूनगंडाने ग्रासून टाकले आहे, ही बाब स्त्री-समस्यांचा अभ्यास करताना माझ्या लक्षात आली. ही बाब स्त्रियांच्या रक्तात भिनली असून, अजून तिचा त्याग करणे स्त्रियांना जमलेले नाही. एक स्वतंत्र व्यक्ती म्हणून स्त्री स्वतःचा विचारच करीत नाही. आर्थिक दृष्ट्या स्वावलंबी, उच्चविद्याविभूषित व सामाजिक चळवळींच्या अग्रभागी असलेल्या स्त्रियाही या संकल्पनेपासून स्वतःला मुक्त करू शकत नाहीत. खेड्यापाड्यांतून राहणाऱ्या लाखो स्त्रिया आपापल्या नवऱ्यांना 'परमेश्वर' मानतात आणि पुरुषांकडून होणारे प्रत्येक प्रकारचे दडपण सहन करतात, यात नवल नाही."(१७)

आपल्या मुक्तीसाठी कोणावरही अवलंबून न राहण्याचे आवाहन त्या स्त्रियांना करीत असत. स्त्रियांनीच त्यासाठी प्रयत्न केले पाहिजेत, याचीही त्यांना खात्री वाटत

होती. पण त्यासाठी सर्वप्रथम त्यांना आपला न्यूनगंड काढून टाकावा लागेल. निव्वळ पुरुषांची नक्कल उपयोगी पडणार नाही. स्त्री ही पुरुषापेक्षा सर्वच बाबतींत श्रेष्ठ आहे, असे त्यांचे ठाम मत होते.

आयुष्याच्या शेवटच्या कालखंडात त्या कलात्मकतेने सजवलेल्या एका फ्लॅटमध्ये स्थायिक झाल्या. त्यांच्या ठायी चांगली अभिरुची होती. त्या एकट्याच राहत असत; पण त्यांच्याकडे नेहमी पै-पाहुण्यांची वर्दळ असे. नाजूक व नेटके नक्षीकाम केलेल्या खादीच्या साड्या त्या परिधान करीत असत. त्या दिसायला सुंदर होत्या, कलेच्या जाणकार होत्या, रवींद्रसंगीतप्रेमी होत्या. त्या मिळून-मिसळून राहणाऱ्या होत्या. पत्ते खेळणे त्यांना आवडत असे. स्वयंपाक करण्यातही त्या रस घेत असत. जरी त्यांना स्वतःला त्या पदार्थांचा उपभोग घेता येत नसला तरी पाहुण्यांसाठी रुचकर पदार्थ बनविण्यात त्यांना आनंद वाटत असे. मी व माझे यजमान डॉ. शांति पटेल यांनी कमूबेनकडील भोजनाचा आनंद त्यांच्या निवासस्थानी मनमुराद लुटला आहे. आमच्याबरोबर त्यांचे शेजारी व आमचे मित्र जानुबेन मुन्सिफ तसेच कमूबेन ज्यांना आपली दत्तक मुलगी मानीत असत त्या प्रतिमा भट ही दोघेही त्या भोजनाचा आस्वाद घेत असत. कमूबेनना ऊर्दू शायरी आवडत असे आणि त्या खाली उद्धृत केलेला एक शेरही म्हणत : "कृपा करून मृत्यूनंतर मी कुठे जाणार ते विचारू नका, मला जिथे जायला सांगितले जाईल तिथे मी जाईन."

अखेरच्या प्रयाणासाठी त्यांची मानसिक तयारी झाली होती. आपल्या अंत्ययात्रेबद्दल त्यांनी नेमक्या तपशीलवर सूचना दिल्या होत्या. आपला अंत जवळ येऊन ठेपल्याचे त्यांना जाणवल्यावर त्यांनी दीर्घ काळ त्यांची देखभाल करणाऱ्या सुरेखाला हातातील बांगड्या व घड्याळ काढून ठेवण्यास सांगितले. त्यांना त्या गोष्टींचा आता उपयोग नव्हता.

आपण जर बेशुद्ध झालो तर आपल्याला कुठल्याही इस्पितळात नेऊ नये आणि आपले आयुष्य वाढविण्याचा प्रयत्न करू नये, असे त्यांनी आपल्या डॉक्टरला स्पष्टपणे सांगितले होते. मृत्यूनंतर देहावर पुष्पमाला न घालण्याबद्दलच्या सूचनाही त्यांनी दिल्या होत्या. तसेच अंत्ययात्रेत ५-६ माणसांपेक्षा अधिक जणांनी सहभागी होऊ नये, असेही सांगितले होते. मृतदेह विद्युतदाहिनीत जाळावा आणि देहाची पूर्ण राख झाल्यावच नातेवाईक व मित्रमंडळींना मृत्यूची खबर द्यावी. मृत्यूनंतर केले जाणारे अंत्यसंस्कारही करू नयेत, असेही त्यांनी सांगितले होते. त्यांच्या इच्छेनुसार सर्व गोष्टी केल्या गेल्या. कोणाला त्या गोष्टी पटोत वा न पटोत. त्यांच्या अंतिम इच्छांचा अनादर कोणीही केला नाही.

भारतमातेची ही लाडकी पण अपरिचित कन्या! तिच्याजवळ पोलादी मनःशक्ती व मेणासारखे हृदय होते. ती आता आपल्यात नाही. सर फिरोजशहा मेहतांच्या १५०व्या जन्मशताब्दीच्या प्रसंगी त्यांना नम्र अभिवादन करू यात. मेहता व कमूबेन

यांच्यात धैर्य हा समान घटक होता. त्यांनी सांगितलेली मूल्ये आत्मसात करून त्यानुसार वर्तन करू यात.

(हा शोधनिबंध लिहिताना श्रीमती प्रतिमा भट, डॉ. शांती पटेल, श्री. समीर मोदी आणि डॉ. यतिन पटेल यांनी केलेल्या साहाय्याबद्दल त्यांचे मनापासून आभार.)

संदर्भ

१. पटेल, कमलाबेन, मूल सोतां उखाडेला, मुंबई, आर आर शेठ अँड कं., १९८५ (गुजराती)

२. पटेल कमलाबेन, रक्तपहाट, मूल सोतां उखाडेलांचा मराठी अनुवाद, मुंबई ग्रंथाली, १९८९

३. पटेल शंकरभाई, जन्म २४-३-१८९२, मृत्यू १३-२-१९७३, कमलाबेन पटेल यांचे वडील, सच्चे गांधीवादी, व्यवसायाने शिक्षक

४. पटेल कमलाबेन, पटेल शांतीबेन, देसाई मंगलाबेन, पुष्पाबेन नायक, 'श्रेयार्थी शंकरभाई', नियतकालिकातील 'पितृतर्पणो परिपोष' हा लेख, संपादक मगनभाई पटेल, प्रकाशक शांताबेन पटेल, १९७५, पृ. ३-४ (गुजराती)

५. कित्ता, पृ. १०-११

६. कजारिया, तारू, 'स्वातंत्र्य संग्राममा अनोखा सैनिक' हा लेख. कमलाबेन पटेल : संस्मरणो अने श्रद्धांजलियो, संपादक : प्रतिमा भट, मुंबई, प्रकाशिका : प्रतिमा भट, १९९२, पृ. २१-२३

७. महात्मा गांधींचे २६-१२-१९४७चे नवी दिल्लीतील प्रार्थना सभेच्या वेळचे भाषण, मूल सोतां उखाडेलांच्या प्रस्तावनेतून उद्धृत, पृ. २१-२२

८. कै. मृदुला साराभाई आणि पाकिस्तानचे तेव्हाचे समाजकल्याण व पुनर्वसनमंत्री राजा गझनफर अली खान यांच्यात ६ डिसेंबर १९४७ रोजी लाहोर येथे झालेल्या चर्चेतील वादग्रस्त मुद्दे, कित्ता, पृ. ९

९. कजारिया, तारू, उपरोक्त, पृ. २३

१०. पटेल, कमलाबेन, उपरोक्त, पृ. ४

११. गांधी, महात्मा, द माइंड ऑफ द महात्मा, अहमदाबाद, नवजीवन प्रकाशन, महात्मा गांधींच्या विचारांचा संग्रह आहे.

१२. पटेल, कमलाबेन, उपरोक्त, पृ. ८-९

१३. पटेल, कमलाबेन, उपरोक्त, पृ. ३२

१४. पटेल, कमलाबेन, उपरोक्त, पृ. १५७-१५८

१५. पटेल, कमलाबेन, उपरोक्त, पृ. १५७

१६. पटेल, कमलाबेन, उपरोक्त, पृ. १५७

१७. पटेल, कमलाबेन, उपरोक्त, पृ. १५७

◆

■ स्वातंत्र्यलढा आणि गुजरातमधील तळातल्या सत्याग्रही कार्यकर्त्या स्त्रिया (१९१५-१९३०) ■

शिरीन मेहता

(डॉ. (श्रीमती) शिरीन मेहता : गुजरात विद्यापीठातून (अहमदाबाद) इतिहास विभागप्रमुख म्हणून सेवानिवृत्त. अनेक वर्षे गुजरात इतिहास परिषदेच्या अध्यक्ष. वसाहतीच्या काळातील गुजरातच्या आर्थिक इतिहासावर, विशेषतः वस्त्रनिर्माण आणि विणकाम विभाग यांवर त्यांनी संशोधन केले आहे. त्यांच्या प्रकाशित साहित्यात 'शेतकरी वर्ग आणि राष्ट्रवाद - बार्डोली सत्याग्रहाचा एक अभ्यास' याचा समावेश होतो. प्रसिद्ध शैक्षणिक नियतकालिकांतून आणि विविध गद्यसंग्रहांतून त्यांचे अनेक शोधनिबंध प्रसिद्ध झाले आहेत.)

गेल्या काही वर्षांत स्वातंत्र्यलढ्यात समाजातील विविध वर्ग, स्तर आणि गट यांनी केलेल्या कामगिरीवर प्रकाश टाकणारे वाङ्मय वा लेखसंग्रह प्रसिद्ध झाले आहेत. शेतकरी व कामगार यांची साम्राज्यविरोधी भूमिकाही निम्न स्तरातील लोकांच्या अभ्यासातून चांगल्या प्रकारे मांडली गेलेली आहे. परंतु आजकालच्या ऐतिहासिक व राजकीय लिखाणामध्ये बुद्धिजीवी स्त्रियांच्या भूमिकेकडे पूर्णतया दुर्लक्ष करण्यात आले आहे. विशेषतः शहरातील उच्च व मध्यम वर्गातील स्त्रियांमध्ये आणि सर्वसामान्य जनतेमध्ये बदल घडवून आणण्यात याच बुद्धिजीवी गटाने पुढाकार घेतला व उपक्रमशीलता दाखविली होती. वसाहतवादी सत्ता उलथून टाकण्यासाठी आवश्यक असणारे संघटनांचे जाळेही त्यांनी विकसित केले होते. समाजातील निर्णायक घटक म्हणून त्यांच्या गटाने निभावलेलया भूमिकेचे श्रेयही त्यांना मिळालेले नाही. या स्त्रियांनी गांधीजींच्या परिप्रेक्ष्याला मूर्त आकार दिला. स्त्रियांच्या प्रश्नाबद्दल त्यांचा दृष्टिकोन शहरी मध्यमवर्गीय होता. काही अभ्यासकांचा अभिजनांचे निकष लावून त्यांना कमी वा तुच्छ लेखण्याकडे कल होता. हे करताना त्यांचे कार्य व त्याचे वसाहतवाद विरोधी रूप नजरेआड केले गेले.

या शोधनिबंधाचे मुख्य उद्दिष्ट अभिजन स्त्रियांच्या विविध पातळ्यांवरील उच्च,

स्थानिक व कार्यकर्त्यांच्या पुढारीपणाचा सूक्ष्मदर्शी व्यक्तिअभ्यास सादर करणे, हा आहे, आणि १९१५ ते १९३० या कालावधीत विशेषतः गुजरातमध्ये मूळ धरलेल्या स्वातंत्र्यलढ्यातील सर्वसामान्य जनता आणि अभिजन स्त्रिया यांच्यातील द्वंद्वात्मक नातेसंबंध उलगडून दाखवणे, हा आहे. या कालखंडात अहमदाबाद हे गांधीजींनी आपल्या चळवळीचे प्रमुख केंद्र बनवले होते. गुजराती स्त्रियांना संघटित करण्यासाठी या स्त्रियांनी वापरलेली कार्यपद्धती, रणनीती यांवर यांच्या सूक्ष्म अभ्यासाद्वारा या शोधनिबंधाने प्रकाश टाकला आहे. सत्याग्रह चळवळीची कृती, तिची सत्तासंरचना आणि जिथे स्त्रियांना नेता म्हणून नेमले होते ती केंद्रे, हे सर्व एका तक्त्यात दाखवले आहे. मोहिमेसाठी आवश्यक अशी एकसंध संरचना विकसित करण्यासाठी आवश्यक अशी ऊर्ध्व समांतर हालचालही तक्त्यात दाखवली आहे.

परकीय ब्रिटिश सत्ता उखडून टाकण्यासाठी अहिंसक सत्याग्रहाच्या तंत्राचा प्रयोग करून त्याची चाचणी करणारी गुजरात ही पहिली भूमी होती. १९१८ तील खेडा शेतकरी चळवळ (मध्य गुजरात), १९२०-१९२२ मधील असहकार चळवळ (द. गुजरात), १९२८चा बार्डोलीतील शेतकरी लढा व १९३०मधील दांडी येथील सविनय कायदेभंगाची चळवळ, हा या सर्व प्रयोगांचा गाभा बनला होता. सर्वसामान्य स्तरातील स्त्रियांनी या चळवळीत भाग घेतला होता. गांधीजींनी या सर्व जणींना पुढे आणले होते व राष्ट्रीय चळवळीच्या भोवऱ्यात ओढले होते. अहिंसक, शांततापूर्ण व निःशस्त्र प्रतिकार करण्यासाठी स्त्रिया सर्वाधिक योग्य आहेत, याबद्दल गांधीजींची खात्री पटली होती. त्यांच्या मते, सत्याग्रहासाठी तीन पूर्वअपेक्षित गुणवैशिष्ट्यांची-स्वार्थत्याग, अहिंसा आणि प्रामाणिकपणा यांची नितांत आवश्यकता आहे. हे तीनही गुण स्त्रियांजवळ मोठ्या प्रमाणात असतात. (१)

या चळवळीतील स्त्रियांचा सहभाग तीन टप्प्यांतून गेलेला आहे. (i) १९१८ची खेडा चळवळ हा जडणघडणीचा काळ होता, कारण खेडा सत्याग्रहाचे नेते गांधीजी आणि वल्लभभाई सर्वांना एकत्र आणणारी एकरेषीय संरचना उभी करू शकले नाहीत. मत्तार तालुक्यातील खंडाळी गावातील स्त्रिया व मुले हिंसक बनली. त्यांनी जप्ती अधिकाऱ्याला चोपून काढले. (ii) १९२०ची असहकार चळवळ आणि १९२७चा सायमन आयोग या दरम्यान स्त्रियांची राजकीय जाणीव वाढली. पुढारी, दुवा जोडणाऱ्या पुढारी, स्वयंसेविका, निदर्शने करणारी, सूत कातणारी व चळवळीत भाग घेणारा, अशी स्त्रीची अनेक रूपे पुढे आली. (iii) १९२८चा बार्डोलीचा शेतकऱ्यांचा लढा आणि १९३०ची दांडीयात्रा यांमध्ये स्त्रियांच्या सहभागाने परिपक्व टप्पा गाठला. प्रत्येक टप्प्यावर शहरी स्त्रिया ग्रामीण स्त्रियांच्या अधिकाधिक निकट आल्या. त्यामुळे त्यांच्यामध्ये अंतर राहिले नाही. हेच आरंभापासून गांधीजींना अपेक्षित होते. (२)

स्त्रियांसंबंधीच्या गांधीजींच्या द्वंद्वात्मक दृष्टिकोनामुळे स्त्रियांविषयीच्या राष्ट्रीय विचारसरणीतील मोठा अडसर दूर झाला. आधीचे नेते व समाजसुधारक यांच्या तुलनेने गांधीजींची तार्किक संरचना भिन्न होती. स्त्रियांना केवळ अधिक मानवतावादी वागणूक देण्यापेक्षा गांधीजींनी त्यांना आत्मनिष्ठा व केंद्रस्थान दिले. त्यासाठी त्यांनी द्विमितीय कार्यक्रम आखला. त्यामुळे स्त्रिया घरावावरातून बाहेर पडल्या. सार्वजनिक कार्यामध्ये स्त्रियांच्या सहभागाचा गांधीजींनी सहजपणे स्वीकार केला. (३)

सामाजिक व राजकीय कार्यक्रमांद्वारा ब्रिटिश सरकार लुळेपांगळे करणे हे गांधीजींचे उद्दिष्ट होते. प्रशासन, शासन, कायदेमंडळे, न्यायपालिका, आर्थिक व्यवहार, तसेच लष्करी संरचना निष्प्रभ करण्यासाठी त्यांनी एक चतुःसूत्री कार्यक्रम विकसित केला. त्यांमध्ये शाळा-कॉलेजांवर बहिष्कार, सन्मानदर्शक पदव्यांचा त्याग, सरकारी नोकऱ्यांचे राजीनामे देणे, न्यायालयांवर व परदेशी कापडांवर बहिष्कार घालणे यांचा समावेश होता. त्यांच्या अन्य विधायक उपक्रमांना कार्यक्रम पत्रिकेवर अग्रस्थान लाभले होते. खरे म्हणजे त्यामुळे सत्याग्रहाची जडणघडण होत होती. त्या कार्यक्रमात खादीचा प्रसार, स्वदेशी, ग्रामीण पुनर्रचनेद्वारा ग्रामोद्योगांचे पुनरुज्जीवन, दारूबंदी, स्त्रियांच्या प्रगतीसाठी उपक्रम, प्रौढशिक्षण, अस्पृश्यता निवारण आणि हिंदू-मुस्लिम ऐक्याचे प्रयत्न यांचा समावेश होता. गांधीजींच्या या विधायक कार्यात महिला या महत्त्वाच्या व मोठ्या घटक होत्या. (४)

हा विधायक कार्यक्रम शैक्षणिक स्वरूपाचा असून, ग्रामीण जनतेशी सरळ संबंध प्रस्थापित करणे, हा त्याचा हेतू होता. गांधीजींनी या कार्यक्रमाची अंमलबजावणी स्त्रियांवर सोपवली. देशसेवा व जनसेवा या संकल्पना या कार्यक्रमाच्या आधारस्तंभ होत्या. या कार्यक्रमात सहभागी झालेल्या स्त्रियांना स्वयंसेविका आणि देशसेविका असे संबोधण्यात येत असे. समाजाच्या सर्वांत खालच्या स्तरापर्यंत हा कार्यक्रम झिरपत जावा असे त्यांना वाटत असे. विधायक कार्यात गुंतलेले कार्यकर्ते खरोखरीच स्थानिक पुढारी अथवा तृणमूल कार्यकर्ते होते. ते स्थानिक परिस्थितीवर पूर्णपणे नियंत्रण ठेवीत आणि त्यांना स्थानिक परिस्थितीचे खडा न् खडा ज्ञान होते. गांधींच्या तत्त्वानुसार तळातले स्त्री-पुरुष कार्यकर्ते म्हणजे राष्ट्रीय चळवळीच्या यंत्रातील अतिमहत्त्वाची दातेरी चाके होती. जनतेला एकत्र आणण्यासाठी त्यांनी विविध साधनांचा वापर केला. यामध्ये संघटनात्मक जाळे विणणे, प्रसारमाध्यमे, नियतकालिकांचे व पत्रिकांचे प्रकाशन, भाव आणि भजन मंडळी यांसारख्या संस्था आणि दारोदार जाऊन साधलेला संपर्क यांचा समावेश होता. सत्याग्रह चळवळ सुरू झालेली नसताना त्या चळवळीचा उत्साह कायम राहावा म्हणून हे तळातले कार्यकर्ते विधायक कार्यक्रम अमलात आणीत होते. जेव्हा चळवळीची तुतारी फुंकली गेली,

तेव्हा या सर्व स्त्रिया सत्याग्रही बनल्या. हे जणू कृती करणारे लष्करच होते! (५)

आदर्श तक्ता (६)

संघटनात्मक एकजिनसी संरचना हे सत्याग्रहातील कृतीचे ध्येय होते. त्यामध्ये पुढील बाबींचा समावेश होता.

१. सविनय कायदेभंग चळवळीसाठी तालुका व जिल्हा स्तरावर घटकाची निवड करणे.
२. तालुका अथवा जिल्हा यांतील खेड्यांची विविध शिबिरांत विभागणी करणे.
३. भौगोलिक, राजकीय आणि सामाजिक-वांशिक भेद लक्षात घेऊन शिबिरांच्या मुख्य कार्यालयाची निवड करणे.

शिबिरांची एकजिनसी संरचना :

खेड्यांचा समूह

शिबिरांची बल संरचना

(१) विभागीय नेते - १४ ते १५ (२) स्थानिक नेते - ५ ते ७

(३) स्वयंसेवक नेते - सुमारे १००

चळवळीतील संपूर्ण सत्तेची संरचना

(अ) नेतेपदाची पहिली श्रेणी गांधीजी अथवा वल्लभभाई पटेल यांच्या नियंत्रणाखाली होती.

(ब) यानंतर दुसऱ्या रांगेत विभाग किंवा शिबिर यांचे नेते असत. या नेतृत्वाची निवड गुजरातच्या विविध भागांतून केली जात असे. ही माणसे अतिशय अनुभवी व आदरणीय असत. ती सामान्य जनतेच्या शक्ती संघटित करून त्यांना मार्गदर्शन करून आणि कार्यप्रवण करून त्यांना अहिंसक कार्याकडे वळवीत. त्यांना वरिष्ठ अधिकाऱ्यांच्या तसेच स्थानिक नेत्यांच्या सतत संपर्कात राहावे लागे.

(क) स्थानिक कार्यकर्ते

(ड) स्वयंसेवकांचा चमू : यांची संख्या सुमारे १५०० असे. हे स्वयंसेवक बातम्या पुरवीत. बहुतांशी हे तरुण विद्यार्थी असत.

गांधीजी व वल्लभभाई पटेल दोघांनीही सर्व पातळ्यांवरील कार्यक्रमांत स्त्रियांना सामावून घेतले. आपली पत्नी, बहिणी व मुली यांना बरोबर घेऊन येण्याविषयी विभागीय नेत्यांना लिहिले. त्यानुसार डॉ. सुमन्त मेहता आपली पत्नी शारदा मेहता यांना घेऊन, दरबार गोपाळदास भक्तीबांसह, गांधीजी कस्तुरबांसह तर वल्लभभाई आपली कन्या मणीबेन यांच्यासह उपस्थित राहिले. या सर्व स्त्रियांनी आपल्या

बरोबरच्या पुरुषांसह दौरे केले आणि लोकप्रिय म्हणी व आदर्श सांगून, मूल्ये व प्रतीके वापरून ठिकठिकाणच्या स्त्रियांपुढे भाषणे केली. त्यांनी मोहिमेसाठी निधी

(५) एकत्रीकरणाची प्रक्रिया

विभागीय किंवा राष्ट्रीय नेत्यांच्या हाताखाली होणारे ऊर्ध्वरेषीय एकत्रीकरण ←

समाजातील जात व समुदाय यांनुसार होणारे समस्तर एकत्रीकरण	साधने
पातीदार : जातीतील आपापल्या पुढाऱ्यामार्फत	संघटना, प्रसारमाध्यमे
बनिया	पत्रिका
ब्राह्मण	नियतकालिके, मासिके
मुस्लिम	सार्वजनिक सभा
पारशी	मिरवणुका
आपापल्या प्रमुखांच्या हाताखालील आदिवासी गट	भजन मंडळी, गरबा

जमावला. चळवळीच्या केंद्रस्थानी विविध आणि परिघावरील गट आणून ऊर्ध्वरेषीय एकत्रीकरण करण्यात त्या यशस्वी झाल्या. विविध जातींच्या स्थानिक स्त्रीनेत्यांनी त्यांच्या देखरेखीखाली काम केले. उदा. १९२८च्या बार्डोली सत्याग्रहाच्या वेळी पाटीदार स्त्रियांना एकत्र आणण्यासाठी कुंवरबेन पटेलांनी मणीबेन पटेलांबरोबर कार्य केले. अनविल जातीच्या स्त्रियांना एकत्र आणण्यासाठी त्याच जातीच्या श्रीमती देसाई यांनी पद्माबेनबरोबर कार्य केले. संतोकबेन शहा, विद्याबेन शहा, आणि प्रमिलाबेन शहा यांनी बनिया स्त्रियांचे नेतृत्व केले. दशेरीबेन चौधरी, गंगाबेन चौधरी आणि मंजूबेन गाबित यांनी आदिवासी स्त्रियांमध्ये काम केले. देशभक्तिपर भावना जागृत करण्यासाठी त्यांनी राष्ट्रीय गीते गायिली व प्रार्थना गाण्यासाठी भजनी मंडळींना कार्यप्रवृत्त केले. अशा तऱ्हेने सत्याग्रह चळवळीने सार्वजनिक कृतीला पोषक ठरणारा एकत्रित उत्साह आणि प्रगती यांच्या विकासाचे एक उदा. सादर केले. (७)

बार्डोलीमुळे प्रसिद्ध झालेल्या मिठूबेन पेटिट ऊर्फ 'माईजी' यांचा व्यक्ती-अभ्यास — १९२८च्या बार्डोली सत्याग्रहातील सर्वश्रेष्ठ स्त्रीनेत्या म्हणजे मिठूबेन

पेटिट होत. माईजी- आदरणीय माता- या लोकप्रिय नावाने ओळखल्या जात. मुंबईच्या प्रसिद्ध पेटिट उद्योगपतीच्या धनाढ्य कुटुंबात त्यांचा जन्म झाला होता. हे कुटुंब त्याच्या दानशूरपणाबद्दल ख्यातनाम होते. लहानपणापासूनच मानवतेच्या सेवाव्रताचा त्यांनी अंगीकार केला होता. शिक्षण व विकासाच्या अनेक संधी त्यांना प्राप्त झाल्या होत्या. (८)

गांधीवादी आदर्शाने मिठूबेनची आत्या जाईजी व काका जहांगीर पेटिट प्रभावित झाले होते. श्रीमती जाईजी पेटिट यांनी स्वदेशी मालाचा पुरस्कार व परदेशी मालावरील बहिष्काराचे कार्य हाती घेतले. तरुण वयातच आत्याच्या प्रभावाखाली आल्यामुळे गांधीजींच्या तत्त्वज्ञानाकडे व विधायक कार्याकडे मिठूबेन आकृष्ट झाल्या. (९)

१९२२ मध्ये दक्षिण गुजरातमधील सुरत जिल्ह्यातील बार्डोली येथे त्या आल्या. त्या अगदी ऐन क्षणी तिथे पोहोचल्या. कारण त्यांच्यासारख्या तळाशी जाऊन कार्य करणाऱ्या प्रामाणिक कार्यकर्त्यांची तिथे फार गरज होती. १९२२ सालच्या असहकार चळवळीत बार्डोली तालुक्याची एक घटक म्हणून निवड केली होती; पण या चळवळीने जोर धरण्यापूर्वीच ती चळवळ मागे घेण्यात आली. ८०% काम पूर्णपणे परिघावरच राहिलेले होते. आदिवासी हा अतिशय महत्त्वाचा घटक आहे. आणि वरील परिणामामुळे चळवळीची स्थिती पक्षाघात झाल्यासारखीच झाली आहे, असे गांधीजींना वाटत असे. अशा तऱ्हेने निष्प्रभ झालेल्या त्या अर्ध्या चाणाक्ष मंडळींमध्ये पुन्हा चैतन्य निर्माण करण्यास त्यांनी आपल्या कार्यकर्त्यांना सांगितले. आदिवासींच्या उद्धारासाठी विधायक कार्यक्रम अग्रक्रमाने सुरू केले. मिठूबेननी हे आव्हान स्वीकारले आणि त्या आदिवासींमध्ये तळाशी जाऊन कार्य करणाऱ्या पहिल्या कार्यकर्त्या बनल्या. त्यांनी मरोळी गावाची मुख्य कार्यालय म्हणून निवड केली. मरोळीला दाट लोकवस्ती होती. मिठूबेननी सर्वप्रथम विविध उपक्रम चालवणाऱ्या कस्तुरबा गांधी सेवाश्रमाची स्थापना केली. आश्रमाच्या जवळच त्यांनी राणीपरज कन्या विद्यालयाची स्थापना केली. हे आदिवासी 'कालीपरज' म्हणजे काळ्या वंशाचे लोक म्हणून ओळखले जात. परंतु गांधीजींनी त्यांना 'राणीपरज'- मूळचे रहिवासी - असे सन्मानपूर्वक नाव दिले. मिठूबेन घरोघरी जाऊन विद्यार्थ्यांना गोळा करीत असत. त्यांची खात्री पटवणे हे अवघड काम होते. तरीही शेवटी त्या यशस्वी झाल्या. आपले वडील होरमसजी पेटिट यांच्या नावाने त्यांनी तिथे दवाखानाही सुरू केला. नंतर त्या दवाखान्याचे रूपांतर हॉस्पिटलमध्ये झाले. १९२३पर्यंत संपूर्ण दक्षिण गुजरातेतील आदिवासी पट्ट्यात आश्रम संघटना, राष्ट्रीय शाळा, दवाखाने व अन्य संघटना पसरल्या होत्या. प्रत्येक संघटना विधायक कार्याचा वेगळा पैलू अंमलात आणीत होती. (१०)

बार्डोलीला आल्यावर तेथील 'राणीपरज' लोक दारूच्या आहारी गेल्याचे त्यांच्या ताबडतोब लक्षात आले. दारू विकणारे पारशी गुत्तेवालेही राणीपरजांच्या दारूसंबंधीच्या गरजा जाणीवपूर्वक पुरवीत होते. त्यामुळे हे आदिवासी सतत कर्जात बुडालेले असत. हे प्रामुख्याने भूमिहीन मजूर होते आणि पाटीदार, अनाविल, ब्राह्मण, बनिया आणि पारशी किंवा मुस्लिम अशा उच्च वर्णीयांच्या शेतात राबून गुलाम म्हणूनच जगत असत. ताडाची झाडे तोडून टाकण्याचा उपक्रम मिठूबेननी सुरू केला. आपल्या कार्यकर्त्यांचा संच बरोबर घेऊन त्या गावागावातून, शेताशेतातून हिंडल्या. (११) त्यांनी दारूबंदीचा प्रचार करून पारशांच्या दारू दुकानांसमोर निदर्शनेही केली. मरोळी येथे त्यांनी कस्तुरबा मद्यनिषेध मंडळाची स्थापना केली. गांधीवादी कार्यकर्त्यांनी 'कालीपरज वाङ्मय' मोठ्या प्रमाणावर प्रसिद्ध केले. त्यामध्ये दारूबंदीवरील उत्तम गाणी होती. दारूबंदीच्या प्रचाराचे साधन म्हणून त्यांनी जवळजवळ ५० भजनी मंडळे विकसित केली. आदिवासींमध्ये पसरलेल्या सामाजिक-धार्मिक सुधारणा चळवळीचा मिठूबेननी आपल्या कार्यासाठी खूप फायदा करून घेतला. (ही चळवळ देवी चळवळ म्हणून ओळखली जाते.) जो कोणी देवीच्या आहारी जातो तो देवीचा रोष ओढवून घेतो. (१२)

सोडा दारू, सोडा ताडी, जागे व्हा
दूध प्या आणि ताक प्या
मांस सोडा, मच्छी सोडा, रोजरोज स्नान करा
दररोज ईश्वराची प्रार्थना करा.

गांधीजींचा दारूबंदीचा व शाकाहाराचा कार्यक्रम देवीच्या संदेशाशी अगदी मिळताजुळता होता. मिठूबेनही गात असत.

दारू सोडा, ताडी सोडा
उठा बांधवांनो, जागे व्हा
सावकाराच्या कर्जातून मुक्त व्हा
सुखसमाधान वाढवा.

आदिवासींचे देव व गांधीजी यांच्यामध्ये साम्य असल्याची प्रतिमा निर्माण करण्याचा मिठूबेननी प्रयत्न केला. अहिंसक व शांतताप्रेमी व्यक्ती अशी गांधीजींची प्रतिमा त्यांनी आदिवासींसमोर सादर केली, आदिवासींचे मुख्य केंद्र असलेल्या वालोद खेड्यात बोलताना त्या म्हणाल्या, "तुमच्या शीतल सामलिया देवाची जागा आता गांधीजींनी घेतली आहे. ते आफ्रिकेतून आले आहेत. तुम्हा लोकांप्रमाणेच ते कमरेला वस्त्र गुंडाळतात आणि शेळीचे दूध पितात." भजनमंडळीही गात असत :

"गांधीजींकडून संरक्षण मिळवण्याची ही अखेरची वेळ आहे.

गांधीजींचे गुण गा
सोडा दारू, सोडा ताडी, जागे व्हा
दूध प्या आणि ताक प्या
मांस सोडा, मच्छी सोडा,
गूळ खा, बाजरीची पाने खा
भुताखेतांवर विश्वास ठेवू नका
अखेरचा शब्द राम उच्चारा.''

खादीच्या वापराचा प्रसार आणि सूत कातणे या दुसऱ्या विधायक कार्यक्रमातही त्या सक्रियपणे गुंतलेल्या होत्या. हा कार्यक्रम ग्रामोद्धाराचाही भाग होता. हातमाग व हस्तकला यांच्या पुनरुज्जीवनासाठी त्यांनी स्वदेशी वस्तूंच्या वापराचा प्रचार केला. मरोळी, मांडवी, सुरत इत्यादी ठिकाणी आंध्र प्रदेशच्या धर्तीची उत्तम दर्जाची तलम खादी विणणारी अनेक केंद्रे मिठूबेननी सुरू केली. नेहरू व सरोजिनी नायडू यांना मिठूबेनच्या केंद्रात विणली जाणारी खादी आवडत असे, असे म्हटले जाते. त्यांनी खादीच्या विणकामात अनेक प्रयोग केले. त्यांनी खादीची लांबी व रुंदी वाढवली. त्यामुळे साडी म्हणून खादीचा उपयोग स्वयंसेविकांना करता येऊ लागला. खादीसंबंधीच्या गाण्यातून त्यांनी खादी वापरण्याचा लोकांना आग्रह केला. त्यांच्या खादी केंद्रातून नेहमी खादी गाणी म्हटली जात. उदा.

''अमेतो खादी नो पायजामो पहरिया
अमे तो रोजरोज खांतिया''(१५)

दुसऱ्या एका गाण्यात त्या म्हणतात,

''कातण्याच्या चक्रापासून धागा तुटला नाही
तुटू शकतील लोखंडी शृंखला आणि सोन्याचे दागिने
हजारो बंदुका पराभूत होतील, पण हा लांब धागा पराभूत होणार नाही.''(१६)

समकेंद्री वर्तुळाच्या कक्षेप्रमाणे त्यांच्या कामाचा व्याप व क्षेत्र सतत वाढतच होते. १९२७मध्ये वल्लभभाईंनी दिलेल्या हाकेला त्यांनी तात्काळ प्रतिसाद दिला. मुसळधार पावसामुळे गुजरातमधील नद्यांना पूर आला होता. हजारो गावे पुराने वेढली होती. मिठूबेननी लोकांना वाचवण्याचे कार्य लष्करी धर्तीवर हाती घेतले. निराश लोकांना मदतीचा हात देण्यासाठी त्यांनी समांतर प्रशासन सुरू केले. तोपर्यंत गुजरातच्या घराघरातून त्यांचे नाव सर्वतोमुखी झाले होते. (१७)

१९२३ सालापासून त्यांनी स्त्री स्वराज्य संघ नावाची लवचिक, स्वयंपूर्ण व उपक्रमशील संघटना उभारली होती. त्यामुळे विविध प्रकारचे उपक्रम वा चळवळी त्या हाती घेऊ शकत होत्या. स्त्रियांकडून काम करून घेण्याची कला त्यांना अवगत होती. त्या कडक शिस्तीच्या भोक्त्या होत्या, यात संशय नाही. एकदा काही

धोरणासंबंधाने त्यांचे जुगतराम दवे या आदिवासींमध्ये कार्य करणाऱ्या कट्टर गांधीवादी सहकाऱ्याबरोबर गंभीर मतभेद झाले. त्यांनी मिठूबेनबद्दल गांधीजींकडे तक्रार केली. गांधीजींनी त्याला उत्तर दिले, "त्या सर्वोत्कृष्ट, अतिशय प्रामाणिक व तळमळीने कार्य करणाऱ्या कार्यकर्त्या आहेत. स्त्रियांकडून काम करून घेण्याची कला त्यांच्याकडे आहे. मी तुला त्यांच्याशी जुळवून घेण्यास व त्यांच्याबरोबर कार्य करण्यास सांगतो." (१८) मिठूबेनच्या प्रेमळ मार्गदर्शनाखाली स्त्रियांनी मोठ्या संख्येने विधायक कार्य चालू ठेवले होते. संघातील शहरवासी स्त्रियांना त्या साधेपणाने राहण्याचा सल्ला देत. त्यामुळे तळागाळातील व गरीब स्त्रियांशी जवळीक निर्माण होईल. (१९)

१९२८च्या बार्डोली सत्याग्रहात व १९३०च्या दांडीयात्रेत त्यांना हा अनुभव खूपच उपयुक्त ठरला. त्या सक्रिय सत्याग्रही बनल्या. त्यांनी मिरवणुका काढल्या. सार्वजनिक सभांतून भाषणे केली, दारूच्या दुकानांसमोर निदर्शने केली, स्वतः गाडा ओढून, दारोदार फिरून त्यांनी खादीची विक्री केली. मिठूबेननी मोहिमेसाठी निधी जमवला. (२०)

स्वातंत्र्यसंग्रामात मिठूबेनसारख्या हजारो कार्यकर्त्यांनी तळात एकजिनसी संरचना पुरवण्याचा प्रयत्न केला. विविध जाती व समुदाय यांच्या एकत्रीकरणातून समस्तर एकत्रीकरण करण्यात त्यांना यश मिळू शकले. विविध विखुरलेल्या गटांना एका छत्राखाली आणून त्यांनी ऊर्ध्वरेषीय एकत्रीकरणही साधले. मिठूबेनच्या मदतीमुळे गांधीजी व वल्लभभाई यशस्वी होऊ शकले. या पिढीतील स्वातंत्र्यसैनिकांनी स्वराज्याचे खरेखुरे स्वप्न पाहिले होते. (२१)

परंतु निम्न स्तरावरील ही सांगड १९३०नंतर एका विशिष्ट बिंदूपलीकडे गेली नाही. आदिवासी स्त्रियांची त्यांच्या विशेष समस्यांसकट असलेली मोठ्या प्रमाणातील मूर्त उपस्थिती गांधीजींच्या भाषणांतून त्यांना कधी जाणवल्याचे दिसत नाही, ही गोष्ट प्रकर्षाने नमूद करण्यात आली आहे. उदा. १९३० मध्ये दशेरी नावाच्या तरुण आदिवासी मुलीला गांधीजींनी येरवड्याच्या तुरुंगातून पत्र लिहिले. त्यांनी तिला भौतिक बाबींपेक्षा नैतिक बाबींवर अधिक भर देण्यास सांगितले आहे. त्यांनी तिला परमेश्वराची प्रार्थना करण्यास, स्वयंपाक व शिवणकाम शिकवण्यास, दररोज सूत कातण्यास आणि रोज आंघोळ करून स्वच्छ, नीटनेटके राहण्यास सांगितले आहे. (२२)

या सूक्ष्मदर्शी पातळीवरील तपशीलवार अभ्यासातून गांधीजींवरील नेहमीच्या टीकेचा पुरावा आढळत नाही. आपल्या मोहिमेत स्त्रियांना नेहमी दुय्यम व हलकी भूमिका दिल्याचा आरोप गांधीजींवर केला जातो. स्वातंत्र्य संपादन करताना गांधीजींनी स्त्रियांना करण्यासाठी पुरुषांसारखीच कामे दिली होती. त्यांनी स्त्रियांचा दर्जा उंचावला.

देशसेविकांसमवेत कवी खबरदार

डावीकडून - बी.जी.खेर ,सकिना लुकमानी, मेमून लुकमानी (पुत्र) उजवीकडून - जबीर अली.
(1930 सालच्या चेंबूरमधील प्रसूतिगृहाच्या उद्घाटनाच्या वेळी)

राहत-उन-नफ्स

श्रीमती सिंधूताई देशपांडे

तेव्हाच्या

आताच्या

कॅप्टन लक्ष्मी सेहगल

कमलादेवी चट्टोपाध्याय, मेहेर टाटा, सरोजिनी नायडू, हंसाबेन मेहता

श्रीमती पेरिनबेन कॅप्टन

श्रीमती पेरिनबेन कॅप्टन व श्रीमती कमला नेहरू

श्रीमती गोशीबेन कॅप्टन

श्रीमती येसूबाई सावरकर

श्रीमती दुर्गाबाई दामोदर चापेकर

रेहाना तय्यबजी

स्वत्वाची जाणीव झालेल्या व आपले दैव स्वतः घडविणाऱ्या स्त्रिया या दृष्टिकोनातून गांधीजींनी महिलांकडे पाहिले.

संदर्भ

१. गांधी, एम.के., सत्याग्रह इन साऊथ आफ्रिका अँड अहमदाबाद, १९२८, पृ. २८२
२. मेहता, शिरीन, पेझंट्री अँड नॅशनॅलिझम : अ केस स्टडी ऑफ बार्डोली सत्याग्रह, मनोहर पब्लिकेशन्स, न्यू दिल्ली, १९८४, पृ. ६३
३. ॲग्न्यू, विजय, एलिट विमेन दन इंडियन पॉलिटिक्स, दिल्ली, १९७९, पृ. ५८. संघवी कुमकुम आणि सुरेश वेद, रिकास्टिंग विमेन : एसेज इन कलोनिअल हिस्ट्री, काली फॉर विमेन, दिल्ली, १९८९, पृ. २३४-२५०
४. एव्हरेट, जेन, मॅटसन, विमेन इन इंडियाज फ्रीडम स्ट्रगल, हेरिटेज, न्यू दिल्ली, १९८५
५. कौर, मनमोहन, विमेन इन इंडियाज फ्रीडम स्ट्रगल, स्टर्लिंग पब्लिशिंग, न्यू दिल्ली, १९८५
६. मेहता, शिरीन, उपरोक्त, पृ. ११०-११६
७. मेहता, शिरीन, द रोल ऑफ विमेन इन द पेझंट मुवमेंट्स ऑफ गुजरात : ए स्टडी इन द गांधीयन फेज, १९१५-१९२८, द इंडियन हिस्टॉरिकल रिव्ह्यू, खंड XII, क्रमांक १-२, पृ. १६४-१७२
८. गिरीधरलाल, ऊर्मिला, ज्योती संघ पत्रिका (गुजराती), अहमदाबाद, १९७२, पृ. ३९
९. देसाई, ईश्वरलाल आय, बार्डोलीना खेडूत, स्वतंत्रता इतिहास समिती (गुजराती), सुरत, स्वतंत्रता इतिहास समिती, १९२७, पृ. २९
१०. देसाई, ईश्वरलाल, आय., राणी परजमा जागृती, स्वतंत्रता इतिहास समिती, सुरत, १९७१, पृ. २८
११. ज्योती संघ पत्रिका, उपरोक्त, पृ. ८०-८१
१२. देसाई, आय., उपरोक्त, पृ. २३४
१३. कित्ता, पृ. २३७
१४. कित्ता, पृ. २३८
१५. कित्ता, पृ. २३९
१६. कित्ता, पृ. ११२
१७. स्पोडेक, हॉवर्ड, 'गांधीजीज पोलिटिकल मेथॉडॉलॉजी', द जर्नल ऑफ एशियन स्टडीज, खंड ३३, क्र. २, फेब्रुवारी १९७१, पृ. ३६५-७७
१८. मेहता, कल्याणजी, ईश्वरलाल देसाई आणि हकुमत देसाई, मितोना मन, सुरत, स्वतंत्रता इतिहास समिती, १९७२, पृ. १५७ (गुजराती)
१९. शाह, घनश्याम,'ट्रॅडिशनल सोसायटी अँड पोलिटिकल मोबिलायझेशन : द एक्सपिरियन्स ऑफ बार्डोली सत्याग्रह : १९२०-२' कॉन्ट्रिब्युशन टू इंडियन

सोशिऑलॉजी, क्र. १८, न्यू दिल्ली, १९७४, पृ. ८९-१०७
२०. देसाई, ईश्वरलाल, इच्छाराम, (संपादक) आझादीना घडवैया, स्वतंत्रता इतिहास समिती, सुरत, १९७३, पृ. २२९
२१. हर्डीयन, डेव्हिड, पेझंट नॅशनॅलिस्ट ऑफ गुजरात्स खेडा डिस्ट्रिक्ट, १९१७-१९३४, ऑक्सफर्ड युनिव्हर्सिटी प्रेस, न्यू दिल्ली, १९८१, पृ. ६९
२२. गांधी, एम.के, विमेन अँड सोशल इनजस्टिस्, अहमदाबाद, १९४२, पृ. ३.
चंद्रा, विपिन, एसेज ऑन इंडियन नॅशनॅलिझम, न्यू दिल्ली, १९९३, पृ.३२.

◆

■ अवंतिकाबाई गोखले ■

मृदुला देवस्थळे

(**श्रीमती मृदुला देवस्थळे :** मुंबईच्या विनायन वझे कॉलेज ऑफ आर्टस् अँड सायन्स येथे राज्यशास्त्र विभागप्रमुख. 'इमर्जन्स अँड फंक्शनिंग ऑफ द बी. जे. पी. इन महाराष्ट्र' हा विषय निवडून राज्यशास्त्रातील पीएच. डी. पदवीसाठी त्यांनी नाव नोंदवले आहे.)

एखाद्या देशाने मोठ्या अभिमानाने सुवर्णमहोत्सव साजरा करताना स्वातंत्र्यसैनिकांनी केलेल्या स्वार्थत्यागाचे कृतज्ञतापूर्वक स्मरण केलेच पाहिजे. समाजातील सर्व गटांनी एकत्रित योगदान केल्याखेरीज कोणतीही स्वातंत्र्य चळवळ यशस्वी होत नाही. स्वातंत्र्य चळवळीच्या काळात अनेकांनी राजकारण हे आपले कार्यक्षेत्र म्हणून निवडले होते, तर तितक्याच संख्येने असलेल्या इतरांनी आपल्या कार्यासाठी समाज हे क्षेत्र निवडले होते. तथापि अशीही उदाहरणे आढळतात, जिथे दोन्हीचे दुर्मिळ एकत्रीकरण झालेले आहे. राजकीय कार्य आणि सामाजिक कार्य यांचा सुरेख मेळ साधलेला आहे, असे उदाहरण म्हणजे अवंतिकाबाई गोखले.

मध्यमवर्गीय कुटुंबात जन्मलेली सामान्य व्यक्ती जेव्हा दूरदृष्टी व त्यागी वृत्ती असलेल्या व समाजासाठी काहीतरी चांगले करण्याची कळकळ असणाऱ्या व्यक्तीच्या सान्निध्यात येते, तेव्हा काय मिळवू शकते, याचे मूर्तिमंत उदाहरण म्हणजे अवंतिकाबाई गोखले होत.

नऊ वर्षांच्या अवंतिकाबाईंनी व्यवसायाने इंजिनीयर असलेल्या आपल्या यजमानांच्या- बबनराव गोखल्यांच्या- विनंतीवरून शिकायला सुरुवात केली. (१) पुढील शिक्षणसाठी ते इंग्लंडला गेले तेव्हा अवंतिकाबाईंचा दृष्टिकोन अधिक व्यापक व्हावा म्हणून विविध विषयांवरची ३००हून अधिक पुस्तके अवंतिकाबाईंना त्यांनी तिथून पाठवली. बबनराव इंग्लंडमध्ये असताना अवंतिकाबाईंच्या सासऱ्यांनी त्यांचा विश्वास वृद्धिंगत करण्यासाठी मदत केली. इंग्लंडमध्ये अनेक स्त्रिया परिचारिकेचे व सुईणीचे प्रशिक्षण घेऊन समाजातील गोरगरीबांना मदत करतात, असे बबनरावांच्या अवलोकनात

आले. गोखल्यांनी आपल्या पत्नीला ही कौशल्ये अवगत करून घेण्यास, समाजाला मदत करण्यात आणि त्याच वेळी आर्थिक दृष्ट्या स्वावलंबी होण्यास प्रोत्साहन दिले. अवंतिकाबाईंनी त्याप्रमाणे पारिचारिकेचा व सुईणीचा अभ्यासक्रम १९०१ मध्ये पूर्ण करून त्यामध्ये प्रथम वर्ग मिळवला.

नंतरच्याच वर्षी देवीची मोठी साथ आली. परमेश्वरी कोपामुळे देवीचा रोग होतो, अशी सर्वसामान्य माणसाची श्रद्धा होती. अवंतिकाबाईंनी मात्र हा रोग म्हणजे देवाचा कोप नसून लसीकरणाच्या अभावी हा रोग होतो असे जनतेला पटवून देण्याचा प्रयत्न केला. देवीची लागण झालेल्या रोग्यांची सेवा करण्यात त्यांनी स्वतःला पूर्णपणे वाहून घेतले. वयाच्या २१व्या वर्षी समाजसेवा करण्याची त्यांची तळमळ दिसून आली. त्याचबरोबर त्यांनी समाजात आरोग्यविषयक जाणीव निर्माण करण्याचाही प्रयत्न केला.

त्यांचे यजमान धाडसी वृत्तीने नवीन प्रकल्प होती घेणारे होते. इंग्लंडहून परतल्यावर त्यांनी बडोद्यापासून तीन किलोमीटर अंतरावर व्यारा या ठिकाणी काड्यापेट्या तयार करण्याचा कारखाना सुरू केला. अपघाताने स्फोटकाचा स्फोट होऊन गोखल्यांना आपल्या हाताचा तळवा गमवावा लागला. आपले ज्ञान व कौशल्य यांचा उपयोग करून अवंतिकाबाईंनी यजमानांची शुश्रूषा केली आणि त्याच वेळी कारखान्याच्या कामात लक्ष घालून त्याचीही व्यवस्था पाहिली. बडोद्याचे महाराज सयाजीराव गायकवाड व्यारा येथील कारखान्याला भेट देण्यासाठी आले असता एक स्त्री कारखान्याचे व्यवस्थापन करत आहे हे पाहून त्यांनी अवंतिकाबाईंबद्दल प्रशंसोद्गार काढले. ते म्हणाले, ''जर भारतीय स्त्रिया अशा तऱ्हेने नवऱ्याबरोबर कामे करतील, तर अल्पावधीतच भारत स्वावलंबी होईल आणि परकीयांच्या जोखडातून मुक्त होईल.''

१९१३पर्यंत अवंतिकाबाई सर्वसामान्य आयुष्य जगल्या. नंतर त्यांना इचलकरंजीच्या राणीसाहेबांच्या सोबतीण म्हणून इंग्लंडला जाण्याची संधी मिळाली. इंग्लंडमधील वास्तव्यात त्यांनी अनेक इस्पितळे, बालवाड्या आणि स्वयंसेवी संघटनांना भेटी दिल्या. या सर्व कामाशी धनिक व प्रतिष्ठित कुटुंबांतील स्त्रियांचा संबंध होता. शाब्दिक कार्यामुळे स्त्रियांच्या प्रगतीसाठी समाजाचा दृष्टिकोन बदलत नाही. याउलट त्या क्षेत्रातील प्रत्यक्ष कामाने समाजाचा दृष्टिकोन बदलू शकतो, याची अवंतिकाबाईंना जाणीव झाली.

मँचेस्टर-बर्मिंगहॅम औद्योगिक पट्ट्यात त्यांचे वास्तव्य होते, तेव्हा तेथील सामाजिक कार्यकर्त्या म्हणून स्त्रियांच्या भूमिकेचेही त्यांनी निरीक्षण केले. त्यामुळे प्रेरणा घेऊन तशाच प्रकारचे काम लालबाग-परळ विभागात गोपाळ कृष्ण देवधरांच्या विनंतीवरून त्यांनी सुरू केले. त्यांनी स्वच्छतेचे महत्त्व समजावून दिले; आणि नव्या

पिढीला योग्य तऱ्हेने वाढवण्यासाठी शिक्षणाची गरजही प्रतिपादिली. कामगार स्त्रियांच्या मुलांसाठी पाळणाघर सुरू केले. अस्पृश्यांमध्ये काम करणे त्यांनी पसंत केले.

त्यानंतर असा एक क्षण आला की त्यामुळे त्यांचे जीवनच बदलून गेले. १९१६ मध्ये लखनौच्या काँग्रेस अधिवेशनात त्या महात्मा गांधींच्या संपर्कात आल्या. त्यांची काम करण्याची क्षमता आणि सर्वस्व वाहण्याची वृत्ती गांधीजींच्या लक्षात आली आणि नंतर त्यांनी वेळोवेळी विविध जबाबदाऱ्या त्यांच्यावर टाकल्या. त्यांनीही त्या जबाबदाऱ्या पेलण्यास तयार असल्याचे सिद्ध करून दाखवले.

त्यांची चंपारण्यातील कामगिरी हा असाच एक प्रसंग होता. चंपारण्य हा बिहारमधील एक अतिमागासलेला जिल्हा होता. तिथे बेटिया राजांचे नियंत्रण होते. बेटियांनी इंग्रजांकडून कर्ज घेतले. त्याच्या बदल्यात तो भूभाग त्यांनी ब्रिटिशांना हस्तांतरित करण्याचे मान्य केले. ब्रिटिश अधिकाऱ्यांनी तेथील शेतकऱ्यांवर निळीची लागवड करण्याची सक्ती केली. शेतकऱ्यांच्या दृष्टीने निळीची लागवड हानिकारक होती.

निवडक कार्यकर्त्यांचा चमू घेऊन तेथील अन्यायाविरुद्ध जनमत जागृत करण्यासाठी गांधीजी चंपारण्यात पोहोचले. त्या कार्यकर्त्यांमध्ये अवंतिकाबाई होत्या. त्यांनी निरक्षरता, अज्ञान आणि आरोग्याची हानी याविरुद्ध लढा पुकारला. त्यांनी स्वच्छतेसंबंधीची प्रात्यक्षिके लोकांना करून दाखविली आणि स्त्रिया व प्रौढ यांच्या शिक्षणाचे महत्त्व जोरदारपणे प्रतिपादन केले. ते अतिशय अवघड कार्य होते.

चंपारण्यातील मुक्कामात त्यांनी महात्मा गांधींचे चरित्र लिहिले. या पुस्तकाला लोकमान्य टिळकांनी प्रस्तावना लिहिली होती.

अवंतिकाबाई आणि हिंद महिला समाज

चंपारण्यातील कामगिरी यशस्वीपणे पूर्ण केल्यावर भारतीय स्त्रियांचा सर्वांगीण विकास व्हावा म्हणून १९१८ मध्ये त्यांनी 'हिंद महिला समाजा'ची सुरुवात केली. समाजातील विविध भागांतील लोकांच्या परस्परांच्या क्रिया जाणून घेऊन हिंद महिला समाजाच्या वाढीला हातभार लावण्यात त्यांनी खूप कष्ट घेतले. शिवणकाम, विणकाम, ग्रंथालय सुविधा, आरोग्यविषयक जाणीव निर्माण करणे, स्त्रियांचे शिक्षण यांसारखे विविध उपक्रम हाती घेतले. अवंतिकाबाईंनी हिंद महिला समाजात खादी लोकप्रिय केली. हिंद महिला समाज 'विमेन अँड नेशन' या विषयावर पंडित मदनमोहन मालवीय, महात्मा गांधी, गोपाळ कृष्ण देवधर, डॉ. कुर्तकोटी व लोकमान्य टिळक यांसारख्या थोर व्यक्तींच्या व्याख्यानमाला आयोजित करीत असे. स्त्रियांना शिक्षण देणे व त्यांच्यामध्ये जागृती करणे, हे त्यामागील उद्देश होते. अनेक स्त्रियांचा स्वातंत्र्य चळवळीत सक्रिय सहभाग, हे त्या प्रयत्नांचे फळ होय.

मुंबई महापालिकेत अवंतिकाबाई

कार्याला वाहून घेण्याची त्यांची वृत्ती आणि स्त्रीकल्याणासाठीचे त्यांचे प्रामाणिक प्रयत्न यांमुळे १९२४ मध्ये त्या मुंबई महापालिकेत निवडून आल्या. मुंबई महापालिकेच्या त्या पहिल्या महिला सदस्य होत्या. मुंबई महापालिकेत त्यांनी विविध वादग्रस्त मुद्द्यांवर चर्चा घडवून आणली.

१. शाळेच्या आवारात फेरीवाल्यांना मनाई

२. चौपाटी क्षेत्रातील स्वच्छता

३. म्युनिसिपल इस्पितळामध्ये स्त्रीडॉक्टरची सेवा उपलब्ध करून देणे.

४. म्युनिसिपल मार्केट्स व ट्रामची जंक्शन्स या ठिकाणी नळाने पाणी मिळण्याची सोय.

महापालिकेमधील शिस्त व तेथील सदभिरुचीपूर्ण वर्तन या बाबी त्यांना नेहमी महत्त्वाच्या वाटत असत, ही लक्षात घेण्यासारखी बाब आहे. महापालिकेतील सदस्यांचे अनुचित व दोषार्ह वर्तन पाहून त्या अस्वस्थ होत असत. अवंतिकाबाईंनी डॉ. सुखिया यांच्या वर्तणुकीबद्दल खेद व्यक्त करून त्यांच्याविरुद्ध ठराव मांडला. परिणामी अखेरीस डॉ. सुखियांविरुद्ध आवश्यक कारवाई करण्यात आली. (२)

महापालिकेच्या स्थायी समितीच्या सदस्य झाल्यावर त्यांनी सदस्यांना दिला जाणारा खास भत्ता स्वतःसाठी स्वीकारण्यास नकार दिला. खास भत्ता नाकारता येत नसल्यामुळे त्यांनी तो निरनिराळ्या संस्था व गरजू व्यक्तींना वाटून टाकला. सार्वजनिक आरोग्य समिती व स्थायी समितीच्या सदस्य या नात्याने त्यांनी अनेक संघटनांबरोबर काम केले. या संघटना पुढीलप्रमाणे :

(अ) बालकांबाबतचा राष्ट्रीय सप्ताह करणारी समिती

(ब) मुक्तिसेनेचे बचावगृह

(क) मुंबईची दक्षता संघटना

(ड) सेंट कॅथरिन बचावगृह

(इ) नौरोसजी वाडिया यांच्या नावाचे प्रसूतिगृह

(फ) महिला शिवण वर्ग

स्त्रिया व मुले यांचे आरोग्य व स्वच्छता या प्रश्नावर चर्चा घडवून आणण्यास त्यांनी प्रोत्साहन दिले. कनिष्ठ समजल्या जाणाऱ्या जाती, झाडूवाले व इतर या लोकांच्या सुधारणांना त्यांनी प्रोत्साहन दिले. (३)

महात्मा गांधींनी सविनय कायदेभंगाची चळवळ १९३०मध्ये सुरू केली. ६ एप्रिलला मिठाचा कायदा तोडून गांधीजींनी सत्याग्रहाची हाक दिली. अवंतिकाबाई, कमलादेवी चट्टोपाध्याय, हंसा मेहता, लीलावती मुन्शी, गंगाबाई पोशा, नाखवा, पेरिन कॅप्टन, आणि इतर काँग्रेसजनांनी सत्याग्रहाचे नेतृत्व केले. (४) सत्याग्रह

चालू असताना गांधीजींना अटक झाली. तेव्हा सरोजिनी नायडूंच्या नेतृत्वाखाली बैठक आयोजित करण्यात आली व सत्याग्रहाची अंमलबजावणी अधिक जोरदारपणे करण्याचे ठरवण्यात आले.

प्रभात फेऱ्या, दारू व परदेशी कापडाच्या दुकानांसमोर निदर्शने करणे, यांमध्ये स्त्रियांनी उत्साहाने भाग घेतला. १९३०च्या चळवळीतच स्त्रियांनी मोठ्या प्रमाणात भाग घेतला होता. अवंतिकाबाई आणि इतर काही स्त्रियांचा या चळवळीत पुरुषांच्या बरोबरीने सहभाग होता. (५)

२१ जून रोजी मोतीलाल नेहरू आझाद मैदानावरील सभेत भाषण करीत असता लोकांनी तिथे एकत्र जमू नये म्हणून पोलिसांनी लाठीमार सुरू केला. पोलिस कमिशनरने अवंतिकाबाईंना घरी परत जाण्याची विनंती केली; पण अवंतिकाबाई म्हणाल्या, "आम्ही परत जाण्यासाठी आलो नाही. तुम्ही आम्हाला शिक्षा केली तरी आम्ही इथेच राहू." अवंतिकाबाईंची सत्याग्रहाबद्दलची निष्ठा व निश्चय यातून दिसून येतो. पोलिसांनी मारहाण केलेल्या सत्याग्रहींच्या शुश्रूषेसाठी काँग्रेसने खेतवाडीत एक इस्पितळ सुरू केले होते. तेथील रुग्णांची शुश्रूषा करण्याचे कामही अवंतिकाबाईंनी केले.

सप्टेंबरच्या दुसऱ्या आठवड्यात ब्रिटिश सरकारने पहिल्या गोलमेज परिषदेची घोषणा केली; परंतु भारतीय काँग्रेसने तिच्यावर बहिष्कार घालण्याचे ठरवले. ऑक्टोबरमध्ये प्रादेशिक काँग्रेस समिती अवैध असल्याचे ब्रिटिश सरकारने जाहीर केले आणि काँग्रेस हाऊस ताब्यात घेतले. मुंबई प्रदेश काँग्रेसने सत्याग्रहात देशभरच्या काँग्रेसचे नेतृत्व केले होते. सत्याग्रहींच्या नव्या तुकड्यांना ब्रिटिशांनी अटक केली होती. अवंतिकाबाईंकडे सत्याग्रहींच्या १३व्या तुकडीचे नेतृत्व होते. सत्याग्रहींनी ध्वजारोहण करणे ब्रिटिश सरकारने अवैध ठरवले. त्यामुळे ध्वज उभारून सविनय कायदेभंग करणे, हे नव्या सत्याग्रहींचे काम होते. अवंतिकाबाईंच्या तुकडीने २६ ऑक्टोबर रोजी आझाद मैदानावर ध्वजारोहण करण्याचे ठरवले. पोलिस कमिशनरने वटहुकूम जारी करून ध्वजारोहणास बंदी घातली.

त्या दिवशीच्या ध्वजारोहणासाठी आलेल्या सत्याग्रहींत बहुसंख्य मुली व बायका होत्या. अवंतिकाबाई सकाळी ८-१५ वाजता आझाद मैदानावर पोहोचल्या. हिंदुस्थानी सेवादलाच्या स्वयंसेवकांनी त्यांच्याभोवती कडे केले. हजारो लोकांच्या उपस्थितीत अवंतिकाबाईंनी ध्वजारोहण केले. त्यानंतर त्या सर्वांनी राष्ट्रध्वजाचा गौरव करणारी गाणी गायिली व त्या घरी गेल्या. अवंतिकाबाईंनी ब्रिटिश अधिकाऱ्यांचा धिक्कार करणारी एक पुस्तिका प्रसृत केली. दुसऱ्या दिवशी जेव्हा महापालिकेच्या बैठकीसाठी त्या हजर राहिल्या, तेव्हा त्यांना अटक करून आर्थर रोड तुरुंगात नेण्यात आले. अवंतिकाबाईंनी तुरुंगात सूतकताईचे काम सुरू केले. नंतर त्यांना

चीफ प्रेसिडेन्सी मॅजिस्ट्रेटसमोर उभे करण्यात आले. कोर्टाची रीतसर कारवाई झाल्यानंतर मॅजिस्ट्रेटने त्यांना ६ महिने कैद व ४०० रु. दंड अशी शिक्षा ठोठावली. कोर्टाच्या या आदेशामुळे मुंबईत अशांतता माजली. ब्रिटिश शासन व भारतीय राष्ट्रीय काँग्रेस यांच्यात तडजोड होऊन सर्व राजकीय कैद्यांना मुक्त करण्याचा निर्णय फेब्रुवारीत घेण्यात आला. तुरुंगातून अवंतिकाबाईंची मुक्तता मार्चमध्ये झाली.

सविनय कायदेभंगाची चळवळ जरी स्थगित करण्यात आली होती, तरी भारतीय राष्ट्रीय काँग्रेसने आपले विधायक कार्य- विशेषतः खादीचा प्रसार, दारूबंदी व परदेशी मालावर बहिष्कार- चालूच ठेवले होते. अवंतिकाबाई या सर्व कार्यक्रमांत हिरिरीने भाग घेत असत. गांधीजींनी खादीचा प्रसार व साक्षरता प्रसार ही दोन कामे अवंतिकाबाईंवर सोपविली होती. या कामांसाठी त्यांनी हिंद महिला समाजाचा चांगलाच उपयोग करून घेतला. हे काम १९३२पर्यंत चालू होते. भारतीयांसाठी कोणत्याही महत्त्वाच्या राजकीय सवलतींचा लाभ न मिळवता गांधीजी दुसऱ्या गोलमेज परिषदेहून भारतात परतले. भारतात परत आल्यावर त्यांनी सविनय कायदेभंगाची चळवळ पुन्हा सुरू केली. गांधीजींना अटक झाली. ६ जानेवारी रोजी मुंबई प्रदेश काँग्रेस कमिटी अवैध असल्याचे जाहीर करण्यात आले आणि अनेक नेते गजाआड गेले. अवंतिकाबाई त्या नेत्यांपैकी एक होत्या. (६)

१९३३ मध्ये अवंतिकाबाईंच्या यजमानांना हृदयविकाराचा तीव्र झटका आला तेव्हा सक्रिय राजकारण करण्यास अवंतिकाबाईंना गांधीजींनी मनाई केली. हिंद महिला समाज अवंतिकाबाईंच्या घरातच असल्यामुळे, त्यांनी घराच्या हद्दीत राहून हिंद महिला समाजाच्या उपक्रमांवर लक्ष केंद्रित केले आणि दोन्ही कामे उत्तम प्रकारे सांभाळली.

१९३७ मध्ये प्रांतिक विधानमंडळाच्या निवडणुका होणार होत्या. सरोजिनी नायडूंनी अवंतिकाबाईंना निवडणूक लढवण्यास सांगितले; पण त्यांनी नकार दिला. त्यांनी 'चले जाव' चळवळीतही भाग घेतला नाही. हिंद महिला समाजाच्या मदतीने त्यांनी खादीप्रसार व स्त्रीशिक्षण ही कामे चालू ठेवली. अस्पृश्यता नष्ट करणे, खादी प्रसाराची मोहीम आणि स्त्रियांकरता व्यावसायिक शिक्षण यांवर त्यांचा भर होता.

अवंतिकाबाईंच्या आयुष्याची रूपरेषा दोन भागांत विभागता येते.

१९१७-१९३३ सक्रिय राजकारण

१९३३-१९४९ समाजासाठी सक्रिय योगदान.

स्वातंत्र्य चळवळ असो किंवा समाजसेवा असो दोनही टप्प्यांत कामासाठी झोकून देण्याची त्यांची अंगभूत वृत्ती दिसून येते. वैयक्तिक फायद्यासाठी नेतृत्व स्वीकारण्यात त्यांना स्वारस्य नव्हते. त्या जरी सक्रिय राजकारणातून निवृत्त झाल्या तरी गांधीजींनी सोपवलेल्या सकारात्मक कार्यात त्यांनी स्वतःला झोकून दिले होते.

त्या अस्पृश्यांना मदत करीत आणि सूतकताई करीत असत. १९४७मध्ये त्यांना कॅन्सरचा त्रास असल्याचे निदान करण्यात आले. वैद्यकीय उपचारांनी त्या बऱ्याच सुधारल्या; पण आणखी एका दुर्दैवाशी त्यांना सामना करावा लागला. त्यांच्या यजमानांना अर्धांगवायूचा झटका आला. अवंतिकाबाईंनी त्यांची शुश्रूषा करून त्यांचा जीव वाचवला.

अवंतिकाबाई सक्रिय राजकारणात गुंतलेल्या नव्हत्या, तरी गांधीजी नेहमी त्यांना पत्र लिहीत असत. स्वातंत्र्यसैनिकांचे विविध प्रयत्न आणि ब्रिटनमधील घडामोडी यांमुळे भारताला यथावकाश स्वातंत्र्य मिळाले. प्रकृती बरी नसल्यामुळे स्वातंत्र्यसोहळ्यात भाग घेणे त्यांना शक्य झाले नाही. गांधीजींवर त्यांची अपार श्रद्धा होती. गांधीजींचा खून झाल्यावर त्यांचे अंतःकरण छिन्नविच्छिन्न झाले. त्यानंतर दोन वर्षांतच त्यांनी इहलोक सोडला.

अवंतिकाबाईंचे योगदान

अवंतिकाबाई कष्टाळू व प्रामाणिक होत्या. त्यांच्या प्रामाणिक प्रयत्नांना त्यांच्या कुटुंबीयांची, विशेषतः त्यांच्या यजमानांची साथ मिळाली. परिचारिका व सुईण म्हणून, तसेच राजकीय व सामाजिक क्षेत्रांत त्या सर्वोत्तम ठरल्या, यात नवल नाही. आजच्या स्त्रियांसाठी त्या प्रेरणास्रोत आहेत. विविध संधी व सुविधा उपलब्ध असल्यामुळे आजच्या स्त्रिया अवंतिकाबाईंपेक्षा सुदैवी आहेत.

सामाजिक व राजकीय जागृतीच्या काळात अवंतिकाबाईंचा जन्म झाला होता. महात्मा गांधींच्या प्रभावाखाली आल्यावर शिस्तबद्ध व सर्वस्व वाहण्याच्या त्यांच्या गुणांमुळे त्यांच्या आयुष्याने नवेच वळण घेतले. अनेक वेळा त्यांचा दृष्टिकोन भीडभाड न ठेवता स्पष्टपणाने बोलण्याइतका स्वच्छ व सरळ असे. हिंद महिला समाज, सविनय कायदेभंग आणि चंपारण्यातील त्यांचे कार्य यांतून भारतीय प्रबोधन चळवळीच्या त्या प्रतीक बनल्या. त्यांच्या व्यक्तिगत जीवनातही त्यांच्यावर गांधीजींच्या तत्त्वांचा खूपच प्रभाव पडलेला होता. आयुष्याच्या उत्तरार्धात त्यांनी आपल्या यजमानांना जीवनपद्धती म्हणून ब्रह्मचर्य स्वीकारण्याची विनंती केली.

सविनय कायदेभंगाच्या चळवळीची नाडी त्यांनी ओळखली होती. त्यामुळेच दारूच्या व परदेशी कापडाच्या दुकानांपुढील निदर्शनांचे महत्त्व त्यांच्या लक्षात आले होते.

सर्वांत उच्च समजल्या जाणाऱ्या ब्राह्मण जातीत त्यांचा जन्म झाला होता. ज्या समाजात अस्पृश्यता पाळली जाते, त्या समाजात त्यांनी अस्पृश्यता निवारणास पाठिंबा दिला आणि व्यक्तिशः स्वतःलाही त्या कार्यात गुंतवून घेतले.

परंपरा व आधुनिकता यांचा सुरेख परिपूर्ण संगम त्यांच्या ठायी झालेला होता.

शिक्षण, सामाजिक सहभाग व राजकीय जाणीव या बाबींच्या साहाय्याने पुरोगामी जीवनपद्धती स्वीकारतानाच काळाच्या ओघात टिकून राहिलेल्या आदरणीय परंपरा व हिंदू कुटुंबातील जबाबदाऱ्या, यांचेही भान त्यांनी स्वीकारले. दोघांनी निवडलेल्या कार्यक्षेत्रात त्यांनी नवऱ्याच्या बरोबरीने कार्य केले. चंपारण्य असो, सविनय कायदेभंग असो वा हिंद महिला समाज असो, प्रत्येक कामावर त्यांनी स्वतःचा न पुसता येणारा ठसा उमटवला. त्याच्या खुणा आजही दिसतात.

अवंतिकाबाईंचे जीवन म्हणजे यशस्वी नेता होण्यासाठी लागणारी सर्व गुणवैशिष्ट्ये असलेल्या स्त्रीचा उत्तम नमुना आहे. १९३३नंतर त्यांनी कोणतीही जबाबदारी स्वीकारली नाही. हिंद महिला समाजातील स्त्रियांची दुःखापासून मुक्तता करण्याचे त्यांचे आवडते कार्य त्या मनापासून करीत राहिल्या. भारताला १९४७ मध्ये स्वातंत्र्य मिळाले. स्वातंत्र्यसैनिक या संज्ञेच्या व्यापक अर्थाने त्या सच्च्या स्वातंत्र्यसैनिक होत्या.

संदर्भ

१. तिवारी, विनायक, आदर्श हिंद महिला, मुंबई, सेक्रेटरी हिंद महिला समाज, १९५०; या शोधनिबंधातील चरित्रात्मक तपशील दुसरा उल्लेख नसेल तिथे या पुस्तकातून घेतले आहेत.

२. मुंबई महापालिकेच्या कामकाजाचे अहवाल, १९२० ते १९३३ (पृ. ६१६-९७७) ठरावाच्या सूचना, क्र. ६५२५, ३७५३

३. मुंबई महापालिकेच्या कामकाजाचे अहवाल, १९२५-२६, पृ. ८३७, भाग I, १९२९-३०, भाग १

४. फडके, य. दि., विसाव्या शतकातील महाराष्ट्र, खंड ४, पुणे, श्रीविद्या प्रकाशन, १९९३, पृ. ५९.

५. फडके, य. दि., उपरोक्त, पृ. ६९

६. गव्हर्न्मेंट ऑफ बॉंबे, गृह खाते, स्पेशल फाईल, क्र. ८०० (७२), ६ जानेवारी १९३२, सविनय कायदेभंग चळवळ.

◆

विभाग : ३

अल्पसंख्याक स्त्रियांचे राष्ट्रीय चळवळीतील योगदान

■ पेरिन कॅप्टन : दादाभाई ते महात्मा गांधी ■

नवाझ बी. मोदी

(**डॉ. (श्रीमती) नवाझ मोदी :** या परिसंवादाच्या संचालक असून, मुंबई विद्यापीठात सर फिरोजशहा मेहता अध्यासनाच्या प्राध्यापक व नागरिकशास्त्र आणि राज्यशास्त्र विभागाच्या प्रमुख आहेत. न्यूयॉर्क, इथाका येथील कार्नेल विद्यापीठात त्यांना फुलब्राईट शिष्यवृत्ती मिळाली होती. नवाझ मोदी यांनी मुंबई विद्यापीठातून पीएच. डी. पदवी प्राप्त केली. १९७४ मध्ये मुंबई विद्यापीठाच्या नागरिकशास्त्र व राज्यशास्त्र विभागात अधिव्याख्यात्या म्हणून काम करू लागल्या.

माऊंट अबू येथील 'इंटर्नल सिक्युरिटी अ‍ॅकॅडमी', हैद्राबाद येथील 'नॅशनल पोलिस अ‍ॅकॅडमी' आणि बारापनी येथील 'नॉर्थ ईस्टर्न पोलिस अ‍ॅकॅडमी' यांसारख्या राष्ट्रीय प्रशिक्षण संस्थांमध्ये अतिथी व्याख्यात्या म्हणून जातात. व्यावसायिक मान्यता प्राप्त झालेल्या राष्ट्रीय व आंतरराष्ट्रीय नियतकालिकांतून त्यांचे अनेक शोधनिबंध प्रसिद्ध झाले आहेत. त्यांनी अनेक पुस्तके लिहिली आहेत. त्यांपैकी काहींची शीर्षके पुढे दिली आहेत. 'अ‍ॅन इंडोनेशियन हॅंडबुक फॉर इंडियन एक्सपॅट्रिएट्स' पी. टी. सुमरिक्स सुबुर, 'इंडोनेशिया अंडर सुहार्तो' आणि 'सर फिरोजशहा मेहता - १५० वी बर्थ अ‍ॅनिव्हर्सरी सेलिब्रेशन्स' युनिव्हर्सिटी ऑफ बॉंबे (१९९५) 'इंडियाज रोल इन द युनायटेड नेशन्स' या ग्रंथाचे सहसंपादन मोदी यांनी १९९५ मध्ये केले. १९९७ व १९९९ मध्ये अनुक्रमे 'फिरोजशहा मेहता - मेकर ऑफ मॉडर्न इंडिया' व 'द पारसीज इन वेस्टर्न इंडिया - १८१८ ते १९२०' हे दोन ग्रंथ संपादित केले.

डॉ. मोदी कला विद्याशाखेच्या डीन असून, विविध विद्याशाखांच्या डीन्सच्या मतदारसंघाचे प्रतिनिधित्व करणाऱ्या मुंबई विद्यापीठाच्या कार्यकारी परिषदेच्या सभासद आहेत. मुंबई विद्यापीठाच्या राज्यशास्त्र विषयाच्या अभ्यास मंडळाच्या त्या अध्यक्ष आहेत. सीनेट, विद्यापरिषद व व्यवस्थापन परिषदेच्या त्या सदस्य आहेत. तसेच मुंबई विद्यापीठाची स्थायी समिती, वित्त आणि लेखा समिती आणि ग्रंथालय समितीच्या त्या सदस्य आहेत. सर फिरोजशहा मेहता १५० व्या जन्मशताब्दी सोहळा समितीच्या त्या सदस्य-सचिव आहेत आणि मुंबई येथील 'प्रिन्स ऑफ वेल्स

म्युझियम ऑफ वेस्टर्न इंडिया'च्या त्या एक विश्वस्त आहेत.)

"दादाभाई नौरोजींच्या नातींचीच गोष्ट पाहा. या बहिणी (स्वातंत्र्य) लढ्यात भाग घेण्यासाठी अगदी झपाटल्या असून, उतावीळ झाल्या आहेत. पारशांच्या मदतीबद्दल मी अधिक बोलण्याची काय गरज आहे? — महात्मा गांधी. (१)

दादाभाई नौरोजींच्या- गोशीबेन, पेरिनबेन, नर्गीसबेन आणि खुर्शीदबेन- या चार नातींनी १९३०च्या स्वातंत्र्यलढ्यात बजावलेली भूमिका व लढ्याशी असलेली त्यांची बांधिलकी याबद्दल गांधीजींनी वरील प्रशंसोद्गार काढले होते. आकाराने अतिशय लहान असा हा पारशी समाज आहे. भारतातील पारशी स्त्रियांनी स्वातंत्र्यसंग्रामात फार मोठ्या संख्येने सहभागी होऊन योगदान दिले आहे. घरात कोंडलेल्या स्त्री जातीला मोकळ्या वातावरणात आणून, गांधीजींनी त्यांना स्वातंत्र्यसंग्रामात गुंतवले. गांधी युगाच्या उदयामुळेच राष्ट्रीय राजकारणात स्त्रियांनी खरोखरच महत्त्वाची भूमिका बजावली, यात संशय नाही. अर्थात १९१७ पूर्वी राष्ट्रीय चळवळीत स्त्रियांनी कोणताच भाग घेतला नव्हता, असा त्याचा अर्थ नाही.

भारतीय राष्ट्रीय काँग्रेसच्या स्थापनेपासूनच तिचे सदस्यत्व स्त्रियांसाठीही खुले होते. मुंबई येथे १८८९मध्ये भरलेल्या काँग्रेसच्या चौथ्या अधिवेशनाला १० स्त्रिया कुमारी माणेकजी कर्सेटजी यांच्यासह हजर होत्या. (२) श्रीमती ॲनी बेझंट यांच्या भारतीय राजकारणातील प्रवेशामुळे स्त्रियांच्या स्वातंत्र्य चळवळीतील सहभागाला वेगाने चालना मिळाली. १९१६ मध्ये इंग्लंडला गेलेल्या स्त्रियांच्या शिष्टमंडळाचे नेतृत्व सरोजिनी नायडूंनी केले होते. या शिष्टमंडळात श्रीमती ॲनी बेझंट, श्रीमती हिराबाई अर्देशर टाटा आणि कुमारी मिथन अर्देशर टाटा यांचा समावेश होता. भारतीय स्त्रियांच्या मतासाठीच्या लढ्यात श्रीमती हिराबाई अर्देशर टाटा अग्रस्थानी होत्या. (३)

गांधीजींच्या पूर्वीही निश्चितपणे थोड्या पारशी स्त्रियांनी स्वतःला स्वातंत्र्यलढ्यात गुंतवून घेतले होते. त्यांच्या मतप्रणाली, ध्येये व पद्धत गांधीजींनी पुरस्कृत केलेल्या मतप्रणाली, ध्येये व पद्धती यांपेक्षा भिन्न होत्या. कायदेकानूंचे पालन करण्याची वृत्ती असलेल्या व ब्रिटिशांशी एकनिष्ठ असलेल्या या समाजातून मादाम भिकायजी रुस्तुम कामा यांच्यासारख्या स्वातंत्र्यसैनिक निर्माण व्हाव्यात, ही असामान्य गोष्ट म्हणायला हवी. मादाम कामा यांनी परदेशात विजनवासात राहून भारताच्या स्वातंत्र्यासाठी दिलेला ज्वलंत लढा म्हणजे क्रांतिकारी तत्त्वांचे मूर्तिमंत रूपच होय.

पेरिन कॅप्टन यांची कारकीर्दही तितकीच महत्त्वाची आहे. पेरिनबेन या दादाभाई नौरोजींची नात. त्यांचा जन्म १८८८मध्ये झाला. अर्देशर हे दादाभाईंचे एकुलते एक पुत्र होते. ते पेरिनबेनचे वडील. ते व्यवसायाने डॉक्टर होते. जाल, केरशाप्स व सरोष हे अर्देशरांचे तीन चिरंजीव व मेहरा, गोशी, नर्गीस, पेरिन व खुर्शीद (वडिलांच्या

मृत्यूनंतर जन्मलेली) या त्यांच्या पाच कन्या. या सर्व नातवंडांचा तेव्हा इंग्लंडमध्ये असलेल्या आपल्या आजोबांशी सतत पत्रव्यवहार होता. आपल्या मुलाच्या- अर्देशरच्या दुःखद निधनानंतर १८९३ मध्ये दादाभाई भारतात परतले. त्यानंतर गोशी व मेहरा या दोघी नातींना त्यांनी शालेय शिक्षणासाठी लंडनला नेले. (४)

पेरिनबेनचे प्राथमिक शिक्षण भूज येथे झाले. वयाच्या सातव्या वर्षी त्यांना मुंबईला पाठविण्यात आले. मुंबईतील कॅथेड्रल गर्ल्स हायस्कूलमध्ये त्यांनी शालेय शिक्षण पूर्ण केले व पुढील शिक्षण त्यांनी १९०३पर्यंत मुंबईच्या एलफिन्स्टन कॉलेजमध्ये घेतले.

१९०५ मध्ये वयाच्या १९व्या वर्षी पेरिनबेनला पुढील शिक्षणासाठी युरोपला पाठवले. तिथे गेल्या गेल्या लगेचच त्या वेळी पॅरिसमध्ये स्थायिक झालेल्या मादाम कामा यांचा घनिष्ठ सहवास त्यांना लाभला. १९०५मध्ये भिखायजींनी दादाभाईंना पत्र लिहिले. दादाभाईंच्या नाती ज्या घरात राहत असत, त्याच घरात आपल्याला राहू देण्याची उत्कट इच्छा कामाबाईंनी व्यक्त केली होती. ती विनंती मान्य केल्यास आपण दादाभाईंचे ऋणी राहू, असेही त्यांनी म्हटले होते. त्यामुळे त्यांना ठिकठिकाणी नातींबरोबर जाता येईल व कामही उत्तम होईल. (५) ऑक्सफर्डला शिकणाऱ्या गोशीबेनप्रमाणे तिथे न जाता पेरिनबेननी पॅरिसच्या सॉरबॉन विद्यापीठात दाखल होऊन फ्रेंच भाषा व वाङ्मय यांचा अभ्यास केला, याचे नवल वाटत नाही. पेरिनबेन पॅरिसमध्ये असताना त्यांची काळजी घेण्याची जबाबदारी दादाभाईंनी भिखायजींवर सोपवली होती, हे यावरून स्पष्ट होते. दादाभाईंना नंतर लिहिलेल्या एका पत्रात भिखायजींनी पेरिनबेनची काळजी घेण्याबाबत केलेल्या व्यवस्थेचा तपशीलवार खुलासा दादाभाईंना कळवला, तसेच पेरिनबेनच्या अभ्यासातील प्रगतीचाही अहवाल दिला. या पत्रांवरून त्या वेळेपर्यंत पेरिनबेनचा पॅरिसमधील सरदारसिंग राणांसारख्या अन्य क्रांतिकारकांशी परिचय झाला होता, हे उघड होते. (६)

पॅरिसमधील वास्तव्यात पेरिनबेन मादाम कामांच्या प्रभावाखाली आल्या होत्या यात शंका नाही. कामांप्रमाणेच इतर देशांच्या स्वातंत्र्यासाठीच्या लढ्याबद्दल पेरिनबेननाही सहानुभूती वाटू लागली.

पेरिनबेन सुप्रसिद्ध क्रांतिकारक स्वातंत्र्यवीर सावरकर यांच्या निकट संपर्कात आल्या. मादाम कामांच्या विनंतीवरून १३ मार्च १९१० रोजी त्यांनी खरोखरच पॅरिस ते लंडन असा सावरकरांबरोबर प्रवास केला. व्हिक्टोरिया स्टेशनवर पोहोचल्यावर ब्रिटिश पोलिस आपल्याला अटक करतील, हे माहीत असल्यामुळे सावरकरांनी पेरिनबेनला आपल्या अटकेनंतर त्रास होऊ नये म्हणून आपले सामानसुमान पेरिनबेनच्या सामानापासून काळजीपूर्वक वेगळे केले. तसेच पेरिनबेनने आपल्याबरोबर आगगाडीतून उतरू नये, असाही आदेश सावरकरांनी दिला. अटक झाली तेव्हा पेरिनबेनची व

आपली ओळख असल्याचेही त्यांनी नाकबूल केले. (७) ब्रिटिश गुप्तचर यंत्रणेने पेरिनबेन कुमारी अर्देशर या नावाने सावरकरांना तुरुंगात भेटत असल्याचा अहवाल दिला होता. दीर्घ काळ चाललेल्या प्रत्यार्पणाविरुद्धच्या कायदेशीर लढतीत सावरकरांना पुन्हा फ्रान्सच्या हवाली करण्याच्या मागणीसाठी पॅरिसला परतल्यावर त्या कामांबरोबर पुन्हा कार्य करू लागल्या.

आंतरराष्ट्रीय क्रांतिकारकांच्या चळवळीच्या भोवऱ्यात पेरिनबेन चांगल्याच ओढल्या गेल्या. त्या काळात आपल्या देशातून निसटून परदेशात आश्रय शोधणाऱ्या विविध देशांतील लोक पॅरिसकडे आकृष्ट होत असत. पेरिनबेननी क्रांतीचे तत्त्वज्ञान व क्रांतीचे प्रात्यक्षिक करण्याचा सराव याचे प्राथमिक धडे इथेच घेतले; इतकेच नव्हे तर हिंसक क्रांती, राजकीय विरोध आणि प्रतिकार यांचेही शिक्षण त्यांनी याच काळात घेतले.

ऑगस्ट १९१०मध्ये मादाम कामा व मोहम्मद फरीद बे यांच्या अनेक भेटी झाल्या. मोहम्मद फरीद बे हे मुस्तफा कमाल यांचे राजकीय वारस मानले जातात. ते इजिप्शियन नॅशनल पार्टीचे अध्यक्ष होते. मुळात या पार्टीची परिषद फ्रान्समध्ये होणार होती; परंतु वरिष्ठ फ्रेंच अधिकाऱ्यांनी परवानगी नाकारल्यामुळे इजिप्शियन नॅशनल पार्टीच्या लोकांनी ही परिषद ब्रुसेल्समध्ये भरवण्यासाठी बेल्जियम सरकारकडून परवानगी मिळवली. पॅरिस येथील प्राथमिक बैठकीसाठी पेरिनबेन आणि त्यांची बहीण गोशीबेन याही हजर होत्या. (९) मादाम कामा यांच्याबरोबर पेरिनबेन व गोशीबेन या दोघींनीही ब्रुसेल्सच्या परिषदेला हजेरी लावली. सभेपूर्वीच्या संध्याकाळच्या मेजवानीच्या वेळी पेरिनबेननी भारतीय राष्ट्रीय गाणी म्हणून आपली उपस्थिती ठळकपणे जाणवून दिल्याची ब्रिटिश गुप्तचरांनी नोंद केली. (१०)

पेरिनबेनच्या स्वातंत्र्यासाठीच्या आणि दडपल्या गेलेल्या लोकांसाठी स्वराज्य मिळवण्याबद्दलच्या उत्साहामुळे रशियनांविरुद्धच्या लढ्यात परागंदा झालेल्या पोलिश लोकांबद्दल त्यांना सहानुभूती वाटू लागली. पॅरिसमधील पोलिश निर्वासितांच्या वसाहतीत अतिथी म्हणून त्यांचे स्वागत होत असे. पेरिनबेनकडे नेहमी येणाऱ्या डब्ल्यू ब्रॉन्जेवस्की या तरुण इंजिनिअरकडून त्यांना बाँब बनवण्याबाबत सूचना मिळत असत, अशी ऑक्टोबर १९१०मध्ये गुप्तचरांनी नोंद केली होती. (११)

पेरिनबेनना सावरकरांबद्दल वाटणारी सहानुभूती, मादाम कामा व अन्य क्रांतिकारकांशी असलेले त्यांचे संबंध ब्रिटिश सरकारच्या नजरेतून निसटले नाहीत. मुंबईच्या पोलिस कमिशनरला १९११ मध्ये पाठवलेल्या अहवालात पेरिनबेन, गोशीबेन आणि नर्गीस नौरोजी यांचा पत्रव्यवहार फोडावा, असे नमूद करण्यात आले होते. खरे म्हणजे त्यांच्यापैकी पेरिनबेननी भारतात परतल्यावर क्रांतिकारी चळवळीला वाहून घेण्याचे वचन दिले होते. (१२) परंतु तसे घडले नाही. नियतीने दुसरेच काही लिहिले होते.

मुंबईत १९३५ मध्ये परतल्यावर बी. डी. पेटिट पारसी जनरल हॉस्पिटलमध्ये एकाकी व आजारी मादाम कामांच्या भेटीला येणाऱ्या थोड्या व्यक्तींपैकी पेरिनबेन एक होत्या. अर्थात त्या वेळी ब्रिटिशांनी बदला घेण्याची किंवा जनतेने त्याबद्दल त्यांना दोष देण्याची भीती नव्हती. (१३)

पॅरिसमधील क्रांतिकारकांत मादाम कामांमार्फत गोशीबेन व पेरिनबेन दोघी जणी कार्य करू लागल्या. १९१०मध्ये इंग्लंडला परतल्यावर कोणतेही पद स्वीकारण्यास त्यांना मनाई करण्यात आली. (१४) त्यांचे आजोबा दादाभाई यांनी त्याआधी म्हणजे (१९०७) मध्ये भारतात जाण्यासाठी इंग्लंडचा निरोप घेतला होता. पेरिनबेन व गोशीबेन यांनी भारतात जाण्यासाठी १९१०मध्ये इंग्लंड सोडले. सिलोन (श्रीलंका) व दक्षिण भारताची सहल करून त्या मार्च १९११मध्ये मुंबईजवळील आपल्या घरी परतल्या. (१५) सुरुवातीला पेरिनबेननी राजकारणात रस घेतला नाही आणि मुंबईतील कॅथेड्रल हायस्कूलमध्ये फ्रेंच शिकवण्यास सुरुवात केली.

आपल्या आजोबांच्या प्रभावामुळे इंग्लंडमध्ये असताना या बहिणींनी राजकारणात निःसंशयपणे रस घेतला होता. कुटुंबातील अनेक सदस्य ब्रिटिशांची बाजू घेणारे असूनहा, या बहिणींनी भारतीयांच्या महत्त्वाकांक्षेबद्दल सहानुभूती दाखवली होती. (१६)

गोशीबेन व पेरिनबेन यांची फार पूर्वी म्हणजे १९०६ मध्ये महात्मा गांधींबरोबर लंडनमध्ये भेट झाली होती. आपल्या दक्षिण आफ्रिकेतील कार्याला पाठिंबा द्यावा म्हणून विनवणी करण्यासाठी ते लंडनला आले होते. पटेटीच्या दिवशी थेम्स नदीतील एका बोटीवर दोराबजी टाटांनी मेजवानी दिली होती. त्या ठिकाणी गांधीजीही हजर होते. पेरिनबेनने गोशीबेनचे लक्ष महात्मा गांधींकडे वेधून म्हटले, "तो बघ छान डोळ्यांचा चांगला माणूस." त्यांच्याशी बोलण्यासाठी गांधीजी त्या वेळी त्या दोघींजवळ आले होते. नंतर त्या दोघी बहिणी गांधीजींना त्यांच्या पोषाखावरून चिडवीत असत. मॉर्निंग कोट, पट्ट्याची पँट आणि तयार टायला लावलेली हिऱ्याची पिन असा त्या वेळी गांधीजींचा पोषाख होता. भारतीय लोक व त्यांचे स्वातंत्र्य यासाठी गांधीजींबरोबर काम करण्याकरता त्या दोघींनी दक्षिण आफ्रिकेत यावे, असे गांधीजींनी त्यांना सांगितले होते. तेव्हा त्यांचे उत्तर नकारार्थी होते. श्री. व श्रीमती जहांगीर पेटिट यांच्या मुंबईतील निवासस्थानी एका स्वागत समारंभात १९१५ मध्ये या बहिणींची गांधीजींबरोबर पुन्हा भेट झाली. या समारंभात मात्र काठेवाडी माणसाच्या पोषाखात आलेल्या गांधीजींना त्यांनी ओळखले. त्यांना त्यांची आठवण राहिली होती. गांधीजींना त्यांच्या कामात मदत करण्यासाठी त्या १९१८ मध्ये त्यांना जाऊन मिळाल्या. खादी वापरण्याबद्दल गांधीजींनी सांगितलेल्या कारणामुळे प्रभावित होऊन त्यांनीही खादी वापरण्यास सुरुवात केली. भारताच्या

स्वातंत्र्य मोहिमेत भाग घेण्यासाठी आपल्या आजोबांचा नव्हे, तर गांधीजींचा प्रभाव कारणीभूत झाल्याचे गोशीबेननी एका प्रश्नाला उत्तर देताना सांगितले. यामुळे त्यांना अनेकदा अटक झाली. या मोहिमांमध्ये अटक झालेली पहिली स्त्री म्हणजे पेरिनबेन. मोहिमेतील खडतर जीवन आणि तुरुंगात सहन केलेली वाईट परिस्थिती यांचा पेरिनबेन, नर्गीस व खुर्शीद या गोशीबेनच्या धाकट्या बहिणींच्या प्रकृतीवर फार परिणाम झाला आणि मृत्यूने त्यांना अकाली गाठले.

इंग्लंडमध्ये असताना गोशीबेन व पेरिनबेन या बहिणींना कधी वर्णविद्वेषाचा अनुभव आला नाही; पण भारतात मात्र त्यांना तो अनुभव आला. इंग्लंडहून परतल्यावर लगेचच त्या मनमाड स्टेशनवर आगगाडीत चढल्या तेव्हा त्या डब्यात त्यांच्या बसण्याच्या जागेवर आधीच तीन-चार गोऱ्या स्त्रिया बसलेल्या होत्या आणि या बहिणींच्या तेथील प्रवेशाला त्यांनी हरकत घेतली व तेथील भारतीय सेवकाला त्यांना हाकलून देण्यास सांगितले व त्याने तसे केले नाही तर पुढील स्टेशनवर त्याची नोकरी जाईल, अशी त्याला धमकी दिली. मात्र गोशीबेनने 'त्याची नोकरी जाणार नाही' असे त्या सेवकाला आश्वासन दिल्यावर तो त्यांना डब्याबाहेर घालवण्यापासून परावृत्त झाला. हे पाहिल्यावर त्यांच्यापैकी एका गोऱ्या स्त्रीने पिस्तूल बाहेर काढले व संपूर्ण प्रवासभर आपल्या मांडीवर ठेवले. आपल्याच देशात परकीयांकडून मिळणाऱ्या वागणुकीबद्दल गोशीबेननी तक्रार केली तेव्हा एक गोरी स्त्री 'राजद्रोह! राजद्रोह!!' असे किंचाळली. (१९) गांधीजींच्या आयुष्यातील अशाच प्रसंगाशी साधर्म्य दाखवणाऱ्या या घटनेने गोशीबेन व पेरिनबेन या बहिणींच्या मनावर खोल परिणाम केला आणि निःसंशयपणे व मनापासून राष्ट्रीय चळवळीत प्रवेश करण्यास त्यांना भाग पाडले.

गांधीजींनी विविध चळवळी व निदर्शने यांमध्ये स्त्रियांना सहभागी करून घ्यावे याबद्दल पेरिनबेनने आग्रह धरला. गांधीजींनी आपल्याला चंपारण्य येथेही न्यावे, असाही पेरिनबेनचा आग्रह होता; पण तिथे स्त्रिया नकोत असे गांधीजींनी सांगितले. नंतर दांडीयात्रेत गांधीजींबरोबर जाण्याची पेरिनबेनची इच्छा होती; पण तेव्हाही 'स्त्रिया नकोत' असे गांधीजी म्हणाले. 'आम्ही स्त्रियांना पुढे ढकलतो' असे ब्रिटिश म्हणतात आणि स्त्रियांना वाईट वागणूक दिली जाणे आम्हाला मान्य नाही. (२०) परंतु पेरिनबेनने आपला मार्ग शोधून काढला. नंतर स्त्रिया मोठ्या संख्येने गांधीजींच्या चळवळीत सामील होण्यासाठी पुढे सरसावल्या आणि चळवळीचा आधार बनल्या. पेरिनबेन या सर्व चळवळीत आघाडीवर होत्या. आधीच्या पॅरिसच्या वास्तव्यात बॉंबस्फोट घडवून आणणाऱ्या हिंसक पंथाने प्रभावित झालेल्या पेरिनबेनने नंतर अहिंसेचा मार्ग अवलंबावा आणि क्रूरपणाने बळी होण्यास तयार व्हावे, हे खरोखरच विलक्षण वाटण्यासारखे होते. या वेळेपर्यंत वैयक्तिक हिंसेच्या कृत्यातील फोलपणा

त्यांच्या लक्षात आला असेल. विशिष्ट मतप्रणालीने प्रेरित झालेल्या व टिकून राहिलेल्या जनतेच्या अहिंसक चळवळी व निदर्शने यांवर पेरिनबेनचा पूर्ण विश्वास बसला. तुरुंगातून मुक्त झालेल्या स्वातंत्र्यवीर सावरकरांना भारतात भेटण्याचा कोणताही प्रयत्न पेरिनबेनने केला नव्हता, हे खरोखरच महत्त्वपूर्ण होते.

इंग्लंडहून भारतात परतल्यावर गोशीबेन, पेरिनबेन आणि नर्गीसबेन यांनी कॅप्टन कुटुंबातील माणेकजी, धनजीशाह आणि दोराब या तिघा भावांशी लग्ने केली. त्यामुळे नंतरच्या काळात बहुतेक वेळा त्यांचा उल्लेख कॅप्टन भागिनी असा केला जात असे. पेरिनबेन आणि गोशीबेन कायदाविरोधी काम करीत होत्या, तर त्यांचे सॉलिसिटर नवरे कायद्याची अंमलबजावणी करण्याचे काम करीत होते, हा खरोखरच विरोधाभास होता. गोशीबेनचा नवरा माणेकजी याच्याशी गांधीजींची ओळख होती. जालियनवाला बाग हत्याकांडानंतर काँग्रेसने पाठवलेल्या अर्जाचा मसुदा तयार करण्यात माणेकजीने मदत केली होती. नर्गीसबेनचा नवरा लवकर मरण पावला आणि नर्गीसबेनही क्षयरोगामुळे अशक्त झाल्यामुळे स्वातंत्र्यलढ्यातील तिच्या सहभागावरही मर्यादा पडल्या. गोशीबेन व पेरिनबेन या दोघींच्याही नवऱ्यांनी राजकीय चळवळीपासून अंतर राखण्याचा निर्णय कदाचित जाणूनबुजून घेतला असावा. (२१) पेरिनबेनचा नवरा तिच्यानंतर मरण पावला; पण गोशीबेनचा नवरा तिच्या आधी मृत्युमुखी पडला.

विरोध, चळवळ, निदर्शने इतकेच नव्हे, तर हिंसक क्रांती या सर्व गोष्टी राष्ट्राच्या स्वातंत्र्यासाठी आणि स्वराज्यासाठी समर्थनीय आहेत, अशा दृढ विश्वासाने पेरिनबेन भारतात परतल्या होत्या. भारतामध्ये गांधीजींना भेटल्यावर स्वतःला बदलून त्या अहिंसावादी बनल्या. राष्ट्रीय स्वातंत्र्यासाठी अहिंसेची परिणामकारकता त्यांनी मान्य केली. फार लवकर त्या हिंसक प्रतिकारातील धोके व कल्पनारम्यता यांपासून दूर झाल्या. स्त्रियांची उन्नती, खादीची निर्मिती व विक्री आणि मुलांचे शिक्षण अशा 'रुक्ष' कामाकडे त्या वळल्या. पेरिनबेन व त्यांच्या बहिणी यांनी आपल्या रेशमी साड्या बाजूला ठेवल्या. त्याऐवजी त्या खादीच्या जाड्याभरड्या सामान्यतः पांढऱ्या साड्या वापरू लागल्या. सूतकताई व खादीची विक्री ही कामेही त्यांनी हाती घेतली होती. (२२)

१९१९नंतर पेरिनबेननी अहिंसेचा मार्ग स्वीकारला आणि चंपारण्यातील वादग्रस्त प्रश्नासाठी श्रीमती अवंतिकाबाई गोखल्यांबरोबर तुरुंगात जाण्याचीही पेरिनबेनची तयारी होती. खादी चळवळ सुरू झाली तेव्हा खादी वापरण्यास त्यांनी प्रथम सुरुवात केली. आयुष्याच्या अखेरपर्यंत त्या काळात तयार होणारी जाडीभरडी खादी त्या वापरीत असत.

राष्ट्रीय स्त्री-सभा ही मुंबईतील जुन्या स्त्रीसंघटनांपैकी एक होती. पेरिनबेन व

गोशीबेन या संघटनेच्या संस्थापक सदस्यांपैकी होत्या. सभेच्या सुरुवातीच्या पदाधिकाऱ्यांमध्ये पुढील स्त्रियांचा समावेश होता.

१.	श्रीमती सरोजिनी नायडू	अध्यक्ष
२.	श्रीमती गोशीबेन एम. कॅप्टन	उपाध्यक्ष
३.	श्रीमती रतनबेन एल. मेहता	संयुक्त मानद सचिव
	कुमारी पेरिन ए. डी. नौरोजी (श्रीमती पेरिन कॅप्टन)	संयुक्त मानद सचिव
४.	श्रीमती कलावतीबेन मोतीवाला आणि	संयुक्त मानद खजिनदार
५.	कुमारी शिरीन पी. जीजीभॉय (२३)	

राष्ट्रीय सभेच्या सहा पदाधिकाऱ्यांमध्ये तीन पदांवर पारशी स्त्रिया होत्य, ही गोष्ट खरोखर विशेष नोंद करण्यासारखी आहे.

या सभेची स्थापना १९२१च्या एप्रिलमध्ये झाली. १९२१ ते १९३९ या काळातील कार्यक्रमांत प्रमुख राष्ट्रीय नेत्यांची राष्ट्रीय महत्त्वाच्या विषयांवर व्याख्याने आयोजित करणे, दारोदार खादीची विक्री करून खादीच्या लोकप्रियतेसाठी प्रसार करणे, खादीचे कापड व अन्य खादीच्या वस्तूंची प्रदर्शने भरवणे आणि टिळक स्वराज्य फंडासाठी देणग्या गोळया करणे इत्यादी कार्यक्रमांचा समावेश होता. स्त्रियांना आत्मनिर्भर व आर्थिकदृष्ट्या स्वावलंबी बनवण्यासाठी ही संघटना सामाजिक पुनर्रचनेचे व राष्ट्रीयत्वाच्या राजकारणाचे शिक्षण स्त्रियांना देत असे. सभेने मुंबईतील माटुंग्यामधील एक शाळा ताब्यात घेतली. तेथील मुलांनाही सूतकताई शिकवली. (२४) १९२८पर्यंत पेरिनबेन खादीविक्रीच्या कामात पूर्णपणे गढून गेली होती. खादी अधिक विक्रीयोग्य करण्याच्या दृष्टीने त्यावर भरतकामासाठी कोणता धागा वापरावा याबद्दलही पेरिनबेननी प्रश्न विचारले. खरे म्हणजे गुजरात विद्यापीठात पेरिनबेन व काका कालेलकर यांच्यात खादीविक्रीचा प्रश्न हा एक वादग्रस्त व कळीचा मुद्दा बनला होता. पेरिनबेनना व त्यांच्या बहिणींना खादीचे कापड त्यावर रंगीत धाग्याने भरतकाम करून विकावे, असे वाटत होते. हा रंगीत धागा खादीचा नव्हता. तो कदाचित परदेशी धागा असावा. या वादग्रस्त मुद्द्यावर पुष्कळच पत्रव्यवहार झाला होता. (२५)

राजकीय संघटना जरी राष्ट्रीय स्वातंत्र्यासाठी सर्वस्व वाहून कार्य करीत होत्या, तरी सभेचे उपक्रम १९२९पर्यंत स्त्रियांच्या उन्नतीसाठी व कल्याणासाठी झटणारी स्त्रीमंडळे आणि स्त्रीसंघटना या उपक्रमांपेक्षा वेगळे नव्हते. १९२९च्या डिसेंबरमध्ये लाहोर काँग्रेसने पूर्ण स्वराज्यासाठी लढा देण्याचे निश्चित केले. परिणामी सभेचे जे नेते काँग्रेस अधिवेशनाला उपस्थित होते, त्यांना सभेचे कार्यक्रम राजकीय दृष्ट्या

अधिक आक्रमक व प्रक्षोभक करावे, असे वाटले. त्यामुळे रोजच्या रोज सक्रिय कार्य करण्यास तयार असलेले सभेचे सदस्य व बाहेरील स्त्रिया यांचे मिळून एक वेगळे स्वयंसेवक पथक स्थापन करावे, असे ठरवले. या पथकाला देशसेविका संघ असे नाव दिले गेले. केशरी साडी, पांढरा खादीचा ब्लाऊज आणि बिल्ला असा गणवेष स्वयंसेविकांना घालावा लागत होता. केशरी रंग त्याग व लढवय्येपणाचे प्रतीक मानले जाते. स्वराज्यप्राप्ती पवित्र व अहिंसक पद्धतीने व्हावी, हे या पथकाचे उद्दिष्ट होते. (२६) पेरिनबेनला ज्यांनी त्या गणवेषात पाहिले, त्यांना आजही सभेच्या जागृत आणि क्रियाशील भूमिकेसाठी तळमळीने कार्य करणाऱ्या पेरिनबेनचे त्या गणवेषातील चित्तवेधक रूप आठवते.

मिठाचा सत्याग्रह, १९३० सालची पहिली सविनय कायदेभंगाची चळवळ यामध्ये स्त्रियांनी महात्मा गांधींच्या हाकेला मोठ्या प्रमाणात प्रतिसाद दिला. त्या चळवळीत प्रत्यक्ष सहभागी झाल्या, तो क्षण स्त्री-सेनेचा सर्वोत्तम क्षण होय. या स्त्रियांनी चौपाटी व दादर येथे मीठ तयार करून तुरुंगवास ओढवून घेतला. मुंबई प्रदेश काँग्रेस समितीच्या युद्ध मंडळाच्या पहिल्या स्त्री अध्यक्ष म्हणून पेरिनबेनची नेमणूक करण्यात आली. या चळवळीसाठी स्त्रियांना एकत्र आणण्यात त्यांचा मोठा वाटा होता. जुहूच्या व हाजी अलीच्या किनाऱ्यावर मिठाचे कायदे मुंबई प्रदेश काँग्रेस समितीच्या युद्ध मंडळाच्या मार्गदर्शनाखाली तोडले गेले. अन्य नेत्यांमध्ये लीलावतीबेन मुन्शी, हंसा मेहता, सरोजिनी नायडू, कमलादेवी चट्टोपाध्याय, रतनबेन मेहता आणि कलावतीबेन मोतीवाला यांचा समावेश होता.

सत्याग्रही स्त्रियांविरुद्ध गुन्हे दाखल करण्यास पोलिसांनी सुरुवात केली. काँग्रेस हाऊसमध्ये मिठासाठी पसरट भांडी बनवली जात होती. काँग्रेस हाऊसवर पोलिसांनी धाड टाकली तेव्हा पेरिनबेन कॅप्टन, जमनाबेन, रतनबेन आणि अन्य पाच स्वयंसेविकांनी वाट अडवल्याचे पोलिसांना आढळले. (२७) मुंबईमध्ये निदर्शने करण्याची महत्त्वाची भूमिका देशसेविकांनी बजावली होती. त्यांची निदर्शने इतकी प्रभावी होती, की सरकारने ती बेकायदा असल्याचे जाहीर केले. १९३० च्या उन्हाळ्यात देशभक्तांच्या चमूंनी भल्या पहाटे प्रभातफेऱ्यांत गायिलेल्या देशभक्तिपर गीतांनी मुंबईत चैतन्य निर्माण होई. ही गाणी लोकांना प्रभातफेरीत सामील होण्यास उद्युक्त करीत. दारू दुकानासमोर आणि परदेशी कापडदुकानांसमोर महिला निदर्शने करीत आणि टकळ्यांवर सूतकताई करीत. दांडीयात्रेतून परतल्यावर गांधीजींनी देशसेविकांची एक बैठक बोलावली. या बैठकीत स्त्रियांनी मिठाचा कायदा तोडणे सोडून द्यावे आणि परदेशी कापड दुकाने यांच्यासमोर निदर्शने करावीत, असे ठरले. गांधीजींच्या दृष्टीने मिठाचा कायदा तोडणे ही आर्थिक गरज होती, तर निदर्शने करणे ही नैतिक गरज होती. गांधीजींच्या डावपेचांतील हा बदल ठळकपणे लक्षात येत होता.

गांधीजींनी सोपवलेल्या दुहेरी कामाच्या जबाबदारीला प्रतिसाद म्हणून देशसेविका संघाने पेरिनबेन कॅप्टनच्या नेतृत्वाखाली संघटनेच्या पुनर्रचनेला युद्धपातळीवर सुरुवात केली. नव्या देशसेविकांची निवड काळजीपूर्वक करण्यात येऊन त्यांना प्रशिक्षण देण्यात आले. संपूर्ण शहरभर स्वदेशीच्या प्रचारासाठी तीव्र व आक्रमक मोहीम सुरू केली. खादीनिर्मिती व खादीविक्रीचा उपक्रमही परदेशी कापडावरील बहिष्काराला पूरक असल्यामुळे संघाने तो चालूच ठेवला.

मंगलदास मार्केट आणि मूळजी जेठा मार्केट यांसारखे विविध बाजार आणि परदेशी कापडाची विक्री करणारी दुकाने, ही लक्ष्य बनली. व्हाईटवे लॅडलॉसारखी परदेशी वस्तूंची दुकाने आणि आर्मी व नेव्ही स्टोअर यांपुढेही निदर्शने करण्यात आली. राष्ट्रीय स्त्रीसभा आणि देशसेविका संघ या दोन्ही संघटना चिथावणी देणाऱ्या व बेकायदा असल्याचे घोषित केल्यावरही निदर्शने चालूच राहिली. संघ वेळोवेळी मिरवणुका, प्रभातफेऱ्या व हरताळ आयोजित करीत असे. देशसेविका संघ बेकायदा घोषित केल्यावर या निर्णयाचा निषेध व्यक्त करण्यासाठी आणि त्याचा शांततापूर्ण रीतीने प्रतिकार करण्यासाठी केशरी साड्या परिधान केलेल्या सुमारे ५००० स्त्रियांनी चौपाटीमधून आझाद मैदानापर्यंत मिरवणूक काढली. या मिरवणुकीचे नेतृत्व पेरिनबेननी केले होते.

या काळात देशसेविका संघाने २००हून अधिक सभा आयोजित केल्या. स्त्रियांमध्ये राजकीय जाणीव जागृत करणे, या सभांचे प्रमुख उद्दिष्ट होते. संपूर्ण वर्षभर शांतता व सुव्यवस्था राखण्यासाठी देशसेविकांना बोलावले जात होते. साहजिकच त्यांना वाटणारी रात्रीची- तशीच बेभान जमावाची भीती नाहीशी झाली. देशसेविकांच्या कार्याला पेरिनबेननी नवचैतन्य दिले व त्याला नवे स्वरूप प्राप्त करून दिले. त्यांचे कार्य प्रभावी होण्यासाठी पेरिनबेन कारणीभूत ठरल्या. १९३०-३१च्या सविनय कायेदभंगाच्या संपूर्ण चळवळीत देशसेविकांनी कमालीची शिस्त, धाडस व धीटपणा दाखवला. १८ सप्टेंबर १९३० रोजी त्यांनी टाऊन हॉलवरच्या निवडणूक केंद्रांपुढे यशस्वी निदर्शने केली आणि लोकांना मतदानास जाण्यास प्रतिबंध केला. (२८) १४ ऑक्टोबर १९३० रोजी देशसेविका संघ बेकायदा घोषित केला गेला तरी देशसेविका निराश झाल्या नाहीत. दीर्घ काळ परदेशी कापडाची व्यापारपेठ म्हणून प्रस्थापित झालेल्या मोरारजी मार्केटचे रूपांतर त्यांनी भारतात तयार झालेले कापड विकणाऱ्या मार्केटमध्ये- स्वदेशी मार्केटमध्ये केले. यातून त्यांच्या यशाचे दर्शन घडते.

देशसेविकांचे शौर्य, धाडसी व उत्साही नेतृत्वावर मोठ्या प्रमाणात अवलंबून होते. पेरिनबेन कॅप्टन देशसेविका संघाचा आत्मा होत्या. खऱ्या अर्थाने त्यांचे राजकीय जीवन, देशसेविका संघाचे नेतृत्व त्यांनी जेव्हा १९३०नंतर हाती घेतले

तेव्हा गतिमान झाले. स्वातंत्र्य चळवळीत भाग घेतल्याबद्दल ब्रिटिश सरकारने अटक केलेल्या पहिल्या स्त्रियांपैकी पेरिनबेन व लीलावती मुन्शी या होत्या. स्त्रियांनी दिलेल्या आव्हानाला कसे तोंड द्यायचे हे तेव्हाच्या मुंबई सरकारच्या नीटसे लक्षातही आले नव्हते. मिठाचा कायदा मोडून आव्हान देणाऱ्या स्त्रियांना अटक करून तुरुंगात टाकावे, असे सरकारने ठरवले आणि २ जुलै १९३० रोजी पेरिनबेनला प्रथम अटक झाली व त्यांना तुरुंगात टाकले. मुंबईच्या आर्थररोड तुरुंगात त्यांना तीन महिन्यांची कडक शिक्षा ठोठावली गेली. प्रत्येक भारतीयाच्या मनातील सुप्त स्वाभिमान जागृत करण्याबाबत पुरुषांपेक्षा स्त्रिया अधिक धोकादायक होत्या, असे वाटल्यामुळे स्त्रियांना पकडले गेले. (२९) हा पेरिनबेनच्या कार्याचा सन्मानच होता.

१९३१च्या जानेवारीत तुरुंगातून सुटल्यावर व्हाइसरॉय लॉर्ड आयर्विनबरोबर गांधीजींचा पत्रव्यवहार सुरू होता. सविनय कायदेभंगाची चळवळ व ब्रिटिशांची दडपशाही दोन्ही थांबवावीत, असे ठरले. ब्रिटिश सरकारने या गोष्टीला कदाचित संमती दिली असावी. गांधीजींनी मुंबईत असलेल्या पेरिनबेनना १७ फेब्रुवारी १९३१ रोजी तारेने कळवले, "परदेशी कापडावरील निदर्शनांच्या वेळी हिंसा घडल्याचे कानावर आले. ही बाब काँग्रेस वरिष्ठांसमोर ठेवावी. त्यांना नैतिकतेने प्रत्यक्ष, अप्रत्यक्ष, सक्रिय अथवा निष्क्रिय सर्व प्रकारची हिंसा टाळण्यास सांगावे." पेरिनबेननी २० फेब्रुवारी १९३१ रोजी तात्काळ उत्तर पाठवले, "सूचना पाळल्या जातील." (३०) ब्रिटिश दडपशाहीचे स्वरूप पाहून निदर्शकांनी कदाचित हिंसा केली असेल. या हिंसेचे वर्णन गोशीबेनने नंतर 'साम्राज्याची मोडतोड' असे केले. पेरिनबेननी कदाचित त्याचा बदला आपल्या पद्धतीने घेतला असेल.

१९३० ते १९३२ या कालावधीत पेरिनबेनना तीनदा अटक होऊन तुरुंगवास घडला. १९३२ मध्ये दुसऱ्या सविनय कायदेभंगाच्या चळवळीत भाग घेतल्याबद्दल त्यांना अटक झाली होती. अटक होणाऱ्या व तुरुंगवास भोगणाऱ्या स्त्रियांच्या पहिल्या गटापैकी पेरिनबेन या एक होत्या. प्रथम त्यांना आर्थररोड जेलमध्ये ठेवण्यात आले. नंतर त्यांना विजापूरच्या तुरुंगात हलवले गेले. त्यांच्या वाट्याला एक वर्षाची साधी कैद आली होती; पण विजापूर तुरुंगातील जीवन त्यांना मानवले नाही. परिणामी पुढील आयुष्यात त्यांना संधिवाताने ग्रासले. विजापूर तुरुंगातून सुटल्यानंतरही त्यांची हिंमत खचली नव्हती. वैयक्तिक कायदेभंगाच्या चळवळीत त्यांना पुन्हा अटक झाली. १९३०च्या दशकात व १९४०च्या दशकाच्या सुरुवातीच्या कालखंडात तुरुंग हे जणू त्यांचे दुसरे घरच झाले होते.

१९३४पासून त्या काँग्रेसच्या सक्रिय सदस्य होत्या आणि मुंबई प्रदेश काँग्रेस समितीच्याही सदस्य होत्या. काही काळ त्या मुंबई प्र. काँ.च्या 'डिक्टेटर' (सर्वेसर्वा) होत्या. (३१) १९३७मध्ये गिरगाव काँग्रेस समितीच्या त्या अध्यक्ष म्हणून निवडून

आल्या होत्या. १९३० व १९३२ मध्ये अनुक्रमे राष्ट्रीय स्त्री सभा व देशसेविका संघ बेकायदा म्हणून घोषित केले गेले. गांधीवादी पद्धतीने विधायक कार्य करणे शक्य व्हावे म्हणून गांधी सेवा संघ ही नवीन संघटना स्थापन करण्यात आली. पेरिनबेन या संस्थेच्या संस्थापक सचिव होत्या. ते पद त्यांनी अखेरपर्यंत भूषविले.

के. एफ. नरीमनच्या वादग्रस्त मुद्द्यावरून गांधीजी व पेरिनबेन यांच्यात मतभेद निर्माण होऊन ते विकोपाला गेले. त्या घटनेवर थोडासा प्रकाश टाकणे आवश्यक आहे. ७ ऑगस्ट १९३८ रोजी पेरिनबेनच्या पत्राला उत्तर देताना गांधीजी म्हणाले, ''पारशी स्त्रियांबरोबरचे माझे संबंध तुला माहीत असतील तर तुला सध्या वाटणारा अविश्वास वाटणार नाही. नरीमनबद्दल वाईट विचार माझ्या स्वप्नातही येणे शक्य नाही. त्यांना कार्यकारी समितीत आणण्यास मीच कारणीभूत होतो; पण चौकशीचा परिणाम म्हणून जे काही घडले ते सर्वस्वी योग्य होते असे माझी सदसद्विवेकबुद्धी मला सांगते.'' १९३७च्या मुंबई विधानसभेतील काँग्रेस पक्षाचा नेता बाळ गंगाधर खेर यांना निवडून आणण्यात सरदार पटेलांनी आपले वजन वापरल्याचा के. एफ. नरीमननी केलेला आरोप हा वादग्रस्त मुद्दा होता. नंतर हे प्रकरण गांधीजी व बहादुरजी यांच्या लवादाकडे नेले गेले. त्याचा निकाल सरदारांच्या बाजूने लागला. (३२) नरीमनच्या अनुयायांत पेरिनबेनही एक होत्या. या अनुयायांनी गांधीजींवर पक्षपातीपणाचा आरोप केला होता, असे गांधीजींनी पेरिनबेनला लिहिलेल्या पत्रोत्तरातून सूचित होते. ही घटना घडेपर्यंत आपण पारशी असल्यामुळे आपल्यावर अन्याय होतो ही भावना आणि आपल्या पारशी स्वत्वाबद्दल ठासून सांगण्याची वेळ पेरिनबरोबर आली नव्हती. परंतु के. एफ. नरीमन पारशी असल्यामुळे त्यांना गैरवागणूक दिली गेली, असे पेरिनबेनला वाटणे साहजिक होते. गांधीजींनी या पत्राचा शेवट 'वंदे मातरम्' या अभिवादनाच्या एका पद्धतीने केला, हे वैशिष्ट्यपूर्ण होते. अशा तऱ्हेने अभिवादन करण्याची प्रथा मादाम कामा व क्रांतिकारक यांच्यात प्रचलित होती. या अगोदर गांधीजी पेरिनबेनना लिहिलेल्या पत्राचा शेवट 'तुझा' असा करीत असत.

१९३५ मध्ये हिंदी प्रचार सभा मुंबईत सुरू झाली. राष्ट्रीय भाषेचा प्रचार करण्याच्या हेतूने या सभेच्या मानद सचिव म्हणून पेरिनबेननी काम केले. मादाम कामांनीही 'एक देश, एक भाषा, एक आशा' या कल्पनेचा प्रचार केला. भारताची एक राष्ट्रीय भाषा असावी यासाठी त्या उत्सुक होत्या. देशासाठी एका राष्ट्रीय भाषेची गरज आहे याबद्दल पेरिनबेनची खात्री झाली होती आणि या उद्दिष्टांच्या अंमलबजावणीसाठी त्यांनी कमालीच्या बांधिलकीने कार्य केले.

पुरुषोत्तम टंडन व हिंदी साहित्य संमेलन यांच्यापासून गांधीजी अलग झाल्यावर हिंदी प्रचार सभेचे नाव हिंदुस्थानी प्रचार सभा असे बदलले गेले. देशातील अनेकांना

फायदा व्हावा यासाठी राष्ट्रभाषा सोपी करणे व ऊर्दू आणि देवनागरी दोन्ही लिप्यांतून तिचा प्रचार व प्रशिक्षण यासाठी हिंदुस्थानी प्रचार सभेचे काम वर्ध्याला सुरू झाले. असंख्य अडचणी सोसूनही पेरिनबेननी गांधीजींच्या सिद्धान्तानुसार हिंदुस्थानीच्या प्रचारासाठी कार्य केले. भाषेच्या व प्रशिक्षणार्थींच्या विकासासाठी भाषेच्या प्रचाराचे त्यांचे स्वप्न त्यांनी गांधीजींना लिहिलेल्या पत्रातून स्पष्ट होते. (३३) भारताची राष्ट्रीय भाषा म्हणून हिंदीच्या विकासाच्या प्रश्नावर जवाहरलाल नेहरूंनीही पेरिनबरोबर आपुलकीने काम केले. (३४) नेहरू कुटुंबाबरोबर कॅप्टन भगिनींचे संबंध होते. गोशीबेनच्या प्रोत्साहनामुळे इंदिरा गांधी मुंबईतील ख्यातनाम वकील स्कूलमध्ये जात होत्या. पेरिनबेन कॅप्टननी पुण्यातील जहांगीर नर्सिंग होममध्ये १९५८ मध्ये मृत्यू येईपर्यंत सभेसाठी अथक प्रयत्न केले. (३५)

त्यांच्या मृत्यूनंतर काका कालेलकरांनी पेरिनबेनबद्दल लिहिले आहे, "हिंदुस्थानीच्या संदर्भात प्रचार सभा या बापूंच्या जीवनकार्याच्या संदर्भात बोलायचे झाले तर त्या सर्वोत्कृष्ट होत्या. त्यांच्या अथक शक्तीचा व समर्पण वृत्तीचा सर्व कार्यकर्त्यांना हेवा वाटत असे." राष्ट्रपती डॉ. राजेंद्र प्रसादांनी त्यांच्या मृत्यूचे वर्णन, "विधायक कार्याची हानी तर झालीच; शिवाय ज्यांची बापूंच्या कार्याशी जवळीक होती अशा आमच्यासारख्यांचे झालेले नुकसान तर खूप मोठे आहे."

मुंबई येथे भाषा संशोधन केंद्र उभारण्यासाठी पाच लाख रुपये मंजूर करण्याची त्यांची विनंती त्यांच्या मृत्यूनंतर मान्य करण्यात आली. हे केंद्र मुंबईतील चर्नीरोड येथील गांधी मेमोरियल बिल्डिंगमध्ये आहे.

पेरिनबेन कॅप्टनला जवळून ओळखणाऱ्या नेहरूंनी आपल्या शोकसंदेशात या धाडसी स्वातंत्र्यसैनिकाला मानाने आदरांजली वाहताना म्हटले, "मला माहीत असलेल्या सर्वांत शूर व्यक्तींपैकी त्या एक होत्या. त्यांची समर्पित वृत्ती व धाडस यांमुळे खरोखरच विरोधकांच्या हृदयात आमच्या लढ्याच्या प्रामाणिकतेबद्दल निकोप आदर निर्माण झाला." पेरिन कॅप्टन (कु. नौरोजी) यांनी कच्छपासून क्रांतिकारकांच्या गुप्त, हिंसक कारवायांपासून ते महात्मा गांधींच्या अहिंसेपर्यंत अशी खूपच मोठी मजल मारली. समाजात सर्वश्रेष्ठ समजल्या जाणाऱ्या वर्गात खचितच त्यांचा जन्म झाला होता. शिक्षण, कौटुंबिक, राजकीय पार्श्वभूमी आणि संपत्ती या गोष्टींचा जन्मजात फायदा त्यांना मिळाला होता. जुलमी व दडपशाही ब्रिटिश सत्तेकडून भारतीय स्वातंत्र्य मिळवण्याच्या भावनोत्कट लढ्यामुळे भौतिक लाभाची त्यांनी कधीच पर्वा केली नाही. त्यांचे आजोबा दादाभाई नौरोजी यांनी जुलमी ब्रिटिश सत्तेचे वर्णन 'ब्रिटिशांना न शोभणारी सत्ता' असे केले होते. पेरिनबेन या क्रियाशील महिला होत्या. भारताला स्वातंत्र्य मिळवून देणे, हे त्यांचे ध्येय होते. त्यासाठी त्यांनी बरीच किंमत मोजली.

स्वातंत्र्य चळवळीच्या गांधीवादी टप्प्यात फारच थोड्या पारशी स्त्रिया आघाडीवर होत्या. पेरिनबेन व त्यांच्या भगिनी त्यांच्यामध्ये प्रमुख होत्या. तरीही त्या अज्ञात राहिल्या व त्यांची फारशी दखल घेतली गेली नाही. भारताच्या या शूर सैनिकाला अभिवादन करू या. या चार भगिनी व गांधीजी यांच्यातील अदृश्य बंधाबद्दल गांधीजीही बोलत असत. या अदृश्य बंधाचा उगम दादाभाईंबद्दल दोघांनाही वाटणाऱ्या समान निष्ठेमध्ये होता. गांधीजींनी गोशीबेनना लिहिले, "त्यांच्या रक्ताच्या वंशजांपेक्षाही मी तुम्हाला अधिक मानतो. तुमचा त्यांच्यावर व त्यांच्या जीवनकार्यावर दृढ विश्वास होता. मी लहान मुलगा असतानाच त्यांचे आयुष्य ही माझी प्रेरणा होती. इतर कोणत्याही पुढाऱ्याची माहिती होण्याआधी मी त्यांच्या प्रभावाखाली आलो. तो प्रभाव कायम टिकून राहिला. लवकरच मी भारतात परतलो. पेरिनबेन माझ्या जीवनकार्यात सहभागी झाल्या, तेव्हा दादाभाईंची नात माझ्या आदर्शात सहभागी होत आहे हे पाहून माझ्या आनंदाला पारावार राहिला नाही. हे भावबंध इतके वाढले की तुमची दुःखे मला कळल्यावर मलाही मनापासून ती दुःखे जाणवत असत. मी त्यात सहभागी होत असे." (३७) दादाभाईंची नात पेरिनबेन व महात्माजी यांच्यातील या भावबंधांना व या भूमिकेला इतर कुठल्या मोठ्या अभिवादनाची गरजच नाही. अन्य कोणत्याही नेत्यापेक्षा दादाभाईंमुळे गांधीजी अधिक प्रभावित झाले होते. दादाभाई आणि गोशीबेन, नर्गीसबेन, खुर्शीद व पेरिनबेन यांचा आगळा वारसा पुढे चालवण्यासाठी त्यांच्या कुटुंबातील आज कोणीही हयात नाही, ही खरी शोकांतिका आहे. आज भारताला त्यांची दूरदृष्टी, समर्पण वृत्ती आणि बांधिलकी यांची निकड आहे.

संदर्भ

१. गांधी, महात्मा, 'स्पीच अॅट नवसारी' पुष्पा जोशी (संग्राहक), गांधी ऑन विमेन, अहमदाबाद, नवजीवन पब्लिशिंग हाऊस, १९८८, पृ. २१७
२. बसू, अपर्णा, 'द रोल ऑफ विमेन इन द इंडियन स्ट्रगल फॉर फ्रीडम' बी. आर. नंदा (संपा.) इंडियन विमेन : फ्रॉम परदा टू मॉडर्निटी, मधून विकास, न्यू दिल्ली, १९८६, पृ. १६-१७
३. नानावटी, पिलू, द पारसीज, न्यू दिल्ली, द दिल्ली पारसी अंजुमान ट्रस्ट, १९९२, पृ. ८४-८५, मिथान, टाटा नंतर श्रीमती मिथान लाम, पहिली भारतीय सॉलिसिटर स्त्री.
४. राल्फ, ओमर, नौरोजी द फर्स्ट एशिअन एम. पी., लंडन, हन्सीब, १९९७, पृ. १३१-१३२ आणि मसानी आर. पी., दादाभाई नौरोजी : द ग्रँड ओल्ड

मॅन ऑफ इंडिया, लंडन जॉर्ज ॲलन ॲंड अन्विन लि., १९३७, पृ. १८६-१८७
५. भिखायजी कामांचे दादाभाई नौरोजींना पॅरिसहून पत्र, २६-१२-१९०५
६. भिखायजी कामांनी नौरोजींना पाठविलेली पत्रे : २२ नोव्हेंबर पॅरिसहून १२ फेब्रुवारी १९०७ झुगेरबर्ग, स्वित्झर्लंड येथून ३१ मार्च १९०७ हेरेस, फ्रान्स येथून
७. करंदीकर, शि.ल., सावरकर चरित्र, पुणे, लेखक, १९४७, पृ. ३४०-३४१ आणि जोशी वि.श्री., क्रांतिकल्लोळ, मुंबई मनोरमा प्रकाशन, मुंबई, पृ. ३४१-३४२
८. चोप्रा, प्रभा आणि पी.एन.चोप्रा, (संपा.) ब्रिटिश इंटेलिजन्स रिपोर्ट्स, इंडियन फ्रीडम फायटर्स अब्रॉड, न्यू दिल्ली, क्रायटेरिन पब्लिशर्स, १९८८, पृ. ११२
९. क्रूगर, हॉर्स्ट, इंडियन नॅशनल रिव्होल्यूशनरीज इन पॅरिस बीफोर वर्ल्ड वॉर I, अर्काइव्ह ओरिएंटल, खंड ४५, क्रमांक ४, १९९७, पृ. ३३७
१०. चोप्रा, उपरोक्त आणि होम (डिपार्टमेंट) पोलिटिकल, ऑगस्ट, १९१३, क्र. १-३,
११. चोप्रा, उपरोक्त, पृ. ११२
१२. सेठना, खुर्शीद, ए., मादाम भिखायजी कामा, न्यू दिल्ली, गव्हर्न्मेंट ऑफ इंडिया, १९८७, पृ. १०३-१०४
१३. कित्ता, पृ. १४८
१४. बीबीसी रेडिओ इंटरव्ह्यू विथ गोशी कॅप्टन (कु. नौरोजी) जाने. १९७२
१५. ब्रिटिश इंटेलिजन्स, उपरोक्त
१६. बीबीसी इंटरव्ह्यू, उपरोक्त
१७. कित्ता, गांधीजींनी लिहिले आहे - त्यांना काही खेड्यातील स्त्रिया भेटल्या. त्यांच्यापैकी एकीची साडी खूपच मळलेली होती. साडी का धुतली नाही असे विचारल्यावर तिला रडू कोसळले. गांधीजींना आश्चर्य वाटले. त्या चौघी मिळून एकत्र राहत व प्रत्येकीला आपले कपडे घेण्यासाठी पैसे नाहीत असे त्या स्त्रीने सांगितले. त्यामुळे एकच साडी सर्वांना वापरावी लागते आणि जेव्हा एक जण बाहेर जाते, तेव्हा बाकीच्या बाहेर पडू शकत नाहीत. त्यांना आलटून पालटून तीच साडी वापरावी लागत असल्यामुळे ती धुण्यासाठी वेळ मिळत नाही. त्यांचे दुःख व दारिद्र्य यांमुळे हेलावलेल्या गांधीजींनी त्यानंतर फक्त खादी वापरण्याची शपथ घेतली.
१८. कित्ता
१९. राल्फ, ओमर, उपरोक्त, पृ. १३८-१३९
२०. बीबीसी इंटरव्ह्यू, उपरोक्त
२१. गांधी, परिनाझ, 'इन द ट्रॅडिशन्स ऑफ दादाभाई नौरोजी, पारसियाना, मार्च १९९३, पृ. ७०-७२
२२. डॉ. आलू दस्तूर पेरिनबेन कॅप्टनला चांगल्या ओळखत होत्या. पेरिनबेनबद्दलच्या त्यांच्या वैयक्तिक आठवणी त्यांनी आपल्या हस्ताक्षरात लिहून ठेवल्या होत्या.

त्या वापरण्याची परवानगी दिल्याबद्दल मी त्यांची ऋणी आहे.

२३. बोमन, बेहराम बी. के., 'द रोल ऑफ पारसी विमेन इन द फ्रीडम मूवमेंट', एस.एन.डी.टी. विद्यापीठातील 'इंडियन नॅशनल काँग्रेस अँड फ्रीडम स्ट्रगल', १८८५-१९४७ या विषयावरील परिसंवादात सादर केलेला शोधनिबंध, मार्च २३-२५, १९८५

२४. महात्मा गांधींचे पेरिन कॅप्टनना पत्र; ५ जून १९२६, कलेक्टेड वर्क्स ऑफ महात्मा गांधी, न्यू दिल्ली, पब्लिकेशन्स डिव्हिजन, गव्हर्न्मेंट ऑफ इंडिया, खंड ३०, पृ. ३३

२५. महात्मा गांधींची पेरिन कॅप्टनला पत्रे : २८ ऑगस्ट १९२८ आणि १८ ऑक्टोबर १९२८, कित्ता, १९७०, खंड ३७, पृ. ३८९, महात्मा गांधींचे नर्गीस कॅप्टनला पत्र, ७ सप्टेंबर १९३४, खंड ५८, पृ. ४२०

२६. शाह, कुंजलता, "विमेन वॉरिअर्स ऑफ द नॉन–व्हायोलंट स्ट्रगल, देशसेविका संघ ऑफ बॉम्बे (१९३०-३१), अप्रकाशित शोधनिबंध

२७. बसू, अपर्णा, उपरोक्त, पृ. २५

२८. शाह, कुंजलता, उपरोक्त, पृ. ८-९

२९. बोमन, बेहराम, बी.के. उपरोक्त, पृ. १७-१८

३०. महात्मा गांधींची पेरिनला तार - १७ फेब्रुवारी १९३१ आणि पेरिनचे उत्तर २० फेब्रुवारी १९३१.

३१. डिक्टेटर ही संज्ञा काँग्रेस संघटना बेकायदा म्हणून घोषित झाल्यानंतर ती ताब्यात घेणाऱ्या व्यक्तीला उद्देशून वापरली जात असे. या ठिकाणी मुं. प्र. काँ. च्या संदर्भात वापरली आहे. जेव्हा समितीचा अध्यक्ष आणि इतर पदाधिकाऱ्यांना पकडले जात असे, तेव्हा ती संघटना चालवणाऱ्याला 'डिक्टेटर' म्हणत असत. जर एक 'डिक्टेटर' पकडला गेला, तर दुसरी कोणी व्यक्ती ती जागा घेत असे.

३२. पत्र, कित्ता, महात्मा गांधींचे पेरिनला ७ ऑगस्ट १९३८चे पत्र, खंड ६७, १९७७, प१. २३२

३३. पेरिन कॅप्टनचे महात्मा गांधींना २६ नोव्हेंबर १९४५चे पत्र

३४. जवाहरलाल नेहरूंचे पेरिन कॅप्टनला पत्र, १२ ऑगस्ट १९४७

३५. गोशी व पेरिन यांच्या पुतण्या श्री. माणेक कॅप्टन याने लेखिकेला दिलेली माहिती

३६. काका कालेलकर व राजेंद्र प्रसाद यांनी गोशी कॅप्टनला पाठवलेली पत्रे, २ फेब्रुवारी १९५८ व २७ फेब्रुवारी १९५८

३७. महात्मा गांधींचे गोशी कॅप्टनला पत्र, १ जुलै १९३८, उपरोक्त, खंड ६७, पृ. १४४.

◆

■ तैयबजी कुटुंबातील स्त्रियांनी राष्ट्रीय चळवळीत बजावलेली भूमिका ■

यास्मिन एम. लुकमानी

(डॉ. यास्मिन लुकमानी : मुंबई विद्यापीठाच्या इंग्रजी विभागप्रमुख व प्राध्यापक. त्यांच्या पीएच. डी. च्या प्रबंधाचा विषय 'अ रॅशनेल फॉर प्रोफिशिअन्सी इन टेस्टिंग इन इंग्लिश फॉर कॉलेज एंट्रन्स'. इंग्रजी भाषेचे अध्यापन हा त्यांच्या खास अभ्यासाचा विषय असून, या खास क्षेत्रात त्यांनी बरीच भर घातली आहे. इंग्रजीतून विचार व्यक्त करण्याचे कौशल्य, एक परकीय भाषा म्हणून इंग्रजीचे अध्यापन, तसेच इंग्रजीसाठी कसोट्या आणि मूल्यमापनाची तंत्रे या त्यांच्या खास अभ्यासाच्या क्षेत्रात त्यांनी पुष्कळ पुस्तके प्रसिद्ध केली आहेत. यास्मिन लुकमानी या पै. बद्रुद्दिन तय्यबजी यांच्या पणती आहेत.)

बद्रुद्दिन तैयबजी हे मुंबई उच्य न्यायालयाच्या मूळ न्याय शाखेतील (ओरिजिनल साइड) न्यायाधीश होते आणि भारतीय राष्ट्रीय काँग्रेसचे तिसरे अध्यक्ष होते. न्या. तैयबजींच्या कुटुंबाने जीवनाच्या अनेक क्षेत्रांत आपला ठसा उमटवला होता. कायदा क्षेत्रात प्रोफेसर ए.ए.ए.फैझी, न्या. अब्बास तैयबजी, तेव्हाच्या बडोदा संस्थानचे मुख्य न्यायाधीश न्या. हुसेन तैयबजी, मुंबई उच्च न्यायालयातील फैझ तैयबजी, हातिम तैयबजी आणि डॅनियल लतिफी हे सर्व जण प्रमुख होते. पर्यावरण आणि पशुपक्षी संरक्षण क्षेत्रात डॉ. सलीम अली, श्री. हुमायून अब्दुल अली, श्री. झफर फतेह अली आणि कॅप्टन नादिर तैयबजी यांचा त्यांच्या कामगिरीबद्दल यथोचित गौरव करण्यात आला आहे. वैद्यकीय क्षेत्रात डॉ. बद्रुद्दिन लुकमानी, एफ.आर.सी.एस., एम.आर.सी.पी. ख्यातनाम होते. आयसीएस या सर्वोच्च प्रशासकीय सेवेत डॉ. अल्मा लतिफी, सीआयई, ओबीई, पंजाबचे वित्तीय व महसूल आयुक्त होते. श्री. बी.एफ.एच.बी. तैयबजी हे पश्चिम जर्मनी व जपानमधील राजदूत होते. अलिगड मुस्लिम विद्यापीठाचे कुलगुरू आणि नंतर बडोद्यातील मुस्लिमांच्या उद्धारासाठी मोठे कार्य करणारे अझीम तैयबजी यांची कामगिरीही वाखाणण्यासारखी होती.

काश्मीर विद्यापीठाचे पहिले कुलगुरू आणि नंतर भारताचे इजिप्तमधील राजदूत प्रा. ए.ए.ए. फैझी कायदा क्षेत्रातही विख्यात होते. श्री. इद्रिस लतीफ आधी हवाई दल प्रमुख होते व नंतर राज्यपाल झाले. श्री. जाफर झहीर हेही हवाई दल उपप्रमुख होते. नौदलात कॅ. नादिर तैयबजी होते. ते नव्या दिल्लीतील नौदलाच्या मुख्यालयात हवाई कर्मचारी विभागाचे संचालक व नौदल कारवाई विभागाचे संचालक होते. श्री. सलमान तैयबजी हे मुंबई इलाख्याच्या सार्वजनिक बांधकाम खात्याचे प्रमुख इंजिनिअर व नंतर जम्मू-काश्मीर राज्याचे प्रमुख इंजिनिअर होते. थोर इतिहासकार इरफान हबीबही याच कुटुंबातील आहेत. सोहेला तैयबजींचा विवाह प्रो. मोहम्मद यांच्याबरोबर म्हणजे इरफान हबीब यांच्या पिताजींबरोबर झाला होता. तैयबजी कुटुंबातील दोन स्त्रिया व्यासंगी लेखिका होत्या. बेगम अतिया फैझी या कविवर्य इक्बालांच्या सुहृद होत्या. श्रीमती सुलताना ए.ए.ए. फैझी यांचे ऊर्दूतील साहित्य विविध विद्यापीठांत अभ्यासासाठी नेमले आहे. काही नामवंतांचा अपवाद वगळला तर या नामावलीत वयाची ८० वर्षे ओलांडलेल्या व्यक्ती किंवा आज आपल्यामध्ये हयात नसलेल्या व्यक्तींचा समावेश केलेला आहे. जे वयाने तरुण आहेत अशांची नावे मी दिलेली नाहीत.

सामाजिक पुनर्रचनेच्या कार्यात तसेच स्वातंत्र्य चळवळीत या कुटुंबाने महत्त्वाची कामगिरी केलेली आहे. त्यात या कुटुंबातील स्त्री-पुरुष सहभागी झाले होते. माझा विषय महिलांच्या कार्याशी संबंधित असला तरीही मी काही प्रसिद्ध पुरुषांच्या नावाचा उल्लेख करते. बद्रुद्दिन तैयबजी, कमरुद्दिन तैयबजी, अमीरुद्दिन तैयबजी, हे तिघेही बंधू १८८०च्या दशकापासून विसाव्या शतकाची पहिली काही वर्षे नेमस्त किंवा उदारमतवादी चळवळीत, न्याय व शिक्षणविषयक संस्थांच्या तसेच महापालिका, विधानमंडळ यांसारख्या संस्थांच्या उभारणीत गुंतलेले होते. बद्रुद्दिन तैयबजींचे जावई अब्बास तैयबजी यांनी स्वातंत्र्य चळवळीत मोठे नाव मिळवले. ते गांधीजींचे प्रिय मित्र होते. अमृतसरमधील जालियनवाला बागेतील हत्याकांडाची चौकशी करण्यासाठी काँग्रेसने नेमलेल्या आयोगावर त्यांची नेमणूक झाली तेव्हा अब्बास तैयबजींनी बडोदा संस्थानातील आपल्या प्रमुख न्यायाधीशपदाचा राजीनामा दिला. आयोगाचे काम करीत असताना ब्रिटिश सत्ताधीशांनी केलेले गंभीर गुन्हे त्यांनी उघडकीस आणले आणि लगेचच ते स्वातंत्र्य चळवळीत सामील झाले. मे १९३०मध्ये गांधीजींना जेव्हा तुरुंगात डांबण्यात आले, तेव्हा भारतीय राष्ट्रीय काँग्रेसचे कार्यकारी अध्यक्ष म्हणून त्यांनी श्री. अब्बास तैयबजी यांचे नाव सुचवले. धारासणा येथील मिठाच्या गोदामावर सत्याग्रह करणाऱ्या पथकाचे नेते म्हणून अब्बास तैयबजी ओळखले जातात. अब्बास तैयबजींमुळे 'खरा रुपया चांदी का, राज तैयब-गांधीका' ही घोषणा देशात दुमदुमली. सालाह तैयबजी हे अब्बासजींचे पुत्र रंगून काँग्रेसचे नेते होते.

कॅप्टन नादिर तैयबजी हे सालाहजींचे चिरंजीव भारतीय नौदलात होते. जेव्हा जपानी लोकांनी रंगूनवर हल्ला केला, तेव्हा रंगूनमधील भारतीयांना सुरक्षित ठिकाणी हलविण्याची कामगिरी सरकारने अवघ्या २८ वर्षांच्या कॅप्टन नादिरवर टाकली. दहा ते वीस लाख भारतीयांना रंगूनहून खुष्कीच्या मार्गाने पायीपायी कलकत्त्याला परत आण्याची प्रचंड कामगिरी कॅप्टन नादिर यांच्यावर सोपवण्यात आली होती.

चळवळीत सक्रिय सहभाग घेतल्यामुळे काहींनी वारंवार तुरुंगवास सोसला. अशा लोकांमध्ये जब्बीर अली (मुंबई इलाख्याच्या पहिल्या कॉंग्रेस सरकारचे मुख्यमंत्री श्री. बाळ गंगाधर खेर, जब्बीर अलींचे मित्र होते. त्यांनी जब्बीर अलींना शेतकी खात्याचे मंत्रिपद देऊ केले होते.), फरीद तैयबजी (अहमदनगर जिल्ह्यात अस्पृश्यता निवारण व ग्राम पुनर्रचनेच्या कार्यात स्वतःस गुंतवून घेतले होते.), साद अली (समाज पुनर्रचनेच्या कार्यात मोठा वाटा होता.) यांचा समावेश होतो.

ही सर्व माहिती कौटुंबिक पार्श्वभूमी समजावी म्हणून दिली. या कुटुंबातील स्त्रियांचा सक्रिय सहभागही कमी नव्हता. अनेक जणींनी खेड्यापाड्यातील मुले व स्त्रिया यांच्याशी संबंधित क्षेत्रात कार्य करून मोठेपणा मिळवला. काहींनी सामाजिक पुनर्रचनेचे कार्य करून, तर काहींनी वसाहतवादी सत्तेविरुद्ध निदर्शने करून स्वतःला अटक करून घेतली व तुरुंगवास सोसला. काही जणींनी स्वतंत्रपणे केलेल्या राजकीय कार्यामुळे त्या लोकांच्या परिचयाच्या झाल्या. काही जणी आपल्या पतीच्या राजकीय कामात सहभागी झाल्यामुळे समाजाला माहीत होत्या. काहींचे शैक्षणिक क्षेत्रात योगदान होते. इतर काही समाज कल्याणाचे व राष्ट्रीय एकात्मतेचे उपक्रम करीत असत. सुसंस्कृत व सुशिक्षित स्त्रियांपैकी काहींना इंग्लंडला शिक्षणासाठी पाठविण्यात आले होते. त्या स्त्रिया फक्त मुस्लिम स्त्रियांमध्येच नव्हे, तर भारतीय स्त्रियांमध्ये उठून दिसल्या. परंतु त्याहूनही अतिशय महत्त्वाची बाब म्हणजे समाजसेवा आणि व्यापक अर्थाने देशसेवा या गोष्टी त्यांनी आत्मसात केल्या होत्या. कुटुंब किंवा जमात यापुरत्याच त्यांच्या कल्पना मर्यादित नव्हत्या. आपण आधी भारतीय आहोत हा विचार करून सर्वसामान्य समाजाचे दुःख दूर करण्याचे मार्ग त्यांनी शोधले. 'स्वातंत्र्य चळवळीत सहभाग' याचा अर्थ माझ्या मते केवळ राजकीय दृष्ट्या एकत्र येणे नव्हे, तर सामाजिक संसाधने उभी करणे, तसेच संस्था उभ्या करणे, असा आहे. या दृष्टीने कालानुक्रमे तैयबजी कुटुंबातील प्रमुख स्त्रियांच्या कार्याचा मी वेध घेणार आहे.

बेगम बद्रुद्दिन तैयबजी, बिबी राहत उन नफ्स या स्त्रियांबद्दलच्या कामाशी निगडित होत्या. मुंबईतील विविध जमातींतील स्त्रियांना जनाना क्लबमार्फत एकत्र आणण्यात त्यांचा मोठाच सहभाग होता.

नॅशनल इंडियन असोसिएशनच्या महिला शाखेच्या अत्यंत सक्रिय सभासदांपैकी

त्या एक होत्या. त्यांच्या मृत्यूनंतर २५ वर्षांनी समाजसेवा करणाऱ्यांना अभिवादन करताना लेडी कावसजी जहांगीर यांनी त्यांची आठवण ठेवून म्हटले, "त्यांच्या पिढीने इतर अनेकांप्रमाणे बेगम बद्रुद्दिन तैयबजी आणि कुमारी शिरीनबाई माणेकजी करसेटजी यांच्यासारख्या थोर स्त्रिया निर्माण केल्या." (१) १९०४ सालच्या बॉंबे एक्झिबिशनच्या महिला विभागाच्या कार्यकारी समितीचे अध्यक्षपदही त्यांनी हयातीच्या अखेरीस भूषविले. 'द पारसी' या नियतकालिकाने १९०५ मध्ये त्यांच्याबद्दल लिहिले, "त्यांची मते व कल्पना जागृती करणाऱ्या होत्या. आपल्या समाजातील लोकांपेक्षा त्या खूप पुढारलेल्या होत्या आणि तरीही, लोकांच्या अर्ध्यामुर्ध्या कारणमीमांसेबद्दल, क्षीण लढ्याबद्दल, त्यांचे पूर्वग्रह, भीती आणि शंका यांच्याबद्दल त्यांनी सहानुभूती दाखवली आणि कोणताही बदल घडवून आणण्यासाठी योग्य वेळ आली आहे असे वाटले तर बेगमसाहिबा पुढाकार घेत असत."(२)

श्रीमती अमीना तैयबजी या बद्रुद्दिन तैयबजींची सर्वांत मोठी कन्यका व अब्बास तैयबजींच्या पत्नी. त्यांनी पतीबरोबर स्वातंत्र्यलढ्यात मनापासून भाग घेतला. त्यांच्या शिक्षण क्षेत्रातील योगदानाबद्दल विशेषतः बडोद्यामध्ये मुस्लिम समाजातील मुलींच्या शिक्षणासाठी केलेल्या कार्याबद्दल त्यांचे चांगलेच स्मरण राहील. त्यांनी मुलींसाठी एक शाळा स्थापन केली. आता त्या शाळेला त्यांचे नाव दिले असून, ती शाळा अजूनही चालू आहे. जे घर त्यांनी शाळेसाठी दिले होते, त्या घरात आता मुलींसाठी सुरू केलेले महाविद्यालय उभे आहे. पतीच्या राजकीय जीवनातही त्यांनी सक्रिय भाग घेतला. पतीबरोबर साबरमती आश्रमात बा व बापूंना भेटण्यासाठी त्याही जात असत. गांधीजी तुरुंगात असल्यामुळे जेव्हा अब्बास तैयबजींना त्यांच्या जागी प्रभारी अध्यक्ष म्हणून नियुक्त करण्यात आले, तेव्हा अमीनाजी विषय नियामक समितीच्या सदस्य होत्या. त्या बैठकीसाठी त्यांना अहमदाबादला जावे लागत असे. १९४० मध्ये मृत्यू होईपर्यंत त्या बडोद्यातच राहिल्या. त्यामुळे अर्थातच बडोद्यातील राजकीय कार्यामध्ये त्या खूपच रस घेत असत. बडोदा शहरात परदेशी कापडाची होळी करण्यात आणि अन्य परदेशी वस्तू नष्ट करण्यात अब्बास तैयबजींना पुढाकार घ्यावा लागला. उत्तम आयरिश वस्त्रे, पलंगपोस इत्यादी ढीगभर कपडे जाळण्यासाठी फेकून देऊन अमीनाजी या उपक्रमात सहभागी झाल्या.

सकिना लुकमानी या बद्रुद्दिन तैयबजींची आणखी एक कन्यका. श्रीमती लुकमानी या अतिशय क्रियाशील व न थकणारी सामाजिक कार्यकर्ती होत्या. १९४०मध्ये चेंबूरला स्थलांतर केल्यावर तिथे प्रसूतिगृह उभारण्यास व त्यांच्या विकासात सकिनाजींनी मोठा हातभार लावला. ते प्रसूतिगृह अजूनही तिथे आहे. बाल विकास केंद्र ही शिशुशाळा उभारण्यासाठी भगिनी सेवा मंडळाच्या व्यवस्थापन समितीने सल्लागार समितीच्या अध्यक्षपदी त्यांना निवडून दिले. त्या अध्यक्षपदावर

त्यांनी खूप वर्षे काम केले. ३ ते ६ वयोगटाच्या मुला-मुलींसाठी ती शाळा होती. ७व्या वर्षी मुलाला किंवा मुलीला प्राथमिक शाळेच्या दुसऱ्या इयत्तेत बसवले जात असे. भगिनी सेवा मंडळाच्या व्यवस्थापन समितीने १९५२ मध्ये नोंद केली. "या शाळेच्या प्रगतीसाठी व विकासासाठी स्त्री-पुरुषांची एक समिती नियुक्त करावी, असे ठरवले आणि सर्व सदस्यांनी नजीकच्या भविष्यात हे उद्दिष्ट साध्य करण्याबाबत श्रीमती सकिना लुकमानी यांच्यावर पूर्ण विश्वास दाखवला."(३) हे बाल विकास केंद्र अद्यापही अस्तित्वात असून, ते आता स्वतःच्या इमारतीत आहे.

श्रीमती लुकमानी स्थानिक काँग्रेस शाखेच्या १९३०मध्ये अध्यक्ष झाल्या आणि बरीच वर्षे त्या पदावर राहिल्या. स्वातंत्र्यसंग्रामात त्या सक्रिय राहिल्या व त्यांनी निदर्शनात भाग घेतला. जवळच्या दारूगुत्त्यापासून ५० यार्डांवर असलेल्या पिंपळाच्या झाडाखाली त्या बसून राहिल्या तरी त्यांच्या व्यक्तिमत्त्वातील सामर्थ्यामुळे व त्यांच्याबद्दलच्या धाकामुळे दारू खरेदी करण्यासाठी व पिण्यासाठी आलेली गिऱ्हाइके दारूगुत्त्यापासून दूर राहत असत. त्यामुळे दुसऱ्या कोणीही सक्ती करण्याची गरज भासत नसे. इंग्रज दुकानदाराने वरिष्ठ अधिकाऱ्यांकडे खूप त्रास दिला जात असल्याबद्दल तक्रार केली. त्यांना अटक करून चार महिने सक्तमजुरी व १०० रु. दंडाची शिक्षा ठोठावली गेली. अनेक वृत्तपत्रांनी ठळक मथळ्यात त्यांच्या अटकेची बातमी छापली. (४) '६५ वर्षांच्या मुस्लिम महिलेला सक्तमजुरी; पै. न्या. बद्रुद्दिन तैयबजींची कन्या तुरुंगात.' या शिक्षेचा निषेध करणारी पत्रे वृत्तपत्रात प्रसिद्ध झाली. त्यामध्ये जीकेएन नावाच्या पत्रलेखकाच्या बॉंबे क्रॉनिकल या वृत्तपत्रातील पत्राचा समावेश होता. कुर्ल्याच्या प्रथम दर्जाच्या मॅजिस्ट्रेटने त्या महिलेच्या गुन्ह्याचे प्रमाण लक्षात घेता दिलेली शिक्षा रानटीपणाची होती, असा शिक्षेच्या विरोधात कडक भाषेत हल्ला चढवून पत्रलेखकाने म्हटले होते, "यापुढे त्याला न्यायासनावर काम करण्याची परवानगी देण्यापूर्वी जनतेने त्याच्या योग्यतेच्या प्रमाणपत्राची मागणी केली पाहिजे." (५) या आरड्याओरड्याचा परिणाम होऊन २४ तासांच्या आत गव्हर्नर हॉटसेनने सकिनाबिबींची 'क' वर्गातील सक्तमजुरी रद्द केली आणि 'अ' वर्गात बढती दिली. म्हणजे साध्या कैदेची शिक्षा दिली व नंतर त्यांच्या तुरुंगवासाची मुदतही कमी करून ती अडीच महीने केली. वकिलांच्या एका गटाने हा खटला आपणहून लढवला. (काँग्रेसमधील कोणीही आतपर्यंत आपणहून शिक्षेविरुद्ध खटला लढवला नाही. वाट्याला येणारी शिक्षा त्यांनी स्वीकारली.) सत्र न्यायाधीशाचे ताशेरे वृत्तपत्रांनी प्रसिद्ध केले होते. (६) सकिना लुकमानींबद्दल आदर व्यक्त करण्यासाठी देशसेविका संघटनेने स्त्रीसंघाची मिरवणूक काढली. या मिरवणुकीत त्यांची मुलगी शमीम लुकमानी होती. शांतता व मानवता यांच्यासाठी अभंग सेवेचे प्रतीक म्हणून शमीम लुकमानींनी हातात झेंडा घेतला होता. (७)

महत्त्वाची सार्वजनिक व्यक्ती या नात्याने सकिनाजी सार्वजनिक कार्यक्रमांत भाषणे करीत असत आणि स्त्री संघटनांच्या स्नेहसंमेलनात अध्यक्षपदी असत. मुस्लिम महिलांच्या एका बैठकीच्या अध्यक्षस्थानी असताना तिथे एक ठराव मंजूर करण्यात आला. त्यामध्ये 'महात्मा गांधींच्या उपवासाबद्दल, तसेच त्यांच्या आरोग्याविषयी तीव्र चिंता व्यक्त करण्यात आली आणि त्यांच्या विनाशर्त सुटकेची मागणी करण्यात आली.' (८) त्यांच्या भगिनी श्रीमती सफिया जबीरही त्या बैठकीत बोलल्या. मादाम सोफाया वाडियांच्या भाषणाचे ऊर्दू भाषांतर श्रीमती ए.ए.ए. फैझ यांनी केले. (पुतण्याची पत्नी)

श्रीमती सकिना लुकमानींचे स्त्रीसत्याग्रहींमध्ये उच्च स्थान होते. गांधीजींच्या मृत्यूनंतर लगेचच देशसेविकांनी शोक व्यक्त करण्यासाठी मुंबईत काढलेल्या मिरवणुकीचे नेतृत्व सकिनाबिबींकडे होते. सव्वा मैल लांबीच्या या स्त्रियांच्या मिरवणुकीत सकिनाबिबी हातात ध्वज घेऊन चालत होत्या. त्यांच्या मागे पेरिन कॅप्टन व लीलावती मुन्शी होत्या आणि त्यामागे मिरवणुकीतील बाकीची माणसे होती.

श्रीमती सफिया जबीर अली म्हणजे श्रीमती लुकमानींची सर्वांत धाकटी बहीण व प्रसिद्ध स्वातंत्र्यसैनिक जबीर अली यांची पत्नी. सफिया अली आपल्या पतीला कामात, निदर्शने करण्यात व खादीविक्रीच्या कार्यात पाठिंबा देत असत. जबीर अलींबाबत एक गमतीदार घटना घडली. एकदा जबीर अली एका नातेवाइकाकडे गेले. त्यांच्या पाठीवर विकण्यासाठी घेतलेल्या खादीच्या गाठोड्याचे ओझे होते. फेरीवाला समजून त्यांना घराच्या आवारातून जवळजवळ हाकलून देण्यात आले होते. चेंबूरमधील त्यांच्या फर्मची सर्व कामे सफियाबिबी करीत व नवऱ्याला राष्ट्रीय चळवळीचे कार्य करण्यासाठी मोकळे ठेवत. परिसरातील कामगारांच्या मुलांसाठी साक्षरतेचे वर्गही त्या चालवीत असत.

सार्वजनिक कार्यक्रमांत त्या भाषणे देत आणि खूप मोठा निधी जमा करीत. त्यांनी बंगालमधील दुष्काळासाठी मदतनिधी उभारला होता. त्यांचे यजमान रंगूनमध्ये नोकरी करीत असताना सफियाबिबी तेथील झीनत इस्लाम हायस्कूलमध्ये शिकवण्याचे काम करीत असत. ही शाळा त्यांचे मेहुणे अख्तर तैयबजी यांनी मुस्लिम मुलींसाठी रंगून येथे स्थापन केली होती. या शाळेमुळे तरुण मुस्लिम मुलींना शिक्षण घेण्यास मदत झाली.

श्रीमती अख्तर तैयबजी (अब्बास व अमीना तैयबजींच्या सूनबाई) या शाळेच्या मुख्याध्यापिका होत्या. तसेच अनेक वर्षे व्यवस्थापक समितीच्या अध्यक्ष होत्या. ती शाळा त्या प्रदेशातील एक महत्त्वाची शाळा समजली जात असे. या शाळेने केवळ शिक्षण खात्याचेच लक्ष वेधून घेतले असे नाही, तर त्या शाळेकडे गव्हर्नर व

गव्हर्नरांच्या पत्नीसकट वरिष्ठ नोकरशहांचेही लक्ष वेधले होते. शाळेत शिकवल्या जाणाऱ्या विषयांचा अभ्यासक्रम शिक्षणखात्याच्या नियमाला अनुसरून होता. तो अभ्यासक्रम मॅट्रिक परीक्षेसाठीचे सर्व निकष समाधानकारक रीत्या पूर्ण करीत होता. नंतर व्यवस्थापकीय समितीचे अध्यक्षपद गव्हर्नर पत्नीकडे सुपूर्द करण्यात आले आणि १९४१मधील जपान्यांच्या आक्रमणापूर्वी काही दिवस शाळेच्या एका माजी विद्यार्थिनीकडे मुख्याध्यापक पदाची धुरा देण्यात आली.

शाळा चालवण्याच्या कामातून झालेली सुटका खरोखरच आवश्यक होती; कारण तेव्हाच अनेक समित्यांवर सरकारने त्यांची नेमणूक केली होती. या समित्या मुलींचे शिक्षणविषयक प्रश्न, भारतीय स्त्रीमजुरांचे कल्याण, शेतीकाम करणाऱ्या स्त्रिया, इमारती बांधणाऱ्या कंत्राटदारांकडे दैनंदिन रोजगारावर काम करणाऱ्या स्त्रिया इत्यादींच्या प्रश्नांसाठी नेमलेल्या होत्या. अख्तर बीबींनी १९३०च्या सुरुवातीला 'मंडे आफ्टरनून क्लब' स्थापन केला होता व त्या त्याच्या सचिव होत्या. नंतर त्या क्लबच्या त्या अध्यक्ष झाल्या. ही ब्रह्मदेशातील (म्यानमार) सर्वांत पहिली स्त्री-संघटना होती. तिचे सभासद सर्व धर्मांचे होते आणि व्यापक सामाजिक व शैक्षणिक बाबींमध्ये त्या सदस्यांना रस होता. शाळा व क्लब, या दोन्ही संस्था दीर्घ काळ अस्तित्वात होत्या. या संघटनांशी त्यांचा शेवटचा संपर्क १९४८-४९ मध्ये आला तेव्हा गव्हर्नरचे भारतविषयक घडामोडींचे सल्लागार म्हणून त्यांच्या पतीची नेमणूक झाली. सफियाबिबींची फ्रान्सच्या मानद व्यापारी प्रतिनिधी म्हणून नियुक्ती झाली आणि १९४२ मध्ये रंगून सोडेपर्यंत त्यांनी त्या पदावर काम केले. त्यांच्या या कामगिरीबद्दल फ्रेंच सरकारने त्यांना पारितोषिकही दिले.

या स्त्रिया मौजमजाही करीत असत. उदा. अख्तर तैयबजींनी रंगूनमध्ये एक सायकल क्लब सुरू केला होता. न्यायाधीश नानावटी व श्रीमती डी. डी. नानावटी यांच्यासारखे अख्तरबिबींचे सुहृद त्या क्लबचे सदस्य होते. अन्य सदस्यांमध्ये श्री. व श्रीमती बी. के. नेहरू यांचा समावेश होता. ही सर्व मंडळी रविवारी सकाळी आपापल्या सायकलीवरून सहलीतील सकाळच्या नाश्त्यासाठी रॉयल लेककडे जाताना दिसत असत.

अख्तरबिबींचे यजमान १९१४च्या सुमारास भारतीय राष्ट्रीय काँग्रेसचे रंगूनमधील प्रतिनिधी झाले होते. अनेक मजूर संघटनांच्या कार्याशी त्यांची बरीच बांधिलकी होती. विशेषतः ओरिसातील व बिहारमधील मजूर आणि भारतीय शेतमजूर यांच्या समस्यांविषयी त्यांना फार आस्था वाटत असे. स्वदेशातून इथे आलेल्या व करारामुळे बंधनात अडकलेल्या मजुरांना अखेरीस मुक्त करण्याचे अतिशय महत्त्वाचे काम त्यांच्यावर सोपविण्यात आले होते. १९३७पूर्वी ब्रह्मदेशाच्या विधानमंडळातील जागेवर ते निवडून आले व १९३७नंतर म्हणजे ब्रह्मदेश भारतापासून अलग

झाल्यावरही ते निवडून आले होते. ब्रह्मदेशातील तांदळाचा व्यापार या विषयावरचे त्यांचे काम आजही अशा प्रकारच्या अभ्यासासाठी आदर्श समजले जाते. तेव्हा जपानी आक्रमकांच्या हाती रंगून पडणार अशी स्पष्ट शक्यता १९४१-४२मध्ये दिसू लागली, तेव्हा ब्रह्मदेश सरकारने नागरी पुरवठा आयुक्त म्हणून त्यांची नेमणूक केली. देशातील तांदळाचे सर्व उपलब्ध साठे एकत्र करून ते गोदामात ठेवून ते देशातील गरजू नागरिकांपर्यंत ते पोहोचविण्याची जबाबदारी त्यांच्यावर टाकण्यात आली होती. अधिक महत्त्वपूर्ण बाब म्हणजे रंगूनमधून मंडालेकडे व भारतीय सरहद्दीच्या दिशेने माघार घेणाऱ्या ब्रिटिशांचे नियंत्रण असलेल्या हिंदी सैन्याला व राष्ट्रकुलातील लष्करी तुकड्यांना तांदळाचा पुरवठा करायचा होता.

लष्कर अक्षरशः कूच करीत असताना हा पुरवठा करणे जरूर होते. त्यांनी एक रोमांचकारक चाल खेळली. तांदळाच्या गिरण्या ज्यात आहेत, अशा २००-३०० लॉऱ्या वापरण्याची त्यांना परवानगी मिळाली. त्यामुळे या फिरत्या गिरण्यांतून लष्कराला सरळ प्रत्यक्ष पुरवठा करण्याचे स्वातंत्र्य मिळाले व त्यात लवचिकता आणता आली.

१९४०च्या उत्तरार्धात ब्रह्मी लोक आणि भारतीय यांच्यामध्ये सतत दंगली होत असत. अशा दंगलीत जखमींची सुटका करणे आणि त्यांच्या चीजवस्तू त्यांना परत मिळवून देणे, अशा मदतकार्यात त्या सक्रिय असत. अनेक वेळा निष्ठुरपणे केली जाणारी हिंसा थांबवण्यासाठी त्यांना व त्यांच्या मुलांना दंगलीत उडी घ्यावी लागे. नंतर जपान्यांच्या हल्ल्यांमुळे वेदनामय झालेल्या दिवसरात्री रुग्णवाहिकेची चालक म्हणून त्यांनी आपणहून काम केले. अनेक वेळा 'ऑल क्लिअर'चा भोंगा वाजल्यानंतर रात्री अंधाऱ्या रस्त्यातून ताबडतोब त्या पायी निघत असत.

जपान्यांच्या हल्ल्यानंतर भारतात परतल्यावर त्यांचे पती सलाह तैयबजी यांना पूर्व बंगालच्या निर्वासितांच्या छावणीची व्यवस्था पाहण्यासाठी नेमण्यात आले. अन्य कामांबरोबरच कुटुंबाचे संरक्षण नसलेल्या किंवा उत्पन्नाचे साधन नसलेल्या सर्व वयोगटांतील स्त्रियांची सुटका व त्यांचे पुनर्वसन याही कामाचा त्यांमध्ये समावेश होता. भारत सरकारने विमेन्स होम फॉर बर्मा इव्हॅक्युइज या अलाहाबाद येथील संस्थेवर अख्तरबिबींची वॉर्डन म्हणून नेमणूक केली. त्यांनी लवकरात लवकर काम हाती घेतले आणि त्या आधारगृहाचा सर्व कारभार गुंडाळला जाईपर्यंत जवळजवळ दोन वर्षे काम केले. (९)

सलाह तैयबजींनी रंगूनला जिमखाना क्लबही सुरू केला होता. त्यामध्ये जबीर अलींनी यंग पीपल्स क्लबची भर घातली. या दोन्ही (धोकादायक) कामांना सफिया अली व अख्तरबिबी यांनी सक्रिय पाठिंबा दिला. चेंबूरमध्ये स्थायिक झाल्यावर आज चेंबूर जिमखाना या नावाने ओळखला जाणारा जिमखाना जबीर अलींनी उभा केला.

त्याच्या प्राथमिक अवस्थेत त्यांच्या पत्नी सफिया अलींनी त्यांना मदत केली. पूर्वी निर्मनुष्य जागेत जिमखाना वसला होता. सफियाबिबी दररोज संध्याकाळी न चुकता तिथे हजेरी लावीत असल्यामुळे मुलींना तिथे येऊन बॅडमिंटन खेळण्याची परवानगी आपल्या कुटुंबीयांकडून मिळणे शक्य होत असे. नंतरच्या वर्षांत राष्ट्रीय बॅडमिंटनपटू म्हणून पुढे आलेली राधिका बोस याच जिमखान्याची खेळाडू होती.

अब्बास तैयबजींच्या मुलींनी स्वातंत्र्य चळवळीत महत्त्वाचा वाटा उचलला. एकीचे नाव होते रेहाना तैयबजी. तिने प्रत्यक्ष चळवळीत भाग घेतला. दुसरीचे नाव होते शरिफा अहमद अली. त्यांनी आयुष्यभर समाजसेवा करून चळवळीला हातभार लावला. त्यांनी स्त्रियांच्या उद्धारासाठी विशेष कार्य केले. दोघी बहिणींत शरिफा अली वयाने मोठ्या होत्या. त्यांचा विवाह आय.सी.एस. अधिकाऱ्याबरोबर झाल्यामुळे लग्नानंतर त्यांना स्वातंत्र्य चळवळीत प्रत्यक्षपणे सहभागी होता आले नाही; पण स्त्रिया व मुले यांना मदत करण्यात त्या अतिशय दक्ष असत. शरिफाबिबींनी देशभरातील अनेक मुले 'दत्तक' घेतली होती व त्यांच्या शिक्षणाकडे त्या लक्ष देत. त्यांच्या पतीची कलेक्टर म्हणून शेवटची नेमणूक महाराष्ट्रातील सातारा जिल्ह्यात झाली. तिथे त्यांनी स्त्रियांसाठी परिचारिकेचा व सुईणीचा प्रशिक्षण अभ्यासक्रम सुरू केला. १९२५ ते १९६० या काळात त्यांनी मुख्यतः अखिल भारतीय महिला परिषदेच्या कामामध्ये लक्ष घातले होते. परिषदेच्या संस्थापक सदस्यांमध्ये सरोजिनी नायडू, राणी राजवाडे व कमलादेवी चट्टोपाध्याय यांच्याप्रमाणे त्याही होत्या. या सर्व जणी स्त्रियांच्या समस्या सोडवण्यासाठी आणि हस्तकलेच्या विकासासाठी कार्य करीत. या परिषदेच्या स्थायी समितीच्या त्या सदस्य होत्या आणि १९२८ मध्ये अलाहाबादला भरलेल्या तिसऱ्या वार्षिक अधिवेशनाच्या अध्यक्ष होत्या. अलाहाबादहून परतताना महिला परिषदेच्या ध्येयधोरणाबद्दल अलिगड मुस्लिम विद्यापीठातील विद्यार्थ्यांसमोर भाषण करण्यासाठी त्या थांबल्या. यापूर्वी कोणत्याही मुस्लिम स्त्रीने अलीगड विद्यापीठातील विद्यार्थ्यांसमोर भाषण केले नव्हते. परंतु शरिफाबिबी निश्चयी होत्या व आपले उत्कृष्ट भाषण त्यांनी अगदी सहजपणे केले. संपूर्ण भाषणभर उभे राहणाऱ्या विद्यार्थ्यांसमोर बोलणे ही साधीसुधी गोष्ट नव्हती. (स्त्रीबद्दल आदर म्हणून) ते पुरुष विद्यार्थी उभे राहिले खरे; पण ते शरिफाबिबींकडे पाठ फिरवून उभे राहिले होते. (शरिफाबिबी बुरखा वापरीत नसत. अशा स्त्रीकडे पाहावे लागू नये म्हणून त्यांनी पाठ फिरवली होती. इजिप्त व इंडोनेशिया येथे झालेल्या स्त्रियांच्या समस्यांवरील चर्चेत त्या सहभागी झाल्या होत्या. नंतर स्त्रियांचे हक्क या विषयावर अमेरिकेत झालेल्या आंतरराष्ट्रीय बैठकांना १९४९नंतर त्या लागोपाठ दोन वर्षे हजर होत्या. कुटुंब नियोजन कार्यक्रमातही त्या खूप मनापासून कार्य करीत. अखिल भारतीय महिला परिषदेच्या मद्रास अधिवेशनात कुटुंब नियोजनाचा ठराव त्यांनीच

मांडला. हिंदू स्त्रियांच्या मोठ्या गटाचा, तसेच अन्य धर्मांच्या स्त्रियांचा विरोध असल्यामुळे तो ठराव मंजूर करून घेण्यात त्यांना अनेक अडचणी आल्या. (१०) नवऱ्याच्या सेवानिवृत्तीनंतर ती दोघे मसुरीतील साऊथवुड येथे राहत असत. त्यांनी जवळचे एक खेडे दत्तक घेतले होते आणि तेथील खेडुतांचे जीवनमान त्यांनी सुधारले. १९४८मध्ये आपली एकूणएक मालमत्ता भारत सरकारला देणगी म्हणून देण्याचे त्यांनी ठरवले. यामध्ये घर, कुटीर, टेनिस कोर्ट आणि आजूबाजूची झाडे तसेच फर्निचर, कटलरी, काचसामान, चित्रे, कपडे इत्यादींचा समावेश होता. पंडित जवाहरलाल नेहरू जेव्हा जेव्हा मसुरीला येतील, तेव्हा तेव्हा या घराचा नेहरूंचे निवासस्थान म्हणून उपयोग करण्यात यावा, अशी अट घातली होती. नेहरू ती पाळीत असत. तेव्हाचे राष्ट्रपती डॉ. राजेंद्रप्रसाद यांनी ती दोघे हयात असेपर्यंत त्यांचा तिथे राहण्याचा हक्क असावा, अशा प्रकारच्या एका कलमाची त्यात भर घालावी असा आग्रह धरला होता. प्रत्यक्षात मात्र साऊथवुडचा उपयोग फक्त उत्तर प्रदेशचे अधिकारी व त्यांची कुटुंबे यांच्याकडूनच केला जातो.

शरिफाजींची बहीण रेहाना तैयबजी या एक प्रमुख गांधीवादी होत्या. महात्माजी त्यांचा उल्लेख 'माझी प्रिय कन्या' असा करीत असत. त्यांनी आपले आयुष्य गांधीजींच्या आश्रमाला आणि स्वातंत्र्य संग्रामाला वाहिले होते. सुरेल आवाजाची देणगी त्यांना लाभलेली होती. त्यांच्या भजनाने प्रत्येक जण मोहून जात असे. प्रार्थनेच्या वेळी जर त्या हजर असतील तर त्या प्रार्थना म्हणत अथवा कुराणातील भाग म्हणत. त्यांच्या भजनातून गांधीजींना मिळणाऱ्या आनंदाचा उल्लेख त्यांना पाठवलेल्या अनेक पत्रांतून गांधीजींनी केलेला आहे. १ ऑक्टोबर १९३२ रोजी त्यांना पाठवलेल्या पत्रात गांधीजी म्हणतात,

"प्रिय कन्या रेहाना,

उपासानंतर हे पहिलेच ऊर्दू पत्र मी लिहीत आहे. तुझी भजने खूपच सुरेख आहेत. जेव्हा मी उपासाला सुरुवात केली तेव्हा म्हटले गेलेले भजन तुझे नसले तरी त्यामुळे काय फरक पडतो? अखेरीस ते तूच पाठवलेले छान भजन होते. अर्थात ते तुझे भजन असते तर मला अधिकच आनंद झाला असता. ते जाऊ दे. जेव्हा परमेश्वर मला आणखी एक उपवास करण्याची संधी देईल, तेव्हा तू रचलेले भजन म्हणणे मला आवडेल. ताबडतोब एक भजन लिहून टाक." (११)

रेहानाजी धार्मिक मुस्लिम व कृष्णभक्त असल्यामुळे स्वतःच्या अशा वेगळ्या पद्धतीने त्या या दोहोंचा सुरेख मिलाफ करण्यात यशस्वी झाल्या होत्या. त्यांच्या अवतीभवतीच्या अनेकांची रेहानाजी म्हणजे दंतकथेतील सुप्रसिद्ध मीराबाईचेच मूर्तरूप अशी श्रद्धा होती. प्रकृती बरी नसूनही त्या देशासाठी खरोखरच खडतर काम करीत. गांधीजींच्या पत्रातून ते रेहानाजींना स्वतःची काळजी घेण्याबद्दल सारखे

आग्रहाने सांगत असत. मानवतेच्या सेवेखेरीज अन्य कशातही स्वतःला गुंतवून घेऊ नकोस, असे गांधीजी रेहानाजींना सांगत असत. रेहानाजींबद्दल ते म्हणत, "दुबळी व गरीब रेहाना रात्रंदिवस फक्त भारताचाच विचार करते." (१२) दारूदुकानांसमोरील निदर्शनांमुळे, परदेशी कपड्यांवरील बहिष्काराच्या कार्यक्रमामुळे आणि मिठावरील कराच्या विरोधातील सत्याग्रहात भाग घेतल्यामुळे त्यांना अनेक वेळा तुरुंगवास घडला.

२६ फेब्रुवारी १९६१ रोजी रेहानाजींना दर्यागंज, दिल्ली येथून पाठविलेल्या पत्रात गांधीजी म्हणतात, "दोन दिवसांपूर्वीच मी निदर्शनांबद्दल 'नवजीवन'साठी लिहिले. तुझा उपवास आदर्श होता व निदर्शनेही उचित होती, हे मी त्यात दाखवून दिले आहे. त्याचे कारण अगदी साधे आहे. दोन बाजूंमध्ये जिव्हाळ्याचा बंध आवश्यक असतो. तुझ्या बाबतीत तो बंध होता. पाटणचे लोक त्यांच्या सेवा करणाऱ्या कुटुंबाचा एक घटक म्हणून तुला ओळखतात. म्हणूनच

"त्यांची विनवणी करण्याचा तुला हक्क होता. तू केलेली विनवणी व्यर्थ ठरल्यावर उपोषण करण्याचाही तुला अधिकार आहे. आपली माता किंवा पिता चूक करीत आहेत असे तुझे मत असेल आणि त्यांनी चूक सुधारावी असे त्यांना विनवून सांगितल्यावरही त्यांनी तुझे ऐकले नाही, तर त्याविरुद्ध उपोषण करण्याचा तुला अधिकार आहे. पाटणच्या व्यापाऱ्यांनी गोदामात साठवलेला माल सीलबंद केला तो तुझ्याविषयी त्यांना वाटणाऱ्या आदरामुळे नव्हे, तर स्थानिक लोकांचा रोष होईल या भीतीने, हे तुझे म्हणणे खरे असण्याचा जास्त संभव आहे. मात्र विशिष्ट कृतीची गुणवत्ता जोखण्यासाठी तो विचारात घेण्याची गरज नाही." (१३)

आई अमीना तैयबजी व अन्य २८ जणींच्या समवेत रेहानाजींनीही २७ एप्रिल १९३० रोजी वा त्याच्या आधी व्हाइसरॉयला उद्देशून पाठवलेल्या पत्रावर सही केली होती. "मिठाच्या कराच्या संदर्भातील सविनय कायदेभंगाच्या मोहिमेला आमची पूर्ण सहानुभूती आहे. आमच्या खेड्यांतील भगिनींनी मिठाचे बेकायदा उत्पादन करण्यास सुरुवात केली आहे. परंतु स्त्रिया म्हणून आमच्या उपक्रमासाठी आम्ही एखादे खास क्षेत्र शोधलेच पाहिजे, असे आम्हाला वाटते. परदेशी कापडावरचा बहिष्कार असो किंवा माणसाला नशा आणणारी मद्यासारखी पेये किंवा गुंगी आणणारी औषधे यांच्या खरेदी-विक्रीस बंदी करण्याचा प्रश्न असो, तो सोडवण्यास स्त्रियाच अधिक योग्य ठरतील या गांधीजींच्या युक्तिवादातील सामर्थ्य आम्हाला जाणवते...." (१४)

स्वातंत्र्य चळवळीत सहभागी होण्याच्या या सर्व मान्यताप्राप्त पद्धती होत्या, याची नोंद करण्याची व त्या जाणून घेण्याची गरज आहे. तैयबजी कुटुंबातील अनेक जणी चळवळीत सक्रिय सहभागी होत असत आणि या सर्व क्षेत्रांत, तसेच

चरख्यावर सूतकताई करण्यात त्या मनापासून सामील झाल्या होत्या.

अब्बास तैयबजींच्या संपूर्ण कुटुंबाशी गांधीजींचे फार घनिष्ठ संबंध होते. ज्यांची गणना गांधीजी आपल्या कुटुंबीयांमध्ये करीत, त्यांच्या यादीत बेगम अमीना तैयबजी आणि हमीदा तैयबजी यांना उच्च स्थान होते आणि यांना आपल्याला तुरुंगात भेटायला येण्याची पूर्ण मुभा असावी, असे गांधीजींना वाटत होते. मेजर आर. व्ही. मार्टिन यांना येरवडा मध्यवर्ती तुरुंगातून ८ जुलै १९३० रोजी पाठवलेल्या पत्रात गांधीजी म्हणतात, ''मी या पत्रासोबत प्रयोग म्हणून एक यादी जोडत आहे. श्रीमती कस्तुरबा व अन्य कुटुंबीयांना मी भेटू शकतो, तसेच या यादीतील लोकांशी माझे रक्ताचे नाते असल्यासारखे वाटते, हे दर्शविण्यासाठी मी ही यादी जोडत आहे.'' (१५)

स्वातंत्र्यानंतर रेहाना तैयबजींनी दर्यागंज, दिल्ली येथील गांधी आश्रमात काकासाहेब कालेलकर व सरोजिनी नानावटी यांच्याबरोबर उरलेले आयुष्य व्यतीत केले. आध्यात्मिक जीवनाचा शोध घेणारी मंडळी आवर्जून रेहानाजींना भेटत असत.

बद्रुद्दिन तैयबजींची आणखी एक मुलगी होती. ती म्हणजे बेगम नसिमा अल्मा. लतिफी नसिमाबिबींनी स्त्रियांच्या हक्कांसाठी विशेषतः मुस्लिम स्त्रियांना सार्वजनिक जीवनात भाग घेता यावा म्हणून आपल्या आयुष्यातला खूप वेळ खर्च केला. अखंड पंजाबमध्ये सामाजिक व शैक्षणिक सुधारणा घडवून आणण्यासाठी त्यांनी समर्थपणे नवऱ्याला साथ दिली. मुस्लिम शाळांसह मुलींच्या अनेक शाळा व शैक्षणिक संस्थांच्या उभारणीला त्यांनी प्रोत्साहन व पाठिंबा दिला. कॉस्मॉपॉलिटन क्लबच्या संस्थापकांपैकी त्या एक होत्या. ज्या काळात हिंदू व मुस्लिम स्त्रिया पडद्याची प्रथा पाळत असत, त्या काळात त्यांनी स्त्री-पुरुषांना एकत्र येण्याची मोकळीक असलेल्या क्लबची स्थापना केली होती. स्त्रियांना मनोरंजन व दैनंदिन खेळ खेळणे शक्य व्हावे म्हणून नसिमाबिबींनी पंजाबमध्ये स्त्रियांसाठी अनेक क्लब सुरू केले. यामुळे विविध समुदायांतील लोकांना सामाजिक दृष्ट्या एकत्र येणे शक्य झाले आणि स्त्रियांना त्यांच्या एकाकी अवस्थेतून बाहेर पडून चारचौघांत मिसळणे शक्य झाले. पंजाबमधील कर्नाल जिल्ह्यातील ग्रामीण भागातील प्रत्येक इस्पितळात दाईची किंवा नर्सची नेमणूक करावी यासाठीही त्यांनी चळवळ सुरू केली. त्यामुळे तेथील खरीखुरी गरज भागवली गेली. त्यांनी सेंट जॉन ॲम्ब्युलन्स असोसिएशन, द ज्युनिअर रेड क्रॉस, द रेस्क्यू होम, द गर्ल गाईड्स, द लेडीज लीग या संस्थांसाठी काम केले. याखेरीज अखिल भारतीय महिला परिषदेमार्फत अनेक प्रकारची विविध सामाजिक कार्ये पार पाडली.

श्रीमती फातिमा तैयबजी या बद्रुद्दिन तैयबजींची नातसून होत्या. महात्मा गांधींच्या हाकेला प्रतिसाद म्हणून त्यांनी पतीच्या साथीने मुंबईतील आरामदायक

जीवनाचा त्याग केला. शेतीकामासाठी व ग्रामपुनर्रचनेच्या कार्यासाठी त्यांनी अहमदनगर जिल्हा निवडला. सध्याच्या श्रीरामपूर तालुक्यातल्या वडाळा नावाच्या एका गावात त्यांनी वास्तव्य केले. तेथील परिस्थिती राहण्याच्या दृष्टीने असमाधानकारक होती. त्यांच्या एका खोलीच्या घरात जमिनीवर इतकी धूळ असे, की झाडूनपुसून घेतल्यावरही आपल्या दीड वर्षाच्या मुलाला त्या जमिनीवर ठेवू शकत नसत. ते खेडेच महाभयानक व गलिच्छ होते. सर्वत्र घाणेरड्या पाण्याचे नाले व घाणीचे ढीग होते. परंतु या सर्वांची साफसफाई करण्याच्या कामात कोणीही सहकार्य करण्यास तयार नव्हते. अखेरीस फातिमाबिबींचे यजमान फरीद तैयबजी प्रथम आपला पायजमा दुमडून, गुडघाभर खोल नाल्यात स्वच्छता करण्यासाठी उतरले. हे काम त्यांनी खेडुतांच्या मदतीविना एकट्यानेच चालू ठेवले; परंतु लवकरच त्यांची पत्नी त्यांना येऊन मिळाली. हळूहळू गावकऱ्यांनाच लाज वाटून ते एक एक करून या कार्याला हातभार लावण्यात सामील झाले. (१६)

काही वर्षांनंतर अहमदनगर जिल्ह्यातील उत्कृष्ट खेडेगाव म्हणून त्या गावाला ५००रु.चे रोख बक्षीस देण्यात आले. फातिमाजींच्या यजमानांनी या रकमेचा विनियोग हरिजनांसकट सर्वांसाठी शाळा सुरू करण्याकरता केला. याआधी शाळा मंदिरात भरत असे. तळपत्या उन्हात व मुसळधार पावसात हरिजन विद्यार्थी बाहेर बसत असत. ते म्हणत जिथे कुत्र्याला आत जाण्याची परवानगी आहे; पण मनुष्याला नाही, ती कोणत्या प्रकारची व्यवस्था? अशा प्रकारे त्यांना वागवले जात असे. जेव्हा शिधानियंत्रण पद्धत सुरू झाली तेव्हा फरीद तैयबजींना त्या कार्यक्रमाचे प्रमुख करण्यात आले. प्रत्येक दुकानदाराने त्याला होणाऱ्या नफ्यातून दरमहा सुमारे दोनशे रुपये शाळेच्या इमारतीसाठी देणगी म्हणून द्यावेत, असा आग्रह त्यांनी धरला. त्याला दुकानदारांनी प्रथम जोरदार विरोध केला तरी अखेरीस दुकानदारांचे मन वळविण्यात ते यशस्वी झाले. शाळा बांधण्यात आणि ती चालवण्यात फातिमाबिबींचा मोठा वाटा होता. श्रीरामपूरमधील बेलापूर स्टेशनजवळील वडाळा येथे आजही ती शाळा उभी आहे, पण त्यांच्या नावाचा तिथे कोठेही उल्लेख नाही. कारण आपला नामोल्लेख इतरांनी करावा आणि आपण श्रेय घेऊन मिरवावे, या पद्धतीस त्यांनी तीव्र विरोध केला होता.

फातिमाबिबींनी चरख्यावर सूत कातण्याचे महत्त्व खेडुतांच्या मनावर बिंबवले. त्यांना सूत कातायला शिकवले आणि गावकऱ्यांनी तयार केलेली खादी विकण्याचे काम त्यांनी स्वतः आपल्या अंगावर घेतले. त्याबरोबरच आपल्या जवळच्या परदेशी कपड्यांसकट परदेशी कापडाची होळी त्यांनी आयोजित केली. गावकऱ्यांना तत्परतेने प्रथमोपचार करण्याचे कामही त्या चोख पार पाडीत असत. आणि जेव्हा गरज पडेल तेव्हा त्यांची शुश्रूषाही करीत असत. सर्पदंशाची व विंचूदंशाची प्रकरणे घडली तर

लोक त्यांच्याकडे धाव घेत असत. अन्य बारीकसारीक तक्रारींच्या निवारणासाठीही लोक त्यांच्याकडे येत असत.

आपल्या यजमानांना अस्पृश्यता निवारणाच्या मोहिमेत त्यांनी सक्रिय पाठिंबा दिला. आपली विहीर वापरण्यास त्यांनी हरिजनांना परवानगी दिली. दर दोन आठवड्यांनी विहीर स्वच्छ केली जात असली तरी, असेच उपक्रम चालू ठेवल्यास फरिदजींचे प्रेत एक दिवस नदीत तरंगताना दिसेल, अशा धमक्या त्यांना गावकऱ्यांकडून दिल्या जात होत्या. हरिजनांना इतकी मोकळीक दिल्याबद्दल त्यांच्या शेतावरच्या मजुरांनीही त्यांना विरोध केला आणि मजूर मिळवणे अवघड होऊन बसले.

गावातील सर्व प्रकारचे तंटे फरिदजींकडे लवादासाठी येत असत. अशाच एका प्रसंगी स्थानिक प्रतिष्ठित मंडळी त्यांच्याकडे एकत्र जमली होती. फरिदजींनी त्यांच्याकडे काम करणारी हरिजन स्त्री चहा करील असे संगितले. या निवेदनामुळे त्या सर्व प्रतिष्ठित मंडळींचा राग सुरुवातीला उफाळून आला; पण तो हळूहळू निवळला आणि त्या सर्वांनी चहाचे प्राशन केले. ही एक मोठी लढाई त्यांनी जिंकली होती.

रावसाहेब पटवर्धनांच्या शिफारशीमुळे फातिमाबिबींची वैयक्तिक सत्याग्रही म्हणून १९४१ मध्ये निवड झाली होती. हा एक सन्मान होता. गांधीजींनी सुरुवातीला हा एक निषेधाचा प्रतीकात्मक प्रकार म्हणून सुचवला होता. स्वातंत्र्यलढ्यातील योग्य प्रतिनिधी नीट पारखून घेतले जात असत व गुलाम देशाने लढाईत भाग घेण्याच्या विरोधात हे प्रतिनिधी सार्वजनिक भाषणे करीत असत. युद्धानंतर स्वातंत्र्याची मागणी पुरी केली जाईल, या अटीवरच युद्धातील सहभाग असावा, असे त्यांना वाटत असे. या वादग्रस्त मुद्द्यावर ते सत्याग्रह करणार होते. सत्याग्रही म्हणून काम करण्याच्या अनुषंगाने फातिमाबिबींनी अहमदनगरच्या कलेक्टरला आपण अमुक तारखेला वैयक्तिक सत्याग्रह करणार असल्याची सूचना दिली. या एकट्या स्त्रीला पकडण्यासाठी ट्रक भरून पोलिस आले. त्यांना तीन महिने तुरुंगवासाची शिक्षा ठोठावण्यात आली. (१७)

९ ऑगस्ट १९४२ ला 'चले जाव'ची चळवळ सुरू झाली. गांधीजी व अन्य काँग्रेस नेते पकडले गेले, तेव्हा मुंबईसह सर्व देश पेटून उठला. आज श्रीरामपूर म्हणून ओळखल्या जाणाऱ्या भागात युद्धप्रयत्नांवर प्रचंड बहिष्कार घालण्यात आला होता. बेलापूर कंपनीतील कामगारांनी काम थांबवले आणि परदेशी कापडाची होळी केली. चार हजार लोकांसमोर भाषण करताना फातिमाबिबींनी आपला आवाज चढवून 'ही लढाई आमची नाही; तिला कोणत्याही प्रकारे मदत करू नका,' असे सांगताक्षणीच त्यांना पकडण्यात आले. त्यांच्या यजमानांनाही त्याच वेळी अटक झाली. त्या सहा महिने येरवड्याच्या तुरुंगात होत्या. या काळात त्यांच्या बरोबरच्या

कैदी स्त्रिया नुकत्याच ऐकलेल्या मौलाना आझादांच्या भाषणाने प्रभावित झाल्या होत्या. त्यांचे लिखाण वाचण्यासाठी त्या खूपच उत्सुक झाल्या होत्या आणि त्या हेतूनेच त्या सर्व जणींना ऊर्दू शिकायचे होते. त्यांच्यासाठी फातिमाबिबींनी तुरुंगातच ऊर्दूचे वर्ग चालवण्यास सुरुवात केली. (१८)

श्रीरामपूर आणि भंडारदरा येथे फातिमाजींनी व फरिदजींनी अस्पृश्यता निवारणासाठी केलेले प्रयत्न, साक्षरता प्रसाराचे व ग्रामपुनर्रचनेचे केलेले उपक्रम या कार्यामुळे त्यांचे स्मरण केले जाते. स्वातंत्र्यानंतरच्या पहिल्या सरकारने त्यांना काँग्रेसतर्फे तिकीट दिले असते. त्यांच्यासाठी हिंदुमहासभासुद्धा त्या जागेवरील आपला हक्क सोडण्यास तयार होती; पण काही राजकीय कारस्थानामुळे त्यांना तिकीट दिले गेले नाही. (१९)

अब्बास तैयबजींची नात हमिदा तैयबजी स्वातंत्र्य चळवळीत खूपच सक्रिय होत्या. निदर्शने करणे, चरख्यावरील सूतकताईला आर्थिक उपक्रम म्हणून लोकप्रियता मिळवून देणे, खादीची विक्री करणे आणि चळवळीतील विविध प्रकारच्या उपक्रमांशी संबंधित घटनात्मक कार्यासाठी दूरचे प्रवास करणे, यांसारख्या कामात त्या गुंतून गेलेल्या असत. 'गांधीजीज कलेक्टेड वर्क्स'मध्ये हमिदाजींचे उल्लेख आढळतात. तसेच गांधीजींनी त्यांना लिहिलेल्या पत्रामध्ये हमिदाजींना अतिश्रमांमुळे होणाऱ्या त्रासाबद्दल व त्यांच्या प्रकृती अस्वास्थ्याबद्दल गांधीजींनी चिंता व्यक्त केलेली आढळते. हमिदाजींनी प्रबोध मेहता नावाच्या हिंदू माणसाशी विवाह केला. स्वातंत्र्यापूर्वी झालेल्या मोजक्या हिंदू-मुस्लिम विवाहांपैकी हा एक विवाह होता. त्या काळी आंतरधर्मीय विवाह विधीवत करण्यासाठी देशात कायदे नसल्यामुळे विवाह करण्यासाठी त्यांना जर्मनीला जावे लागले. या कामी गांधीजींनी त्यांना सक्रिय मदत केली.

याखेरीज तैयबजी कुटुंबातील अनेक तरुण स्त्रियांनी निदर्शनांमध्ये आणि निषेधाच्या अन्य प्रकारांत सहभागी होऊन स्वातंत्र्य चळवळीत सक्रिय भाग घेतला. त्यांपैकी काही नावे पुढे दिली आहेत. शमीम लुकमानी (नंतर फतेहअली), राहत तैयबजी (नंतर अहमद); आणि शाहिंदा फैझी (नंतर मिर्झा)

ज्या काळात अखंड पंजाबपासून रंगूनपर्यंत देशाच्या विविध भागांतील फारच थोड्या स्त्रिया स्वातंत्र्य चळवळीत सहभागी होत, त्या काळात चळवळीत सहभागी होणाऱ्या स्त्रियांमध्ये मुंबईतील स्त्रियांची संख्या अधिक होती. अशा काळात तैयबजी कुटुंबातील लेकी-सुना सामाजिक पुनर्रचना व राष्ट्रीय स्वातंत्र्य चळवळ यांमध्ये प्रमुख होत्या. त्यांचे कार्य राष्ट्रीय चळवळीच्या मुख्य प्रवाहाच्या दिशेनेच जाणारे होते. संकुचित, विवक्षित पंथाच्या क्षेत्रापुरते ते मर्यादित नव्हते. मुस्लिमांच्या शिक्षणाचे प्रयत्न तसे असले तरी ते खूपच गरजेचे होते. आपल्या राहण्याच्या ठिकाणाजवळचे क्षेत्र त्यांनी आपल्या कार्यासाठी निवडले आणि तनमनाने त्यात

स्वतःला झोकून दिले. हरिजन, मुस्लिम व अन्य कोणत्याही गटातले वा समाजातले अनोळखी लोक त्यांच्यापर्यंत सहज पोहोचू शकत असत आणि ज्यांना मदतीची गरज आहे त्यांना मदत करून त्यांच्या उद्धाराचे कार्य त्या करीत असत.

त्यांनी सुरू केलेल्या संस्था आजही अस्तित्वात आहेत. कारण त्यांचा पाया फार मजबूत होता आणि त्यांचे कार्यही त्यांनी चांगले रुजवले होते. आपल्या लायक वारसदारांच्या प्रशिक्षणाकडेही त्यांनी लक्ष दिले. आपल्याला प्रसिद्धी मिळू नये या बाबतीत संपूर्ण कुटुंबच दक्ष असल्यामुळे, ज्या संस्था उभारण्यात त्यांचा प्रमुख हातभार होता, त्या संस्थांशीही अनेक वेळा त्यांची नावे निगडित झालेली आढळत नाहीत. इतकेच नव्हे, तर त्यांच्या कामाला सर्वमान्यता मिळाल्याचे दिसत नाही. फातिमा तैयबजींचे नाव त्यांच्या शाळेशी जोडलेले नाही. मुंबईतील चेंबूरमधील हॉस्पिटलशी किंवा बाल विकास केंद्राशी सकिना लुकमानींचा संबंध जोडला जात नाही. टव्हॉय, रंगून येथील झीनत इस्लाम हायस्कूलशी अख्तर तैयबजींचा संबंध जोडला जातो की नाही, ते मला माहीत नाही. बडोद्यातील मोगलवाडा येथील 'द गर्ल्स स्कूल'ला अमीना तैयबजींचे नाव १९४० मध्ये त्यांचा मृत्यू झाल्यानंतर अनेक वर्षांनी (१९५६च्या सुमारास) दिले गेले. त्यासाठी त्यांचा पुतण्या अझीम व पुतणी अमेना तैयबजी यांनी प्रयत्न केले. या शोधनिबंधात या शूर व धाडसी आत्म्यांना बराच काळ राहून गेलेले अभिवादन करण्याचा व जनमानसातील त्यांची प्रतिमा सुधारण्याचा प्रयत्न केला आहे. 'मुस्लिम विशेषतः मुस्लिम स्त्रिया संकुचित वृत्तीच्या व अशिक्षित असतात; त्यांचा दृष्टिकोन जमातवादी असतो. राष्ट्रजीवनातील मुख्य प्रवाहाशी त्यांचे देणे-घेणे नसते,' अशी त्यांची प्रतिमा जनमानसात रुजलेली आहे, ती दुरुस्त करण्याचाही या शोधनिबंधात प्रयत्न केला आहे. एखाद्या वंशवृक्षासारख्या असलेल्या या विशाल कुटुंबाबाबत तरी अशा प्रकारची टीका केली जाऊ नये, असे मला वाटते. उलट ही सर्व मंडळी केवळ मुस्लिमांपुरतीच नव्हे, तर अन्य भारतीय गटांशी तुलना करता काळाच्या कितीतरी पुढे होती.

(ऋणनिर्देश : श्री. साद अली व श्री. अनिल नुरिया यांनी या शोधनिबंधासाठी पुरविलेली आधारसामग्री व त्यांच्याबरोबरची चर्चा यासाठी लेखिका त्यांची ऋणी आहे.)

संदर्भ

१. टाइम्स ऑफ इंडिया, २३ मार्च १९२६, तैयबजी, हुसेन. बद्रुद्दिन, तैयबजी : ए बायोग्राफी, मध्ये उद्धृत, थॅकर आणि कंपनी, बॉंबे, १९५४, पृ. ३२६

२. कित्ता
३. १९ जानेवारी १९५२ रोजी झालेल्या बैठकीचा अहवाल, लेखिकेच्या व्यक्तिगत संग्रहात उपलब्ध
४. ७ जुलै १९३०, लेखिकेकडील कात्रणे; पण वृत्तपत्रे ओळखता येत नाहीत.
५. जी. के. एन. बाँबे क्रॉनिकल, १० जुलै १९३०
६. तारीख व नाव नसलेले वृत्तपत्र, अंदाजे १० जुलै १९३०चे कात्रण, लेखिकेच्या संग्रहात उपलब्ध
७. ८ जुलै १९३०, वृत्तपत्राचे नेमके नाव आढळत नाही; मात्र वृत्तपत्रात प्रकाशित झालेला वृत्तान्त लेखिकेच्या संग्रहात उपलब्ध.
८. बाँबे क्रॉनिकल, जुलै १९३०, लेखिकेच्या संग्रहात उपलब्ध
९. श्री. सलाह तैयबजी आणि श्रीमती अख्तर तैयबजी यांच्याविषयीची सर्व माहिती त्यांचे चिरंजीव कॅ. नादिर तैयबजी यांच्या 'मेमॉयर्स'मधून व अन्य अप्रकाशित कागदपत्रांतून घेतली आहे. ती लेखिकेच्या संग्रहात उपलब्ध
१०. इंडियन नॅशनल आर्मीच्या कॅ. लक्ष्मी सेहगल यांनी पुरविलेली माहिती.
११. द कलेक्टेड वर्क्स ऑफ महात्मा गांधी, खंड, ५१, पृ. १६६
१२. द कलेक्टेड वर्क्स ऑफ महात्मा गांधी, खंड ४३, पृ. ३४०,'द स्पिरिट ऑफ रास'
१३. उपरोक्त, खंड ४५, पृ. २३०
१४. उपरोक्त, खंड ४८, पृ. ३३६
१५. उपरोक्त, खंड ४४, पृ. १०-१३
१६. १९ फेब्रु. १९३७, लाहोर लेडीज क्लबमधील निरोपाचे भाषण, लेखिकेजवळ उपलब्ध
१७. अली. साद., 'रेमिनिसेन्सेस', जनता : अ जर्नल ऑफ डेमोक्रॅटिक सोशिॲलिझम, खंड ४७, इंडिपेंडन्स डे, १९९२, पृ. ३१-३३
१८. श्रीमती फातिमा तैयबजी आणि श्री. फरिद तैयबजी यांच्याबद्दलची माहिती साद अलींबरोबरच्या चर्चेतून मिळवली आहे आणि लेखिकेने श्रीमती तैयबजींच्या ध्वनिफितीवर घेतलेल्या मुलाखतीतून घेतलेली आहे.
१९. व्हिडिओ टेप- भीतर बाहे मुक्तिधारा, द स्ट्रीम विदिन : द इंडियन फ्रीडम स्ट्रगल, वाच्छा यांनी या व्हिडिओ टेपची निर्मिती केलेली असून, संघटनेकडे ही व्हिडिओ टेप आहे.

♦

परिशिष्ट - १ (अ)

६५ वर्षीय मुस्लिम स्त्रीला सक्तमजुरी. पै. न्या. बद्रुद्दिन तैयबजींची कन्या तुरुंगात.

उपनगरात कॉंग्रेसच्या वतीने निदर्शने केल्याबद्दल ४ महिने सक्तमजुरीची शिक्षा.

विलेपार्ले, ७ जुलै.

निदर्शनांशी संबंधित श्रीमती लुकमानी या ६५ वर्षीय महिलेला चेंबूर येथे आज सकाळी ११ वाजता अटक करण्यात आली.

त्यांना कुर्ला येथील न्यायालयात नेण्यात आले व श्री. चौबळ या मॅजिस्ट्रेटसमोर त्यांची चौकशी करण्यात आली. चेंबूर येथे त्या निदर्शने करीत होत्या, हा गुन्हा त्यांच्याविरुद्ध दाखल करण्यात आला होता. मॅजिस्ट्रेटने त्यांना चार महिने सक्तमजुरी व १००रु. दंड ठोठावला. दंड न भरल्यास एक महिना अधिक शिक्षा.

श्रीमती सकिना लुकमानी या मुंबईतील सुप्रसिद्ध डॉक्टर लुकमानी, एम. आर. सी. एस, एफ. आर. सी. पी. यांच्या पत्नी व पै. बद्रुद्दिन तैयबजींच्या कन्या आहेत, व तुरुंगात असलेल्या प्रसिद्ध राष्ट्रवादी श्री. अब्बास तैयबजींच्या त्या मेहुण्या आहेत.

मूळ साधन : बॉंबे क्रॉनिकल
७ जुलै १९३०

परिशिष्ट १ (ब)

संपादक,

बॉंबे क्रॉनिकल,

महाशय,

ज्या प्रसिद्ध व वयोवृद्ध सेविकेला पाच महिन्यांची सक्तमजुरीची शिक्षा ठोठावली गेली त्यांना सर्व देशसेविकांनी मानाचा मुजरा केला आहे.

न्यायदेवतेचे हे दुतोंडेपण भारतीय मनाला बुचकळ्यात टाकणारे आहे. कॉंग्रेसच्या चळवळीचे नेतृत्व करणाऱ्या मुंबईतील दोन महिलांना त्यांच्या ऐन उमेदीच्या आयुष्यात तीन महिन्यांच्या साध्या कैदेची शिक्षा दिली गेली.

अतिशय सुसंस्कृत घरातील चेंबूर येथील एका वृद्ध महिलेला मात्र पाच महिन्यांच्या सक्तमजुरीची शिक्षा ठोठावली गेली.

श्रीमती लुकमानी यांनी असा कोणता गुन्हा केला होता की ज्याबद्दल त्यांना ही शिक्षा सहन करावी लागत आहे? जी व्यक्ती बरोबरच्या माणसाला योग्य मार्ग दाखवण्याचा प्रयत्न करते, तिच्यासमोर सर्व देशांतील व सर्व धर्मांतील माणसे आदराने नतमस्तक होतात. ही महिला मुंबई उच्च न्यायालयाचे न्यायाधीश व राष्ट्रीय कॉंग्रेसच्या संस्थापकांपैकी असलेल्या बद्रुद्दिन तैयबजींची कन्या आहे. आपल्या एका दुर्दैवी बांधवाला दारूच्या व्यसनातून सोडवण्याचा प्रयत्न ही महिला करीत होती.

मातृभूमीबद्दलचे आपले कर्तव्य देशसेविका बजावतीलच आणि जेव्हा आईला सक्तीने बाहेर पडावे लागते तेव्हा मुलीला पुढे येऊन काम चालू ठेवावे लागते.

श्रीमती लुकमानींच्या आदराप्रीत्यर्थ काल काढलेल्या स्त्रियांच्या मिरवणुकीत कुमारी लुकमानींनी शांतता व मानवतेच्या आमच्या अखंड सेवेचे प्रतीक म्हणून ध्वज हाती धरला होता.

आपली

'सेविका'

मूळ साधन; बॉंबे क्रॉनिकल, ८ जुलै १९३०

परिशिष्ट : १ (क)

भारतीय जनतेचे प्रक्षुब्ध मत

श्रीमती लुकमानींना सक्तमजुरी

लेखक : जी. के. एन.

ही शिक्षा रानटी आणि अक्षम्य आहे. श्रीमती सकिना लुकमानींना कुर्ल्याच्या प्रथम श्रेणी निवासी दंडाधिकाऱ्याने ठोठावल्यामुळे सक्तमजुरीच्या शिक्षेबद्दलची लोकांची उचित प्रतिक्रिया यातून दिसून येते. या खटल्याच्या संदर्भातील बातमीत काही चूक असेल, अशी मला आशा वाटते. शक्यतो, राजकीय कैद्यांना दिली जाणारी वागणूक अधिकृत रीत्या सक्त अशी संबोधली गेली असली तरी ती फारशी कडक असू नये, असे आदेश दिले जातात. तरीही सर्वसाधारण गंभीर गुन्हा करणाऱ्याप्रमाणे पै. न्या. बद्रुद्दिन तैयबजींच्या मुलीला, एका सुसंस्कृत व्यक्तीला तुरुंगाची वाट दाखवणे म्हणजे भारतीय लोकमत पायदळी तुडवण्यासारखे दुष्कृत्य आहे. प्रामाणिक आणि खरेखुरे नेमस्त असल्याचा मला अभिमान वाटतो. जहालांची अतिरेकी कृत्ये मी संयम राखून सहन केली आहेत. याबद्दल बक्षीस म्हणून सरकार आपल्या हस्तकांकरवी कसा अतिरेक करीत आहे, हे श्रीमती लुकमानी यांच्यावर न्यायालयाने केलेल्या अन्यायामुळे उघड झाले आहे. पण त्या महिलेने केलेल्या अपराधाच्या तुलनेने तिला ठोठावण्यात आलेली शिक्षा इतकी रानटीपणाची आहे, की तिचा अपराध किरकोळ वाटतो. त्याबद्दल चार महिन्यांची सक्तमजुरीची शिक्षा व १०० रु. दंड ठोठावणारा दंडाधिकारी यापुढे आपल्या पदावर राहण्यास लायक आहे की नाही, याबद्दलचे प्रमाणपत्र देण्याची जनतेने सरकारकडे मागणी केली पाहिजे. ते मिळाल्याखेरीज दंडाधिकाऱ्याला त्याच्या पदावर काम करू देऊ नये.

बॉंबे क्रॉनिकल, १० जुलै १९३०

■ मिठूबेन पेटिट : स्वातंत्र्यसैनिक आणि ग्रामीण भागातील विधायक कार्यकर्त्या ■

मणी. पी. कामेरकर

(डॉ. (श्रीमती) मणी पी. कामेरकर : मुंबईच्या एस. एन. डी. टी. महिला विद्यापीठातून इतिहासाच्या प्राध्यापक म्हणून सेवानिवृत्त. सध्या त्या मुंबईच्या एशियाटिक सोसायटीच्या उपाध्यक्ष आहेत.

त्यांचा डॉक्टरेटचा प्रबंध 'ब्रिटिश-बरोडा रिलेशन्स' या शीर्षकाने प्रसिद्ध झाला आहे. गुजरातीतून प्रसिद्ध होणाऱ्या 'मॉडर्न इंडियन हिस्ट्री' या नियतकालिकाच्या त्या सहसंपादक आहेत. 'विमेन इन ट्रान्झिशन ऑफ बॉंबे' या ग्रंथाचे त्यांनी संपादन केले आहे. सुप्रसिद्ध शैक्षणिक नियतकालिकांतून त्यांचे तीसहून अधिक शोधनिबंध प्रसिद्ध झाले आहेत.

'हिस्ट्री ऑफ पारसीज' या एका मोठ्या संशोधन प्रकल्पावर त्या काम करीत आहेत.)

'या इमारतीच्या पायाचा दगड मला घालायला सांगण्याचा अर्थ काय होतो, हे तुला माहीत आहे का?' १२ जून १९३१ रोजी मरोळी आश्रमाच्या पायाभरणी समारंभात गांधीजींनी मिठूबेनला हा प्रश्न विचारला होता. ''होय, मी स्वतःला इथे गाडून घेईन'' हे मिठूबेनचे उत्तर होते. मिठूबेन या कोण होत्या आणि त्यांच्या उत्तराचा अर्थ तरी काय होता, हे समजून घेण्यासाठी आपल्याला १९१५ सालापर्यंत मागे जावे लागेल. तेव्हा मुंबईची जीवनपद्धती वेगळी होती.

बॅरोनेट दिनशा पेटिट यांच्या धनाढ्य व सामाजिक दृष्ट्या उच्च स्थान असलेल्या घराण्यात मिठूबेनचा जन्म झाला होता. मिठूबेन दिनशा वाच्छांची लाडकी पणती होती. सुरक्षेच्या व चैनीच्या वातावरणात त्या वाढल्या होत्या. अंगरक्षक बरोबर असल्याशिवाय त्या घराबाहेरही पडत नसत. नंतरच्या काळात मरोळीमध्ये सर्व सुखचैन यांचा त्याग करून अनेकदा चिखलातून त्या अनवाणी चालत असत.

त्यांच्यातील या परिवर्तनाचा मागोवा घेण्यासाठी १९१५ सालपर्यंत मागे जावे

लागते. त्या वर्षी मिठूबेनने प्रथम महात्माजींना पाहिले. दक्षिण आफ्रिकेतील आपले महान कार्य संपवून गांधीजी भारतात परत आले तेव्हा, त्यांच्या स्वागताप्रीत्यर्थ मिठूबेनच्या आत्या जैजीबेन व काका जहांगीर यांनी बागेत दिलेल्या मेजवानीच्या वेळी ही घटना घडली. जैजीबेन व त्यांचे यजमान यांनी गांधीजींच्या दक्षिण आफ्रिकेतील चळवळीचे जवळून निरीक्षण केले होते. पेडर रोडच्या माऊंट पेटिट मैदानावरील या मेजवानीला मिठूबेन हजर होत्या. पगडीसह साध्या काठेवाडी पोषाखात गांधीजी आले होते. सर्व पाहुण्यांच्या मध्यभागी गांधीजी उभे राहिले आणि एखाद्या लोहचुंबकाप्रमाणे त्यांनी लोकांना आपल्याकडे ओढून घेतले. उदात्त, विशुद्ध व चमकणाऱ्या नजरेने त्यांनी मिठूबेनकडे पाहिले आणि तिला बोलावले. त्या दिवशीच्या संध्याकाळपासून मिठूबेनचे आयुष्य बदलले. आपल्या कुटुंबातील अन्य लोक व मित्रमंडळ यांच्यापेक्षा संपूर्णपणे भिन्न आयुष्य जगण्याच्या दिशेने त्यांची वाटचाल सुरू झाली. गांधीजींनी दाखवलेल्या सेवेच्या आणि राष्ट्रवादाच्या खऱ्या मार्गाबद्दल त्यांना मनोमन खात्री पटली. (१)

१९१५च्या सुमारास राष्ट्रीय जाणीव देशभर पसरू लागली होती. मुंबई, पुणे, कलकत्ता (कोलकाता) आणि मद्रास (चेन्नई) यांसारखी मोठी शहरे राष्ट्रीय चळवळीची केंद्रे बनली होती. श्रीमंत व गरीब या सर्वांनीच ब्रिटिश सत्ताधीशांकडून घेतलेल्या स्वातंत्र्याच्या, मातृभूमीवरील प्रेमाच्या आणि स्वदेशासाठी लढण्याच्या कल्पना आत्मसात केल्या होत्या. जनतेच्या जाणिवा व देशभक्तीची भावना उद्दीपित करण्यावर वृत्तपत्रे, नियतकालिके व वक्ते यांनी आपले लक्ष केंद्रित केले होते. मिठूबेन जात्याच लोकांमध्ये मिळून मिसळून काम करणाऱ्या व सुशिक्षित असल्यामुळे या कल्पनांनी त्या प्रभावित झाल्या असाव्यात. तसेच कदाचित नकळत देशभक्तीची भावना त्यांच्यात त्या क्षणापर्यंत विकसित होत असावी. पारशी समाजात राजकीय क्षेत्रात दादाभाई नौरोजी, दिनशा वाच्छा आणि फिरोजशहा मेहता यांच्यासारखी दिग्गज व्यक्तिमत्त्वे होती. मिठूबेनच्या आत्या व काका हे या मंडळींच्या संपर्कात असत. त्याप्रमाणे गोपाळ कृष्ण गोखले, रवींद्रनाथ टागोर आणि सरोजिनी नायडू यांसारख्या पारशी समाजाबाहेरच्या लोकांशीही त्यांचे संबंध होते. स्थित्यंतराला योग्य असे वातावरण आधीच तयार झाले होते.

गांधीजींनी जेव्हा राष्ट्रीय स्त्री सभेची स्थापना केली आणि खादीचा वापर लोकप्रिय करण्यास सुरुवात केली, तेव्हा १९१९ मध्ये मिठूबेन राष्ट्रीय स्त्रीसभेत दाखल झाल्या. तेव्हापासूनच त्यांचे देशभक्तिपर कार्य सुरू झाले. त्या राष्ट्रीय स्त्री-सभेच्या लवकरच सचिव झाल्या. रौलट कायद्याच्या विरोधात लोकक्षोभ निर्माण करण्याचा एक भाग म्हणून गांधीजींनी स्वदेशी चळवळीला सुरुवात केली. राष्ट्रीय कार्याची जबाबदारी स्त्रियांकडे द्यावी आणि स्त्रियांना या कार्यासाठी संघटित करण्याच्या

हेतूने या सभेची स्थापना करण्यात पुढाकार घेतला. अशा प्रकारच्या आरंभीच्या संघटनांपैकी ही संघटना गांधीजींनी स्थापन केली. स्त्रियांना घरातील एकांतवासातून बाहेर काढण्याचा त्यांचा हेतू होता. गांधीजींनी सुरू केलेली स्वदेशीची चळवळ भारताच्या दारिद्र्याशी संबंधित होती, तसेच त्यामागील अर्थकारणाचे आकलन झाल्यामुळे साहजिकच मिठूबेन त्या चळवळीकडे आकर्षित झाल्या.

दादाभाई नौरोजींनी वसाहतींच्या शोषणाच्या दुष्परिणामांकडे भारतीय जनतेचे लक्ष वेधले होते आणि त्याच्या निराकरणाची गरजही प्रतिपादली होती. मिठूबेनच्या कुटुंबाचे आणि समाजाचे व्यापाराशी लागेबांधे व संबंध असूनही खादीनिर्मिती हा स्वदेशी चळवळीचा आवश्यक भाग असल्याचा त्यांनी ठामपणे पुरस्कार केला. मिठूबेननी व्यक्तिशः आपले परदेशातून आयात केलेले कपडे जाळून टाकले. आपल्या खाण्या-पिण्याच्या सवयी बदलल्या. अहिंसेच्या तत्त्वज्ञानाला अनुसरून त्या हळूहळू पूर्णतया शाकाहारी बनत होत्या. (२) त्यांनी आपले अत्याधुनिक कपडे व दागदागिने फेकून दिले आणि त्या काळात विणल्या जाणाऱ्या जाड्याभरड्या पिवळसर खादीची वस्त्रे त्या वापरू लागल्या. मोठ्या केरवा मण्यांची गळ्यातील माळ हा त्यांचा एकमेव दागिना होता. मिठूबेनच्या मते त्यांनी सौंदर्यभूषण म्हणून नव्हे तर वैद्यकीय कारणासाठी ती माळ जवळ बाळगली होती. हे मणी दोसा दारू टाटा या त्यांच्या कुटुंबाच्या धर्मगुरूने त्यांना दिले होते. धर्मगुरूने केरवा मणी आपल्या शरीरातून रोग बाहेर ओढून काढतात असे त्यांना सांगितले होते. या म्हणण्याची त्यांना खात्री पटल्यामुळे त्या ती माळ नेहमी गळ्यात घालीत असत. मिठूबेनने जाड्याभरड्या खादीची कमी-उंचीची साडी नेसलेली पाहून कुटुंबातील प्रत्येकाला धक्काच बसला! कुटुंबातील काहींनी तसेच त्यांच्या मैत्रिणींनीही त्यांना 'धोबीण' म्हणून खिजवलेही; पण त्यांनी तिकडे लक्ष दिले नाही. अशा पोशाखातही त्यांचे सौंदर्य खुलून दिसत असे व सच्ची कार्यकर्ती म्हणून लोक त्यांना स्वीकारीत व त्यांचे स्वागतही करीत. त्यांचा खादीचा पोषाख आणि पायात मखमली बूट हा विचित्र अवतार पाहून गांधीजींना हसू कोसळले. तेव्हापासून आपले मखमली बूट वापरणेही त्यांनी सोडून दिले. कारण ते मखमली बूट साध्या पोषाखाशी अगदीच विसंगत होते!

त्या काळात तयार होणाऱ्या खादीमध्ये काही बदल करणे आवश्यक आहे असे मिठूबेनच्या लक्षात आले. जाडीभरडी व अनाकर्षक खादी विकत घ्यायला कोणाची तयारी नसे. शिवणकाम, छपाई, भरतकाम व कलाकुसर करण्याच्या कलेतील प्रावीण्य वापरून खादीच्या आकर्षक साड्या, कपडे, व इतर वस्तू तयार करण्यास त्यांनी सुरुवात केली आणि फॅशनची आवड असलेल्या मुंबईतील श्रीमंतांना मिठूबेन त्या वस्तू विकू लागल्या. ग्राहकांना आकर्षित करतील अशा टेबलक्लॉथ, नॅपकिन्स

व ट्रेकव्हर्स यांसारख्या वस्तू बनवण्यास त्यांनी सुरूवात केली. गरीब व गरजू लोकांकडे हे काम दिले जात होते. आपल्या सहकारी असलेल्या खुर्शीदबेन नौरोजी व पेरिनबेन कॅप्टन या दादाभाई नौरोजींच्या दोन नातींसह मिठूबेन दारोदार जाऊन खादीची विक्री करीत. आपण विलक्षण यशस्वी स्त्री-विक्रेत्या असल्याचे मिठूबेननी सिद्ध केले. धनाढ्य पेटिट कुटुंबातील स्त्री असे काम करील, असे कोणाच्या ध्यानीमनीही आले नसते.

गांधीजी व त्यांचे सेवक यांच्याबरोबर भारतभरचा प्रवास त्यांनी केला. जिथे जिथे त्या गेल्या, तिथे तिथे खादीविक्रीच्या कामाकडे त्यांनी खास लक्ष दिले. 'स्वदेशी'च्या विचाराबाबात त्या इतक्या आग्रही होत्या, की त्यांच्या संघटनेकडून ट्रकभर खादी विक्रीसाठी नेण्याबाबत त्या गांधीजींचे मन वळवीत असत. पंडित मोतीलाल नेहरू, जवाहरलाल, देशबंधू दास तसेच म्हैसूर, बडोदा, भावनगर येथील राजघराणीही मिठूबेनच्या केंद्रावर तयार होणारी खादी खरेदी करीत, इतकी त्यांची खादी लोकप्रिय झाली होती. (३)

गांधीजी १९२२ मध्ये तुरुंगात असताना तेव्हाचे काँग्रेसचे सचिव बरजोरजी भरुचा यांच्याबरोबर त्या सुरतला गेल्या. सुरत जिल्ह्यातील खेड्यांमध्ये त्यांनी खादीविक्रीला सुरुवात केली. खादीनिर्मितीचा प्रचार करण्यासाठी ज्या खेड्यात त्या गेल्या, तिथे त्यांनी ग्रामीण जीवनाचा पहिला अनुभव घेतला. तेथील दुःख व हलाखीची परिस्थिती पाहून त्या फार अस्वस्थ झाल्या आणि हळूहळू मिठूबेनचे विचार त्यांच्या दिशेने वळू लागले. पेरिनबेन, रतनबेन मेहता आणि गांधीजींचे चिरंजीव रामदास हे त्यांचे साथीदार होते. (४) त्यांची दृष्टी खेड्यापाड्यांमध्ये वळू लागली आणि ग्रामीण भागातील लोकांना मदत करण्यासाठी बहुधा त्या मनाची तयारी करीत होत्या. पूरग्रस्त खेडा जिल्ह्यात मदतकार्याचे नेतृत्व करण्यासाठी त्यांना बोलावले, तेव्हा त्यांच्या मनाची तयारी पूर्ण झाली होती. या कार्यात त्यांच्याबरोबर रतनबेन मेहता व भक्तीबेन देसाई होत्या. पुरुषोत्तमदास ठाकूरदास व त्यांचा विश्वस्त निधी यांनी त्यांना पैसा, मदतकार्यासाठी लागणारे साहित्य पुरवले; परंतु प्रत्यक्ष मदतकार्य या स्त्रियांनीच केले. खेड्यापर्यंत पोहोचून त्यांना अन्नधान्य इत्यादींची मदत देण्यासाठी त्यांना पाण्यातून, चिखलातून मार्ग काढीत जावे लागत असे. सहा महिने दररोज १५ मैलांची पायपीट करताना त्या थकून जात असत. अनेकदा रात्रीच्या वेळी आपली साडी जमिनीवर अंथरून एखाद्या झोपडीत अथवा कुठेही त्या झोपत असत. दुर्दैवाचा आघात झालेल्या प्रदेशातील खडतर जीवनाचा अनुभव घेऊन त्यातून त्या तावून सुलाखून विजयी होऊन बाहेर पडल्या. रस्त्यावरील घाण, दलदल व जगण्यासाठी मरणप्राय परिस्थितीला तोंड देत देत त्या कणखर बनल्या. हे कार्य करतानाही त्यांना वल्लभभाई पटेल, ठक्कर बाप्पा, रविशंकर महाराज, मोहनलाल

पंड्या, त्रिभुवनदास शाह आणि कल्याणजी मेहता यांसारख्या राष्ट्रीय नेत्यांच्या मार्गदर्शनाचाही लाभ झाला. राजकीय परिस्थिती आणि काँग्रेस पार पाडीत असलेली भूमिका यांतील गुंतागुंत समजून घेण्यासाठी या नेत्यांनी मदत केली. राष्ट्रासाठी विशेषतः ग्रामीण भारतासाठी आपले जीवन समर्पित करण्याचा त्यांचा निश्चय होण्यास यामुळे मदत झाली. (५)

लगेच पुढच्याच वर्षी म्हणजे १९२८ मध्ये बार्डोलीच्या करबंदीच्या ऐतिहासिक मोहिमेतील झगड्यात आपण गुंतलो असल्याची जाणीव त्यांना झाली. देशाच्या दृष्टीने या मोहिमेला फार महत्त्व होते. या सत्याग्रह चळवळीचा मिठूबेन एक भाग बनल्या आणि त्यांनी स्त्रियांचे नेतृत्व स्वीकारले. त्यांच्या सक्रिय राजकारणाचा प्रारंभ होता. कुटुंबात परत जाण्याचा त्यांचा मार्ग या निर्णयामुळे बंद झाला होता. मिठूबेनच्या उर्वरित आयुष्याला वेगळा आकार देणारा हा महत्त्वपूर्ण निर्णय घेण्याचा काळ फार त्रासदायक होता.

बार्डोली हा सुरत जिल्ह्यातील अतिपूर्वेकडचा तालुका. त्या वेळी तो मुंबई इलाख्याचा भाग होता आणि तिथे रयतवारी पद्धत चालू होती. या पद्धतीत जमीनमालक शेतकऱ्याचा सरकारशी प्रत्यक्ष संबंध येत असे. सर्व्हे नंबर असलेल्या प्रत्येक जमिनीवर जमीनमहसूल म्हणून किती सारा भरावयाचा, हे निश्चित केलेले असे.

ब्रिटिश सरकार जमीन महसुलावरच मोठ्या प्रमाणावर अवलंबून होते. जमिनीची उत्पादनक्षमता वर्षानुवर्षे खालावत चालली होती, तरीही गुजरातमध्ये विशेषतः सुरत जिल्ह्यात मनास येईल त्याप्रमाणे जमीनमहसूल वाढवण्याचा ब्रिटिश सरकारने धूमधडाका लावला होता. (६) लहर लागेल तशी महसूल आकारणी करण्याच्या जुलमी पद्धतीला विरोध करण्याचा खरा उपाय रयतेजवळ आतापर्यंत नव्हता. विधान मंडळाने मंजूर केलेल्या कायद्यानुसार शेतकऱ्यांसाठी न्यायालयाचे दरवाजे बंद झाले होते. १९२४ मध्ये विधान मंडळाच्या मुंबई अधिवेशनात एक ठराव संमत करण्यात आला. त्यानुसार जमीन महसूल सुधारण्याची प्रक्रिया विधान मंडळाने पारित केलेल्या कायद्याशी मिळतीजुळती असावी आणि नवीन कराची अंमलबजावणी आवश्यक कायदा अमलात येईपर्यंत करू नये, असे ठरले होते. सरकारने कायदा अमलात आणण्याच्या दृष्टीने काहीच न करता उलट आधीच्या ठरावाच्या अगदी विरुद्ध अशी जमीन महसूल कायद्यात दुरुस्ती करण्याचे काम आरंभिले. १९२७ मध्ये विधान परिषेदेने पुन्हा तसाच ठराव संमत करून सुधारित दराने महसूल गोळा न करण्याचे आदेश दिले. पण पुन्हा एकदा सरकारने त्याकडे दुर्लक्ष केले. कर आकारणीचे पुनर्मूल्यांकन करून प्रचलित दरापेक्षा महसुलाचा दर २५-३० टक्क्यांनी वाढवण्याचे सरकारने ठरवले. (७)

इलाख्यातील शेतकऱ्यांनी याला विरोध केला. बार्डोली तालुक्याने हे आव्हान स्वीकारले. बार्डोलीतील जनतेची लढ्याशी विशेषत: सत्याग्रहाशी जवळीक होती. गांधीजींचे दक्षिण आफ्रिकेतील लढ्यामधील अनेक सहकारी बार्डोलीचे होते आणि त्यांनी विलक्षण धैर्य व निर्धार दाखवला होता. म्हणूनच १९२१-२२ साली सत्याग्रहाची सुरुवात करण्याकरता बार्डोलीची निवड करण्यात आली. त्यानंतर गांधीजींच्या इच्छेनुसार कार्यकर्त्यांनी आपली सर्व शक्ती विधायक कार्याकडे वळवली. विधायक कार्यक्रमासाठी चार केंद्रे उभारली. बार्डोली हे त्यातील मुख्य केंद्र होते. प्रशिक्षित, समर्पित कार्यकर्त्यांचे पथक तिथे तयार होते. या परिस्थितीमुळे खात्री वाटून गांधीजी आणि वल्लभभाई यांनी तिथूनच सत्याग्रहाला सुरुवात करण्याचे ठरवले. या संघाच्या स्थानिक सत्याग्रहींना सबंध देशभरच्या तितक्याच खंद्या स्वयंसेवकांनी साथ दिली. चळवळीचे नेतृत्व करण्यासाठी सरदार वल्लभभाई पटेलांची निवड झाली होती. वाढीव दराने लादलेला कर कोणीही भरावयाचा नाही, असा निर्णय घेण्यात आला. संपूर्ण जिल्ह्यातील शेतकऱ्यांनी कर भरणार नाही व सत्याग्रह चळवळीत सामील होऊ, अशा प्रतिज्ञा घेतल्या होत्या.

१९२८च्या फेब्रुवारीत संपूर्ण जिल्हाभर शिबिरे घेण्यात आली. घराबाहेर पडून शिबिराला हजर राहणाऱ्या स्त्रियांची संख्या नवल वाटावे इतकी लक्षणीय होती. त्यांनी पुरुषांपेक्षा अधिक निर्धार दाखवला. त्यांनी सत्याग्रह चळवळीचा गौरव करणारी गाणी गायिली आणि पुरुषांना प्रोत्साहित केले. स्त्रियांना मदत करण्यासाठी व त्यांचे नेतृत्व करण्यासाठी वल्लभभाईंनी मिठूबेन, भक्तीबेन, आपली मुलगी मणीबेन पटेल आणि शारदाबेन मेहता यांना विनंती केली. स्त्रियांना मदत करण्याची आणि त्यांच्यासाठी पद्धतशीरपणे उपक्रम आयोजित करण्याचे काम सरदार पटेलांनी या चौघींवर सोपवले. परिणामी स्त्रियांचा सहभाग वाढला आणि अनेकदा पुरुष जेव्हा उणे पडत, तेव्हा स्त्रियांनी त्यांचे धैर्य वाढवले. सरकारने निराश होऊन सत्याग्रहींच्या जमिनी जप्त करण्यास सुरुवात केली. सरदार पटेलांनी मिठूबेन व अन्य नेत्यांसह स्त्रियांचे गट पाडून त्यांना एका रात्रीत जमिनीवर तंबू व छावण्या उभारण्यास सांगितले. तंबूतील स्त्रियांच्या उपस्थितीमुळे सरकार काही करू शकले नाही व सरकारचे प्रयत्न अशा रीतीने निष्फळ ठरले. सरोजिनी नायडूंच्या शब्दांत, "बार्डोलीच्या जनतेने रात्रन्‌रात्र केवढा कडक जागता पहारा ठेवला होता. आठवड्यामागून आठवडे चाललेल्या त्रासदायक संघर्षात ज्यांच्या चित्तवृत्ती विचलित झाल्या नाहीत, त्यांच्यासाठी तो अंधकार गोड स्वप्ने घेऊन येईल." मिठूबेन इतक्या ठळकपणे सक्रिय होत्या की सुरतेला असलेल्या गव्हर्नरला भेटण्यासाठी प्रतिनिधींची जी समिती स्थापन करण्यात आली, तीत वल्लभभाईंनी कल्याणजी व अब्बास तैयबजींच्या बरोबर मिठूबेन, भक्तीबेन आणि शारदा मेहता यांचाही समावेश केला. या शिष्टमंडळाला खास असे

काही मिळाले नाही; कारण नेत्यांच्या कोणत्याही अटी स्वीकारण्यास सरकार तयार नव्हते. अखेरीस जनतेची चिकाटी आणि धैर्य यांमुळे सरकार शरण आले. १९२८च्या सप्टेंबरमध्ये साडेपाच महिन्यांनंतर समझौता झाला. शेतकऱ्यांनी जुन्या दराने महसूल भरावा, जप्त केलेल्या जमिनी परत द्याव्यात आणि अटक केलेल्या पुढाऱ्यांना सोडून द्यावे, असे ठरले. महसूल दरात एक चौकशी समिती स्थापन करण्यात आली. मात्र त्यातून काही निष्पन्न झाले नाही; आणि 'जैसे थे' परिस्थिती कायम राहिली.

मिठूबेन जेव्हा बार्डोलीमध्ये प्रतिकाराच्या कार्यात गढून गेल्या होत्या, तेव्हाच त्यांना एका व्यक्तिगत आव्हानाला सामोरे जावे लागले. त्यांचे पालक होरमसजी व पिरोजा पेटिट आणि कुटुंबातील अन्य सदस्य मिठूबेनवर अतिशय संतापले होते आणि सर्व जण अतिशय बेचैन झाले होते. मिठूबेनच्या विधायक सामाजिक कार्याचा ते स्वीकार करू शकत होते; पण मिठूबेननी उघडउघड ब्रिटिश सरकारला केलेल्या विरोधाचा ते विचारही करू शकत नव्हते. त्यांना तुच्छ लेखले जात आहे व त्यांचा अपमान होतो आहे, असे त्यांना वाटू लागले. त्यांनी आपला विशेष दूत तिच्याकडे पाठवून मिठूबेनला घरी परत येण्यास व अशी 'हास्यास्पद' कामे सोडून देण्यास सांगितले. मिठूबेनबरोबर दडपण आणण्यासाठी त्यांनी गांधीजी, सरदार पटेल व इतर नेत्यांनाही पत्रे लिहिली. घरातल्या वडीलधाऱ्यांना तिने रोखठोक उत्तर दिले, "सरकारची साथ करणे हा तुमचा उद्योग आहे आणि देशाची साथ करणे हे माझे व्रत आहे." सत्याग्रह चळवळीत अनेक प्रकारची जोखीम पत्करावी लागते, गांधीजी व पटेल यांनी धोक्याचा इशाराही मिठूबेनला दिला होता. तसेच मिठूबेनची मुक्त होण्याची इच्छा असेल तर त्या हे सर्व सोडून जाऊ शकतात, असेही सांगितले होते. 'बार्डोलीच्या शेतकऱ्यांची हजारो एकर जमीन गेली, लाखो भारतीय लोक मातृभूमीसाठी सर्वस्वाचा त्याग करण्यास तयार आहेत, अशा वेळी आपल्या वारसाहक्कावर पाणी सोडणे म्हणजे काहीच नव्हे,' असे मिठूबेननी उत्तर दिले. परिणामी वारसाहक्कापासून त्या वंचित झाल्या. याचा काहीही परिणाम न होता त्या ठाम राहिल्या आणि देशसेवेचे आपले काम त्यांनी चालू ठेवले. बार्डोली लढ्याच्या काळात मिठूबेन आपले सहकारी व स्वयंसेवक यांच्याबरोबर गावोगावी जात, तेव्हा सत्याग्रहाच्या कार्यक्रमाबरोबरच आपल्या खादी प्रचाराचा कार्यक्रमही हाती घेत असत. मिठूबेननी लोकांचे भयानक दारिद्र्य विशेषतः आदिवासींचे दारिद्र्य पाहिले. ते लोक दारूच्या आहारी गेलेले असत व त्यामुळेच त्यांच्या कुटुंबांना अधिक दुःख व त्रास सहन करावा लागे. खेड्यापाड्यांतील अशा खडतर परिस्थितीमुळेच विधायक कार्य हाती घेण्यासाठी व ग्रामीण भागात जाऊन राहण्याची त्यांनी मनाची तयारी केली. १९२८-२९ मध्ये वल्लभभाई पटेलांच्या देखरेखीखाली त्यांनी दारूविरोधी केंद्रे स्थापन केली. आणि दारू दुकानांसमोर निदर्शनेही करण्यास सुरुवात केली. त्यांना

अटक करून तुरुंगात डांबले गेले. देशसेवेसाठी त्यांना घडलेला हा अल्पकालीन तुरुंगवास होता. सरदार पटेल मिठूबेनच्या कार्यामुळे इतके प्रभावित झाले, की त्यांनी मिठूबेनच्या नावामागे मिठूबेनना 'दीन भगिनी' हे विशेषण लावून गौरविले. बार्डोलीच्या लढ्यात अनेक शेतकरी घरादाराला मुकले होते व त्यांनी खेड्याच्या सभोवारच्या शेतांत तंबू ठोकून वा अन्य निवारा उभा करून आश्रय घेण्यास सुरुवात केली होती. हा प्रकार पावसाळ्यात घडल्यामुळे अनेक निर्वासित आजारी पडले. मिठूबेन तत्काळ त्यांच्या मदतीला धावून आल्या. त्यांनी मंगळदास पक्वासा व झंडू फार्मास्युटिकल्सचे जुगतरामभाई यांच्याशी बोलणी करून त्यांच्या मदतीने एक तात्पुरता दवाखाना तिथे उभारला. त्या ठिकाणी अशी सोय कधीच नव्हती. त्यामुळे सर्वांनीच त्याचे स्वागत केले. सत्याग्रहानंतर तो दवाखाना कायमस्वरूपी स्थापण्यात आल्यामुळे लोकांच्या आनंदाला पारावार राहिला नाही. आदिवासींना मदत करण्याच्या हेतूने मिठूबेननी खादी आश्रम, एक मुलींची शाळा आणि राणी परज सेवाश्रम यांची स्थापना केली. या संस्थांमार्फत खादी निर्मिती, शेती, शिक्षण आणि आरोग्यसेवा आयोजित करता आल्या.

वैद्यकीय उपचार व रोग्यांना दिली जाणारी औषधे यांबाबत जाणून घेण्यात मिठूबनेना स्वारस्य असे. त्याविषयी दोन शब्द लिहिणे उचित ठरेल. स्थानिक वनस्पती व रोपे यांच्या वापरातून तयार औषधोपचार शोधून काढण्याकडे मिठूबेनचा कल होता. सर दिनशा पेटिट या त्यांच्या पणजोबांकडून त्यांना लहानपणापासूनच यामध्ये रस निर्माण झाला असाव, असे वाटते. सर दिनशा पेटिट हे बुद्धिमान वनस्पतितज्ज्ञ होते आणि औषधी गुणधर्म असलेल्या नव्या वनस्पती व रोपे यांच्या शोधात ते सदैव असत. आपल्या शोधावर आधारित 'वैद्यक सूचक संग्रह' नावाचे एक पुस्तकही त्यांनी प्रकाशित केले होते. त्याच्या आधारे मोठ्या प्रमाणावर आदिवासींकडून वापरली जाणारी औषधे आश्रमातील रहिवासी व अनुयायी यांच्यासाठी मिठूबेननी वापरली. मिठूबेननी वनस्पतिजन्य औषधे व रोपे यांच्या साहाय्याने अनेक आजारांवर यशस्वी उपचार केले. आपल्या अनुभवाच्या आधारावर 'नानेला नुस्खा' हे एक पुस्तकही त्यांनी प्रसिद्ध केले. १९२९च्या अखेरीस सुरत जिल्ह्यात मिठूबेन सर्वांना परिचित झाल्या आणि सर्वांच्या आवडत्या बनल्या. तेथील परिसराचाच आपण एक भाग आहोत, असे त्यांना वाटू लागले. ग्रामीण भागात राहण्यासाठी आता त्या पूर्णपणे तयार झाल्या होत्या. या वेळेपर्यंत 'माईजी' या प्रेमळ नावाने त्या परिसरातील खेड्यामधील लोक त्यांना ओळखू लागले. मिठूबेनचे परिवर्तन इथे पूर्णावस्थेला पोहोचले.

१९३० मध्ये मिठाच्या सत्याग्रहात आणि दांडीयात्रेत मिठूबेन गांधीजींबरोबर सामील झाल्या, तो त्यांच्या आयुष्यातला नंतरचा महत्त्वाचा टप्पा होता. दांडीकडे

जाताना सुरतेतील उमराचीमध्ये गांधीजींनी प्रवेश केला तेव्हा सुरत जिल्हा काँग्रेस समितीच्या उपाध्यक्ष या नात्याने मिठूबेननी त्यांचे स्वागत केले आणि त्या गांधीजींबरोबर दांडीला गेल्या. गांधीजींनी जेव्हा तेथील समुद्रातून मीठ उचलले, तेव्हा त्या गांधीजींच्या बाजूलाच उभ्या होत्या. इतर स्त्रियांबरोबर ही अशक्त, नाजूक मुलगी त्या मोर्च्याच्या छायाचित्रात गांधीजींच्या पुढे किंवा मागे दिसते.

अंगीकारलेल्या कार्यासाठीचे त्यांचे समर्पण खुर्शीदबेन आणि सरोजिनी नायडूंसारखेच होते. त्यांच्या चिकाटीमुळे त्यांनी गांधीजींना जिंकले. गांधीजींनी दांडी येथील छावणीचा कारभार मिठूबेनवर सोपवला. मिठूबेननी अतिशय सक्षमतेने आणि शिस्तीने त्या कामाचे व्यवस्थापन केले. त्यामुळे गांधीजींनी अधिक आव्हानात्मक कामाची जबाबदारी त्यांच्यावर टाकण्याचे ठरवले. ३ एप्रिल १९३० रोजी गांधीजींनी दांडी येथे स्त्रियांची एक सभा बोलावली. स्त्रियांना सामान्यतः दांडीयात्रेच्या बाहेर ठेवण्याच्या गांधीजींच्या निर्णयाबद्दल खुर्शीदबेनने त्यांना प्रश्न विचारला- 'जर स्त्रियांना त्या मोर्च्यात सामील केले तर ब्रिटिश बदमाष असले तरी त्यांनी मोर्च्यावर लाठीहल्ला केला नसता अथवा बंदुका झाडल्या नसत्या', असे स्पष्टीकरण गांधीजींनी दिले. त्यांना लोकांची परीक्षा घ्यायची होती. लोकांची मरणाची आणि आपली डोकी फुटतील ही भीती त्यांना मोडून काढावयाची होती.'(८) परंतु स्त्रियांच्या आग्रहाखातर दारू दुकानांसमोर निदर्शने करण्याची जबाबदारी स्त्रियांवर सोपवण्याचा त्यांनी निश्चय केला. सुरत आणि नवसारी जिल्ह्यांतील या कामाची जबाबदारी कस्तुरबा, जानकीबेन बजाज आणि मिठूबेन यांच्यावर टाकण्यात आली. हे ऐकल्यावर तिथे उपस्थित असलेले जवाहरलाल खूप संतापले आणि गुंड लोक व बेवडे स्त्रियांचा छळ करतील, अशी चिंता त्यांनी व्यक्त केली. कोणताही गुंड या स्त्रियांना काही करण्यास धजावणार नाही, असे गांधीजींनी विश्वासाने ठासून सांगितले. स्त्रियाच त्यांच्याशी सामना करायला योग्य आहेत, असे गांधीजींना वाटले.

हे जबाबदारीचे काम त्यांच्याकडे दिल्यामुळे स्त्रिया खूश झाल्या. आणि अतिशय उत्साहाने ते काम त्यांनी आपल्या अंगावर घेतले. सुरत शहरात आणि जिल्ह्यात त्यांनी सर्वत्र स्त्री स्वराज्य संघ स्थापन केले आणि सुमारे दीड हजार स्त्रियांची सभासद म्हणून नोंदणी केली. या स्त्रियांनी तत्परतेने दारू व परदेशी कापड दुकाने यांच्यासमोर निदर्शने करण्यास सुरुवात केली. शांततापूर्ण व हेतूपूर्वक केलेल्या त्यांच्या कृतीमुळे एखादी माशीही त्या दुकानांच्या जवळपास फिरण्याचे धाडस करू शकली नाही. पोलिसही त्यामुळे आश्चर्यचकित झाले. त्यांच्याशी कसे वागावे याचा अंदाज त्यांना येत नव्हता; तसेच त्या परिसरातून त्यांना दूर कसे करावे, हेही त्यांना कळत नव्हते. पोलिसांनी स्वयंसेविकांच्या छावण्यांवर हल्ले करून तेथील फर्निचर, खुर्च्या, पलंग, गाद्या, भांडीकुंडी ताब्यात घेतली. भांडारातील सर्व सामान अस्ताव्यस्त

करून टाकले. लगेचच दुसऱ्या दिवशी गावकऱ्यांनी त्या स्त्रियांना सर्व साधने व साहित्य पुरवले व स्त्रियांनी आपली निदर्शने चालू ठेवली, याचा पोलिसांना खूपच विषाद वाटला. असे वारंवार घडले. त्यामुळे सरकारचे प्रयत्न असफल करण्याचा स्त्रियांनी निश्चय केला आणि गाद्यांशिवाय नुसत्या चटयांवर त्या झोपू लागल्या. स्वयंपाकासाठी व जेवणासाठी तांब्यापितळेच्या भांड्यांऐवजी मातीची भांडी वापरू लागल्या आणि झाडाखाली विश्रांती घेऊ लागल्या. हे स्त्रियांनी आपापसांत ठरवले होते. त्यांच्यापैकी काही जणी कधीच खेड्यात राहिल्या नव्हत्या किंवा योग्य सुखसोयींशिवाय जगल्या नव्हत्या. दुसऱ्या दिवशी पोलिस जेव्हा त्यांच्या वस्तू जप्त करण्यासाठी आले, तेव्हा घेऊन जाण्यासाठी तिथे काहीच वस्तू नव्हत्या, हे पाहून त्यांना आश्चर्य वाटले आणि ते शरमून परत गेले.

मिठूबेननी या इच्छुक पण अप्रशिक्षित स्वयंसेविकांना संघटित करण्यासाठी डॉ. सुमंत मेहतांची मदत घेतली. या स्वयंसेविका विविध उद्योग करणाऱ्या, सुशिक्षित-अशिक्षित आणि दक्षिण गुजरातमधील विविध भागांतून आलेल्या होत्या. आपल्या नेतृत्वगुणांच्या साहाय्याने गोड स्वभावाने व समजूतदारपणाने मिठूबेननी त्यांना एकजिनसी, सुप्रशिक्षित व शिस्तबद्ध अशा गटाचा आकार दिला. मिठूबेनमध्ये लहानपणापासूनच हे नेतृत्वगुण होते. आपल्या भावा-बहिणींबरोबर खेळताना मिठूबेन अग्रभागी असत. कोणताही वादग्रस्त मुद्दा असो, त्यांची भूमिका प्रमुख असे याबद्दल त्यांच्या कुटुंबीयांनीही खात्री दिली आहे. निदर्शनांच्या कार्यक्रमाबाबतीतील मिठूबेनच्या धैर्याबद्दल दोन शब्द. या विभागातील बरेचसे दारू दुकानदार पारशी होते. मिठूबेनच्या कृतीमुळे ते संतापले होते आणि त्यांच्या कृतीचे भयावह परिणाम होतील अशा धमक्या ते मिठूबेनला देत असत. या सर्व चळवळी सोडून द्याव्यात म्हणून मिठूबेनच्या कुटुंबाने पुन्हा एकदा मनधरणी केली; पण व्यर्थ! धमक्यांमुळे त्या निराश झाल्या नाहीत किंवा त्यांच्या विनंत्यांना त्यांनी दाद दिली नाही.(९)

गांधी-आयर्विन करारानंतर सत्याग्रह मागे घेतला गेला. निदर्शनांचा कार्यक्रमही थंडावला. परंतु त्यामुळे देशसेविकांच्या कार्यक्रमात कमतरता आली नाही. देशसेवा आणि स्वातंत्र्य यासाठी लढा देण्याची तयारी असलेल्या या नव्याने जागृत झालेल्या महिलांच्या आघाडीचे नेतृत्व मिठूबेन व त्यांच्या सहकाऱ्यांकडे होते. भारतीय स्त्रियांमध्ये जीवनजागृतीचे आश्चर्यकारक कार्य गांधीजींनी केले, त्याचे मिठूबेन म्हणजे प्रातिनिधिक उदाहरण होते. आपले सारे आयुष्य स्त्रियांच्या उद्धारासाठी खर्च करणाऱ्या महर्षी धोंडा केशव कर्वे यांची या बाबतीतील प्रतिक्रिया उद्धृत करावी असे मला वाटते. तरुण आणि वृद्ध, श्रीमंत आणि गरीब अशा शेकडो स्त्रिया चौपाटीच्या वाळूवर एकत्र येऊन मिठाच्या सत्याग्रहाच्या वेळी मिठाचा कायदा मोडून मीठ गोळा करताना धोंडो केशव कर्व्यांनी पाहिल्या. या स्त्रियांना लाठ्या व अन्य

आयुधे हाती धरणाऱ्या पोलिसांनी गराडा घातला होता. धीटपणाने देशभक्तिपर गाणी गात गात स्त्रियांनी आपले काम चालू ठेवले होते हे पाहून कर्वेही आश्चर्यचकित झाले व त्यांनी उद्‌गार काढले, "गेली काही दशके जे काम मी व माझ्यासारखे अनेक जण करू शकले नाहीत, ते काम या साबरमतीच्या विलक्षण माणसाने दैनंदिन जीवनात आमच्या डोळ्यांपुढे साकार करून दाखवले." (१०) गांधीजींनी स्त्रियांच्या मनातील भीती व दुबळेपणा दूर केला.

१९३०च्या सत्याग्रहाच्या काळात त्या परिसरात मिठूबेन आणि कस्तुरबा दोघींनी मिळून अनेक छावण्या उभारल्या होत्या. मात्र त्या दोघीही मरोळीच्या आश्रयस्थानाकडे आकर्षित झाल्या होत्या. मरोळी आदिवासी क्षेत्रामध्ये असून, दोघीही अनेकदा तिथे राहावयास जात. त्यातील काही छावण्यांचे रूपांतर त्यांनी आता आश्रमात केले. विशेषतः खादी व विविध हस्तोद्योग विकसित करण्यासाठी गावकऱ्यांना मदत करणे त्यांना त्यामुळे शक्य झाले. मरोळीचे गावकरी बा व माईजींना गाव सोडू जाऊ देत नव्हते. (गावकरी मिठूबेनना प्रेमाने माईजी असे संबोधत.) गावकऱ्यांनी ८ बिघे जमीन खरेदी करून ती बा व माईजींना भेट म्हणून दिली आणि त्यांना मरोळी येथे कायमस्वरूपी आश्रम स्थापण्याची विनंती केली. त्या दोघींनी ती मान्य केली आणि अवतीभवती विकसित होणाऱ्या उपक्रमांचे ते केंद्र बनले. थोड्याच वर्षांत त्यांची उक्ती, कृती आणि विचार यांमुळे त्यांनी सर्वांच्या हृदयात मातेची प्रतिमा निर्माण केली आणि संपूर्ण बांधिलकीने गावे दत्तक घेतली. गांधीजींनी ज्याचा पाया घातला तेच हे कस्तुरबा वनस्थळ. इथेच मिठूबेननी मी स्वतःला गाडून घेईन असे सांगितले होते व त्याप्रमाणे त्यांनी केले. मिठूबेननी कधी मागे पाहिले नाही. हळूहळू आपल्या सहकाऱ्यांच्या पाठिंब्याने खास करून त्यांचा अगदी उजवा हात असलेल्या कल्याणजी मेहतांच्या मदतीने उजाड, दुःखी व निराशाजनक परिसरात एका बळकट, आनंदी व पुरोगामी समाजाची त्यांनी उभारणी केली. सुरुवातीला उल्लेखिलेले मिठूबेनचे उद्‌गार म्हणजे गांधीजी अनेकदा जे उच्चारीत असत त्याला मिठूबेनने दिलेला प्रतिसाद होता. "नगरातील व शहरातील स्त्रिया काम करण्यास इच्छुक आहेत; पण खेड्यात जाऊन तेथील कामात आपल्याला गाडून घ्यायला कोण तयार असते?"

नंतरची ४३ वर्षे मिठूबेन मरोळी व त्याचा परिसर सोडून क्वचितच बाहेर गेल्या. स्वखुशीने स्वीकारलेल्या जीवनात त्यांनी स्वतःला गाडून घेतले आणि सर्वांवर मनापासून प्रेम केले. अर्थात त्यांनी राजकीय लढे चालूच ठेवले होते. १९३२चा सत्याग्रह सुरू झाल्यावर त्यामध्ये त्या सहभागी झाल्या. कस्तुरबांबरोबर त्यांनाही अटक झाली. चार महिन्यांची शिक्षा होऊन त्यांना साबरमतीच्या मध्यवर्ती तुरुंगात टाकण्यात आले.

तुरुंगातून सुटका झाल्यावर मिठूबेन आश्रमाच्या कामात गढून गेल्या. टप्प्याटप्प्याने आश्रमाची इमारत बांधण्याचे काम त्यांनी सुरू केले. जेव्हा त्यांनी व कस्तुरबांनी प्रथम कार्याला सुरुवात केली, तेव्हा मरोळीमध्ये एक झोपडी व जवळपास राहणारे फार थोडे लोक यांखेरीज काहीही नव्हते. सहा महिन्यांतच दुबला, कोळी हे आदिवासी, बनिया, पारशी, ब्राह्मण आणि पटेल त्यांना येऊन मिळाले. त्यांनी ५ जणांचा एक गट केला. त्या गटाने आपले घर मानून आश्रम दत्तक घेतला व मिठूबेनना माईजी म्हटले आणि मिठूबेन खरोखरच त्यांच्या माईजी बनल्या. आजूबाजूच्या सर्वांना जिव्हाळ्याचे वाटतील असे विविध उपक्रम त्यांनी सुरू केले. राणीपरज आणि दुबला मुली व स्त्रिया यांच्या आयुष्यात प्रकाश निर्माण करण्याबद्दल त्या अतिशय दक्ष होत्या. आश्रमाच्या परिसरात, तसेच आश्रमाबाहेर त्यांनी मुलींसाठी शाळा व वसतिगृह सुरू केले. आर्थिक दृष्ट्या त्यांना स्वावलंबी बनवणे व त्यांचा स्वाभिमान जागृत करणे, हे त्यांचे ध्येय होते. म्हणून त्यांनी गांधीजींचा 'नयी तालीम' हा शैक्षणिक कार्यक्रम अनुसरला. मिठूबेनने मुलींना सूतकताई, कापड विणणे, शेतीकाम व हस्तकला हे विषय शिक्षणाचाच एक भाग म्हणून शिकवले. स्वच्छता आणि आरोग्य हे त्याचे आवश्यक भाग होते. कन्याशाळा व वसतिगृहांवर विद्यार्थिनीच देखरेख करीत असत. मरोळीच्या सभोवतालच्या २३ खेड्यांत हे काम चालू होते. येथे अनेक विधायक उपक्रम सुरू केले होते व मिठूबेनच्या हयातीत ते उत्तम प्रकारे चालत असत व आजही तसेच चालू आहेत. मुला-मुलींसाठी चार आश्रमशाळा, चार सार्वजनिक दवाखाने आणि १२ बालवाड्या मिठूबेनने स्थापन केल्या होत्या. या सर्वांवर त्यांची सतत व्यक्तिशः देखरेख असे. मिठूबेन या सर्व ठिकाणांना नियमित भेटी देत व त्यांच्या समस्या सोडवत. त्यांच्या अधिकार क्षेत्रात कोणीही दुर्लक्षित राहत नसे. पाऊस असो, तापणारे ऊन वा कडाक्याची थंडी असो, त्या औषधे देण्यासाठी, समस्या सोडवण्यासाठी, त्यांच्यावर माया करण्यासाठी हजर असत. तेथील लोक म्हणजे जणू काही त्यांची मुले होती आणि मिठूबेन खऱ्या अर्थाने त्यांच्या प्रिय माईजी होत्या.

त्यांचे आणखी एक महान कार्य म्हणजे मानसिक दृष्ट्या ज्यांच्याकडे लक्ष देण्याची गरज आहे, अशा व्यक्तींसाठी मिठूबेनने स्थापन केलेले इस्पितळ. त्याची सुरुवात अगदी व्यक्तिगत पद्धतीने झाली. स्वातंत्र्यलढ्यात तुरुंगवासात ज्यांचा छळ झाला व वंचितावस्थेमुळे त्रास सहन करावा लागल्यामुळे ज्यांचे मानसिक संतुलन बिघडले अशा काही जणांना गांधीजींनी मिठूबेनकडे पाठविले. मिठूबेनने आश्रमात त्यांची देखभाल केली. त्यांना बरे करून परत पाठवले. ही गोष्ट जेव्हा सर्वतोमुखी झाली, तेव्हा अशा प्रकारचे अधिकाधिक लोक मरोळीला येऊ लागले व १९४२ मध्ये आश्रमाच्या आवारात दुसरी इमारत बांधावी लागली. इस्पितळात केले जाणारे

अतिशय घरगुती व सेवाभावी संयोजन हे त्या इस्पितळाचे सर्वस्वी वेगळे पैलू होते. विभाग किंवा खोल्या याऐवजी झोपड्या होत्या. रुग्ण आपल्या कुटुंबासह झोपडीत राहत. उपचारांमध्ये कुटुंबातील सदस्यांना सहभागी करून घेतले जात असे. सामाजिक वातावरणात आणि कौटुंबिक वातावरणात त्यांच्यावर उचार केले जात असत. रुग्णांना समाजात मोकळेपणाने वावरण्याची परवानगी दिल्यामुळे त्यांचा आत्मसन्मान कायम राहतो. आपले घर व संस्कृती यांपासून ते एकाकी पडत नाहीत आणि त्यांना सहजतेने इतर माणसांबरोबर बोलताचालता येते. याचा परिणाम म्हणजे हे इस्पितळ संपूर्ण भारतभर प्रसिद्ध झालेच शिवाय भारताबाहेरही त्याची ख्याती पसरली. बहुसंख्य रुग्ण बरे होऊन घरी परतत आणि समाजाचे उपयुक्त सदस्य बनत. मिठूबेन व कल्याणजीभाई यांनी हा सर्व विचार करून ही आगळीवेगळी संस्था स्थापन केली होती. ही संस्था मिठूबेनच्या अपरंपार मानवतावादाची साक्ष देते.

आश्रमाबाहेरील गरजू लोकांचीही सेवा त्यांनी मायेने आणि कार्यक्षमतेने आयुष्यभर चालू ठेवली होती. १९४१,१९५०व १९६९ मध्ये सुरत जिल्ह्यात जेव्हा मोठे पूर आले, तेव्हा त्या त्या स्थळी आपल्या स्वयंसेविकांसह तत्परतेने त्या धावून गेल्या आणि अडचणीत सापडलेल्या लोकांना त्यांनी धान्य, कपडे, भांडीकुंडी दिली. त्यांना निवारा दिला आणि वैद्यकीय मदत दिली. कोठूनही त्यांना संदेश मिळाला तरी त्या ठिकाणी हजर होत असत.

१९६१ मध्ये त्यांच्या देशसेवेला सर्वांकडून मान्यता मिळाली. भारत सरकारने पद्मश्री पुरस्कार देऊन त्यांचा गौरव केला. राष्ट्रवादी आणि जनतेची बांधिलकी मानणाऱ्या सेविका म्हणून माईजींचे स्मरण केले जाईल. आपल्या कार्याने त्यांनी एके काळी अंधकारमय असलेला प्रदेश उजळून टाकला. तरुण राणीपरज व अन्य वंचित लोक अज्ञानातून बाहेर पडले आणि अनेक जण आता प्रतिष्ठेचे, स्वयंनिर्भरतेचे आयुष्य जगू लागले.

आज तेथील विश्वस्तांना धन्यवाद द्यायला हवेत. विश्वस्तांपैकी प्रमुख गांधीजींची नात उषा गोकाणी आहेत. त्यांनी तेथील काम चालू ठेवले आहे. कस्तुरबा सेवाश्रम व त्याचा परिसर यांची चांगल्या प्रकारे देखभाल केली जाते. मिठूबेन खऱ्याखुऱ्या कर्मयोगी होत्या. त्यांचे कार्य पुढे चालू राहिले आहे.

संदर्भ

१. आपल्या व्यक्तिगत आठवणी, विविध वृत्तपत्रे आणि पुस्तके मला या शोधनिबंधासाठी वापरण्यास दिल्याबद्दल मी मिठूबेनचे भाचे श्री. होमी डी. पेटिट यांची आणि गांधीजींची नात उषाबेन गोकाणी यांची ऋणी आहे.

२. पेटिट, अबन, एच, 'रेमिनिसेन्सेस', माईजी अभिनंदन ग्रंथ, उत्सव समिती,

सुरत, १९७०, पृ. २१९ (गुजराती)

३. 'स्त्री-जीवन', मिठूबेन पेटिट अमृतमहोत्सव अभिनंदन, मार्च १९७०, अहमदाबाद, पृ. ३८५ (गुजराती)

४. बाँबे समाचार, जुलै १७, १८७३, गांधीजी व मिठूबेन यांच्यामध्ये गुरुशिष्य संबंध प्रस्थापित झाले होते. मिठूबेन गांधीजींच्या कुटुंबातील सदस्य बनल्या व त्या सर्वांच्या लाडक्या होत्या. कस्तुरबा आणि विशेष करून रामदास गांधी व त्यांचे कुटुंबीय जेव्हा विश्रांती हवी असे अथवा प्रकृती बरी नाही असे वाटले की मिठूबेनच्या मरोळी आश्रमाला भेट देत असत. ते त्यांचे दुसरे घरच झाले होते.

५. 'स्त्री-जीवन', उपरोक्त, पृ. ३९७

६. देसाई, महादेव, द स्टोरी ऑफ बार्डोली, नवजीवन पब्लिशिंग हाऊस, अहमदाबाद, १९२९, पृ. ५-९

७. कित्ता, पृ. १३, मिठूबेननी आपले सॉलिसिटर बंधू दिनशा व त्यांचे सहकारी सॉलिसिटर यांना या मोहिमेत भाग घेण्यासाठी बोलावले. त्यांनी तत्परतेने प्रतिसाद दिला. ते ज्या दिवशी तिथे आले त्याच दिवशी त्यांना पकडले. दुसऱ्या दिवशी सोडले व मुंबईला परत पाठवून दिले.

८. 'स्त्री-जीवन', उपरोक्त, पृ. ४०

९. अबन, एच. पेटिट, उपरोक्त, पृ. २२

१०. कित्ता, पृ. ७५, चिमणलाल पी. भट यांनी दिलेला वृत्तान्त

११. कित्ता, पृ. २५, जयश्री रायजींचा वृत्तान्त

१२. मरोळी संकुलाची देखभाल केवळ सार्वजनिक निधीतून होत नव्हती, तर मिठूबेनच्या वैयक्तिक देणगीतूनही होत होती. मरोळी संकुल सुस्थितीत ठेवण्यासाठी त्यांनी एकदा आपले दागदागिने विकले. नंतरच्या टप्प्यावर तर मिठूबेनच्या काकांनी तिच्यासाठी मिळकतीतील वाटा ठेवला होता, ती रक्कमही त्यांनी यासाठीच उपयोगात आणली. मिठूबेनच्या मातुश्रींनीही त्यांच्या कार्याला नंतरच्या काळात पाठिंबा दर्शवला. अशा प्रकारे मिळालेल्या पैशाचा विनियोग त्यांनी ऑपरेशन थिएटरसह नवीन इस्पितळ बांधण्यासाठी केला. त्या इस्पितळाला त्यांनी 'होरमसजा पेटिट दर्दी निवास' असे नाव दिले. पेटिट कुटुंबाने मिठूबेनशी समेट केला आणि मिठूबेन भावाच्या कुटुंबाला भेटण्यासाठी वर्षातून एक-दोन वेळा जाऊ लागल्या.

◆

■ खिलाफत लढ्यातील स्त्रिया ■

अमृता शोधन

(**डॉ. (श्रीमती) अमृता शोधन :** या स्वतंत्रपणे संशोधन करीत असून, 'लोकसमुदायाचा व स्त्रियांचा इतिहास' यावर त्यांचे काम चालू आहे. 'कॉम्युनिटीज अँड आयडेंटिटीज : फ्रॉम कास्ट टू रिलिजन' हे त्यांचे पुस्तक प्रकाशित होण्याच्या मार्गावर आहे.)

सध्या आपल्या देशात हिंदू-मुसलमान असे दोन तट पडलेले दिसतात. अशा वातावरणात खिलाफत चळवळीच्या वेळी हिंदू-मुसलमान एकमेकांशी मिळूनमिसळून काम करीत होते, ही गोष्ट लक्षात घेणे अनेकांना शक्य होत नाही. काही अभ्यासकांच्या मते, या दोन जमातींमधील विभक्ततेची भावना खिलाफत चळवळीच्या काळापासून पुढे अधिक वाढली. हा दृष्टिकोन लक्षात घेऊन व विशेषे करून स्त्रियांच्या एकत्रीकरणावर भर देऊन या चळवळीचा अभ्यास करणे महत्त्वाचे आहे. खिलाफत चळवळीच्या वेळी हिंदू व मुसलमान हे दोन समाज एकत्र येण्याची कदाचित ही शेवटची वेळ असावी. प्रथमच मुस्लिम स्त्रिया या चळवळीत संघटित झाल्या. गांधी व काँग्रेस यांनी खिलाफतीच्या प्रश्नावर एकजूट करण्यापूर्वी खिलाफतीसाठी मुस्लिम स्त्रिया एकत्र आल्या होत्या. गांधीजींच्या प्रोत्साहनामुळे त्यांनी सर्व स्तरांवर अधिक सहभाग घेतला. काँग्रेसच्या तसेच संयुक्त व्यासपीठावर, सभास्थानी, रस्त्यावरही त्या दिसू लागल्या.

यांपैकी काही स्त्रियांची माहिती आपल्याला गेल मिनॉल्ट यांच्या पुस्तकातून मिळते. गेल मिनॉल्ट यांनी १९११ ते १९२४ या कालावधीत खिलाफत लढ्यात व राष्ट्रवादी राजकारणात कशा प्रकारे भाग घेतला याची एक रूपरेषा काढली आहे. (१) भारतीय स्त्रियांच्या इतिहासाविषयीचे अन्य साहित्य, तसेच खिलाफत चळवळीसंबंधीच्या लेखनात अन्य मुद्द्यांवर लक्ष केंद्रित केले गेले. त्या इतिहासकारांना स्त्रियांच्या जीवनाच्या अभ्यासात स्वारस्य नसल्यामुळे या स्त्रियांबद्दल, खास करून ज्या परिस्थितीत त्या या चळवळीत उतरल्या त्याबद्दल, फारच थोडी माहिती

आपल्याला मिळते.

खरे म्हणजे अली बंधूंच्या माताजी अवादी बानू (बी. अम्मा) यांच्याखेरीज अखिल भारतीय खिलाफत समितीच्या ऐतिहासिक अहवालातही कोणत्याही स्त्रियांच्या नावांचा उल्लेख नाही. जे इतर चळवळींत घडते तेच या चळवळीतही दिसून येते. या चळवळीत उतरलेल्या बहुतेक स्त्रिया चळवळीत आधीच सामील झालेल्या पुरुषांच्या भार्या व त्यांच्या कुटुंबातील सदस्य होत्या. बहुसंख्य स्त्रिया त्यांच्या नवऱ्यांच्या नावानेच ओळखल्या जात.

त्या काळातील चळवळीत मुस्लिम स्त्रियांनी सामील होण्याची ही एकमेव घटना होती. तोपर्यंत संमतिवयाचा कायदा असो किंवा वंगभंग असो- इतर कोणत्याही मुख्य चळवळीत स्त्रिया इतक्या मोठ्या प्रमाणात आणि इतक्या पद्धतशीर रीतीने सामील झालेल्या नव्हत्या. फोर्ब्सच्या इतिहासाच्या आराखड्यानुसार तोपर्यंत काँग्रेससारख्या राष्ट्रवादी संघटनेत स्त्रियांनी घेतलेला भाग प्रतीकात्मक होता आणि क्रांतिकारक संघटनांमार्फत प्रस्थापित सत्ता उलथण्यासाठी घेतलेला भाग छुपा होता. (२) त्यांच्या मते गांधीजींच्या नेतृत्वाखाली असहकार चळवळीत स्त्रियांनी प्रथमच काँग्रेसचे सभासद म्हणून भाग घेतला. त्याआधी वंगभंगाच्या विरोधात आणि स्वदेशी चळवळीत निदर्शने करण्यात त्या सहभागी झाल्या होत्या. काही स्त्रियांनी इल्बर्ट बिलातील तरतुदींच्या विरोधात आपला लेखी निषेध वरिष्ठ सरकारी अधिकाऱ्यांना पाठवला होता. अर्थात हे आधीचे निषेध फारच थोड्या स्त्रियांनी केलेले असल्यामुळे त्यांना जनतेची चळवळ म्हणता येत नाही.

सार्वजनिक चळवळीत किंवा राजकारणात स्त्रिया सक्रिय नव्हत्या आणि राजकारणावरील चर्चांपासून स्त्रियांची मासिके दूर राहत. शैक्षणिक चळवळीत आणि सामाजिक सुधारणेच्या चळवळीत त्या अधिकाधिक सक्रिय होऊ लागल्या होत्या. तसेच इंडियन सोशल कॉन्फरन्समध्येही त्या सदस्य म्हणून सहभागी होत असत. उदा. स्त्रियांच्या शिक्षणाच्या प्रश्नात लक्ष घालण्यासाठी मुस्लिम स्त्रियांनी विविध अंजुमाने संघटित केली होती. या स्त्रियांनी १९१४ मध्ये अलिगड येथे मुलींची शाळा उघडण्याच्या संदर्भात अंजुमान ए खातिन ए इस्लामची एक राष्ट्रीय परिषद आयोजित केली होती. (३)

खिलाफतशी संबंधित कार्यातही स्त्रिया गुंतलेल्या होत्या. ख्रिश्चन आक्रमणाच्या विरोधात धार्मिक स्थळांच्या देखभालीकरिता निधी गोळा करण्यासाठी मुस्लिम स्त्रिया फक्त स्त्रियांच्याच सभा घेत असत. या सभा लखनौ आणि दिल्ली येथे होत असत. खलिफाला मदत म्हणून आणि युरोपातील ख्रिश्चनांच्या विरोधात पवित्र स्थळांच्या (रक्षणासाठी) बी. अम्मा स्त्रियांना या सभांना बोलावून पैसे व सोन्याचे दागिने यांचे दान करण्यास सांगत असत. बी. अम्मांना त्यांची सून तसेच बेगम हसरत मोहानी

येऊन मिळाल्या होत्या. खिलाफत चळवळीतही त्या बी. अम्मांच्या बरोबर होत्या. हकीम अजमल खान व डॉ. अन्सारी यांनी अलिगड विद्यापीठातील शिक्षणाचा लाभ घेतला होता. वैद्यकीय क्षेत्रातील या दोन महान व्यक्तींच्या बायकांनीही बी.अम्मांना साथ दिली.

या स्त्रिया खिलाफत चळवळीत सक्रिय सहभागी कशा झाल्या याची आणि आपली उपक्रमशीलता त्यांनी कशी टिकवली याबद्दल फारशी माहिती उपलब्ध नाही. १९२३ मध्ये जेव्हा ही चळवळ हळूहळू ओसरत गेली, त्यानंतर त्यांच्या जीवनावर कोणता परिणाम झाला, याबद्दलही फारशी माहिती उपलब्ध नाही. अंजुमान ए खातिन ए इस्लाममधील स्त्रिया खिलाफत चळवळीच्या आणि असहकार चळवळीच्या प्रयत्नांत सामील झाल्या होत्या किंवा नाही, याबद्दलही फारशी माहिती नाही. तथापि या दोन चळवळी भिन्न आणि प्रखर राजकीय प्रवाहांचे प्रतिनिधित्व करीत होत्या. सरकारची तळी उचलून धरणाऱ्या अलिगडच्या राजकारणाचे प्रतिनिधित्व अंजुमान करीत असे, तर खिलाफतवादी कडवे सरकारविरोधी होते. हा भेद असूनही खिलाफत चळवळीतील पुरुष अलिगडचेच होते व म्हणून त्यांच्या बायकाही अलिगडच्याच होत्या. त्या अलिगडप्रेरित शैक्षणिक चळवळीत सहभागी झाल्या होत्या, अशी कल्पना करावी लागते.

चळवळीत कशा सामील झाल्या?

खिलाफत चळवळीत सामील झालेल्या स्त्रियांची चरित्रात्मक माहिती क्वचितच आढळते. जी काही थोडी माहिती आहे ती ऊर्दू भाषेतील नियतकालिकांत आहे. इतिहासाच्या प्रमाणग्रंथात तिचा वापर क्वचितच केला जातो. स्वातंत्र्योत्तर भारतात आणि फाळणीनंतरच्या भारतात त्या भेदाचे दर्शन घडते. हिंदी ही मातृभाषा व ऊर्दू ही विस्मृतीत गेलेली मर्यादित भाषा! भाषेला आम्ही मुकलो अर्थात त्याबरोबरच ज्यांनी त्या भाषेत लिहिले किंवा ज्यांची भाषणे ऊर्दूत ध्वनिमुद्रित झाली त्यांनाही आम्ही मुकलो. 'निशातुन्निसा' म्हणजे बेगम हसरत मोहानींचे ऊर्दूतील चरित्र उपलब्ध आहे, तसेच त्यांची ऊर्दू पत्रेही संग्रहित करून प्रकाशित केलेली आहेत. (४)

खिलाफत समितीतील बहुसंख्य स्त्रिया त्यांच्या नवऱ्यांच्या नावानेच ओळखल्या जात. हे पुरुष खिलाफतीच्या राजकारणात सक्रिय होते आणि त्यांच्या सहभागामुळे स्त्रियाही त्यात सहभागी झाल्या. ज्यांच्याविषयी थोडीफार महिती आहे अशा ज्या दोन स्त्रियांचा उल्लेख केला त्या त्यांच्या नवऱ्यांच्या राजकीय कर्तृत्वामुळे व तुरुंगवासाचे संकट कोसळले तेव्हा चळवळीत ढकलल्या गेल्या. नंतर त्यांनी स्वतंत्रपणे कार्य चालू ठेवले तरी आरंभी आपले काम नवऱ्याच्या छायेत राहून करण्यास त्यांनी सुरुवात केली होती. इतर चळवळींच्या सुरुवातीच्या काळातही स्त्रियांच्या सहभागाची

अशीच स्थिती इतर अभ्यासकांनाही आढळून आली. (५)

बेगम हसरत मोहानींच्या छोटेखानी चरित्रात हसरत मोहानींना प्रथम अटक झाली, तेव्हापासून म्हणजे १९०८नंतर बेगम हसरत मोहानी चळवळीत सहभागी झाल्याचे म्हटले आहे. हसरत मोहानी 'ऊर्दू ए मुल्ला'चे संपादक होते. त्यांच्या अंकातील 'अस्वीकारणीय' मजकुराबद्दल त्यांना अटक झाली होती. बेगम साहिबा त्या वेळी २३ वर्षांच्या होत्या. त्यांचा स्वतःचा अरबी, ऊर्दू आणि पर्शियन या भाषांचा चांगला अभ्यास होता. मौलाना अब्दुल आझादांनी नवऱ्याच्या कारावासाबद्दल लिहिण्याची त्यांना प्रेरणा दिली. नंतर बेगमसाहिबा सर्व राजकीय चळवळींत यजमानांबरोबर सामील झाल्या. काँग्रेसच्या बैठकांत त्या सहभागी होत, हसरतजींची तुरुंगात भेट घेत, त्यांच्या बचावाचे डावपेच आखत, त्यांच्या वतीने न्यायालयातही हजर राहत, वृत्तपत्रात नियमितपणे लिहीत, त्यांच्या गझला प्रकाशित करीत आणि हजरतजींच्या मासिकासाठी काम करीत. (६)

बेगम मोहम्मद अली त्यांचे यजमान १९२० मध्ये इंग्लंडहून परतल्यावर खिलाफत समितीत व काँग्रेसच्या उपक्रमांत त्या सामील झाल्या. मोहम्मद अलींनी सांगितल्याप्रमाणे बेगमसाहिबांना नवऱ्याच्या अनुपस्थितीचा कंटाळा आला आणि नवरा जिथे जाईल तिथे त्याच्याबरोबर राहण्याचा त्यांनी निश्चय केला. (७) मोहम्मद अलींच्या म्हणण्यानुसार बेगमसाहिबा सामर्थ्यवान स्त्री होत्या आणि मोहम्मद अलींपेक्षा जमाखर्चाची नोंद चांगली ठेवत, त्यामुळे त्या या कामात व्यस्त झाल्या. गांधीजी त्यांचे वर्णन 'नवऱ्यापेक्षा त्या चांगल्या वक्त्या आहेत' असे करीत. मोजक्या शब्दांत हळुवारपणे त्या श्रोत्यांच्या हृदयाला हात घालीत. स्त्रियांच्या सभांमध्ये आणि एकत्रित मेळाव्यांतही त्या तितक्याच प्रभावी ठरत असत.

चळवळीतील सहभागापूर्वी या दोघी स्त्रिया कडक पडदापद्धतीत लखनौ व कानपूर येथील घरंदाज कुटुंबात वाढलेल्या होत्या. त्यांचे शिक्षण झाले असेल पण ते घरच्या घरीच. सार्वजनिक जीवनात पूर्ण पडदानशीन स्वरूपातील त्यांचा प्रवेश, ही त्यांच्या कुटुंबाच्या दृष्टीने आणि ज्या समाजात वावरत होत्या त्या समाजाच्या दृष्टीने एक महत्त्वाची घटना होती. बेगम मोहम्मद अली पूर्ण पडदा पाळून भाषणाच्या ठिकाणी उपस्थित असत, तेव्हा इतर बुरखाधारी स्त्रिया बेगमसाहिबांच्या दर्शनासाठी येत असत, असा उल्लेख गांधीजींनी केला आहे. (८)

बी.अम्मा या अगोदर आपल्या दोन मुलांबरोबर खिलाफतीशी संबंधित उपक्रमांत सामील झाल्या होत्या. निधी उभारणे व स्त्रियांना या कामासाठी एकत्र करणे, यांवर प्रामुख्याने त्यांनी लक्ष केंद्रित केले होते.

सुरुवातीला जेव्हा हिंदू-मुस्लिम ऐक्य मजबूत होते, तेव्हा काँग्रेसची स्थितीही मजबूत होती. अरुणा असफअलींच्या सासूबाई अकबरी बेगम यांनी मुस्लिम स्त्रियांच्या

सभेला उद्देशून बोलताना काँग्रेसच्या असहकाराच्या कार्यक्रमाला पाठिंबा देण्याचे आवाहन केले. ही मागणी त्यांनी धार्मिक श्रद्धेच्या आधारे केली. मुंबईतील स्त्रियांच्या सभेसमोर बोलताना सरोजिनी नायडूंनी खिलाफतीची आणि स्वराज्याची या दोन्ही विरोधी मागण्या एकदमच केल्या. मोहम्मद अलींचे कुटुंब कटाक्षाने खादी वापरीत असे. खादीवस्त्रातच आपल्याला पुरले जावे, अशीही बी. अम्मांची इच्छा होती. (९) बेगम हसरत मोहानींनी बरेलीमध्ये स्त्रियांच्या छोट्याछोट्या बैठका अखिल भारतीय खिलाफत परिषदेच्या सहकार्याने आयोजित केल्या. या बैठकांतून मुस्लिम स्त्रियांनी खादी वापरण्याची शपथ घेतली. (१०) बेगम हसरत मोहानी काँग्रेसच्या सभांमध्ये भाग घेत, इतकेच नव्हे, तर त्या सभांतून भाषणेही देत असत. काँग्रेसच्या १९व्या वार्षिक बैठकीतील त्यांचे योगदान त्यांच्या गांधीजींवरील टीकेमुळे लक्षात घेण्यासारखे आहे. (११)

मोहम्मद अलींच्या अटकेनंतर त्यांच्याऐवजी त्यांच्या मातुःश्री बी. अम्मा यांनी १९१८ मध्ये मुस्लिम लीगच्या सभेला उद्देशून भाषण केले. खिलाफत व असहकार या दोन्ही मोहिमांचा बी. अम्मांना दांडगा अनुभव होता. १९२१ सालच्या अहमदाबाद काँग्रेसच्या वेळी अखिल भारतीय महिला परिषदेच्या त्या अध्यक्ष होत्या.

हिंदू-मुस्लिम भेद पुरुषांना जितका महत्त्वाचा वाटत होता तितका तो स्त्रियांना वाटत नव्हता, याचा इतर इतिहासकारांनीही उल्लेख केलेला आहे. धार्मिक क्षेत्रात व मुस्लिम समाजात एकाच वेळी कार्यरत असणाऱ्या स्त्रिया, स्त्रियांच्या जिव्हाळ्याच्या प्रश्नांसाठी हिंदू स्त्रियांबरोबर एकजूट करीत असत. आपल्या मतदानाच्या हक्काची मागणी सादर करण्यासाठी १९१७ मध्ये लॉर्ड चेम्सफर्डकडे विमेन्स इंडिया असोसिएशनच्या वतीने सरोजिनी नायडूंच्या नेतृत्वाखाली एक शिष्टमंडळ गेले होते. या शिष्टमंडळातील एक सदस्य म्हणून बी. अम्माही गेल्या होत्या. (१२) निशातुन्निसा बेगम यांच्या चरित्रात स्त्रियांना मताचा अधिकार द्यावा यासाठी त्या शिष्टमंडळाबरोबर गेल्या होत्या, असे कारण दिले आहे. (१३) बी. अम्मांना शिष्टमंडळाबरोबर जाण्यास सांगितले होते तरी त्यांनी मतप्रणालीच्या आधारे त्यास नकार दिला, असेही अन्य लिखाणातून सुचवले गेले आहे. (१४) त्याच वर्षी जेव्हा ॲनी बेझंट अखिल भारतीय राष्ट्रीय काँग्रेसच्या अध्यक्ष होत्या, तेव्हा बी. अम्माही व्यासपीठावर होत्या.

सहभागाचे स्वरूप

गेल मिनॉल्टच्या मते कुटुंबातील दृढ धार्मिक श्रद्धा, आपल्या मुलांच्या शिक्षिकेची भूमिका आणि पुरुषांना त्यांच्या नैतिक कर्तव्यांची आठवण करून देण्याची भूमिका अशा पारंपरिक भूमिकांवरच स्त्रियांचा भर होता. स्त्रियांचा सहभाग

खास स्त्रियांना साजेसा होता असे मिनॉल्टने वर्णन केले आहे. त्या नीतीच्या आधारभूत धार्मिक मूल्यांच्या आणि सांस्कृतिक आदर्शांच्या लवाद असल्याचे दिसते. त्यांना संरक्षणाची गरज असल्याचेही दिसते. जेव्हा गरज पडेल तेव्हा पुरुषांना त्यांची धार्मिक व कुटुंबप्रमुखविषयक कर्तव्ये करण्यासाठी त्यांना आठवण देण्याचे काम स्त्रियांनी केले. त्या म्हणतात, ''मर्यादित स्वरूपाचे राजकीय कार्य करताना सर्व स्त्रिया पारंपरिक भूमिकेच्या मर्यादेतच राहिल्या. त्यांनी पुष्कळसे काम स्त्रियांमध्येच केले. त्यांची आवाहने व समर्थने यांतही सांस्कृतिक अभिमान, सातत्य, धार्मिक व नैतिक कर्तव्ये यांसारख्या स्त्रियांच्या विषयांवरच भर दिला गेला. हे सर्व गांधी युगातील सत्याग्रह, स्वदेशी व दुःख यांतून प्राप्त होणारे धाडस यांच्याशी अनुरूप होते.

या स्त्रियांच्या कहाण्या सांगण्याच्या आपल्या कामासंबंधी मला आपल्या सर्वांच्या विचारार्थ काही मुद्दे उपस्थित करावेसे वाटतात. स्वातंत्र्यलढ्यात सहभागी झालेल्या स्त्रियांविषयी कसे बोलले जाते? अनेक वेळा आमचे अहवाल स्त्रियांवरच लक्ष केंद्रित करतात. 'त्याही धावल्या' अशा स्वरूपाचे ते निवेदन असते. स्त्रिया पुरुषांइतक्या सहभागी होऊ शकत नाहीत हा फरक सोडला, तर स्त्रिया आणि पुरुष यांच्या सहभागामध्ये फरक नाही, असा उल्लेख या अहवालात आढळतो. निर्णय घेण्याच्या कृतीत स्त्रियांचा फारसा सहभाग नव्हता. फक्त स्त्रियांसाठी असलेल्या सभांतून किंवा पुरुष सदस्याच्या जागी काम करताना फक्त निधी उभारण्यापुरत्याच त्या सहभागी होत्या.

स्त्रियांच्या सहभागाची नोंद करताना आणखी एका बाबीकडे लक्ष दिले पाहिजे- ती म्हणजे स्त्रियांच्या सहभागाविषयीची भाषा. लज्जा, आदर अशा मातृत्वदर्शक स्त्रीच्या भाषेकडे लक्ष पुरवलेले आढळते. राष्ट्रीय कार्य म्हणजे पारंपरिक भूमिकांचा विस्तार, असा स्त्रियांनीच दृष्टिकोन ठेवल्यामुळे त्यांची ही भाषा त्या दृष्टिकोनाचे गमक म्हणून विचारात घेतली गेली. या परिप्रेक्ष्यातून स्त्रियांचा चळवळीतील सहभाग कसा होता, याचे पुन्हा परीक्षण करण्याचा हा एक प्रयत्न आहे. स्त्रियांच्या मूलभूत भूमिका गृहीत धरल्या आणि त्यांच्या 'पारंपरिक पद्धतीनेच' त्या सहभागी झाल्या असा निष्कर्ष काढला गेला, याचे आश्चर्य वाटत नाही.

वर चर्चा केल्याप्रमाणे मिनॉल्ट यांचे म्हणणे दुसऱ्या प्रकारात मोडते. स्त्रियांच्या सहभागाच्या कथा सांगताना त्यांच्या सहभागाचा ऐतिहासिक संदर्भ वगळला जातो. उदा. धार्मिक कर्तव्यांची शिकवण देणे हे समकालीन (१९१७-१९२०) स्त्रियांचे कर्तव्य होत, असे दिसत नाही. खरे पाहता, धार्मिक कृत्यांच्या योग्य पालनाबाबत स्त्रिया अज्ञानी असल्याची वर्णने केली जात असत. म्हणूनच हाली आणि थनावी यांनी मुस्लिम स्त्रिया कशा बदलल्या पाहिजेत, याचे वर्णन करताना धार्मिक

बाबतीतल्या शिक्षणाची गरज आणि प्रचलित अंधश्रद्धांवर विश्वास न ठेवण्याच्या विनंतीवर भर दिला होता.

परंपरेच्या आणि सांस्कृतिक अभिमानाच्या रक्षणकर्त्या ही स्त्रियांची भूमिका म्हणूनच जशीच्या तशी स्वीकारता येत नाही. परंपरा काय आहेत हे जाणून घेण्याचा अधिकार दीर्घ काळपर्यंत स्त्रियांना नव्हता, ही वस्तुस्थिती होती. पुरुष ज्या परंपरा पाळतात, त्या परंपरांचे पालन करणे हिंदू व मुस्लिम दोन्ही समाजांतील स्त्रियांना १९व्या शतकातील सुधारणांमुळे शक्य झाले. आपल्या दुसऱ्या एका लेखात मिनॉल्टने जनान्याच्या वेगळ्या क्षेत्राचे वर्णन केले आहे आणि हाली व थनावी यांसारख्या पुरुष सुधारकांचा हा दावा असल्याचे म्हटले आहे. (१५) स्त्रिया अपूर्ण मुसलमान असल्याचा विचार थनावींच्या 'बहिस्ती झेवर' (Bhisti Zewar) वर चर्चा करताना बार्बरा मेटकाफ यांनीही मांडला आहे. (१६)

स्त्रियांच्या रक्षणासाठी पुरुषांना कृती करावयास सांगण्याच्या आणि वसाहतीच्या सत्ताधीशांशी लढण्यास सांगण्याच्या स्त्रियांच्या अधिकाराविषयीच्या विधानाच्या इतिहासाचे गंभीरपणे संशोधन करण्याची गरज आहे. सरोजिनी नायडू मुस्लिम लीगपुढे केलेल्या भाषणात आणि प्रामुख्याने पुरुष असलेल्या सभांमध्ये या रूपकाचा वापर करीत असत. 'परंपरागत स्त्रीच्या भूमिकेचा विस्तार' अशा प्रकारच्या स्पष्टीकरणामुळे त्यांनी नवीन काय केले, असे म्हणून त्यांची खरी भूमिका झाकली जाते. 'विस्तार करणे' ही अतिशय सोपी समजली जाणारी आणि खूप सहजपणे घडणारी गोष्ट निश्चित नाही. मात्र तो नवीन गोष्टी स्वीकारण्याचा एक सोपा मार्ग होण्याची शक्यता असते.

बी. अम्मांच्या ज्या थोड्या भाषणांचे अहवाल प्रसिद्ध झाले आहेत, त्यांतून त्यांनी स्त्रियांची प्रतिमा आई म्हणून अथवा केवळ पुरुषांना प्रेरणा देणारी स्त्री अशी निश्चितच उभी केलेली नाही. उलट पुरुषाची जागा घेऊ शकणारी, पुरुषांच्या बरोबरीची अशी स्त्रीची प्रतिमा त्यांनी पाहिली. जेव्हा पुरुष तुरुंगात असतात, तेव्हा स्त्रियांनी पुढे येऊन त्यांची जागा घेतली पाहिजे, असे त्यांचे मत होते. परमेश्वराची फौज आणि तुरुंगाला न घाबरणाऱ्या स्वयंसेविका; परंतु अनुभवी योद्ध्याप्रमाणे मूर्खपणाने तुरुंगवासाला आमंत्रण न देणाऱ्या, असे स्त्रियांचे वर्णन बी. अम्मांनी केले आहे. (१७)

खिलाफत चळवळीच्या काळात पडद्याची बंधने काही स्त्रियांपुरती तरी गळून पडली. हळूहळू स्त्रियांच्या अनेक सार्वजनिक सभा स्त्री-पुरुषांची एकत्रित राजकीय संमेलने बनली. अशा राजकीय सभांमध्ये स्त्रियाही भाषणे देऊ लागल्या. बी.अम्मा या अर्थात त्यांमध्ये सर्वांत महत्त्वाच्या होत्या. आरंभीच्या स्त्रियांच्या सभांतील भाषणांपासून ते एकत्रित राजकीय सभांमध्ये उदा. १९१७च्या मुस्लिम लीग सभेत

पडदा घालून भाषण करण्यापर्यंत आणि मोठमोठ्या सभांतून पडदानशीन न राहता सभेला उद्देशून भाषण करण्यापर्यंत त्यांनी प्रगती केली होती. (१८) पंजाबमधील त्यांच्या अखेरच्या सभेत त्यांनी जमावापुढे भाषण करताना पडदा काढला व 'उपस्थित लोक त्यांच्या मुलां-मुलींसारखेच आहेत' असे त्याचे स्पष्टीकरण केले. (१९)

'उपस्थित असलेले सर्व जण त्यांच्या मुलांमुलींसारखेच आहेत' या त्यांच्या विधानाचा आईच्या भूमिकेचा विस्तार, असा अर्थ काढला जाऊ शकतो. तथापि हा भूमिकाविस्तार पुरुषपरिघातील राजकीय व्यासपीठाच्या जागेसाठीही हक्क सांगतो. आई व मूल यांच्या नात्याच्या अर्थाबाबतची ही एक प्रकारे पुनर्रचना आहे. आई ही संज्ञा केवळ घरापुरती नाही, तर ती विस्तारित होऊन तिला राजकीय स्वरूप प्राप्त झाले आहे.

आई म्हणजे राष्ट्राची माता, हे रूपक नवीनच होते आणि सामान्य किंवा राजकारणात सक्रिय असलेल्या स्त्रियांनीसुद्धा ती भूमिका स्वीकारली होती. १९व्या शतकात सामाजिक डार्विनवादाच्या (सोशल डार्विनिझम)च्या उदयामुळे पुनर्निर्माणाच्या कृतीकडे वांशिक व राष्ट्रीय नवनिर्माणाची निर्णायक बाब म्हणून पाहिले जाऊ लागले. (२०) पंजाबी लोकांच्या सभेमध्ये १९२१ मध्ये भाषण देताना त्या एकत्र जमलेल्या लोकांची आई म्हणून बी. अम्मांनी जी ओळख करून दिली ती प्रतीकात्मक कृती होती. त्याला सामाजिक डार्विनवादातील खऱ्या आईप्रमाणे महत्त्व नव्हते. स्त्रियांच्या राजकीय सहभागाच्या इतिहासाच्या प्रकाशात पाहिले , तर बी. अम्मांच्या कृतीचे नाट्यमय क्रांतिकारक कृत्य, असे मूल्यमापन करता येऊ शकेल. हे कृत्य परंपरागत भूमिकेचे विस्तारित रूप नव्हते. या भूमिकेने राजकीय समुदायाबाबत बोलण्याच्या मातृत्वाच्या नव्या परिभाषेची सुरुवात केली. ही परिभाषा बंधू अथवा हातात हात घालणारे भाई अशी नव्हती, तर आई आणि मुलगा अशी होती. अशा प्रकारचे भाषण गंभीरपणे विचारात घेतले तर त्याच्या अर्थाचे योग्य मूल्यमापन करण्यासाठी आपल्याला त्याचा ऐतिहासिक संदर्भ तपासून पाहावा लागेल. राजकीय वर्तुळाकडे यातून कौटुंबिक- आईसंबंधी- असे पाहिले जाते. स्त्रियांच्या राजकारणातील उपस्थितीच्या परिणामांचे खरेखुरे मोजमाप करण्यासाठी राजकीय संस्कृतीच्या पृथक्करणाचे काम हाती घेण्याची गरज आहे.

अशा ऐतिहासिक चौकशीच्या अभावी स्त्रीच्या सहभागाच्या कृतीवर भर देण्याऐवजी तिला सहभागी होण्याची परवानगी दिल्याबद्दल चळवळीचीच प्रशंसा केली जाते. अशा चित्रमय वर्णनामुळे आमच्या इतिहासाच्या पुस्तकांची पृष्ठसंख्या वाढते; परंतु त्यामुळे प्रत्यक्ष चळवळीच्या आकलनात काही फरक पडत नाही.

धर्माच्या आधारावर किंवा जातीशी संलग्न असल्यामुळे अल्पसंख्याक स्त्रियांनी

चळवळीत भाग घेतला. त्याबद्दलच्या माहितीचेही परीक्षण करण्याची गरज आहे. अशा गटवारीमुळे काय बोध होतो? ज्यांनी आपल्याकडे अल्पसंख्य किंवा बहुसंख्य ही कल्पना किंवा भूमिका घेतलेली आहे, त्यांच्याखेरीज इतर सर्व जणी आपल्याला मुख्य प्रवाहातीलच समजतात. त्या स्त्रियांनी आपली ओळख आपल्या धर्माच्या दृष्टिकोनातून दिली नव्हती. मुस्लिम असल्यामुळे मुस्लिम स्त्रियांबरोबर काम करावयास सांगितल्यावर फातिमा तैयबजींनी अनुभवलेले असहाय नैराश्य त्यांच्या बोलण्यातून जाणवले. (२१) स्त्रियांचे अल्पसंख्याक म्हणून केलेले वर्गीकरण चळवळीची निधर्मी ओळख मजबूत करते. अर्थात त्यातून सहभागी होणाऱ्या स्त्रीचे अवमूल्यन होते. अल्पसंख्यत्व आणि बहुसंख्यत्व हे राजकारणाचे प्रकार आहेत; व्यक्तीचे नाहीत. जेव्हा स्त्रियाच त्यांचा अनुभव उदा. अल्पसंख्याक - अशा संकल्पनेत मांडतील, तेव्हाच या संज्ञेचा उपयोग केला पाहिजे.

त्याच वेळी धार्मिक ओळखीचा अजिबात उल्लेख करू नये असे नाही. जेव्हा खिलाफत चळवळीतील स्त्रियांविषयी बोलले जाते, तेव्हा त्याचा उल्लेख करणे महत्त्वाचे असते. त्यातून चळवळीची भाषा व तिच्या ध्येयांचे इस्लामी वैशिष्ट्य प्रतीत होते. जी कहाणी अशा ओळखींचे संदर्भ देत नाही, ती मतभेद व चळवळीतील सहभागामुळे येणाऱ्या ताणतणावावर पांघरूण घालते. इस्लामच्या नैतिक केंद्राच्या पुनर्स्थापनेची काही ध्येये खिलाफत चळवळीसमोर होती. या धार्मिक कार्यामुळेच राजकीय जीवनात प्रवेश करण्याची प्रेरणा काही स्त्रियांना मिळाली. अकबरी बेगम साहिबांनी खिलाफतीचे काम आणि संबंधित असहकार चळवळ याकडे धार्मिक कर्तव्य म्हणून पाहिले. देवदूत महंमद पैगंबराची कन्या फातिमा हिच्या स्वर्गातील लवाजम्यात प्रवेश मिळावा म्हणून त्यांनी या कर्तव्याचा पाठपुरावा केला. (२२) फातिमांनी श्रद्धेच्या रक्षणासाठी साऱ्या कुटुंबाचा त्याग केला. राजकीय व धार्मिक त्यागाचे खास आवाहन करणारी अशी फातिमांची- विशेषतः शिया मुसलमानांत- प्रतिमा आहे. (२३)

विशेष संदर्भ आणि प्रेरणेची भाषा यांचीही दखल घेण्याची गरज आहे. तसेच मताधिकारासारख्या धार्मिक नसलेल्या चळवळीतही त्याच स्त्रिया सहभागी होत्या याचेही भान ठेवणे आवश्यक आहे. निशातुन्निसा बेगम खिलाफतीसाठी स्त्रियांना एकत्र करण्यात सक्रिय होत्या. त्या १९१७ मध्ये मॉंटेग्यू समितीसमोर स्त्रियांसाठी मतदानाच्या हक्काची मागणी सादर करण्यासाठी सरोजिनी नायडूंबरोबरही गेल्या होत्या.

खिलाफत चळवळीचा स्त्रियांवर झालेला परिणाम

स्त्रियांच्या चळवळीतील सहभागाचे मूल्यमापन करण्यासाठी खिलाफत चळवळ

संपुष्टात आल्यानंतरच्या परिस्थितीचे परीक्षण करणे आवश्यक आहे.

सोनल शुक्लांच्या लिखाणात (२४) आणि आम्ही केलेल्या महागुजरातच्या अभ्यासात चळवळीच्या लाभांचे एकत्रीकरण करण्याची वेळ येते, तेव्हा बऱ्याच वेळा स्त्रियांना वगळले जाते, असे आम्हाला आढळून आले. (२५) स्त्रियाही सक्रिय राजकीय जीवनाकडे पाठ फिरवून सार्वजनिक वा नागरी आयुष्यातील शिक्षक म्हणून अथवा विविध प्रकारच्या संस्थांतून व्यवसाय करतात.

अतातुर्कच्या पक्षाने खलिफा पद रद्द केल्यावर आणि खिलाफत चळवळीची काँग्रेसबरोबरची युती संपुष्टात आल्यावर खिलाफत चळवळ विस्कळित झाली. चळवळ चालू असताना कोणत्या स्त्रिया त्यात सहभागी झाल्या, याविषयीची फारशी माहिती उपलब्ध नाही. मिनॉल्टच्या मते खिलाफत चळवळीत सक्रिय सहभागी झालेल्या स्त्रियांनी 'राष्ट्रीय संघटना, शैक्षणिक संस्था यांमध्ये, तसेच सारडा कायदा व शरियत कायदा यांसारख्या सामाजिक विधेयकांना पाठिंबा देण्याचेही कार्य सुरू ठेवले होते. काही जणी गांधीजींच्या १९३०च्या चळवळीत सामील झाल्या. (२६) मिनॉल्ट यांनी मुस्लिम लीगमध्ये आणि अन्य मुस्लिम राष्ट्रीय संघटनांमध्ये सामील झालेल्या कोणाही स्त्रीचे नाव दिलेले नाही. तथापि १९२३च्या सुमारास असहकार चळवळ आणि खिलाफत चळवळ यांच्यातील युती संपुष्टात आल्यावरही निशातुन्निसा बेगम मुस्लिम लीग आणि काँग्रेस या दोन्हीमध्ये सक्रिय असल्याचे दिसून येते. (२७)

गेल मिनॉल्टने केलेले सर्वसाधारण मूल्यमापन स्वीकारले, तर खिलाफत लढ्याने स्त्रियांसाठी राजकारणात स्थान निर्माण केले आणि काही स्त्रियांसाठी पडद्याची बंधने धीम्या गतीने उठवली गेली, असे म्हणता येते. खिलाफतीची चळवळ करणाऱ्यांमध्ये कोणीही हे ध्येय स्वीकारून त्याचा उच्चार केला नव्हता. खिलाफत चळवळीने स्त्रियांच्या राजकारणातील सहभागावर कसा परिणाम केला, याबद्दल कोणालाही काही सांगता येत नाही. मिनॉल्टच्या मूल्यमापनानुसार खिलाफत लढ्यामुळे स्त्रियांच्या राजकारणातील सहभागाला प्रारंभ झाला आणि राजकारणात नसला तरी सार्वजनिक जीवनात त्यांचा सहभाग कायम राहिला. तथापि राजकारणातील हे स्थान खास करून स्त्रियांसाठी होते किंवा नाही, याचे मूल्यमापन त्या विशिष्ट चळवळीचा विचार करूनच करावे लागेल. उदा. सरोजिनी नायडूंच्या भूमिकेचा विचार करताना स्त्रियांना हक्क मिळवून देण्यासाठी त्यांनी केलेले कार्य व खिलाफत चळवळीमध्ये त्यांचा सहभाग, ही दोन्हीही कार्ये जोडीने चालली होती, असा निश्चित निष्कर्ष काढता येतो. स्त्रियांच्या मतदानाच्या अधिकाराबाबत चर्चा करण्यासाठी सरोजिनी नायडूंबरोबर गेलेल्या बेगम हसरत मोहानींबद्दलही तसेच म्हणता येईल.

बी. अम्मांचे निधन १९२४ मध्ये झाले. गांधीजींनी 'यंग इंडिया'मध्ये त्यांच्या

शेवटच्या क्षणांबद्दल फार हृदयस्पर्शी लेख लिहिला होता. गांधीजी सरोजिनी नायडूंबरोबर तेथे हजर होते. कुटुंबाचे धैर्य आणि शांतपणे दुःखाला सामोरे जाणे यांबद्दल गांधीजींनी लिहिले आहे. बी.अम्मांना त्यांच्या इच्छेप्रमाणे खादी पांघरून पुरण्यात आले आणि अली कुटुंबाने ठरलेल्या कार्यक्रमानुसार आपली राजकीय कामे सुरू केली. (२८) निशातुन्निसा बेगमना १९२४ मध्ये क्षयाची बाधा झाली आणि त्याच रोगाने १९३७ मध्ये त्यांचा बळी घेतला, असे म्हटले जाते. (२९) तथापि १९२५ आणि १९२८ मध्ये मुस्लिम लीगच्या बैठकांना हजर राहून सार्वजनिक जीवनात त्या सहभागी झाल्याचे आढळून येते. किमान बेगम हसरत मोहानी, बेगम मोहम्मद अली, बेगम अजमल खान, अकबरी बेगम आणि बेगम अन्सारी यांच्या व्यक्तिगत व सार्वजनिक जीवनासंबंधीचे अधिक संशोधन करण्याची गरज आहे. (३०)

केवळ हिंदू-मुस्लिम ऐक्याचा कालखंड म्हणून खिलाफत चळवळीची काँग्रेसबरोबरची मैत्री यांमुळे खिलाफत चळवळ पुरोगामी असल्यासारखी भासते. राजकारणाच्या मुख्य प्रवाहाशी मुस्लिम स्त्रियांचे असलेले साहचर्यही तपासून घेण्याची गरज आहे.

विशेष करून राजकीय जीवनातील स्त्रियांची नामावली देणे, त्यांना ओळखणे या गोष्टी मोठ्या प्रमाणात आपले मन समृद्ध करणाऱ्या व मनोधैर्य उंचावणाऱ्या आहेत. या अनोळखी स्त्रियांची ओळख करून घेताना डोळे चमकतात. या चमकदार वचनाला जागण्यासाठी या कहाण्यांची ऐतिहासिक निश्चितता आणि संदर्भ यांची तपासणी करणे आवश्यक आहे.

प्रा. ए. एम. आय. दळवी, वाच्छा यांनी केलेल्या बहुमोल मदतीचा उल्लेख करून मी त्यांचे मनःपूर्वक आभार मानते आणि या शोधनिबंधात वापरलेल्या ऊर्दूतील मूळ साधनांचे भाषांतर करून दिल्याबद्दल रुबिना घावटे यांची मी सर्वाधिक ऋणी आहे.

संदर्भ

१. मिनॉल्ट, गेल - द खिलाफत मूवमेंट; रिलिजियस सिम्बॉलिझम अँड पोलिटिकल मोबिलायझेशन इन इंडिया, दिल्ली, ऑक्सफर्ड युनिव्हर्सिटी प्रेस, १९८२, 'परदा पॉलिटिक्स : द रोल ऑफ मुस्लिम विमेन इन इंडियन नॅशनॅलिझम, १९११-१९२४' इन सेपरेट वर्ल्डस, हॅना पापानेक आणि गेल मिनॉल्ट (संपा.) दिल्ली, चाणक्य पब्लिकेशन्स, १९८२, पृ. २४५-२६१

२. फोर्ब्स, जेराल्डिन, विमेन इन मॉडर्न इंडिया, द न्यू केंब्रिज हिस्ट्री ऑफ इंडिया, खंड IV, २, केंब्रिज, केंब्रिज युनिव्हर्सिटी प्रेस, पृ. १२३

३. मिनॉल्ट, गेल, परदा पॉलिटिक्स, उपरोक्त

४. सिद्दिकी, आतिक, 'निशातुन्निसा बेगम : (बेगम हसरत मोहानी)', हमारी झुबान, न्यू दिल्ली, मार्च १९४४, पृ. १-५, २०-२१ यांनी बेगम हसरत मोहानींबद्दल पुढील माहिती उद्‌धृत केली आहे.'बेगम हसरत मोहानी' हसरत मोहानींनी ऊर्दू ए मुल्लामध्ये १९३७ मध्ये लिहिले 'आज कल', न्यू दिल्ली, ऑगस्ट-सप्टें. १९८१ मध्ये प्रसिद्ध बेगम हसरत मोहानी और उनके खुतुत
५. शुक्ला, सोनल आणि इतर, भीतर बाहे मुक्तिधारा, द स्ट्रीम विदिन : विमेन फ्रॉम इंडियाज स्ट्रगल, व्हिडिओ कॅसेट, मुंबई, वाच्छा विमेन्स लायब्ररी, १९९५, (५८ मिनिटांचा कालावधी) तनिका सरकार, 'पॉलिटिक्स अँड विमेन इन बेंगॉल अँड द कंडिशन्स अँड मीनिंग ऑफ पार्टिसिपेशन', सोशल रिफॉर्म सेक्शुअॅलिटी अँड द स्टेट (संपा.) ओबेरॉय, पॅट्रिशिया, न्यू दिल्ली, सेज पब्लिकेशन्स, १९९६, पृ. २३१-२४१
६. सिद्दिकी, आतिक, उपरोक्त
७. जाफ्री अहंमद सईद रईस (संपा.), सिलेक्शन्स फ्रॉम मौलाना मोहम्मद अलीज 'कॉम्रेड', लाहोर, मोहम्मद अली अकादमी, १९६५, पृ. ७१-७२
८. गांधी, एम. के., कलेक्टेड वर्क्स ऑफ महात्मा गांधी, खंड २१, न्यू दिल्ली, १९६६, पृ. २०५
९. गांधी, एम. के., उपरोक्त, खंड २५, न्यू दिल्ली, १९६७, पृ. ३२० आणि ३७१
१०. गांधी, एम. के., उपरोक्त, खंड २७, न्यू दिल्ली, १९६५, पृ. ४२९
११. सिद्दिकी, आतिक, उपरोक्त, पृ. २
१२. शाहिदा, लतीफ, मुस्लिम विमेन इन इंडिया : पोलिटिकल अँड प्रायव्हेट रियालिटिज १८९०-१९८०, न्यू दिल्ली, काली फॉर विमेन, १९९०, पृ. ८३
१३. सिद्दिकी, आतिक, उपरोक्त, पृ. २
१४. कौर, मनमोहन, विमेन इन इंडियाज फ्रीडम स्ट्रगल, न्यू दिल्ली, स्टर्लिंग पब्लिशर्स, १९८५, पृ. १४२, तथापि लेखिका आपल्या विधानासाठी कोणतेही अधिकृत अवतरण देत नाही.
१५. मिनॉल्ट, गेल, 'अदर व्हॉयसेस, अदर रूम्स : द व्ह्यू फ्रॉम द झनाना', विमेन अॅज सब्जेक्टस् साऊथ एशियन हिस्टरीज, नीता कुमार (संपा.) न्यू दिल्ली, स्त्री, १९९४, पृ. १०८-१२४
१६. मेटकाफ, बार्बरा, परफेक्टिंग विमेन : मौलाना अश्रफ अली थनावीज बहिस्ती झेवर, बर्कले, युनिव्हर्सिटी ऑफ कॅलिफोर्निया प्रेस, १९९०
१७. एआयडब्ल्यूसी परिषदेतील त्यांचे भाषण, इ. ७वीच्या ऊर्दू बालभारती पाठ्यपुस्तकातून उद्धृत, पुणे, म. रा. पा. पु. मंडळ, १९९५
१८. मिनॉल्ट, पृ. २५४
१९. मिनॉल्ट, कित्ता
२०. व्हाइटहेड, ज्यूडी, 'मॉडर्नायझिंग द मदरहूड आर्केटाईप : पब्लिक हेल्थ मॉडेल्स

अँड चाइल्ड मॅरेज रिस्ट्रेंट अॅक्ट ऑफ १९२९'- सोशल रिफॉर्म सेक्शुअॅलिटी अँड द स्टेट, ओबेरॉय पॅट्रिशिया (संपा.) न्यू दिल्ली, सेज पब्लिकेशन्स, १९९६, पृ. १८७-२०९

२१. शुक्ला सोनल व शोधन अमृता यांच्याबरोबर घेतलेली फातिमा तैयबजींची मुलाखत, ही मुलाखत हा 'विमेन इन इंडिपेंडन्स स्ट्रगल' या वाच्छा यांच्या प्रकल्पाचा एक भाग होता.

२२. मिनॉल्ट, उपरोक्त, पृ. २५३

२३. कित्ता

२४. शुक्ला, सोनल आणि इतर, उपरोक्त

२५. शोधन, अमृता, आणि भगत - गांगुली, वर्षा, 'दीज डेज शॅल नॉट हॅव डाइड इन व्हेन : महागुजरात अँड विमेन' इंडियन असोसिएशन ऑफ विमेन्स स्टडीजच्या बडोद्याच्या वार्षिक परिषदेत सादर केलेला शोधनिबंध; ९, १० व ११ ऑगस्ट १९९७

२६. मिनॉल्ट, कित्ता, पृ. २५७

२७. सिद्दीकी, आतिक, उपरोक्त, पृ. ५, २०, २१

२८. गांधी, एम. के., 'नोट्स' इन यंग इंडिया, २० नोव्हें. १९२४; कलेक्टेड वर्क्स ऑफ महात्मा गांधी, खंड २५, न्यू दिल्ली, गव्हर्नमेंट ऑफ इंडिया, १९६७, पृ. ३२० व ३७१

२९. सिद्दिकी, आतिक, उपरोक्त, पृ. २१

३०. गेल मिनॉल्ट यांनी नोंदवलेल्या स्त्रिया, द खिलाफत मूवमेंट : रिलिजियस सिम्बॉलिझम अँड पोलिटिकल मोबिलायझेन इन इंडिया; आणि परदा पॉलिटिक्स : द रोल ऑफ मुस्लिम विमेन इन इंडियन नॅशनॅलिझम, १९११-१९२४ मधून; इन सेपरेट वर्ल्डस, पापानेक, हॅना आणि मिनॉल्ट गेल, (संपा.) उपरोक्त

◆

■ स्वातंत्र्य चळवळीत व्हायोलेट अल्वा आणि ॲलिस अल्वारिस यांनी बजावलेली भूमिका ■

क्रांती के. फरायाज

(**डॉ. (श्रीमती) क्रांती किरण फरायाज :** १९४२च्या ‘चले जाव’ चळवळीत भाग घेतल्याबद्दल दीर्घ काळ कारावास सोसलेल्या ॲलिस अल्वारिस या स्वातंत्र्यसैनिकाच्या त्या कन्या आहेत. त्यांनी मुंबईच्या सेंट झेविअर्स कॉलेजमधून एम. ए. ची पदवी घेतली आणि शिवाय बी. एड.लाही विशेष श्रेणी मिळवली. त्यांच्या पीएच. डी.च्या प्रबंधाचा विषय होता ‘द ख्रिश्चन इम्पॅक्ट इन साऊथ कॅनरा - अ सोशिओ इकॉनॉमिक स्टडी.’ नुकताच हा प्रबंध प्रकाशित झाला आहे. मुंबईच्या आर. डी. नॅशनल कॉलेज आणि सेंट झेविअर्स कॉलेज येथे त्या इतिहास व राज्यशास्त्र शिकवीत असत. माहीमच्या सेंट अलॉयसिस गोंझागा हायस्कूल आणि मसजिद येथील मॉडर्न इंडियन स्कूल येथे प्राचार्य म्हणूनही काम केले आहे.)

भारतातील अनेक ख्रिश्चन स्वतःला भारतीय ख्रिश्चन किंवा ख्रिश्चन भारतीय म्हणवून घेतात. भारतात राष्ट्रीय जागृतीची वाढ करण्यासाठी आणि राष्ट्रीय वृत्ती निर्माण करण्यासाठी या ख्रिश्चनांनी भरपूर योगदान दिलेले आहे, हे आज सिद्ध करण्याची गरज आहे. हा शोधनिबंध ख्रिश्चनांनी अंगी बाणवलेल्या राष्ट्रीय वृत्तीचा वेध घेतो. तसेच स्वातंत्र्य चळवळीत ओढल्या गेलेल्या मुंबईतील दोन ख्रिश्चन स्त्री-स्वातंत्र्यसैनिकांच्या जीवनकार्याचा विशेषत्वाने या शोधनिबंधात परामर्श घेतलेला आहे. भारतीय ख्रिश्चनांची पूर्वपीठिका, त्यांच्या आशा-आकांक्षा, त्याचे जय-पराजय सांगून शेवटी राष्ट्रीय मुख्य प्रवाहापासून हळूहळू दूर गेलेल्या ख्रिश्चन समाजाने मुख्य प्रवाहात परत सामील होण्याचे कसे प्रयत्न केले, हेही लेखिका दाखवून देते. व्हायोलेट अल्वा आणि ॲलिस अल्वारिस या ख्रिस्ती महिलांनी राजकीय कार्यास मुंबईत आरंभ केला.

भारत हा गेल्या कित्येक शतकांपासून विविध धर्मांचा, वंशांचा व भाषिक गटांचा मिळून बनलेला देश आहे. यामुळे त्याचे राष्ट्र म्हणून असलेले अस्तित्वच

धोक्यात येईल का, असा प्रश्न आहे. आपले सांस्कृतिक ऐक्य ही विविधतेतील एकता आहे, हे स्पष्ट आहे. धर्म आणि संस्कृती यांच्यात संघर्ष होऊन या लढ्यांच्या प्रक्रियेतून एकता उदयाला आली. आपली संस्कृती ही फक्त कोणत्याही एका धर्माची वा गटाची निर्मिती नाही. आर्यांचा, बौद्धांचा, इस्लाम आणि ख्रिश्चन धर्मीयांचा प्रभाव तिच्यावर आहे. जेव्हा बद्रुद्दिन तैयबजींच्या 'द स्टेट्समन'मधील अल्पसंख्याकांच्या भूमिकेबाबतच्या लेखाची आठवण होते, तेव्हा या वस्तुस्थितीचे स्मरण होते. इतरांपेक्षा असलेल्या संख्यात्मक वरचढपणामुळे अजाणतेपणी हिंदूंचे जीवनादर्शच फक्त विश्वासार्ह भारतीय जीवनपद्धती आहे, असे मानले जाते आणि अन्य पद्धती त्यापेक्षा वेगळ्या मानल्या जातात, असे तैयबजींनी आपल्या लेखात दाखवून दिले होते आणि या प्रमुख कारणामुळेच बहुसंख्याकांचा समाज अल्पसंख्याकांना सतत भारतीय जीवनपद्धतीच्या प्रमुख प्रवाहात मिसळून जाण्याचे आवाहन करीत असतो. अल्पसंख्याकांच्या मनात अशा सततच्या आवाहनामुळे संमिश्र भावना भडकवल्या जातात. अल्पसंख्याकांना मुख्य प्रवाहाचे आशय कोणते आहेत हे जाणून घेण्याची इच्छा आहे. (१)

आपली संस्कृती मिश्र आहे आणि सर्व धर्मांचे त्यात योगदान आहे. त्यामुळे कोणत्याही फक्त एका गटाचे भारतीय संस्कृतीत योगदान आहे, असा दावा कोणत्याही गटाला करता येणार नाही. त्याहीपेक्षा परस्परांचा होणारा परिणाम आणि सर्वसामान्य जीवनातील योगदान सुरू राहायला हवे. असे होईल तेव्हाच संस्कृतीचा विकास होईल आणि ती लवचिक बनेल. विविध समाजांतील लोकांनी एकत्र येऊन निव्वळ वादग्रस्त धार्मिक मुद्द्यांवरच नव्हे, तर सामाजिक आणि राजकीय वादग्रस्त मुद्द्यांवरही संवाद सुरू करण्याची गरज आहे.

१९व्या शतकातील मिशनऱ्यांच्या धर्मशास्त्रात वसाहतवाद सरकारच्या इच्छेनुसार अस्तित्वात आला तरी भारताच्या मुक्ततेसाठी तो आवश्यक आहे, असे म्हटले होते. 'इंडिया अँड इंडियन मिशन्स' या अलेक्झांडर डफच्या पुस्तकातही ही अट आवश्यक असल्याचे नमूद केलेले दिसून येते. मिशनऱ्यांच्या वसाहतवादाला असलेला पाठिंबा आणि त्याचे व्यापारी व राजकीय हितसंबंध, हे घटक भारतातील ख्रिश्चन धर्माच्या प्रगतीला मारक ठरले. १९व्या शतकाच्या अखेरीस भारतीय राष्ट्रीयत्वाचा विकास होत होता. या विकासाबरोबरच भारतीयांना वसाहतीच्या सत्तेचे गुलाम बनवण्यासाठी ख्रिश्चन धर्म परकीयांच्या हातातील एक साधन बनत आहे, हे अनेक राष्ट्रीय नेत्यांच्या लक्षात आले. १८५७च्या उठावाच्या वेळी संपूर्ण ख्रिश्चन समाज दुर्दैवाने ब्रिटिश सरकारच्या पाठीशी उभा राहिला होता. बादशहाला दिलेला हा पाठिंबा अनेक प्रकारे भारतीय चर्चच्या प्रगतीस पंगुत्व आणणारा ठरला. या पाठिंब्याने भारतीय संस्कृतीच्या मुख्य प्रवाहापासून भारतातील चर्च वेगळे राहिले

आणि ख्रिश्चन समाज सामाजिक जीवनापासूनही दूर राहिला. या समाजाने वसाहतींच्या सत्तेच्या आश्रयाचा व प्रोत्साहनाचा आनंद लुटला. ब्रिटिश भारतात आणि पोर्तुगीज भारतात दोन्ही ठिकाणी वसाहतींनी भारतीय ख्रिश्चनांना संरक्षण दिले आणि मिशनऱ्यांच्या पितृत्ववादाने भारतीय ख्रिश्चनांना त्यांच्या स्वत्वाचे आकलन करून घेण्यात आणि भारतीय समाजातील आपली उचित भूमिका लक्षात घेण्यात अडथळे निर्माण केले.

तथापि राष्ट्रीय चळवळीच्या उदयाच्या जागृतीबरोबर चर्चमध्ये बदल घडून येण्यास सुरुवात झाली. देशातील धार्मिक, सांस्कृतिक व राजकीय जागृतीमुळे भारतीय ख्रिश्चनांपुढे त्यांच्या भारतीय समाजातील स्थानाबाबत पुनर्विचार करण्याचे आव्हान उभे ठाकले. १९व्या शतकाच्या अखेरीपासून चर्चमध्ये नव्या चळवळी सुरू झाल्या. या चळवळी एकतेकडे नेणाऱ्या, भारतीयीकरणाच्या आणि भारतीय चर्चचे देशीकरण करणाऱ्या होत्या. चर्चला आपल्या श्रद्धांची आणि प्रथांची नवीन परिस्थितीच्या संदर्भात पुनर्मांडणी करावी लागली. प्रॉटेस्टंट चर्चना एकमेकांच्या अधिक जवळ येऊन देशाशी असलेल्या संबंधांचा पुनर्विचार करावा लागत होता.

मिशनऱ्यांची भूमिका साम्राज्यासाठी माफी मागणाऱ्या क्षमायाचकाची होती. ही भूमिका ख्रिश्चनांच्या प्रगतीसाठी निष्फळ ठरली आणि सुशिक्षित भारतीय वर्गाने ख्रिस्ती धर्माकडे पाठ फिरवली; इतकेच नव्हे, तर अनेक जण ख्रिश्चनविरोधी बनले. (२) परंतु तरीही १९व्या शतकातील मिशनऱ्यांकडे दुर्लक्ष करून चालणार नाही. कारण अनेक हिंदू बुद्धिवाद्यांना ख्रिश्चन धर्म हे आव्हान आणि प्रेरणाही वाटत होती. समाजसेवेची परंपरा भारतात प्रामुख्याने ख्रिस्ती मिशनऱ्यांच्या उदाहरणातून आली, असे एस. नटराजन यांनी 'हिस्टरी ऑफ सोशल रिफॉर्म' या आपल्या पुस्तकात म्हटले आहे. भारतीय चर्चला स्वतःची अशी ओळख नव्हती. चर्चची ओळख उसनी घेतलेली व त्यावर लादलेली होती. वसाहतीच्या काळात मिशनची लेकरे होऊन राहण्याखेरीज चर्चसमोर दुसरा पर्याय नव्हता. ख्रिस्ती समाजाला स्वतःची अशी ओळख पटवून देता येत नव्हती किंवा नॅशनल चर्चसारख्या घटनेप्रमाणे एखाद्याने स्वतःची व्याख्या करण्याचा प्रयत्न हाती घेतलाच, तर तो दुर्लक्षिला किंवा दडपला जात असे. विसाव्या शतकाच्या सुरुवातीला काही भारतीय ख्रिश्चनांना राष्ट्रीय चळवळ आणि राजकीय स्वातंत्र्य भारतीय चर्चमध्ये स्वत्वाविषयी नवी जाणीव आणू शकेल, असे वाटू लागले. व्ही. चक्काराय यांनी १९१७मध्ये लिहिले,

"भारतातील राष्ट्रीय जाणिवेच्या जागृतीमुळे विचार करणाऱ्या भारतीय ख्रिश्चनांच्या अंतःकरणावर अधिक खोल परिणाम झाले. कारण त्या जाणीव जागृतीने भारतीय चर्चची सद्यःस्थिती आणि भविष्यातील शक्यता स्पष्ट झाल्या होत्या. या जाणिवेने त्यांच्या एकांगी दृष्टिकोनात नवीन आशा निर्माण झाली. ख्रिस्तामध्ये असलेल्या स्वातंत्र्याच्या ज्या जादूमुळे त्याला विसर पडला होता, ती जादूही या जाणिवेने

नाहीशी झाली. तटस्थतेकडून राष्ट्रीय आदर्शाकडे असा भारतीय ख्रिश्चनांचा प्रवास चालू आहे. या प्रवासात त्याच्या मनात व हृदयात राष्ट्रीय वृत्तीच्या उत्थानाच्या प्रभावामुळे देश अधिक वेगाने प्रौढ व प्रगल्भ होत आहे.''(३)

तथापि चक्काराय व त्यांच्यासारख्या इतरांची ही अशा फलद्रूप झाली नाही. भारतीय चर्चला स्वत्वाच्या झगड्याला तोंड द्यावे लागल्यामुळे हे घडले नाही. उसन्या घेतलेल्या अस्मितेशी झालेले हे द्वंद्व होते. देशाच्या राजकीय जीवनात चर्चने- ख्रिश्चनांनी- जी भूमिका स्वीकारली त्यातून हे प्रतिबिंबित होते. इथे महात्मा गांधींनी केलेल्या आरोपांची आपल्याला आठवण होते. महात्मा गांधींचा आरोप ख्रिश्चन धर्माविरुद्ध अथवा ज्याच्याबद्दल त्यांना आदर वाटत असे त्या येशू ख्रिस्ताविरुद्धही नव्हता. स्वतःला ख्रिस्ताचे अनुयायी म्हणविणाऱ्या; परंतु ख्रिस्ताच्या शिकवणीविरुद्ध आयुष्य जगणाऱ्यांविरुद्ध ते आरोप गांधीजींनी केले होते.

१८८७मध्ये कलकत्त्यात (कोलकाता) अस्तित्वात आलेल्या ख्रिस्ती समाजाचे संस्थापक पुढारी होते कालीचरण बॅनर्जी. बॅनर्जी ब्राह्मण असून १८६४मध्ये त्यांनी ख्रिस्ती धर्म स्वीकारला. ते व्यवसायाने वकील होते. भारतीय राष्ट्रवादी आणि भारतीय ख्रिस्ती चळवळीत ते आघाडीवर होते. एकोणिसाच्या शतकाच्या शेवटच्या २५ वर्षांत स्वातंत्र्य चळवळीच्या कार्याला सुरुवात झाली. हिंदू, मुस्लिम, ख्रिश्चन, पारशी व अन्य समाजांतील बुद्धिवादी उच्चवर्णीय धर्मसुधारणेसाठी पुढे आले. समान राष्ट्रीय समुदायाबरोबरच समान राष्ट्रीय ध्येयांची कल्पना त्यांनी समाजात रुजवली. हे सर्व अभिजन वर्गातील लोक सर्वसमावेशक राजकीय व सामाजिक तत्त्वज्ञानाला प्रोत्साहन देणारे होते. आपण प्रथम भारतीय आहोत आणि नंतर हिंदू, मुस्लिम, पारशी किंवा ख्रिश्चन आहोत, ही जाणीव त्यांच्यात निर्माण होत होती.

भारतीय राष्ट्रीय काँग्रेसची स्थापना १८८५मध्ये झाली. ही काँग्रेस हे राजकीय राष्ट्रवादाचे प्रमुख साधन होते. भारताचे भौगोलिक ऐक्य कायम राखण्यास आणि भारतीय लोकसमुदायातील सर्व गटांच्या समान आकांक्षांचे निग्रहाने प्रतिपादन करण्यास काँग्रेस कटिबद्ध होती. काँग्रेसच्या प्रारंभीच्या पुढाऱ्यांनी धर्म आणि राजकारण परस्परांपासून दूर ठेवले होते. नंतर जातिविरहित राजकारण अबाधित राखण्यासाठी काँग्रेसने जातीय संघटनांच्या सदस्यांना कार्यकारी समितीतून वगळले. काँग्रेसच्या पहिल्या टप्प्यात काँग्रेसच्या कामकाजात भाग घेणारे सर्वांत महत्त्वाचे नेते म्हणजे कालीचरण बॅनर्जी होते. काँग्रेसचे अधिकृत इतिहासकार पट्टाभी सीतारामय्या कालीचरण बॅनर्जींची 'भारतीय कुलपती'च्या व 'मुक्ततेच्या चळवळीच्या संस्थापकांमध्ये महान नेत्यांच्या छोट्या गटांमध्ये' गणना करतात.

राष्ट्रीय राजकारणात स्त्रियांच्या भाग घेण्याच्या हक्काला प्रथम पाठिंबा देणाऱ्यांमध्ये पंडिता रमाबाई सरस्वती या एक होत्या. १८८९ सालच्या काँग्रेसच्या अधिवेशनाला

किमान दहा महिला प्रतिनिधी हजर होत्या. यामध्ये रमाबाई व श्रीमती त्र्यंबक आणि श्रीमती निकांबे या दोन ख्रिश्चन महिलांचा समावेश होता. (६) १९०५-१९०६च्या स्वदेशी चळवळीच्या उदयापर्यंत काँग्रेस बुद्धिजीवी व व्यावसायिक वर्गातील पुरुषांपुरतीच मर्यादित राहिली होती. जपानने १९०५ साली मध्ये रशियाच्या केलेल्या पराभवाचा भारतीय राष्ट्रवाद्यांवर खूपच प्रभाव पडला. अरविंद घोष, ब्रह्मबांधव उपाध्याय (ख्रिश्चन) आणि बिपिन चंद्रपाल यांच्यासारखे तरुण नेते बंगालमधील नव्या क्रांतिकारी राष्ट्रवादाचे प्रेषित होते, तर महाराष्ट्रात बाळ गंगाधर टिळकांनी 'स्वराज्य माझा जन्मसिद्ध हक्क आहे व तो मी मिळवीनच' या सुप्रसिद्ध वचनाने क्रांतिकारी पर्वाच्या उदयाची घोषणा केली.

लॉर्ड कर्झनने १९०५मध्ये केलेल्या बंगालच्या फाळणीला बंगालमध्ये विरोध झाला. ७ ऑगस्ट १९०५ रोजी कलकत्त्यामधील एका सार्वजनिक सभेत बहिष्कार व स्वदेशी चळवळ यांबाबत घोषणा केली जाऊन, एका नव्या पर्वाला सुरुवात झाली. स्वदेशी चळवळीने ब्रिटिश वस्तूंवरील बहिष्काराची विविधांगी रूपे घेतली. शैक्षणिक संस्था व न्यायालये यांवर बहिष्कार घातला. आर्थिक, राजकीय व सांस्कृतिक क्षेत्रांतील राष्ट्रीय स्वातंत्र्य प्रस्थापित करण्यासाठी लढा सुरू केला. स्वदेशी चळवळीने व वंगभंगाच्या विरोधातील चळवळीने भारतात क्रांतीला सुरुवात झाल्याचे दाखवून दिले. हीच मतप्रणाली नंतर गांधीजींनी अहिंसेवर भर देताना वापरली आणि प्रशासकीय सुधारणा करण्यासाठी असलेली काँग्रेस ही संघटना स्वराज्यप्राप्तीच्या निश्चित उद्दिष्टांसाठी कार्य करणारी राष्ट्रीय सभा बनली.

तथापि भारतीय राष्ट्रवाद म्हणजे राष्ट्रवादाचा धर्म, असे त्याचे स्वरूप हिंदू नेत्यांकडून सादर केले गेले. हिंदू धार्मिक परंपरेप्रमाणे अर्थ लावण्यासाठी, हिंदू तात्त्विक विचारांशी, धार्मिक आकांक्षांशी व धार्मिक आचरणाशी त्याचा नजीकचा संबंध असल्याचे सांगण्यासाठी मवाळ नेत्यांना इतरांकडून मागे ढकलण्यात आले. राष्ट्रवादाची व हिंदुत्ववादाची ही वाढती ओळख आणि हिंदूंमध्ये विकसित झालेली आक्रमक जातीयता यांचा अल्पसंख्याकांच्या समुदायांवर व भारतीय राष्ट्रीय काँग्रेस बरोबरच्या त्यांच्या संबंधांवर परिणाम झाला. १८८६मध्ये जेव्हा कलकत्त्याला काँग्रेस भरली, तेव्हा अनेक मुस्लिम संघटनांनी काँग्रेसमध्ये सामील होण्यास नकार दिला. मुस्लिम लीगची स्थापना १९०६ मध्ये झाली. १९३०पर्यंत डिप्रेस्ड-क्लालेस- दलित डॉ. बाबासाहेब आंबेडकरांसारख्यांच्या नेतृत्वाखाली संघटित झाले व काँग्रेसच्या कळपाबाहेर राहिले. १८८९ मध्ये जोतीराव गोविंदराव फुले या महाराष्ट्रातील शूद्र (माळी) नेत्याने ब्राह्मणेतरांना काँग्रेसशी संबंध तोडण्याची विनंती केली. (७) १८८८च्या सुमारास मुंबईतील पारशी हळूहळू काँग्रेसमधून माघार घेऊ लागले. (८) १९२१मध्ये जेव्हा प्रिन्स ऑफ वेल्सच्या भेटीवर बहिष्कार घालण्याची

गांधीजींनी हाक दिली, तेव्हा हे सर्व लोक राजपुत्राच्या स्वागताला मोठ्या संख्येने हजर राहिले. (९)

याप्रमाणे विसाव्या शतकाच्या पहिल्या दशकात बहुसंख्याकांचा समाज आणि अल्पसंख्याकांचा समाज यांचा जातीयतेकडील कल दिसून आला. राजकीय व सामाजिक हक्कांच्या विशेषाधिकारांच्या प्रश्नांवर अन्य समुदायांविरुद्ध स्वतःचे रक्षण करण्यासाठी त्या प्रवृत्तीचा उपयोग करण्यात आला आणि राष्ट्रवादाच्या पंथीय व धार्मिक सीमा ओलांडणाऱ्या सर्वसमावेशक राष्ट्रवादाची प्रवृत्तीही या काळात उदयाला आली.

या प्रकारे राष्ट्रवादाची पुनर्रचना आणि समुदायांचे ध्रुवीकरण व जातीय राष्ट्रवादाचा विकास यांचा ख्रिश्चनांच्या भारतीय राष्ट्रीय काँग्रेसबरोबरच्या संबंधांच्या पद्धतीवर आणि राष्ट्रवादामधील त्यांच्या सहभागावर परिणाम झाला. अन्य अल्पसंख्याकांबरोबर ख्रिश्चनांच्या मनातही हिंदू जातीयवाद आणि सर्वंकष हिंदुत्ववाद यांच्याबाबत भयगंड निर्माण झाला. त्यातच भर म्हणून भारतातील ख्रिश्चनांना पाश्चिमात्य ख्रिश्चन मिशनऱ्यांनी भारतीय राष्ट्रवादाला दिलेल्या नकारात्मक प्रतिक्रियेला तोंड द्यावे लागले.

प्रारंभीच्या काळात पाश्चात्य ख्रिश्चन मिशनरी भारतीय राष्ट्रीय काँग्रेसला चांगलेच अनुकूल होते. ब्रिटिशांचा दृष्टिकोन आपल्याला अनुकूल व्हावा म्हणून त्यांनी विकसित होणाऱ्या भारतीय राष्ट्रवादाबाबतचा आपला दृष्टिकोन नंतरच्या काळात बदलला. सुरुवातीला त्यांच्या देशांशी संबंध असेल तेवढ्याच राजकीय बाबींत ते रस घेत. त्यांनी मिळवलेल्या भूभागाबद्दल त्यांना फारच थोडे स्वारस्य वाटत असे. परंतु लवकरच मिशनऱ्यांना काँग्रेसचा आणि सर्वसाधारण भारतीय राष्ट्रवादाचा संशय येऊ लागला. १९०९ मध्ये 'हार्वेस्ट फील्ड' या नियतकालिकाने सरकारने जहालांना दडपण्यासाठी केलेल्या उपाययोजनेला पाठिंबा दर्शविला आहे. जहालांनी भारतीयांसाठी संपूर्ण स्वराज्याची मागणी आधीच केलेली होती. हार्वेस्ट फील्डने म्हटले आहे, 'ब्रिटिशांचे राज्य आवश्यकच आहे, असे आमचे ठाम मत आहे. शांततापूर्ण प्रगतीसाठी पुढे येणाऱ्या अनेक वर्षांत ब्रिटिश राज्याची गरज लागणारच आहे.'' (१०)

१९१०मध्ये या नियतकालिकाने म्हटले, ''ख्रिश्चन चर्चने राष्ट्रीय चळवळीत एखादी निश्चित भूमिका घ्यावी किंवा नाही याबद्दल आमच्या मनात शंका आहे. एखादा हिंदू किंवा मुसलमान करू शकणार नाही, असे प्रेम ख्रिश्चनाने आपल्या देशावर व लोकांवर करावे यासाठी त्याला येशू ख्रिस्ताच्या नजरेने बघावे लागेल.'' असे संपादकांनी म्हटले आहे. संपादकांनी पुढे घाईघाईने भर घातली. ''त्याचा बायबल ग्रंथही त्याला जी कोणती सत्ता असेल तिच्याशी एकनिष्ठ राहण्याची शिकवण देतो. म्हणूनच ख्रिश्चन चर्चने ब्रिटिश सत्तेशी एकनिष्ठ राहायला हवे.

कारण तीच निःसंशयपणे सर्वोच्च आहे.'' (११)

राष्ट्रीयत्वाच्या चळवळीच्या नंतरच्या टप्प्यात ख्रिश्चनांना जीझस ख्राइस्टच्या दाखल्यातून आणि न्यू टेस्टामेंटच्या शिकवणीतून सरकारच्या विरोधाला थोडाच पाठिंबा मिळतो, असे मिशनऱ्यांनी सांगितले. दक्षिण भारतातील एक प्रॉटेस्टंट मिशनरी व्ही. एस. बिशप यांनी असहकाराने आणि सविनय कायदेभंगाने स्वातंत्र्य विकत घेता येत नाही, असे ठामपणे सांगितले. या साधनांनी स्वराज्य निश्चितच मिळणार नाही. (१२) मिशनऱ्यांच्या अशा दृष्टिकोनामुळे त्यांनी भारतातील महात्मा गांधींचे घनिष्ठ अनुयायी एस. के. जॉर्ज या आघाडीच्या ख्रिश्चन राष्ट्रवाद्यासारख्या नव्या ख्रिश्चन नेत्याची टीका ओढवून घेतली. प्रॉटेस्टंटांप्रमाणेच कॅथॉलिकांचा दृष्टिकोनही संशयाचा होता. ५ जाने. १९२९च्या 'एक्झामिनर'ने 'स्वातंत्र्याची चळवळ ही हिंदूंपुरती मर्यादित आहे. आणि म्हणून ती जातीय चळवळ असल्याचे सांगून तिला आपण निश्चित विरोध करू,' असे जाहीर केले. (१३)'द अँग्लो लुसितानो' या दुसऱ्या कॅथॉलिक साप्ताहिकाने धोक्याची सूचना देऊन कायदेमंडळावरील बहिष्कार, त्यातून अंग काढून घेणे, इत्यादी गोष्टी प्रत्यक्ष कृतीत आणणे कठीण आहे व धोकादायक आहेत, असा इशारा दिला. (१४) १९३० सालच्या गोलमेज परिषदेनंतर केवळ मागच्या खुर्च्यांवर बसणे व पिछाडीला राहणे परवडणार नाही, हे कॅथॉलिकांच्या लक्षात आले. इतरांच्या बरोबर राहणे आवश्यक आहे. प्रा. सी.जे. वर्की त्रिवेंद्रमच्या भाषणात म्हणाले,

''भारतीय ख्रिश्चन समाजाने राजकीय दृष्ट्या व राष्ट्रीय दृष्ट्या पुरोगामी बनण्याचा प्रयत्न करायला हवा. त्यांनी फक्त ख्रिश्चन असून भागणार नाही. तर त्यांनी भारतीयही व्हायला हवे. (१५) अन्य समुदायांच्या लोकांबरोबर समान नागरी व राजकीय हेतूंसाठी हातात हात घालून गेले पाहिजे. (१६)

'द मंगलोरियन रिव्ह्यू'ने अशाच प्रकारचा इशारा कॅथॉलिक समाजाला दिला.

आमचे प्रयत्न फक्त समाजाला कवेत घेण्याचे असू नयेत; परंतु विविध प्रकारच्या लाखो लोकांसह हा देश आपल्या कवेत घ्यावा आणि या देशाच्या संपूर्ण जीवनाशी समरस व्हावे.... आम्हाला आमचा दृष्टिकोन विशाल करावा लागेल. अधिक व्यापक आकांक्षांसाठी प्रयत्न करावे लागतील.... जोपर्यंत सनदशीर चळवळ व उपाय अस्तित्वात आहेत, तोपर्यंत आपल्या धर्माला धोका नाही आणि जेव्हा धर्माच्या सुरक्षिततेची खात्री दिलेली असते, तेव्हा वेगळ्या कॅथॉलिक पक्षाची किंवा धोरणांची गरज नसते.(१७)

महात्मा गांधी आणि शकील अहमद यांच्या सप्टेंबर १९२०च्या मंगलोर भेटीनंतर त्यांच्या आवाहनाला फारसा प्रतिसाद मिळाला नाही. मात्र जेव्हा लोकांमध्ये जाणीव निर्माण झाली, तेव्हा २७ जाने. १९२५ रोजी तिथे कॅनरा इंडियन ख्रिश्चन

सिव्हिक लीगची स्थापना झाली. (१८) महात्मा गांधी, कस्तुरबा, महादेव देसाई आणि सी. राजगोपालाचारी यांनी पुढे मंगलोरला दिलेली भेट अधिक यशस्वी ठरली. या वेळी गांधीजी नोव्हें. १९२७मधील काँग्रेस अधिवेशनाला उपस्थित राहण्यासाठी मंगलोरला आले होते. ख्रिश्चनांनी १०,०००रु. हून अधिक किमतीचे सोने त्यांना भेट म्हणून दिले. द बालमाता होजिअरी अँड निटवेअर वर्क्सने (प्रॉटेस्टंट समुदायाच्या वासल मिशनच्या मालकीची कंपनी) नंतर त्यांना खादीचा बनियन भेट म्हणून दिला. (१९)

१९३०च्या सुमारास भूतपूर्व न्या. जेरोम अँथनी सलढाणा हे राष्ट्रवादाचे खंदे पुरस्कर्ते बनले व मिठावरील कर रद्द करावा, त्यासाठी चळवळ करावी, भारतात तयार झालेले कापड, विशेष करून खादी परिधान करावी, भारतीय उद्योगांना प्रोत्साहन द्यावे, असे ते म्हणू लागले. त्यामुळे सविनय कायदेभंगात सहभागी न होता व कटू भावना निर्माण न होता, त्याच वेळी त्यांना गांधीवादी सत्याग्रहींबरोबर समान व्यासपीठ उपलब्ध होईल. थोड्याच अवधीत खादी परिधान केलेले आणि गांधी टोपी डोक्यावर घातलेले कॅथॉलिक दिसू लागले. तेव्हा सेंट अलॉयसिस कॉलेजच्या फादर्सनी विद्यार्थ्यांना तसा वेष करू नये असे बजावले, तरी विद्यार्थ्यांनी त्यांना जुमानले नाही. (२०)

निवृत्त आय.सी.एस. अधिकारी आणि कॅथॉलिक नेता एफ. एक्स. डिसूझा यांनी म्हटले आहे,

सार्वजनिक जीवनाबद्दलचा आमचा निष्क्रिय दृष्टिकोन आणि राजकीय प्रगतीबद्दलची तटस्थता आपल्या हितसंबंधांना घातक ठरेल. सध्याच्या लढ्यानंतर जेव्हा सरकार व काँग्रेस यांच्यात समझौता होईल, तेव्हा मौन बाळगून सुरक्षित राहिलेले आपल्यासारखे असंघटित अल्पसंख्य दुर्लक्षिले जातील आणि आपण उशिरा दिलेला पाठिंबा झिडकारला जाईल. (२१)

मुंबईत १९३० मध्ये राष्ट्रीय संघटनेचा गाभा असलेली एक संघटना उदयास आली. ती नॅशनॅलिस्ट ख्रिश्चन पार्टी या नावाने ओळखली जात असून, तिची स्थापना जोकिम अल्वा यांनी केली. व्हायोलेट अल्वा या नॅशनॅलिस्ट ख्रिश्चन पार्टीच्या सक्रिय सदस्य होत्या. १९४०मध्ये पार्टीच्या कार्यकारिणीच्या सदस्य म्हणून त्यांनी काम केले. भारतीय राष्ट्रीय काँग्रेसचे अध्यक्ष सरदार पटेल व भूतपूर्व अध्यक्ष जवाहरलाल नेहरू यांनी ख्रिश्चन श्रोत्यांनी खचाखच भरलेल्या सभेला उद्देशून भाषण केले.

प्रत्येक शहर, उपनगरे, तालुका व जिल्हा यांतील राष्ट्रवादी ख्रिश्चनांनी संघटित व्हावे. प्रांताच्या मुख्य ठाण्याच्या धर्तीवर संघटना उभाराव्यात. या संघटनांत सर्व दर्जाच्या भारतीय ख्रिश्चनांना अखिल भारतीय संघटनेच्या झेंड्याखाली संघटित

होऊन मेळावे घेणे शक्य होईल. (२२)

मुंबईतील मंगलोरियन कॅथॉलिक फ्रॅन्सिस एल. सिल्व्हा यांनी नॅशनॅलिस्ट ख्रिश्चन पार्टीच्या स्थापनेची प्रशंसा केली आणि ही घटना म्हणजे भारतातील कॅथॉलिक समाजाच्या उत्थानातील एक महत्त्वाचा टप्पा ठरेल, असे म्हटले आहे. परंतु सत्तेवर असलेल्यांना म्हणजे ब्रिटिशांना विरोध करणे हे पाप असल्याचे कॅथॉलिक चर्चने स्पष्ट केले. सच्च्या कॅथॉलिकने कोणालाच विरोध करायचा नसतो. कॅथालिकांची राजकारणाबाबतची उदासीनता एफ. एल. सिल्व्हांना कळत होती, तरीही त्यांनी आपल्या मताचा पुनरुच्चार केला.

''ज्यांनी आपले हेतू निश्चित केले आहेत त्यांच्या खांद्याला खांदा लावून पुढे जाणे, कायदे मोडणे आणि देशाच्या सरकारशी असलेली निष्ठा नाकारणे आणि कितीही भयानक परिणाम होणार असले तरी त्यांना सामोरे जाणे, हे करण्याची वेळ आलेली होती.'' (२३)

ख्रिस्ती धर्मातील तत्त्वांवर श्रद्धा ठेवून स्वराज्याच्या लढ्यात सामील होण्यास आणि देशाच्या स्वातंत्र्यासाठी आपली जवळीक जाहीर करण्यासाठी ही वेळ अतिशय योग्य होती. एफ. एल. सिल्व्हा यांनी नॅशनॅलिस्ट ख्रिश्चन पार्टीला कॅथॉलिकांचे आणि बाहेरील अन्य जनतेचे स्वराज्याशी संबंधित महत्त्वाच्या बाबींबद्दल प्रबोधन करण्याचा सल्ला दिला. शाळा आणि संस्था, इस्पितळे व सहकारी संस्था इत्यादी सामाजिक उपक्रमांमध्ये ख्रिश्चन व बिगर ख्रिश्चन यांच्या एकत्र येण्याला आणि मोकळेपणाने वावरण्याला प्रोत्साहन द्यावे, असाही सल्ला त्यांनी दिला. त्याचप्रमाणे मंगलोरच्याच जोसेफ बेन्नी यांनी १९३१ मध्ये नॅशनॅलिस्ट ख्रिश्चन पार्टीचे अध्यक्ष झाल्यानंतर ख्रिश्चन समाजाने राजकीय विचाराबाबत सावधगिरी दाखविल्याबद्दल खेद व्यक्त केला होता. तथापि राष्ट्रीयत्वाची मजबूत भावना व्यक्त होण्यास सुरुवात झाली होती. (२४)

अखिल भारतीय पातळीवर राजकुमारी अमृत कौर, एस. के. जॉर्ज, जॉर्ज जोसेफ, जे. सी. कुमारप्पा आणि एच. सी. मुखर्जी यांच्यासारखे भारतीय राष्ट्रीय काँग्रेसमधील काही ख्रिश्चन स्वातंत्र्य चळवळीत गुंतलेले होते. राजा हरनामसिंग (राजकुमारी अमृत कौर यांचे पिताजी) नॅशनल मिशनरी सोसायटी ऑफ इंडियाचे अध्यक्ष आणि संस्थापक नेते होते. जातीय हितसंबंध आणि जातीय संघटन असा अर्थ केला गेला तरी ख्रिश्चनांनी धार्मिक मर्यादेतच राष्ट्रवादाची अभिव्यक्ती करावी, अशी इच्छा त्यांनी व्यक्त केली. त्यातूनच ख्रिश्चन आश्रम चळवळ आणि आध्यात्मिक व ऐहिक क्षेत्रांतील भारतीय पद्धती उदयाला आल्या. पाश्चिमात्य वर्चस्व आणि पाश्चिमात्य मिशनऱ्यांची हुकूमशाही यांना भारतीय ख्रिश्चनांनी केलेला हा विरोध होता. (२५)

अनेक अपरिचित व अप्रशंसित महिला स्वातंत्र्य चळवळीत होत्या. दोन प्रॉटेस्टंट व एक कॅथॉलिक अशा तीन ख्रिश्चन महिलांचा भारतीय स्वातंत्र्य चळवळीशी घनिष्ठ संबंध होता. राजकुमारी अमृत कौर या महात्मा गांधींच्या निकट अनुयायी होत्या. त्यांनी गांधीजींच्या एक सचिव म्हणून काम केले. त्या १६ वर्षे गांधीजींबरोबर होत्या. १९४२ मध्ये गांधीजींच्या 'चले जाव'च्या हाकेने सरकारशी प्रत्येक कृतीबाबत असहकार, करबंदी, संप, शेतकऱ्यांचा उठाव आणि इतर अनेक कृतींच्या योजना आखल्या. याचा अर्थ अस्तित्वात असलेली प्रशासकीय यंत्रणा लुळीपांगळी करण्यासाठी व ब्रिटिशांना या भूमीतून काढता पाय घेण्यासाठी समांतर 'राष्ट्रीय सरकार'ची स्थापना करणे, असा होता. काँग्रसने १९२१ व १९३० मध्ये असहकाराच्या चळवळीत वापरलेल्या अडथळे निर्माण करणाऱ्या सर्व खास बाबी एकत्रित करून काँग्रेसवाल्यांना अपेक्षित असलेला सरकारविरुद्धचा सर्वंकष लढा द्यायला हवा होता. ही मोहीम काँग्रेसवाल्यांपुरतीच मर्यादित नव्हती, तर प्रत्येक सामान्य माणसासाठी ती खुली होती. हरताळ, संप आणि खास करून युद्ध प्रयत्नांना अडथळे निर्माण करणाऱ्या कृती करावयाच्या होत्या. भारतीय राष्ट्रीय काँग्रेसने समान राजकीय हक्कांचे तत्त्व मान्य केले होते. गांधीजींच्या नेतृत्वाखाली लवकरच सुरू झालेल्या राष्ट्रीय मुक्ततेच्या जनतेच्या लढ्यात पुरुषांच्या बरोबरीने स्त्रियाही लढल्या. (२६)

१९४२ सालात बिशप व्ही. एस. अझरिया यांच्या धर्मोपदेशकांसंबंधीच्या पत्राच्या आधारे अनेक ख्रिश्चन नेत्यांनी सविनय कायदेभंगाच्या चळवळीला विरोध केला. ज्या वस्तू सीझरच्या म्हणजे राजाच्या आहेत, त्या त्याला परत द्याव्यात, असा अझरिया यांनी सल्ला दिला. बायबलच्या म्हणण्यानुसार जो सत्तेला विरोध करतो तो परमेश्वराच्या वटहुकुमाला विरोध करतो. राजा सर महाराजसिंगांनीही जुलै १९४२मध्ये 'भारत छोडो' चळवळीला जाहीर विरोध केला होता; परंतु बाकीच्या ख्रिश्चन गटांनी, अनेक नेत्यांनी सविनय कायदेभंगाच्या चळवळीतील डावपेचांना विरोध केला असला तरी भारतीय स्वातंत्र्याबद्दल त्यांची भावनात्मक बांधिलकी होती. (२७)

मुंबईमध्ये गांधीजींची हाक दोन ख्रिश्चन महिलांनी ऐकली. त्यांपैकी श्रीमती व्हायोलेट अल्वा प्रॉटेस्टंट होत्या, तर दुसऱ्या श्रीमती ॲलिस फ्रॅन्सिस अल्वारिस या कॅथॉलिक होत्या. ब्रिटिश सत्तेकडून देशाचे स्वातंत्र्य मिळवण्याच्या विचाराने दोघी जणी भारल्या होत्या. श्रीमती अल्वा या 'ख्रिश्चन नॅशनल कौन्सिल ऑफ इंडिया'च्या सदस्य होत्या व इंडियन प्रॉटेस्टंट ख्रिश्चन समाजाच्या सक्रिय सदस्य होत्या. 'नॅशनल ख्रिश्चन कौन्सिल ऑफ इंडिया'च्या १९४४च्या सभेतील विचारविनिमयात त्यांनी भाग घेतला. जातीय आधारावर केलेल्या विभागणीचे आपल्याला दुःख होते असे ख्रिश्चनांनी स्पष्टपणे सांगितले. कायदेमंडळे, नोकऱ्या आणि सार्वजनिक संस्था

यांत मिळणारे प्रतिनिधित्व जातीय तत्त्वाच्या आधारे न मिळता गुणवत्तेनुसार मिळावे, असा विचार त्यांनी मांडला.

१९४५मध्ये भरलेल्या 'ऑल इंडिया कॉन्फरन्स ऑफ इंडियन ख्रिश्चन्स'ने संयुक्त मतदार संघावर आपला विश्वास व्यक्त केला, इतकेच नव्हे; तर जागांच्या आरक्षणाच्या बाबतीत आपला दावा सोडून दिला. संयुक्त प्रांतातील (उत्तर प्रदेश) थोड्या ख्रिश्चन नेत्यांनी तर संयुक्त मतदारसंघालाही तीव्र विरोध केला होता. तथापि बेंजामिन बलराज, व्हायोलेट अल्वा, बी. एल. रलियाराम आणि डी. एस. रामचंद्रराव यांनी स्पष्ट केलेला राष्ट्रवादी दृष्टिकोन त्यांनी स्वीकारला आणि जातीय मतदारसंघ व आरक्षण सोडून दिल्याबद्दलचा ठराव मंजूर केला. ख्रिश्चन भारतीयांच्या नव्या नेतृत्वाने असे क्रांतिकारी पाऊल उचलले होते. वार्ताहर म्हणतो, "कॉन्फरन्सच्या या निर्णयाचे देशाच्या राजकीय भवितव्यावर दूरगामी परिणाम होतील." (२८)

कलकत्त्याहून प्रसिद्ध होणाऱ्या 'अमृतबझार पत्रिका' या राष्ट्रीय पत्राने ख्रिस्ती भारतीयांच्या या राष्ट्रीय वृत्तीची मोठ्या उत्साहाने नोंद घेऊन वृत्त दिले, "भारतीय ख्रिश्चन समाज भारतीय मुसलमान समाजापेक्षा खूप लहान आहे. परंतु तरीही त्यांचा धर्म संकटात आहे व बहुसंख्य समाजांकडून त्यांना निर्दयतेने वागवले जाते, असे त्यांना वाटत नाही... ते कोणत्याही मेहेरबानीची किंवा विशेष अधिकारांची मागणी करीत नाहीत." (२९)

जातीय मतदारसंघ व कायदेमंडळातील जागांचे आरक्षण, या दोन्हीशी फारकत घेण्याची स्वखुशीने दाखवलेली तयारी म्हणजे ख्रिश्चन समाजाने सर्वसामान्य लोकांबरोबर मिसळण्याबाबत दाखवलेली उत्कट इच्छा आहे, असा अनेक राष्ट्रीय नेत्यांनी अर्थ लावला.

१९४६ मध्ये नॅशनल ख्रिश्चन कौन्सिलने त्यांच्या 'मेसेज ऑफ गुडविल टू द कंट्री'मध्ये पुन्हा निग्रहपूर्वक सांगितले, "ख्रिश्चनांचे सर्वसामान्य मत आहे की त्यांनी वेगळे जातीय हक्क मागू नयेत. संपूर्ण लोकशाही राष्ट्राचा गाभा असलेले धार्मिक स्वातंत्र्य जे सर्वांना समान आहे ते त्यांनाही द्यावे,' एवढेच त्यांचे मागणे आहे." १९४७ ते १९५० या काळात भारतीय प्रजासत्ताकाची घटना तयार करण्यासाठी झालेल्या चर्चेत ख्रिश्चन नेत्यांना हा दृष्टिकोन सहायक ठरला. जातीयवादापलीकडे जाऊन राष्ट्रीय समाजाची स्वप्रतिमा निर्माण करण्यासाठी या सर्जनशील दृष्टिकोनाचा उपयोग झाला. (३०)

व्हायोलेट अल्वांचा जन्म २४ एप्रिल १९०८ रोजी अहमदाबाद येथे कनिष्ठ मध्यम वर्गात झाला. त्यांच्या ९ भावंडांत त्यांचा आठवा क्रमांक होता. त्यांचे वडील रेव्हरंड लक्ष्मण हरी हे इंग्लंड चर्चच्या पहिल्या भारतीय धर्मोपदेशाकांपैकी एक होते. त्या १६ वर्षांच्या असतानाच त्यांचे आई-वडील मरण पावले. त्यांचे बंधू व एकमेव

बहीण यांनी त्यांना हुबळीच्या लॅमिंग्टन हायस्कूलमधून मॅट्रिक्युलेशनच्या परीक्षेस बसण्यासाठी प्रोत्साहन दिले व मदत केली. मॅट्रिकच्या परीक्षेस बसण्यापूर्वी त्या क्वीन मेरी शाळा आणि मुंबईतील क्लेअररोड कॉन्व्हेंटमध्ये शिकत होत्या. प्रतिकूल परिस्थितीत न डगमगता त्यांनी मुंबईच्या सेंट झेवियर्स कॉलेजमधून बी.ए.व एम.ए.च्या पदव्या प्राप्त केल्या. मुंबईच्या गव्हर्न्मेंट लॉ कॉलेजमधून त्यांनी कायद्याची पदवी मिळवली. या काळात आपल्या तुटपुंज्या उत्पन्नाला प्राथमिक शाळेत अर्धवेळ शिकवून आणि खासगी शिकवण्या करून त्यांनी जोड दिली. त्यानंतर काही काळ त्यांनी मुंबईच्या एस.एन.डी.टी. महिला विद्यापीठात इंग्रजीच्या प्राध्यापिका म्हणूनही काम केले.

गव्हर्न्मेंट लॉ कॉलेजमध्ये १९३०च्या दशकात मुंबईत त्यांची भेट जोकिम अल्वांबरोबर झाली. जोकिम अल्वा हे आधीच भारतीय स्वातंत्र्यलढ्यात पूर्णपणे गढून गेले होते. त्यांनी व्हायोलेट अल्वांना राजकारणात प्रवेश करण्यासाठी प्रोत्साहन दिले. १९३६ मध्ये मुंबई प्रांतिक विधानसभेच्या निवडणुकीत काँग्रेस पक्षाने जोकिम अल्वांना ख्रिश्चन मतदारसंघातील राखीव जागेसाठी उमेदवारी दिली होती. त्या वेळी व्हायोलेट अल्वांनी त्यांच्यासाठी काम केले. त्यांच्या उमेदवारीला महात्मा गांधी, पंडित नेहरू आणि सरदार वल्लभभाई पटेल यांचा पाठिंबा असूनही ते निवडणूक हरले. मुंबईत बहुसंख्य असलेल्या गोव्यातील कॅथॉलिकांच्या काँग्रसविरोधी भावनेमुळे जोकिम अल्वांना हार पत्करावी लागली. (३१)

मुंबईत २० नोव्हेंबर १९३७ रोजी जोकिम अल्वा व व्हायोलेट अल्वा विवाहबद्ध झाले. विवाहानंतर आयोजित करण्यात आलेल्या मेजवानीत भुलाभाई देसाईंनी त्या जोडप्याला शुभेच्छा देणारे भाषण केले. आजारी असलेल्या महात्मा गांधींनी मीराबेनला त्या जोडप्यास आशीर्वाद देणारे पत्र लिहिण्यास सांगितले.

व्हायोलेट अल्वांचे स्वातंत्र्यलढ्यातील कार्य त्यांनी भारतीय प्रॉटेस्टंट ख्रिश्चन म्हणून केलेल्या कार्याच्या संदर्भात पाहायला हवे. त्या नॅशनल ख्रिश्चन कौन्सिल ऑफ इंडियाच्या सक्रिय सदस्य होत्या. आणि १९४६ मध्ये ऑल इंडिया ख्रिश्चन कॉन्फरन्सच्या उपाध्यक्ष होत्या. राष्ट्रीय चळवळीतील त्यांच्या कार्याचे मूल्यमापन आधी उल्लेख केल्याप्रमाणे इंडियन प्रॉटेस्टंट ख्रिश्चन समाजातल्या त्यांच्या योगदानाच्या संदर्भात करण्यात आले आहे.

जरी नवरा-बायको दोघांनी मिळून वकिली व्यवसाय सुरू केला असला तरी जेव्हा जोकिम अल्वांना १९४१ मध्ये तुरुंगवास घडला, तेव्हा व्हायोलेट अल्वांना आपल्याच उत्पन्नावर राहावे लागले. त्यांनी सत्याग्रहात जाण्याचे ठरवले होते; परंतु त्यांचा सर्वांत मोठा मुलगा तेव्हा १८ महिन्यांचा असल्यामुळे महात्मा गांधींनी त्यांना तेव्हा थांबण्यास आणि पुढच्या वेळेस संधी मिळेल तेव्हा भाग घेण्यास सांगितले.

११ एप्रिल १९४३ रोजी राष्ट्रीय सप्ताहात महिला दिनानिमित्त चौपाटीच्या किनाऱ्यावर निदर्शने केल्याबद्दल त्यांना अटक झाली. त्यांचा दुसरा मुलगा तेव्हा जेमतेम ५ महिन्यांचा होता. त्यामुळे त्याला आर्थर रोड तुरुंगात आपल्याबरोबर घेऊन जाण्याखेरीज त्यांच्यापुढे दुसरा पर्याय नव्हता. (३२)

तुरुंगातून सुटका झाल्यावर अल्वा पतिपत्नींनी ९ ऑगस्ट १९४३ या दिवशी 'भारत छोडो' चळवळीला एक वर्ष पूर्ण झाल्याच्या निमित्ताने 'फोरम' नावाच्या साप्ताहिकाची स्थापना केली. 'फोरम' भारतभर आणि जगातही भारतीय स्वातंत्र्याचा निर्भयपणे पुरस्कार करणारे साप्ताहिक म्हणून ओळखले जाऊ लागले. या साप्ताहिकाने ख्रिश्चनांच्या एका संपूर्ण पिढीला राष्ट्रीय वृत्तीची प्रेरणा दिली, कितीतरी पत्रकार निर्माण केले. त्यांच्यापैकी अनेक जण प्रसिद्ध झाले. नंतर व्हायोलेट अल्वांनी स्त्रियांसाठी 'बेगम' हे मासिक सुरू केले आणि नंतर त्याचेच 'इंडियन वूमन' असे नामांतर केले. 'फोरम' आणि 'इंडियन वूमन' दोन्हीही आज अस्तित्वात नाहीत.

१९४४मध्ये मुंबई उच्च न्यायालयात न्या. वेस्टन, छागला व लोकूर यांच्या खंडपीठापुढे यशस्वीपणे युक्तिवाद करणाऱ्या भारतातील पहिल्या महिला वकील म्हणून त्यांनी वकिली व्यवसायात इतिहास घडवला. आरोपी होते त्यांचे यजमान जोकिम अल्वा. त्यांच्या 'हॉल्ट धिस मार्च टू द गॅलोज' या शीर्षकाच्या संपादकीयाबद्दल त्यांच्यावर हिंसेला चिथावणी देण्याचा व राजद्रोहाचा आरोप ठेवलेला होता. हा लेख त्यांनी मध्य भारतातील चिमूर व अष्टी गावांतील ज्या गावकऱ्यांना प्राण गमवावे लागले त्यांच्यावर लिहिला होता.

१९४५ ते १९५२ या कालावधीत व्हायोलेट अल्वांना फारच धावपळ करावी लागली. १९४५मध्ये मुंबईतील आग्रीपाडा रहिवासी सेवा मंडळाच्या त्या अध्यक्ष होत्या. १९४६मध्ये ऑल इंडिया ख्रिश्चन कॉन्फरन्सच्या त्या उपाध्यक्ष होत्या. १९४५-४६ मध्ये त्या मुंबई महापालिकेच्या नगरसेविका होत्या. १९४७ ते १९५२ मध्ये मानद दंडाधिकारी व मुंबई विधान परिषदेच्या सदस्य होत्या. १९४८ ते १९५४मध्ये मुंबई येथील बालगुन्हेगार न्यायालयाच्या (जुव्हेनाईल कोर्ट) त्या प्रमुख होत्या. १९४७मध्ये नुकत्याच स्थापन झालेल्या संयुक्त राष्ट्रांच्या सचिवालयात त्यांची नेमणूक केली जाणार होती; परंतु त्यांच्या तिसऱ्या मुलाच्या वेळी त्या गरोदर असल्यामुळे त्यांनी ती नेमणूक नाकारली. कायद्याच्या क्षेत्रात त्या चमकल्या त्याचप्रमाणे अन्य क्षेत्रेही त्यांनी गाजवली. १९५० मध्ये इजिप्तचा दौरा करणाऱ्या भारतीय पत्रकारांच्या शिष्टमंडळामध्ये त्यांचा समावेश होता. स्त्रीपत्रकार म्हणून भारताचे परदेशात प्रतिनिधित्व करणाऱ्या त्या पहिल्या महिला होत्या. दोन वर्षांनंतर ऑल इंडिया न्यूजपेपर एडिटर्स कॉन्फरन्सच्या स्थायी समितीवर निवडून आलेल्या त्या पहिल्या महिला होत्या.

१९५२ मध्ये मुंबई राज्यातून व्हायोलेट अल्वा राज्यसभेवर आणि जोकिम अल्वा लोकसभेवर निवडून आले. पहिल्या सार्वत्रिक निवडणुकीत प्रचंड बहुमताने निवडून यावेत म्हणून व्हायोलेट बाईंनी त्यांच्यासाठी प्रचार केला होता. प्रौढ मतदानाचा हक्क प्राप्त झाल्यानंतर भारतीय संसदेवर निवडून गेलेले ते पहिले जोडपे होते.

व्हायोलेट अल्वांनी राज्यसभेत परराष्ट्र व्यवहार, संरक्षण, अर्थ, माहिती व नभोवाणी, गृह खाते आणि कायदा यांसकट विविध विषयांत खूपच रस घेतला. त्यांनी अनेक पुरोगामी विचारांचा पुरस्कार केला आणि स्त्रिया व मुले यांच्याविषयीच्या प्रश्नांत विशेष रस घेतला. वक्त्या म्हणून सुशिक्षित वा अशिक्षित श्रोत्यांच्या मनावर त्या प्रभाव टाकीत असत. अनेक संसदीय समित्यांवर आणि काँग्रेस पक्षाच्या समित्यांवर त्या सदस्य म्हणून काम करीत होत्या. तसेच राज्यसभेच्या उपसभापती पदाच्या मंडळाच्याही त्या काही काळ सदस्य होत्या. १९५४ मध्ये सोव्हिएत रशियाला गेलेल्या पहिल्या भारतीय स्त्रियांच्या शिष्टमंडळाच्या त्या सचिव होत्या.

व्हायोलेट अल्वांची असीम शक्ती आणि दुर्दम्य उत्साह यांना त्यांच्या सदैव जागृत अंतःकरणाची जोड मिळाल्यामुळे अनेकविध उपक्रमांमध्ये त्या रस घेत असत. भारतातील वाय.डब्ल्यू.सी.ए.च्या, असोसिएशन फॉर द फिजिकली हँडिकॅप्ड, दिल्ली बिझिनेस अँड प्रोफेशनल विमेन्स असोसिएशन या व इतर अनेक संस्थांच्या त्या अध्यक्ष होत्या.

राष्ट्रपती डॉ. झाकिर हुसेन यांच्या मृत्यूनंतर १९६९ मध्ये व्ही. व्ही. गिरी यांची राष्ट्रपती म्हणून निवड झाल्यानंतर भारताचे उपराष्ट्रपतिपद या उच्च पदावर त्यांचा हक्क डावलल्यामुळे त्यांनी राज्यसभेच्या उपसभापतिपदाचा राजीनामा दिला. राज्यपाल अथवा राजदूत हे पद त्यांनी नाकारले आणि खासदार म्हणून आपला कार्यकाल पूर्ण करणे त्यांनी अधिक पसंत केले व दिल्लीतील आपले कार्य चालू ठेवले. १६ नोव्हेंबर १९६९ रोजी त्यांनी रीतसर आपला राजीनामा सादर केला.

राज्यसभेवर सर्व गटांनी आपले राजकीय मतभेद विसरून त्यांची प्रशंसा केली आणि गौरव केला, ते पाहण्याचे भाग्य त्यांना लाभले. त्यानंतर चारच दिवसांनी म्हणजे २० नोव्हेंबरला त्यांच्या विवाहाच्या ३२व्या वाढदिवसाच्या दिवशी त्यांचे प्राण पंचत्वात विलीन झाले. मृत्यूसमयी त्यांच्या शेजारी फक्त त्यांचे पती जोकिम अल्वा हे होते. भारतीय स्वातंत्र्यलढा, वकिली, पत्रकारिता आणि संसद या क्षेत्रांत काम करणारे हे एक आगळेवगळे जोडपे होते. निरंजन, चित्तरंजन व माया ही त्यांची तीन अपत्ये.

ला अबोगदा इंटरनॅशनल या इंटरनॅशनल फेडरेशन ऑफ विमेन लॉयर्सच्या अधिकृत शाखेने व्हायोलेट अल्वांना श्रद्धांजली वाहताना त्यांच्या अंगच्या ज्या

गुणांमुळे त्यांचे जीवन व कार्य उजळून निघाले ते गुण सांगितले आहेत.

"आमच्या काळातील त्या एक थोर स्त्री होत्या. मूर्ती लहान पण जिद्द महान. समता व मानवाची प्रतिष्ठा यांसाठी झगडणाऱ्या जगभरच्या स्त्रियांना अजूनही त्यांच्या कार्यातून प्रेरणा मिळते."(३३)

ॲलिस फ्रॅन्सिस अल्वारिस या मुंबईतील दुसऱ्या ख्रिश्चन स्वातंत्र्यसैनिक होत्या. त्यांचा जन्म ३० सप्टेंबर १९०९ मध्ये तेव्हाच्या मद्रास इलाख्यातील दक्षिण कॅनरा जिल्ह्यातील मंगलोर येथे झाला. त्यांचे वडील जॉन साल्वेडॉर सिक्वेरिया हे मुंबईतील एका शाळेत शिक्षक होते. त्यांची आई फ्लोरा पेस ही महार जातीतील सुप्रसिद्ध वकील अलेक्स ए. पेस यांची बहीण होती. ॲलिस फ्रॅन्सिस यांचे सुरुवातीचे शिक्षण मंगलोरला झाले. १९३४ मध्ये मद्रासच्या लेडी विलिंग्डन कॉलेजमधून त्यांनी पदवी प्राप्त केली. नंतर १९३५ मध्ये मद्रासच्या लेडी विलिंग्डन कॉलेजमधून त्या एल. टी. परीक्षा उत्तीर्ण झाल्या. मंगलोरच्या सेंट ॲग्नेसच्या 'अपोस्टोलिक कारमेल नन्स'च्या प्रभावाखाली आल्यामुळे त्यांना सर्वांगीण प्रशिक्षण मिळून त्यांच्या जीवनाला वळण लागले. जात्याच त्या जहाल वृत्तीच्या होत्या. शाळकरी वयापासूनच कोणाला शरण जाणे त्यांना माहीत नव्हते. अन्याय, विशेषतः पददलितांवरील अन्याय त्यांना सहन होत नसे. त्यांची मातृभाषा कोकणी होती; पण त्या शाळेत लॅटिन, फ्रेंच व इंग्रजी शिकल्या होत्या आणि शेजाऱ्यापाजाऱ्यांकडून कन्नड व तुळू या भाषाही त्यांनी आत्मसात केल्या. मुंबईला आल्यानंतर त्या हिंदी व गुजराती भाषाही शिकल्या. वादविवाद करण्याचे व वक्तृत्वपूर्ण भाषणे करण्याचे कौशल्य त्यांच्याकडे होते. आपले अस्तित्व ठळकपणे दुसऱ्यांना जाणवून देण्यासाठी त्यांच्या या गुणांची त्यांना मदत झाली.

शिक्षक म्हणून प्रशिक्षण घेतल्यावर त्या मुंबईला आल्या व १९३५ मध्ये बांद्र्याच्या माऊंट मेरी कॉन्व्हेंटमध्ये शिकवू लागल्या. त्यानंतर सेंट झेवियर्स (मुंबई) कॉलेजमधील रेव्हरंड फादर हेन्री हेरास एस. जे. यांच्या मार्गदर्शनाखाली संशोधन करून त्यांनी एम.ए.ची पदवी मिळवली. 'पोलिटिकल हिस्टरी ऑफ द ईस्ट इंडिया कंपनीज फॅक्टरी- तेलीचेरी' या विषयावर त्यांनी प्रबंध लिहिला. त्यासाठी १९४१ मध्ये त्यांना एम.ए.ची पदवी देण्यात आली. १९४०मध्ये त्यांनी महंमदअली रोडच्या परिसरात एक छोटीशी शाळा सुरू केली आणि पीएच.डी. साठीही नाव नोंदवले. (३४)

ॲलिस फ्रॅन्सिस सिक्वेरिया 'द बॉम्बे क्रॉनिकल'मध्ये वादग्रस्त अशा सामाजिक व राजकीय विषयावर नियमित लिहीत असत. बर्मा शेल कंपनीत अकाऊंटंट असणाऱ्या सिप्रियन जेरोम अल्वारिस या तरुणाशी ॲलिस सिक्वेरिया विवाहबद्ध

झाल्या. सिप्रियन अल्वारिसही मूळचे मंगलोरचेच होते. डॉ. एफ. एक्स. डिसूझा, जेरोम एम. सलढाणा, फ्रान्सिस ए. सिल्व्हा, जोसेफ बेन्नी आणि ॲलिस बाईंचे मामा अलेक्स ए. पेस या वर उल्लेखिलेल्या मंगलोरच्या राष्ट्रवाद्यांचा प्रभाव त्यांच्यावर पडला. मंगलोरला १९३५ मध्ये भरलेल्या कॅथॉलिक विमेन्स कॉन्फरन्सनंतर 'कॅथॉलिक ॲक्शन'च्या वचनांचा प्रभाव पडून त्यांचे विचारही समाजवादाबरोबर जुळू लागले. (३५)

राष्ट्रवादाची आणि समाजवादाची वृत्ती अंगी बाणवून त्या सार्वजनिक क्षेत्राकडे वळल्या. अलेक्स ए. पेस या वकील मामांच्या निकट सहवासामुळे त्यांचा मुंबईतील भायखळ्याच्या परिसरातील महार जातीतील हिंदूंशी संबंध आला. त्यांची शाळा मुस्लिमांची शाळा म्हणून चालवली जात असे. मुस्लिमांबरोबरचे त्यांचे संबंध मैत्रीचे होते. ॲलिस यांच्यामध्ये राष्ट्रीय भावना उदयाला आल्यावर त्यांनी शाळेचे नाव बदलून 'मॉडर्न इंडियन स्कूल' असे नाव ठेवले. मुंबईतील अनेक विद्यार्थ्यांप्रमाणे त्याही युसुफ मेहेरअलींच्या प्रभावाखाली आल्या. (३६) सुभाषचंद्र बोस आणि समाजवादी विचार करणारे एम. एन. रॉय आणि त्यांचा रॅडिकल ह्युमॅनिझम यांच्यामुळे त्यांनी जहाल विचारसरणी व वृत्ती स्वीकारली. त्या जोकिम आणि व्हायोलेट अल्वा यापूर्वी उल्लेख केलेल्या नॅशनॅलिस्ट ख्रिश्चन पार्टीच्या संस्थापक सदस्यांच्या सहवासात आल्या. १९४० मध्ये त्या नॅशनल ख्रिश्चन पार्टीच्या कार्यकारी समितीवर होत्या. या संबंधांमुळे ॲलिस व सिप्रियन यांच्यात घनिष्ठ मैत्री जमली. त्यांच्या लग्नानंतरच्या मेजवानीच्या वेळी श्रीमती व्हायोलेट अल्वा यांनी त्या जोडप्याला शुभेच्छा देणारे भाषण केले. (३७)

१९४२ मध्ये महात्मा गांधींनी देशाला 'करेंगे या मरेंगे' अशी हाक दिली तेव्हा ॲलिस सिप्रीयन यांनी प्रतिसाद दिला. त्यानंतर झालेल्या 'चले जाव' चळवळीने त्यांच्यामध्ये जळजळीत राष्ट्रीय वृत्तीची ज्योत पेटवली. त्या जोडप्याने गुप्तपणे भूमिगत चळवळीत कार्य केले. त्यांनी आपल्या निवासस्थानी बिनतारी यंत्रणा ठेवली होती व छापील साहित्याचे वाटपही ती दोघे करीत असत. जेव्हा गुप्तचर अधिकाऱ्यांनी छुपे युद्ध खेळणाऱ्यांच्या घरावर ३० ऑक्टोबर १९४२ रोजी धाड टाकली, तेव्हा सुरुवातीला त्यांनी अटक टाळली. खोटी नावे सांगून जिवावर बेतण्याची शक्यता असूनही वेषांतर करून ते जोडपे गुप्तचरांच्या तावडीतून कसेबसे निसटले. खरे म्हणजे सिप्रियन यांच्याजवळ युद्धनौकेवर चढण्यासाठीचे ओळखपत्रही होते. तथापि हे स्वातंत्र्य त्यांना फार काळ लाभले नाही. त्या जोडप्याने गुन्हा केल्याबद्दलचा पुरावा १८ नोव्हें. १९४२ रोजी संध्याकाळी घरातच सापडल्यामुळे त्यांना त्यांच्या निवासस्थानी नजरकैदेत ठेवण्यात आले. (३८)

त्यांच्या अटकेनंतर दोनच दिवसांनी ॲलिस अल्वारिस पोलिसांच्या कोठडीतून

निसटल्या व प्रकृती बरी नसल्याचा बहाणा करून त्यांनी स्वतःला स्त्रियांसाठी असलेल्या कामा इस्पितळात दाखल करून घेतले. दुसऱ्या मजल्यावरून त्या उतरताना पोलीस गाफील राहिले, त्या वेळी त्या निसटल्या व दमणला गेल्या. दमणमध्ये दहा महिने भूमिगत राहून त्यांनी कार्य केले. या दहा महिन्यांच्या काळात त्या अधूनमधून मुंबईला जाऊन येत असत. त्यांचे यजमान तेव्हा वरळीच्या तुरुंगात होते. तुरुंगातील सहा महिन्यांच्या वास्तव्यात ते गंभीररीत्या आजारी पडल्यामुळे त्यांना जे.जे. इस्पितळात दाखल करण्यात आले. ॲलिसबाई वेषांतर करून जे. जे. इस्पितळात आपल्या नवऱ्याला दोनदा भेटल्या. वेषांतर करताना त्यांनी केशवपन केलेल्या ब्राह्मण स्त्रीचा वेष धारण केला अथवा बुरखा पांघरला. ब्रिटिशविरोधी कृत्ये करतानाही बिगर ख्रिश्चन समाजामध्ये त्या वेषांतर करूनच वावरत असत. मुंबईतील ख्रिश्चन समाजातील मोजके अपवाद सोडल्यास अन्य ख्रिश्चन १९४२ च्या सविनय कायदेभंगाच्या 'चले जाव' चळवळीत उतरले नाहीत. (३९)

२० ऑगस्ट १९४३ रोजी एका खबऱ्याने लीलाबेन नाव धारण करून वावरणाऱ्या या गुजराती महिला नसून, ख्रिश्चन स्वातंत्र्यसैनिक असल्याचे उघड केले. ॲलिसबाईंनीही विलेपार्ले पोलिस स्टेशनवर आपली खरी ओळख मान्य केली. त्यांना तेथून एस्प्लनेड कोठडीत १९ दिवस डांबण्यात आले व ७ सप्टेंबर १९४३ रोजी त्यांना भिकाऱ्यांबरोबर आर्थररोड तुरुंगात आणले असे त्यांनी लिहिले आहे. श्रीमती कल्याणी भट्टाचारजी या त्यांच्या मैत्रिणीला पकडून तिथेच आणले होते. (४०) त्यानंतर त्यांची रवानगी येरवडा मध्यवर्ती तुरुंगात करण्यात आली. येरवड्याच्या तुरुंगात त्या २३ नोव्हें. १९४४पर्यंत सिक्युरिटी कैदी क्र. ६०, नंतर कैदी क्र. १३९ 'अ' वर्ग व नंतर क्र. १५० होत्या. तुरुंगामध्ये त्यांच्या निकटच्या सोबती होत्या उषा मेहता, कमला अष्टपुत्रे, सावित्री मदन. तुरुंगातील आपल्या साथीदारांबरोबर राजकीय बंदिवानांना करावी लागणारी नेहमीची कामे त्यांना करावी लागत असत. त्या विणकाम, क्रोशाचे काम आणि सूत कातणे ही कामे इतरांबरोबर शिकल्या. सूत कातणे हा स्वातंत्र्यसैनिकांच्या दृष्टीने आवश्यक असा जीवनमार्ग होता. भारतीय राष्ट्रीय विचारांवर श्रद्धा ठेवणाऱ्यांसाठी गांधीजींनी घालून दिलेल्या कार्यक्रमांशी सुसंगत असाच हा कार्यक्रम होता. बुद्धिमत्तेला व विनोदाला धार आणण्यासाठी तुरुंगात चोरून आणलेल्या साहित्याचे वाचन, राष्ट्रीय उपक्रमांबद्दल शांतपणे पण जोरदार चर्चा यांसाठी तुरुंगात वेळ मिळत असे.(४१)

२६ जानेवारी १९४४ हा दिवस ॲलिस व त्यांच्या साथीदारांनी उपवास व प्रार्थना करून स्वातंत्र्यदिन म्हणून साजरा केला. ॲलिसबाईंच्या नेहमीच्या तुरुंगाच्या दिनक्रमाला त्यांच्या साहित्यनिर्मितीने शोभा येत असे. त्यांना कविता लिहिण्याचा आणि आपल्या जीवनाचे तत्त्वज्ञान व्यक्त करण्याचा शौक होता. त्यांच्या दैनंदिनीमध्ये

अनेक कविता लिहिलेल्या आहेत. काही अर्धवट लिहिलेल्या, तर काही पुनःपुन्हा लिहिलेल्या आहेत. आपल्या लाडक्या भारताचे स्वातंत्र्य, तुरुंगातील साथीदारांची आणि त्यांच्याप्रमाणेच स्वातंत्र्यलढ्यात ओढल्या गेलेल्या इतरांच्या सुटकेचा विचार त्यांच्या इच्छांमधून दिसतो.

त्यांच्या बंधूंच्या विवाहाच्या निमित्ताने त्यांनी आपल्या आईला तुरुंगातून लिहिलेल्या पत्रात लग्नासाठी सर्व कुटुंबाकरिता स्वदेशी कपडे खरेदी करण्याची सूचना केली. आपल्या आईने गरिबांना अन्न वाटावे अशी इच्छा व्यक्त करून त्यांनी जाहीर केले, ''मी अधिकाधिक संपूर्ण समाजवादी बनत चालले आहे. तुम्ही सर्वांनीही तसेच बनावे. येशू ख्रिस्तही स्वतः समाजवादी होता...''(४२)

त्यांची रवानगी येरवडा तुरुंगात २ डिसेंबर १९४३ रोजी झाली. त्यांच्याबरोबर इतर ४ राजबंदी व ४ गुन्हेगार होते. त्यांच्या तुरुंगातील दैनंदिनीवरील पृष्ठ क्रमांक ८०वर तुरुंगाधिकाऱ्याने खुणेचा शब्द म्हणून ४० पृष्ठे अशी नोंद केलेली आढळते. १३-१०-४३ रोजी त्या पहिल्यांदा सिक्युरिटी कैदी क्र. ६० होत्या. त्यांनी तुरुंगात वाचलेल्या सर्व पुस्तकांची नोंद कर्तव्यबुद्धीने आपल्या दैनंदिनीत केली. त्यांपैकी बरीचशी पुस्तके समाजवादावरची होती. टागोर, मादाम क्युरी इत्यादींची चरित्रेही त्यात होती. धागा, बुटांची दुरुस्ती यांसारख्या बाबींवरील तुटपुंज्या खर्चाचीही त्यांनी नोंद केलेली आहे. राजबंदी व इतर प्रकारचे कैदी यांना एकत्र ठेवल्यामुळे तुरुंगातील सहकाऱ्यांशी होणाऱ्या संघर्षाबद्दलही त्यांनी नोंद केली आहे. एका पुरुष कैद्याला दिलेल्या निष्ठुर वागणुकीचीही नोंद दैनंदिनीत आढळते. वेदनेमुळे विव्हळणाऱ्या त्या कैद्याचा आवाज एके दिवशी त्या विभागात सर्वांना ऐकू आला. त्या 'जगदीश' नावाच्या मुलासाठी त्यांनी प्रार्थना केली आणि त्याच्या जीविताबद्दलही त्यांनी भीती व्यक्त केली. ६ जून १९४४ रोजी त्यांना एका कोठडीत बंद करून एकांतवासात ठेवण्यात आले, अशी नोंद केलेली आहे. तुरुंगातील अधीक्षकांच्या कावेबाज वर्तणुकीचा निषेध म्हणून त्यांनी १ तारखेपासून उपोषण सुरू केले. त्यांच्या तुरुंगात 'कबुली आणि विचारांची देवाणघेवाण' (confession and communion) अमलात आणली जात होती, याचा उल्लेख त्यांनी केलेला आहे, हे लक्षात घ्यायला हवे. चर्चच्या शिकवणीप्रमाणे ख्रिश्चन कैद्याला आपली आध्यात्मिक कर्तव्ये पार पाडता यावीत म्हणून तुरुंगात धर्मोपदेशकांची भेट घेण्यास त्यांना परवानगी दिली असली पाहिजे. ही गोष्ट तुरुंगाधिकाऱ्यांबद्दल बरेच काही सांगून जाते.

त्यांची एक कविता इथे उद्धृत करीत आहे. त्यावरून त्यांचे निसर्गप्रेम आणि स्वातंत्र्याबद्दलचे विचार या दोहोंचे दर्शन घडते.

तिथे राहावे वाटते मला जिथे गाई चरतात
मक्याच्या शेतात हिरव्या उंच उंच गवतात

चांदण्यांच्या आकाशाखाली, जिथे मासे पोहतात
त्या सागराच्या निळ्या निळ्या पाण्यात
तरीही स्वातंत्र्यासाठी तुरुंगवास
आणि जाग येईल तो तेजस्वी दिवस
याहून अधिक आनंद कुठे असेल का?

१९४४च्या ऑक्टोबरमध्ये त्यांची सुटका झाल्यावर त्यांच्या अटकेचे वृत्त पुन्हा एकदा 'द बॉम्बे सेंटिनेल'मध्ये ५ जून १९४५ रोजी प्रसिद्ध झाले. पण त्यांना मंगलोरला स्थानबद्ध करण्यात येऊन मुंबई इलाख्यात पुन्हा प्रवेश करण्यावर बंदी घालण्यास किंवा त्यांचे कायदेशीर शैक्षणिक उपक्रम पुन्हा सुरू करण्यास केलेली मनाई कोणत्याही योग्य कारणावरून करण्यात आलेली नाही, अशी टीका या वृत्तपत्राने केली होती. या वृत्तपत्राने त्यांच्या हालचालींवरची बंदी अगदी वेगळ्या परिस्थितीत घालण्यात आली असल्यामुळे ती कोणताही अधिक विलंब न लावता उठवली पाहिजे, असे पुढे म्हटले होते. (४३) १९४५ मध्ये अखेरीस पती-पत्नी एकत्र आले व खंडित झालेले एकत्रित उपक्रमांचे धागे त्यांनी पुन्हा हाती घेतले.

१९५०मध्ये प्रजासमाजवादी पक्षाने नगरसेवक पदासाठी त्यांना महापालिकेच्या निवडणुकीत उभे केले. तिथे त्या यशस्वी झाल्यावर त्याच पक्षाने त्यांना महापौरपदासाठी स. का. पाटील यांच्या विरोधात उभे केले. महापौरपदाची निवडणूक त्या हरल्या. नगरसेवक पदाची मुदत संपल्यावर शैक्षणिक क्षेत्रावर लक्ष केंद्रित करून आपली सर्व शक्ती त्यासाठीच खर्च करता यावी म्हणून त्यांनी राजकारणाची कास पूर्णपणे सोडली. (४४) मुंबई महापालिकेने मंजूर केलेल्या भूखंडावर माहीम येथे त्यांनी १९५० मध्ये जस्मिन्स हायस्कूल सुरू केले. ही संस्था सहशिक्षण देणारी होती. १९५७ मध्ये हीच शाळा अधिक मोठ्या जागेत कॅडेल रोडवर (सावरकर मार्ग) स्थलांतरित करण्यात आली. त्या शाळेचे नामांतर अलॉयसिस गोझांगा हायस्कूल असे करण्यात आले. या शाळेत सर्व इयत्ता होत्या. ही शाळा सरकारी अनुदानाशिवाय चालवली जात असे; परंतु तिला मुंबई महापालिकेची (प्राथमिक विभाग) व महाराष्ट्र सरकारची (दुय्यम शिक्षण) मान्यता प्राप्त झाली होती.

ॲलिसबाई नेहमी खादी वापरीत. त्यांची राहणी साधी व विचारसरणी उच्च होती व बुद्धिमत्ता श्रेष्ठ दर्जाची होती. त्यांनी उरलेले आयुष्य २८ जुलै १९७३ पर्यंत शिक्षण क्षेत्रात व्यतीत केले. प्रथम प्राचार्य व नंतर सल्लागार म्हणून त्या काम करीत असत. त्या सच्च्या भारतीय आणि विश्वासू ख्रिश्चन होत्या. आधुनिक भारतीय स्त्रीत्वाची मूल्ये आचरणात आणीत असतानाही त्या खऱ्या ख्रिश्चन स्त्री, ख्रिश्चन माता व पत्नी होत्या. जॉन सायरस आपल्या गुरूबद्दल जे म्हणत असे तेच उद्‌गार त्यांचे शिष्य त्यांच्याविषयी काढत असत. माझ्यासमोर कोणते आयुष्य किंवा

कोणती आयुष्ये पडलेली आहेत हे मला माहीत नाही हे निश्चित; परंतु माझ्या शेवटच्या आयुष्याच्या अखेरपर्यंत मी तुमचा ठसा माझ्यावर उठवीन, हे मात्र मला ठाऊक आहे.

त्या उत्कृष्ट वक्त्या होत्या. उत्स्फूर्त बोलत. त्या जहाल देशभक्त होत्या. विशेषतः प्रजासत्ताक दिन किंवा स्वातंत्र्यदिन या दिवशी जेव्हा त्या स्वातंत्र्यलढ्याबद्दल जाहीर सभांतून बोलत, तेव्हा त्यांचे हे गुण जाणवत असत. शाळेतून बाहेर पडणाऱ्या मुलांच्या निरोप समारंभातील संदेश नेहमी जीवनपथावर पसरलेल्या गुलाबांसारखा असे. त्यात दुःखाचा भाग कमी असे.

क्रांती किरण हे कन्येचे नाव आणि सुभाष, लेनिन जतीन, संतोष व अरुण अशी मुलांची नावे त्यांच्या राष्ट्रीय विचारसरणीला अनुरूप अशीच त्यांनी ठेवली होती.

म्हणूनच भारतीय स्त्रीत्वाचे सौंदर्य तुरुंगातील स्त्रियांमध्ये दिसून येते. असे अन्य भारतीय स्त्रियांप्रमाणेच या दोन ख्रिश्चन स्त्रियांविषयीही म्हणता येईल. नेहरू व गांधी दोघेही जण स्त्रियांच्या कार्याविषयी आणि त्यांच्या सहकार्याविषयी आदराने बोलत. नेहरू म्हणाले होते,

"आमचा बहुसंख्य पुरुष वर्ग तुरुंगात होता तेव्हा एक विलक्षण घटना घडली. आमच्या स्त्रिया पुढे आल्या व त्यांनी लढ्याची सूत्रे हाती घेतली. त्यांच्या त्या पर्वतासारख्या निश्चलपणामुळे केवळ ब्रिटिश सरकारलाच नव्हे, तर आमच्या पुरुष वर्गालाही आश्चर्य वाटले." (४५)

संदर्भ

१. द स्टेट्समन, कलकत्ता, १२ ऑगस्ट १९७७, इंडियन जर्नल ऑफ थिऑलॉजी, कलकत्ता, जाने-मार्च १९८१, पृ. ७

२. 'ख्रिश्चिॲनिटी अँड द नॅशनल मूवमेंट' (संपादकीय), द हार्वेस्ट फील्ड, म्हैसूर, जाने. १९१०, पृ. ३,४

३. फिलिप, टी.व्ही., 'थिऑलॉजिकल ट्रॅडिशन इन इंडिया', इंडियन चर्च हिस्टरी रिव्ह्यू, बंगलोर, खंड, २१, क्र. १, जून १९८७, पृ. ३७, द हार्वेस्ट फील्ड, म्हैसूर, जुलै १९१७, पृ. २४७

४. जॉर्ज, एस.के., गांधीज चॅलेंज टू ख्रिश्चिॲनिटी, अहमदाबाद, १९४७.

५. सीतारामय्या, बी. पट्टाभी, द हिस्टरी ऑफ इंडियन नॅशनल काँग्रेस, खंड १, १८८५ ते १९३५, मुंबई, १९३५, पहिली आवृत्ती, १९४६, दुसरी आवृत्ती, पृ. ८३,१०७,१०८

६. रिपोर्ट ऑफ द इंडियन नॅशनल काँग्रेस, १८८९

७. सील, अनिल., द इमर्जन्स ऑफ इंडियन नॅशनॅलिझम : कॉंपिटिशन अँड कोलॅबोरेशन इन द लेटर नाइन्टिथ सेंच्युरी, लंडन, १९६८, पहिली आवृत्ती, १९७१, पृ. २४१
८. कित्ता, पृ. २९३
९. कुमार, रविंदर, 'द पोलिटिकल प्रोसेस इन इंडिया', साऊथ एशिया जर्नल ऑफ साऊथ एशियन स्टडीज, ऑगस्ट १९७१, पृ. ९१-१०८
१०. 'द कॉंग्रेस ऑफ १९०८' (संपादकीय), द हार्वेस्ट फील्ड, म्हैसूर, जाने. १९०९, पृ. २
११. ''ख्रिश्चिॲनिटी अँड नॅशनल मूवमेंट'' (संपादकीय), द हार्वेस्ट फील्ड, म्हैसूर, जाने. १९१०, पृ. ३-४
१२. डोर्नाकल, व्ही.एस., (व्ही.एस.अझरिया), ''द बिशप्स लेटर,'' डोर्नाकल डिओसेसेन मॅगेझिन, सप्टें. १९४२, पृ. २
१३. द एक्झामिनर, मुंबई, ५ जाने. १९२९, पृ. २
१४. द अँग्लो-लुसिटानो, मुंबई, १८ सप्टें. १९२०, पृ. ५
१५. 'इंडियन ख्रिश्चन्स अँड पॉलिटिक्स', कोकणी दिर्वे, मंगलोर, १६ ऑगस्ट १९३६, खंड २५, क्र. १६. पृ. ii
१६. 'अ कॅथॉलिक लीडर्स ॲडव्हाईस', द गार्डियन मद्रास, २ जून १९३२, खंड १०, क्र. १७, पृ. १९८
१७. द मंगलोरियन रिव्ह्यू, मुंबई, १९२७, खंड ८, पृ. ४-५
१८. कोकणी दिर्वे, मंगलोर, २ सप्टेंबर १९२०, खंड ८, क्र. १७
१९. 'ख्रिस्ता द हेतवडी', मंगलोर, २८ मे १९२७, बासल मिशन वर्क इन इंडिया, होलनेस इन ख्राइस्ट, (संपा.) गॉडविन शिरी, मंगलोर, १९८५, पृ. ८३
२०. कोकणी दिर्वे, ६ ऑगस्ट १९३०, खंड १९, क्र. १६, २ नोव्हेंबर १९३०, खंड २१, क्र. २२
२१. 'कॅथॉलिक कॉन्फरन्स इन मंगलोर', द मंगलोरियन रिव्ह्यू, मुंबई, ख्रिस्टमस, १९३१, खंड १२, पृ. २,३
२२. बेन्नी, जोस, 'इंडियन ख्रिश्चन नॅशनॅलिझम', द मंगलोरियन रिव्ह्यू, मुंबई, ख्रिस्टमस,
१९३१, खंड २१, पृ. २७
२३. सिल्व्हा, एफ.एल.,'द कॉल ऑफ द नेशन', द मंगलोरियन रिव्ह्यू, मुंबई, ख्रिस्टमस, १९३०, खंड ११, पृ. २०-२४, ख्रिस्त सेवा संघ, पुणे, फ्रॅन्सिस एल्व्हिन वेरियर्स स्पीच, महाराष्ट्र राज्य पुराभिलेखागार, मुंबई फाईल, क्र. ७५४,
I बॉक्स १०४, गृहखाते, (खास), १९३१, II
२४. बेन्नी, जोस, उपरोक्त, पृ. २२-२५
२५. द नॅशनल मिशनरी सोसायटीची स्थापना सेरामपूर (पश्चिम बंगाल) येथे १९०५

साली ख्रिस्टमसच्या दिवशी झाली. द हार्वेस्ट फील्ड, खंड ३३, क्र. ९., सप्टें. १९१३, पृ. ३८८, ३८९, बेंग्ट, संडक्लर, चर्च ऑफ साऊथ इंडिया, द मूवमेंट टुवर्डस युनियन, १९००-१९४७, लंडन, १९५४, पृ. ३५, टी.व्ही. फिलिप, उपरोक्त, पृ. ३३

२६. सी.डी.ओ. फाईल १११० (I) गृहखाते खास, (I) सविनय कायदेभंगाची चळवळ, १९४२ अहमदाबादच्या जिल्हा न्यायाधीशाच्या गुप्त अहवालातील भाग. क्र. LX ३१, दि. ३० जुलै १९४२, महाराष्ट्र राज्य पुराभिलेखागार, मुंबई

२७. डोर्नाकल, व्ही.एस., (व्ही.एस.अझरिया), उपरोक्त

२८. थॉमस, जॉर्ज, ख्रिश्चन इंडियन्स अँड इंडियन नॅशनॅलिझम (१८८५-१९५०), अॅन इंटरप्रिटेशन इन हिस्टॉरिकल अँड थिऑलॉजिकल पर्स्पेक्टिव्ह, वेरलाग पीटर बी लँग, फ्रँकफर्ट, १९७९, पृ. २१२-२१३, जोकिम अल्वांनी लेखिकेला दिल्लीला पाठवलेले पत्र दि. २३ मे १९७९; भास्कर येसूप्रिया, द ऑल इंडिया ख्रिश्चन कॉन्फरन्स, सेकंड डेज प्रोसीडिंग्ज : इंप्रेशन्स, द गार्डियन, ५ एप्रिल १९४५, पृ. १११

२९. ख्रिश्चन पोलिटिकल आऊटलूक, द गार्डियन, ४ जाने. १९४०, पृ. ९, "द एडिटोरियल रिपोर्ट ऑफ ऑल इंडिया कॅथॉलिक कॉन्फरन्स" १५ ते १७ ऑगस्ट १९३०मध्ये वकील रावबहादुर पन्नीर सेल्वम यांच्या अध्यक्षतेखाली भरली होती. कोकणी दिर्वे, २ सप्टें. १९३०, पृ. १७, इंडियन ख्रिश्चन अँड राऊंड टेबल कॉन्फरन्स", द गार्डियन, ४ जून १९३१, पृ. २५३, द एक्झामिनर, १० जून १९३१ मुखपृष्ठावरील संपादकीय.

३०. 'अ मेसेज ऑफ गुड विल टू द कंट्री', द नॅशनल ख्रिश्चन कौन्सिल रिव्ह्यू, म्हैसूर, जाने. १९४७, पृ. ३,

३१. व्हायोलेट, अल्वा, (१९०८-१९६९) अ स्केच : मोर्निंग कार्ड ऑफ व्हायोलेट अल्वा (१९७०), जोकिम अल्वा यांनी लेखिकेला न्यू दिल्ली येथे २३ मे १९७९ रोजी पाठविलेले पत्र, रल्हन, ओ.पी. (प्रमुख संपादक), इंडियन विमेन थ्रू एजेस, पाच खंड, नवी दिल्ली, १९९५, खंड ५, पृ. ७-९

३२. सी.डी.ओ. फाईल १११० (४) मुंबईच्या पोलीस कमिशनरच्या दैनंदिन अहवालातील काही भाग, मुंबई, क्र. ४००४ / A ३२०, १२ एप्रिल १९४३, महाराष्ट्र राज्य पुराभिलेखागार, मुंबई,

३३. व्हायोलेट, अल्वा, अ-स्केच, उपरोक्त, मोर्निंग कार्ड ऑफ व्हायोलेट अल्वा, उपरोक्त

३४. 'द लेट श्रीमती ॲलिस अल्वारिस', द मंगलोरियन रिव्ह्यू, मुंबई, १० सप्टेंबर १९७३, पृ. ८,१३, ॲलिस आणि सिप्रियन अल्वारिस यांचे माहीम येथील त्यांच्या कुटुंबीयांजवळ असलेले खासगी कागदपत्र, मुंबई, जोकिम अल्वांचे लेखिकेला २८ नोव्हेंबर १९७८ रोजी पाठवलेले पत्र, 'अ पेट्रियॅाट्रिक कपल', फोरम, मुंबई, १९७४

३५. (टीप : ॲलिस आणि सिप्रियन अल्वारिस हे प्रस्तुत लेखिकेचे आई-वडील होते.)

फरायाज, क्रांती, किरण, 'द ख्रिश्चियन इंपॅक्ट इन साऊथ कॅनरा - अ सोशिओ इकॉनॉमिक स्टडी, अप्रकाशित पीएच.डी. प्रबंध, सेंट झेवियर्स कॉलेज, मुंबई विद्यापीठ, १९६६, पृ. ३२०-३२४

३६. स्वातंत्र्यसैनिक, समाजसेवक व पद्मविभूषण डॉ. उषा मेहतांची मणीभवन येथे ६ मार्च १९९८ रोजी घेतलेली मुलाखत.

३७. जोकिम अल्वा व लेखिका यांच्यातील पत्रव्यवहार आणि 'द बॉम्बे क्रॉनिकल' १२ ऑगस्ट १९४०.

३८. द टाईम्स ऑफ इंडिया, २३ नोव्हेंबर १९४२, द बॉम्बे क्रॉनिकल, २१ एप्रिल १९४३ व १२ ऑक्टो. १९४३, द बाँबे सेंटिनेल, ५ जून १९४५, ॲलिस अल्वारिस यांच्या अटकेबाबतचे कागदपत्र, गृहखाते (राजकीय), बाँबे कॅसल, १९ मे १९४४, गृहखाते, पुणे, १६ ऑगस्ट १९४४, पत्र क्र. १२६११, (१९४४ चे पत्र), येरवडा मध्यवर्ती तुरुंग कार्यालय २३ नोव्हें. १९४४, ॲलिस अल्वारिस यांच्या सुटकेसंबंधातील कागदपत्रे; पत्र क्र. एस.डी. IV / - S XIV (1) ६३, गृहखाते, (राजकीय), मुंबई १२, फेब्रु. १९४५, क्र .SD III / - S XIV (1) (६३) बॉम्बे कॅसल, १ जून १९४५, फाईल क्र. 1110 (६१) - X, १९४३-४४, बॉक्स, २८३, गृहखाते (राजकीय), खास शाखा (५), महाराष्ट्र राज्य पुराभिलेखागार, मुंबई, आणि ॲलिस सिप्रियन अल्वारिस आणि सरकार यांच्यात वरील विषयांसंदर्भात पत्रव्यवहार, अ व्हॅनगार्ड, २५ ऑक्टो., २० नोव्हें. १९९२, गोवा, (स्वातंत्र्यसैनिकांचे वृत्तपत्र)

३९. कित्ता, येरवडा, पुणे येथील तुरुंगाधिकाऱ्याने १३-१०-१९४३ रोजी ॲलिस अल्वारिसना दिलेल्या दैनंदिनीतील नोंदी, पृ. ३

४०. तुरुंगातील दैनंदिनी, उपरोक्त, पृ. ५.

४१. तुरुंगातील दैनंदिनी, उपरोक्त, पृ. १३-१४, ॲलिस अल्वारिस यांच्या तुरुंगातील साथी डॉ. उषा मेहता यांच्याबरोबरच्या ६ मार्च १९९८च्या मुलाखतीच्या वेळी हे विधान बरोबर असल्याची खात्री उषा मेहतांनी दिली.

४२. कित्ता.

४३. द बाँबे सेंटिनेल, ५ जून १९४५

४४. महाडेश्वर, एस.बी., रिझोल्युशन ऑफ द महाराष्ट्र फ्रीडम फायटर्स समिती, मुंबई, ७ ऑगस्ट १९७३

४५. रल्हन, ओ.पी., उपरोक्त, पृ.१, संदर्भ, जवाहरलाल नेहरूंच्या डिस्कव्हरी ऑफ

इंडियामध्ये.

◆

■ दलित स्त्रियांचा भारताच्या स्वातंत्र्य लढ्यातील सहभाग ■

अभिनया गायकवाड

(**श्रीमती अभिनया गायकवाड :** के. जे. सोमय्या आर्ट्स आणि कॉमर्स महाविद्यालयात राज्यशास्त्र विभागप्रमुख. त्यांनी मानव अधिकार या विषयातील पदव्युत्तर पदविका मिळवली असून, लंडन विद्यापीठाची मानव अधिकार या विषयातील ब्रिटिश चेविनिंग शिष्यवृत्तीही त्यांना देण्यात आली आहे. राज्यशास्त्र विषयातील पीएच.डी. पदवीसाठी त्यांनी नाव नोंदवले असून, 'पर्सिव्हिंग ॲन अनइक्वल वर्ल्ड : अ स्टडी ऑफ दलित विमेन इन बॉंबे' हा विषय त्यांनी निवडला आहे.)

अलीकडच्या काळात भारतीय राष्ट्रवादाच्या इतिहासाचे पुनरवलोकन इतिहासशास्त्रामध्ये निम्न स्तरातील लोकांचा इतिहास या नावाने ओळखल्या जाणाऱ्या बुद्धिवादी चळवळीकडून केले जात आहे. निम्न स्तरीय लोकांचा अभ्यास करणाऱ्या अभ्यासकांनी राष्ट्रवादी लढ्यातील निम्न स्तरीयांचा म्हणजे निम्न जाती व कनिष्ठ वर्ग आणि स्त्रिया यांची भूमिका जाणून घेण्याचा प्रयत्न केला आहे आणि त्यांतही भारतीय राष्ट्रवादाबद्दलच्या अभिजनांच्या इतिहासशास्त्रातील भूमिकेचे टीकात्मक मूल्यमापनही केले जात आहे. निम्न स्तरीय लोकांचा अभ्यास करणाऱ्यांनी पहिल्या खंडाच्या प्रारंभीच्या ओळीमध्ये केलेल्या विधानातून 'भारतीय राष्ट्रवादाच्या इतिहासशास्त्रावर दीर्घ काळपर्यंत अभिजनांचा, वसाहतीतील अभिजनांचा व मध्यमवर्गीय राष्ट्रवादाचा पगडा होता,' (१) असे दर्शविले आहे.

त्याहीपुढे पूर्वग्रहदूषित मध्यमवर्गीय राष्ट्रवादाने भारताच्या राष्ट्रवादाच्या विकासाकडे केवळ किंवा प्रामुख्याने अभिजनांचे साहस किंवा त्यांनी मिळवलेले यश म्हणून पाहिले. (२) शिवाय भारतीय राष्ट्रवाद देशी अभिजनांनी निम्न स्तरातील लोकांचे नेतृत्व स्वीकारून त्यांना गुलामगिरीतून स्वातंत्र्याकडे नेले, असे अभिजनांचे इतिहासशास्त्र सांगते. (३) अशा प्रकारे इतिहासशास्त्र दलितांनी स्वतंत्रपणे स्वबळावर अभिजनांच्या मदतीशिवाय भारतीय राष्ट्रवाद घडवण्यात आणि त्याच्या विकासात केलेल्या

कामाची दखल घेत नाही. (४)

या शोधनिबंधात भारतीय स्वातंत्र्यचळवळीत दलित स्त्रियांनी केलेल्या योगदानावर प्रकाश टाकण्याचा प्रयत्न केला आहे.

सर्वसामान्यपणे दलित वर्ग आणि विशेषतः दलित स्त्रिया यांचा भारतीय चळवळीत सक्रिय सहभाग होता, हे दाखवण्याचा माझा प्रयत्न आहे. तथापि त्यांचा सहभाग फक्त भारतीय स्वातंत्र्यचळवळीपुरता मर्यादित नव्हता. अधिक अर्थपूर्ण मुक्ततेच्या लढ्यात- विषम जाती व्यवस्था आणि गुलाम बनवणारी अस्पृश्यतेची प्रथा दूर करण्याच्या लढ्यात त्या सहभागी झाल्या होत्या. म्हणूनच या शोधनिबंधात दोन स्वातंत्र्यलढ्यांत (भारतीय स्वातंत्र्यचळवळीत आणि दलितांच्या मुक्तिआंदोलनात) भाग घेणाऱ्या दलित स्त्रियांच्या भूमिकेची रूपरेषा देण्याचा प्रयत्न केला आहे.

सुरुवातीलाच या शोधनिबंधात वापरलेल्या संज्ञा स्पष्ट करणे योग्य होईल.

ज्या जातीतील स्त्रियांना अस्पृश्य समजले जात होते व आजही काही प्रमाणात तशाच वागणुकीला त्यांना सामोरे जावे लागते, त्यांना दलित स्त्रिया ही संज्ञा वापरली आहे. भारतीय समाजातील अस्पृश्यतेच्या प्रथेमुळे सर्वांत वाईट प्रकारच्या शोषणाला, दडपणाला व गुलामगिरीला त्यांना बळी पडावे लागते. स्पृश्य समजल्या जाणाऱ्या भारतीय समाजाला ब्रिटिशांनी स्वातंत्र्य नाकारल्यामुळे दुःख सहन करावे लागले, तर दलितांना भारतीय जाती व्यवस्थेची व भारतातील ब्रिटिश सत्तेची गुलामगिरी पत्करावी लागली.

स्वातंत्र्य चळवळीतील 'सहभाग' या संज्ञेचेही स्पष्टीकरण करण्याची आवश्यकता आहे. ज्यांना तुरुंगवास भोगावा लागतो किंवा विविध निषेध मोर्चांत क्रौर्य सहन करावे लागते, त्यांनीच स्वातंत्र्यचळवळीत भाग घेतला असे म्हटले जाते. तथापि हा विचार फारच संकुचित आहे. ज्यांनी विविध मोर्चे संघटित करण्यात आणि त्यासाठी तयारी करण्यात भाग घेतला, बंडखोरांना आश्रय दिला, त्यांच्या खाण्या-पिण्याची व्यवस्था केली, गुप्त संदेश पोचवले त्यांनीही स्वातंत्र्यचळवळीत भाग घेतला असे म्हटले पाहिजे. अशा प्रकारच्या त्यांच्या दुहेरी कामगिरीकडे पुढील दृष्टिकोनातून पाहिले पाहिजे. एक म्हणजे बंडखोर कृतीतील त्यांचा प्रत्यक्ष सहभाग आणि दुसरे म्हणजे गृहिणी म्हणून त्या करीत असलेली अप्रत्यक्ष मदत, स्वातंत्र्याच्या अधिक विशाल पैलूंसाठी केलेले योगदान व साहाय्य. (५)

भारतीय समाजातील सर्वांत खालच्या थरातील असूनही दलित स्त्रियांचे भारतीय स्वातंत्र्यचळवळीतील योगदान लक्षणीय आहे. तथापि भारतीय राष्ट्रवादातील त्यांच्या योगदानाची पुरेशी दखल भारतात अद्याप घेतली गेलेली नाही. म्हणूनच भारतीय राष्ट्रवादाच्या जडणघडणीतील त्यांच्या निःस्वार्थ सहभागावर प्रकाश टाकणे आवश्यक आहे.

स्वातंत्र्यचळवळीत दलित स्त्रियांचा सहभाग सक्रिय होता, हे उपलब्ध असलेल्या अपुऱ्या लेखी पुराव्यावरून दिसून येते. महाराष्ट्र सरकारने प्रसिद्ध केलेल्या स्वातंत्र्यसैनिक चरित्रकोशावरून महाराष्ट्रातल्या विविध प्रदेशांतील दलित स्त्रिया भारतीय राष्ट्रीय चळवळीत सहभागी झाल्या होत्या, हे स्पष्टपणे कळून येते. त्याचा तपशील पुढीलप्रमाणे :

१९३० सालच्या सविनय कायदेभंगाच्या चळवळीत चंपूताई गणपतराव बनसोड यांचा सक्रिय सहभाग होता. परिणामी त्यांना ६ महिने तुरुंगवास व सक्तमजुरीची शिक्षा ठोठावण्यात आली. (६)

त्याचप्रमाणे १९३२च्या चळवळींमध्ये चांदा जिल्ह्यातील (चंद्रपूर) गोपिकाबाई बाजीराव फुलझेले सहभागी झाल्या होत्या. दारूच्या गुत्त्यासमोर निदर्शने केल्याबद्दल त्यांना तीन महिने कारावासाची शिक्षा झाली होती. (७)

पश्चिम महाराष्ट्रातील ताराबाई शंकर कांबळे १९४२च्या 'भारत छोडो' आंदोलनात सहभागी झाल्या होत्या आणि त्यांनी भूमिगत स्वातंत्र्यसैनिकांना आपल्या घरात आश्रय देऊन मदत केली होती. (८)

तसेच सध्या शीव-कोळीवाडा येथील झोपडपट्टीत राहणाऱ्या शकुंतला रघुनाथ भालेराव यांनी नाना कोंडगी त्रिभुवन या आपल्या वडिलांबरोबर निरनिराळ्या निदर्शनांत व मोर्चांत भाग घेतला. (९)

'कॉंट्रिब्यूशन मेड बाय ऑर्डिनरी मेन अँड विमेन टू फ्रीडम मूवमेंट ऑफ अवर कंट्री' या शीर्षकाच्या गांधी शिक्षण भवनाने प्रकाशित केलेल्या पुस्तकात दलित व दलितेतर स्वातंत्र्यसैनिकांविषयी माहिती आहे. श्रीमती कुसुम अरुण मझुमदार या एका दलितेतर स्वातंत्र्यसैनिकाने मुलाखतीमध्ये आपल्याबरोबर पूर्वास्पृश्य जातीतील स्त्रियाही सहभागी झालेल्या होत्या, हे या शोधनिबंधाच्या लेखिकेच्या निदर्शनास आणून दिले. अशा स्त्रियांपैकी धूलिबेन सोळंकी व सोनल सोळंकी यांचाही स्वातंत्र्यलढ्यात सहभाग होता. (१०)

अन्य स्वातंत्र्यसैनिकांपैकी दत्तात्रय बळवंत सुळे व त्यांच्या भगिनी श्रीमती हेमलता मथुरे यांनी स्वातंत्र्यलढ्यात दलित स्त्रियांचा सहभाग असल्याचे लेखिकेला सांगितले. गांधीवादी स्वातंत्र्यसैनिक मुक्ता सर्वगोड या 'भारत सेवक संघा'च्या मानद संघटक होत्या. (११)

शांताबाई भालेराव याही खंबीर स्वातंत्र्यसैनिक होत्या. त्यांनी 'भारत छोडो' चळवळीत भाग घेतला होता. गुप्त पत्रे व संदेश एका ठिकाणाहून दुसरीकडे पोहोचवण्याचे काम त्या करीत असत. पोस्ट ऑफिसे व पोलिस चौक्या जाळण्यातही त्या सक्रिय होत्या. त्यासाठी त्यांना मुंबईच्या आर्थररोड तुरुंगात कारावास भोगावा लागला. (१२)

आतापर्यंत आपण महाराष्ट्रातील दलित स्त्रियांच्या स्वातंत्र्यलढ्यातील सहभागाबद्दल चर्चा करीत होतो. आता आपण या लढ्यातील उर्वरित भारतातील दलित स्त्रियांनी बजावलेल्या भूमिकेविषयी चर्चा करणार आहोत.

१८५७च्या झाशीच्या लढाईत झलकरी देवी या पूर्वाश्रमीच्या अस्पृश्य उपजातीतल्या स्त्रीने महत्त्वाची भूमिका बजावली. झाशीच्या लढाईत झलकरी देवीचे संपूर्ण कुटुंब कामी आले. झलकरी देवीने झाशी येथे भंडोरी गेटपासून उनान गेटपर्यंतच्या ब्रिटिश सैन्याबरोबरच्या लढाईत नेतृत्व केले. झलकरी देवी झाशीची राणी लक्ष्मीबाई यांच्या दासी होत्या. झलकरी देवी व राणी लक्ष्मीबाई यांच्यात कमालीचे साम्य होते. आपल्या राणीचा जीव वाचवण्यासाठी झलकरी देवींनी आपले आयुष्य पणाला लावले. लक्ष्मीबाईंसारखा पोषाख करून त्यांनी ब्रिटिश सैन्याच्या डोळ्यांत धूळफेक केली. ब्रिटिश सैनिकांना त्या राणी लक्ष्मीबाईच वाटल्या. राणी लक्ष्मीबाईंचा जीव वाचवण्यात व झाशीचा बचाव करताना झलकरी देवींना आपले प्राण गमवावे लागले. (१३)

'स्वतंत्रता संग्राम में अछूतों का योगदान' या शीर्षकाच्या पुस्तकातून वरील घटना उद्धृत केली आहे. भारतीय राष्ट्रवादाच्या जडणघडणीतील शूर स्त्रियांच्या योगदानावरही या पुस्तकाने प्रकाश टाकला आहे. या पुस्तकात पन्ना दाई (१४), महावीरा देवी भगिनी (१५), वीरा पासी (१६), मुन्नी कोरी कमला हरिजन (१७) आणि मोहब्बतीबाई या स्त्रियांच्या लढ्यातील सहभागाचाही उल्लेख केलेला आहे. (१८)

अस्पृश्य म्हणून हिणवल्या गेल्या असूनही दलित स्त्रियांनी काही वेळा आपल्या प्राणांची आहुती देऊन भारतीय स्वातंत्र्यासाठी लक्षणीय त्याग केलेला आहे. अस्पृश्य असल्यामुळे किमान मानवी प्रतिष्ठेने जीवन जगण्याचा त्यांचा मूलभूत अधिकार हिरावून घेतला जातो. जीवनाच्या प्रत्येक क्षेत्रात त्यांना जिंकून घेतले जाते आणि गुलामीची वागणूक दिली जाते. ब्राह्मणी हिंदू समाजव्यवस्थेत त्यांच्याशी मानवी संबंध ठेवणे अनुचित मानले जात असे.

आता व्यापक अर्थाने जोखडातून मुक्त होण्याच्या 'स्वातंत्र्य लढ्या'तील दलित स्त्रियांच्या योगदानाबद्दल चर्चा करू. हा लढा अस्पृश्यतेची प्रथा संपुष्टात आणण्यासाठी आणि दडपणारी व शोषण करणारी हिंदू जाती व्यवस्था जिंकण्यासाठी होता व आहे. या मुक्ततेसाठीच्या स्वातंत्र्यलढ्याने डॉ. बाबासाहेब आंबेडकरांच्या नेतृत्वाखाली पुरोगामी स्वरूप धारण केले. ब्राह्मणी समाजव्यवस्थेमुळे भोगावी लागणारी चिरंतन गुलामगिरी नष्ट करण्याचा तो प्रयत्न असल्यामुळे अधिक 'अर्थपूर्ण स्वातंत्र्यलढा' होता.

अस्पृश्य म्हणून जन्माला आल्यामुळे जन्मापासून ते मृत्यूपर्यंत (पाळणा ते

स्मशान) दलितांच्या पिढ्या न् पिढ्यांची आयुष्ये गुलामगिरीच्या विळख्यात सापडली होती. सर्वसामान्य दलित स्त्री व पुरुष दोघांचाही लढा गुलामगिरी निपटून काढण्यासाठीच होता, असे समजण्याचे कारण नाही. तर हा लढा भारतीय समाजाचे रूपांतर न्याय्य, सर्वांना समान अधिकार देणाऱ्या 'मानवी' समाजात व्हावे, यासाठी होता. दलित स्त्रियांच्या लढ्यातील या योगदानाकडे गंभीरपणे लक्ष देऊन त्याचे समर्थन करणे जरूर आहे.

अस्पृश्यतेची प्रथा संपुष्टात आणण्यासाठी आणि जाती व्यवस्था नष्ट करण्यासाठी दलितांच्या लढ्याचे नेतृत्व डॉ. बाबासाहेब आंबेडकरांनी स्वीकारल्यावर त्या लढ्याने अधिक निर्णायक व पुरोगामी पवित्रा धारण केला. परंतु डॉ. बाबासाहेब आंबेडकर या लढ्यात येण्यापूर्वीही दलित स्त्रियांनी जीवनात भोगाव्या लागणाऱ्या अन्यायाबद्दलचा असंतोष व अन्यायाच्या विरोधात त्यांना झालेली जाणीव प्रदर्शित केली होती. उदा. महार जातीतील एक संत कवयित्री भागा महारीण यांच्या दोन चरणांतून ही जाणीव व्यक्त होते. या चरणांतून परमेश्वराची परमभक्त असूनही दलितांच्या गुलामीकडे परमेश्वर लक्ष देत नसल्यामुळे तिने ईश्वराचा निषेध केला आहे. ती म्हणते,

'तू असता मज गांजिती जन
मग काय जिणे देवा तुझे
अनाथांचा नाथ ऐसे म्हणविसी
करुणा कैसी न ये तुज
अनाथ म्हणवुनि धरियेले दूर
मग कैसे दाता म्हणविसी'

वरील भक्तिगीतात ती देवाला थोडक्यात म्हणते, तुझे अस्तित्व असूनही लोक मला छळतात, त्रास देतात. तू जर स्वतःला मानवजातीचा रक्षणकर्ता म्हणवून घेतोस, माझ्या दुःखामुळे तू क्षुब्ध कसा होत नाहीस? भागा महारणीखेरीज इतर अस्पृश्य संत कवयित्रींमध्ये अशा प्रकारची जाणीव जागृती झालेली आपल्याला दिसते. उदा. सोयराबाई (संत चोखामेळ्याची पत्नी) आणि निर्मलाबाई यांच्या अभंगांतून अशाच प्रकारच्या भावना आणि असेच प्रश्न विचारण्याची जागृती व्यक्त झालेली दिसते.

गेल्या शतकाच्या सुरुवातीच्या वर्षात महाराष्ट्रातील अस्पृश्यांमध्ये अशी जागृती झालेली आपल्याला दिसते. अधिक सक्रिय झालेल्यांमध्ये शिवराम जानबा कांबळे आणि किसन फागोजी बनसोड यांचे प्रयत्न महत्त्वाचे आहेत. किसन फागोजी बनसोड यांच्याबरोबर त्यांच्या पत्नी श्रीमती तुळसाबाई बनसोड याही सामाजिक क्षेत्रातील सक्रिय कार्यकर्त्या होत्या. १९१३मध्ये अंत्यज समाज कमिटी या नावाने ओळखल्या जाणाऱ्या संघटनेच्या त्या सदस्य होत्या. त्यानंतर लोकांच्या जागृतीला

प्रेरणा देण्यासाठी त्यांच्या नवऱ्याने चालवलेल्या प्रिंटिंग प्रेसच्या व्यवस्थापनात त्यांनी प्रमुख भूमिका बजावली. (२०)

आंबेडकरी चळवळीपूर्वी सर्वसामान्य दलितांनी आणि विशेषतः स्त्रियांनी त्यांच्या गुलामगिरीची जाणीव प्रदर्शित केली होती आणि ही स्थिती बदलण्यासाठी त्यांनी काही उपाययोजनाही केल्या होत्या. तथापि ही जाणीव आणि विविध उपक्रम त्यांची स्थिती बदलण्यासाठी पुरेसे सहायक ठरले नाहीत. दलित चळवळीतील आंबेडकरवादी टप्प्यातच फक्त दलित लढ्याने अधिक पुरोगामी व निर्णायक स्वरूप धारण केले.

म्हणूनच आंबेडकरांच्या नेतृत्वाखालील विविध लढ्यांत दलित पुरुष व स्त्रिया मोठ्या संख्येने सामील झालेल्या आपल्याला दिसतात. या विविध लढ्यांत १९२७ सालचा 'चवदार तळे सत्याग्रह', 'काळाराम मंदिर प्रवेश सत्याग्रह' यांचा समावेश होतो. याखेरीज डॉ. बाबासाहेब आंबेडकरांनी हाती घेतलेल्या विविध राजकीय चळवळी आणि १९५६ मध्ये नागपूर येथे धर्मांतर करून बौद्ध धर्मात प्रवेश करण्याचा ऐतिहासिक प्रसंग, अशा गोष्टींचा समावेश होतो. अनेक ज्ञात व अज्ञात स्त्रियांनी या आंबेडकरी चळवळीत भाग घेतला. त्या सर्व स्त्रियांची यादी देणे, हे या शोधनिबंधाच्या मर्यादेबाहेरचे आहे. शिवाय त्यासाठी विस्तृत अभ्यासाची गरज आहे. म्हणून काही उदाहरणे पुरेशी होतील.

दलित स्त्रियांमधील राजकीय आणि सामाजिक जाणीव अधिक धारदार होण्यासाठी डॉ. आंबेडकरांच्या प्रेरणादायी नेतृत्वाची मदत झाली. याप्रमाणे श्रीमती वेणूताई शिवतरकर, श्रीमती जानकीबाई जाधव आणि देवकाबाई सातांबकर यांच्या नेतृत्वाखाली दलित महिला मंडळाची स्थापना करण्यात आली. या दलित महिला मंडळातील स्त्रियांनी २९ जाने. १९२८ रोजी दलित महिला परिषद आयोजित करण्याचे ठरवले. (२१) याशिवाय १९३२-३३ मध्ये 'जनता पत्रा'च्या नियामक मंडळावर श्रीमती सावित्रीबाई बोराडे आणि अंबूबाई गायकवाड यांचाही समावेश केल्याचे आढळून येते. (२२)

तसेच 'आम्हीही इतिहास घडवला' या पुस्तकाच्या प्रस्तावनेत डॉ. य. दि. फडके यांनी नोंद केल्याप्रमाणे १९४६ सालच्या शेड्यूल्ड कास्ट फेडरेशनच्या सत्याग्रहात श्रीमती रुक्मिणी राजभोज व त्यांच्या कन्या श्रीमती शांताबाई चव्हाण यांनी महत्त्वाच्या भूमिका बजावल्या. (२३)

श्रीमती सरस्वतीबाई घराडे सध्या ७० वर्षांच्या आहेत. त्या महाराष्ट्रातील अकोला जिल्ह्यातील असून, त्यांना 'दलित मित्र' हा पुरस्कार मिळाला आहे. त्या आंबेडकरी चळवळीत सहभागी झाल्या होत्या. त्या एका गिरणी कामगाराची मुलगी असून, डॉ. बाबासाहेब आंबेडकरांच्या नेतृत्वाखालील चळवळीत त्यांचा सक्रिय सहभाग होता. कबीर आणि अन्य कवींच्या विचारांचा त्यांच्या कुटुंबावर खूपच प्रभाव

पडला होता. ज्या अकोला जिल्ह्यात त्यांचा जन्म झाला होता, तो अकोला जिल्हा प्रख्यात संत आणि लोकप्रिय समाजसुधारक संत गाडगेबाबा यांच्या शिकवणीच्या प्रभावाखाली आलेला होता. या सर्व प्रभावामुळे श्रीमती घराडे यांच्या व्यक्तिमत्त्वाला आकार प्राप्त झाला.

जेव्हा महाराष्ट्र शासनाने 'एक गाव एक पाणवठा' (सर्वांसाठी समान असलेली पाणी भरण्याची जागा) ही अस्पृश्यता दूर करण्यासाठीची योजना सुरू केली, तेव्हा ही योजना आपल्या विभागात लोकप्रिय करण्यासाठी व त्या योजनेची अंमलबजावणी करण्यासाठी श्रीमती घराडे त्या योजनेत सक्रिय सहभागी झाल्या. "त्या दिवसांत खेड्यातील (उच्च वर्णीय) लोक कनिष्ठ वर्णीयांना एकाच समान पाणवठ्यावरून पाणी भरू देत नसत. कारण समान पाणवठ्यावरून अस्पृश्यांनी पाणी भरले, तर आपण अशुद्ध होऊ, असे उच्च वर्णीयांना वाटत असे." अस्पृश्यांनी अशा पाणवठ्यावरून पाणी भरले तर त्याला गावकरी कडाडून विरोध करीत असत. जेव्हा घराडे बाईंनी खेड्यातील विहिरीवर पाणी भरून 'एक गाव एक पाणवठा' ही योजना अमलात आणण्याचा प्रयत्न केला, तेव्हा गावकऱ्यांनी त्यांना बेदम मारहाण केली. "तथापि मी आपले समानता प्रस्थापित करण्याचे प्रयत्न थांबवले नाहीत." असे श्रीमती घराडे यांनी लेखिकेला सांगितले. दलित भूमिहीन मजूर असलेल्या गवई बंधूंना आंधळे केल्याच्या निषेधार्थ केलेल्या चळवळीतही त्या सक्रिय सहभागी झाल्या. पोलिसांच्या क्रौर्यामुळे गवई बंधूंना आपले डोळे गमवावे लागले.

श्रीमती घराडे या आखाड्यात म्हणजे व्यायामशाळेत जात असत, ही विशेष बाब होती. इतर स्त्रियांनाही तसे करण्याची त्यांनी प्रेरणा दिली आणि त्यांचे मन वळवले. त्यामुळे जुलूम करणाऱ्यांविरुद्ध अधिक निर्धाराने लढण्याची क्षमता त्यांच्यात येऊ शकेल, असे त्यांना वाटत होते. श्रीमती घराडे यांनी अनेक जणींना या प्रकारचे प्रशिक्षण दिले. मात्र त्यांच्या यजमानांनी त्यांना या काळात कोणतीही मदत केली नाही अथवा प्रोत्साहनही दिले नाही, असे त्यांनी प्रस्तुत लेखिकेला सांगितले.

श्रीमती घराडे या सर्वसामान्य जनतेच्या कवयित्री म्हणून ओळखल्या जात असत. आपल्या गाण्यातून त्यांनी महात्मा फुले व डॉ. आंबेडकर यांनी केलेल्या संघर्षाचे वर्णन केले. त्यांचे एक गाणे,

"ज्योतिबा फुल्यांनी कार्य बहु केले
सावित्रीबाईने पदोपदी साथ केले"

बाबासाहेब आंबेडकरांवरील गाण्यात त्या म्हणतात.

"बाबासाहेब जगात झाली हूल
शाळेत टाका मूल" (२४)

श्रीमती कौसल्या बैसंत्री (नंदेश्वर) यांचे जीवनकार्य व त्यांनी केलेला संघर्षही

उजेडात आणण्याची गरज आहे. त्यांचा जन्म एका कष्टकरी दलित कुटुंबात नागपूर येथे झाला. १९४५ मध्ये त्यांनी सायन्समधील पदवी (इंग्रजी माध्यम) प्राप्त केली. हळूहळू त्या आंबेडकरी चळवळीत मनापासून गुंतत गेल्या आणि प्रॉव्हिन्शियन शेड्यूल्ड कास्ट फेडरेशनच्या संयुक्त चिटणीस पदापर्यंत पोहोचल्या. नंतर त्या भारतीय महिला जागृती परिषदेच्या एक संस्थापक सदस्यही बनल्या. बालकल्याणासारख्या अनेक कल्याणकारक उपक्रमांत त्या हिरिरीने सहभागी झाल्या. श्रीमती कौसल्याबाई कायमच सक्रिय आणि आक्रमक दलित स्त्री होत्या. जुलूम करणाऱ्या अन्य जातींकडून स्त्रियांना व दलितांना त्यांचे हक्क मिळावेत म्हणून त्या झगडत असत. दलित स्त्री चळवळीतील प्रमुख विचारवंतांपैकी एक म्हणूनही त्या ओळखल्या जाऊ लागल्या. घाणेरडी कामे करणाऱ्या जातींच्या समस्यांचीही त्यांना चांगली जाण होती. त्यांनी संपादित केलेले यश व त्यांच्यात झालेली जागृती यांची मूळ प्रेरणा त्यांना त्यांच्या आईकडून प्राप्त झाली, असे त्या म्हणतात. त्यांच्या मातुःश्री अशिक्षित असूनही आंबेडकरी चळवळीतील सक्रिय कार्यकर्त्या होत्या. 'अन्यायाविरुद्ध झगडा करा आणि मानवी प्रतिष्ठेने जगा' या आंबेडकरांच्या संदेशाने प्रेरित झालेल्या कौसल्याबाईंच्या आईने आपल्या सर्व मुलांमध्ये स्वप्रतिष्ठा व योग्य आचरण ही मूल्ये रुजवण्याचा प्रयत्न केला.

श्रीमती कौसल्या बैसंत्री यांनी अलीकडेच 'दोहरा अभिशाप' या शीर्षकाच्या आपल्या हिंदी आत्मचरित्राचे लेखन पूर्ण केले. त्यामध्ये त्यांनी आयुष्यभर अनुभवलेल्या दुहेरी शोषणाची कथा सांगितली आहे. (२५)

शांताबाई दाणी आणि बबीताई कांबळे यांच्या जीवनातून सामाजिक जाणिवेचे व त्यांच्या स्वार्थत्यागाचे जे दर्शन घडते, त्याचा इथे खास उल्लेख करायला हवा. या दोघी स्त्रिया सुरुवातीला दलित जनतेशी संबंधित समस्यांसाठी संघर्ष करीत होत्या. मात्र कालांतराने त्यांना शेतकरी कामगार आणि आदिवासी यांसारख्या जुलूम सहन करणाऱ्या गटांच्या स्थितीबद्दल काळजी वाटून त्याबद्दलची जाणीवही त्यांच्यात दिसून येऊ लागली.

शांताबाई दाणी या आज दलित चळवळीतील ज्येष्ठ सदस्यांपैकी एक आहेत. शेड्यूल्ड कास्ट फेडरेशन ऑफ इंडियाच्या त्या सचिव होत्या. 'भूमिहीनांचा सत्याग्रह' या भूमिहीन शेतमजुरांच्या सत्याग्रहात त्यांची भूमिका महत्त्वाची होती. या सत्याग्रहात भाग घेतल्याबद्दल त्यांना येरवडा मध्यवर्ती तुरुंगात डांबण्यात आले. आपल्या तुरुंगातील अनुभवांबद्दल बोलताना आपल्याला इतर सत्याग्रहींपासून वेगळे ठेवण्यात आले व असमान वागणूक मिळाल्याचा त्यांनी निर्देश केला. आपल्या एका भाषणात त्यांनी शेतकरी व कामगार यांच्या समस्यांना अग्रक्रम देण्याच्या गरजेकडे लक्ष वेधले होते. सक्रिय राजकारणातून निवृत्त झाल्यानंतर त्यांनी दुर्बळ गटांतील मुलांच्या

शिक्षणासाठी 'ज्ञान विकास केंद्र' ही संस्था स्थापन केली.

आंबेडकरी चळवळीने प्रेरित झालेल्या स्त्रियांपैकी बबीताई कांबळे यांचे कार्य हेही एक ठळक उदाहरण आहे. दलितांना ज्या समस्यांना तोंड द्यावे लागते त्याबद्दलच नव्हे, तर भारतीय समाजातील भरडले जाणारे व 'आहे रे' व 'नाही रे'च्या सीमारेषेवरील गट यांच्या प्रश्नांबाबतही त्या जागरूक राहिल्या. महाराष्ट्रातील भटक्या व अन्य जमातींतील विद्यार्थ्यांसाठी सध्या त्या एक आश्रम चालवतात. (२६)

या ज्ञात स्त्रियांशिवाय अनेक फारशा माहीत नसलेल्या दलित स्त्रियांचेही डॉ. आंबेडकरांच्या नेतृत्वाखालच्या मुक्ततेसाठीच्या स्वातंत्र्यलढ्यात योगदान आहे. त्यांपैकी गोपिकाबाई गावले यांचा उल्लेख आवश्यक आहे. मुंबईतील शीवनजीकच्या रावळी कँपमध्ये झालेल्या आंबेडकर चळवळीत गोपिकाबाईंचा सक्रिय सहभाग होता. आंबेडकरी चळवळीतील अनुभव मनावर चांगले बिंबवून त्यांनी पुढील आयुष्याची वाटचाल केली, असे त्यांनी मुलाखतीत प्रस्तुत लेखिकेला सांगितले. सामाजिक संघर्षात भाग घेण्याची गरज त्यांचे यजमान श्री. गावले यांनी त्यांना पटवून दिली. तसेच त्याबाबतची प्रेरणाही गोपिकाबाईंना त्यांच्याकडूनच मिळाली. गोपिकाबाईंनी शिक्षणाची कास धरावी, असा त्यांनी केलेला आग्रहही या संदर्भात अतिशय महत्त्वाचा ठरतो. (२७)

'अस्पृश्य' म्हणून वागणूक मिळत असताना आणि आयुष्यात सतत गुलामगिरीच्या अनुभवांना सामोरे जावे लागत असूनही दलित स्त्रियांनी निःस्वार्थी बुद्धीने आणि कधी तर प्राणाचे मोल देऊनही भारतीय राष्ट्रवादाच्या जडणघडणीला हातभार लावला हे आपण पाहिले.

त्याहीपेक्षा अधिक अर्थपूर्ण अशा मुक्तीच्या स्वातंत्र्यलढ्यात दलित स्त्रिया सामील झाल्या. हा लढा अन्याय्य व गुलाम बनविणारी जाती संस्था नष्ट करण्यासाठी व अस्पृश्यतेची प्रथा संपुष्टात आणण्यासाठी होता. या सर्व बाबींमध्ये दलित स्त्रिया सक्रिय सहभागी होत असत, तर काही वेळेस त्यांनी बजावलेली नेतृत्वाची भूमिकाही महत्त्वाची होती.

शांताबाई दाणी, बबीताई कांबळे आणि गोपिकाबाई गावले यांचे जीवनकार्य आणि त्यांनी केलेला संघर्ष यांतून केवळ दलितांचे जीवन बदलण्याबाबतच्या जाणिवेचे दर्शन घडते असे नाही, तर शेतकरी, कामगार व आदिवासी या दडपलेल्या गटांचे जीवन सुधारण्याबद्दलची जाणीवही दिसून येते. गोपिकाबाईंच्या जीवनातून दलित कुटुंबातील सदाचरणाच्या मूल्यांचे दर्शन होते. स्वातंत्र्यलढ्यातील त्यांच्या सहभागाच्या प्रेरणेचे मुख्य बळ त्यांच्या यजमानांकडून या स्त्रियांना मिळालेले आढळते.

मात्र दलित स्त्रियांनी विविध सामाजिक संघर्षांत सक्रिय सहभाग घेऊनही त्यांची सामाजिक स्थिती फारशी सुधारलेली नाही, या गोष्टीची नोंद घेणे आवश्यक आहे. सध्या शोषण, दडपशाही करण्याच्या नव्या नव्या प्रकारांचा त्यांना अनुभव घ्यावा लागत आहे. फक्त जाती आणि वर्ग यांबद्दलच्या मतप्रणालीमुळे त्यांना त्रास सहन करावा लागतो असे नाही, तर पितृप्रधान विचारसरणीमुळेही त्यांना त्रास सहन करावा लागतो.

हल्लीच्या पिढीतील दलित स्त्रियांनी वेगवेगळ्या स्वरूपात होणाऱ्या त्यांच्यावरील जुलमाबाबत जागरूकता दाखवली आहे. यातूनच आपल्याला भविष्यातील आशेचा किरण दिसून येतो. भविष्यकाळात वंचित होण्याच्या विरोधात आणि दुसऱ्याच्या विविधांगी नियंत्रणाला विरोध करण्यासाठी दलित स्त्रिया निर्धाराने उभ्या राहतील व न्याय्य समाज स्थापण्यासाठीच्या व्यापक लढ्यातही त्यांचे योगदान असेल.

संदर्भ

१. गुहा, रणजित, (संपा.), सबआल्टर्न स्टडीज, खंड १, ऑक्सफर्ड युनिव्हर्सिटी प्रेस, दिल्ली, १९८२, पृ. १

२. कित्ता

३. कित्ता, पृ. २

४. कित्ता, पृ. ३

५. 'सहभाग' या संज्ञेच्या व्यापक अर्थाबाबतचे मार्गदर्शन केल्याबद्दल डॉ. य. दि. फडके यांची मी आभारी आहे.

६. फाटक, न.र., स्वातंत्र्यसैनिक चरित्रकोश, महाराष्ट्र राज्य, विदर्भ विभाग, खंड १, भारतीय स्वातंत्र्य आंदोलन इतिहास समिती, मुंबई, १९७१, पृ. ३२५

७. कित्ता, पृ. ३२१

८. गव्हर्न्मेंट ऑफ महाराष्ट्र, स्वातंत्र्यसैनिक चरित्रकोश, खंड I, १९७९, पृ. १२

९. इंडियन कौन्सिल ऑफ बेसिक एज्युकेशन, कॉंट्रिब्यूशन मेड बाय ऑर्डिनरी मेन अँड विमेन टू फ्रीडम मूवमेंट ऑफ अवर कंट्री, (१९१९-१९४२), गांधी शिक्षण भवन, मुंबई १९९८, पृ. ६७

१०. कित्ता, पृ. २०

११. कित्ता, पृ. ८५

१२. पवार, ऊर्मिला आणि मून मीनाक्षी, आम्हीही इतिहास घडवला, स्त्री उवाच प्रकाशन, मुंबई, १९८९, पृ. १५६

१३. दिनकर, डी. सी., स्वातंत्र्य संग्राम में अछुतों का योगदान, तुला चांदनी प्रकाशन, लखनौ, १९८६, पृ. १९

१४. कित्ता, पृ. १५

१५. कित्ता, पृ. १२३

१६. कित्ता

१७. कित्ता

१८. कित्ता, पृ. १७४

१९. कित्ता, पृ. १३७

२०. जोशी, के. ए., (संपा.) सकल संत गाथा, श्रीसंत वाङ्मय प्रकाशन, पुणे, पृ. १७५

२१. पवार, ऊर्मिला आणि मून मीनाक्षी, उपरोक्त, पृ. १७

२२. कित्ता, पृ. ७२

२३. कित्ता, पृ. XI

२४-२५. लेखिकेबरोबरची खासगी मुलाखत

२६. वर्दे ए. डॉटर्स ऑफ महाराष्ट्र, महाराष्ट्र फाऊंडेशन, कालनिर्णय, मुंबई, १९९८, पृ. १७७

२७. लेखिकेबरोबरची खासगी मुलाखत.

♦

विभाग : ४

परदेशातील स्त्रियांचा स्वातंत्र्य चळवळीतील सहभाग

■ मीराबेन (मॅडेलीन स्लेड) आणि राष्ट्रीय चळवळ ■

सुनीता गणपुले

(**श्रीमती सुनीता गणपुले :** स्त्रियांशी संबंधित विषयावर त्या स्वतंत्रपणे संशोधन करतात. त्याआधी त्यांनी मुंबईच्या एस. एन. डी. टी. महिला विद्यापीठातील रिसर्च युनिट ऑन विमेन (स्त्रीविषयक अभ्यास संशोधन विभाग) मध्ये काम केले आहे. 'आधुनिक महाराष्ट्राच्या जडणघडणीतील स्त्रियांचे योगदान' या विषयावर त्यांचे अनेक शोधनिबंध प्रसिद्ध झाले आहेत.)

मानवजातीचा इतिहास म्हणजे परिपूर्णतेकडे जाणारा निरंतर लढा आहे. भौतिक सुखप्राप्ती या प्राथमिक उद्दिष्टापासून विकसित होऊन या लढ्याने मानवहितकारी समाजाच्या उच्च आदर्शाच्या दिशेने वाटचाल सुरू केली. या दिशेने पहिले मोठे पाऊल फ्रेंच राज्यक्रांतीच्या दिवसांत उचलले गेले. तेव्हा समाजाने स्वातंत्र्य, समता व बंधुता ही तीन तत्त्वे मूलभूत मूल्ये म्हणून मान्य केली होती. या प्रयत्नांतील नंतरचे महत्त्वाचे यश भारतीय स्वातंत्र्यलढ्यातील गांधीपर्वात लाभले. हा लढा सत्य व अहिंसा या तत्त्वांवर आधारित होता.

स्वातंत्र्यप्राप्ती आणि सत्य व अहिंसा या तत्त्वांचा मानवी मूल्ये म्हणून जगाने केलेला स्वीकार, या गांधीजींच्या दुहेरी यशामुळे जगाच्या इतिहासाचे एक नवे पान उलटले गेले. या दोन्हीमुळे चक्राकार गतीचा परिणाम झाला. पहिल्यामुळे जगातील वसाहतवादाला उतरती कळा लागली आणि दुसऱ्याने नवीन समाजाच्या पुनर्रचनेचा पाया घातला. मानवजातीच्या इतिहासात पृथ्वीच्या प्रत्येक कानाकोपऱ्यात माहिती असलेला गांधीजींसारखा दुसरा माणूस नाही. त्यांच्या राजकीय नेतृत्वामुळे नव्हे, तर ज्यासाठी त्यांना प्राण गमवावे लागले त्या सत्य व अहिंसा या तत्त्वांमुळे ते सर्वांना माहीत झाले.

गांधीजींच्या हयातीतच त्यांचे जीवन एक दंतकथा बनली होती. एका गर्भश्रीमंत ब्रिटिश घरात जन्मलेल्या तरुण मुलीला गांधीजींबद्दल उत्सुकता वाटत होती. ऐषारामाचे आयुष्य घालवण्यापेक्षा त्या मुलीचा अर्थपूर्ण जीवनाकडे कल होता. अशा

जीवनाचा शोध घेत असताना तिला गांधीजींबद्दल माहिती मिळाली आणि ती त्यांच्याकडे आकर्षित झाली. केवळ त्यांची भेट न घेता, त्यांच्या जितके निकट राहणे शक्य होईल तितके राहण्याचे तिने ठरवले. यासाठी तिने आपल्या मनाची तयारी केली आणि तब्बल वीस वर्षे ती त्यांच्या सहवासात राहिली. गांधीजींच्या मृत्यूनंतरची दहा वर्षे त्यांच्या आदर्शांच्या प्रभावाखाली ती काम करीत राहिली.

भारताचे राजकीय स्वातंत्र्य हे गांधीजींच्या जीवनाचे प्रमुख ध्येय होते. त्यामुळे मॅडेलीन स्लेड यांचे नामांतर मीराबेन असे करण्यात आले. भारतीय स्वातंत्र्य संग्रामात ती सामील झाली. स्वातंत्र्य चळवळीतील त्यांच्या भूमिकेचे शब्दचित्र रेखाटणे, हा या शोधनिबंधाचा उद्देश आहे.

मॅडेलीन स्लेड यांच्या 'द स्पिरिट्स पिलग्रिमेज' या आत्मचरित्राची त्यांचे गुरू महात्मा गांधी यांच्या 'एक्सपेरिमेंट्स विथ ट्रूथ' या पुस्तकाशी तुलना करता येते. त्यांचे आत्मचरित्र ही मुख्य साधनसामग्री असल्यामुळे प्रस्तुत शोधनिबंध त्यावरच आधारलेला आहे.

मॅडेलीन स्लेड यांचा जन्म १८९२ मध्ये लंडनमध्ये झाला. त्यांचे वडील नौदल अधिकारी होते. ते बऱ्याच वेळा घरापासून दूर समुद्रावर असत. त्यामुळे त्यांची आई डॉर्किंग व्हॅलीजवळच्या खेड्यातच बराचसा वेळ घालवीत असे. त्या उच्च वर्णीय सरदार कुळातील असल्या तरी मॅडेलीन स्लेड यांचा ग्रामीण जीवनाकडे ओढा होता. संगीतात व चित्रे रंगवण्यात त्यांना रस होता. संगीताच्या आवडीमुळे त्याचा अभ्यास करताना बीथोव्हनच्या संगीताचा त्यांच्यावर विलक्षण प्रभाव पडला. बीथोव्हन राहत असलेल्या जर्मनी व ऑस्ट्रियाला त्यांनी भेट दिली. पहिल्या महायुद्धाचा त्यांना फार मोठा धक्का बसला. इंग्लंड व जर्मनी यांच्यातील द्वेषाची परिणती माणसांच्या व साधनसंपत्तीच्या नाशात झाली. संगीत व हा नाश यांची सांगड त्यांना घालता येईनाशी झाली. बीथोव्हनच्या संगीताने त्यांना झपाटून टाकले होते. बीथोव्हनला अधिक समजून घेण्यासाठी त्यांनी रोमाँ रोलाँने बीथोव्हनवर लिहिलेले पुस्तक वाचण्याचे व लेखकाला भेटण्याचे ठरवले. त्यासाठी एका फ्रेंच खेड्यात राहून त्यांनी फ्रेंच भाषेवर प्रभुत्व मिळवले. रोलाँबरोबरच्या भेटीत रोलाँनी त्यांचे नुकतेच प्रसिद्ध झालेले गांधीजींवरचे पुस्तक मॅडेलीन यांना दिले. पुस्तक देताना 'ते दुसरा ख्रिस्त आहेत' असे उद्गार गांधीजींबद्दल रोमाँ रोलाँनी काढले.

ते पुस्तक वाचल्यावर युद्धामुळे मनात उसळलेल्या प्रश्नाचे उत्तर सापडले, अशी मॅडेलीन यांची खात्री पटली. सत्य आणि अहिंसा ही त्यांची उत्तरे होती. त्यांनी गांधीजींना आपला गुरू मानले आणि आयुष्याचा पुढचा टप्पा त्यांच्या संगतीत घालवला. या शिस्तप्रिय व्यक्तीबरोबर राहण्याची तयारी करण्यासाठी त्यांनी एक वर्षाचा अवधी घेतला. या काळात त्या सूत कातायला शिकल्या. (कापसाचे पेळू नसल्याने त्या

लोकर घेत असत.) त्या पूर्ण शाकाहारी बनल्या. जमिनीवर झोपू लागल्या. त्या भारतीय भाषा शिकल्या आणि 'यंग इंडिया' हे साप्ताहिक नियमितपणे वाचू लागल्या. उपवास करणे हे आपल्याला जमणार नाही, हे त्यांना कळून चुकले. परंतु त्या ध्यानधारणेचा सराव करीत असत. त्यानंतर त्यांनी गांधीजींकडून भारतात येण्याची परवानगी मागितली व गांधीजींनी परवानगी दिली. तरीही ग्रामीण जीवनाचा परिचय करून घेण्यासाठी हिंदुस्थानात येण्यापूर्वी त्या स्वित्झर्लंडला गेल्या. त्यांनी भारतातून खादी मागवली आणि आपली पोषाखाची तऱ्हा बदलली. मॅडेलीन स्लेड ७ नोव्हें. १९२५ रोजी साबरमती आश्रमात पोहोचल्या. ज्या पहिल्या भेटीत मॅडेलीन स्लेडचा आपली मुलगी म्हणून गांधीजींना स्वीकार केला, ती भेट अविस्मरणीय होती. आश्रम जीवनाचा एक भाग बनण्यासाठी त्यांनी प्रत्येक बाब शिकण्याचा निर्धाराने प्रयत्न केला. थोड्याच दिवसांत ज्या अर्थपूर्ण जीवनाच्या शोधात आपण होतो ते आपल्याला सापडले, असे त्यांना वाटले. 'मीराबेन' असे त्यांचे नामांतर गांधीजींनी केले.

गांधीजींनी लाहोर काँग्रेसला जाताना मीराबेनना बरोबर येण्यास सांगितले. भारतीय स्वातंत्र्य चळवळीत ही ऐतिहासिक घटना असल्याचे सिद्ध झाले. त्यांना अर्थातच काँग्रेसच्या कामकाजात भाग घेता आला नाही. गांधीजींची काळजी घेण्याचे काम त्यांच्यावर सोपवलेले होते. तेथील बैठका व अन्य उपक्रमांच्या भाऊगर्दीत गांधी स्वस्थचित्त राहतील यासाठी त्या काळजीपूर्वक प्रयत्न करीत असत. लाहोरमध्ये कडाक्याची थंडी होती. काँग्रेस कार्यकारिणीची बैठक खुल्या अधिवेशनापूर्वी भरणार होती. कार्यकारिणीची बैठक अखिल भारतीय काँग्रेस समितीसमोर ठेवण्यात येणाऱ्या संपूर्ण स्वातंत्र्याच्या ठरावावर चर्चा करण्यासाठी भरणार होती. मध्यरात्र उलटून गेल्यावरही या बैठका चालूच होत्या. कडाक्याच्या थंडीपासून बचाव करण्यासाठी मीराबेन गांधीजींचा तंबू उबदार ठेवण्याच्या कामात गढून गेल्या होत्या. जेव्हा कार्यकारिणीने संपूर्ण स्वातंत्र्याचा ठराव मंजूर केला आणि काँग्रेसचे अध्यक्ष म्हणून जवाहरलाल नेहरूंची निवड झाली तेव्हा घडलेल्या नाट्याच्या मीराबेन साक्षीदार होत्या.

दांडीयात्रेशी संबंधित सर्व घटनांच्याही त्या साक्षीदार होत्या. मनातील कल्पनांना स्पष्ट रूप मिळेपर्यंत गांधीजींच्या मनात चाललेल्या संघर्षाच्याही त्या साक्षीदार होत्या. आश्रमातील वातावरणावर याचा होणारा परिणाम, सदस्यांनी व्यक्त केलेले आश्चर्य व त्यांना बसलेला धक्का, ती कल्पना जवळजवळ पूर्णतया नाकारणे, सदस्यांचे मन वळवण्याची गांधीजींची पद्धत आणि त्या सर्वांवर गांधीजींनी मिळवलेला विजय आणि या सर्व उपक्रमांच्या विस्तारापाठोपाठ बलदंड ब्रिटिश साम्राज्याला ढवळून टाकणाऱ्या घटनांच्या मीराबेन साक्षीदार होत्या. दैनंदिन जीवनात प्रत्येकाचा मिठाशी संबंध येत असल्यामुळे गांधीजींनी मिठाची निवड केली होती. त्यामुळे देशाच्या प्रत्येक कानाकोपऱ्यात ही चळवळ पोहोचणार, याची खात्री होती. जेव्हा

कार्यकारिणी या वादग्रस्त मुद्द्यावर चर्चा करीत होती, तेव्हा मीराबेन 'द्वाररक्षका'चे काम करीत होत्या.

सदस्य नसलेल्या बड्या धेंडांना प्रवेश नाकारताना मीराबेनची कशी अडचणीत सापडल्यासारखी स्थिती झाली, याचे त्यांनी वर्णन केले आहे. त्या कल्पनेला विरोध करणाऱ्या सदस्यांची मने वळवून गांधीजींनी ती कल्पना त्यांच्या गळी कशी उतरवली याचेही वर्णन मीराबेनने केले आहे.

दांडीयात्रेला प्रारंभ होण्याच्या आदल्या रात्री गांधीजींना अटक होईल या भीतीने प्रत्येक जण जागा राहिला होता. त्या रात्री फक्त एकटे गांधीजी झोपले. मीराबेन आश्रमाची देखभाल करीत आणि त्याबद्दलची सर्व माहिती बहुतेक रोजच्या रोज गांधीजींना देत. त्याबद्दलची टिपणे, टाचणे गांधीजींना पाठवीत व गांधीजींनी पाठवलेले निरोप स्वीकारीत. गांधीजींच्या अटकेने सगळा देश ढवळून निघाला. या स्वातंत्र्यलढ्यात गरीब, श्रीमंत, उच्चभ्रू सर्व प्रकारच्या कुटुंबांतील स्त्रियांनी आणि सर्व क्षेत्रांतील स्त्रियांनी भाग घेतला, हे या घटनेचे लक्षवेधक वैशिष्ट्य होते.

गांधीजींच्या अटकेनंतर सामान्य जनता ब्रिटिशविरोधी बनली. तथापि मीराबेनने स्वतःला अटक करून घेऊ नये, असे गांधीजींनी त्यांना सांगितले होते. जनमताचा अंदाज घेऊन आणि 'लोक ऐकण्याच्या मनःस्थितीत आहेत' हा गांधीजींनी दिलेला सल्ला लक्षात घेऊन मीराबेनने या संधीचा फायदा घेतला. त्या खादीचा प्रचार करू लागल्या. त्यांनी देशाच्या पूर्वेकडील भागांचा, विशेषतः ओरिसा, बंगाल या राज्यांचा दौरा केला. त्या जरी राजकीय हालचालींत गुंतलेल्या नसल्या, तरी पोलिस त्यांच्याबद्दल साशंक होते. त्यांच्या हालचालींवर पोलिसांचे बारीक लक्ष होते. मीराबेनना कोणत्याही प्रकारचा राजकीय लाभ मिळू नये म्हणून ते खबरदारी घेत होते. राजमहेंद्री येथे मीराबेनच्या स्वागतासाठी आलेल्या गावकऱ्यांना मारहाण करून पोलिसांनी त्यांना पांगवले. त्यांच्या दौऱ्याच्या शेवटच्या टप्प्यात त्या जेव्हा कलकत्याला (कोलकाता) पोहोचल्या, तोपर्यंत त्यांच्या दौऱ्याला राजकीय घटनेचे महत्त्व प्राप्त झाले होते. मीराबेनचे स्वागत करण्यासाठी व त्यांना मिरवणुकीने घेऊन जाण्यासाठी स्त्रिया मोठ्या संख्येने पुलाच्या एका टोकाशी थांबल्या होत्या. पोलिसांनी मिरवणुकीवर बंदी घातली. मिरवणूक काढलीच तर लाठीमार करण्याचेही आदेश दिले आणि पूल ओलांडून जाण्यास मीराबेननाही मनाई केली. गांधीजींपासून स्फूर्ती घेतलेल्या त्या गांधीजींच्या सच्च्या अनुयायी होत्या. बंदीहुकमाला विरोध करण्याचे त्यांनी ठरवले व त्यांनी पूल ओलांडण्यास सुरुवात केली. पोलिसांनी त्यांना जबरदस्तीने पोलिसांच्या मोटारीत कोंबले व त्यांना पोलिस स्टेशनवर नेले. आपण कोणताही कार्यक्रम आयोजित केलेला नव्हता, असे मीराबेनने पोलिसांना स्पष्ट सांगितले. मीराबेनना पोलिसांनी अटक केली नाही. परंतु या पोलिस कारवाईचे परिणाम मात्र दूरगामी

स्वरूपाचे होते. पोलिसांनी स्त्रियांबरोबर गैरवर्तणूक केली. ज्या विद्यार्थ्यांनी पोलिसांच्या या वर्तनाला आक्षेप घेतला, त्या विद्यार्थ्यांना पोलिसांनी विद्यापीठाच्या आवारातच मारझोड केली. मीराबेननी या घटनेची माहिती गांधीजींना दिली, तेव्हा गांधीजींनी उत्तर दिले, ''अशा प्रसंगांना चांगले वळण लावण्यास सत्यशोधकाने शिकले पाहिजे.''

व्हाईसरॉय लॉर्ड आयर्विनने गांधीजींना बोलणी करण्यासाठी बोलावले होते. ही बोलणी १९३१च्या मार्चमध्ये झाली. मीराबेन गांधीजींबरोबर जाणार होत्या. काँग्रेस कार्यकारिणीचे सर्व सदस्य बोलण्यांच्या वेळी सल्लामसलतीसाठी ताबडतोब उपलब्ध व्हावेत म्हणून त्यांना दिल्लीला बोलावून घेतले होते. व्हाईसरॉयबरोबरच्या चर्चेच्या वेळी आणि पुन्हा कार्यकारिणीच्या सदस्यांना त्याबाबतचा तपशील देताना व त्यांच्याबरोबर पुन्हा चर्चा करताना गांधीजींना जो विलक्षण मानसिक ताण येत असे, त्यांच्या मीराबेन साक्षीदार होत्या. या सर्व गोंधळात गांधीजींची देखभाल करण्याचे काम मीराबेनकडे होते. दैनंदिन कार्यक्रम बिघडून जात असे. तथापि मीराबेनना शक्य तेवढी शिस्त पाळावीच लागत असे. हे काम अवघड होते, पण त्यांनी ते केले आणि त्यामुळे गांधीजींना निर्वेधपणे एकाग्रचित्ताने बोलण्यांकडे पूर्ण लक्ष देता आले. ही बोलणी चालू असताना घडलेल्या दोन कठीण प्रसंगांच्या मीराबेन साक्षीदार होत्या. एका टप्प्यावर बोलणी फिसकटण्याच्या बेतात आली होती. दुसऱ्या दिवशी बोलणी फिसकटली यावर शिक्कामोर्तब करण्यासाठी बैठक होणार होती; परंतु रात्री भलत्याच वेळेला तीन व्यक्ती (नावे उघड केलेली नाहीत) गांधीजींना भेटण्यासाठी आल्या. त्यांनी व्हाईसरॉयबरोबर आपण खासगी रीत्या बोलणी केल्याचे सांगितले. त्या व्यक्तींबरोबर गांधीजींची छोटीशी बैठक झाली. रात्रीच्या काळोखात ते पाहुणे अंतर्धान पावले. परंतु दुसऱ्या दिवशी बोलण्यांची दिशा बदलली. दुसऱ्या एका बैठकीच्या वेळी हजर राहण्याची मीराबेनना संधी मिळाली. या बैठकीत कराराचा (गांधी-आयर्विन) अंतिम मसुदा तयार करावयाचा होता. गांधीजींनी दुपारचे भोजन व्हाईसरॉयच्या दालनातच घेण्याचे ठरवले. तुरुंगात वापरतात तसल्या एका भांड्यात खजूर आणि दूध एकत्र करून (गांधीजींचे भोजन) आणण्यास मीराबेनना सांगितले. भोजन घेता घेताच गांधीजींनी श्री. इमर्सन यांना मसुदा लिहून घेण्यास सांगितले. व्हाईसरॉयने त्यात काही किरकोळ बदल सुचवले; परंतु उत्तम मसुदा तयार करणारा म्हणून गांधीजींच्या भूमिकेला दाद दिली गेली.

जेव्हा खवळलेल्या जनसमुदायाने गांधीजींना आपले लक्ष्य बनवले, त्या प्रसंगाच्याही मीराबेन साक्षीदार ठरल्या. गांधीजी भगतसिंगांच्या सुटकेसाठी प्रयत्न करीत होते. व्हाईसरॉयबरोबरच्या करारावर सही केल्यामुळे या सुटकेबद्दल ते आशावादी होते. परंतु त्यांच्या अपेक्षा फोल ठरल्या. जनता प्रक्षुब्ध होऊन गांधीजींना याबद्दल दोष देऊ लागली. ज्या आगगाडीतून गांधीजी प्रवास करीत होत, त्या आगगाडीवर लोकांनी

हल्ला केला. संतापलेल्या लोकांना गांधीजींनी गाडीच्या डब्यात बोलावले आणि आपल्या मधु-मोहक स्मिताने व नम्रतेने त्यांना जिंकले.

गांधीजी दुसऱ्या गोलमेज परिषदेला उपस्थित राहण्यासाठी लंडनला गेले तेव्हा मीराबेन त्यांच्याबरोबर लंडनला गेल्या. हा दौराही खूपच कष्टदायक झाला. गांधीजींच्या दैनंदिन गरजा भागविण्याकडे मीराबेनना लक्ष पुरवावे लागे. त्याबरोबर दिवसभराच्या कार्यक्रमाचे वेळापत्रक पाळावे लागत असे. दरिद्री देशाचा प्रतिनिधी म्हणून गांधीजींनी बजावलेली भूमिका आणि त्यांचा दृष्टिकोन याचे वर्णन मीराबेननी केले आहे. इंग्लंडच्या कडक थंडीत आखूड धोतर व अंगावर शाल असा त्यांचा पोषाख असे. परिषदेच्या वेळा सांभाळण्याचे कठीण काम मीराबेननी केले. गांधीजी मध्यरात्री घरी परतत किंवा मध्यरात्री उठून अडनिड्या वेळी काम करीत असत. बोलणी अपयशी ठरणार हे गांधीजींना अगोदरच लक्षात आल्यामुळे दिवसागणिक त्यांच्या वाढत जाणाऱ्या निराशेकडेही मीराबेन पाहत होत्या. काँग्रेस ही जशी भारताची प्रातिनिधिक संघटना आहे, तसेच ते भारताचे खरे प्रतिनिधी आहेत असा गांधीजींचा आग्रह होता. काँग्रेसला संपूर्ण स्वातंत्र्य हवे होते व त्या बाबतीत कोणतीही तडजोड शक्य नव्हती. परिषद अयशस्वी झाली.

इंग्लंडहून परतल्यावर भारतात अस्वस्थ करणारी दीर्घकालीन शांतता होती. काँग्रेसने सत्याग्रहाचा कार्यक्रम हाती घेतला. गांधीजींना अटक झाली. स्वातंत्र्य-लढ्यातील या पायरीवरचे मीराबेन यांचे योगदान अतिशय मोलाचे होते. भारतीय स्वातंत्र्यलढ्यातील सत्य परिस्थिती नियंत्रणामुळे जगाला कळत नाही, याबद्दल मीराबेनना खात्री होती. त्यांनी बाहेरच्या जगाला ही माहिती कळवण्याचे ठरवले. विशेषतः ब्रिटन आणि अमेरिकेतील आपल्या मित्रमंडळींना भारतातील सत्य परिस्थितीबद्दल सांगण्याचे ठरवले. विश्वासू व्यक्तींनी देशाच्या विविध भागांतून आणलेल्या अस्सल बातम्यांवर आधारित साप्ताहिक अहवाल मीराबेन तयार करीत असत. नंतर ते अहवाल इंग्लंड, अमेरिका व फ्रान्समधील सुहृदांकडे पाठवीत असत. नियंत्रण टाळण्यासाठी पोस्टपेटीतून पत्रे काढण्याच्या नेमक्या वेळी त्या पत्रे पोस्टात टाकीत असत. या अहवालांमध्ये ब्रिटिश सत्ताधाऱ्यांनी स्त्रियांसकट भारतीयांवर सतत केलेल्या अत्याचारांची वर्णने होती. या अहवालांचा संकलित परिणाम होत होता. ब्रिटनच्या संसदेत त्याचे पडसाद उमटले. त्या बातम्यांचा छडा लावताना सरकार मीराबेनपर्यंत- बातम्यांच्या मूळ उगमाशी- पोहोचले. साहजिकच सरकारने त्यांना अटक करून तीन महिने तुरुंगात डांबले. त्यांना तुरुंगात 'अ' वर्गाचा दर्जा देण्यात आला होता; पण 'अ' वर्गाची कोठडी उपलब्ध नसल्यामुळे त्यांना 'क' वर्गाच्या कैद्यांबरोबर राहावे लागले. तिथे त्यांना कमलादेवी चट्टोपाध्याय आणि सरोजिनी नायडूंसारख्या नामांकित स्त्रिया भेटल्या. सुटकेनंतर मीराबेन बिहारला राजेंद्र प्रसादांच्या कुटुंबात राहिल्या. त्यानंतर त्या पंडित शिवकृपा

प्रसादांच्या कुटुंबात बनारस येथे राहिल्या होत्या. या दौऱ्यात मलेरिया आणि गुप्तचर विभाग या दोघांनीही त्यांची पाठ सोडली नाही. मुंबईला आल्यावर त्यांना पुन्हा अटक करण्यात आली व त्यांना एक वर्षाच्या कारावासाची शिक्षा भोगावी लागली.

मीराबेन यांचे स्वातंत्र्य चळवळीतील आणखी एक महत्त्वाचे योगदान म्हणजे त्यांनी केलेला इंग्लंड-अमेरिकेचा दौरा. हा दौरा प्रामुख्याने गांधीजींबद्दलच्या गैरसमुजती दूर करण्यासाठी आणि त्यांच्या संदेशाचा प्रचार करण्यासाठी केलेला होता. त्या प्रथम इंग्लंडला गेल्या. या दौऱ्याचा आर्थिक भार अंबालाल साराभाईंनी उचलला होता. लँकेशायर ते डंडी हा प्रवास करताना वाटेतल्या सर्व खेड्यांना भेटी देत देत त्यांनी हा दौरा केला. भारतीय स्वातंत्र्य चळवळीचे खरे चित्र आणि गांधीजींचे तत्त्वज्ञान त्यांनी लोकांसमोर सादर केले. हा दौरा अमेरिकेपर्यंत विस्तारित करण्यात आला. तिथे त्यांनी २२ सभांमध्ये भाषणे केली. त्यांमध्ये फिलाडेल्फिया, बोस्टन व हार्वर्ड येथील विद्यापीठांत केलेल्या भाषणांचाही समावेश होता. याशिवाय तेथील आकाशवाणीवरही त्यांनी पाच भाषणे दिली. या दौऱ्यात विशेषतः कामगार वर्गाकडून त्यांचे चांगलेच स्वागत झाले. गांधीजींबद्दल त्यांच्या तोंडून ऐकण्यासाठी लोक उत्सुक होते. एलिनॉर रुझवेल्ट, लॉर्ड आयर्विन, जनरल स्मट्स, सर सॅम्युएल होअर आणि विन्स्टन चर्चिल यांच्यासारख्या सुप्रसिद्ध व्यक्तींशीही त्यांच्या भेटीगाठी झाल्या. सर्वत्र त्यांचे स्वागत झाले. अमेरिकेच्या दौऱ्याच्या अखेरीस अमेरिकन लीग फॉर इंडियाज फ्रीडमतर्फे त्यांना प्रेमळ निरोप देण्यात आला. दौऱ्यावर असताना पत्राद्वारा त्या सतत गांधीजींच्या संपर्कात होत्या.

'चले जाव' चळवळीतील त्यांचा सहभाग हे स्वातंत्र्य चळवळीतील त्यांचे आणखी एक महत्त्वाचे योगदान होते. गांधीजी जरी काँग्रेसपासून दूर असले तरी दुसऱ्या मोठ्या चळवळीचा ते विचार करीत होते. 'हरिजन'मधील लिखाणातून त्यांनी ते सूचित केले होते. ही चळवळ काँग्रेसने हाती घ्यावी असे गांधीजींना वाटत होते. मीराबेन 'हरिजन'मधल्या लिखाणातील सूचना लक्षात घेऊ लागल्या व त्यांनी त्यामध्ये सहभागी होण्याची आपली इच्छाही दर्शविली. गांधीजींनी त्या गोष्टीला मान्यता दिली आणि मीराबेनकडे एक महत्त्वाचे काम सोपवले. गांधीजींनी चळवळीसंबंधीचे एक पत्र काँग्रेस नेत्यांसाठी तयार केले होते. ते पत्र अलाहाबादला होणाऱ्या कार्यकारिणीच्या बैठकीत स्वीकाराव, असे गांधीजींना वाटत होते. गांधीजींनी ते पत्र मीराबेनना वाचावयास सांगितले आणि पत्राच्या आशयाबाबत आपल्याबरोबर चर्चा करण्यास सांगितले. तसेच बैठकीत ते पत्र कशा पद्धतीने सादर करावयाचे, तेही सांगितले. त्या दोघांमध्ये सखोल चर्चा झाली. पत्राच्या तीन प्रती तयार केल्या होत्या. एक प्रत जवाहरलाल नेहरूंसाठी आणि तेव्हा काँग्रेसचे अध्यक्ष असलेल्या मौलाना अबुल कलम आझादांसाठी, दुसरी प्रत तयार केली होती. दुसऱ्या दिवशी कार्यकारिणीतील

आपल्या भाषणात त्यांनी गांधीजींच्या मनातील विचार व्यक्त केले. सभासदांमध्ये फाटाफूट झाल्यामुळे तो ठराव दुरुस्त्यांसह स्वीकारण्यात आला. मीराबेननी केलेली कामगिरी पार पाडण्यासाठी धैर्य, आत्मविश्वास आणि चातुर्य यांची गरज होती. या कार्यासाठी गांधीजींनी केलेली मीराबेनची निवड अचूक होती.

'चले जाव' चळवळीची तयारी सुरू झाली. मीराबेनचे या चळवळीतील आणखी एक वैशिष्ट्यपूर्ण योगदान अजून राहिलेले होते. पुढे ठेवलेल्या तीन कामांपैकी मीराबेन करू शकतील असे एक काम निवडण्यास गांधीजींनी त्यांना सांगितले. मद्रासला (चेन्नई) जाऊन राजाजींची या चळवळीबद्दल खात्री पटविणे, हे पहिले काम होते. दिल्लीला जाऊन व्हाईसरॉय व अन्य ब्रिटिश अधिकाऱ्यांना या चळीवळीबद्दलचे तर्कसंगत स्पष्टीकरण देणे, हे दुसरे काम होते. भारतातील पूर्वेकडील प्रदेशांचा दौरा करून जपानी आक्रमणाच्या छायेखाली असणाऱ्या तेथील लोकांना जपान्यांच्या विरोधात अहिंसेसाठी व असहकारासाठी तयार करणे, हे तिसरे काम होते. मीराबेननी तिसरे काम निवडले व त्या ओरिसात गेल्या. त्या तेथील लोकांना भेटल्या आणि ब्रिटिश अधिकाऱ्यांबरोबर तेथील प्रचलित परिस्थितीबद्दल त्यांनी चर्चा केली. जेव्हा गांधीजींना भेटण्यासाठी त्या सेवाग्रामला आल्या, तेव्हा त्यांना दिल्लीला जाऊन व्हाईसरॉयची भेट घेण्यास सांगण्यात आले. व्हाईसरॉयला 'चले जाव' चळवळीबद्दलची गांधीजींची भूमिका स्पष्ट करण्याचे काम मीराबेनना करायचे होते. मीराबेन दिल्लीला गेल्या; पण व्हाईसरॉयची भेट होऊ शकली नाही. त्या व्हाईसरॉयच्या खासगी सचिवांना भेटल्या आणि निःसंदिग्ध शब्दांत मीराबेननी त्यांना गांधीजींची ताकद ओळखण्यास सांगितले. तसेच त्यांच्याकडे दुर्लक्ष करण्याचा पर्याय निवडल्यास होणाऱ्या परिणामांचीही कल्पना दिली. अन्य ब्रिटिश अधिकाऱ्यांनाही त्या भेटल्या. या कामात त्यांनी दाखवलेले धैर्य व विश्वास विलक्षण होता. जरी ही चळवळ रोखण्यासाठी ब्रिटिशांनी कोणतीही कृती केली नाही, तरी ब्रिटिशांनी अंतर्यामी गांधीजींची ताकद ओळखली होती. ७ ऑगस्ट १९४२ रोजी 'भारत छोडो' ठराव मंजूर झाला. गांधीजी व अन्य प्रमुख नेते पकडले गेले. मीराबेननाही अटक करण्यात आली. तिथेच मीराबेननाही ठेवले होते. तुरुंगवासातही गांधीजींची सेवा करण्याची संधी त्यांना मिळाली. गांधीजींना शोकाकुल करणाऱ्या दोन दुःखद घटना त्यांना पाहाव्या लागल्या. त्या म्हणजे महादेवभाई व कस्तुरबा यांचे मृत्यू होत.

दुसऱ्या महायुद्धानंतर आणि पुष्कळशा राजकीय घडामोडींनंतर भारताला स्वातंत्र्य मिळाले. हिंदू-मुस्लिम दंगली देशभर पसरल्यामुळे गांधीजी सर्वांत दुःखी होते. ग्रामीण विकास कार्यक्रम घेऊन मीराबेन उत्तर हिंदुस्थानात गेल्या. गांधीजींचा खून झाला. मीराबेनना निश्चितच या घटनेचा मोठा धक्का बसला. परंतु त्यांचा आत्मा नेहमी आपल्याजवळ असेल, अशी मीराबेनना खात्री होती. त्यांनी पुढील दहा वर्षे

आपले कार्य चालू ठेवले. परंतु त्या दहा वर्षांत देशावर राज्य करण्याची काँग्रेसची कार्यपद्धती पाहून त्या पूर्णपणे निराश झाल्या. भ्रष्टाचाराने त्या अस्वस्थ झाल्या. अखेर १९५७मध्ये त्यांनी भारताचा निरोप घेतला.

मीराबेनचे सामाजिक कार्यातील योगदानही खूपच महत्त्वपूर्ण आहे. गांधीजींनी हाती घेतलेल्या उपक्रमांचे स्वरूप बहुव्यापी असल्याने, ही बाब साहजिकच होती. विशेषतः ग्रामोद्धार व अस्पृश्यता निर्मूलन या दोन्हीबद्दल त्यांना आस्था होती. मीराबेन ग्रामोद्धारावर लक्ष केंद्रित करीत व खादीचा प्रचार करीत. गांधीजींप्रमाणे त्यांनीही आश्रमांची स्थापना केली.

बालपणापासूनच मीराबेनना ग्रामीण जीवनाचे आकर्षण होते. गांधीजींनी ग्रामोद्धाराचा कार्यक्रम हाती घेतल्यावर भारतीय खेड्यांत काम करणे फारसे कठीण नव्हते. सिंदी या अतिशय मागासलेल्या खेड्याचा विकास करण्याची जबाबदारी मीराबेननी आपणहून स्वतःकडे घेतली. स्वतःसाठी झोपडी बांधून त्या त्या खेड्यात राहिल्या. तेथील अस्पृश्यांच्या समस्यांची त्यांनी माहिती करून घेतली आणि त्यांच्यासाठी शेतीस उपयुक्त गोधनाचा विकास, चरख्यावर सूत कातणे, यांसारखे कार्यक्रम त्यांनी सुरू केले. त्यांनी अनेक आश्रमांची स्थापना केली. ते आश्रम पुढीलप्रमाणे - माळदापूरचा किसान आश्रम, हृषीकेशचा पशुलोक व भिलंगा येथील गोपाळ आश्रम आणि लेहचा गोबल आश्रम. खेड्यांतील लोकांना शिक्षण देऊन स्वतःच्या पायांवर उभे करणे, हा या आश्रमांच्या स्थापनेमागचा हेतू होता. आश्रम स्थापन करून काही काळपर्यंत तो यशस्वी रीत्या चालवल्यावर त्या तो सरकारच्या ताब्यात देऊन टाकीत असत. त्यांनी विविध प्रयोग केले आणि खेडुतांना रस वाटेल असे नवीन कार्यक्रमही प्रत्यक्ष व्यवहारात आणून दाखवले.

खादीचा प्रचार हा गांधीवादी कार्यक्रमाचा एक अविभाज्य भाग होता. गांधीजींना भेटण्यापूर्वी त्या सूतकताई शिकल्या होत्या. सुरुवातीला गांधीजींच्या खादीप्रचार दौऱ्यात त्या गांधीजींबरोबर जात असत. नंतर एकटीच्या जबाबदारीवर त्यांनी ते काम हाती घेतले. खादीप्रचार हा ग्रामोद्धार कार्यक्रमाचाही एक भाग होता.

गांधीवादी विचारांनुसार प्रत्यक्ष जीवनात केलेले आचरण हे गांधीवादाच्या प्रचारातील त्यांचे महत्त्वाचे योगदान होते, हे निःसंशय. हा प्रचार त्यांनी आपल्या लिखाणातूनही केला. सुरुवातीला 'यंग इंडिया'च्या इंग्रजी आवृत्तीचे संपादन करण्यात त्यांनी रस दाखवला होता. नंतर 'बापूराज पत्रिका' या नियतकालिकाचे संपादन व प्रकाशन त्या करू लागल्या. हे नियतकालिक त्यांनी पाच वर्षे चालवले. इंग्रजी, हिंदी, गुजराती, तमीळ व तेलगू अशा पाच भाषांतून ते प्रकाशित होत असे. त्यांनी गांधीजींच्या पत्रांचा संग्रहही प्रकाशित केला आहे. त्या संग्रहात गांधीजींनी त्यांना लिहिलेली पत्रे आहेत. ऋग्वेदाचे भाषांतर करण्यास त्यांनी सुरुवात केली होती; पण ते त्या पूर्ण करू शकल्या

नाहीत. बीथोव्हनचे चरित्र त्यांनी लिहिले. त्यांचे आत्मचरित्र हे त्यांचे महत्त्वाचे पुस्तक आहे. भारतीय स्वातंत्र्य चळवळीच्या इतिहासाचे ते प्रमुख मूळ साधन आहे. कारण चळवळीतल्या महत्त्वाच्या घटनांची अस्सल माहिती त्यातून मिळते.

मॅडेलीन स्लेड ऊर्फ मीराबेन भारताच्या स्वातंत्र्यलढ्यामध्ये महत्त्वाचे योगदान देणाऱ्या परदेशी स्त्रियांमध्ये प्रमुख होत्या. अगदी बालपणापासूनच त्या असामान्य व्यक्ती होत्या. आयुष्यात काहीतरी अर्थाचा त्या शोध घेत होत्या. निसर्गाच्या सान्निध्यात इंग्लंडमधील खेड्यांत हिंडताना त्यांना बीथोव्हनच्या संगीतात विरंगुळा सापडला. हा कदाचित अमूर्त अनुभव होता. जेव्हा खऱ्या आयुष्याचे मूर्तिमंत स्वरूप असणाऱ्या महात्मा गांधी या आदर्श व्यक्तीच्या संपर्कात त्या आल्या, तेव्हा अन्य सर्व बाबींचा त्यांनी त्याग केला. गांधीजींचे आदर्श व त्यांची उद्दिष्टे यांसाठी आपले सर्व जीवन मीराबेननी समर्पित केले.

राजकीय बदल हे त्यांचे सर्वोच्च ध्येय होते. हा बदल म्हणजे भारताचे राजकीय स्वातंत्र्य होय. साहजिकच या कार्याशी त्या निगडित राहिल्या. त्यांनी आपले काम निर्भयपणे व समर्पित वृत्तीने केले. अलाहाबाद काँग्रेसकडे गुप्तपत्र पाहोचवणे, गांधीजींच्या खऱ्या संदेशाचा पाश्चिमात्य देशांत प्रसार करणे आणि अखेरीस ब्रिटिशांच्या गुहेत म्हणजे व्हाईसरॉयच्या कार्यालयात प्रवेश करणे आणि त्यांना त्यांच्या तोंडावर गांधीजींच्या खऱ्या शक्तीची जाणीव करून देणे, ही सर्व कार्ये शौर्याने पार पाडली. भारतासाठी समर्पित केलेल्या तीस वर्षांच्या काळातील त्यांच्या कार्याची गोळाबेरीज म्हणजे वर उल्लेखिलेली कामे होत. भारतीय स्वातंत्र्य चळवळीत त्यांनी दिलेले योगदान महत्त्वाचे आहे. व्हाईसरॉयचे खासगी सचिव श्री. लेथवेट यांच्यासमोर त्यांनी 'खरे' गांधी ज्या शब्दांत सादर केले, त्या शब्दांच्या अवतरणानेच या शोधनिबंधाचा शेवट करणे उचित होईल.

"गांधीजी ही एक आगळीवेगळी व्यक्ती आहे आणि तुम्हाला त्यांच्याशी विशिष्ट तऱ्हेची वर्तणूक करावी लागेल. गांधीजी अतिशय कळकळीने काम करणारे गृहस्थ आहेत. या वेळेस त्यांना अडवणे तुम्हाला अशक्य होईल. कोणताच तुरुंग त्यांच्यावर नियंत्रण ठेवू शकणार नाही आणि कसल्याही दडपशाहीमुळे ते गप्प बसणार नाहीत. जेवढे तुम्ही त्यांना दडपण्याचे प्रयत्न कराल, तेवढी त्यांची शक्ती पसरेल. दोन पर्यायांचा तुम्हाला सामना करावा लागेल. एक म्हणजे भारताचे स्वातंत्र्य घोषित करा आणि दुसरे म्हणजे गांधीजींना ठार मारा. आणि एकदा तुम्ही गांधीजींना मारले की भारत व इंग्लंड या दोन देशांमधील मैत्रीच्या सर्व आशाही तुम्ही कायमच्या नष्ट करून टाकाल."

मॅडेलीन स्लेड ऊर्फ मीराबेन या शूर स्त्रीचा भारत सदैव ऋणी राहील.

◆

■ दक्षिण आफ्रिकेतील लढा आणि गोवामुक्ती आंदोलनात सहभागी झालेल्या स्त्रिया ■

चंपा लिमये

(**श्रीमती चंपा लिमये :** मुंबईच्या आर. डी. नॅशनल कॉलेजमध्ये त्या मराठी व संस्कृत शिकवीत असत. श्रीमती चंपा लिमये प्रसिद्ध लेखिका असून, संशोधकही आहेत. त्यांनी हिंदी, इंग्रजी व मराठी या तीनही भाषांत अनेक पुस्तके लिहिली आहेत. त्यांची काही पुस्तके पुढीलप्रमाणे. 'स्मृतिसौरभ', 'नारी', 'तेज और तपस्या' (हिंदी), 'विमेन, पॉवर अँड प्रोसेस' हे इंग्रजी पुस्तक २००० मध्ये प्रसिद्ध झाले व 'वेधक व्यक्ती व वेधक प्रसंग', 'अबला होई सबला' आणि 'स्मृतिसुगंध' ही त्यांची मराठीतील पुस्तके होत. कै. मधू लिमये यांच्या त्या पत्नी. मधू लिमये स्मृती न्यास या संस्थेच्या त्या अध्यक्ष आहेत. मधू लिमये स्मृती न्यासातर्फे मधू लिमयांवरील १० पुस्तके प्रसिद्ध करण्यात आली आहेत. श्रीमती लिमये या समाजवादी चळवळीतील कार्यकर्त्या असून, स्त्रीविषयक विविध समस्यांवर काम करतात.)

१९वे आणि २०वे शतक ही दोन्हीही शतके स्त्री वर्गाने दाखवलेल्या धाडसामुळे वैशिष्ट्यपूर्ण झाली आहेत. आफ्रिका व आशिया खंडांतील इंग्रजांच्या व पोर्तुगिजांच्या जाचक सत्तेविरुद्ध स्त्रियांनीही धैर्याने आवाज उठवला.

दक्षिण आफ्रिकेत गोरे लोक स्थायिक झाले होते. नाताळ भागात ऊस व कापूस ही पिके घेतली जात होती. कॉफीची लागवड केली जात होती. १९व्या शतकाच्या मध्यावर मळ्यामध्ये काम करण्यासाठी हिंदुस्थानातून मजूर आणण्याची मुभा द्यावी, अशी दक्षिण आफ्रिकेत स्थायिक झालेल्या गोऱ्यांनी हिंदुस्थान सरकारला विनंती केली. मजुरांची भरती केली गेली. हे मजूर प्रामुख्याने तमिळनाडूमधील होते. भरती करताना त्यांच्याबरोबर ५ वर्षांचा करार केलेला होता. या करारान्वये त्यांना संरक्षण देण्याचे व ५ वर्षांच्या अखेरीस जमीन देण्याचे वचन दिलेले होते. भारतीय मजुरांतील कुशल कारागिरांनी भरलेली पहिली बोट १८६०च्या नोव्हेंबरमध्ये दरबान बंदरात पोहोचली.

खडतर परिस्थितीत काम करून मजुरांनी नाताळची अर्थव्यवस्था मजबूत केली. त्यामुळे नाताळचा किनारा दक्षिण आफ्रिकेतील सर्वांत श्रीमंत व भरभराट झालेला भाग बनला. या मजुरांनी फक्त शेतमळ्यांतच काम केले असे नाही, तर लोहमार्ग, कोळशाच्या खाणी विकसित करण्यासही मदत केली. त्यांच्यापैकी काही जण ट्रान्सवालमध्येही गेले. कराराची मुदत संपल्यावर काही कामगार विविध भाज्या व फळे यांचे उत्पादन व विक्री करू लागले. भारतीय मजुरांच्या पाठोपाठ भारतीय व्यापारी व हिशेबनीसही दक्षिण आफ्रिकेत येऊन थडकले. हे व्यापारी मुख्यतः गुजरातमधील होते.

१८८०च्या सुमारास तेथील गोऱ्या लोकांना व्यापार व शेती यांमध्ये भारतीय लोक आपले स्पर्धक असल्याचे जाणवू लागले. त्यांनी भारतीय लोकांना त्रास देण्यास, त्यांचा अपमान करण्यास व त्यांना हाकलून देण्यास सुरुवात केली. महात्मा गांधींनी दक्षिण आफ्रिकेत १८९३ मध्ये पाऊल ठेवले. ते लवकरच भारतीयांना मदत करण्यात, त्यांचे हक्क व मान त्यांना मिळवून देण्याच्या कार्यात प्रयत्नशील राहिले. स्थानिक अधिकाऱ्यांकडे, तसेच लंडनच्या साम्राज्यवादी सरकारकडे असंख्य विनंती अर्ज, दयेचे अर्ज व शिष्टमंडळे नेऊनही भारतीयांच्या मागचे त्रासाचे शुक्लकाष्ठ संपत नव्हते. तसेच त्यांना दिलेली वचने पूर्ण न करता त्यांची फसवणूक केली जात होती. १९०६ मध्ये ट्रान्सवालच्या प्रांतिक सरकारने भारतीयांसाठी नोंदणी वटहुकूम जारी केला. त्या वटहुकूमान्वये भारतीयांवर अपमानकारक व जाचक बंधने लादली गेली. तेव्हा गांधीजींनी कायदा मोडण्याशिवाय गत्यंतर नाही हे ओळखले. विविध श्रद्धा बाळगणाऱ्या व निरनिराळ्या भाषा बोलणाऱ्या भारतीयांना संघटित करण्यात त्यांनी मदत केली. भारताच्या प्रतिष्ठेसाठी व तेथील लोकांना त्यांचे न्याय्य हक्क मिळवून देण्यासाठी गांधीजींनी अहिंसक प्रतिकारसत्याग्रह - करण्याचे ठरवले.

बोअर युद्धात गांधीजींनी सैन्याचे नेतृत्व केले. ३०० भारतीयांखेरीज ८०० करारबद्ध मजूर आपल्या मालकांकडून हक्कांची रजा घेऊन स्वयंसेवक म्हणून तुकडीत सामील झाले. अनेक दिवस बंदुकीच्या गोळ्यांच्या वर्षावात त्यांनी काम केले व जखमी सैनिकांना युद्धतळावरच्या इस्पितळात वाहून नेऊन त्यांनी त्यांची काळजी घेतली. त्यासाठी कधीकधी भारतीयांना दिवसाकाठी २५/२५ मैलही चालावे लागे. या कामाची ब्रिटिश व दक्षिण आफ्रिकेतील अधिकाऱ्यांवर छाप पडली. गांधीजी व त्यांचे सहकारी यांना युद्धपदके मिळाली, तसेच या तुकडीचा युद्धाच्या अहवालात उल्लेख करण्यात आला. भारतीयांनी युद्धात दाखवलेले धैर्य दक्षिण आफ्रिकेतील सत्ताधाऱ्यांच्या न्यायबुद्धीला आवाहन करील आणि गोऱ्या लोकांच्या शत्रुत्वाची तीव्रता कमी करण्यास साहाय्यभूत होईल, अशी गांधीजींना

आशा वाटत होती; परंतु अपेक्षाभंग झाला. दडपशाहीचे अधिक कडक उपाय अवलंबण्यास सत्ताधाऱ्यांनी सुरुवात केली.

"जनसमुदायाची सेवा करणे हे माझे दक्षिण आफ्रिकेत वकिली करतानाचे उद्दिष्ट होते. त्यासाठी लोकांचा विश्वास संपादन करणे, ही अत्यावश्यक अट होती. आपले हक्क प्राप्त करण्यासाठी खडतर तुरुंगवास भोगण्याचा मी त्यांना सल्ला दिला. तो सल्ला अनेकांनी आनंदाने मान्य केला. त्यांना त्यामागची कारणमीमांसा योग्य वाटली म्हणून नव्हे, तर माझ्यावरील प्रेमामुळे व विश्वासामुळे. माझे शेकडो अशील माझे मित्र बनले व लोकसेवेसाठी ते लोक माझे सहकारी झाले." एरवी धोक्यांनी व संकटांनी भरलेले त्यांचे आयुष्य त्यांच्या संघटनेने सुखावह झाले, असे गांधीजींनी लिहिले होते.

१९०४ ते १९०६ या कालावधीत ट्रान्सवाल सरकारच्या आशियाई विभागाने भारतविरोधी कायदेकानू चिकाटीने अमलात आणले व तशा प्रकारचे नवनवे कायदे तयार करण्यात कमालीचा रस घेतला. आपल्या 'इंडियन ओपिनियन'- मधील लिखाणातून गांधीजी त्यावर टीकेची झोड उठवीत असत. बहुविध भारतीय लोकांची मोठ्या प्रमाणावर ट्रान्सवालमधून हकालपट्टी करण्यात आली.

भारतीयांना त्यांची राहती घरे आणि त्यांनी उभारलेले उद्योग सोडावे लागले. आपला बाडबिस्तरा व अन्य वस्तू घेऊन त्यांना पूर्णपणे वेगळ्या जागी (वंशभेदामुळे वेगळ्या वस्तीत) चालत जावे लागले. तेथील त्यांचे अस्तित्वच कदाचित विस्मृतीत गेले असते. भारतीयांच्या सर्वांत वाईट शत्रूने इच्छिल्याप्रमाणे त्यांचे तेथील जीवन संकटमय व निरुद्देश होते.

गांधीजींच्या शब्दांत सांगायचे तर "बोअर युद्धाहून परतल्यावर ट्रान्सवाल सरकारच्या वटहुकमाचा एकेक विभाग वाचत गेलो तसतसा माझा थरकाप उडाला. भारतीयांबद्दलच्या द्वेषाखेरीज त्यात दुसरे काही नव्हते. जर तो वटहुकूम संमत झाला व भारतीयांनी तो दुबळेपणाने, लीनतेने स्वीकारला, तर दक्षिण आफ्रिकेतील भारतीयांचे जीवन पूर्णपणे उद्ध्वस्त करणे, हाच अर्थ त्यातून निघतो. हा भारतीयांच्या जीवन-मृत्यूचा प्रश्न आहे, हे मला स्पष्टपणे दिसत होते. तपशीलवार लेखी विरोध आणि प्रत्यक्ष निदर्शने निष्फळ ठरत होती. तरीही त्या लोकांनी हातावर हात धरून असणे योग्य नाही, असे मला दिसत होते. अशा अन्यायाला शरण जाण्यापेक्षा मृत्यूला सामोरे जाणे चांगले; पण आम्ही कसे मरायचे? आम्ही काय केले पाहिजे म्हणजे आमच्यापुढे विजय अथवा मृत्यू यांखेरीज अन्य पर्याय उरणार नाही."

ते पुढे म्हणाले, "एकदा कायदा केला की तो उलटवण्यासाठी असंख्य अडचणींना सामोरे जावे लागते. जेव्हा लोकमत चांगले प्रशिक्षित झालेले असते, तेव्हाच देशात अमलात असलेले कायदेदेखील रद्दबातल करता येतात. घटनेनुसार

बदलले जाणारे किंवा रद्दबातल केले जाणारे कायदे कायमस्वरूपी अथवा सुरचित असतात, असे आपण म्हणू शकत नाही... 'सविनय कायदेभंग' हा शब्दप्रयोगही या लढ्याचा पूर्ण अर्थ पोहोचवण्यात असमर्थ ठरला आहे, असे मला आढळले. म्हणून मी 'सविनय प्रतिकार' असा शब्दप्रयोग वापरण्याचे ठरवले."

या वटहुकूमान्वये प्रत्येक भारतीय स्त्री-पुरुष व मूल यांना आपली नोंदणी आशियाई रजिस्ट्रारच्या कचेरीत करणे सक्तीचे केले होते. अशी नोंद न करणे गुन्हा ठरवला होता. गुन्हेगारास दंड, तुरुंगवास अथवा हद्दपारीची शिक्षा सांगितली होती. नावनोंदणीचे प्रमाणपत्र कोणत्याही पोलिस अधिकाऱ्याने मागताक्षणी सादर करण्याचे बंधन घातले होते. सार्वजनिक रस्त्यावरून चालतानाही ते प्रमाणपत्र सादर करावे लागले. पोलिस अधिकारी प्रमाणपत्राची पाहणी करण्यासाठी लोकांच्या घरातही शिरू शकतात. (भारतीयांनी त्या कायद्याला 'काळा कायदा' असे दूषण दिले. नैतिक दृष्ट्या वर्णाने काळे, तपकिरी व पिवळे लोक हे त्यांचे लक्ष्य होते. गांधीजींचा वर्ण फिका तपकिरी होता. ते स्वतःचा उल्लेख बहुधा काळा असाच करीत असत.)

गांधीजींचे शब्द - "आमच्यासमोर एक फार मोठा प्रश्न उपस्थित झाला होता. एक जुलै १९०७ रोजी संमत झालेल्या एशियाटिक रजिस्ट्रेशन ॲक्टच्या विरोधात लढा चालू ठेवण्याकरता कोणत्या एजन्सीचा वापर करता येईल? सत्याग्रहासाठी सत्याग्रहींनी 'द पॅसिव्ह रेझिस्टन्स असोसिएशन' या नावाचे एक नवे मंडळ स्थापन केले होते. मगनलाल गांधींनी चांगल्या कार्यासाठीचा ठामपणा, असा अर्थ असलेला 'सदाग्रह' हा शब्द सुचवला होता. गांधीजींनी 'सत्याग्रह' असा शब्द सुचवला. सत्य, प्रेम, व अहिंसा यांतून जन्माला आलेले बळ म्हणजे 'सत्याग्रह' असा गांधीजींनी त्याचा अर्थ केला होता. विरोधकाला थोडीशी इजा करण्याची कल्पनाही 'सत्याग्रह' संज्ञेत नव्हती. सत्याग्रही नेभळटपणाला रामराम ठोकीत असे. त्यामुळे प्रतिस्पर्ध्यावर विश्वास टाकण्यास तो कचरत नसे. भारतीयांचे भवितव्य ठरवणारा जुलै महिना हळूहळू संपत आला आणि त्या महिन्याच्या अखेरच्या दिवशी जेव्हा काळा कायदा लागू झाला, तेव्हा आम्ही भारतीयांच्या जाहीर सभा बोलावण्याचा निश्चय केला.

१ जुलै १९०७ उजाडला. त्या दिवशी प्रमाणपत्रासाठी कार्यालये उघडण्यात आली. भारतीयांनी प्रत्येक कचेरीपुढे उघडउघड निदर्शने करण्याचे ठरवले. कचेऱ्यांकडे जाणाऱ्या रस्त्यांवर स्वयंसेवकांची नेमणूक करण्यात आली होती. दुबळ्या भारतीयांविरुद्ध रचलेल्या सापळ्यात ते सापडू नयेत म्हणून हे स्वयंसेवक धोक्याच्या सूचना देत होते. काळ्या कायद्याला शरण जाणे उचित आहे, असे मानणारा एकही भारतीय मला माहीत नाही. राम सुंदरने या कारणासाठी भोगलेला तुरुंगवास ही आमची जमेची बाजू होती. त्याच्यावरील खटल्यामुळे लोकांचा उत्साह कायम राहिला; त्याच्या उदाहरणावरून धडा घेऊन दुबळे लोक स्वतःहून त्या चळवळीच्या बाहेर पडले."

काही भारतीयांनी वटहुकमानुसार प्रमाणपत्रे घेतली; परंतु बहुसंख्य भारतीयांनी ती घेतली नव्हती. पुष्कळ भारतीयांना अधिकृत रीत्या नोटिसा बजावून त्यांना नोंदणी करण्यास सांगण्यात आले. तसे न केल्यास त्यांना ट्रान्सवाल सोडण्याचा हुकूम दिला गेला. यांपैकी कोणतीच गोष्ट न करणाऱ्यांना मॅजिस्ट्रेटसमोर १० जाने. १९०८ रोजी उभे करण्यात आले. त्यांमध्ये गांधीजींही होते. सत्याग्रहींना तीन महिन्यांची सश्रम कारावासाची शिक्षा व जबर दंड ठोठावण्यात आला. दंडाची रक्कम न भरल्यास त्यांना आणखी ३ महिन्यांच्या सक्तमजुरीची शिक्षा भोगावी लागणार. गांधीजी बॅरिस्टर असल्यामुळे त्यांना दोन महिन्यांच्या साध्या तुरुंगवासाची शिक्षा देण्यात आली.

३१ ऑगस्ट १९०७ रोजी प्रमाणपत्रे घेण्याची मुदत संपल्यानंतर दोन तासांनी प्रमाणपत्रे जाहीररीत्या जाळून टाकण्यासाठी एक सभा बोलावण्यात आली. ''प्रमाणपत्रे जाळून काळ्या कायद्याला कधीही शरण न जाण्याचा आमचा ठाम निश्चय आम्ही फक्त जाहीर करीत आहोत आणि प्रमाणपत्रे दाखवण्याचा आमचा अधिकार आम्हीच काढून घेत आहोत.''

एक वेळ अशी होती की ट्रान्सवालमधील १३ हजार भारतीयांपैकी २५०० लोक तुरुंगात होते. प्रतिकार करणाऱ्या काहींनी तर लागोपाठ पाच वेळा तुरुंगवास सोसला. पहिली शिक्षा संपताक्षणीच त्यांना दुसऱ्या शिक्षेला सामोरे जावे लागत असे. सर्व भारतीय कुटुंबांना एकत्र ठेवून त्यांचे सहकार्यावर आधारलेले एकच कुल तयार करणे हाच यावर तोडगा आहे, असा गांधीजींनी विचार केला. 'इंडियन ओपिनियन' फिनिक्स येथून प्रसिद्ध होत असे. फिनिक्स जोहान्सबर्गपासून तीनशे मैलांवर होते. त्यामुळे त्या ठिकाणी सर्वांना घेऊन जाणे खर्चाचे व अडचणीचे होते. शिवाय अशा दूरच्या ठिकाणी आपली घरे सोडून येण्यास ती कुटुंबेही तयार झाली नसती.

कालेनबाख हे जर्मनीतले सधन ज्यू गृहस्थ दक्षिण आफ्रिकेत येऊन स्थायिक झाले होते. ते गांधीजींचे मित्र होते. त्यांनी ३० मे १९१० रोजी सुमारे अकराशे एकर जमीन विकत घेतली व ती सत्याग्रहींच्या वापरासाठी गांधीजींना देऊन टाकली. काऊंट लिओ टॉलस्टॉयबद्दलचा आदर व्यक्त करण्यासाठी गांधीजींनी त्या जागेला टॉलस्टॉय फार्म असे नाव दिले. टॉलस्टॉय फार्मवरची दुबळी माणसे शक्तिशाली बनली. तेथील परिश्रम सर्वांसाठीच शक्तिदायी ठरले. त्या फार्मने सत्याग्रहींचा लोंढा व त्याला लागलेली ओहोटी दोन्ही पाहिली. काही तुरुंगाच्या प्रतीक्षेत असत तर काही तुरुंगवास भोगून परतलेले असत.

सुरुवातीच्या काळात अधिकारी सत्याग्रहींना खूप त्रास देत; पण जसजशी चळवळ पुढे सरकत गेली, तसतसा अधिकाऱ्यांमधील कडवटपणा व ताठरपणा

कमी झाला आणि काही बाबतींत तर त्याची जागा गोडव्याने घेतली आणि ज्यांच्याशी दीर्घ काळ संवाद चालू होता असे अधिकारी सत्याग्रहींना मदतही करू लागले.

सत्याग्रहींना दीर्घ मुदतीच्या शिक्षा होणार हे १९१३ मध्ये लक्षात आले. त्यामुळे टॉलस्टॉय फार्म बंद करण्याचा निर्णय घेण्यात आला. कुटुंबाचा पोशिंदा तुरुंगातून सुटून आल्यावर काही कुटुंबे आपल्या घरी परतली. बाकीची कुटुंबे मुख्यतः फिनिक्समधीलच होती. त्यामुळे पुढील हालचालींचे मुख्य केंद्र फिनिक्सच ठरवण्यात आले.

केपच्या सर्वोच्च न्यायालयाचे न्यायाधीश सर्ल यांनी १४ मार्च १९१३ रोजी एक निकाल दिला. त्यानुसार दक्षिण आफ्रिकेत हिंदू, मुस्लिम व झोरास्ट्रियन पद्धतीने साजरे झालेले सर्व विवाह रद्द करण्यात आले. त्यामुळे कितीतरी विवाहित स्त्रिया त्यांच्या नवऱ्यांच्या पत्नी न राहता त्यांचे अवमूल्यन होऊन त्यांना रखेलीचा अवनत दर्जा देण्यात आला.

आमच्या स्त्रियांचा असा सरळसरळ अपमान झाल्यावर सोशिकपणा दाखविणे सर्वस्वी अशक्य होते. या लढ्यापासून स्त्रियांना दूर ठेवण्यापेक्षा गांधीजींनी त्यांना पुरुषांच्या बरोबरीने लढ्यात उतरण्याचे निमंत्रण दिले. स्त्रियांना तुरुंगात पाठवण्याचे पाऊल उचलणे हे गंभीर संकटांना दिलेले आमंत्रण आहे, हे गांधीजींना कळत होते. जर नंतर खटल्याच्या वेळी त्यांनी कच खाल्ली किंवा तुरुंगवासाला त्या तोंड देऊ शकल्या नाहीत अथवा त्यांनी शरण जाण्याची इच्छा प्रदर्शित केली, तर गांधीजींना त्यामुळे मोठा धक्का बसला असताच शिवाय चळवळीचेही अपरिमित नुकसान झाले असते. या लढ्याच्या संदर्भात कस्तुरबांशी कोणतीही चर्चा न करण्याचे गांधीजींनी ठरवले; पण याबाबतचे बोलणे कस्तुरबांच्या कानी पडले होते व त्यांनी स्वतःहून या लढ्यात सहभागी होण्याचे ठरवले होते. कस्तुरबांनी गांधीजींना विचारले, "मी कोणत्या बाबतीत तुरुंगवास सोसायला लायक नाही? तुम्ही इतरांना ज्या घटनेत सहभागी व्हायला सांगता, त्यामध्ये भाग घेण्याची मलाही इच्छा आहे. जर तुम्ही आणि मुलगे कठीण परिस्थिती सहन करू शकता, तर मी का करू शकणार नाही? मी लढ्यात सामील होणारच."

सीमा ओलांडून परवान्याशिवाय ट्रान्सवालमध्ये प्रवेश करणाऱ्या आक्रमकांना तुरुंगाची हवा खावी लागत होती. फार्मवरील सिस्टर्सना (नन्स) मात्र तसे करताना पकडण्यात आले नव्हते. त्यामुळे त्या सरळ पुढे न्यू कॅसल (नाताळ राज्यातील सर्वांत मोठे दगडी कोळशाच्या खाणीचे केंद्र) येथे गेल्या. तिथे गेल्यावर त्यांनी योजनेप्रमाणे कामाला सुरुवात केली. करारबद्ध मजुरांना संपावर जाण्याचा सल्ला दिला. त्याचा प्रभाव वणव्यासारखा पसरला. ट्रान्सवालच्या त्या शूर सिस्टर्सना तीन

महिन्यांच्या तुरुंगवासाची शिक्षा ठोठावली गेली. स्त्रियांना झालेल्या शिक्षेचा न्यू कॅसलजवळील खाणीत काम करणाऱ्या मजुरांवर जादूसारखा परिणाम झाला. त्यांनी आपली साधने खाली ठेवली व शहरात प्रवेश केला. १० किंवा १००च्या गटात मजुरांची संख्या मोजणे शक्य नव्हते. मजुरांची संख्या हजारांच्या घरात जाण्याएवढी फुगली. त्यांच्या राहण्याची सोय करण्याची कोणतीही व्यवस्था गांधीजींजवळ नव्हती. केवळ आकाशाचे छप्पर त्यांच्या डोक्यावर होते. सुदैवाने हवामान अनुकूल होते. न्यू कॅसलमधील व्यापाऱ्यांनी त्यांना अन्न शिजवण्यासाठी भांडीकुंडी व डाळ-तांदळाची पोती दिली. इतर ठिकाणीही सत्याग्रहींसाठी भाज्या, तांदूळ, डाळ इत्यादी वस्तू स्वखुशीने देण्यात आल्या.

या सत्याग्रही सैनिकांची संख्या सुमारे पाचहजार होती. इतक्या जणांची रेल्वेची तिकिटे काढण्याएवढे पैसे सत्याग्रहींजवळ नव्हते. त्यामुळे फक्त अपंगांनाच रेल्वेद्वारा पाठवले व इतरांनी पायी जाण्याचा निर्धार केला. गांधीजींनी सरकारला लिहिले की ट्रान्सवालमध्ये प्रवेश करून तेथील अधिवासी होण्याचा त्यांचा कधीच उद्देश नव्हता. हिरावून घेतलेल्या स्वाभिमानामुळे झालेल्या दुःखाचे निव्वळ प्रदर्शन करण्यासाठीच आणि हिंदी लोकांविरुद्धच्या कायद्याच्या निषेधाचाही परिणामकारक मार्ग स्वीकारणे आम्हाला भाग पडले. यात्रेकरूंच्या या जथ्यात २०३७ पुरुष, १२७ स्त्रिया व ५७ मुले होती. त्यांनी आपल्या यात्रेला ठरलेल्या वेळी सुरुवात केली. (६ नोव्हें. १९१३ रोजी सकाळी ६॥ वाजता. सिस्टर्सना अटक केल्यानंतर बरोबर १८ दिवसांनी.) संपाचे वृत्त आणि अटकेची बातमी विजेच्या वेगाने सर्वत्र पसरली. हजारो कामगार उत्स्फूर्तपणे व अनपेक्षितरीत्या बाहेर पडले. केंद्र सरकारला हजारो निष्पाप माणसांना तुरुंगात कोंडण्याचे अधिकार नव्हते. भारताच्या व्हाइसरॉयलाही हे सहन करणे शक्य नव्हते. सर्व जगाचे डोळे जनरल स्मट्स काय करतो याकडे लागले होते.

आयोगाने आपला अहवाल सादर केल्यानंतर थोड्याच दिवसांत सरकारने 'इंडिया रिलीफ बिल' केंद्र सरकारच्या अधिकृत गॅझेटमध्ये प्रसिद्ध केले. त्यातील एका भागान्वये भारतात पार पडलेल्या विवाहांना कायदेशीर मान्यता देण्यात आली. दुसऱ्या भागान्वये वार्षिक ३ पौंडांची परवाना फी रद्द करण्यात आली.

दक्षिण आफ्रिकेतील भारतीयांच्या हक्कांची ही महान सनदच मॅग्ना चार्टा होय, असे गांधीजींचे विनम्र मत होते. त्यांनी कधीच न उपभोगलेले हक्क त्यांना प्राप्त झाले म्हणून नव्हे, तर ८ वर्षे शारीरिक व मानसिक परिश्रम सहन केल्यावर आणि अनमोल आयुष्ये व भौतिक चीजवस्तू गमाविल्यावर या गोष्टी प्राप्त झाल्या होत्या, हे महत्त्वाचे होते.

या हक्कांच्या सनदेला मॅग्ना चार्टा म्हणण्याचे याहूनही महत्त्वाचे कारण म्हणजे

निःशस्त्र प्रतिकार हा कायदेशीर असून, प्रतिकाराचे ते स्वच्छ हत्यार असते हे स्पष्टपणे सूचित केले गेले. त्यामुळे हिंदुस्थानातून येऊन दक्षिण आफ्रिकेत वस्ती केलेल्या समाजाला नवे सामर्थ्य लाभले. जोपर्यंत भारतीय लोक आपल्या स्वाभिमानाची व हक्कांची ठामपणे मागणी करण्याची क्षमता दाखवीत नाहीत आणि हक्क मागण्याची अचूक पद्धती अवलंबित नाहीत, तोपर्यंत त्यांचे युरोपियन शेजारी तो त्यांना कधीच देऊ करणार नाहीत, हे दक्षिण आफ्रिकेतील अनुभवाने दाखवून दिले.

ही लढाई जिंकल्यानंतर १८ जुलै १९१४ रोजी गांधीजींनी कस्तुरबांसह दक्षिण आफ्रिकेला कायमचा रामराम ठोकला. त्या वेळी ती दोघेही ४५ वर्षांची होती. बोटीच्या प्रवासाला निघण्यापूर्वी गांधीजींनी जनरल स्मट्सला त्यांनी तुरुंगात तयार केलेली बुटांची जोडी भेट म्हणून पाठवली. जनरल स्मट्सने आपल्या प्रिटोरियाजवळील फार्मवर प्रत्येक उन्हाळ्यात ती वापरली. १९३९ मध्ये गांधीजींच्या ७०व्या वाढदिवशी आपल्या मैत्रीचे प्रतीक म्हणून स्मट्सने ती जोडी गांधीजींकडे परत पाठवून दिली.

थंबी नायडू :

गांधीजींचे एकनिष्ठ व धाडसी सहकारी सी. के. थंबी नायडू हे सत्याग्रह आयोजित करण्यामध्ये गांधीजींना मदत करण्यात आघाडीवर होते. १९०७मध्ये जुलैच्या सुरुवातीला सत्याग्रह सुरू झाला. सत्याग्रहाची सुरुवात रजिस्ट्रेशन कचेरीसमोरील निदर्शनाने करण्यात आली. थंबी नायडू हे प्रमुख निदर्शक होते. पहिली अटक त्यांना झाली. त्या वर्षीच्या २८ डिसेंबरला नोंदणी न केल्याचा आरोप गांधीजींप्रमाणे त्यांच्यावरही करण्यात आला. त्यांना ट्रान्सवाल सोडून देण्याचा आदेश देण्यात आला. आदेशाचे पालन न केल्याबद्दल गांधीजींबरोबर त्यांनाही १० जाने. १९०८ रोजी कारावासाची शिक्षा फर्मावण्यात आली. सत्याग्रह लांबला त्यामुळे थंबी नायडूंनी १४ वेळा तुरुंगवास सोसला. एकदा तर त्यांच्या कुटुंबातील १७ सदस्य एकाच वेळी तुरुंगात होते. १९१३ मध्ये गांधीजींनी स्त्रियांना सत्याग्रहात सामील होण्याचे आवाहन केले तेव्हा वीरामल ही नायडूंची पत्नी सर्वप्रथम स्वयंसेविका म्हणून पुढे आली. त्या वेळी ती गरोदर असून त्यांचे दिवस भरत आले होते. थंबी नायडूंचे वर्णन 'सिंहासारखे' या शब्दांत गांधीजींनी केले आहे. आपल्या 'सत्याग्रह इन साऊथ आफ्रिका' या पुस्तकात गांधीजी थंबी नायडूंबद्दल लिहितात :

''थंबी नायडू तमीळ होते; पण त्यांचा जन्म मॉरिशसमध्ये झाला होता. त्यांचे आई-वडील मद्रास राज्यातून स्थलांतर करून मॉरिशसला आले होते. ते एक सामान्य व्यापारी होते व कोणत्याही प्रकारचे औपचारिक शिक्षण त्यांनी घेतले नव्हते. व्यापक असा प्रत्यक्ष अनुभवच त्यांचा शिक्षक बनला होता. व्याकरणाच्या थोड्याफार चुका होत असल्या तरी ते उत्तम इंग्रजी बोलत व लिहीत असत. त्यांनी

तमीळ भाषेचे ज्ञानही आत्मसात केले होते. ते बऱ्यापैकी हिंदुस्थानी भाषा बोलत आणि थोडीफार तेलगूही त्यांना अवगत होती. मात्र या भाषांच्या मुळाक्षरांशी त्यांची ओळख नव्हती. त्यांची बुद्धिमत्ता तीक्ष्ण होती व कोणताही नवा विषय त्यांना पटकन लक्षात येत असे. त्यांचा कोटी करण्याचा हजरजबाबीपणा थक्क करणारा होता. त्यांनी कधीही भारत पाहिला नव्हता. तरीही त्यांच्या मातृभूमीच्या प्रेमाला कोणत्याच मर्यादा ठाऊक नव्हत्या. देशभक्ती त्यांच्या नसानसातून वाहत होती. त्यांचा निर्धार त्यांच्या चेहऱ्यावर प्रकट होत असे. त्यांची शरीरयष्टी मजबूत होती व त्यांचे शक्तिसामर्थ्य अमर्याद होते. त्यांना सभेचे अध्यक्षपद सांभाळायचे असो किंवा लोकांचे नेतृत्व करण्याची वेळ येवो किंवा वेळप्रसंगी हमालाचे काम करायला लागले, तरी सर्वत्र त्यांच्या शक्तिसामर्थ्याचे दर्शन घडत असे. सार्वजनिक रस्त्यावरून ओझे वाहून नेण्यासही त्यांना लाज वाटत नसे. काम करीत असता दिवस-रात्रीची त्यांना पर्वा नसे आणि लोकांसाठी आपले सर्वस्व गमावण्यास तयार असलेली त्यांच्याखेरीज दुसरी कोणीही व्यक्ती नव्हती.

“त्यांच्याकडे अतुलनीय चैतन्य होते. त्यांची प्रशंसा करण्याची गरजच काय? त्यांच्या तोडीचे असे फारच थोडे सत्याग्रही या लढ्यातून निर्माण झाले. स्वार्थत्यागाच्या बाबतीत नायडूंची बरोबरी करणारी व्यक्ती भारतातही सापडणे कठीणच आहे.” (२)

थंबी नायडू महान धाडसी व कमालीचे त्यागी तर होतेच, शिवाय अथक परिश्रम करण्याचा गुण त्यांच्याजवळ होता. तेथील लढ्यात भारतीय समाजाला एकत्र आणण्याच्या कामात त्यांनी गांधीजींना खूप मदत केली.

गांधीजी वकील म्हणून दक्षिण आफ्रिकेत गेले होते. तेथील सुस्थितीत असलेल्या गुजराती व्यापाऱ्यांना साहाय्य करण्यासाठी ते गेले होते आणि त्यांच्याच विनंतीवरून त्यांनी सार्वजनिक जीवनात प्रवेश केला. त्यांनी गांधीजींना अधिकाऱ्यांकडे दयेचे अर्ज व विनंती अर्ज करण्यासाठी मदत केली; मात्र जेव्हा गांधीजींनी कायदा मोडण्याचे ठरवले तेव्हा फारच थोडे व्यापारी गांधीजींचा मार्ग अनुसरण्यास तयार झाले. रुस्तुमजी हे पारशी आणि अहमद कच्छालिया या व्यापाऱ्यांनी मात्र गांधीजींचा कायदेभंगाचा मार्ग अनुसरला.

दक्षिण आफ्रिकेत तमीळ भाषकांची संख्या मोठी होती. थंबी गाडीभाडे आकारणारे कंत्राटदार होते. त्यांनी फेरीवाले, छोटे व्यापारी आणि समाजातील गरिबांतील गरिबांना या लढ्यात आणण्यासाठी मदत केली. १९१३ मध्ये संपूर्ण दक्षिण आफ्रिकेत हा लढा फैलावला. तेव्हा मळ्यात काम करणारे हजारो मजूर आणि खाण कामगार यांची मने वळवून थंबी नायडूंनी त्यांना संपावर जाण्यास प्रवृत्त केले. त्यांना लढ्यात सामील करून घेण्यात नायडूंच्या सहकाऱ्यांनी नायडूंना मदत केली. जनतेच्या अशा सहभागामुळेच जनरल स्मट्सला समझौता करणे भाग पडले.

१९१४मध्ये गांधीजींनी दक्षिण आफ्रिका सोडली. त्यानंतर ट्रान्सवाल इंडियन काँग्रेसचे अध्यक्ष या नात्याने भारतीय समाजाचे नेतृत्व थंबी नायडूंचा १९२० मध्ये मृत्यू होईपर्यंत त्यांच्याकडेच होते.

या महान योद्ध्याचे उचित स्मारक व्हावे अशी इच्छा गांधीजींनी प्रकट केली होती; परंतु दक्षिण आफ्रिकेत आणि भारतात कुठेही त्यांचे स्मारक अद्याप उभारले गेले नाही.

नारायणस्वामी :

थंबी नायडू गांधीजींशी इतके एकनिष्ठ होते, की त्यांनी आपले चारही मुलगे गांधीजींना देऊन टाकले होते. गांधीजींनी त्या मुलांना भारतात आणून आपल्या दत्तक मुलांप्रमाणे वाढवले. त्यांनी वैयक्तिक लक्ष घालून या मुलांना शिकवले व नंतर पुढील शिक्षणासाठी रवीन्द्रनाथ टागोरांच्या शांतिनिकेतनमध्ये पाठवले. नारायणस्वामी (नरन) गांधीजींच्याच मार्गदर्शनाखाली दक्षिण आफ्रिकेतील टॉयस्टॉय फार्मवर व फिनिक्स फार्मवर लहानाचा मोठा झाला होता. वडिलांच्या मृत्यूनंतर दक्षिण आफ्रिकेत परतल्यावर नारायणस्वामीने एकनिष्ठेने सर्व आयुष्य स्वातंत्र्यासाठी झगडण्यात घालवले. गांधीजी-स्मट्स करार १९१४ मध्ये होऊनही दक्षिण आफ्रिकेतल्या अधिकाऱ्यांनी भारतीयांच्या विरुद्ध भेदभाव करणारे नवे उपाय योजण्यास सुरुवात केली. त्यांना बळजबरीने देश सोडण्यास ते भाग पाडू लागले. सर्वच भारतीयांची देशाबाहेर हकालपट्टी करण्याची एक योजनाही दक्षिण आफ्रिकेतील अधिकाऱ्यांनी तयार केली होती.

दक्षिण आफ्रिकेतील भारतीय काँग्रेसचे नेतृत्व व्यापाऱ्यांकडे व अन्य व्यावसायिकांकडे होते. प्रतिकार करण्यास हे लोक तयार नव्हते. दक्षिण आफ्रिकेतील अधिकाऱ्यांकडे किंवा भारत सरकारकडे विनंती अर्ज करणे आणि त्यातून काही तडजोड स्वीकारणे, इतकेच त्यांना माहीत होते. त्यांच्यातील वैयक्तिक संघर्षामुळेही भारतीय समाजात फूट पडत असे.

परंतु या वेळेपर्यंत दक्षिण आफ्रिकेत जन्माला आलेली भारतीयांची नवी पिढी मोठी झाली होती. कोणत्याही प्रकारच्या भेदभावाचा अथवा मानखंडनेचा त्यांनी धिक्कार केला आणि संपूर्ण समानतेसाठी लढा पुकारला. ट्रेड युनियन्समध्ये भारतीय लोक आफ्रिकन लोकांबरोबर काम करीत आणि अभ्यास मंडळात त्यांच्याबरोबर चर्चा करीत. हे करताना गोऱ्या लोकांचे वर्चस्व संपुष्टात आणावयाचे असेल तर समान लढा द्यावा लागेल; त्यासाठी बहुसंख्य आफ्रिकन लोकांबरोबर सहकार्य करण्याची गरज आहे, याबद्दल भारतीयांची अधिकाअधिक खात्री पटली. एडिंबरा येथून वैद्यकीय पदवी घेऊन डॉ. युसुफ दादू, जी. एम. नायकर आणि कुमारी के. गुणम

नायडू हे तिघे जण दक्षिण आफ्रिकेत १९३५च्या सुमारास परतले. या तिघांनी भारतीय समाजाला लवकरच लढाऊ नेतृत्व दिले. भारतातून आलेला ताज्या दमाचा नारायण (नरन) या लढाऊ गटाशी एकरूप झाला. त्याने भारतीय कामगारांना संघटित केले व तो 'विटवॉटर स्ट्रँड बेकर्स युनियन'चा अध्यक्ष झाला. ट्रान्सवाल इंडियन कॉंग्रेसमध्ये राष्ट्रवादी गट स्थापन करण्यासाठी तो डॉ. दादूंना सामील झाला. आफ्रिकन लोकांबरोबरचे सहकार्य वृद्धिंगत करण्यासाठी व तडजोडीच्या नेतृत्वाची जागा घेण्यासाठी राष्ट्रवादी गट स्थापन करण्यात आला होता. १९४१ मध्ये राष्ट्रवादी गटाने आयोजित केलेल्या छोट्याशा अहिंसात्मक प्रतिकार मोहिमेतील पहिल्या तुकडीचे नेतृत्व नारायणने केले होते. एकत्रित लढा देण्यासाठी बिगर युरोपियनांची संयुक्त आघाडी स्थापन करण्यासाठी त्याने मदतीचा हात पुढे केला. जेव्हा ट्रान्सवाल इंडियन कॉंग्रेसचे नेतृत्व बदलण्याची वेळ १९४६मध्ये आली, तेव्हा डॉ. दादू अध्यक्ष व नारायण उपाध्यक्ष म्हणून निवडून आले.

भारतीय समाजाने १९४६मध्ये अहिंसात्मक प्रतिकाराची मोठी मोहीम हाती घेतली. या मोहिमेला गांधीजींचे आशीर्वाद लाभले होते. घेट्टो कायद्यामुळे जमिनीच्या मालकी हक्कांवर बंधने घालण्यात आली होती व त्यांना वेगळ्या जागेत कोंडून ठेवण्यात आले होते. या घेट्टो कायद्याच्या विरोधात मोहीम सुरू करण्यात आली होती. १९४८मध्ये मोहीम स्थगित केली जाईपर्यंत दोन हजारांहून अधिक स्त्री-पुरुषांनी स्वतःला अटक करून घेतली होती. आफ्रिकन लोकांबरोबरच्या या मोहिमेतल्या ऐक्याची परिणती पुढे एकत्रित संयुक्त सार्वजनिक चळवळीत झाली. ही चळवळ वंशभेदाचे अमानवी धोरण पुरस्कृत करणाऱ्या नॅशनल पार्टीच्या सत्ताधाऱ्यांविरुद्ध होती. १९५५मध्ये आफ्रिकन व भारतीय यांच्या संयुक्त नेतृत्वाखाली अन्याय्य कायद्यांना विरोध करून ते मोडण्यासाठी मोहीम सुरू केली गेली. या मोठ्या अहिंसक मोहिमेमध्ये सर्व वंशाचे आठ हजारांहून अधिक लोक तुरुंगात गेले होते. या निर्णायक क्षेत्रात नारायणस्वामीने महत्त्वाची कामगिरी केली. आपल्या मनस्वी बांधिलकीने वंशभेदाविरुद्धच्या लढाऊ चळवळीत तो सहभागी झाला. १९४६मध्ये त्याने म्हटले, "जोपर्यंत विभक्त करण्याच्या धोरणाला सरळ सरळ विरोध करण्यासाठी ते बाहेर पडत नाहीत, तोपर्यंत त्यांच्या येथील जीवनात सुधारणा होणे शक्य नाही, असे मला नेहमीच वाटत आले आहे. सर्व बिगर युरोपियनांना नेहमी गौण लेखणे हे विभक्त करण्याच्या धोरणाचे लक्ष्य आहे. सरकारी अधिकाऱ्यांसमोर हातात हॅट घेऊन त्यांच्याकडे जुजबी सवलतींसाठी याचना करण्याचे दिवस आता संपले आहेत. " (३)

नारायणस्वामी ट्रान्सवालमधील अहिंसात्मक प्रतिकार मंडळाचे अध्यक्ष होते. या मंडळातर्फे १९४६ची मोहीम हाती घेण्यात आली होती. या मोहिमेत त्यांना दोन

वेळा कारावास सोसावा लागला होता. १९४६च्या ऑगस्टमध्ये जेव्हा निष्ठुरपणे हिंसा करून खाणकामगारांचा संप सरकारने चिरडून टाकला, तेव्हा खाणकामगारांच्या मदतीसाठी त्यांनी संघटित प्रयत्न केले. १९४६ मध्ये झुलू-भारतीय बंड दरबानमध्ये झाले, तेव्हा आपले आयुष्य धोक्यात घालून त्यांनी बंड झालेल्या भागात शांततेसाठी दौरा केला. मे दिनाच्या दिवशी संपाचे आयोजन करणाऱ्यांत ते होते आणि १९५० मध्ये राष्ट्रीय निषेधदिन आयोजित करणाऱ्यांत आघाडीला असलेल्यांमध्ये ते एक होते. गोऱ्या राज्यकर्त्यांची अवगणना करण्याची मोहीम आखण्यासाठी त्यांनी मदत केली. त्या मोहिमेत त्यांना दोनदा तुरुंगवासाची शिक्षा झाली. जे लोक तुरुंगवास भोगीत होते, त्यांच्या कुटुंबीयांना मोहिमेचा प्रमुख कल्याणकारी अधिकारी म्हणून त्यांनी मदत केली.

वयाच्या ५३व्या वर्षी त्यांचे निधन झाले. ट्रान्सवाल इंडियन काँग्रेसने त्यांच्या मृत्यूनंतर केलेल्या ठरावात म्हटले, ''भौतिक सुखासाठी आवश्यक त्या वस्तू नसल्या तरी त्यांच्या घरात नेहमीच ते आदरातिथ्य करीत असत, हे सर्वज्ञात होते.'' (४)

मनोन्मनी :

आदरातिथ्याचे सारे श्रेय नारायणस्वामींची पत्नी मनोन्मनीकडे जाते. मनोन्मनी त्यांच्याबरोबर लढ्यात होती व तिने कायद्याचा अवमान करण्याच्या मोहिमेत दोनदा तुरुंगवास भोगला. स्वातंत्र्य चळवळीत त्या फक्त आपल्या मुलांच्याच नव्हे, तर चळवळीत सहभागी होणाऱ्या हजारो लोकांच्या आई (अम्मा) झाल्या होत्या. नारायणस्वामी व अम्मा यांची मिळकत तुटपुंजी होती. त्यामध्ये ती दोघे आपल्या मुलांना कॉलेजचे शिक्षण देऊ शकत नव्हती. अम्मा व स्वामी यांनी स्वतःला चळवळीत झोकून दिले होते. त्यांच्या घरी नेहमी पाहुणेरावळे- चळवळीतील माणसे असत. डून फाँटेन येथील रॉकी स्ट्रीटवरील त्यांचे घर 'पीपल्स हाऊस' म्हणून ओळखले जाऊ लागले.

त्यांची पाचही मुले स्वातंत्र्य चळवळीत सामील झाली होती. जसजशी दडपणे वाढत गेली, तसतसा सूडबुद्धीने देण्यात आलेला त्रास त्यांना सहन करावा लागला. त्याबरोबरच डांबून ठेवणे, एकलकोंडे ठेवणे आणि अन्य प्रकारचा छळही त्यांना सोसावा लागला. दुःखी असूनही अम्मा सतत प्रेरणा व शक्ती यांचा स्रोत बनून राहिल्या होत्या. स्वातंत्र्य चळवळीत हृदयवेदनेसाठी जर कोणा मातेचा सन्मान करावयाचे ठरवले, तर त्या सुवर्णपदकाच्या मानकरी अम्मा ठरतील. प्रिटोरियामध्ये नातेवाइकांबरोबर राहणाऱ्या अम्मांची प्रकृती अलीकडे फारशी बरी नसते. तरीही त्यांची लढ्याशी असलेली बांधिलकी कायम आहे. अम्मांचा नवरा ४० वर्षांपूर्वी

जसा ट्रान्सवाल इंडियन काँग्रेसचा अध्यक्ष होता तशाच त्याही आज आहेत.

शांतिवथी (शांती)

शांतिवथी १९३५ मध्ये जन्मली. बालपणी ती ट्रान्सवाल इंडियन काँग्रेसमध्ये सक्रिय होती. नंतर १९५४ मध्ये स्थापन झालेल्या 'विविध वंशी साऊथ आफ्रिकन फेडरेशन ऑफ विमेन' मध्ये भाग घेत असे. तिच्या वडिलांच्या मृत्यूनंतर काँग्रेस ऑफ डेमोक्रॅट्स या आफ्रिकन व इंडियन काँग्रेसबरोबर जोडल्या गेलेल्या गोऱ्यांच्या संघटनेच्या कचेरीत कारकून म्हणून ती नोकरी करू लागली. १९६२मध्ये या संघटनेवर बंदी घालण्यात आली. त्यामुळे नंतर ती ट्रेड युनियन्सच्या साऊथ आफ्रिकन काँग्रेसच्या कचेरीत काम करू लागली. तिच्यावर ५ वर्षे नोकरी न करण्याचा हुकूम बजावल्यामुळे ती नोकरीही तिला १९६८च्या डिसेंबरमध्ये सोडावी लागली. नंतर एका पुस्तकांच्या दुकानात तिला कशीबशी नोकरी मिळाली.

वंशभेदाचा पुरस्कार करणाऱ्या अधिकाऱ्यांनी 'मनाई' हा शिक्षेचा नवा प्रकार शोधून काढला होता. त्यामुळे स्वातंत्र्य चळवळीतील हजारो लोकांवर बंधने आणून त्यांना गप्प करता येत होते व त्रासही देता येत होता. 'न्याय'मंत्री लहरीपणाने कोणावरही बंदी हुकूम बजावीत असे आणि त्याच्या विरोधात न्यायालयात अपील करता येत नसे.

असे बंदी हुकूम सामान्यतः दोन ते पाच वर्षांसाठी असत. बंदी घातलेल्या व्यक्तींवर जिल्ह्याच्या दंडाधिकाऱ्याने बंधने लादलेली असत. जिल्हा दंडाधिकाऱ्याच्या खास परवानगीशिवाय त्यांना तो जिल्हा सोडता येत नसे. त्यांना दररोज अथवा दर आठवड्याला पोलिस स्टेशनवर जाऊन हजेरी लावावी लागे. तीन अथवा त्यांहून अधिक व्यक्तींच्या 'मेळाव्या'ला हजर राहण्याची त्यांच्यावर बंदी असे आणि कधीकधी त्यांना कारखाने, शाळा, वृत्तपत्रांच्या कचेऱ्या यांना भेट देण्याचीही परवानगी दिली जात नसे. बंदी घातलेल्या दुसऱ्या व्यक्तीबरोबर त्यांना संपर्क साधता येत नसे. अशा दुसऱ्या व्यक्ती बहुधा त्यांच्या मित्रमंडळीपैकीच असत. आपले लिखाण अशा व्यक्ती प्रसिद्ध करू शकत नसत. तसेच त्यांच्या लिखाणातील कोणताही भाग उद्धृत करण्याची परवानगी नसे. रात्री अथवा आठवड्याच्या अखेरीस (शनिवार-रविवार) किंवा दिवसाचे २४ तास घरातच राहण्याचेही त्यांच्यावर बंधन घातले जात असे. सामाजिक आयुष्य क्वचितच त्यांच्या वाट्याला येत असे आणि पोलिसांच्या त्रासाला त्यांना सतत सामोरे जावे लागत असे.

बंदी हुकूम मोडल्याच्या आरोपावरून शांतीला १९६५च्या फेब्रुवारीत अटक करण्यात आली. आफ्रिकन कायदेपंडित व स्वातंत्र्यलढ्याचा पाठीराखा दिवंगत ब्राम फ्रॅचर याच्या खटल्याची सुनावणी ऐकण्यासाठी त्या न्यायालयात उपस्थित राहिल्या

होत्या. भाना अहमद या बंदी असलेल्या भारतीयाने तिला अभिवादन केले. त्या वेळी तोंडावर बोट ठेवून तिने आपल्यावरही बंदी असल्याचे सूचित केले. या तिच्या कृत्याबद्दल तिला तुरुंगात टाकून न्यायालयात हजर करण्यात आले; पण तिची सुटका करण्यात आली.

दुसऱ्या एका प्रसंगी ती आजारी पडली असताना तिला इस्पितळात नेण्यात आले. सुरक्षा पोलिस तत्काळ तिच्या अंथरुणाजवळ येऊन 'बदललेला पत्ता न कळवल्याचा आरोप तुमच्यावर ठेवण्यात येईल' अशी तिला धमकी देऊ लागले. बंदी हुकूम बजावलेल्या व्यक्तीवर बदललेला पत्ता पोलिसांना कळवण्याचे बंधन होते. इस्पितळात दाखल करणे म्हणजे पत्ता बदलणे नव्हे; तरीही पोलिस त्रास देत होते.

डिसेंबर १९६५मध्ये आपल्यावरील जाचक बंधने संपुष्टात येतील अशी तिला आशा वाटत होती; परंतु तिच्यावर आणखी पाच वर्षांसाठी अधिक कडक बंधने लादली गेली. तेव्हा तिने ब्रिटनला जाण्याचा निर्धार केला. तिची धाकटी बहीण परागंदा झाली होती. तिथे जाऊन नोकरी शोधता येईल आणि नेहमीचे जीवन जगता येईल, अशी शांतीची अपेक्षा होती. तिने देशाबाहेर जाण्याच्या परवान्यासाठी अर्ज केला. तो फेटाळला गेला. जून १९६६ मध्ये तिला पुन्हा तुरुंगात डांबले गेले. तिला कुटुंबीयांना अथवा वकिलाला भेटण्याची परवानगी नव्हती. तिला मुक्त केल्यास ती ताबडतोब देश सोडून निघून जाईल, असे प्रतिज्ञापत्र तिच्या कुटुंबीयांनी अधिकाऱ्यांकडे सादर केले; परंतु ते सगळे व्यर्थ ठरले.

२१ डिसेंबर १९६९ रोजी विनी मंडेला व इतर २१ जणांवर चालू असलेल्या खटल्यात पुरावा देण्यासाठी शांतीला न्यायालयात आणले गेले. विनी मंडेला व इतरांवर आफ्रिकन नॅशनल काँग्रेसच्या ध्येयपूर्तीसाठी प्रयत्न केल्याचा आरोप ठेवण्यात आला होता.

तिच्या कुटुंबीयांना त्या वेळी ६ महिन्यांनंतर तिचे दर्शन घडले होते. विनी मंडेलांच्या खटल्यात महत्त्वाचे साक्षीदार ठरू शकतील अशा कोणाही व्यक्तीला तुरुंगात टाकण्याची परवानगी कायद्याने दिली होती, हेही त्याच वेळी तिच्या कुटुंबीयांना समजले. कोणताही पुरावा देण्याची आपली इच्छा नसल्याचे शांतीने न्यायालयात सांगितले. पुरावा न देण्याची योग्य कारणे न सांगितल्यास तिला तुरुंगात डांबले जाईल, अशी धमकीही न्यायाधीशाने तिला दिली. शांतीने उत्तर दिले, "आरोपींमध्ये माझ्या दोन मैत्रिणी आहेत. मला पुरावा देण्याची इच्छा नाही. कारण तसे केले तर मी माझ्या सदसद्विवेकबुद्धीनुसार जगू शकणार नाही." ज्या मैत्रिणींचा उल्लेख तिने केला त्या दोघी विनी मंडेला आणि जॉयस शिकाकाने या होत्या.

शांतीला एकाकी कोठडीत ठेवण्यात आले होते व तिला जमिनीवरच झोपावे

लागत होते. कैद्यांना दिवसातून कमीत कमी अर्धा तास व्यायाम करण्याची परवानगी नियमाप्रमाणे देण्यात येते, तीही तिला नाकारल्याने तिने आपल्या वकिलाने विचारलेल्या प्रश्नांना उत्तरे देताना सांगितले.

"माझ्यावर प्रश्नांची सरबत्ती केली जात असताना मला पाच दिवस व पाच रात्री जबरदस्तीने कायम उभे करण्यात आले होते. त्या कालावधीत काळाचे कोणतेही भान मला नव्हते. जेव्हा मला माझ्या कोठडीत परत आणण्यात आले, तेव्हा पाच दिवस संपल्याची फक्त मला जाणीव झाली आणि कोठडीवर लक्ष ठेवणाऱ्या बाईने मला त्या दिवशी कोणता दिवस होता हे सांगितले. दुःस्वप्नासारखे भयानक भास मला होत असत. त्यांमध्ये अर्धवट भंगलेल्या स्वप्नात सर्व प्रश्नांचा गुंता होऊन जात असे. काय घडते आहे ते माझ्या लक्षात येत नसे."

मानवी भावना असलेल्या एखाद्या न्यायाधीशाचे हृदय द्रवले असते. त्याने किमान अशा अशक्त स्त्रीचा छळ व तिला वाईट वागणूक देणाऱ्यापासून तिचे संरक्षण करण्याचा प्रयत्न केला असता, असे वाटणे स्वाभाविक आहे; परंतु अमानुष कायद्यांची अंमलबजावणी करावी लागत असल्यामुळे दक्षिण आफ्रिकेतील न्यायाधीश आपली माणुसकी हरवून बसले होते.

न्यायाधीश बेक्कर यांनी खटल्याचा निकाल शांतीच्या विरोधात दिला व म्हटले, "तुमच्या मैत्रिणींच्या विरोधी पुरावे देण्यास भाग पाडणे हे नक्कीच तुम्हाला सुखावह नाही. तुमचे समर्थन नैतिक आहे; परंतु माझ्या मते ते उचित नाही." न्यायाधीशाने तिला दोन महिन्यांच्या तुरुंगवासाची शिक्षा ठोठावली आणि यापुढेही पुरावे देण्यास नकार दिला तर पुन्हा शिक्षा भोगावी लागेल अशी धोक्याची सूचनाही दिली.

विनी मंडेला आणि इतरांवरील खटला १६ फेब्रुवारी १९७० रोजी ॲटर्नी जनरलने पुराव्याअभावी थांबवला. त्यामुळे शांतीला पुरावा देण्याची गरज उरली नव्हती. त्यामुळे शांतीच्या आईने तिच्या सुटकेसाठी न्यायालयाकडे तातडीने अर्ज केला. पोलिसांनी मात्र शांतीला आता दहशतवादविरोधी कायद्याखाली डांबून ठेवण्यात आल्याचे व तिच्या सुटकेचा आदेश न्यायालयाने देऊ नये, असे सांगितले. अखेरीस तुरुंगात ३७१ दिवस काढल्यानंतर जून १९७०मध्ये तिची सुटका झाली.

परंतु तिला करावे लागणारे अग्निदिव्य संपले नव्हते. तिने दक्षिण आफ्रिका सोडून जाण्याची परवानगी मागणारा अर्ज पुन्हा एकदा केला. १९७१च्या मार्चमध्ये गृहमंत्र्याकडून तशी परवानगी मिळाल्यामुळे ती आनंदी होती. जोहान्सबर्गच्या जिल्हाधिकाऱ्यांनी बंदी हुकूम बजावलेला असल्यामुळे शहराच्या हद्दीवर असलेल्या विमानतळावर जाण्यासाठी तेथील न्यायमंत्र्याच्या परवानगीची गरज होती. शांतीने तशी परवानगी अर्जाद्वारे मागितली होती; पण ती नाकारण्यात आली.

१६ मार्च १९७१च्या 'रँड डेली मेल'मध्ये अँथनी हॉलिडेने लिहिले, ''गाडी पुन्हा मूळ पदावर आली. शांती नायडू पुन्हा पुस्तकांच्या दुकानात कामाला लागली व पुढे काय घडेल याची वाट पाहत बसली. सकाळी ७ ते रात्री ७च्या दरम्यान ती रोज पोलिसांपुढे हजेरी लावीत असे. कोणत्याही सामाजिक समारंभाला हजर न राहण्याची ती खबरदारी घेत असे. त्यांच्यावरही बंदी येईल या भीतीने आपल्या जुन्या मित्र-मैत्रिणींशी ती बोलत नसे. आपल्या भावना ती लेखनाद्वारा प्रसिद्ध करीत नसे किंवा वृत्तपत्रांशी संपर्क ठेवीत असे; परंतु 'मी घाबरत नाही' असे स्पष्ट भाव मात्र तिच्या नजरेत दिसून येत असत.

आपल्या धाकट्या भावाच्या लग्नसमारंभाला आणि निकटच्या नातेवाइकाच्या अंत्ययात्रेला शांती हजर राहू शकली नाही. आपल्या जिवलग मैत्रिणीशी ती बोलू शकत नव्हती किंवा सुटीवर जाऊ शकत नव्हती. तिने देश सोडण्याची परवानगी मागणारा अर्ज प्रिटोरियाच्या सर्वोच्च न्यायालयाकडे केला; पण तो तिच्या विरोधात गेला. सर्वोच्च न्यायालयाच्या अॅपेलेट डिव्हिजनकडे केलेल्या अर्जाचीही तशीच वासलात डिसें. १९७१मध्ये लागली. शिवाय न्यायालयाच्या सुनावणीपोटी झालेल्या रकमेची भरपाई करण्यास तिला सांगण्यात आले.

अखेरीस, आंतरराष्ट्रीय दबाव आणि लोकसभेतील लिबरल सदस्य हेलेन सूझमन यांच्या मध्यस्थीमुळे सप्टें. १९७२मध्ये दक्षिण आफ्रिका सोडून जाण्याची तिची परवानगी मान्य करण्यात आली. त्याच वेळी तुरुंगवासात असलेल्या आपल्या भावाला भेटण्याची परवानगी तिला प्रथमच देण्यात आली होती.

तिला ताबडतोब देश सोडून जाता यावे म्हणून मित्रमंडळी व नातेवाईक यांनी घाईघाईने विमान तिकिटासाठी व न्यायालयात दंडाची रक्कम देण्यासाठी पैसे जमवले. विमानतळावर तिला निरोप देण्यासाठी सर्व वंशांचे दोनशेहून अधिक लोक जमा झाले होते. त्या सर्वांनी 'वुई शॅल ओव्हरकम' हे गाणे म्हटले. तिच्यावर बंदी हुकूम लागू असल्यामुळे तिला प्रत्येकाचा स्वतंत्रपणे निरोप घ्यावा लागत होता.

स्मरणार्थ :

''दुसऱ्या एका स्तंभात निष्क्रिय प्रतिकार करताना मृत्यू आलेल्या एका शहीदाचा उल्लेख आम्ही केला होता. विशीही न गाठलेल्या या भारतीय तरुणीचे नाव होते वल्लीअम्मा मूनस्वामी. विवाह कायद्यामुळे वल्लीअम्माच्या आई-वडिलांच्या विवाहाचा अवमान तर झालाच; शिवाय तिच्या जन्मालाही काळिमा फासला गेला. अशा या कायद्याला विरोध केल्यामुळे तिला तुरुंगवास सोसावा लागला. तुरुंगातून सुटून आल्यावर दोनच दिवसांत झालेल्या तिचा आकस्मिक व अनपेक्षित रीत्या झालेला मृत्यू, हीच तिची शोकांतिका होती. या भारतीय कन्येच्या निधनाबद्दल आम्ही दुःख

व्यक्त करतो. कोणताही प्रश्न उपस्थित न करता तिने आपले कर्तव्य केले. स्त्रीसुलभ धैर्य, अभिमान, इच्छाशक्ती यांचे एक नमुनेदार उदाहरण तिने आपल्यासमोर ठेवले आहे. तिचे हे बलिदान भारतीय समाज व्यर्थ जाऊ देणार नाही, अशी आम्हाला खात्री वाटते. आम्ही तिला सहानुभूतीपूर्ण आदरांजली वाहतो.'' (५)

अकाली मृत्यू ओढवलेली तरुण अहिंसात्मक प्रतिकारक :

''अतिशय खेदाने आम्ही जोहान्सबर्गच्या वल्लीअम्मा या मूनस्वामी मुदलियार यांच्या कन्येच्या मृत्यूची बातमी देत आहोत. २२ तारखेला जोहान्सबर्ग इथे तिला तुरुंगातील दीर्घ आजारानंतर मृत्यू आला. गुन्हा शाबीत झाल्यापासून ती अंथरुणाला खिळली होती. तुरुंगातून सुटका झाल्यावरही तिला खूप त्रास होत होता. स्व. कुमारी वल्लीअम्माचा जन्म १८९८मध्ये जोहान्सबर्ग येथे झाला. तिचे शालेय शिक्षण सरकारी शाळेत झाले. गेल्या २९ ऑक्टोबरला ती अहिंसात्मक प्रतिकार लढ्यात सामील झाली. नंतर स्त्रियांच्या पथकासमवेत ती पुढे न्यू कॅसलला गेली.

नंतर तिने चार्ल्सटाऊन, डंडी, लेडीस्मिथ, डॅनहौसी, मॅरिटाबर्ग, टोंगाट व दरबान या शहरांतून मदतकार्य केले. प्रसंगवशात तिने ट्रान्सवालची सीमा ओलांडली. त्याबद्दल तिला, तिच्या आईला व इतरांना वोकस्ट्रस्ट येथे दोषी ठरवले गेले. त्यांना तीन महिन्यांची सश्रम कारावासाची शिक्षा ठोठावण्यात आली. ११ तारखेला प्रोव्हिजनल अॅग्रीमेंटखाली तिची सुटका करण्यात आली.

ट्रान्सवालमध्ये वस्ती करणाऱ्या पहिल्या भारतीयांमध्ये तिचे वडील होते. निःशस्त्र प्रतिकाराच्या चळवळीत त्यांनी एकदा तुरुंगवास भोगला होता. शेवटच्या मोहिमेच्या वेळी ते खूपच आजारी होते. त्यांच्यावर झालेल्या शस्त्रक्रियेतून ते नुकतेच बरे झाले होते. वल्लीअम्माच्या आई-वडिलांच्या दुःखात आम्ही सहभागी आहोत. त्यांच्या न भरून येणाऱ्या हानीबद्दल आम्ही उत्कट सहानुभूती व्यक्त करीत आहोत.'' (६)

वल्लीअम्मा खूप धैर्यशील होती. ती मृत्युशय्येवर असताना गांधीजी तिला भेटायला गेले होते. त्यांनी तिला विचारले, ''लढ्यात सहभागी झाल्याचा तुला पश्चात्ताप होतो आहे का?'' तिने उत्तर दिले, ''मुळीच नाही. उलट या क्षणीदेखील सत्याग्रह करण्याची माझी तयारी आहे.''

दक्षिण आफ्रिकेतील सत्याग्रह :

मला पक्की आठवण आहे. सर्व युरोपियनांमध्ये व भारतीयांमध्ये गांधीजींनी कुमारी श्लेझिनला मानाचे स्थान दिले आहे - ''कामातील एकाग्रता, शुद्ध मनाने कार्य करण्याची समर्पित वृत्ती आणि विलक्षण निर्धार, ही श्लेझिनच्या ठायी

असलेली गुणसंपदा क्वचित अन्य कोणांत मी पाहिली असेल. कोणत्याही बक्षिसाची अपेक्षा न धरता त्यांनी भारतीय स्वातंत्र्यासाठी आपले सर्वस्व अर्पण केलेले पाहून मी आश्चर्यचकित झालो. या गुणसंपदेत जेव्हा तुम्ही त्यांची विलक्षण क्षमता व शक्ती यांची भर घालता, तेव्हा ती एकत्रित गुणवैशिष्ट्ये हा तुमच्या चळवळीचा अनमोल ठेवा बनतात. हे मी सांगण्याची गरज नाही; तरीही मी सांगतो तुम्ही तिची काळजी घ्या.'' असे गोपाळ कृष्ण गोखले गांधीजींना म्हणाले.

कुमारी श्लेझिन खूपच खोडकर वृत्तीची होती. ती अतिशय समर्थ व मनमोकळी होती. जेव्हा सेठ कच्छालियासारखे पुढारी तुरुंगात होते, तेव्हा फार मोठ्या निधीवर तिचे नियंत्रण होते. सर्व हिशेबठिशेब तिच्या ताब्यात होते. विविध स्वभावांच्या कामगारांबरोबर तिला काम करावे लागले. जेव्हा एखाद्या प्रस्तावाच्या नैतिक उद्देशाबाबत तिला शंका येत असे, तेव्हा ती त्याबाबत मोकळेपणाने गांधीजींशी चर्चा करीत असे.

श्री. डोल 'इंडियन ओपिनियन'चा सर्व कारभार सांभाळत असत. ते आपले लेख श्लेझिनकडून मान्य करून घेत असत. एकदा त्यांनी गांधीजींना सांगितले, ''जर कुमारी श्लेझिन इथे नसत्या तर माझ्या लेखाने मी स्वतःचेच कसे समाधान करू शकलो असतो, ते मला कळत नाही. तिच्या बहुमोल मदतीचे मी पुरेसे गुणगानही करू शकलेलो नाही. तिने सुचवलेल्या सुधारणा व घातलेली भर योग्य आहे हे जाणून मी ती स्वीकारलेली आहे.'' पठाण, पटेल व करारनाम्याने बांधलेले बाहेरचे सर्व वर्गांचे व वयांचे लोक तिच्याभोवती गोळा होत. तिचा सल्ला घेत व त्यानुसार वागत. दक्षिण आफ्रिकेतील युरोपियन लोक भारतीय ज्या आगगाडीच्या डब्यात बसत, त्यातून सहसा प्रवास करीत नसत आणि ट्रान्सवालमध्ये तर त्यांना तसे करण्यासच बंदी होती. तरीही भारतीयांसाठी असलेल्या तिसऱ्या वर्गाच्या डब्यातूनच श्लेझिन अन्य सत्याग्रहींप्रमाणे प्रवास करीत असे. गाडीतील रक्षकांनी जरी तिला विरोध केला तरी ती त्यांना जुमानत नसे. यामुळे ती एखाद्या दिवशी पकडली जाईल अशी गांधीजींना भीती होती, तर स्वतः पकडले जाण्याची श्लेझिनला आशा वाटत होती. ट्रान्सवाल सरकारच्या अधिकाऱ्यांना तिच्या सामर्थ्याची, चळवळीतील डावपेचांवर असलेल्या तिच्या प्रभुत्वाची आणि सत्याग्रहींवर असलेल्या तिच्या प्रभावाची चांगलीच जाणीव होती. तरीही तिला न पकडण्याच्या आपल्या स्त्री-दाक्षिण्याच्या धोरणाला ते चिकटून राहिले. (७)

श्लेझिनने दरमहा मिळणाऱ्या ६ पौंडाच्या भत्त्याखेरीज अधिक काही मागितले नाही, अथवा अधिकाची अपेक्षा धरली नाही. तिच्या गरजा लक्षात आल्यावर गांधीजीच तिला दरमहा दहा पौंड देऊ लागले. त्याचाही स्वीकार तिने अनिच्छेनेच केला आणि अधिक काहीही घेण्यास पूर्णपणे नकार दिला. ''मला अधिकाची गरज

नाही आणि माझ्या गरजांपेक्षा अधिक काही मी घेतले तर ज्या तत्त्वांमुळे मी आपल्याकडे आकर्षित झाले, त्यांनाच मी धोका दिल्यासारखे होईल.'' असे सांगून ती गांधीजींना गप्प करीत असे. केप विद्यापीठाची इंटरमिजिएट परीक्षा ती उत्तीर्ण झाली होती. तसेच तिने शॉर्टहँडमधील पदविकेत प्रथम वर्ग मिळवला होता. लढा संपल्यावर तिने पदवी प्राप्त केली आणि ट्रान्सवालमधील सरकारी शाळेत ती मुख्याध्यापिकेचे काम करू लागली.

गांधीजींना साहाय्य करणाऱ्या तीन महिला :

१. कुमारी हॉब हाऊस या लॉर्ड हॉबहाऊसच्या कन्या- बोअर युद्धाच्या वेळी लॉर्ड मिल्नरच्या इच्छेविरुद्ध त्या ट्रान्सवालमध्ये पोहोचल्या. बोअर स्त्रियांमध्ये त्या अतिशय साधेपणाने वावरत. बोअर युद्धासंबंधीच्या ब्रिटिशांच्या धोरणाला त्यांनी विरोध केला. श्री. स्टीड यांच्याप्रमाणेच इंग्लंडच्या पराभवासाठी परमेश्वराकडे प्रार्थना केली. बोअर लोक तिच्याबद्दल प्रेम व्यक्त करीत व तिला मानही देत असत. काळा कायदा तोडून बोअर लोकांच्या मनात तिने कायम स्थान मिळवले.

२. कु. ऑलिव्हर श्रायनर - 'ड्रीम्स' या पुस्तकाच्या प्रसिद्ध लेखिका असलेल्या ऑलिव्हर श्रायनरला दैवी देणगी लाभलेली असून, त्या दक्षिण आफ्रिकेत लोकप्रिय होत्या. मानवजातीबद्दल त्यांच्या मनात अपरंपार प्रेम होते. असामान्य कुटुंबात जन्माला आलेल्या या विद्वान स्त्रीच्या सवयी साध्यासुध्या होत्या. त्या स्वभावाने नम्र होत्या. स्वतःची भांडीकुंडी त्या स्वतःच स्वच्छ करीत असत. दक्षिण आफ्रिकेत श्रायनर हे नाव लोकप्रिय असल्यामुळे लग्नानंतर त्यांनी नाव बदलले नाही. आपले घरातील काम स्वतः करणाऱ्या श्रायनरनी अनेक पुस्तके लिहिली होती. आपल्याकडील निग्रो नोकरचाकर व आपण स्वतः यांमध्ये त्या भेदभाव करीत नसत. शारीरिक कामामुळे आपल्या साहित्यिक क्षमतेला चालना मिळते, असे त्या म्हणत असत. प्रतिभेची दैवी देणगी लाभलेल्या या स्त्रीने भारतीय लढ्यासाठी दक्षिण आफ्रिकेतील युरोपियनांवर आपला प्रभाव टाकला आणि गौर वर्णीय समाजातील आपले वजन वापरले.

३. कु. मोल्टेनो : दक्षिण आफ्रिकेतील एका प्राचीन कुटुंबातील या वृद्ध स्त्रीने भारतीयांसाठी प्रयत्नांची पराकाष्ठा केली. (८)

गोवा मुक्ती आंदोलन :

डॉ. ज्युलिओ मेनेझिस या आपल्या गोव्यातील मित्राकडे डॉ. लोहिया विश्रांतीसाठी गेले होते. पोर्तुगीज सरकारविरुद्धच्या तक्रारी घेऊन गोव्यातील लोक लोहियांना भेटले. सरकारी परवानगीशिवाय जाहीर सभा भरवण्याचा त्यांना हक्क नव्हता. डॉ.

लोहियांनी नियम मोडून १८ जून १९४६ रोजी मडगावला सत्याग्रह करण्याचे ठरवले. पोर्तुगीज सरकारला आव्हान देण्याचे त्यांचे धैर्य पाहून तेथील लोक आश्चर्यचकित झाले. लोहियांना अटक करून त्यांना क्वार्तेलच्या मुख्य पोलिस ठाण्यावर डांबण्यात आले. लोहियांपाठोपाठ दीडशे लोकांना अटक करण्यात आली. त्यामध्ये वत्सला कीर्तनी, डॉ. नीलकंठ कारापूरकर, व्यंकटेश वेर्णेकर, त्रिविक्रम वैद्य, डॉ. विनायक मयेकर, विश्वनाथ लवंदे, एव्हरग्रेयू जॉर्ज यांचा समावेश होता. ज्यांनी भाषणबंदीचा हुकूम मोडला, त्यांना अटक करण्यात आले. गोव्यातील क्रांतीने स्त्रियांमध्ये मुक्तीच्या लढ्याची जाणीव निर्माण केली. मडगावच्या ६० स्त्रियांनी क्वार्तेलसमोर निदर्शने करून कु. कीर्तनीच्या सुटकेची मागणी केली. त्यांच्या या असाधारण मागणीमधील विलक्षण सामर्थ्यामुळे पोलिसांना कु. कीर्तनींना मुक्त करणे भाग पडले. इतर मुलींसमवेत वत्सला कीर्तनींनी मिरवणूक काढली होती. 'महात्मा गांधी की जय', 'जय हिंद', 'भारतमाता की जय', अशा घोषणा त्या मुली देत होत्या. पोलिसांनी त्यांना मारहाण करून अटक केली. शेकडो धाडसी स्त्रिया जागृत झाल्या. मुसळधार पावसाला न जुमानता त्या त्यांच्या सुटकेची अथवा आपल्या अटकेची मागणी करण्यासाठी पोलिस स्टेशनवर गेल्या.

१९ जून रोजी सकाळी लोहियांच्या अटकेची बातमी पणजीमध्ये पसरली. प्रा. मंपत यांच्या नेतृत्वाखाली अनेक विद्यार्थी व शिक्षक एकत्र जमले. पणजीतील मुख्य रस्त्यावरून त्यांची मिरवणूक निघाली. मंपतना अनेबल मॉंटेरोने निर्दयपणे मारहाण केली. त्यानंतर मिरवणुकीचे नेतृत्व प्रा. भंडारे यांनी केले. स्त्रियांच्या मिरवणुकीच्या प्रमुख होत्या श्रीमती शहा. त्यांनी आपल्या हातात तिरंगा धरला होता. पार्तुगीज सैनिकांनी स्त्रिया व मुलींनाही मारहाण केली. त्यामुळे त्या जखमी झाल्या. त्यांनी मुलांनाही मारहाणीतून वगळले नाही.

९ जाने. १९४७ रोजी मुंबईतील जिना हॉलमध्ये गोवा लढ्याच्या संदर्भात सभा भरली होती. या सभेत बोलताना गोव्यातील लोकांनी गोवा मुक्तीचा लढा चालू ठेवावा, असे आवाहन डॉ. लोहिया यांनी केले. गोवामुक्तीसाठी त्या सभेत अनेकांनी पैसे दिले व स्त्रियांनी आपले दागदागिने दिले.

"१५ ऑगस्ट १९५४ रोजी १५ विद्यार्थिनींनी सत्याग्रहींना ओवाळले. आपली बोटे कापून त्या रक्ताचा टिळा त्यांनी सत्याग्रहींच्या कपाळावर लावला. मुलींच्या या कृतीने सत्याग्रहींच्या अंगावर रोमांच उभे राहिले," असे श्री. रामकृष्ण कर्पे यांनी सांगितले.

गोवा लढ्याची स्फूर्तिदेवता - कु. सिंधुताई देशपांडे :

"२५ नोव्हें. १९५४मध्ये मी पणजीत सत्याग्रह केला. इतर सत्याग्रहींबरोबर

मी तेथील तुरुंगात होते. मुक्त केल्यावर मलाही गोव्याच्या सरहद्दीबाहेरील भारतात सोडण्यात आले. लगेच दुसऱ्या दिवसापासून मी कामाला सुरुवात केली. मला १६ एप्रिल १९५५ रोजी अटक होईपर्यंत सामान्य जनतेला जागृत करण्याचे माझे काम चालू होते. माझी सुटका झाली तरी पुन्हा कामाला सुरुवात करीन. तसे करण्यात मी कां कू करणार नाही. मानवी हक्कासाठी लढताना मला मरण आले तर मला आनंदच होईल. परमेश्वराचे व तुमचे आभार मानत मी माझे दुःख सहन करीन. जय हिंद.''

सिंधुताईंच्या वकिलाने पोर्तुगीज न्यायाधिकरणास उद्देशून वाचून दाखवलेल्या त्यांच्या निवेदनातील हा भाग आहे. सर्वस्वाचा त्याग करण्यास तयार असणारे व मातृभूमीसाठी समर्पण करणारे थोर देशभक्तच असे उदात्त विचार व्यक्त करू शकतात.

सिंधुताईंचा खटला प्रसिद्ध वकील श्री. विनायक कैसरे यांनी चालवला. त्यांनी आपले निवेदन इंग्रजीमध्ये लिहिले आणि कैसरे यांना त्याचे पोर्तुगीज भाषांतर न्यायाधिकरणासमोर सादर करण्यास सांगितले. त्यांचे निवेदन ऐकल्यावर लष्करी न्यायाधिकरणाच्या न्यायाधीशाने त्याचे विचार उघडपणे व्यक्त केले नसले तरी असे विचार व्यक्त करणाऱ्या महिला गांधीजींच्याच देशात जन्माला येऊ शकतात, असे अंतर्यामी त्याला वाटले असेल. दंड न भरल्यामुळे त्यांना १२ वर्षांच्या तुरुंगवासाची शिक्षा ठोठावली गेली आणि नंतर त्यांना गोव्याबाहेर हाकलून देण्यात येणार होते. सिंधुताईंचा पिंड राष्ट्रसेवादलातील विचारांवर पोसला गेला होता.

पर्वरी येथे डॉ. मार्टिनच्या निवासस्थानी महत्त्वाच्या कार्यकर्त्यांचे एक शिबिर ४ एप्रिल १९५४ रोजी भरवण्यात आले होते. यामुळे मुक्ती आंदोलनाला नवी दिशा प्राप्त झाली. संपूर्ण गोवा निर्णायक लढा झगडण्यासाठी तयार झाला होता. अँथनी डिसूझा, शंकरराव सरदेसाई, गजानन रायकर यांच्यासारख्या व्यक्ती त्या शिबिराला उपस्थित होत्या. ती सभा (शिबिर) दिवसभर चालू होती. सिंधुताई देशपांडे म्हणाल्या, ''आपण स्त्रियांनाही या चळवळीत सामील व्हायला सांगू या. ही काही फक्त पुरुषांची चळवळ नाही. ती सर्व स्त्री-पुरुषांची आहे.'' या त्यांच्या सूचनेला कोणी विरोध केला नाही; पण सध्या तरी हे शक्य नाही; असे त्यांना वाटत होते. कारण पोर्तुगीज, निग्रो व गोव्यातील पोलिस यांच्या समोरून गोव्यातील स्त्रिया कधी चालतही गेलेल्या नाहीत. 'पखाले'च्या उल्लेखानेही त्या थरथर कापत असत.

या सभेनंतर 'नॅशनल काँग्रेस गोव्या'तर्फे काढलेली भित्तिपत्रके सर्वत्र दिसू लागली. मोक्याच्या जागी तिरंगी ध्वज फडकू लागले. पोर्तुगीज विरोधी घोषणांनी भिंती रंगत होत्या. प्रत्येक खेड्यात व शहरात कार्यकर्त्यांनी सभा घ्यायला सुरुवात केली होती. सर्वत्र हस्तपत्रके वाटली जात होती. पोर्तुगीज अधिकाऱ्यांकडे ही

हस्तपत्रके टपालाने येत असत. १७ जूनला धरपकडीला सुरुवात झाली. पर्वरी येथे जमलेल्या कार्यकर्त्यांची यादी पोलिसांनी मिळवली होती. गजानन रायकर कोण ते त्यांना माहीत नव्हते. त्यामुळे त्यांचा मुक्त संचार चालू होता. नॅशनल काँग्रेस गोव्याच्या कचेरीतील कार्यकर्त्यांना भेटण्यासाठी व त्यांच्याशी चर्चा करण्यासाठी गजानन रायकर बेळगावला जाऊ शकत होते.

एके दिवशी सिंधुताईंनी त्यांना बोलावून घेतले व आपल्या सोबत गोव्याला येण्यास सांगितले. प्रथम ते दोघे सावंतवाडीला व तेथून आरोंद्याला गेले. बसने आरोंद्याला पोहोचेपर्यंत खूप रात्र झाली होती. जवळूनच नदी वाहत होती. नदीच्या पलीकडे किरणपाणी ही गोव्याची हद्द होती. पोर्तुगीजांबरोबर कसे वागायचे, यासंबंधीचे डावपेच त्यांनी ठरवले. लहानशा होडीतून ते नदीपलीकडे गेले. जेव्हा पोर्तुगीजांनी त्यांची उलटतपासणी केली तेव्हा गजानन रायकर म्हणाले, "ही माझी मोठी बहीण आहे. आम्ही बेळगावचे राहणारे आहोत. आमचे कुलदैवत मंगेश आहे. माझ्या बहिणीच्या यजमानांचे निधन झाल्यामुळे मनःशांतीसाठी मी तिला मंगेशीच्या दर्शनासाठी घेऊन आलो आहे. " सिंधुताई खूपच दुःखी दिसत होत्या. त्यामुळे कस्टम्स अधिकाऱ्यांनी त्यांना गोव्यात प्रवेश करण्यासाठी मान्यता दिली.

रायकरांनी मंगेशीच्या देवळातील पुजाऱ्याचा पत्ता घेतला. दरम्यान सिंधुताईंच्या गोव्यातील प्रवेशाची खबर पोलिसांना समजली. पुजाऱ्याच्या घरी त्यांच्या चौकशीसाठी पोलिस येऊन थडकले. पोलिसांच्या समोरून एक तरुणी फ्रॉक घालून व हातात पर्स घेऊन निघून गेली. पोलिसांना तिने चकवले. तेथून सिंधुताई कवळे येथे गेल्या. पोलिसांनी त्यांचा पाठलाग केला; परंतु मजुराचा पोषाख करून निसटण्यात त्यांना यश मिळाले. गजानन रायकरांची बहीण बनून त्या तीन दिवस त्यांच्याकडे राहिल्या. त्यांना गोव्यातील कार्यकर्त्यांचे पत्ते मिळाले.

सिंधुताईंनी स्त्रियांमध्ये जागृती पसरविण्याचे कार्य सुरू केले. काणकोण ते पेडणे या भागातील लोकांशी त्यांचा परिचय झाला. म्हापसा, मडगाव आणि काणकोण भागांतून त्यांना चांगला प्रतिसाद मिळाला. त्यांनी तरुण मुलींचे गट करून त्यांना कामे वाटून दिली. त्यांमध्ये म्हापशाच्या दिवेकर भगिनी, मडगावच्या कु. शांता हेडे, शशिकला होडरकर, विलासिनी प्रभुदेसाई आणि कुमुदिनी पैंगणकर प्रमुख होत्या. त्या मुलींच्या विचारांमध्ये सिंधुताईंनी पूर्णपणे परिवर्तन घडवून आणले. साध्या, दुबळ्या, लाजाळू मुली धाडसी, शूर, व लढवय्या बनल्या. काहींनी सत्याग्रहात भाग घेतला. अनेक धाडसाची कामे त्यांनी केली. सिंधुताईंनी त्यांच्याकडून कामे करवून घेतली. यातूनच त्यांचे संघटनात्मक कौशल्य सिद्ध होते. त्यांची चटकन कोणाशीही मैत्री होत असे व त्या इतरांना प्रेरणाही देत असत. अनेक कुटुंबांशी त्यांचे घरोब्याचे संबंध होते. तरुण मुलींमध्ये प्रेरणा निर्माण करण्याची

यशस्वी व महत्त्वाची भूमिका त्यांनी पार पाडली. पोर्तुगीज सरकारचे गुप्त पोलिस दल, पोलिस खाते व त्यांचे एजंट्स यांच्यापेक्षा सिंधुताई चलाख होत्या.

१५ ऑगस्ट १९५४ रोजी सत्याग्रहींच्या तुकड्या तेरेखोल, कारवार, व बांदा या तीन ठिकाणांहून गोव्यात शिरल्या. तेरेखोलहून शिरलेल्या तुकडीने तेरेखोलचा किल्ला एक दिवस आपल्या नियंत्रणाखाली ठेवला होता. तेथे मोठ्या प्रमाणावर सत्याग्रहींची धरपकड झाली. श्रीमती दिवेकरांना अटक झाली. त्यानंतर काही दिवसांनी शारदा सावईकरांना अटक झाली. सिंधुताई सर्वत्र मुक्तपणे संचार करीत होत्या. पोर्तुगीज गुप्त पोलिसांना त्यांचा ठावठिकाणा सापडला नाही.

सप्टेंबरच्या पहिल्या आठवड्यात नूतन महिला विद्यालयाच्या हेमंत लक्ष्मण सोमण नाव धारण करणाऱ्या शिक्षकाने पणजीच्या राजवाड्यावर मागच्या बाजूने भारतीय राष्ट्रीय ध्वज उभारण्याचा प्रयत्न केला; परंतु त्याआधीच त्यांना पकडून पोलिस स्टेशनवर नेण्यात आले. तिथे माँटेरोला पाहिल्यावर सोमण बेशुद्ध पडले. बेदम मारहाणीमुळे त्यांना मरण आले, अशी कोणीतरी बातमी दिली. त्यांना स्वतंत्र खोलीत ठेवले होते. सोमण जनसंघाचे कार्यकर्ते होते. त्यामुळे जनसंघाच्या कार्यकर्त्यांनी देशभर सभा आयोजित करण्यास सुरुवात केली. त्यांच्या वडिलांना व्यासपीठावर आणले गेले. सिंधुताईंनी जनसंघाच्या कार्यकर्त्यांना सोमण जिवंत असून पणजीच्या पोलिस कोठडीत सुरक्षित असल्याचे सांगितले. तरीही शोकसभा व मिरवणुका काढणे चालूच राहिले. (सभेत सोमणचे वडील जनसंघाच्या कार्यकर्त्यांसमवेत बसत असत.) सिंधुताईंनी हेमंतच्या वडिलांना हेमंत जिवंत असल्याचे सांगितले आणि लोकांना आपण ही माहिती देऊ असे सांगितले, तेव्हा शोकसभा आयोजित करण्याचे प्रकार थांबले.

ही साधीसुधी व अशक्त दिसणारी महिला विजेसारखी प्रखर होती. त्यांच्या हृदयात शिरून त्यांच्या अंतःकरणातील भावना कोणीच जाणून घेऊ शकत नसे. पोर्तुगीज सत्तेला त्यांनी धक्के दिले. २५ नोव्हेंबर १५०४ रोजी अल्बुकर्कने गोवा जिंकून घेतले. दर वर्षी अल्बुकर्कच्या पुतळ्यासमोरील पोलिस स्टेशनच्या मैदानावर हा दिवस विजयदिवस म्हणून पोर्तुगीज साजरा करीत असत. शस्त्रदळ, नौदल व भूदल आणि पोलिस, गव्हर्नरला मानवंदना देत असत. लष्कराच्या वैभवात व इतमामात हा सोहळा साजरा होत असे. सर्व वरिष्ठ अधिकारी गणवेषात या सोहळ्याला आवर्जून उपस्थित राहत असत.

२५ नोव्हेंबर १९५४ रोजी गोव्याच्या नॅशनल काँग्रेसने पोर्तुगीज सत्तेला भयानक हादरा देण्याचे ठरवले. गोव्याच्या सरहद्दीवरील कुंडलघाट ही अभेद्य जागा आहे. पायवाटेचा अवलंब न करता तिथे जाणे म्हणजे जंगलातील हिंस्र श्वापदे व विषारी सर्प यांचे बळी होण्यासारखे होते. तेथील 'काटे' नावाच्या अळ्या व कीटक

चावा घेऊन रक्त शोषत. मोहन नायर, सिद्धेश्वर लांजेकर, श्रीपाद सापटे, दयानंद कंटक हे सर्व जण सांगे तालुक्यातील नेतारी खेड्यातून डोंगरदऱ्यांच्या मार्गाने प्रवास करून शिबिराला हजर राहिले होते. श्री. पीटर अल्वारिसांनी शिबिराला मार्गदर्शन केले. २५ नोव्हें. रोजी सत्याग्रह करण्याचे त्यांनी ठरवले. शिबिराला सिंधुताईही हजर होत्या. पोर्तुगीज सत्तेला धक्का देणारी एक योजना त्यांनी आखली होती. ही आपली कल्पना त्यांनी आपल्या साथीदारांना समजावून सांगितली.

पणजी पोलिस स्टेशनच्या मैदानावर सर्व लष्करी अधिकाऱ्यांचे बल उपस्थित होते. मैदान एखाद्या रणांगणासारखे दिसत होते. गव्हर्नर बर्नाडा गर्दिझ मानवंदना स्वीकारणार होता. पुतळ्यासमोर खास व्यासपीठ उभारले होते. ध्वजारोहणासाठी ध्वजकाठीही उभारली होती. गव्हर्नर झेंडा फडकावणार होता. बँडचे पथक तयार होते. प्रत्येक तुकडीचे प्रमुख आपापल्या तुकड्यांसमोर उभे होते. गोरे सैनिक रांगेने उभे होते. त्यांच्यामागे सशस्त्र आफ्रिकन सैनिक होते. नौदलाच्या दोन्ही बाजूंना गोवा पोलिसांचे दल होते. मोसिदादचे (कवायत शिक्षकाचे) तरुणांचे पथक आपल्या गणवेषात उभे होते. पोर्तुगीज साम्राज्याच्या सर्व शक्तिसामर्थ्याचे जणू तिथे प्रदर्शनच मांडले होते. प्रत्येक खात्याचे सचिव व्यासपीठाशेजारी उभे होते. सैनिकांच्या हातातील संगिनी सूर्यप्रकाशात चमकत होत्या. कडक शिस्तीचे व भयावह वातावरण निर्माण करण्यात आले होते. बँडवर पोर्तुगीजांचे राष्ट्रगीत वाजवले जाणार होते. सैनिक त्यांच्या संगिनी वर उचलणार आणि गव्हर्नर झेंडा फडकवणार, इतक्यात अचानक सिंधुताई पुढे आल्या. पोर्तुगीज तरुणांची रांग ओलांडून पुढे येऊन हातात तिरंगा घेऊन त्यांनी 'जय हिंद' अशी घोषणा दिली. लष्कर आणि पोलिस त्यांना पाहून आश्चर्यचकित झाले. सिंधुताईंच्या पाठोपाठ लक्ष्मण गोवेकरांनी 'भारतमाता की जय' अशी घोषणा दिली. मानवंदना देणारे लष्कर व पोलिस पुरते गोंधळून गेल्यामुळे काय करावे ते त्यांना कळत नव्हते. सिंधुताईंचे वर्तन एखाद्या क्रांतिदेवतेसारखे होते. पोर्तुगीज साम्राज्यावर जणू वीज कोसळली.

गव्हर्नर गर्दिझ घाबरला आणि ध्वज न फडकवता आणि मानवंदना न स्वीकारता निघून गेला. इतर अधिकारी एकमेकांवर डाफरू लागले. सिंधुताई व लक्ष्मण गोवेकर यांना गोव्याच्या पोलिसांनी अटक केली. पोलिसांना आणखी किती सत्याग्रही होते याची कल्पना नव्हती. अर्थात सिंधुताईप्रमाणे अन्य कोणाकडूनही अशा धाडसाची व शौर्याची अपेक्षा नव्हती. सत्याग्रहाचे सामर्थ्य पोर्तुगीज सरकारला कळून चुकले. ज्यांनी त्यांचे धाडस पाहिले ते खरोखर भाग्यवान होत. जगाच्या इतिहासातील हा सोन्याचा क्षण होता.

२५ नोव्हेंबर १९५४च्या विजयदिनाच्या सोहळ्याचा असा फज्जा उडाला. एका सामान्य स्त्रीने पोर्तुगीज लष्करी सत्तेला अवमानित केले होते.

१० जाने. १९५५ रोजी गजानन रायकरांसारखे काही कैदी पणजीच्या अल्तिनो तुरुंगातून निसटले. १४ जाने. रोजी त्यांनी गोव्याची सरहद्द ओलांडली. भारतीय कस्टम्स अधिकाऱ्यांनी त्यांना जीपमधून बेळगावला आणले व नॅशनल काँग्रेस गोव्याच्या कचेरीत पोहोचवले. पोर्तुगीज सरकारनेही ५८ कैद्यांना परत पाठवले होते. त्यांमध्ये सिंधुताई एक होत्या. गजानन रायकर व शिवाजी सावंत यांना पाहून त्यांना आनंद झाला व काम करण्याचा त्यांचा उत्साह द्विगुणित झाला. पोर्तुगीज सरकारने त्यांची सुटका केल्यावरही त्या स्वस्थ बसल्या नाहीत. पुन्हा एकदा त्या गोव्यात गेल्या व कार्यकर्त्यांना संघटित करू लागल्या. अनेक उठावांमागे त्यांचा हात होता.

सावंतवाडी तालुक्यात बांदा, दोडामार्ग, सासोली, नेतार्दे आणि आरोंदा येथे - आणि कर्नाटकात कोकुंबी, कुंडलघाट आणि कारवार व अंगडी येथे केंद्रे स्थापन केली होती. गोवामुक्ती आंदोलन अधिक सुसंघटित व शक्तिशाली बनविण्याच्या योजना या केंद्रांवर आखल्या जात असत. अपरिचित मार्गाने कार्यकर्ते या केंद्रावर पोलिसांची नजर चुकवून येऊन माहिती देत असत. या केंद्रावर कार्यकर्त्यांच्या नियमित बैठकाही होत असत. पीटर अल्वारिस कार्यकर्त्यांना मार्गदर्शन करीत असत. गोव्यातील कार्यकर्ते आपल्या कामाचा अहवाल देत व गोव्यात परतल्यावर पुन्हा कामाला लागत. या केंद्रामुळेच नॅशनल काँग्रेस गोवा, आपली चळवळ मजबूत करू शकली.

म्हापसा येथे भरणाऱ्या 'नॅशनल काँग्रेस गोव्या'च्या परिषदेला उद्देशून सुधाताई जोशी भाषण करणार आहेत, असे जाहीर झाल्यावर कार्यकर्त्यांमध्ये नवा उत्साह संचारला. गोव्याच्या सरहद्दीवर काम करणाऱ्यांसाठी नदीकिनाऱ्यावर मणेरी येथे एक शिबिर भरवण्यात आले. तंबू उभारण्यात आला. भांडीकुंडी व धान्य गोळा करण्यात आले. राष्ट्रसेवा दलाचे भाऊसाहेब रानडे, नानासाहेब गोरे आणि पीटर अल्वारिस कार्यकर्त्यांना मार्गदर्शन करण्यासाठी शिबिराला हजर राहिले होते. सुधाताईंचे यजमान पंडित महादेवशास्त्री जोशी पत्नीला निरोप देण्यासाठी आले होते. उदात्त हेतूसाठी आपली पत्नी कार्य करीत आहे हे त्यांना माहीत होते. कु. कुमुदिनी पैंगणकर, कु. शालिनी लोलयेकर आणि शांता हेडे या तरुण कार्यकर्त्याही शिबिराला हजर होत्या. श्रीमती अंबिका दांडेकर व सुधाताईंच्या भगिनी आशाताई फडके याही उपस्थित होत्या.

६ एप्रिल १९५४ रोजी म्हापशाला योजनेनुसार परिषद पार पडली. परिषद अतिशय यशस्वी झाली. कार्यकर्ते आपापल्या गावी गेले व त्यांनी काम चालू ठेवले. ८ ते १० सत्याग्रहींनी आळीपाळीने सत्याग्रह करावयाचा, असे ठरवण्यात आले. गजानन रायकर गोमांचल पर्वतावरील गावशी या ठिकाणी राहिले. सिंधुताईंनी नेवऱ्याला मुक्काम करण्याचे ठरवले. त्यांच्याबरोबर पुंडलीक घाडी होते. नेवऱ्याच्या

जवळपास राहणाऱ्या २५ ते ३० कार्यकर्त्यांची यादी सिंधुताईंजवळ होती.

दत्तात्रय नाइकांच्या नेवऱ्याच्या घरी सिंधुताई १० ते १५ एप्रिलपर्यंत राहिल्या. भाटी, जुना गोवा, डोंगरी आणि नेवरे येथील ७०/८० कार्यकर्ते सिंधुताईंना भेटले. ८/१० जणांच्या गटाने आळीपाळीने सत्याग्रह करण्याचे ठरवले होते. १६ एप्रिलपासून सत्याग्रहींच्या तुकड्या सत्याग्रह करणार होत्या; परंतु १५ एप्रिललाच रात्री ३ वाजता मॉंटेरोने नाइकांच्या घराला वेढा घालून कार्यकर्त्यांना अटक केली. सिंधुताईंजवळ सर्व कार्यकर्त्यांची यादी, तसेच सत्याग्रहाचा संपूर्ण कार्यक्रम होता. त्यामुळे मॉंटेरोचे काम सोपे झाले. मोठ्या प्रमाणावर योजलेला डाव त्याने उधळून लावला. जेव्हा त्याने सिंधुताईंना पाहिले, तेव्हा त्याचे भानच सुटले; कारण ही बाई किती धोकादायक आहे, हे त्याला चांगलेच माहीत होते.

१२ डिसेंबर १९५५ रोजी लष्करी लवादाने सिंधुताईंना १२ वर्षांच्या तुरुंगवासाची सजा ठोठावली. सजा भोगून झाल्यावर त्यांची गोव्यातून हकालपट्टी करण्यात येणार होती. शिक्षा झाली तरी त्या स्वस्थ बसल्या नाहीत. सुधाताई आणि कुमुदिनी पैंगणकरांसह सिंधुताईंनी त्यांना (सुधाताईंना पोलिस कोठडीत ठेवण्यात आले होते.) नेहमीच्या तुरुंगात ठेवावे म्हणून अर्ज केला; पण त्याचा काही उपयोग झाला नाही म्हणून त्यांनी उपोषण करण्यास सुरुवात केली. १३ दिवसांनंतर सुधाताईही उपवासात सामील झाल्या. अखेरीस शरण येऊन गोवा सरकारने केंपे तुरुंगात त्यांची रवानगी केली.

सिंधुताई हल्ली पुण्यात राहतात. स्त्रियांची शक्ती जागृती करून गोवामुक्तीसाठी लढणारी ही शूर स्त्री आता वयोमानानुसार अशक्त झाली आहे. जेव्हा गोवामुक्तीचा खरा इतिहास लिहिला जाईल, तेव्हा सिंधुताईंच्या प्रशंसनीय कार्याचा उल्लेख केला जाईल. त्या तेजस्वी ज्योतीसारख्या होत्या. १९४२च्या चळवळीत भूमिगत कार्य करणाऱ्या अरुणा असफ अलींप्रमाणेच सिंधुताईंनी गोव्यात आश्चर्यजनक कार्य केले. त्या गोव्याच्या मुक्ती आंदोलनातील अरुणा असफ अलीच होत.

श्रीमती सुधाताई जोशी :

श्रीमती सुधाताई जोशी गोवा राष्ट्रीय चळवळीच्या क्षितिजावर लख्खकन चमकणाऱ्या विजेप्रमाणे अवतरल्या व त्यांनी तेजस्वी वलय निर्माण केले. त्यांचे पुण्यातील घर गोवामुक्ती आंदोलनाचे एक केंद्र होते आणि अनेक क्रियाशील कार्यकर्त्यांचे ते घर झाले होते. त्यांचे यजमान पंडित महादेवशास्त्री जोशी हे मराठी साहित्यातील प्रसिद्ध लेखक होते. जणू त्या दोघांची शरीरे दोन; पण आत्मा एकच होता. त्यामुळे जेव्हा त्यांनी चळवळीत उडी घेतली, तेव्हा तो त्या दोघांनी मिळून घेतलेला निर्णय होता.

नॅशनल कॉंग्रेस गोवा समितीची एक महत्त्वाची बैठक फेब्रु. १९५५मध्ये

महादेवशास्त्रींच्या घरी झाली. त्या बैठकीत पंडित महादेवशास्त्री जोशींनी गोव्यात जाऊन सत्याग्रह करावा असे ठरले. या निर्णयामुळे प्रत्येकाचे अंतःकरण उचंबळून आले. नॅशनल काँग्रेस गोव्याचे प्रमुख श्री. पीटर अल्वारिस या सत्याग्रहाच्या योजनेचा तपशील निश्चित करणार होते. जेवणानंतर सर्व सत्याग्रही पाहुणे पांगले. सुधाताईंनी नेहमीप्रमाणे त्यांचे आदरातिथ्य केले; पण आपल्या मनातील प्रतिक्रिया त्यांनी सर्वांसमोर प्रकट केल्या नाहीत. त्या आपल्याच विचारात गढून गेल्या होत्या.

दोन दिवसांनंतर गोव्यात सत्याग्रह करण्यासाठी पंडित महादेवशास्त्री जोशींच्या ऐवजी त्यांच्या पत्नी सुधाताई जाणार आहेत, अशी बातमी पीटर अल्वारिस यांनी दिली. सुधाताई म्हापशाला भरणाऱ्या नॅशनल काँग्रेसच्या परिषदेचे अध्यक्षस्थान स्वीकारणार होत्या. या बातमीचा हा सर्वांत प्रेरणादायी भाग होता व विलक्षण चकित करणारी ती बातमी होती. कार्यक्रमात बदल कसा झाला त्याची हकिगत पं. महादेवशास्त्री जोशींनीच स्त्री मासिकात 'अशोकवनातील सीता' या शीर्षकाच्या लेखाद्वारा सांगितली आहे. त्यांनी लिहिले, "सर्व लोक निघून गेल्यावर माझ्या पत्नीने माझ्या सत्याग्रहास विरोध केला. तिने विचारले, "माझ्याशी सल्लामसलत न करता हा निर्णय तुम्ही कसा घेतलात?"

पं. महादेवशास्त्री जोशी म्हणाले, "खूप चर्चा झाली तर कोणताच निर्णय घेता येत नाही. त्या त्या क्षणाला असे निर्णय घ्यावे लागतात. अनेक लोक माझ्या निर्णयावर विसंबून होते. त्यांना मी धोका देऊ शकत नव्हतो. ते लोक माझ्या पावलावर पाउल टाकणारे होते." सुधाताईंनी उत्तर दिले, "त्यांना धोका द्या असे माझे म्हणणे नाही. तुम्हाला विरोध करण्याचाही माझा हेतू नाही. मी फक्त एक पर्याय सुचवते आहे."

"कोणता पर्याय?" जोशींनी विचारले.

"तुमच्याऐवजी मी जाईन." सुधाताईंनी ठामपणे उत्तर दिले.

सुधाताई सत्याग्रह करणार या कल्पनेनेच त्यांच्या अंगावर रोमांच उठले; परंतु आपली सूचना स्वीकारण्यासाठी त्यांनी शास्त्रीजींचे मन वळवले. सुधाताईंनी युक्तिवाद केला, "मी आपली धर्मपत्नी आहे म्हणून तुमच्यावरील जबाबदारी मी स्वीकारीन. तुमचे अलीकडेच ऑपरेशन झाले आहे. अवजड वजन उचलण्यास किंवा सायकल चालवण्यास डॉक्टरांनी तुम्हाला मनाई केली आहे. जर तुमचं काही बरंवाईट झालं तर सगळ्या कुटुंबाचे हाल होतील. समजा मला मृत्यू आला तर तुम्ही मुलांची चांगल्या प्रकारे काळजी घेऊ शकाल. मारहाण सहन करण्याची चांगली ताकद माझ्यात आहे." यावर शास्त्रीजींनी आक्षेप घेताच त्या म्हणाल्या, "हा माझा अंतिम निर्णय आहे. तुम्ही परवानगी द्या अगर देऊ नका."

पीटर अल्वारिसनी त्यांना सांगितले, "तुमच्या निर्णयाचे सर्वांनी स्वागत केले

आहे; परंतु तुम्ही सामान्य सत्याग्रही म्हणून जाणार नाही, तर नॅशनल काँग्रेस, गोव्याच्या मेळाव्याचे तुम्ही अध्यक्षस्थान स्वीकारणार आहात. ६ एप्रिल १९५५ ही तारीख म्हापशाच्या मेळाव्याची निश्चित झाली असून, मेळाव्याची सुरुवात सायंकाळी चार वाजता होईल.''

गोव्याला खुला मेळावा भरणार म्हणून संपूर्ण देशातील वातावरणात अधिक चैतन्य निर्माण झाले. भारतीय वृत्तपत्रांनी सुधाताईंवर अग्रलेख लिहिले व त्यांची झाशीच्या राणी लक्ष्मीबाईंशी तुलना केली. सुधाताईंच्या वीरवृत्तीचे सर्वांना नवल वाटले. अशा वातावरणात पुण्यात गोवामुक्ती समितीची स्थापना झाली. काँग्रेस नेते केशवराव जेधे आणि श्री. जयंतराव टिळक हे अनुक्रमे समितीचे अध्यक्ष व सर्वसाधारण सचिव झाले. या समितीत अनेक पुढारी होते. मुंबई, पुणे, इत्यादी शहरांतून सुधाताईंना निरोप देण्यात आला. सुप्रसिद्ध मराठी लेखक गो. नी. दांडेकरांच्या वृद्ध मातुःश्री अंबिकाबाई दांडेकर या सुधाताईंच्या बरोबर होत्या. त्यांच्या उतारवयामुळे त्यांनी सत्याग्रहात सहभागी होऊ नये, अशी विनंती त्यांना करण्यात आली. तरीही त्या चळवळीत सामील झाल्या.

सुधाताई गोव्याला प्रस्थान ठेवण्याआधीच्या रात्री नॅशनल काँग्रेस गोव्याचे साधारण सचिव अँथनी डिसूझा यांना पोर्तुगीज लष्करी लवादाने २६ वर्षांच्या तुरुंगवासाची शिक्षा दिली असल्याची बातमी सुधाताईंना भेटायला आलेल्या पत्रकारांनी सांगितली. तरीही आपल्या निश्चयापासून त्या ढळल्या नाहीत. सुधाताई त्या पत्रकारांना म्हणाल्या, ''२६ वर्षांच्या तुरुंगवासाची शिक्षा ते ठोठावत आहेत; पण २६ महिने तरी त्यांची सत्ता टिकणार का?'' पत्रकार आपल्या धैर्याची परीक्षा घेत असावेत, असा विचार त्यांच्या मनात आला. ही बातमी ऐकल्यावरही त्यांना शांत झोप लागली.

३ व ४ एप्रिलला गोव्याच्या सरहद्दीवर मणेरी येथे एका कार्यकर्त्यांच्या शिबिराचे आयोजन केले होते. त्या शिबिरानंतर सुधाताई गोव्यात गुप्तपणे ५ एप्रिल रोजी प्रवेश करणार होत्या. पोर्तुगीज सरकार दीर्घ काळ त्यांना डांबून ठेवील, अशी चिंता त्या गोव्याला जाण्यापूर्वी शास्त्रीजींनी व्यक्त केली. परंतु त्या म्हणाल्या, ''मला त्याची काळजी वाटत नाही. कृपा करून तुम्ही स्वतःची काळजी घ्या. त्यामुळे मुलांची योग्य काळजी घेतली जाईल.'' साधीसुधी गृहिणी असूनही त्यांच्याजवळ देशभक्ती व ध्येयवाद होता. त्यामुळे त्यांची वैचारिक बैठक पक्की झाली होती.

परिषदेच्या आदल्या दिवशी म्हणजे ५ एप्रिलला सुधाताई जंगलातील रस्त्याने आरोंद्याला पोहोचल्या. चैत्री पौर्णिमेला साखळी येथे मोठा उत्सव असतो. आरोंद्याच्या बसथांब्यावर प्रचंड गर्दी होती. म्हापशाला जाणाऱ्या बसमध्ये त्या आपल्या वाटाड्याबरोबर चढल्या. सुधाताईंना अटक करण्यासाठी पोलिस प्रत्येक बसची कसून तपासणी

करीत होते. प्रवाशांकडे सुधाताईंबद्दल चौकशी करीत होते. त्या म्हापशाला उतरल्या नाहीत. बेट्टीकडे जाणाऱ्या रस्त्यावरील भोडगेश्वराच्या देवळापाशी उतरल्या. त्या देवळात शिरल्यावर पुजाऱ्याने त्यांचे देवापाशी काय मागणे आहे असे विचारले तेव्हा त्या म्हणाल्या, "आमच्या प्रयत्नांत परमेश्वर आम्हाला यश देवो." काळोख पडेपर्यंत त्या देवळाच्या पायऱ्यांवर बसल्या. नंतर त्या दीनानाथ यंद्यांबरोबर शेताडीतून वाट काढीत त्यांच्या घरी गेल्या.

६ एप्रिल १९५५ हा दिवस सुधाताईंच्या आयुष्यातील सर्वांत ऐतिहासिक दिवस होता. पोर्तुगीज सत्तधाऱ्यांसाठी हा आव्हान देणारा दिवस होता. पोलिस म्हापसा येथे डोळ्यांत तेल घालून लक्ष ठेवून होते. त्यांना सुधाताईंचे प्रयत्न सफल होऊ द्यायचे नव्हते. पहाटे चार वाजण्यापूर्वीच सुधाताई टॅक्सीने मारुतीच्या देवळाजवळ उतरल्या व देवळात शिरल्या. त्या दिवशी हनुमान जयंती होती; त्यामुळे देवळात खूपच गर्दी होती. सुधाताई त्या लोकांत मिसळल्या. लोक त्यांच्याकडे संशयाने बघू लागले. धार्मिक सणासाठी लोक एकत्र जमले आहेत असे पोलिसांना वाटत होते. ठीक पहाटे चार वाजता सुधाताई देवळाबाहेर आल्या आणि मैदानात मध्यभागी अंबिकाबाईंबरोबर उभ्या राहिल्या.

दीनानाथ यंदे, कुमुदिनी पैंगणकर व शालिनी लोलयेकर यांनी त्यांचे स्वागत केले. कोणीतरी एक स्टूल आणले. त्या स्टुलावर उभ्या राहिल्या. एकाने त्यांच्या गळ्यात हार घातला. आणखी एकाने स्वागतपर भाषण केले व सुधाताईंना आपले अध्यक्षीय भाषण करण्याची विनंती केली. तिथे जमलेल्या सत्याग्रहींनी 'जय हिंद'च्या घोषणा दिल्या. तिरंगा फडकावून त्यांनी पदराखाली लपवून आणलेले छापील भाषण वाचण्यास सुरुवात केली. सुधाताई पोर्तुगीजांना 'छोडो गोवा' असे सांगत होत्या. पोलिसांनी त्यांच्यावर व इतर सत्याग्रहींवर हल्ला केला. पोलिसांनी त्यांच्या हातातले ध्वज हिसकावून घेतले. एका मिस्टिझो सैनिकाने त्यांच्यावर रिव्हॉल्वर रोखून त्यांना भाषण तत्काळ बंद करण्यास सांगितले. परंतु त्यांनी भाषण थांबवले नाही; चालूच ठेवले. त्या सैनिकाने त्यांच्यावर गोळी झाडली नाही; पण त्यांच्याजवळची छापील भाषणाची प्रत ओढून घेतली व त्यांना स्टुलावरून खाली फेकून दिले. सर्व जण 'जय हिंद'च्या घोषणा देत होते. पोलिसांनी सुधाताई व इतर सत्याग्रहींना अटक केली आणि चालत चालत मिरवणुकीने त्यांना म्हापसा मुख्य पोलिस ठाण्यावर आणले. ते सर्व जण चालत असताना पोलिस त्यांना दंडुक्याने मारीत होते. तो अतिशय रोमांचकारी क्षण होता. गोव्याच्याच इतिहासात नव्हे, तर संपूर्ण स्वातंत्र्य चळवळीच्या इतिहासातील तो सोन्याचा क्षण होता. त्याच रात्री सुधाताईंना व इतर सत्याग्रहींना पोर्तुगीझ मिस्टिझ सैनिकांनी बेदम मारहाण केली. सुधाताई नंतरच्या काळात आठवण सांगत, "त्या क्षणी मला मारहाणीची वेदना

जाणवली नाही. मी अत्यानंदाच्या अवस्थेत होते. नॅशनल काँग्रेस गोव्याने माझ्यावर मेळावा भरवण्याची जबाबदारी सोपवलेली होती. ती मी पार पाडली. तो सत्याग्रहींचा मेळावा इतिहासाचा भाग बनला आणि हे काम माझ्यासारख्या एका सामान्य अननुभवी गृहिणीने चालू ठेवले होते. आता काहीही होवो.''

पंडित महादेवशास्त्री जोशींनी लिहिले, ''६ एप्रिल १९५५ हा आमच्या आयुष्यात अचानक आलेला व कल्पनातीत असा क्रांतिकारी दिवस होता. आमच्या आयुष्यात असा दिवस येईल, याची देवांनाही जाणीव नसावी.''

या घटनेने सर्व देश हेलावून गेला. गोवा मुक्ती समितीने आपली अखिल भारतीय सत्याग्रह चळवळ फार मोठ्या प्रमाणावर मे १९५५पासून सुरू केली. नानासाहेब गोरे आणि सेनापती बापट यांना सत्याग्रहींच्या पहिल्या तुकडीचे नेतृत्व करण्याचा मान दिला गेला. शिरूभाऊ लिमये, जगन्नाथराव जोशी, त्रिदीप चौधरी, ईश्वरभाई देसाई आणि मधू लिमये यांनी वेगवेगळ्या सत्याग्रहींच्या तुकड्यांचे नेतृत्व केले. त्यांना खूप मारहाण केल्यानंतर १२ वर्षांच्या तुरुंगवासाची शिक्षा देण्यात आली. प्रा. मधू दंडवते आणि केशव गोरे यांनीही सत्याग्रह केला होता; पण त्यांना निर्दयपणे मारहाण करून सोडून देण्यात आले.

१५ ऑगस्ट रोजी सार्वजनिक सत्याग्रह केला गेला. त्यामध्ये हिरवे गुरुजी, महांकाळ, कर्नालसिंग इत्यादी लोक हुतात्मा झाले. पोर्तुगीज पोलिसांनी केलेल्या गोळीबारात सहोदरादेवी गोळी लागून जखमी झाल्या.

कोणताही बचाव न करणारे किंवा लवादासमोर अपील न करणारे मधू लिमये हे एकमेव सत्याग्रही होते. गांधी तत्त्वज्ञानाप्रमाणे सत्याग्रहीने आपल्या खटल्याचा युक्तिवाद करण्यासाठी वकील नेमावयाचा नाही. त्याने विनंतीअर्ज करावयाचा नाही. 'ना वकील, ना दलील, ना अपील'. ''गोवा हा भारताचा भाग आहे. कोणत्याही परवानगीशिवाय गोव्यात प्रवेश करण्याचा आम्हाला हक्क आहे. आम्हाला परवानापत्र वा पासपोर्टची गरज नाही.'' १९५५च्या नारळी पौर्णिमेच्या दिवशी 'लोकमान्य' या वृत्तपत्रात मधू लिमयांच्या मृत्यूची बातमी ठळक मथळ्यानिशी झळकली होती. त्यामुळे सर्वांना धक्का बसला. सुदैवाने हे वृत्त खोटे ठरले. लोकसभेत यावर प्रश्नोत्तरे झाली. गोव्याचे राजदूत आणि गोव्याचे सेक्रेटरी जनरल (सर्वसाधारण सचिव) श्री. मणी जातीने लिमयांना भेटण्यासाठी गेले. लिमयांना निष्ठुरपणे बेदम मारहाण करण्यात आली होती; मात्र ते जिवंत होते. गोव्याच्या सरहद्दीत प्रवेश करताना त्यांच्या अंगात बराच ताप होता व दम्याचा जोरदार अटॅकही त्यांना आला होता. लोकांनी त्यांना सत्याग्रह करण्यापासून परावृत्त करण्याचा प्रयत्न केला; परंतु त्यांचा निर्धार खडकाप्रमाणे अचल होता. ॲडव्होकेट कैसरे व अन्य लोकांनी मी त्यांना शरण जाण्यास वा माफीपत्र लिहून देण्यासाठी त्यांचे मन वळवावे असे सांगितले.

परंतु मी म्हणाले, ''त्यांचे निर्णय ते घेतात. मी त्यांमध्ये ढवळाढवळ करीत नाही.'' माझ्या जेमतेम एक वर्षाच्या असलेल्या मुलाला घेऊन मी लिमयांना भेटण्यासाठी जात असे. या भेटींमध्ये अनेक रोमांचकारी अनुभव आले. परंतु पोर्तुगिजांनी माझ्याशी कधीही गैरवर्तन केले नाही. ते चांगले आदरातिथ्य करीत व त्यांना लहान मुलाबद्दलही प्रेम वाटे. सत्याग्रहींची देशभक्तीची भावना, त्यांचे धाडस व निर्भय आचरण यांचे त्यांना मनापासून कौतुक वाटत असावे. भारतीय वृत्तपत्रांतून मधूजींच्या मृत्यूची बातमी प्रसिद्ध झाल्यानंतर त्यांना ५ महिने एकाकी कोठडीत ठेवण्यात आले होते. लष्करी लवादासमोर चाललेल्या खटल्यानंतर त्यांना १२ वर्षांची सजा देण्यात आली. परंतु पोप, इंटरनॅशनल ॲम्नेस्टी या मानवाधिकारविषयक आंतरराष्ट्रीय संघटनेने केलेल्या मध्यस्थीमुळे १९ महिन्यांनंतर भारतीय पुढाऱ्यांची गोव्यातील तुरुंगातून मुक्तता झाली.

सत्याग्रहींची काळजी घेणारा एक स्पॅनिश फादर एक दिवस आमच्या मुंबईच्या खार येथील निवासस्थानी आला व त्याने मधूजींच्या सुटकेची बातमी दिली. सर्व कठीण प्रसंगांना- दीर्घ काळ विरह, हद्दपारी, आर्थिक समस्या- तोंड देण्याची तोपर्यंत माझ्या मनाची तयारी झाली होती. आमचा मुलगा पित्याच्या प्रेमाला पारखा झाला होता; पण अशी अवस्था माझी एकटीचीच नव्हती. अनेक कुटुंबे अशा दिव्यातून जात होती. अर्थात मातृभूमीच्या स्वातंत्र्यवेदीवर प्रत्येकाने सर्वस्व अर्पण केले पाहिजे. एके दिवशी सकाळी माझ्या मुलाने- अनिरुद्धने मला उठवले व आपण बेळगावला जाऊ या असे तो म्हणू लागला. मी त्याला कारण विचारल्यावर तो म्हणाला, ''माझे बाबा तुरुंगातून सुटले. आपण त्यांच्या स्वागताला जाऊ या.'' आकाशवाणीने सकाळच्या बातम्यांमध्ये भारतीय पुढाऱ्यांच्या सुटकेची बातमी सांगितली. या लढ्याशी अशा प्रकारे माझा संबंध आला.

पोर्तुगीज लष्करी लवादासमोर गोव्यामध्ये सुधाताईंच्यावरील खटला सहा महिने चालू होता. त्यांनाही १२ वर्षांच्या कारावासाची शिक्षा ठोठावली होती. न्यायालयात त्या निर्भयपणे वावरत असत. न्यायाधीशाने त्यांना विचारले, ''गोव्याचा समावेश भारतात करावा असे तुम्हाला वाटते का?'' सुधाताईंनी उत्तर दिले, ''मला तसे करण्याची गरज नाही. गोवा भारतातच आहे.'' न्यायाधीश म्हणाला, ''तुम्ही परत गोव्यात येणार नाही, असे तुम्ही आताच म्हणालात.'' सुधाताईंनी प्रत्युत्तर दिले, ''रियोल हे माझे माहेर आहे आणि आंबेद माझे सासर आहे. त्यामुळे मी पुन्हा गोव्यात येईनच.'' न्यायाधीश त्यांना खुशामतीच्या स्वरात म्हणाला, ''तुम्ही गृहिणी आहात. तुम्ही या फंदात कशाला पडता? हे तुमचे काम नव्हे. तुम्हाला दोन मुले आहेत. नवरा आहे. तुमचा गुन्हा अतिशय गंभीर असल्यामुळे तुम्हाला दीर्घ काळ शिक्षा सोसावी लागेल.'' त्याने भावनात्मक आवाहन केले. परंतु सुधाताईंनी अतिशय

धीटपणाने उत्तर दिले, "महाशय, गोवा माझा आहे. त्यामुळे मी इथे परत येणार नाही असे मी कधीच म्हणणार नाही. जेव्हा यावेसे वाटेल तेव्हा मी येईन. माझ्या मुलांची तुम्ही काळजी करू नका. त्यांची काळजी घ्यायला माझा नवरा चांगला समर्थ आहे. गुलामगिरीविरोधी स्वातंत्र्य चळवळीत कोणाला ना कोणाला अशा प्रसंगांना तोंड द्यावेच लागते. अशा वेळी कौटुंबिक कर्तव्यापेक्षा राष्ट्रीय वृत्ती श्रेष्ठ असते. तुम्हाला जेवढी शिक्षा मला द्यायची असेल तेवढी द्या. मी कोणत्याही दयेची याचना करणार नाही.

त्यांच्या या असामान्य धैर्यामुळे न्यायाधीश अचंबित झाला होता. सामान्य गृहिणीचे असामान्य नेत्यात रूपांतर झाले होते. पंडित जवाहरलाल नेहरूंनाही त्यांचा अभिमान वाटला. लोकसभेतील गोव्यावरच्या चर्चेत त्यांनी सुधाताईंचा आदराने उल्लेख केला. अनेक भारतीय वृत्तपत्रांनी त्यांच्या धाडसाचे अभिनंदन केले. आचार्य विनोबा भाव्यांनी त्यांना लिहिलेल्या पत्रात म्हटले, "ही शिक्षा मिळाली हे तुमचे सुदैवच. आता तुम्हाला भरपूर वेळ मिळेल. त्या वेळाचा वाचन, मनन व चिंतन यांसाठी उपयोग करा."

त्यांच्या सुटकेनंतर ठिकठिकाणी त्यांचे स्वागत झाले. १९ डिसें. १९६१ रोजी गोवा स्वतंत्र झाला. तेव्हा या लोकप्रिय महिलेला लोकसभेत आणण्याचा भारत सरकारचा विचार होता. लोकसभा निवडणूक लढवण्याची विनंती त्यांना करण्यात आली होती. "लोकसभा व विधानसभा ही माझी क्षेत्रे नाहीत. मी राजकारणी नाही आणि मला राजकारणी व्हायचेही नाही. अचानक मला हे कर्तव्य करावे लागले. मी ते केले. आता मला माझ्या कुटुंबाकडे लक्ष द्यावयाचे आहे." अशा शब्दांत त्यांनी निवडणूक लढवण्यास साफ नकार दिला.

सुधाताईंनी घेतलेला हा पवित्रा स्तुत्य होता. आपल्या या त्यागाचे एखाद्याने भांडवल केले असते. सुधाताईंवर अनेक सन्मानांचा वर्षाव झाला; पण १९८९ मध्ये त्यांना मिळालेला लोकमान्य टिळक पुरस्कार हा सर्वोच्च मान होता. या सन्मानाने त्यांना एस. एम. जोशी.... मधू लिमये इत्यादी नेत्यांच्या पंक्तीचा मान मिळाला. गोवामुक्ती आंदोलनातील कार्याबद्दलचा हा सन्मान होता.

सुधाताईंशिवाय इतर अनेक स्त्रिया या आंदोलनात निर्भयपणे सहभागी झाल्या होत्या. आणि त्यांनी कठोर सजा भोगली होती. मडगाव नगरपालिकेसमोर विलासिनी प्रभू व मित्रा काकोडकर यांनी सत्याग्रह केला होता. त्यांनी 'जय हिंद'च्या घोषणा दिल्या व हस्तपत्रके वाटली. त्यांचे धाडस पाहून लोकांना आश्चर्य वाटत असे. त्यांना चार वर्षांच्या शिक्षा ठोठावल्या गेल्या. सुधाताईंच्या भगिनी आशा फडके आणि लीलावती यांनीही तुरुंगवास सोसला. सेलिना मोनीज या शिक्षिकेनेही पणजीच्या नौकानयन कार्यालयासमोर सत्याग्रह करून शिक्षा भोगली. डॉ. लोहियांसमवेत

शशिकला होडरकर व रतन खाब्रे यांनी सत्याग्रह केला. त्यांना बेदम मारहाण करण्यात आली. इंदिरा भिसे या १२ वर्षांच्या मुलीनेही सत्याग्रह केला. पुरुषोत्तम काकोडकरांच्या अध्यक्षतेखाली गोवा सेवा संघाची स्थापना झाली. प्रमिलाताई जांबावलीकर त्याच्या पहिल्या उपाध्यक्ष झाल्या. प्रमिलाताईंच्या प्रयत्नांमुळे चळवळीने जोर धरला. चळवळ सुरू झाल्यावर आमच्या बैठका नियमितपणे त्यांच्या घरी होत असत, असे डॉ. विनायक मयेकरांनी सांगितले.

अशा प्रकारे महात्मा गांधींच्या नेतृत्वाखाली दक्षिण आफ्रिकेतील अन्यायाविरुद्ध आणि त्यांच्या हक्कांसाठी भारतीय स्त्रियांनी लढा दिला. त्यांचा लढा ब्रिटिश सरकारविरुद्ध होता. पोर्तुगीज सत्ताधाऱ्यांविरुद्धच्या गोव्यातील मुक्ती आंदोलनाचे नेतृत्व डॉ. लोहियांनी केले होते. त्यांच्या नेतृत्वापासून प्रेरणा घेऊन गोव्याच्या स्वातंत्र्यासाठी काही स्त्रियांनी सर्वस्वाचा त्याग केला. भारतीय स्वातंत्र्याच्या सुवर्णमहोत्सवानिमित्त या देशातील ज्ञात-अज्ञात सर्व शूर स्त्रियांबद्दलची कृतज्ञता आम्ही व्यक्त करतो. आमच्या देशासाठी त्यांनी केलेल्या निःस्वार्थी सेवेचे आम्हाला कायम स्मरण राहील. आम्ही त्यांना अत्यादराने वंदन करतो.

संदर्भ

१. कित्ता, पृष्ठ, १०७
२. पॅसिव्ह रेझिस्टर, जोहान्सबर्ग, सप्टें. ३०, १९४६
३. कित्ता
४. इंडियन ओपिनियन, फेब्रु. २५, १९१४
५. कित्ता
६. देसाई व्ही. जी., सत्याग्रह इन साऊथ आफ्रिका, अहमदाबाद, नवजीवन, १९७१

अधिक तपशिलासाठी पाहा मैत्र, द्वैमासिक, ऑगस्ट १९९६, सुवर्ण महोत्सव, १८ जून रिव्होल्युशन डे, स्पेशल नंबर, गोमांतक मराठी अकादमी, पणजी गोवा.

◆

श्रीमती कमला नेहरू

आपल्या अभ्यासिकेत भगिनी निवेदिता

श्रीमती ॲलिस अल्वारिस

मॅरित्झबर्ग रेल्वे स्टेशनवर कॅलनबाख व श्रीमती पोलाक यांच्यासह गांधीजी कॅलनबाख, गांधीजी, श्रीमती गांधी आणि पारशी रुस्तुमजी अन्य सत्याग्रहींसह - 1914

श्रीमती मार्गारेट कझिन्स

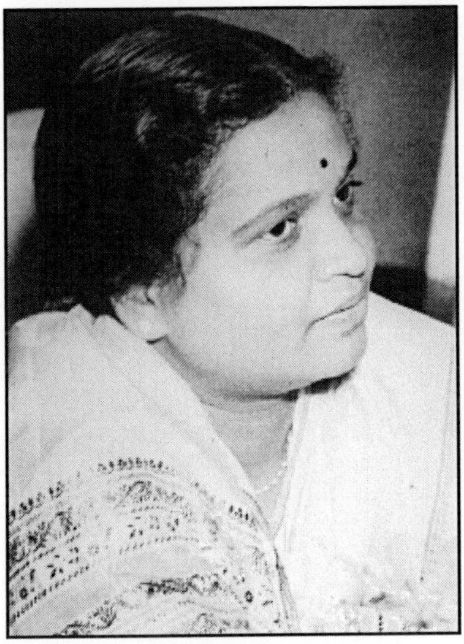

श्रीमती व्हायोलेट अल्वा

श्रीमती ॲनी बेझंट - 1878

डॉ. उषा मेहता

मीराबेन (मॅडलिन स्लेड)

वलिअम्मा, दक्षिण आफ्रिकेतील सत्याग्रह चळवळीतील पहिली हुतात्मा महिला

दक्षिण आफ्रिकेतील जोहान्सबर्ग येथे वलिअम्मा स्मारकाचे अनावरण करताना गांधीजी
15 जुलै 1914

■ भगिनी निवेदितांचे योगदान ■

गुलाब व उषा जानी

(**श्री. गुलाब आणि श्रीमती उषा जानी :** गुजरातमधील राजकोट येथे वास्तव्य करणारी ही दोघं सुप्रसिद्ध शिक्षणतज्ज्ञ आहेत. त्यांनी अनेक राष्ट्रीय व आंतरराष्ट्रीय पुरस्कार प्राप्त केले आहेत. त्यांमध्ये इंटरनॅशनल बुक हाऊसतर्फे दिल्या जाणाऱ्या 'द बेस्ट सिटिझन ऑफ इंडिया' या पुरस्काराचा आणि समन्वय संस्थेतर्फे दिल्या जाणाऱ्या 'द बेस्ट एज्युकेशनिस्ट ऑफ गुजरात' या पुरस्काराचा समावेश आहे. उषा जानी या गुजरातीतून प्रसिद्ध होणाऱ्या 'समुन्दर' या शैक्षणिक त्रैमासिकाच्या संपादक आहेत. ऑल इंडिया विमेन कॉन्फरन्सच्या (अखिल भारतीय महिला परिषद) सौराष्ट्र शाखेच्या कार्यकारी समितीच्याही त्या सदस्य आहेत.

रामकृष्ण मिशनतर्फे चालवल्या जाणाऱ्या उपक्रमांखेरीज राजकोट येथे भगिनी (सिस्टर) निवेदिता शाळा संकुलही या दोघांनी चालवले आहे. आजीवन शिक्षण या संकल्पनेवर आधारित निरंतर शिक्षण व्यवस्थाही त्यांनी रुजवली आहे. ही शाळा गुजरातेतील खेड्यापाड्यांत फिरत्या शैक्षणिक सुविधा पुरवते.)

मार्गरिट एलिझाबेथ नोबल ऊर्फ भगिनी निवेदिता यांच्या आयुष्यापेक्षा अधिक उदात्त काहीच असू शकत नाही.

कु. मार्गरिट एलिझाबेथ नोबल मूळची आयरिश होती. नंतर त्या भगिनी निवेदिता या नावाने ओळखल्या जाऊ लागल्या. भगिनी निवेदिता १८९८मध्ये भारतात आल्या व हा देश त्यांनी आपला मानला. १९११ मध्ये शेवटचा श्वासही या पवित्र भूमीवरच त्यांनी घेतला.

मार्गरिटची आई मेरी नोबल आपल्या पहिल्या मुलाला जन्म देण्यापूर्वी फार काळजी करीत होती. बाळ सुखरूप जन्माला आले तर त्याला ईश्वरसेवेसाठी अर्पण करीन, असा सर्व धार्मिक वृत्तीच्या स्त्रियांप्रमाणे मेरीही नवस बोलली होती.

सुखरूप जन्माला आलेले मूल म्हणजेच मार्गरिट एलिझाबेथ नोबल. मार्गरिट पवित्र आयुष्य जगली. निवेदिता म्हणजे समर्पित करणारी. हे नाव त्यांचे गुरू स्वामी

विवेकानंद यांनी त्यांना दिले. खऱ्या हिंदू परंपरेनुसार आपल्या कष्टांचे फळ त्या गुरुचरणी अर्पण करीत असत. रामकृष्ण-विवेकानंद व मार्गारेटच्या नावापुढे निवेदिता जोडून त्यांनी ही शिष्यपरंपरा पुढे नेली. अशा तऱ्हेने त्यांना प्रकाश व सामर्थ्य देणाऱ्या पवित्र स्थानाची दिशा दाखवली.

निवेदितांच्या आयुष्याचे तीन स्पष्ट कालखंड दाखवता येतात. जन्मापासून ते विवेकानंदांच्या भेटीपर्यंतचा पहिला भाग. आयुष्यातील महान कार्याच्या संदेशाबद्दलच्या झालेल्या जाणिवेपासून ते विवेकानंदांच्या मृत्यूपर्यंतचा काळ हा दुसरा कालखंड. स्वार्थत्यागी व तळमळीचा कार्यकर्ता म्हणून केलेले कार्य, हा तिसरा कालखंड होय.

अशा तऱ्हेने त्यांच्या आयुष्याची कहाणी सांगता येते.

पित्याच्या धार्मिकतेचा ठसा मार्गारेटच्या अंतःकरणात खोलवर उमटला होता. हॅमिल्टन या आपल्या आजोबांकडून स्वातंत्र्य व देशप्रेमाचे बाळकडू त्यांना मिळाले होते.

योग्य वेळ येताच मार्गारेट व त्यांच्या भगिनी मे या दोघींना कॉलेजच्या शिक्षणासाठी हॅलिफॅक्स येथे पाठवण्यात आले. १८८४ मध्ये वयाच्या १७व्या वर्षी अखेरची परीक्षा उत्तीर्ण झाल्यावर त्या केस्विक येथील शाळेत शिकवू लागल्या. १८८६मध्ये त्यांनी रेक्सहॅम येथे शिक्षिकेची नोकरी पत्करली. त्यांना अध्यापनात रस होता व अतिशय उत्साहाने त्यांनी त्यात स्वतःला झोकून दिले होते. वडिलांकडून त्यांना सेवावृत्तीचा व गरिबांवर प्रेम करण्याचा वारसा मिळाला होता. रेक्सहॅम हे खाणींचे केंद्र होते. त्यामुळे आवडते काम करण्याची त्यांना तिथे चांगलीच संधी होती.

मार्गारेटचा अनुक्रमे स्वीडन व जर्मनी येथील पेस्टॉलॉझी व फ्रोबेल या शिक्षण सुधारकांच्या शैक्षणिक कल्पनांशी परिचय झाला होता. अध्यापनाच्या या अभिनव पण नैसर्गिक पद्धतींकडे त्या आकर्षित झाल्या होत्या.

हळूहळू मार्गारेट अनुभवी शिक्षक बनल्या. त्यांचा आत्मविश्वास, त्यांची बौद्धिक क्षमता व अनुभव यांच्याबरोबर वाढत गेला. लंडनमधील त्या काळातील विद्वान व प्रभावी व्यक्तींमध्ये त्यांची गणना होऊ लागली. लेडी रिपन व लेडी इसाबेल मर्गेसन यांचा त्यांमध्ये समावेश होता. त्यांनी एक छोटेसे वाङ्मय मंडळ स्थापन केले होते. तेच पुढे सीसम क्लब या नावाने ओळखले जाऊ लागले. मार्गारेट या वाचनप्रेमी विचारवंत होत्या. थोड्याच अवधीत त्या क्लबच्या सक्रिय व उत्साही सदस्य बनल्या. या मंडळात बर्नार्ड शॉ, थॉमस हक्स्ले यांसारखे नामवंत लेखक, वक्ते नियमित हजेरी लावीत असत. साहित्याखेरीज नीतिशास्त्र, राजकारण व त्यांच्याशी संबंधित विषयांवर तिथे चर्चा होत. १८८२मध्ये तिथल्या पार्लमेंटसमोर आयर्लंडसाठी होमरूल विधेयक आले होते. मार्गारेटबाई बिलाच्या बाजूने निर्भयपणे बोलल्या होत्या.

मार्गारेटबाईंचे अशा प्रकारचे आयुष्य १८९५पर्यंत चालू होते. श्रेष्ठ हिंदू योगी स्वामी विवेकानंद वेदांताच्या प्रसारासाठी त्याच वर्षी लंडनला गेले होते आणि काही महिन्यांतच अचानकपणे मार्गारेटच्या आयुष्याची दिशा व उद्देश दोन्ही बदलून गेले.

स्त्रियांची परिस्थिती सुधारल्याखेरीज देशाचे कल्याण होण्याची अजिबात शक्यता नाही असे विवेकानंदांना मनापासून वाटत असे. ते म्हणत, "पक्ष्याला आपल्या एकाच पंखाने उडणे शक्य नाही." म्हणूनच देशाच्या पुनर्निर्माण योजनेत त्यांनी भारतीय स्त्रियांच्या उन्नतीकडे खूप लक्ष पुरवले. त्या काळात ही जबाबदारी उचलणारी एकही स्त्री त्यांना न आढळल्यामुळे ही जबाबदारी भगिनी निवेदिता (मार्गारेट नोबल) यांच्यावर पडली. विवेकानंदांनी मार्गारेटना लिहिले, "भविष्यकाळात तुम्हाला भारतासाठी काम करावे लागेल, याची मला खात्री पटली आहे. मला हे स्पष्टपणे सांगावेसे वाटते. इथे काम करण्यासाठी पुरुषाची नव्हे तर एका स्त्रीची गरज आहे. भारतीय स्त्रियांसाठी काम करणाऱ्या एका सिंहिणीची गरज आहे."

"भारताने आतापर्यंत अशी थोर स्त्री निर्माण केलेली नाही. त्यामुळे भारताला अन्य देशाकडून अशी स्त्री उसनी घ्यावी लागेल. आपले शिक्षण, प्रामाणिकपणा पावित्र्य, अपार प्रेम, निर्धार आणि यापेक्षाही आपले सेल्टिक रक्त यांमुळे भारताला हवी असलेली महिला आम्हाला लाभेल." (१)

भगिनी निवेदितांनी गुरूंनी दिलेल्या या हाकेला प्रतिसाद दिला. गुरूंनी पत्रातून व्यक्त केलेल्या अपेक्षा पूर्ण करण्यासाठी २८ जाने. १८९८ रोजी त्या भारतात आल्या. १९९८ हे भगिनी निवेदितांच्या भारतातील आगमनाचे शताब्दी वर्ष. २५ मार्च १८९८ रोजी त्यांना त्यांचे गुरू स्वामी विवेकानंद यांनी ब्रह्मचर्याची दीक्षा देऊन त्यांचे निवेदिता म्हणजे 'समर्पिता' असे नामकरण केले.

स्टार चित्रपटगृहात भरलेल्या रामकृष्ण मिशनच्या उद्घाटनाच्या सभेत विवेकानंदांनी भारतीय प्रेक्षकांना प्रथम तिची ओळख करून दिली. ते म्हणाले,

"आमच्या कार्यात आम्हाला मदत करण्यासाठी इंग्लंडने आम्हाला अनेक बुद्धिमान लोक दिले आहेत आणि इंग्लंडने आता भारतीयांसाठी कु. मार्गारेट नोबलच्या रूपाने आणखी एक भेट पाठवली आहे. त्यांच्याकडून आमच्या खूप अपेक्षा आहेत. अधिक न बोलता मी तुमची मार्गारेटशी ओळख करून देतो. त्यांचे भाषण तुम्ही लगेचच ऐकणार आहात." (२)

भारतीय आध्यात्मिक विचारांच्या इंग्लंडमधील प्रसाराबद्दल त्या सविस्तर बोलल्या. त्यांचे भाषण व्यवस्थित तयार केलेले व वैचारिक होते. प्रेक्षकांनी मोठ्या आनंदाने बराच वेळ टाळ्यांचा कडकडाट करून त्याला दाद दिली.

स्वामी विवेकानंदांबरोबर भारताच्या काही भागांचा दौरा केल्यानंतर निवेदिता कलकत्त्याला परतल्या. नंतर माताजींच्या उपस्थितीत आणि त्यांचे आशीर्वाद घेऊन

बागबझार येथील शाळा सुरू केल्याचे जाहीर करण्यात आले. ती शाळा प्रयोगात्मक होती. फारच थोड्या मुलींनी तिथे हजेरी लावली.

ख्रिस्टिन ग्रीनस्टायडेल ही विवेकानंदांची अमेरिकन शिष्या काही महिन्यांनंतर निवेदितांना येऊन मिळाली. ख्रिस्टिनने शाळेची व्याप्ती वाढवली. छोट्या किंडरगार्टन शाळेपासून सुरुवात करून ती शाळा हायस्कूलपर्यंत वाढवली. त्या शाळेत प्रौढ स्त्रियांसाठी स्वतंत्र विभाग होता. हळूहळू शाळेची सर्व जबाबदारी ख्रिस्टिनवर सोपवून भगिनी निवेदिता यांनी 'राष्ट्र उभारणी'चे व्यापक कार्य हाती घेतले.

परकीयांच्या अमलाखालील देश सामाजिक, राजकीय व सांस्कृतिक पुनर्निर्माणाचे स्वप्न पाहू शकत नाही, याची त्यांना इंग्लंड, अमेरिकेच्या दौऱ्यात तीव्रतेने जाणीव झाली. त्यासाठी राजकीय स्वातंत्र्य हाच सुरुवातीचा कार्यक्रम असला पाहिजे. म्हणून १९०२ ते १९०४ या काळात त्यांनी देशाच्या विविध भागांचा दौरा केला. भारताला स्वतंत्र व श्रेष्ठ बनवण्यासाठी झटून प्रयत्न करणे, ही काळाची गरज असल्याची जाणीव जनतेला व्हावी म्हणून या दौऱ्यात त्यांनी ठिकठिकाणी व्याख्याने दिली. त्यांच्या मते पुढील तीन बाबींवर लोकांनी भर द्यायला हवा. १) आपल्या सुप्त शक्तीवर लोकांचा अपार विश्वास हवा. २) परकीय सत्तेच्या बेड्यांतून सुटका करून घेण्यासाठी सर्व प्रकारचे सामर्थ्य मिळवणे ३) अंधारातून चाललेल्या लोकांना प्रकाश देण्यासाठी श्रीरामकृष्ण आणि स्वामी विवेकानंदांचे आगमन झाले आहे, याची जाणीव होणे. या काळातील त्यांच्या सर्व भाषणांतून याच भावना प्रतिबिंबित होत होत्या.

१९०४च्या अखेरीस देशातील व विशेषतः कलकत्त्यातील राजकीय वातावरण फारच गढूळ झालेले होते. १९०५ मध्ये लॉर्ड कर्झनने केलेल्या बंगालच्या फाळणीच्या घोषणेमुळे देशभक्तांच्या विविध गटांतील हालचालींना वेग आला. नव्या भारताची पहाट आणि नव्या वृत्तीची वाढ झालेली पाहून निवेदितांना आनंद झाला. त्या अतिशय उत्कट व विश्वासू 'राष्ट्रवादी' होत्या. त्यांच्या अनमोल लिखाणांनी व भाषणांनी तरुणांना प्रेरणा दिली. त्यांतील दाहक तीव्रतेने अनेकांना आपली आयुष्ये उच्च पातळीवर नेण्याची, सत्यपूर्ण व उमदी करण्याची, तसेच हेतुपूर्ण करण्याची इच्छा झाली. प्रसंगाला साजेशी कृती करण्याचे त्यांनी नेत्यांना आव्हान दिले. त्याचा परिणाम होऊन जसजशी वर्षे उलटली, तसतसे भगिनी निवेदितांचे मित्रमंडळही अधिकाधिक विस्तृत झाले. निवेदितांबरोबर मैत्रीचे संबंध असलेल्या नामवंत समकालिनांमध्ये मुत्सद्दी, कवी, कलाकार, वैज्ञानिक, इतिहासकार आणि पत्रकार यांचा समावेश होता. त्यांपैकी काही नावे पुढीलप्रमाणे- रोमेशचंद्र दत्त, गोपाळ कृष्ण गोखले, बिपिनचंद्र पाल, जगदीशचंद्र बोस, अरविंद घोष, रवीन्द्रनाथ टागोर, अवनींद्रनाथ टागोर, जदुनाथ सरकार व रामानंद चॅटर्जी.

विसाव्या शतकातील पहिले दशक भारतीय इतिहासातील वैशिष्ट्यपूर्ण काळ म्हणता येईल. पहिल्या राजकीय उठावानंतर लॉर्ड कर्झनच्या आधिपत्याखालील ब्रिटिश सरकारने राष्ट्रवादी प्रवृत्तींना आळा घालण्यासाठी कठोर उपायांचा अवलंब केला. परंतु त्याचा उलटा परिणाम होऊन राजकीय प्रगतीबाबतची लोकांची इच्छा अधिकच तीव्र झाली. काही प्रसंगी तर देशभक्तीच्या भावनेने जनता खोलवर ढवळून निघाली.

या कालखंडातील राजकीय घडामोडींची माहिती करून देणे आवश्यक आहे; कारण त्यामुळे भगिनी निवेदितांच्या जीवनात आणि कार्यात बदल घडून आला. निवेदितांचा कल राजकीय घडामोडींकडे झुकल्यामुळे रामकृष्णांच्या आध्यात्मिक आदेशाबाबतचे कायदेकानू मोडण्यापेक्षा त्यातून निवृत्त होणे त्यांनी पसंत केले. १९०० सालानंतरच्या त्यांच्या पत्रात भारताच्या राजकीय भवितव्याबाबतची त्यांची वाढती ओढ दिसून येते. १८९७ मध्ये स्वामीजी म्हणाले होते, ''आमची थोर मातृभूमी भारत हीच फक्त पुढील ५० वर्षे आमच्या विचारांच्या व कृतींच्या केंद्रस्थानी असेल. आमच्या मनातून त्या काळापुरते तरी ते व्यर्थ देव अदृश्य होऊ देत. हाच देव फक्त जागृत आहे.... जेव्हा आम्ही या देवाची पूजा करू तेव्हाच आमच्या सर्व देवांची पूजा करू शकू.'' (३) भारत व भारताचे भविष्य हाच निवेदितांच्या चिंतेचा मुख्य विषय होता, हे त्यांच्या नंतरच्या दहा वर्षांच्या कार्यावरून दिसून येते. त्या काळात कलकत्ता ही इंग्रज सरकारची राजधानी होती. मोठ्या राष्ट्रीय चळवळीच्या प्रारंभाची ती राजधानी साक्षीदार होती. त्यामुळेच त्या कालावधीत निवेदिता सक्रिय राहणे स्वाभाविक होते. अशा अशांततेच्या व गोंधळाच्या काळात तटस्थ राहणे किंवा स्वस्थ बसणे भगिनी निवेदितांना शक्य नव्हते.

आपली संपूर्ण बौद्धिक शक्ती व नैतिक सामर्थ्य त्यांनी राष्ट्रीय चळवळीत पणाला लावले होते, हे कोणालाही नाकबूल करता येणार नाही. निवेदितांच्या व्यक्तिमत्त्वाचा आणि कार्याचा उचित अंदाज येण्यासाठी एका महत्त्वाच्या मागील घटनेचा थोडक्यात उल्लेख करणे उचित होईल.

१९०० ते १९०५ या काळात भारतातील शिकलेल्या लोकांची मते भारतीय राष्ट्रीय काँग्रेसद्वारा ऐकायला मिळत असत. विनंतीअर्ज व विरोध यांद्वारे काँग्रेसचे नेते अधिक चांगले वातावरण निर्माण करण्याचा प्रयत्न करीत असत. १९०२ साली दिल्लीला बादशहाचा दरबार भरणार होता. त्याआधी काही दिवस काँग्रेसने दिल्ली दरबाराचे आकर्षण व प्रभाव नाहीसा व्हावा म्हणून अहमदाबादला अधिवेशन भरवले. दिल्ली दरबार म्हणजे पैशाची उधळपट्टी व निष्फळ प्रदर्शन, असे देशाचे मत असल्याचे अधिवेशनात स्पष्ट करण्यात आले. बंगालमधील राष्ट्रवादी इंग्रजी वृत्तपत्रांनी शिक्षेची भीती असूनही दिल्ली दरबारच्या सर्व गोष्टींवर सणसणीत टीका

केली. भगिनी निवेदिता तेव्हा मद्रास इलाख्याच्या दौऱ्यावर होत्या. दौऱ्याहून कलकत्त्याला परतल्यावर त्यांनी एका अधिकाऱ्याच्या मुलाकडे दिल्ली दरबारबद्दल चौकशी केली. त्याने उत्तर दिले, "आमच्या सर्व संस्थानिकांना अतिशय अपमानास्पद वागणूक मिळाली असे आमचे मत झाले." हे ऐकून भगिनी निवेदिता उद्गारल्या, "मागच्या दरबारापासून गेल्या २५ वर्षांत राजकारण खूपच आत शिरले. ही भारताची या काळातील कमाई होय."

त्या वर्षी विद्यापीठ आयोगाला भारताच्या विविध भागांतून जोरदार विरोध झाला. १९०१ मध्ये लॉर्ड कर्झनने सिमल्याला एक शैक्षणिक परिषद बोलावली होती. त्या परिषदेनंतर १९०२ मध्ये विद्यापीठ आयोगाची नेमणूक करण्यात आली. त्या आयोगाच्या अहवालाच्या आधारे १९०४ मध्ये विद्यापीठ कायदा मंजूर करण्यात आला. देशभरच्या सुशिक्षित लोकांनी या कायद्यातील जाचक तरतुदींना प्रखर विरोध केला. विख्यात शिक्षणतज्ज्ञ व काँग्रेसचे पुढारी सुरेंद्रनाथ बॅनर्जी यांनी या संबंधात लिहिले, "भारतात लॉर्ड कर्झनने ज्या काही वाईट गोष्टी केल्या, त्यांमध्ये विद्यापीठांच्या तथाकथित सुधारणा दूरगामी दुष्परिणाम करणाऱ्या होत्या. त्यांच्या आधारे तो आता विद्यापीठांची संपूर्ण उच्च शिक्षण व्यवस्था सरकारी नियंत्रणाखाली आणण्यासाठी पुढे सरसावलेला आहे. कार्यक्षमता हा त्याचा परवलीचा शब्द होता. लोकांच्या मताला कोणतीच किंमत दिली गेली नाही. आपल्या मूर्खपणाच्या तत्त्वापायी लॉर्ड कर्झनने लोकमताचा उघडउघड अपमान केला."

आयोगाबद्दलची आपली मते निवेदितांनी संतापाने एका पत्रात व्यक्त केली आहेत.

"अलीकडेच आपल्याकडे विद्यापीठ आयोग नेमण्यात आला होता. त्या आयोगाने सर्व शिक्षण विशेषतः विज्ञानाचे शिक्षण नष्ट करण्याचा उत्तम उपाय केला आहे. भारताच्या दृष्टीने या चुकीच्या मुद्द्याचा मला संताप येतो. भारत भारत असणे हा भारतीयांचा हक्क आहे. भारताला स्वतःचा विचार करण्याचा हक्क आहे. ज्ञान मिळवणे हा भारताचा हक्क आहे. हे मोठे गाऱ्हाणे नसते तर मी अन्नासाठी, न्यायासाठी व इतर गोष्टींच्या हक्कांसाठी प्रक्षुब्ध झाले असते; परंतु ही बाब या सगळ्यांपेक्षा श्रेष्ठ आहे."

स्वतः शिक्षणतज्ज्ञ असल्यामुळे साहजिकच शैक्षणिक समस्यांबद्दल त्यांना खूप आस्था होती. १९०४ मध्ये विद्यापीठ कायदा कायदेमंडळापुढे होता. तेव्हा भगिनी निवेदिता बिहार व उत्तर प्रदेशचा दौरा करीत होत्या. भारतातील शैक्षणिक समस्यांबद्दल त्या अनेक ठिकाणी बोलल्या. या समस्येला त्या समस्यांची समस्या असे म्हणत असत. राजकारणी नसल्यामुळे त्यांनी या असंतोषाचे भांडवल केले नाही. त्यांचा संताप केवळ टीका करण्यापुरता किंवा तक्रारीपुरता नव्हता. त्या विधायक विचारवंत आणि कार्यकर्त्या असल्यामुळे त्यांनी लोकांना प्रसंगानुरूप कृती

करण्याची कळकळीची विनंती केली. सरकारच्या मदतीकडे डोळे लावून बसण्यापेक्षा परिस्थितीला योग्य रीतीने तोंड देऊन राष्ट्रीय शिक्षणाच्या प्रगतीसाठी लोकांनी या संधीचा फायदा उठवावा.

बांकीपूरच्या भाषणात आपला वैशिष्ट्यपूर्ण उत्साह, अचूक तर्क व्यक्त करीत तळमळीने त्या म्हणाल्या,

"सध्या अनुसरल्या जाणाऱ्या शैक्षणिक धोरणाने खऱ्या विद्यापीठीय शिक्षणाखेरीज बाकी सर्व मिळते. भारतीय विद्यापीठ कायद्याने या देशातील शिक्षणाची व्याप्ती संकुचित करण्याचा प्रयत्न केला आहे; परंतु मी राजकीय भाषण करणार नाही. आपल्याला सदैव विचार करायला लावणे, हे माझे उद्दिष्ट आहे. मी कायमच शैक्षणिक समस्येवर विचार करीत असते. कधी मला मार्ग सापडतो; कधी नाही. तुम्हाला तुमच्या विचारात मदत करण्यासाठी मी इथे आलेली आहे. कारण योग्य विचारशक्तीवर माझा पूर्ण विश्वास आहे....

शैक्षणिक समस्या हा राष्ट्रीय जीवनाचा अविभाज्य भाग आहे आणि राष्ट्रीय जीवनाबाबत अज्ञानी असलेली कोणीही व्यक्ती तुमच्या गरजांच्या पूर्ततेसाठी कसलेच योगदान करू शकणार नाही. परकीय व्यक्ती जेव्हा योग्य अशा आदर्श राष्ट्रीय जीवनाला अनुरूप अशी कृती करेल, तेव्हाच ती काही योगदान करू शकेल. तसेच काळाच्या प्रभावाशी वा गतीशी आपली कामे जुळवून घेईल तेव्हाच ती काही करू शकेल. परकीय व्यक्ती तुम्हाला काही मदत करू शकणार नाही. तुम्हीच तुम्हाला मदत केली पाहिजे...

ही गोष्ट तुम्हालाच करावी लागेल. जी गोष्ट तुम्ही करू शकता, ती सरकारकडून करून घेण्यासाठी सरकारपुढे माकडासारखे दबकून बसू नका.... सरकारच्या शैक्षणिक धोरणाकडे वेगळ्या दृष्टिकोनातून बघा. कायदेमंडळापुढे असलेल्या विधेयकामुळे अनेक शाळांची संलग्नता काढून घेतली जाईल आणि भूतकाळातील संमोहनावस्था निपटून काढण्याची पाळी तुमच्यावर येईल. शाळांना असंलग्नतेची धमकी दिल्याबद्दल तुम्ही सरकारचे आभार मानायला हवेत. कारण ही असंलग्नता तुम्हाला खूप विचारस्वातंत्र्य देईल; पण तुम्ही मागे बसून सरकारला फक्त धन्यवाद देऊ नका. तुम्ही काम आणि कामच करा व शिक्षणाला नवा अर्थ द्या." (८)

दुसऱ्या दिवशी या भाषणावर अभिप्राय देताना 'बिहार हेराल्ड' वृत्तपत्राने लिहिले, "भगिनी निवेदितांसारख्या आपली कानउघाडणी करणाऱ्या व खरडपट्टी काढणाऱ्या अधिक व्यक्ती समाजात असाव्यात, असे आम्हाला वाटते. त्यांनी आमच्यासाठी जे केले आहे , त्यासाठी आम्हाला त्यांचे मनापासून आभार मानले पाहिजेत."

१९०२ मध्ये काँग्रेस जनतेच्या भावना व्यक्त करणारी एकमेव संघटना होती;

पण हळूहळू समाजातील प्रमुख व्यक्तींना राष्ट्रकार्यासाठी तरुणांची शक्ती संघटित करण्याची गरज भासू लागली व त्यांच्या सार्वजनिक उपक्रमांनी वेगळे वळण घेतले. या व्यक्तींच्या मार्गदर्शनाखाली 'यंग मेन्स हिंदू युनियन कमिटी', 'द गीता सोसायटी', 'द डॉन सोसायटी', 'द अनुशीलन समिती' आणि 'द विवेकानंद सोसायटी' यांसारख्या असंख्य संघटना व गट निर्माण झाले. भारतीय लोकांच्या सामाजिक व आध्यात्मिक प्रबोधनावर भगिनी निवेदितांचा विश्वास होता. त्यामुळे या संघटनांशी त्यांनी तत्परतेने संबंध जोडला. जेव्हा त्यांना निमंत्रण दिले जात अस, तेव्हा त्या हिंदुत्ववादावर बोलत असत आणि स्वामी विवेकानंदांच्या लिखाणातील अथवा गीतेतील उतारे वाचून आणि स्पष्ट करून सांगत असत. त्यांची भाषणे प्रेरणादायक असत. भारतीय समस्यांवर त्यांनी दीर्घ काळ चिंतन केल्यामुळे त्यांच्या कल्पना म्हणजे तरुणांसाठी नवी क्षितिजे खुली करणारी जितीजागती शक्तीच बनली होती. 'राष्ट्र' आणि 'राष्ट्रीय वृत्ती' हे शब्द त्या मंत्राप्रमाणे वारंवार आपल्या भाषणात वापरीत असत. 'नॅशनल कॉन्शसनेस' हा शब्दही निवेदितांनीच तयार केला. खेळ, पाठांतर व वक्तृत्वस्पर्धा आयोजित करण्यासाठी त्या प्रोत्साहन देत. काही विशेष प्रसंगी गुणवत्तेनुसार विवेकानंद पदकेही बक्षीस म्हणून देत असत. तरुण लोक प्रेरणा व मार्गदर्शनासाठी नेहमी त्यांच्याभोवती गोळा होत असत. निवेदिता त्यांच्या 'गुरू' होत्या.

वर उल्लेखिलेल्या संघटनांमध्ये 'डॉन सोसायटी' व 'अनुशीलन समिती' यांनी बहुसंख्य लोकांवर कौशल्याने प्रभाव टाकला. श्री. सतीशचंद्र मुखर्जी यांनी 'डॉन सोसायटी'ची स्थापना केली. या संघटनेने राष्ट्रीय शिक्षणाची कल्पना लोकप्रिय करण्यास व तिचा विकास करण्यास मोठा हातभार लावला. १९०५ मध्ये याच संस्थेच्या आश्रयाखाली नॅशनल एज्युकेशन सोसायटीची स्थापना झाली आणि त्यांनी नॅशनल कॉलेज सुरू केले. श्री. ब्रजेंद्रनाथ सील, रवींद्रनाथ टागोर, श्री. सुरेंद्रनाथ बॅनर्जी, भगिनी निवेदिता, बिपिनचंद्र पाल, श्री. अब्दुल रसूल आणि इतर अशा समाजात मान्यता पावलेल्या लोकांना एकत्र आणले. त्यांनी सर्वसमावेशक असा राष्ट्रीय कार्यक्रम तयार केला. नंतरच्या काळात अर्थतज्ज्ञ म्हणून ख्यातनाम झालेले पण तेव्हा तरुण असलेले बिनोयकुमार सरकार म्हणाले,की त्यांनी 'डॉन सोसायटी'त १९०४ मध्ये प्रथम भगिनी निवेदितांना पाहिले. विदेशी असूनही त्यांच्या मनात भारताबद्दलच्या आपुलकीखेरीज अन्य विचार नव्हता, हे पाहून आश्चर्य वाटले. त्या त्यांच्या खरोखरच्या भगिनी होत्या. निवेदिता त्यांच्याशी भारतीय स्वातंत्र्याबद्दल बोलल्या तसेच तरुणांमध्ये देशसेवेची व देशसेवेची वृत्ती बाणवण्याबद्दलही त्या बिनोयकुमार सरकारांबरोबर बोलल्या.

श्री. सतीशचंद्र भूषण रॉय चौधरी यांनी 'अनुशीलन समिती' संघटित केली

होती. नामवंत बॅरिस्टर श्री. पी. मित्रा हे संघटनेच्या सक्रिय कार्यकर्त्यांपैकी एक होते. श्री. सी. आर. दास, श्री. सुरेन हलधर, श्री. एच. डी. बसू, श्री. राशबिहारी घोष, न्या. शारदाचरण मित्र, रवींद्रनाथ टागोर व भगिनी निवेदिता हे प्रमुख पुढारी त्या संघटनेशी संबंधित होते, अथवा ते संघटनेच्या उपक्रमांना मदत करीत असत.

तरुणांना शारीरिक प्रशिक्षण देण्यासाठी या संघटना वा समित्या व्यायाम शाळा चालवत असत. अभ्यास मंडळेही चालवली जात. थोर व्यक्तींची चरित्रे व त्यांची शिकवण यांचे वाचन तिथे केले जात असे. त्याचबरोबर विविध देशांच्या स्वातंत्र्यलढ्यांचे इतिहासही वाचले जात. राज्यशास्त्र व अर्थशास्त्र यांचा अभ्यास केला जात असे. रविवारी नैतिक शिक्षणाचे वर्ग भरत असत. त्यांमध्ये रामायण, महाभारत यांसारखी राष्ट्रीय महाकाव्ये, गीता आणि स्वामी विवेकानंदांचे लेखन स्पष्ट करून सांगितले जात असे. आध्यात्मिक शिक्षणाच्या आचरणाचे शिक्षण स्वामी सरलानंद, श्री. सत्यचरण शास्त्री आणि ब्रह्मबांधव उपाध्याय देत असत. अशा तऱ्हेने तरुणांच्या शारीरिक, बौद्धिक, व आध्यात्मिक सामार्थ्याचा विकास करण्यासाठी संघटित प्रयत्न केले जात असत.

श्री. अरविंद घोषांनी १९०२ मध्ये खास दूत बडोद्याहून पाठवल्यामुळे या संघटनांच्या कार्यात नव्या विचाराला व वेगळ्या उपक्रमांना प्रारंभ झाला. अरविंद घोषांना काँग्रेसची भित्री व सनदशीर चळवळ कधीच मान्य नव्हती. पहिली काही वर्षे भारतात असताना 'इंदुप्रकाशमध्ये' लेख लिहिण्याव्यतिरिक्त कोणत्याही राजकीय हालचालींपासून ते अलिप्त राहिले होते. 'इंदुप्रकाश'मधील लेखांत मात्र ते काँग्रेसच्या धोरणांचा जोरकसपणे जाहीर निषेध करीत असत. एका मवाळ नेत्याने 'इंदुप्रकाश'च्या संपादकाला अशा लेखनातील धोक्याची सूचना दिली. त्या संपादकाने अशा प्रकारचे जळजळीत लेख न लिहिण्याबद्दल अरविंदांचे मन वळवले.

परंतु अरविदांच्या कल्पना स्पष्ट होत्या. १) क्रांतीचा प्रचार व त्यासाठी संघटना सुरू करण्याची त्यांची इच्छा होती. तसेच सशस्त्र बंडाची तयारी हेच प्रमुख उद्दिष्ट असलेली संस्था त्यांना स्थापन करावयाची होती. २) संपूर्ण देश स्वातंत्र्याच्या कल्पनेने भारून टाकण्यासाठी त्यांनी जाहीर प्रचार केला. ३) जनता पुढे जावी म्हणून लोकांना संघटित करण्याची त्यांची इच्छा होती. तसेच एकजुटीने विरोध करण्याची व परकीय सत्तेला सुरुंग लावण्याची त्यांची इच्छा होती.

बडोदा सैन्यात शिपाई असलेले श्री. जतींद्रनाथ बॅनर्जी अरविंदांचे खास दूत म्हणून या कृतीचा व तयारीचा कार्यक्रम घेऊन कलकत्त्याला आले. विविध संघटनांशी निगडित तरुणांजवळ कोणताही निश्चित कार्यक्रम नव्हता आणि स्पष्ट कल्पना नव्हती. असे तरुण नव्या उद्दिष्टांकडे वळू लागले. हळूहळू क्रांतिकारक उद्दिष्टे साध्य करण्यासाठी या संघटना सक्रिय झाल्या.

या संघटनांचे सांस्कृतिक व अन्य कार्यक्रम केवळ दिखाऊ स्वरूपाचे राहिले. घोडदौड, शारीरिक शिक्षण, विविध शारीरिक कसरती, कवायत व संघटित हालचाली या प्रकारांचे जादा प्रशिक्षण देण्यात येऊ लागले. सैनिकी वेषातील जतींद्रनाथ सार्वजनिक रस्त्यांवरून घोडे दौडवीत आणि मुलांनाही तसेच करण्यास सांगत असत. श्री. मन्मथ चॅटर्जी व श्री. देवव्रत बसू या दोन तरुणांनी घोडेस्वारांसाठी एक क्लब स्थापन केला.

श्री. अरविंदांना कलकत्त्यात विविध संघटना अस्तित्वात असल्याचे माहीत होते. त्या सर्वांचा मिळून एक पक्ष स्थापण्याची त्यांची योजना होती. "अलीकडे लहान-मोठे क्रांतिकारी गट उदयाला आल्याचे मला माहीत होते, पण हे सर्व विखुरलेले असून, त्यांचा परस्परांशी संबंध नाही. या सर्वांना एकत्र आणून त्यांची एक संघटना बनवण्याचा मी प्रयत्न केला. बॅरिस्टर पी. मित्रा बंगालमधील क्रांतीचे नेतृत्व करतील. पाच व्यक्तींची मिळून एक मध्यवर्ती परिषद असेल. भगिनी निवेदिता त्यांपैकी एक असतील."

विविध संघटनांचे जवळिकीचे संबंध प्रस्थापित करण्याच्या कल्पनेला यश आले नाही. अरविंदांच्या बडोद्यातील अनुपस्थितीमुळे मध्यवर्ती परिषदच अस्तित्वात आली नाही. अनेक गटांना परस्परांतील विरोध कायम ठेवून एकत्र येणे शक्य झाले नाही. अरविंदांचा कार्यक्रम हाती घेणारी फक्त 'अनुशीलन समिती'च होती. या समितीला भगिनी निवेदिता अनेक वेळा भेट देत व तरुण सदस्यांसमोर भाषण करीत. अल्पकाल टिकलेल्या मध्यवर्ती समितीत श्री. पी. मित्रा अध्यक्ष होते, सी. आर. दास व अरविंद घोष उपाध्यक्ष होते आणि खजिनदार होते सुरेंद्रनाथ टागोर - भगिनी निवेदिता समितीतील काही सक्रिय सदस्यांच्या संपर्कात आल्या होत्या. भगिनी निवेदितांनी आयरिश क्रांतीवरील आणि डच गणराज्याच्या इतिहासावरील पुस्तकांचा संग्रह अनुशीलन समितीला दिला. तसेच मॅझिनी व गॅरिबाल्डी यांची चरित्रे रोमेशचंद्र दत्त, दादाभाई नौरोजी, विल्यम डग्बी आणि इतरांनी लिहिलेली अर्थशास्त्रावरची पुस्तकेही त्यांनी दिली.

असहकार व निःशस्त्र प्रतिकार, हीच फक्त स्वातंत्र्य मिळवण्याची साधने आहेत यांवर भगिनी निवेदितांचा विश्वास नव्हता. निष्क्रिय प्रतिकार अयशस्वी ठरला तर उघड बंडाच्या तयारीसाठी गुप्त क्रांतिकारी मंडळ्या तयार करण्याच्या अरविंदांच्या चालीला त्यांनी पाठिंबा दिला. भगिनी निवेदितांचा यातील सहभाग पुस्तके देण्यापुरता व राष्ट्रीय वृत्ती जोपासण्यासाठी तरुणांसमोर स्फूर्तिदायी भाषणे करण्यापुरताच मर्यादित होता. पाटण्यातील 'हिंदू बॉईज असोसिएशन' समोर बोलताना त्या म्हणाल्या, "तरुण नेता बनणे हे तुम्हा मुलांचे कर्तव्य आहे. संपूर्ण देश तुमचा आहे असा विचार करा. तुमच्या देशाला कामाची गरज आहे. ज्ञानासाठी, सामर्थ्यासाठी

व वैभवासाठी झगडा करा. या सर्व बाबी तुमच्या आयुष्याचे ध्येय असू द्या. जेव्हा लढण्याची वेळ येईल तेव्हा झोपू नका.'' (५)

निवेदितांचा अरविंद घोषांशी झालेला परिचय व त्यांच्या कार्यपद्धतीला त्यांनी दिलेली मान्यता, यांमुळे क्रांतिकारी कृत्यातील त्यांच्या घनिष्ठ संबंधांबाबतचे काल्पनिक अहवाल सांगितले जाऊ लागले. उदा. गिरिजाशंकर रॉय चौधरी अरविंद घोषांवरील आपल्या पुस्तकात अनेक वेळा या गोष्टींचा उल्लेख करतात. त्यांच्या मते अरविंद घोषांचा क्रांतिकारी पक्ष भगिनी निवेदितांचा पक्ष होता, असे म्हटले तर ते चुकीचे होणार नाही. पुढे ते म्हणतात की गुप्त क्रांतिकारी पक्षाचे कामकाज निवेदिता चालवीत असत, कारण त्याचे तंत्र अरविंद घोषांना नव्हे तर निवेदितांना माहीत होते.

दडपशाहीचे धोरण यशस्वी न होण्यात अरविंद घोष हाच एकमेव अडथळा आहे, याची जाणीव ब्रिटिश राज्यकर्त्यांना झाली. त्यामुळे सरकारने त्यांना हद्दपार करण्याचे ठरवले. भगिनी निवेदितांना या बातमीची कुणकुण लागताच त्यांनी अरविंद घोषांना त्याबाबत कळवले व त्यांना लपून राहण्याचा किंवा ब्रिटिश भारताच्या हद्दीबाहेर जाऊन कार्य करण्याचा सल्ला दिला. त्यांपैकी कोणतीही गोष्ट करण्याची अरविंद घोषांना जरूरी वाटली नाही. त्यांनी पुन्हा कर्मयोगीमध्ये एक अनावृत्त पत्र लिहिले. त्यामध्ये त्यांनी हद्दपारीच्या प्रकल्पाबद्दल लिहून पुढे म्हटले होते की देशत्याग ही त्यांची शेवटची इच्छा व मृत्युपत्र असेल. या पत्राचा अपेक्षेप्रमाणेच परिणाम झाला. सरकारने हद्दपारीचा विचार सोडून दिला.

त्यानंतर काही दिवसांनीच एका रात्री श्री. अरविंद 'कर्मयोगी'च्या कचेरीत असताना सरकार 'कर्मयोगी'च्या कचेरीचा शोध घेऊन त्यांना पकडण्याच्या विचारात आहे ही बातमी येऊन थडकली. आपल्या अनुपस्थितीत 'कर्मयोगी'चे संपादकत्व भगिनी निवेदितांनी चालू ठेवावे, असा निरोप त्यांनी पाठवला. त्या वृत्तपत्राचे पुढे प्रकाशन स्थगित होईपर्यंत भगिनी निवेदितांनी ती जबाबदारी सांभाळली.

'कर्मयोगी'च्या एका अंकात भगिनी निवेदितांनी आपला पंथ या प्रकारे जाहीर केला होता.

''भारत हा अखंड व अविभाज्य आहे, असा मला विश्वास आहे. समान घर, समान इच्छा व समान जिव्हाळा यांवर राष्ट्रीय ऐक्याची उभारणी होते.

वेद व उपनिषदे यांच्यात सांगितलेला धर्म व साम्राज्ये निर्माण करणाऱ्या शक्तीवर माझा विश्वास आहे. अभ्यासकांच्या अभ्यासात व संतांच्या तपश्चर्येतही तेच सामर्थ्य आहे. आज आपल्यातही ही शक्ती निर्माण झाली असून, राष्ट्रीयत्व हे तिचे नाव आहे.

सध्याच्या भारताची पाळेमुळे भूतकाळात खोलवर रुजलेली आहेत आणि भारतापुढे प्रकाशणारा उज्ज्वल भविष्यकाळ आह, याबद्दल माझी खात्री आहे.

बा राष्ट्रीयत्वा, आनंद किंवा दुःख बनून गौरव वा लाज म्हणून ये! मला तुझ्यात सामावून घे!'' (६)

अरविंद घोष पाँडीचेरीला निघून गेल्यावर सरकारने भगिनी निवेदितांवर करडी नजर ठेवली होती. त्यांच्या पत्रव्यवहारावर कडक नियंत्रण ठेवण्यात आले होते.

वास्तविक पाहत, भगिनी निवेदितांची फक्त अरविंद घोषांशीच मैत्री होती असे नाही, तर भारतीय स्वातंत्र्यासाठी झटणाऱ्या व विचार करणाऱ्या सर्वांशीच त्यांचे मैत्रीपूर्ण संबंध होते. श्री. बिपिनचंद्र पाल हे जहाल नेते त्यांचे मित्र होते. त्याचप्रमाणे रोमेशचंद्र दत्त यांच्याशी आणि गोपाळ कृष्ण गोखले यांच्याशीही त्यांची मैत्री होती. दोघेही मवाळ दृष्टिकोन धारण करणारे असले तरी आणि भगिनी निवेदितांची जहाल मते त्यांच्या मताशी जुळणारी नसली तरी त्यांचे कार्य व त्यांचा दृष्टिकोन जाणून घेण्यात निवेदितांना रस होता. श्री. रोमेशचंद्र दत्त बडोदा संस्थानात मंत्री होते. संस्थानात कोणत्या नवीन सुधारणा व नवी धोरणे ते आणू इच्छितात, त्याबाबतची माहिती भगिनी निवेदितांना ते पत्राने कळवीत असत. जमिनीवर आकारल्या जाणाऱ्या अतिरिक्त शेतसाऱ्यातून शेतकऱ्यांची मुक्तता करणे, संस्थानात नव्या गिरण्या व उद्योगधंदे यांसाठी भांडवलदारांना एकत्र आणण्याचा प्रयत्न करणे, आणि कायदेमंडळाची उभारणी करणे यांसारख्या योजनांचा त्यांमध्ये समावेश होता. भगिनी निवेदिता त्यांच्या या योजनांबाबत खूपच आस्था दाखवीत असत.

गोखले जेव्हा कलकत्त्याला येत असत, तेव्हा १७ बोसपाटा लेनमध्ये दररोज येत असत. भगिनी निवेदितांबरोबर राष्ट्रीय दृष्ट्या अनेक महत्त्वाच्या विषयांवर त्यांच्या चर्चा होत असत.

भारतीय समाजातील नेत्यांनी पुरस्कारलेल्या विविध मतप्रणालींत भगिनी निवेदितांना रस होता. भारत एक समर्थ व शक्तिशाली देश म्हणून उदयाला यावा, हे त्यांचे अत्युच्च ध्येय होते. भारताची त्या दिशेने झालेली प्रगती त्यांना पाहावयाची होती. हे ध्येय साध्य होण्यासाठी वापरल्या जाणाऱ्या साधनांबाबत त्या फारशी फिकीर करीत नसत. राष्ट्रजागृतीच्या कामातील त्यांच्या योगदानाबद्दल बोलताना त्यांनी निःसंदिग्ध शब्दांत सांगितले,

''भारतभर माझ्या नांगराने मला खूप खोलवर चर खणू द्या. खणता खणता तो गाभ्यापर्यंत जाऊ द्या. तो सुप्त आवाज असू द्या किंवा कोठडीतून निःशब्द पणे बाहेर फेकलेल्या वस्तू असू द्यात किंवा मोठ्या शहरांतून संतापाने बेभान होऊन धांगडधिंगा घालणारी व्यक्तिमत्त्वे असू द्यात- मी त्यांची फिकीर करीत नाही; पण माझ्या बलदंड उजव्या हाताचा देव मला माझा आनंद पाश्चिमात्य निष्फळतेत व्यर्थ घालवू देण्यास तयार नाही. मला वाटते त्यापेक्षा मी आत्महत्या केलेली बरी! भारत हाच प्रारंभबिंदू व माझ्या दृष्टीने तेच ध्येय होय. त्याला इच्छा असेल तर पश्चिमेची काळजी करू दे!''

आपल्या एका भाषणात त्या म्हणाल्या होत्या, ''तरुण भारत स्वातंत्र्याच्या क्षेत्रातील स्पर्धेत धावण्यासाठी तयार होत आहे. त्याने अद्याप स्पर्धेला प्रारंभ केलेला नाही.'' जेव्हा काही निश्चित केले जात नव्हते अथवा मिळवले जात नव्हते, त्या प्रक्षुब्ध व अशांत कालखंडाबद्दल हा समर्पक शेरा आहे. या काळात जमेचा भाग एवढाच, की जनतेत 'राष्ट्रीय जाणीव' वाढीला लागली होती. सर्व प्रकारच्या अन्यायाच्या विरोधात लढण्यासाठी लोक तयार झाले होते.

१९०५च्या सुरुवातीला आणखी एका प्रसंगामुळे लॉर्ड कर्झन जनतेच्या रोषाला कारणीभूत झाला. कलकत्ता विद्यापीठाचा कुलपती या नात्याने पदवीदान समारंभाच्या वेळी ११ फेब्रु. १९०५ रोजी भाषण करताना पूर्वेकडील देशातील नीतिनियमांत सत्याला मानाचे स्थान मिळण्यापूर्वीच पश्चिमेकडील देशांनी सत्याला सर्वोच्च स्थान दिले असल्याचे कर्झनने म्हटले. भारतीयांवर हा आरोप केल्यामुळे पदवीदान समारंभाला हजर राहिलेल्या सुशिक्षितांची मने दुखावली; पण कोणीही विरोध दर्शविला नाही. लॉर्ड कर्झन दिवाणखान्याबाहेर पडल्यावर सर गुरुदास बॅनर्जी आणि इतर काही जण सिनेट हॉलच्या दरवाजाजवळ एकत्र जमले आणि कर्झनच्या त्या विधानाबद्दल त्यांनी चर्चा केली. अन्य लोकांप्रमाणेच संतापलेल्या भगिनी निवेदिता त्यांना येऊन मिळाल्या. त्यांनी 'प्रॉब्लेम्स ऑफ द फार ईस्ट' हे लॉर्ड कर्झनचे पुस्तक कोणाकडे आहे का, याबाबत विचारणा केली. सर गुरुनाथ बॅनर्जींकडून पुस्तक घेऊन दुसऱ्या दिवशी त्यांनी कर्झनच्या भाषणातील ते विधान व कर्झनच्या पुस्तकातील काही अवतरणे उद्धृत करून आपले लिखाण मुद्रणासाठी पाठवले. तो लेख १३ फेब्रुवारीच्या 'अमृत बझार पत्रिकेत' प्रसिद्ध झाला. १४ फेब्रु. रोजी 'स्टेट्समनने' तो पुनर्मुद्रित केला.

भगिनी निवेदितांच्या जवळच्या मित्रांखेरीज अन्य कोणालाही तो लेख कोणी लिहिला हे ठाऊक नव्हते. तो लेख वाचल्यावर जगदीशचंद्र बोसांनी भगिनी निवेदितांना लिहिले, ''लोकांना आंधळे बनविणाऱ्या अनेक गैरसमजुती या लेखामुळे संपुष्टात येतील, या विचाराने मला अधिक सामर्थ्यशाली झाल्यासारखे वाटते आहे. हा लेख कोणी लिहिला हे शोधण्याच्या भानगडीत त्यांनी पडू नये. मेघांचा गडगडाट नेहमी काळ्या ढगांच्या मागे असला पाहिजे. आकाशाच्या कोणत्या भागातून हे शस्त्र वेगाने फेकून मारले गेले, हे कळता कामा नये.''(७)

भगिनी निवेदितांचे एवढ्याने समाधान झाले नाही. त्यांनी आणखी एक अनावृत्त पत्र 'स्टेट्समन'च्या संपादकाला उद्देशून लिहिले. ते १४ फेब्रु.ला प्रसिद्ध झाले. त्याचा मथळा होता, ''द हायेस्ट आयडियल ऑफ ट्रुथ'. पत्राची सुरुवात अशी होती —

''गेल्या शनिवारी प्रथमच प्रा. मॅक्समुलर यांनी आपल्या पुस्तकातील दुसरे प्रकरण पूर्णपणे, 'द ट्रूथफुल कॅरेक्टर ऑफ हिंदूज' या विषयाला का वाहिलेले आहे

ते अधिकारवाणीने भारतीयांना स्पष्ट करून सांगितले.''

भगिनी निवेदितांनी प्रेक्षकांवरही हल्ला केला :

''या घटनेला भारतीयांच्या दृष्टीने आणखीही एक पैलू आहे. ज्या विद्यार्थ्यांसमोर ही विधाने केली गेली त्यांनी ती विनातक्रार निमूटपणे ऐकून घेतली. जेव्हा ते प्रौढ होतील तेव्हा आपल्या पूर्वजांवर आणि त्यांच्या राष्ट्रीय नीतिनियमांवर केलेल्या आरोपांची त्यांना आठवण होईल. त्याबरोबरच त्याच्या विरोधात आपण एकही शब्द न उच्चारल्याची त्यांना खंत वाटेल.''

व्हाइसरॉयच्या पदवीदान समारंभाच्या भाषणाला विरोध करण्यासाठी ११ मार्च रोजी प्रचंड जाहीर सभा डॉ. राशबिहारी घोष यांच्या अध्यक्षतेखाली भरली होती.

भारताच्या इतिहासात १९०५ हे वर्ष संस्मरणीय ठरले ते कर्झनने केलेल्या बंगालच्या फाळणीच्या योजनेमुळे! जनतेच्या इच्छेविरुद्ध ब्रिटिश सत्तेने जनतेवर फाळणी लादल्यामुळे ब्रिटिशांचेही अमाप नुकसान झाल्याचे कर्झनच्या पाठीराख्यांचेही मत होते. फाळणीच्या २० जुलै रोजी केलेल्या घोषणेमुळे जनतेला मोठा धक्का बसला. काँग्रेसच्या पुढाऱ्यांना आपला अपमान, मानहानी व फसवणूक झाल्यासारखे वाटले. त्याविरुद्ध त्यांनी ताबडतोब कृती केली. ७ ऑगस्ट रोजी टाऊन हॉलमध्ये निषेधाची सभा भरवली गेली. भगिनी निवेदितांनी आपल्या रोजनिशीत त्या दिवशी नोंद केली. 'बंगालच्या फाळणीची सभा- काळी सावली.' त्या सभेला हजर राहिल्या; पण बोलल्या नाहीत. नंतरच्या काही आठवड्यांत एकापाठोपाठ एक सभा भरवल्या गेल्या. प्रत्यक्ष कृती करण्यासाठी लोक तयारी करीत होते.

अशाच एका सभेत फाळणीच्या विरोधाचे प्रतीक म्हणून सुरेंद्रनाथ बॅनर्जींनी 'फेडरेशन हॉल' बांधण्याचा प्रस्ताव मांडला. जुना इलाखा व त्यातील वेगळे केलेले भाग यांच्या सभेसाठी हा हॉल उपयुक्त ठरेल, असे त्यांना वाटत होते. पुढे ते लिहितात, ''या प्रस्तावाचा काळजीपूर्वक विचार झाला. त्याला (कै.) सर तारकनाथ पलित आणि रामकृष्ण मिशनच्या भगिनी निवेदिता यांनी पाठिंबा दिला. त्या परोपकारी महिलेने भारताच्या सेवेसाठी आपले आयुष्य अर्पण केले व भारताची सेवा करताना त्यांना भारतातच मरण आले.''

सरकारी योजनेचा निषेध म्हणून आणि राष्ट्रीय प्रवृत्तीचे मूर्तिमंत प्रतीक म्हणून दुसरी एक चाल त्या काळात खेळली गेली. ती म्हणजे स्वदेशीची चळवळ. परदेशी मालावर बहिष्कार व देशी वस्तूंची खरेदी, हा स्वदेशीचा अर्थ होता. लोकांचा उत्स्फूर्त प्रतिसाद हे लोकांच्या भावनांचे मोजमाप होते. आर्थिक कारणांमुळे ही चळवळ कोसळेल याबद्दल सरकारला खात्री होती. तरीही काही काळ का होईना सर्व बाजारपेठा ठप्प झाल्या. युरोपियन व्यापाऱ्यांना त्याचे परिणाम सहन करावे लागले.

भगिनी निवेदितांनी तात्त्विक दृष्ट्या व प्रत्यक्ष आचरणाने स्वदेशी चळवळीला

मनापासून पाठिंबा दिला. परदेशी मालावर बहिष्कार घालून त्यांनी उपलब्ध स्वदेशी वस्तू वापरण्यास सुरुवात केली. त्या स्वदेशीबद्दल उत्साहाने बोलत व लिहीत असत. स्वदेशीचे व्रत म्हणजे तपस्या व धर्म आहे, असे वर्णन त्या करीत असत.

''स्वदेशी चळवळीतून पौरुष व आत्मनिर्भरता प्रत्ययास येते. इथे मदतीसाठी याचना नाही, सवलतींसाठी लाचारी नाही... ज्या वस्तूंचा पुरवठा आपले देशबांधव करू शकतात, त्या वस्तू एखाद्या भारतीयाने परकीय माणसाकडून विकत घेतल्यावर आज गाई मारणाऱ्याला जसे तुच्छ लेखले जाते, तसे त्याला लेखण्याचा एक काळ येईल. खात्रीने हे दोन्ही गुन्हे नैतिक दृष्ट्या समान आहेत. स्वदेशी व्रताच्या आचरणातून भारतीयांना आपले खरे तेज दाखविण्याची संधी स्पष्टपणे मिळणार आहे.''

स्वदेशी चळवळीच्या अपयशाची भीती शौर्याने व आनंदाने दूर सारून त्या म्हणतात :

''कुठे घाव घालायचा हे आमची नजर आम्हाला स्पष्ट दाखवीत आहे. आमच्या देशबांधवांचे प्रेम, तसेच मातृभूमीची छोटीछोटी असहाय बालके यांच्यावरील प्रत्येक घाव आम्हाला सांगतो आहे की, ही आणि हीच स्थिती आम्हाला हवी आहे. जर हीच परिस्थिती असेल तर आम्ही पराभूत होणे शक्य नाही. आम्ही पराभूत होणार नाही. स्वदेशी चळवळ इथे पाय रोवणार आहे, वाढणार आहे व निराशेच्या व प्रतिकाराच्या लाटा कायमच्या मागे ढकलून आधुनिक भारताकडे आम्हाला नेणार आहे.'' (८)

लोकांच्या वर्तनावर निर्बंध घालणारी असंख्य परिपत्रके सरकारने जारी केल्यामुळे लोकांचा क्षोभ शिगेला पोहोचला. अशाच एका परिपत्रकान्वये 'वंदे मातरम्' गीत गाण्यास व सार्वजनिक रस्त्यावर वंदे मातरम् घोषणा देण्यास बंदी करण्यात आली होती.

प्रखर विरोध असूनही फाळणीचा ठराव १६ ऑक्टो.पासून अमलात आणला गेला. तो दिवस राष्ट्रीय शोकदिन म्हणून पाळून त्या दिवशी लोकांनी उपवास करावा असे काँग्रेसने ठरवले. त्याच दिवशी एका अतिभव्य सभेत श्री. आनंद मोहन बोस यांच्या हस्ते 'फेडरेशन हॉल'चा पायाभरणी समारंभ करण्यात आला. या अनुभवी पुढाऱ्याने रुग्णशय्येवरूनच आपले भाषण लिहिले होते; पण अतिशय अशक्तपणामुळे त्यांना ते भाषण वाचता आले नाही. त्यांच्या वतीने ते भाषण सुरेंद्रनाथ बॅनर्जींनी सभेत वाचले. भगिनी निवेदितांनी रोजनिशीमध्ये 'राष्ट्रीय दिन' म्हणून त्यांची नोंद केली. तेव्हापासून १६ ऑक्टो. हा खास दिवस म्हणून त्यांच्या स्मरणात राहिला.

१९०५ मध्ये काँग्रेसचे अधिवेशन बनारसला भरले. गोपाळ कृष्ण गोखले अध्यक्ष म्हणून निवडून आले होते. बंगालची फाळणी, परदेशी वस्तूंवरील बहिष्कार

आणि स्वदेशी चळवळ हे विषय कार्यपत्रिकेवर होते. श्री. टिळक महाराष्ट्रातील गटाबरोबर आणि लाला लजपतराय पंजाबमधील गटाबरोबर अधिवेशनासाठी आले होते. बंगालमधील मवाळ व जहाल गटांत विभागलेले दोन्हीही गट अधिवेशनास उपस्थित होते. बंगालमधील जहाल गटाचे नेतृत्व बिपिनचंद्र पाल यांच्याकडे होते. बहिष्काराचा ठराव मंजूर करून घेण्याचा त्यांचा निर्धार होता. त्यामुळे या दोन गटांत रस्सीखेच सुरू होती. वृत्तीने मवाळ, नेमस्त विचारसरणी असलेले गोखले अतिशय सावध होते. ब्रिटिश सरकार संतापेल अशा प्रकारचे कोणतेही पाऊल उचलण्याची त्यांची तयारी नव्हती, असे त्यांनी जाहीर केले. ''आमचे नशीब इंग्लंडबरोबर जोडले गेलेले आहे. मग ते चांगल्यासाठीही असो वा वाइटासाठी असो. आपल्याला ज्या सुधारणा हव्या आहेत त्या ब्रिटिश साम्राज्याच्या अंतर्गतच होणार आहेत, हे काँग्रेसही पूर्णपणे ओळखून आहे.'' जहाल गटाने अर्थात आपल्या मताचा आग्रह धरला आणि बाजू लावून धरली. अखेरीस त्यांचा ठराव एकमताने संमत झाला. हे यश मिळाल्यावर भगिनी निवेदितांनी आनंदाने लिहिले : ''पूर्वग्रहांकडे निर्धाराने दुर्लक्ष करून आणि तथ्यांकडे शक्य तेवढे निःपक्षपातीपणे बघून काँग्रेसला प्रथमच भेट देणाऱ्याला एक गोष्ट जाणवते, ती म्हणजे उजव्या मवाळ गटातील आणि जहाल डाव्या गटातील सर्व सदस्य यांचे असाधारण एक मत झाले असल्याचे दिसले.''

गोखल्यांनी भगिनी निवेदितांना काँग्रेसच्या अधिवेशनाला येण्याचे आमंत्रण दिले होते. त्या बनारसला २५ डिसें. १९०५ रोजी पोहोचल्या. तिळभांडेश्वरमधील एका घरात त्यांची राहण्याची सोय केली होती. भगिनी निवेदितांनी काँग्रेसच्या कामकाजात भाग घेतला नाही. तरी सर्व बैठकांना त्या उपस्थित राहिल्या व सर्व कामकाजात त्यांनी रस घेतला. त्यांचे तिळभांडेश्वरातील घर म्हणजे सर्व पुढाऱ्यांचे भेटण्याचे ठिकाण बनले होते. मवाळांची मते साहजिकच त्यांना पटणारी नव्हती. जहालांनी आपली मागणी धसास लावून पूर्ण करून घेतली, याचा त्यांना आनंद झाला; परंतु गोखले त्यांचे मित्र असल्यामुळे भगिनी निवेदितांना त्यांची काळजी वाटत होती.

काँग्रेसचे अधिवेशन संपल्यावर नेहमीप्रमाणे अध्यक्ष म्हणून गोखल्यांचे आभार मानले गेले. काही भारतीय वक्त्यांनी सभेला उद्देशून भाषण केल्यावर निवेदिता गोखल्यांचे आभार मानण्यासाठी उठल्या. अन्य वक्त्यांप्रमाणे गोखल्यांनी देशाची महान राजकीय सेवा केल्याबद्दल त्यांचे आभार निवेदितांनी मानले नाहीत तर इंग्लंडला अधिक न्यायी बनवण्यासाठी त्यांनी इंग्लंडची जी महान आध्यात्मिक सेवा केली, त्याबद्दल आभार मानले. त्यायोगे निवेदितांनी स्वतःच स्वतःचा बचाव केला. यामागचा अर्थ जहालांच्या लक्षात आला व त्याबद्दल त्यांनी निवेदितांची प्रशंसा केली.

कलकत्याला १९०६ मध्ये काँग्रेसचे अधिवेशन भरले होते. जहाल गटाचे

नेतृत्व बिपिनचंद्र पाल यांनी केले होते. त्यांच्याबरोबर अरविंद घोषही होते. महाराष्ट्रातील जहाल गटाचे नेतृत्व बाळ गंगाधर टिळक करीत होते. या सर्वांनी हातमिळवणी करून मवाळ गटाच्या विरोधात लढण्यासाठी एक नवा पक्ष संघटित केला.

कलकत्त्याला काँग्रेस अधिवेशनानंतर भगिनी निवेदिता एकाही काँग्रेस अधिवेशनाला उपस्थित राहिल्या नाहीत. काँग्रेसमधील विविध गटांत रुंदावत जाणारी फूट पाहून त्या दुःखी होत असत. 'द इंडियन नॅशनल काँग्रेस' या मथळ्याच्या आपल्या लेखात त्यांनी जोरदारपणे प्रतिपादन केले.

''युरोपीय देशांतील राजकीय दृश्यामुळे तरुण भारत मोहित झाला आहे आणि कदाचित त्यामुळे संमोहितही झाला आहे. जोपर्यंत विरोधी पक्षांची निर्मिती आपण करीत नाही, तोपर्यंत पाश्चिमात्यांचे देशभक्तीचे सामर्थ्य व उत्साह यांच्याशी बरोबरी करण्यात आपण अयशस्वी होऊ, असे तरुण भारतीयांना वाटते. परस्परांवर हल्ला करणे वा आरोप-प्रत्यारोप करण्याच्या या दुष्ट रूढीने आमच्यामध्ये डोके वर काढले असे म्हणणे, ही एक निव्वळ पळवाट आहे. एकाच रणक्षेत्रावरील वेगवेगळ्या भागांत भांडणारे लोक समान शत्रूवर शरसंधान करण्याऐवजी आपला वेळ व शस्त्रसाठा एकमेकांवर हल्ला करण्यात वाया घालवीत आहेत. पक्षाभिमान्यांची वा पक्षपात करणाऱ्या राजकीय समूहांची ही राजकीय चळवळ नसून, ती राष्ट्राची आहे हे आता तरुण भारताने जाणून घ्यायला हवे आहे. राष्ट्रीय चळवळ म्हणजे एकमताने पुढे जाण्याची चळवळ आहे.''

भगिनी निवेदितांबद्दल रामानंद चॅटर्जींनी लिहिले; 'जरी त्यांची राजकीय मते जहाल आणि स्पष्ट असली तरी त्या निश्चितच राष्ट्रवादी आहेत. भारतीय राजकारणातील व पत्रकारितेमधील फुटीला अथवा गटबाजीला त्या कधीही क्षमा करणार नाहीत. एकत्रित आघाडीची गरज व परिणामकाकरता यांवर त्यांचा विश्वास आहे. राष्ट्रीयत्वाचा विकास आणि स्त्रियांचे शिक्षण, ही त्यांची तळमळीची जीवनकार्ये होती.'(९)

भारताच्या ऐक्याची अभिव्यक्ती करणाऱ्या ध्वजाची कल्पना भगिनी निवेदितांना याच कालखंडात सुचली, याचा उल्लेख इथे अप्रस्तुत ठरणार नाही. ''ध्वज हा एकाच वेळी आशीर्वाद असतो, तसाच तो धोक्याचा इशाराही असतो. धर्माची जशी दीक्षा घ्यावी लागते, तसेच त्याच्याभोवती एकत्र येण्यासाठी आवाहनही करावे लागते. ध्वज ही यज्ञवेदी आहे. हल्ल्यामुळे अथवा बचावाच्या प्रयत्नांत त्याच्या पायाशी लोक आपले प्राण ठेवतात. पिढ्या येतात व जातात. नवीन गट व माणसे एकत्र येतात, नष्ट होतात, पण जनता देश-धर्म यांचे अवर्णनीय ऐक्य दर्शवणारा ध्वज कायम असतो. राष्ट्राच्या त्या प्रतीकाच्या रक्षणासाठी सर्व लोक लढतात. तो ध्वज अमर्त्य व शाश्वत असतो व त्याच्या अमर्याद भक्तगणांच्या मनात त्याची प्रतिमा प्रतिबिंबित झालेली असते.''(१०)

प्राचीन परंपरेनुसार वज्र हे मानसन्मान, पावित्र्य, शहाणपणा, शुचिता आणि शक्ती यांचे प्रतीक असल्यामुळे वज्र हेच प्रतीक म्हणून वापरण्याची त्यांची इच्छा होती.

१९०५ मध्येच त्यांनी आपली ही कल्पना प्रत्यक्षात उतरवण्यास सुरुवात केली होती. ५ फेब्रु. रोजी कु. मॅक्लिऑडला लिहिलेल्या पत्रात त्या म्हणतात :

"आम्ही राष्ट्रीय ध्वजासाठी एक संकल्पचित्र म्हणून वज्राची निवड केली आहे. त्याचा एक नमुनाही तयार केला आहे. दुर्दैवाने मी चिन्यांचा युद्धध्वज माझ्यासमोर आदर्श म्हणून ठेवला आणि तो काळ्यावर लाल केला; पण भारतीय लोकांना तो रुचला नाही. म्हणून दुसरा जांभळ्यावर पिवळा करणार आहे."

जांभळ्यावर पिवळ्या रंगाचे भरतकाम आपल्या विद्यार्थिनीकडून करून घेऊन तो ध्वज निवेदितांनी १९०६ मध्ये काँग्रेसने भरवलेल्या प्रदर्शनात ठेवला. डॉ. जगदीशचंद्र बोस यांच्यासारख्या सुप्रसिद्ध व्यक्तींनी ते चिह्न (वज्र) स्वीकारून त्याचा वापर करण्यास सुरुवातही केली.

१९०९ मध्ये राष्ट्रीय ध्वजाचा प्रश्न वृत्तपत्रांतून जाहीरपणे चर्चिला गेला, त्या वेळी 'मॉडर्न रिव्ह्यू' या वृत्तपत्राने वज्र म्हणजे राष्ट्रीय ध्वज यावर एक लेख त्याच्या चित्रांसह प्रसिद्ध केला.

१९०६ मध्ये सरकारने बारिसाल परिषद मोडल्यावर राजकीय चळवळीने क्रांतिकारी रूप धारण केले. १९०७ सालच्या सुरत काँग्रेसनंतर जहालांनी अखेर काँग्रेसचा ताबा घेतला. जहाल गटाचे लोक आपल्याला राष्ट्रवादी म्हणवून घेत असत.

"हक्कांसाठी काँग्रेसने केलेली वक्तृत्वपूर्ण विनंती, काँग्रेसचा नेमस्तपणा, काँग्रेसने ब्रिटिश बादशहावर वेळोवेळी व्यक्त केलेली निष्ठा व काँग्रेसने घटनात्मक सुधारणांसाठी केलेले प्रामाणिक प्रयत्न यांतून काँग्रेसने काय मिळवले, असा प्रश्न ते विचारीत. 'वंदे मातरम्'च्या संपादनासाठी अरविंद घोषांनी बिपिनचंद्र पालांशी सहकार्याचा हात पुढे केला होता व राष्ट्रवाद्यांचे ते शब्दशः पुढारी बनले होते; परंतु तेव्हा ते पडद्यामागून हालचाली करीत होते व जनतेला त्यांची माहिती नव्हती. लवकरच सरकारने त्यांच्यावर 'वंदे मातरम्'चे संपादक म्हणून खटला भरला आणि ते लोकांसमोर आले.

कलकत्त्यात (कोलकाता) व बंगालच्या अन्य भागांतील गंभीर अशांततेला आळा घालण्यासाठी सरकारने दडपशाहीची उपाययोजना केली. ही अशांतता बारिसाल परिषदेच्या अपयशामुळे निर्माण झाली व त्यातूनच आतंकवाद या तिसऱ्या प्रवृत्तीचा उदय झाला. आतंकवादी शस्त्रे जमवणे आणि बाँब तयार करणे व त्यांच्या साहाय्याने काही अधिकाऱ्यांना कंठस्नान घालणे, हेच गुप्त संघटनांचे स्वीकृत उद्दिष्ट

होते. गुप्त क्रांतिकारी मंडळांपेक्षा आणि ज्या उघड उघड सशस्त्र बंडाचा उल्लेख अरविंद घोष करीत असत, त्यापेक्षा या आतंकवादी संघटना पूर्णपणे वेगळ्या होत्या.

भगिनी निवेदिता जरी जहाल विचारसरणीच्या असल्या तरी त्या अनुभवी राष्ट्रवादी होत्या. मवाळांच्या धोरणाविरुद्ध त्यांनी राष्ट्रवादी कार्यक्रमाला पाठिंबा दिला. क्रांतिकारक असलेले विवेकानंदांचे धाकटे भाऊ भूपेंद्र दत्त यांनी 'स्वामी विवेकानंद - देशभक्त-देवदूत' हे पुस्तक लिहिले आहे. आपल्या गुप्त क्रांतिकारी हालचालींबाबत भूपेंद्र यांनी भगिनी निवेदितांना काहीही कळवू नये, असे भगिनी निवेदितांनीच सांगितल्याचे त्या पुस्तकात त्यांनी लिहिले आहे.

एकदा एका क्रांतिकारी गटातील दोन तरुण मुलांच्या मनात तारकेश्वर विभागातील एका घरावर दरोडा घालण्याचा विचार आला. भगिनी निवेदितांकडे जाऊन त्यांनी त्यांच्या रिव्हॉल्वरची मागणी केली. भगिनी निवेदितांना त्यांचा खूप राग आला आणि त्यांनी रिव्हॉल्वर देण्यास नकार दिला; इतकेच नव्हे, तर त्या क्रांतिकारी गटाचे नेते जतींद्रनाथ यांना सर्व हकिगत सांगितली आणि अशा तरुणांना या प्रकारच्या बेकायदा व चीड आणणाऱ्या घटनांमध्ये अडकण्यापासून दूर राहण्याचा सल्ला द्यावा, असे सांगितले.

भूपेंद्रनाथ दत्त आणि माखनवाला सेन यांच्यासारख्या क्रांतिकारी पक्षाच्या कार्यकर्त्यांनीही भगिनी निवेदिता गुप्त क्रांतिकारी गटांत कधीच सामील न झाल्याचे मान्य केले आहे. भगिनी निवेदितांशी चांगला परिचय असलेल्या श्री. जदुनाथ सरकारांनीही निवेदिता क्रांतिकारी कटात सामील असल्याची विधाने बिनबुडाची असल्याचे म्हटले आहे.

भगिनी निवेदिता आतंकवादी नव्हत्या तशाच त्या शून्यवादीही नव्हत्या, हे सिद्ध करणारा भरपूर पुरावा उपलब्ध आहे. त्यांची मतप्रणाली प्रामुख्याने विवेकानंदांची शिकवण, तसेच भारतीय परिस्थितीचा त्यांचा अभ्यास यांमुळे तयार झाली होती. त्यामुळे संदर्भ सोडून उद्धृत केलेले शब्द वा कृती यांच्यापेक्षा त्यांची विचारसरणी सर्वसमावेशक, अधिक संतुलित व खोलवर रुजलेली होती.

स्वामीजींचे भारतावर प्रेम होते. भारत एक अविभाज्य व गतिशील घटक आहे असे स्वामीजी मानीत. 'माणसे तयार करणे' हे त्यांचे कार्य होते. भारताशी संबंधित प्रत्येक बाबीला त्यांचे अंतःकरण प्रतिसाद देई. भगिनी निवेदितांनी म्हटल्याप्रमाणे, "माझ्या येथील वास्तव्यात मी त्यांना जवळजवळ दररोज पाहत होते. भारताचा विचार त्यांना श्वासोच्छ्वासासारखा होता." त्यांना भारताविषयी वाटणारी चिंता व त्यांच्या भारताबद्दलच्या भावना त्यांच्या भाषणांतून व्यक्त होत असत.

भगिनी निवेदिता जेव्हा १९०२ मध्ये रामकृष्ण मिशनमधून बाहेर पडल्या,

तेव्हाही स्वामीजींची मतप्रणाली त्यांच्या डोळ्यांसमोर होती. कु. मॅक्लिऑड यांनी भगिनी निवेदिताना पश्चिमेकडे परतण्यासाठी बोलाविले. त्या पत्राला १९०३ मध्ये उत्तर देताना त्या म्हणतात, ''निश्चित अशा ध्येयासाठी माझे वास्तव्य भारतात आहे. भारत सोडणे म्हणजे त्या उद्दिष्टाला धोका पोहोचण्यासारखे आहे.... स्वामीजींची कल्पना प्रत्यक्षात उतरविणे, हे आमचे काम आहे.''

भगिनी निवेदितांनी स्वामीजींच्या 'माणसे तयार करणे' या कल्पनेत 'राष्ट्रीयत्व निर्माण करणे' असा बदल केला. त्या म्हणत, ''स्वामीजींची मतप्रणाली विशाल व अथांग होती. ठोस असे काहीतरी करण्याची गरज होती. माणूस किंवा राष्ट्र तयार करण्याच्या मुळाशी जाणारी स्वामी ही एकच व्यक्ती मला माहीत आहे. स्वामीजींनी राष्ट्र अथवा राष्ट्रनिर्मिती किंवा राष्ट्रीयत्व हे शब्द कधी वापरले होते की नाही हे मला माहीत नाही आणि या सर्व व्यवस्थेला आकार दिल्याचेही मला माहीत नाही.'' स्वामीजींनी जरी राष्ट्र, राष्ट्रनिर्मिती किंवा राष्ट्रीयत्व हे शब्द कधी वापरले नसले तरी भगिनी निवेदितांच्या विचारांत, भाषणांत व लेखनात हे कळीचे शब्द बनतात. १४ एप्रिल १९०३ रोजी त्यांनी कुमारी मॅक्लिऑडला लिहिले :

''राष्ट्रीयत्व या शब्दाची व्याप्ती व त्याचा अर्थ भारताला समजावून सांगणे हेच आता एक मोठे काम आहे. बाकीची कामे आपोआप होतील. या महान संकल्पनेचा भारताने ध्यास घेतला पाहिजे. इतिहास व चालिरीती यांबाबतचा नवा दृष्टिकोन असा त्याचा अर्थ होतो. ही संकल्पना म्हणजे धर्माबद्दलची रामकृष्ण- विवेकानंदांची सम्यक् कल्पना आणि सर्व धार्मिक कल्पनांचे एकीकरण होय. राजकीय प्रक्रिया व आर्थिक संकट हे फक्त गौण मुद्दे आहेत, याचे सरतेशेवटी आकलन होणे असाही त्या संकल्पनेचा अर्थ आहे. राष्ट्राला आपल्या राष्ट्रीयत्वाची जाणीव होणे, ही सर्वांत आवश्यक बाब आहे.''(११)

त्यांची या देशाबद्दलची आस्था वरवरची नव्हती. अशी विश्वासपूर्वक घोषणा करण्यामागे १९०० सालापासून त्यांनी केलेला भारतीय परिस्थितीचा अभ्यास, 'द वेब ऑफ इंडियन लाईफ' आणि 'द मास्टर ॲज आय सॉ हिम' या त्यांच्या पुस्तकांत त्यांनी नोंदविलेली निरीक्षणे महत्त्वाची आणि वास्तव आहेत. वानगीदाखल एक नमुना :

''या विशाल खंडप्राय देशातील लोक कष्टांची कामे करू लागण्याची प्रक्रिया सुरू झाली आहे. त्यांच्या देशी संस्था डबघाईला आल्या आहेत. त्यांचे वैभव संपुष्टात आले आहे. शेतीखालील विशाल क्षेत्रफळापैकी कोणता ना कोणता भाग सतत दुष्काळग्रस्त असतो. त्यांचे कलाकौशल्य व उद्योगधंदे नष्ट झाले आहेत, किंवा नष्ट होण्याच्या मार्गावर आहेत. अन्य लोकांनी तयार केलेल्या स्वस्त वस्तू विकत घेणारा ग्राहक एवढेच त्यांचे अस्तित्व राहिले आहे. त्यांच्या विचारांत इतरांचे

अनुकरण आहे. सतत भूतकाळातील स्वप्नरंजनात मशगूल होण्याची सनातन्यांची वृत्ती असते. उलट आधुनिक वृत्तीच्या माणसांचा कल परकीय वास्तव आंधळेपणाने स्वीकारण्याकडे असतो. आत्मघातकी निराश मनःस्थितीत तथाकथित देशभक्त विरोधी पंथीयांबद्दल युद्धाच्या गर्जना करतो किंवा नव्या धर्माच्या उदयाबद्दल शोक व्यक्त करतो. जणू एकवाक्यतेच्या अभावाच्या उल्लेखामुळे भारतीयांत एकी होऊ शकणार आहे. तसेच सध्या दिल्या जाणाऱ्या शिक्षणातूनही या समस्येवर तोडगा निघण्याची हमी नाही. त्यातून किमान कार्यक्षम कारकून तयार होणे शक्य आहे. ती किमान क्षमताही हळूहळू वाढण्याऐवजी घसरणीला लागली आहे.''

आपल्या गुरूंप्रमाणेच भगिनी निवेदिता आशावादी होत्या. भारताचे टीकाकार समजतात त्याप्रमाणे भारत वृद्ध आणि शक्तिहीन झालेला नाही याबद्दल स्वामीजींनी एकदा नव्हे अनेकदा खात्रीपूर्वक सांगितले आहे. सुप्त सामर्थ्याने परिपक्व असा तरुण भारत विसाव्या शतकाच्या प्रारंभाशी उभा आहे. भूतकाळातील ज्ञात विकासापेक्षा कितीतरी महान विकासाच्या उंबरठ्यावर भारत उभा आहे.

परकीय जोखडातून मातृभूमीचा बचाव करण्यासाठी विविध मतप्रणालींचा पुरस्कार करणाऱ्या लोकांच्या प्रयत्नांबद्दल चर्चा करताना भगिनी निवेदिता पुढे म्हणतात :

''इथे समाजसुधारक होते. अपेक्षेपेक्षा फक्त अधिक विध्वंसक कार्यक्रमाद्वारा मातृभूमीची उत्तम सेवा करता येईल, असे त्यांना वाटत होते. त्यांच्या उत्साहाने धारण केलेल्या स्वरूपाविषयी आपण तीव्र नापसंती व्यक्त करतो. मात्र त्यांच्या सळसळत्या शक्तीला अन्य कोणतेही साधन मिळाले असते तर ती शक्ती गप्प बसली असती अशी जी पाश्चिमात्यांनी समजूत करून घेतली आहे, ती बरोबर नाही. नाही तर केवळ नवकल्पनांच्या स्पर्शाने क्वचितच निखाऱ्यांच्या ज्योती झाल्या असत्या... परकीय कल्पनांशी पूर्णपणे फारकत घेतल्यामुळे मातृभूमीला आपण वाचवू शकू, असे राजकीय चळवळ करणाऱ्यांना वाटते. सामाजिक व राजकीय चळवळींच्या परिघाबाहेर पुन्हा नैसर्गिक पुनरुज्जीवनाचे व मुक्ततेचे शेकडो मार्ग आहेत. याशिवाय आर्थिक संकटाची समस्या भारतामध्ये असून, त्यावर मात केली की सर्व काही ठीकठाक होईल असे जाहीर करणारी एक चौथी विचारसरणीही आहे.''

सामाजिक सुधारणा, राजकीय चळवळी, धार्मिक चळवळी आणि आर्थिक गाऱ्हाणी यांपैकी कोणतेच स्पष्टीकरण निवेदिता स्वीकारू शकत नव्हत्या. यांतील प्रत्येक बाबीच्या मागे एक महान वास्तव आहे. हे वास्तव भारतीय राष्ट्रीयत्वाच्या सम्यक् कल्पनेवर प्रभाव टाकणारे व त्याची नेटकेपणाने जुळणी करणारे आहे. हे स्पष्ट करताना त्या म्हणतात :

"भारतीय म्हणता येईल अशी एक धार्मिक कल्पना आहे, या विचाराने सुरुवात झाली; परंतु ही कल्पना फक्त एका पंथाची नाही. इथे सामाजिक कल्पना आहे; पण ती कोणत्याही एका जातीची वा गटाची मालमत्ता नाही. इथे ऐतिहासिक उत्क्रांती आहे. तिच्यामध्ये सर्व जण एकत्रित झाले होते आणि सर्वांमध्ये जी काही एकता होती तिलाच 'भारत' म्हणून ओळखता येईल."

या संकटातून बाहेर पडण्यासाठी लागणारे पुरेपूर बळ भारतामध्येच आहे, अशा सम्यक् दृष्टिकोनामुळे आणि विश्वासामुळे राष्ट्रीय जागृतीच्या सर्व पैलूंमध्ये रस घेण्यासाठी निवेदितांनी पुढाकार घेतला. त्यांनी कार्य केले पण कधी त्याचे प्रदर्शन मांडले नाही. ऐन गरजेच्या वेळी त्यांचे अलौकिक बुद्धिसामर्थ्य व नैतिक बळ देशाला प्राप्त झाले, या ठाम विधानात कितपत सत्य आहे याची शहानिशा भावी पिढ्या करतीलच; परंतु त्यांच्या कार्याबद्दल मत देण्यापूर्वी त्यांच्या समकालिनांनी त्यांना वाहिलेल्या आदरांजलीचा या संदर्भात विचार करावा लागेल. प्रसिद्ध अर्थतज्ज्ञ बिनोय सरकार त्यांच्याविषयी म्हणतात, "त्या कल्पनारम्य राष्ट्रवादाच्या व आक्रमक भारतीयत्वाच्या तत्त्वचिंतक होत्या." निवेदितांच्या मृत्यूनंतर त्यांच्या स्मरणार्थ टाऊन हॉलमध्ये भरलेल्या सभेच्या अध्यक्षपदावरून बोलताना डॉ. राशबिहारी घोष म्हणाले,

"रुक्ष झालेली हाडेही जर हालचाल करू लागली असतील तर ती भगिनी निवेदितांनी त्यांच्यामध्ये रस भरल्यामुळे. जर सध्या आमच्या तरुणांना धगधगत्या नव्या जीवनाबद्दल आत्यंतिक प्रेम, सत्यशील व उमद्या जीवनाची ओढ लागली असेल तर त्याचे मोठे श्रेय आमच्यातून अकाली निघून गेलेल्या त्या महान महिलेलाच द्यायला हवे. नागरी उद्दिष्टे साध्य करण्यासाठी भारतात एकजूट झालेली आहे. भूतकालीन वैभवाचा रास्त अभिमान बाळगणारा, मानवी संस्कृतीत भर घातल्याबद्दल गर्व असणारा असा आपला भारत देश आहे. उच्चतर अशी मानवतेची सेवा भारताने द्यावी, हाच आदर्श डोळ्यांसमोर ठेवून त्यांनी कार्य केले. त्यांचे कार्य व्यर्थ गेले असे कोण म्हणेल? आपल्या अनुयायांसाठी त्यांनी मार्ग सुकर केला नाही असे कोण म्हणू शकेल?

एका गोष्टीबद्दल मात्र मी निश्चित खात्री देऊ शकतो. आज आपले राष्ट्रीय जीवन फुलू लागले आहे, याची आपणास जर जाणीव झाली असेल तर त्यासाठी भगिनी निवेदितांची शिकवण खूपच कारणीभूत ठरलेली आहे."(१२)

रवींद्रनाथ टागोरांनी त्यांना 'जनतेची आई' म्हटले ते उगाच नाही. त्यांना गौरवांजली वाहताना ते म्हणाले, "ज्यांनी त्यांना पाहिलं त्यांना त्यांच्यात मानवाचे आवश्यक रूप, आत्म्याचे रूप दिसले. बाह्य आवरण वा अडचणी यांच्या अडथळ्याशिवाय मानवाचे उघड दिसणारे आंतरिक रूप पाहावयास मिळणे, हा

सुदैवाचाच भाग होय. भगिनी निवेदितांमध्ये मानवाची अजिंक्य उदात्तता होती, याचे आम्ही साक्षीदार होतो.

आमच्यासाठी त्यांनी आपले महान आयुष्य वेचले. त्यांच्या बाजूने त्यांनी आम्हाला कोणत्याही प्रकारे फसवले नाही. त्यांनी तनमनधनाने भारताची सेवा केली. त्यांनी स्वतःसाठी काहीही ठेवले नाही. त्यांच्यात जे उदात्त व अत्युत्कृष्ट होते, ते त्यांनी प्रत्येक दिवशी क्षणोक्षणी भारतासाठी खर्च केले. त्यासाठी मानवी जीवनाशी संबंधित खडतर प्रसंग आणि जीवनावश्यक वस्तूंचा अभाव ही सारी दुःखे त्यांना सोसावी लागली. जे खरे व अस्सल असेल ते त्या (देशासाठी) देतील; त्या कधीही आपला स्वार्थ त्यामध्ये मिसळणार नाहीत. त्यांनी भूक वा तहान, नफा किंवा तोटा, नाव किंवा प्रसिद्धी यांचा विचार केला नाही; भय किंवा संकोच बाळगला नाही; उधळमाधळ केली नाही; अथवा विश्रांती घेतली नाही. खरेच त्या लोकांच्या माताजी होत्या.

कुटुंबाच्या मर्यादा ओलांडून देशभर पसरू शकणाऱ्या मातृत्वाच्या वृत्तीचे असे मूर्तिमंत प्रतीक आम्ही यापूर्वी पाहिले नव्हते. या संदर्भात माणसाच्या कर्तव्याच्या जाणिवेबाबत आम्हाला थोडीशी कल्पना आहे; परंतु अशा प्रकारचे स्त्रियांमधील अपरंपार मातृप्रेम आम्ही पाहिलेले नाही. 'अवर पीपल' असे शब्द त्या उच्चारतात तेव्हा त्यातील खऱ्या जवळिकीचा कानावर येणारा स्वर अन्य कोणाकडून आम्ही ऐकलेला नाही. आम्ही आमचा वेळ, पैसा आणि आमचे आयुष्य देतो; परंतु आमचे अंतःकरण आम्ही देऊ शकलो नाही, हे कोणाच्याही लक्षात येईल. निश्चितपणे खऱ्या व जवळच्या लोकांना जाणून घेण्यासाठी लागणारी शक्ती आम्ही प्राप्त केलेली नाही. जो माणूस प्रत्येक माणसात सर्व देश व सर्व लोक पाहू शकत नाही, त्याला खऱ्या अर्थाने देश कळतच नाही. मग भले तो तोंडाने अमुक आवडते, तमुक आवडते असे म्हणो! परंतु तो देश नीटपणे पाहत नाही. भगिनी निवेदितांनी सामान्य माणसे पाहिली, त्यांना जवळ केले, हे मी पाहिले आहे. त्यांनी केवळ मानसिक दृष्ट्या त्यांचा विचार केला, असे नाही. एखाद्या खेड्यातील झोपडीत राहणाऱ्या सामान्य मुसलमान स्त्रीचे त्या ज्या आदराने अभिनंदन करीत, तसे सामान्य व्यक्ती करू शकणार नाही. एखाद्या विनम्र व्यक्तीमध्ये माणुसकीचा मोठेपणा दूरदृष्टीमुळे पाहता येतो. अशी दूरदृष्टी लाभणे असामान्य देणगीच होय! ही दूरदृष्टी इतकी स्वाभाविक होती, की इतका दीर्घ काळ त्यांनी भारतीयांसाठी घालवलेले आयुष्य वाया गेले नाही.''(१३)

निवेदितांना भारताबद्दल वाटणारा जिव्हाळा आणि हिंदू धर्माबद्दल वाटणारे प्रेम यांमुळे अनेक सुशिक्षितांप्रमाणे रवींद्रनाथही प्रभावित झाले. भगिनी निवेदितांना हिंदू धर्माबद्दल वाटणारा नितांत आदर आणि प्रेम, इंग्रजांबद्दल वाटणारे निर्ममत्व यांतून

प्रेरणा घेऊन रवींद्रनाथांनी आपल्या 'गोरा' कादंबरीतील गोरा हे व्यक्तिचित्र रेखाटले आहे, असे म्हटले जाते.

ते पुढे म्हणाले, "त्या हिंदू होत्या म्हणून नव्हे, तर त्या थोर होत्या म्हणून त्यांच्याबद्दल आदर व्यक्त करावयाचा. त्या आपल्यासारख्या होत्या म्हणून नाही, तर त्या आपल्यापेक्षा अधिक महान होत्या म्हणून त्यांना सन्मानित करावयाचे."(१४)

भारताचे आणखी एक थोर सुपुत्र गोपाळ कृष्ण गोखले आपल्या श्रद्धांजलीच्या भाषणात म्हणाले, "भगिनी निवेदितांचे व्यक्तिमत्त्व आश्चर्यजनक व दुसऱ्यावर चटकन छाप टाकणारे होते. त्यांचे व्यक्तिमत्त्व इतके प्रभावी होते, की त्या भेटल्या म्हणजे निसर्गाच्या महान शक्तीच्या संपर्कात आल्यासारखे वाटत असे. त्यांची दिपवून टाकणारी बुद्धिमत्ता, भावकाव्यात अभिव्यक्ती करण्याचे त्यांचे सामर्थ्य, त्यांचा दीर्घोद्योग, त्यांचा विश्वास आणि श्रद्धा यांमागची त्यांची तीव्र तळमळ आणि त्यांच्याकडे निसर्गतःच असलेली मोठी देणगी म्हणजे सरळसरळ प्रत्येक गोष्टीच्या मुळापर्यंत जाण्याची त्यांची कुवत, या सर्व गुणवैशिष्ट्यांमुळे कोणत्याही काळात व कोणत्याही देशात त्या लक्षणीय महिला ठरल्या असत्या आणि या गुणसंपदेच्या जोडीला ओसंडून जाणारे भारताबद्दलचे प्रेम होते. त्यांच्या आस्थेच्या विषयाबद्दल त्यांची भक्ती तीव्र स्वरूपाची होती आणि देशसेवेसाठी त्यांनी आत्मसमर्पण केले होते. आणि या सर्वांवर कळस म्हणजे कुरकुर न करता; आनंदाने, मनापासून स्वतःसाठी त्यांनी स्वीकारलेली साधी राहणी. यामुळेच भगिनी निवेदितांनी आमच्या कल्पनाशक्तीत चैतन्य निर्माण करून आमची हृदये जिंकली, यात नवल ते काय? त्यांच्या अवतीभवती वावरणाऱ्या माणसांच्या कल्पनांवर व विचारांवर त्यांनी खोल व दूरगामी प्रभाव पाडला. कोणत्याही देशासाठी इतके कष्ट घेणाऱ्या व त्यासाठी जगणाऱ्या महान स्त्री-पुरुषांपैकी त्या एक होत्या.

त्या आमचे भले करण्यासाठी आल्या होत्या असे काही लोक अधिकारवाणीने सांगतात; पण ते खरे नाही. मानवतेची उपासक म्हणूनही त्या आमच्याकडे आल्या नव्हत्या. आमची संकटे, उणिवा व आमची दुःखे पाहून दयाभावनेनेही त्या आल्या नव्हत्या; भारताने घातलेली साद त्यांना जाणवली म्हणून त्या आल्या होत्या. भारताबद्दल आकर्षण वाटून त्या इथे आल्या होत्या. अंतःकरणापासून केलेली भारताची पूजा बांधण्यासाठी त्या इथे आल्या होत्या. आणि भारताचे पुत्र व कन्या यांच्यासमोरील महान कार्यामध्ये आपली जागा घेण्यासाठी त्या आल्या होत्या. ज्या सुंदर तऱ्हेने व संपूर्णपणे त्यांनी भारताचा स्वीकार केला, त्याचे वर्णन शब्दांत करणे खरोखरच अशक्य आहे. भूतकाळात भारताचा नावलौकिक वाढवणाऱ्या गोष्टीच फक्त त्यांनी आपल्या मानल्या नाहीत तर परमेश्वरी इच्छेनुसार भविष्यात घडणाऱ्या बाबीही त्यांनी आपल्या मानल्या; परंतु त्याचबरोबर आजचा भारतही त्यातील दोष

व उणिवा यांच्यामुळे निराश न होता त्यांनी स्वीकारला. आमचे खडतर जीवन व त्यातील संकटे आपली मानली. आमच्या अंधःश्रद्धा व अज्ञान हीही तिरस्कार न करता स्वीकारली. इतकेच नव्हे, तर आमच्या झोपडपट्ट्याही निवेदितांनी स्वीकारल्या.''(१५)

१९०० मध्ये पॅरिस येथे भरलेल्या प्रदर्शनाच्या निमित्ताने आयोजित केलेल्या भौतिकशास्त्राच्या आंतरराष्ट्रीय परिषदेसाठी डॉ. जगदीशचंद्र बोस यांना निमंत्रित केले होते. त्या आंतरराष्ट्रीय मेळाव्यात 'रिस्पॉन्स ऑफ इनऑर्गेनिक अँड लिव्हिंग मॅटर' (अजैविक व जैविक पदार्थांचा प्रतिसाद) या विषयावरचा शोधनिबंध डॉ. बोस यांनी वाचला. स्वामी विवेकानंद आणि भगिनी निवेदिता दोघांनाही डॉ. जगदीशचंद्र बोस यांनी मिळवलेल्या यशाचा आनंद व अभिमान वाटला. डॉ. बोस व निवेदिता आंतरराष्ट्रीय परिषद संपल्यावर इंग्लंडला परतले. त्यानंतर लगेचच १९०० सालच्या डिसेंबरमध्ये डॉ. बोस आजारी पडले व त्यांच्यावर शस्त्रक्रिया करावी लागली. त्या आजारपणात भगिनी निवेदितांच्या आईच्या विंबल्डन येथील घरी राहण्यासाठी त्यांना आमंत्रण दिले गेले. तिथे शुश्रूषेने ते बरे झाले व जानेवारीपासून पुन्हा आपल्या कामाला त्यांनी सुरुवात केली.

इंग्लंडमधील ब्रिटिश शास्त्रज्ञ डॉ. बोसांच्या विरोधात उभे राहिले व त्यांनी त्यांच्या सर्व संशोधनकार्यावर पाणी फिरवण्याचा प्रयत्न केला, ही बाब सर्वश्रुतच आहे. नेहमीचाच संघर्ष सुरू झाला. भगिनी निवेदिता आपल्या संघर्षाला 'बोस वॉर' म्हणत. ब्रिटिश शास्त्रज्ञांच्या एका गटाबरोबर झालेल्या भारतीय शास्त्रज्ञांच्या एकाकी लढतीच्या निवेदिता साक्षीदार होत्या. म्हणूनच निवेदितांनी डॉ. बोस यांच्या कार्यात रस घेतला व संपूर्ण संघर्षात त्या डॉ. बोस यांच्या पाठीशी उभ्या राहिल्या. डॉ. बोस यांच्या संशाधनावरून महान गोष्टी करण्याची भारतीयांमध्ये धमक आहे, ही गोष्ट भगिनी निवेदितांना कळून चुकली; परंतु ब्रिटिश राजवटीने भारतीयांना पांगळे बनवले होते याबाबत कडक टीका करताना निवेदितांनी लिहिले :

''भारता, भारता! माझ्या देशाचे हे भयानक दुष्कृत्य कोण नष्ट करील? तुझ्या शूर, बुद्धिमान आणि सर्वोत्तम पुत्रांवर दररोज लाखोंनी होणाऱ्या कडवट अपमानांची भरपाई कोण करणार?''

काही ब्रिटिश आपल्याबरोबर असभ्य वर्तन करण्याच्या प्रयत्नांत आहेत, ही बातमी डॉ. बोसांना समजली. त्यांचे निबंध प्रसिद्ध न करता पळवले गेले आणि त्यांची प्रसिद्धी पुढे ढकलली गेली, हे कळल्यावर बोस अतिशय निराश झाले. पुस्तके लिहून आपल्या संशोधनाची माहिती सर्वांना करून देणे, हा एकच पर्याय त्यांच्यासमोर शिल्लक होता; परंतु कमालीचे नैराश्य व थकवा यांमुळे ते काम हाती घेण्याची त्यांना इच्छा होत नव्हती.

त्यांच्या या कामात त्यांना मदत करण्यासाठी भगिनी निवेदिता पुढे सरसावल्या. डॉ. बोस यांच्या लेखी कामाचे पुनर्लेखन व संपादन या कामात त्या १९२०नंतर व्यस्त राहिल्या. त्यांची पत्रे व त्यांच्या वैयक्तिक नोंदी यांतून १९०२ ते १९०७ या कालावधीत 'लिव्हिंग अँड नॉनलिव्हिंग', 'प्लांट रिस्पॉन्स', 'कंपॅरिटिव्ह इलेक्ट्रो-फिजिऑलॉजी' या शीर्षकांची पुस्तके लिहिण्यास त्यांनी बोस यांना मदत केली, हे आपणास समजते. 'इरिटॅबिलिटी ऑफ प्लांट्स' या पुस्तकाच्या लेखनातही भगिनी निवेदितांनी मदत केली. हे पुस्तक डॉ. बोस यांच्या मृत्यूनंतर प्रसिद्ध झाले. याखेरीज रॉयल सोसायटीच्या 'फिलॉसॉफिकल ट्रँझॅक्शन' या नियतकालिकात नियमितपणे प्रसिद्ध होणाऱ्या त्यांच्या विविध विषयांवरील शोधनिबंधांचेही त्यांनी पुनर्लेखन केले.

डॉ. बोस यांना त्यांच्या पुस्तकलेखनात मदत करण्याशिवाय त्यांच्या पुस्तकांच्या प्रकाशनासाठीच्या आर्थिक तरतुदीचीही त्यांनी सोय केली. श्रीमती बुल ही भगिनी निवेदितांची मैत्रीण निवेदितांसाठी पैसे खर्च करायला तयार होती. भारतातील विज्ञान शिक्षणाला प्रोत्साहन देण्यासाठी निवेदिता उत्सुक होत्या.

भारतात संशोधन संस्था झालेली पाहण्याची भगिनी निवेदितांची इच्छा होती. अशी संस्था भारतीय वैज्ञानिकांना त्यांच्या वैज्ञानिक चाचण्या अडथळ्यांशिवाय चालू ठेवण्यास आवश्यक ती मदत करील, असे त्यांना वाटत होते. डॉ. बोस यांच्याशी अशा संस्थेच्या स्थापनेच्या शक्यतेबाबत त्या नेहमी चर्चा करीत. अशी एक केवळ प्रयोगशाळा नव्हे, तर मंदिरच १९१७मध्ये बांधलेले पाहण्यास त्या हयात नव्हत्या. परंतु डॉ. बोस त्यांना विसरले नव्हते. आपल्या उद्घाटनाच्या भाषणात ते म्हणाले, "माझ्या झगडण्याच्या सर्व प्रयत्नांत मी कधीच एकटा नव्हतो. जगाने जरी संशय घेतला तरी आजच्या या शांत शहरात असे काही थोडके लोक आहेत, ज्यांचा विश्वास कधीच ढळला नाही."

रवींद्रनाथ टागोर हे डॉ. बोस यांचे आणखी एक निकटचे सुहृद होते. डॉ. बोस यांना जेव्हा भयानक दिव्यातून जावे लागले, तेव्हा टागोरही त्यांच्या पाठीशी उभे राहिले. १९३७ मध्ये डॉ. बोस यांच्या निधनानिमित्त शांतिनिकेतनमधील विद्यार्थ्यांसमोर बोलताना गुरुदेव म्हणाले,

"भगिनी निवेदितांच्या रूपाने सहायक व अनमोल शक्तिस्रोत त्यांच्या यशाच्या दिवसांत जगदीशचंद्रांना मिळाला. त्यांच्या जीवनकार्याच्या कोणत्याही कागदपत्रांत निवेदितांना मानाचे स्थान मिळाले पाहिजे." (१६)

आपल्या मृत्युपत्रात डॉ. बोस यांनी निवेदितांच्या नावे स्मारक उभारण्यासाठी एक लाख रुपये ठेवले होते. श्रीमती बोस यांनी त्या पैशांचा विनियोग निवेदिता सभागृह उभारण्यासाठी केला. बाणीभवन या महिला कल्याणकारी संस्थेमध्ये हे सभागृह बांधण्यात आले.

१९०२ मध्ये पौर्वात्य पुराणवस्तू संशोधनशास्त्र व कला यांतील अग्रणी तज्ज्ञ श्री. कोकासू ओकाकुरा यांनी भारताला भेट दिली. सुशिक्षित व सुसंस्कृत बंगाली तरुणांचा एक गट त्यांच्याभोवती गोळा झाला. या गटात टागोर कुटुंबातील अनेक सदस्य होते, तशाच भगिनी निवेदिताही होत्या. याच प्रसंगी अवनींद्रनाथ टागोरांची भगिनी निवेदितांशी पहिली भेट झाली. आपल्या आत्मचरित्रात अवनींद्रनाथांनी लिहिले आहे, "माझी यांच्याशी पहिली भेट अमेरिकन कौन्सलच्या घरी झाली. अमेरिकन वकिलाने ओकाकुरांसाठी स्वागत समारंभ आयोजित केला होता. तिथे निवेदिताही आल्या होत्या. त्यांनी गळ्यापासून पायापर्यंत संपूर्ण अंग झाकणारा पांढरा गाऊन परिधान केला होता. त्यांच्या गळ्यात रुद्राक्षमण्यांची माळ होती. पांढऱ्या संगमरवरातून कोरलेल्या तपस्विनीसारख्या त्या भासत होत्या. एका बाजूला ओकाकुरा व दुसऱ्या बाजूला निवेदिता. दोन भिन्न कक्षांतून आलेले दोन तारे एकमेकांना भेटत आहेत, असे जणू ते दृश्य दिसत होते. तिथे मी पाहिले ते वर्णनातीत होते!"

अवनींद्रनाथ एकदा म्हणाले, "भारतावर प्रेम करणाऱ्या सर्व परकीयांमध्ये निवेदितांचे स्थान सर्वोच्च आहे."(१७)

भित्रे व लाजाळू दिनेश सेन राजकारणात फारसा रस घेत नसत. तथापि जेव्हा त्यांनी सावधपणे आपली मते व्यक्त करण्याचा प्रयत्न केला, तेव्हा भगिनी निवेदिता म्हणाल्या, "दिनेशबाबू, मी राजकारणावर तुमच्याशी चर्चा करणार नाही. ते तुमचे कार्यक्षेत्र नाही." दुसऱ्या एका प्रसंगी त्या म्हणाल्या, "माझी राजकीय मते तुमच्यापेक्षा सर्वस्वी भिन्न आहेत. जेव्हा मी तुमच्याकडे त्या दृष्टिकोनातून पाहते, तेव्हा तुमच्या भित्रेपणाचे मला दुःख होते व मला त्याची लाज वाटते, तरीही तुम्ही मला आवडता. याचे कारण तुम्हाला जाणून घ्यायचे आहे? तुम्ही तुमच्या देशासाठी खूप कष्ट करता. तुम्ही सच्चे देशभक्त आहात हे तुमच्या नकळत तुम्ही सिद्ध केले आहे. म्हणून तुम्ही मला आवडता."

निवेदितांच्या अखंड परिश्रम करण्याच्या शक्तीबद्दल दिनेश सेन यांना त्यांचा धाक वाटत असे, तशीच त्यांची प्रशंसा करावीशी वाटत असे. 'पैसे मोजूनही असे कष्टांचे प्रेम विकत घेता येणार नाही.' असे त्यांनी लिहिले आहे. सेन यांच्या पुस्तकाचे हस्तलिखित वाचण्यासाठी त्या दोघांना- सेन व निवेदिता यांना एक वर्ष लागले. कधीकधी सकाळपासून ते रात्री १० वाजेपर्यंत ती दोघे पुस्तकावर काम करीत. क्वचितच काही क्षणांपुरती विश्रांती घेत. काम पूर्ण झाल्यावर निवेदितांनी आपल्या मदतीचा जाहीर रीत्या ऋणनिर्देश करू नये, अशी दिनेश सेनना विनंती केली. नामोल्लेख पुसून टाकण्याच्या निवेदितांच्या विनंतीमुळे आश्चर्यचकित झालेले दिनेश सेन एवढेच म्हणू शकले, "निष्काम कर्माबद्दल मी फक्त गीतेत वाचले

आहे; परंतु त्यांच्याप्रमाणे अलिप्त राहणारी व्यक्ती क्वचितच माझ्या पाहण्यात आली. कुठल्याही फळाची आशा न धरता कार्य करणारा कार्यकर्ता मला त्यांच्यात दिसला.'' (१८)

समाजशास्त्र व अर्थशास्त्र यांवर स्पष्टपणे, समर्थपणे त्या विचार करीत असत. भारतीय राजकीय अर्थकारण पश्चिमेपेक्षा वेगळ्या दृष्टिकोनातूनच लिहिले गेले पाहिजे यावर त्यांनी अनेक लेखांतून भर दिलेला होता. भारतीय अर्थशास्त्राबद्दलच्या त्यांच्या या आस्थेमुळेच विख्यात अर्थतज्ज्ञ श्री. रोमेशचंद्र दत्त आणि निवेदिता यांची मैत्री जमली. दत्त त्यांना आपली कन्या मानीत व त्या दत्तांना आपले धर्मपिता मानीत असत. भारतीय अर्थशास्त्रातील समस्यांचे आकलन करून घेऊ इच्छिणाऱ्या तरुण विद्यार्थ्यांना त्या दत्तांचे पुस्तक वाचण्याची शिफारस करीत.

त्यांचे समकालीन असलेले काही थोडे नामवंत लोक त्यांच्या सान्निध्यात आले होते. गुरुदास बॅनर्जी, सर राशबिहारी घोष, श्री. ब्रजेंद्रनाथ सील, श्री. प्रफुल्लचंद्र रे (पी. सी. रे), श्री. आश्विनीकुमार दत्त, डॉ. नीलरतन सरकार, श्री. आनंद मोहन बोस, श्री. मोतीलाल घोष, श्री. गिरीशचंद्र घोष, श्री. श्यामसुंदर चक्रवर्ती, श्री. भूपेंद्रनाथ बोस, सर तारकनाथ पलित, श्री. गोपाळ कृष्ण गोखले, श्री. सुरेंद्रनाथ बॅनर्जी, श्रीमती सरोजिनी नायडू या सर्वांशी त्यांचा परिचय होता व निवेदितांच्या भारतावरील प्रेमाबद्दल ते सर्व जण त्यांचे कौतुक करीत.

प्रसिद्धीपासून दूर असलेल्या तरुणांमध्ये निवेदिता लोकप्रिय होत्या. राष्ट्रीय चळवळीत भाग घेणाऱ्या सर्वांच्या त्या 'गुरू' होत्या. भूपेंद्रनाथ दत्त, बारींद्र घोष आणि तारकनाथ दास यांच्यासारख्या तरुण क्रांतिकारकांना निवेदितांकडून मदत मिळत असे. निवेदितांबद्दलचा आदर व्यक्त करण्यासाठी तारकनाथांनी आपले 'जपान अँड एशिया' हे पुस्तक त्यांना अर्पण केले आहे. अनेक तरुण अभ्यासकांना, कलाकारांना, वैज्ञानिकांना, प्राध्यापकांना आणि इतिहासकारांना त्यांनी मदत केली होती.

निवेदितांबरोबर केलेल्या बौद्ध गयेच्या सहलीची आदरयुक्त आठवण त्यांच्या अखेरच्या दिवसांपर्यंत सर जदुनाथ सरकारांना येत होती. निवेदितांनी त्यांना एकदा सांगितले होते, ''तुमचा ध्वज कधीही खाली पडू देऊ नका. जीवनाच्या कोणत्याही क्षेत्रात तुम्ही कार्य करीत असला तरी त्यामध्ये सर्वोच्च स्थान प्राप्त करा. परकीय तज्ज्ञांसमोर गुडघे टेकू नका. परकीयांचे आदर्श डोळ्यांसमोर ठेवून त्यांचे अनुकरण करू नका. ही स्वतंत्र वृत्ती हृदयात कायमची बाळगा.''(१९) हे शब्द पुढील आयुष्यात जदुनाथ सरकार यांनी नेहमीच स्मरणात ठेवले.

कलकत्त्याच्या तरुण कलाकारांपैकी नंदलाल बोस, सुरेंद्रनाथ गांगुली, असितकुमार हलधर व अन्य निवेदितांच्या सरळसरळ प्रभावाखाली आले होते, व त्यांनी केलेली

मदत, दिलेले प्रोत्साहन व प्रेरणा यांबद्दल नेहमीच त्या सर्वांनी निवेदितांचे ऋण मान्य केले.

डॉ. कुमारस्वामी, श्री. जी. नटेशन, श्री. श्रीनिवास अय्यंगार आणि श्री. पादशहा यांच्याशी निवेदितांची मैत्री होती. प्रसिद्ध तमीळ कवी सुब्रह्मण्यम भारतींना निवेदितांबद्दल नितांत आदर होता आणि निवेदितांना ते आपले आध्यात्मिक गुरू मानीत असत. विविध भारतीय वृत्तपत्रे, मासिके व नियतकालिके यांमध्ये लेखन केल्यामुळे देशभर लोक त्यांना ओळखत असत. सुब्रह्मण्यम भारतींच्या 'बाल भारतीत' त्या कधीकधी काही निमित्ताने लिहीत असत.

त्या स्वतःला भारतीय समजत असत. त्यामुळे परकीय असा त्यांचा केलेला उल्लेख त्यांना रुचत नसे. १९०६ मध्ये कलकत्ता काँग्रेसला आलेले असताना सुब्रह्मण्यम भारतींनी निवेदितांची भेट घेतली. भगिनी निवेदिता जरी स्वामीजींच्या शिष्या असल्या तरी त्या विदेशी आहेत असे त्यांना वाटते, असे भारती म्हणाले. भारतीयांच्या भावना निवेदितांच्या लक्षात आल्या म्हणून निवेदितांनी धर्म, जात आणि पंथ या संकुचित भावनांपासून भारतींनी सुटका करून घ्यावी, असे शांतपणे भारतींना सांगितले. अलगतेची प्रवृत्तीही त्यांनी मनातून काढून टाकावी, असेही त्या म्हणाल्या.

"सर्व धर्मांतील सर्वोच्च व उत्कृष्ट धर्माचे जन्मस्थान म्हणून माझे भारतावर प्रेम आहे. हिमालयासारखा भव्य पर्वत असलेला देश म्हणून मी भारतावर प्रेम करते. या देशात साधी घरे व कौटुंबिक आनंदाचा ठेवा सापडतो व जिथे स्त्रिया निःस्वार्थीपणे, न कुरकुरता व आपुलकीने सकाळपासून संध्याकाळपर्यंत आपल्या प्रिय व्यक्तींची सेवा करतात, तो भारत देश मला आवडतो."

महात्मा गांधी, जवाहरलाल नेहरू, सुभाषचंद्र बोस, डॉ. राधाकृष्णन या सर्वांनी निवेदितांनी भारतासाठी केलेल्या समर्पणाबद्दल आदर व्यक्त केला आहे.

भारतीय स्वातंत्र्यलढ्यातील त्यांच्या योगदानाबद्दल आम्ही भगिनी निवेदितांना वंदन करतो.

ज्या ठिकाणी भगिनी निवेदितांवर अंत्यसंस्कार करण्यात आले, त्या जागी त्यांच्या आदरणीय स्मृतीनिमित्त जनतेने त्यांची समाधी उभारली आहे. हिमालयाच्या मांडीवर जिथे शांततेचे साम्राज्य असते, अशा जागी आजही ती समाधी उभी आहे. त्यावर लिहिले आहे, "आपले सर्वस्व भारताला अर्पण करणाऱ्या निवेदितांनी इथे चिरविश्रांती घेतली."

आपल्या इतिहासातील सध्याच्या काळात विविध राजकीय हितसंबंधांमुळे, अनेक प्रकारच्या गटबाजीमुळे भारतप्रेमाला गौण स्थान प्राप्त झाले आहे. अशा स्थितीत भगिनी निवेदितांचे जीवन एखाद्या दीपस्तंभासारखे सतत धोक्याच्या जागा

दाखवून प्रकाश देणारे आहे. आपल्या अनंत इतिहासाशी ते एकरूप झालेले आहे. आध्यात्मिक प्रगतीबद्दलचे त्यांचे प्रेम दीनदुःखी लोकांसाठी होते. नागरिकांनी उच्च राष्ट्रीय संकल्पनांसाठी आपले आयुष्य समर्पित करावे, असे त्यांचे स्वप्न होते. 'मदर इंडिया' या पवित्र शब्दांतून त्यांच्या सर्व गुणविशेषांचे सार येते.

संदर्भ

१. कंप्लीट वर्क्स ऑफ सिस्टर निवेदिता : अद्वैत आश्रम, कलकत्ता,
खंड I ते VI, पृ. vii
द मास्टर ॲज आय सॉ हिम
नोट्स ऑफ सम वाँडरिंग्स विथ स्वामी विवेकानंद
द क्रेडल टेल्स ऑफ हिंदूइझम
मिथ ऑफ हिंदू अँड बुद्धिस्ट
द वेब ऑफ इंडियन लाईफ
स्टडीज फ्रॉम ॲन ईस्टर्न होम
ॲन इंडियन स्टडी ऑफ लव्ह अँड डेथ
रिलिजन अँड धर्म
लँब्स अमंग वूल्व्हज
केदारनाथ अँड बद्रीनाथ - अ पिलग्रिम्स डायरी
हिन्ट्स ऑन नॅशनल एज्युकेशन इन इंडिया
फूटफॉल्स ऑफ इंडियन हिस्टरी
सिव्हिक अँड नॅशनल आयडियल्स
२. आत्मार्पण, प्रव्रज्रिका, सिस्टर निवेदिता ऑफ रामकृष्ण-विवेकानंद, सिस्टर निवेदिता गर्ल्स स्कूल, कलकत्ता, १९५६, पृ. ३६
३. कित्ता, पृ. १७७
४. कित्ता, पृ. १८०
५. कित्ता, पृ. १८३-१८४
६. कित्ता, पृ. २२८
७. कित्ता, पृ. १८८
८. कित्ता, पृ. १९०
९. कित्ता, पृ. १९३
१०. कित्ता, पृ. १९३
११. कित्ता, पृ. २०१
१२. कित्ता, पृ. २०३-२०४
१३. कित्ता, पृ. २०५
१४. कित्ता, पृ. २४७

१५. कित्ता, पृ. २०५
१६. कित्ता, पृ. २४५
१७. कित्ता, पृ. २४९
१८. कित्ता, पृ. २५४
१९. कित्ता, पृ. २५६

♦

परिशिष्ट १

कविता - मूळ तमीळ कवी - सुब्रह्मण्यम भारती

मी माता निवेदितांना वंदन करतो
त्या मला
वैभव देणाऱ्या
उच्च प्रेमाचा वर्षाव करणाऱ्या
हृदयीचा अंधकार निपटून काढणाऱ्या सूर्यासारख्या होत्या
त्या शेतातील उभ्या पिकांना पावसासारख्या होत्या
माझ्या प्रिय देशा,
ज्यांना रोजगाराचे साधन नाही त्यांच्यासाठी
त्या मोठा खजिना होत्या
असत्याला जाळून टाकणाऱ्या अग्नीसारख्या त्या होत्या.

■ ॲनी बेझंट यांचे योगदान ■

रूबी मालोनी

(**डॉ. रुबी मालोनी :** मुंबई विद्यापीठाच्या इतिहास विभागात प्रपाठक. 'मध्ययुगीन व आधुनिक भारताचा इतिहास' हा त्यांच्या खास अभ्यासाचा विषय आहे. 'मानव अधिकार आणि स्त्रीविषयक अभ्यास' या विषयावरही त्यांनी काम केले आहे. त्यांचा पीएच. डी.चा प्रबंध पुस्तकरूपाने प्रसिद्ध झाला असून, त्या पुस्तकाचे शीर्षक आहे- 'युरोपियन मर्चंट्स अँड द इंडियन इकॉनॉमी.' मान्यताप्राप्त व विख्यात शैक्षणिक नियतकालिकांतून त्यांचे वीसहून अधिक शोधनिबंध प्रसिद्ध झाले आहेत.)

भारतीय राष्ट्रीय चळवळीतील ॲनी बेझंटचे कार्य या विषयावर सखोल संशोधन झालेले आहे. त्यांच्या कार्याचे स्पष्ट वर्णन करणारी अनेक पुस्तके प्रसिद्ध झालेली आहेत. तरीही या असामान्य आणि वादग्रस्त स्त्रीच्या प्रयत्नांचे नव्याने पृथक्करण करणे शक्य आहे. त्यांचा काळ व जीवन यांसाठी पर्यायी संदर्भ चौकटीची आखणी करण्यासाठी अशा पृथक्करणाची गरज आहे. १९व्या व २०व्या या दोन्ही शतकांत देशाला घाट प्राप्त करून देणाऱ्या सामाजिक व ऐतिहासिक प्रक्रियांशी त्या अतूटपणे जोडल्या गेलेल्या आहेत. भारतीय स्वातंत्र्यासाठी व भारतीय शिक्षणासाठी त्यांनी तळमळीने कार्य हाती घेतले. १९१७ मध्ये जेव्हा त्या काँग्रेसच्या अध्यक्ष झाल्या आणि १९२१मध्ये त्यांनी सेंट्रल हिंदू कॉलेजची स्थापना केली, तेव्हा त्यांच्या प्रयत्नांनी कळस गाठला. हे हिंदू कॉलेज नंतर बनारस हिंदू विद्यापीठात विलीन झाले. काँग्रेस आणि मुस्लिम लीग यांना एकत्र आणण्याचे त्यांनी प्रयत्न केले. त्यांनी देशभर व्यापक दौरे केले आणि प्रचंड जनसमुदायाला उद्देशून भाषणे केली. पुरोगामी राजकीय विचारांच्या प्रभावी पुढारी म्हणून त्यांना भारतभर सर्व जण ओळखत असत, असे प्रसिद्ध राष्ट्रवादी नेत्यांच्या कागदपत्रांतून व पत्रव्यवहारांतून सूचित होते.

कोणतेही मोजमाप लावले तरी इंग्लंडमधल्या महाराणी व्हिक्टोरियाच्या कारकिर्दीत जन्मलेल्या आणि वाढलेल्या कर्तृत्ववान महिलांपैकी ॲनी बेझंट या एक होत्या, हे

निर्विवाद. त्यांच्या दीर्घ आयुष्यात (१८४७-१९३३) त्यांनी वेगवेगळी राजकीय, सामाजिक व धार्मिक कार्ये सारख्याच विश्वासाने व सचोटीने पार पाडली. देशाच्या अनेक भागांत त्यांना टिंगलटवाळीला व लोकनिंदेला सामोरे जावे लागले. त्यांच्या आयुष्यात त्यांच्यावर अनेकांचा प्रभाव पडला आणि तो नाहीसा झाला. ॲनी बेझंट बाईंचे विरोधक त्यांची तुलना रंगमंचावरच्या नटाशी करीत असत. प्रत्येक वेळी नव्या स्वरूपात रंगमंचावर येण्यासाठी नट जसा पडद्याआड जाऊन नव्या भूमिकेत पदार्पण करतो, तसे ॲनी बेझंटही करीत असत. (१) ज्या वेगाने त्या आपली दिशा बदलत असत, त्यांची नोंद बर्नार्ड शॉने केली आहे. (२) हाती घेतलेल्या प्रत्येक उपक्रमाला जात्याच नाट्यमय वळण देण्याची त्यांना हातोटी साधली होती. त्या कमालीच्या चंचल आहेत, असा त्यांचा लौकिक पसरला होता. नवा कार्यक्रम जाहीर करणारे प्रत्येक पाऊल उचलण्यापूर्वी त्या अभ्यास व चिंतन करीत असत असे त्यांच्या आत्मचरित्राचे व अन्य लिखाणाचे परिशीलन केल्यास दिसून येते. अढळ आत्मविश्वासामुळेच त्यांनी केलेली प्रगती टिकून राहिली. ती एखाद्याने हेकटपणे परिणामांची पर्वा न करता मुसंडी मारावी तशी वाटली असली तरी, काही जण समजतात त्याप्रमाणे ती यदृच्छेने घडलेली नव्हती.

ॲनी बेझंट या 'मूलगामी स्वतंत्र विचारवंत' नव्हत्या, असे चार्ल्स ब्रॅडलॉच्या कन्येला वाटत असे; पण त्या अथक कार्य करणाऱ्या होत्या, हे तिने मान्य केलेले आढळते. (३) त्यांचे कर्तृत्व नेहमीच अमान्य करणाऱ्यांमध्ये व्हॅलेंटाईन चिरोल हे एक होते. परंतु तेही ॲनी बेझंट बाईंचा उल्लेख करताना त्यांच्या 'उच्च प्रशिक्षित बौद्धिक बळाचा आणि वक्तृत्वाच्या असामान्य देणगीचा' आवर्जून उल्लेख करीत असत. (४) डब्ल्यू. टी. स्टीड यांच्यासारख्या पत्रकार मित्राने १८९१मध्ये त्यांचे वर्णन 'अतिरेकी प्रचारक' असे केले आणि त्यांची गणना एक प्रकारच्या स्वधर्मत्याग करणाऱ्या व्यक्तींमध्ये केलेली दिसते. (५) त्यांची अलीकडची चरित्रेही सामान्यतः टीकात्मकच आहेत. ॲनी बेझंट यांचे भारतातील जीवन म्हणजे विचित्र साहस होते. रायडर हॅगार्डच्या कादंबरीतील अद्भुतरम्य कल्पनाविलासाची त्यामुळे आठवण होते, असे ॲन टेलरने वर्णन केले आहे. (६)

ॲंग्लिकन रीतिरिवाजात वाढलेल्या ॲनी बेझंटनी वयाच्या २६व्या वर्षी त्या रीतिरिवाजांचा त्याग केला आणि नॅशनल सेक्युलर सोसायटीत सामील झाल्या. त्या सोसायटीचे अध्यक्ष चार्ल्स ब्रॅडलॉ यांच्या प्रभावामुळे त्यांनी मुक्त विचारप्रसाराचे कार्य केले. हे काम करताना त्यांच्यावर थॉमस स्कॉट यांचाही प्रभाव होता. थॉमस स्कॉट हे उत्तर अमेरिकन इंडियन असून, आपल्या पुस्तिकांमार्फत त्यांना मोठा अनुयायी वर्ग लाभला होता. फेबियन सोशॅलिस्ट होण्यासाठी १८८५मध्ये ब्रॅडलॉच्या कार्याशी असलेला नऊ वर्षांचा संबंध तोडून ॲनी बेझंट त्या कामापासून दूर झाल्या.

फेबियन सोसायटीचे एक प्रमुख सदस्य बर्नार्ड शॉ यांच्याशी बेझंट बाईंची मैत्री होती. 'बर्नार्ड शॉंच्या आज्ञा पुरुष पाळतात आणि ते या नायकाचे अनुयायी बनतात, हे एक नवलच आहे,' असे ॲनी बेझंटनी बर्नार्ड शॉबद्दल लिहिले आहे. १८९१च्या सुमारास फेबियन समाजावादाबद्दल ॲनी बेझंट बाईंना सहानुभूती वाटेनाशी झाली. त्याऐवजी त्या थिऑसॉफीकडे वळल्या आणि त्या पंथाच्या थोर धर्मोपदेशिका मादाम ब्लॅव्हॅस्टकी यांच्याकडे वळल्या. थिऑसॉफीचा पंथ स्वीकारल्यामुळे त्यांना भारताबद्दल आस्था वाटू लागली, असा समज मात्र करून घेऊ नये. थिऑसॉफिकल सोसायटीत प्रवेश करण्यापूर्वीच्या दहा वर्षांत त्यांनी इंग्लंडचे पंतप्रधान डिझरेली आणि भारतातील लॉर्ड लिटन यांच्या विरोधात भारताची बाजू हिरिरीने मांडली होती. उदा. १८७९मध्ये त्यांनी 'व्हाय द टोरी गव्हर्न्मेंट गॅग्स द इंडियन प्रेस : अ प्ली फॉर वीक अगेन्स्ट द स्ट्रॉंग' या शीर्षकाची एक पुस्तिका फ्रीथॉट पब्लिशिंग कंपनीतर्फे प्रकाशित केली होती. (७) ॲनी बेझंट यांच्यावर आयरिश राष्ट्रवादी निष्ठांचा खूपच प्रभाव पडला होता. जमिनीचा प्रश्न, करआकारणी, ब्रिटनच्या राजघराण्यावर होणारा खर्च व त्यासाठी जनतेला मोजावी लागणारी किंमत, हाऊस ऑफ लॉर्ड्सची अडथळे निर्माण करण्याची क्षमता आणि आयर्लंड, ट्रान्सवाल, हिंदुस्थान, अफगाणिस्तान, ब्रह्मदेश व इजिप्त या देशांतील दडपशाहीसारख्या ब्रिटनच्या धोरणावर त्या सडकून टीका करीत असत. (८)

थिऑसॉफी सोसायटीत प्रवेश केल्यावर ॲनी बेझंटनी भारतीय स्वातंत्र्याचा प्रश्न नव्या उत्साहाने हाती घेतला असे नाही, तर १८९३मध्ये भारत हेच त्यांनी आपले घर केले. त्याच वर्षी त्यांनी कर्नल एच.एस. ऑलकॉट यांच्याबरोबर या उपखंडाच्या अनेक भागांत सहा हजार मैलांपेक्षा अधिक प्रवास केला. या प्रवासात त्यांनी १२० पेक्षाही अधिक सार्वजनिक भाषणे दिली. (९) १८९३ मध्ये त्यांनी त्यांचे आत्मचरित्र प्रसिद्ध केले होते. त्या आत्मचरित्रात भारताविषयीच्या त्यांच्या आस्थेची कोणतीच खूण आढळत नाही. पंधरा वर्षांनंतर त्यांनी त्या आत्मचरित्रात नव्या प्रस्तावनेची भर घातली. त्यामध्ये भारत म्हणजे त्यांची कर्मभूमी आहे आणि तेथील धार्मिक व शैक्षणिक वादग्रस्त प्रश्न आपल्या चिंतेचे विषय असल्याचे म्हटले होते. हिंदुत्ववाद, झोरास्ट्रियन वाद व बौद्धवाद बळकट करणे त्यांचे ध्येय होते. (१०) तसेच पाश्चिमात्य शिक्षणाची पौर्वात्य धर्म आणि नीतिशास्त्रांबरोबर सांगड घालणे हेही त्यांचे ध्येय होते. त्याबरोबरच शाळा मिशनऱ्यांच्या किंवा सरकारी नियंत्रणाखाली असण्याऐवजी त्या भारतीयांच्या नियंत्रणाखाली आणणे, हेही त्यांचे ध्येय होते.

१८९५मध्ये ॲनी बेझंट बनारसमध्ये राहू लागल्या. तिथे त्यांनी सनातन धर्म मालिकेतील हिंदू धर्मावरील छोट्या पुस्तिकांचे संकलन करण्यात डॉ. भगवान दास, श्री. उपेंद्र बसू आणि गोविंद दास यांना मदत केली. खरीखुरी भारतीय शिक्षणपद्धती

प्रस्थापित करण्याचे त्यांचे ध्येय पूर्ण करण्यासाठी त्यांनी १८९८ मध्ये बनारसला सेंट्रल हिंदू कॉलेजची स्थापना केली. जॉर्ज अरुंडेलनी लिहिले आहे, "परकीयांनी जे चोरले ते ॲनी बेझंट ही परकीय स्त्री परत मिळवून देते. (१२) सेंट्रल हिंदू कॉलेज मुळात अलाहाबाद विद्यापीठाला जोडले गेले होते. तेथील प्राध्यापकांमध्ये अनेक युरोपियन प्राध्यापकांचा समावेश होता. कॉलेजची वाढ होऊन तिथे एक हजार मुले शिकत होती. भारतीय युवकांसाठी ॲनी बेझंट 'सेंट्रल हिंदू कॉलेज मॅगेझिन' प्रसिद्ध करू लागल्या. त्या काळात त्या मासिकाचा दरमहा १५ हजार इतका लक्षणीय खप होता. १९१३ मध्ये बनारस हिंदू विद्यापीठाचे केंद्र बनवण्यासाठी त्यांनी सेंट्रल हिंदू कॉलेज पंडित मदनमोहन मालवीय यांच्याकडे हस्तांतरित केले.

नंतर १९१७ मध्ये ॲनी बेझंटनी राष्ट्रीय शिक्षणाची एक व्यापक पद्धती थिऑसॉफिकल सोसायटीच्या साहाय्याने व अड्यारच्या नॅशनल युनिव्हर्सिटीच्या कुलपतिपदी असलेल्या रवींद्रनाथ टागोरांच्या साहाय्याने प्रस्थापित केली. अनेक शिक्षण संस्था आणि भारताच्या विविध भागांतील शाळा-कॉलेजे त्याला जोडलेली होती. १९२४ मध्ये त्यांनी कलकत्त्याला दिलेल्या कमला व्याख्यानमालेतून त्यांची शिक्षणविषयक उच्च विचारसरणी व दूरदृष्टी दिसून येते. शिक्षणासाठी स्वातंत्र्य असले पाहिजे, असे त्यांचे मत होते आणि 'देशाचे शिक्षण ही देगणी नसून गुंतवणूक आहे,' असेही त्यांना वाटत असे. 'शासनाने शैक्षणिक व सांस्कृतिक संस्थांना मदत म्हणून भौतिक साधने द्यावीत, तसेच इमारती व अन्य साधनसामग्रीसाठी अनुदान मंजूर करावे. त्यायोगे या संस्था उच्च चारित्र्य असलेल्या सुशिक्षित व कुशल स्त्री-पुरुषांचा अमूल्य ठेवा राष्ट्राला देऊ शकतील.' (१३)

ॲनी बेझंट स्त्रियांच्या हक्कासाठी उत्साहाने लढणाऱ्या नेत्या होत्या. 'द पोलिटिकल स्टेट्स ऑफ विमेन' (स्त्रियांचा राजकीय दर्जा) या विषयावरचे त्यांचे पहिले सार्वजनिक व्याख्यान जहाल स्वरूपाचे होते. बनारस येथे १९००मध्ये 'आधुनिक जीवनातील प्राचीन आदर्श' याबद्दलच्या व्याख्यानमालेत भारतीय इतिहासातील प्रत्येक टप्प्यावर स्त्रियांनी केलेल्या महत्त्वाच्या कामगिरीवर ॲनी बेझंट बाईंनी भर दिला. १९०४ मध्ये त्यांनी इंडियन गर्ल्स स्कूल स्थापन केले. आणि त्याची जबाबदारी फ्रॅन्सिस्का अरुंडेल यांच्यावर सोपवली. १९१७ मध्ये ॲनी बेझंटची स्थानबद्धतेतून सुटका व्हावी म्हणून भारतीय स्त्रियांनी प्रथमच सार्वजनिक रीत्या निदर्शने करून चळवळ केली. ॲनी बेझंट बाईंच्या अध्यक्षतेखाली भारतीय राष्ट्रीय काँग्रेसच्या विषयसूचीत प्रथमच स्त्रियांना मताधिकाराबाबतचा ठराव आलेला होता. त्याच वर्षी ॲनी बेझंट बाईंनी 'मद्रास विमेन्स इंडियन असोसिएशनची' स्थापना केली. (१४) मार्गारेट कझिन्सचा या कार्याशी निकटचा संबंध होता. १९२४पर्यंत या असोसिएशनच्या ५१ शाखा, १८ केंद्रे आणि २७०० सदस्य होते. येऊ

घातलेल्या मॉंटेग्यू-चेम्सफर्ड सुधारणा कायद्यात भारतीय स्त्रियांना समानतेची वागणूक देण्याची ॲनी बेझंट बाईंनी जोरदार मागणी केली.

१९१४पासून ॲनी बेझंट बाईंनी भारताच्या 'होमरूल'च्या (स्वराज्याच्या) मागणीवर आपले सर्व लक्ष केंद्रित केले. भारतीय राष्ट्रीय कॉंग्रेसच्या डिसेंबर १९१४मधील अधिवेशनात घनिष्ठ राजकीय मित्र आणि पुरस्कर्त्या म्हणून त्यांचे स्वागत करण्यात आले. या उद्दिष्टांसाठी त्यांनी १६ वर्षांहून अधिक काळ कार्य केले. 'मद्रास स्टॅंडर्ड' हे फारसे प्रसिद्ध नसलेले दैनिक त्यांनी त्यासाठी प्रथम विकत घेतले. त्या वृत्तपत्राचे त्यांच्या राजकीय गरजा लक्षात घेऊन नामांतर करण्यात आले. त्याला 'न्यू इंडिया' हे नवे नाव देण्यात आले. (१५) कर्झनने बंगालची फाळणी केला, तेव्हा हिंसाचार ऐन शिगेला पोहोचला असताना बिपिनचंद्र पाल याच नावाचे वृत्तपत्र संपादित करीत असत. (१६) त्यावरून बेझंट बाईंनी त्यांच्या वृत्तपत्राला हे नाव दिले होते. ॲनी बेझंटचे 'न्यू इंडिया' वृत्तपत्र ब्रिटिशांवर तितकीच कडवट टीका करीत असे. 'न्यू इंडिया'मधील लेखांचे राजकीय पुस्तिकांच्या स्वरूपात पुनर्मुद्रण होऊ लागल्यावर मद्रास सरकारलाही चिंता वाटू लागली. 'सेल्फ गव्हर्न्मेंट फॉर इंडिया', 'द सेपरेशन ऑफ पोलिटिकल ॲंड ज्यूडिशिअल फंक्शन्स' आणि 'द इंडियन कौन्सिल अंडर द कॉंग्रेस फ्लॅग' यांसारख्या पुस्तिकांचा त्यात समावेश होता. यांतील भाषा साधी पण लक्ष्यावर नेमका हल्ला करणारी असल्यामुळे त्यांची पुनर्मुद्रणे होत. 'न्यू इंडिया'चा वाङ्मयीन उपसंपादक म्हणून आयरिश राष्ट्रवादी कवी जेम्स कझिन्स याची बेझंट बाईंनी नेमणूक केली होती. यामुळे मद्रासचा गव्हर्नर लॉर्ड पेन्टलॅंड याने ही अस्वस्थ करणारी बातमी भारतमंत्र्याला पत्राने कळवली. (१७) ॲनी बेझंट या आयरिश आहेत ही 'अधिक चिंतेची बाब आहे' यावरही पेन्टलॅंडने भर दिला. पहिल्या महायुद्धाच्या वेळी आयर्लंडमध्ये घडलेल्या घटनांमुळे ॲनी बेझंटच्या भारताकडे पाहण्याच्या दृष्टिकोनावर विशेष परिणाम झाला. आयरिश समस्या सोडवण्यासाठी संसदेत समझौता करण्याच्या दृष्टीने इंग्लंडमध्ये पावले टाकली जात होती. त्यामुळे बेझंट बाईंनाही प्रोत्साहन मिळाल्यासारखे झाले. भारतातही लवकरच तशी वेळ येईल, असा त्यांना विश्वास वाटत होता. जेव्हा होमरूल (चळवळ) अल्स्टरच्या खडकावर आदळली आणि सिनफेनचा उदय झाला, तेव्हा ब्रिटिश सरकारला त्या प्रखर विरोध करू लागल्या. (१८)

जुलै १९१४ मध्ये सुरू झालेल्या 'न्यू इंडिया'च्या आधी जाने. १९१४मध्ये ॲनी बेझंटनी 'द कॉमनविल' नावाचे साप्ताहिक सुरू केले होते. हे नियतकालिक प्रामुख्याने परदेशी वाचकांसाठी विशेषतः ब्रिटनमधील लोकांना भारतासंबंधीच्या खऱ्या बातम्या देण्यासाठी त्यांनी सुरू केले होते.

ॲनी बेझंटनी १९१६ मध्ये होमरूल लीग सुरू केली. बेझंट बाई त्या

लीगच्या अध्यक्ष होत्या. जॉर्ज अरुंडेल सचिव होते आणि बी. पी. वाडिया खजिनदार होते. १९१७पर्यंत 'न्यू इंडिया' स्वराज्याची मागणी करणारे अग्रगण्य वृत्तपत्र होते. त्यातील महत्त्वाच्या लेखांची भाषा इतकी जहाल होऊ लागली होती, की नवा व्हाइसरॉय लॉर्ड चेम्सफर्ड याने त्यांची जाहीर रीत्या टर उडवली. जून १९१७मध्ये मद्रास सरकारने ॲनी बेझंट, अरुंडेल व वाडिया यांना स्थानबद्ध करण्याचा निर्णय घेतला. कलकत्त्यात एक पोलिस मारला गेला तेव्हा त्याचा खून करणारा इसम जणू काही हुतात्मा होता, असे चित्र 'न्यू इंडिया'ने रेखाटले. त्या तिघांच्या स्थानबद्धतेचे हे कारण असावे. स्थानबद्धतेच्या काळात आपले दैनिक त्यांनी आपले मित्र पी. के. तेलंग (पंढरीनाथ काशीनाथ तेलंग) यांच्या हाती सोपवले. न. चिं. केळकर व राष्ट्रवादी 'बॉंबे क्रॉनिकल'चे संपादक बेंजामिन हॉर्निमन यांच्या साहाय्याने 'न्यू इंडिया' प्रसिद्ध होत राहिले. स्थानबद्धतेच्या बातमीने विरोधाची लाट उसळली. मद्रासमध्ये (चेन्नई) विरोधाच्या २८ तर मुंबईत १२ सभा झाल्या. अनेक लोकप्रिय नेत्यांनी होमरूल लीगमध्ये प्रवेश घेतला. महात्मा गांधींनी त्यांच्या सुटकेसाठी पदयात्रा काढण्याचे ठरवले. तीन महिने जोरदार निदर्शने चालू होती. अखेरीस भारतास जबाबदार सरकार देण्याचे ब्रिटिश सरकारचे ध्येय आहे, असा जाहीरनामा २० ऑगस्ट १९१७ रोजी प्रसृत करण्यात आला. जनतेच्या इच्छा जाणून घेण्यासाठी भारतमंत्री भारतात येणार असल्याचेही जाहीर करण्यात आले. वातावरण शांत राहावे म्हणून तिघा स्थानबद्धांना सोडण्यात आले.

१९१७ मध्ये कलकत्त्याला भरलेल्या अखिल भारतीय राष्ट्रीय काँग्रेसच्या ३२व्या अधिवेशनाच्या अध्यक्षपदी बेझंट बाई निवडून आल्या, तो त्यांच्या राजकीय कारकिर्दीचा सर्वांत मोठा सन्मान होता. २६ डिसेंबर रोजी नऊ हजार लोकांसमोर त्यांनी केलेले अध्यक्षीय अभिभाषण अड्यार येथील थिऑसॉफिकल सोसायटीच्या पुराभिलेखागारात जपून ठेवले आहे.

त्यात पुढील मुद्द्यांचे त्यांनी तपशीलवार विवरण केले.

१. आशियातील जागृती

२. परकीय सत्ता व साम्राज्याची पुनर्रचना यांवर विदेशात चर्चा.

३. गोऱ्या कातडीच्या श्रेष्ठत्वाबद्दलचा नष्ट झालेला विश्वास

४. व्यापाऱ्यांमधील जागृती

५. प्राचीन काळातील दर्जावर हक्क सांगण्याबाबत स्त्रियांमध्ये झालेली जागृती

६. जनतेतील जागृती

अध्यक्षीय भाषणात त्यांनी जातिव्यवस्थेला पाठिंबा दिल्याबद्दल त्यांच्यावर टीकाही झाली. भारतीय राष्ट्रीय काँग्रेसच्या अध्यक्ष म्हणून त्यांनी केलेल्या कार्यात काहींना हुकूमशाहीचा वास आला. (१९) कामगारांच्या हिताबद्दलच्या उत्साहाचा

त्या भाषणात अभाव होता. त्यातून समाजवादाबाबतच्या त्यांच्या सर्वसाधारण दृष्टिकोनातील बदल सूचित होत होता.

याच टप्प्यावर भारतीय काँग्रेसच्या पुढाऱ्यांशी त्यांचे तीव्र स्वरूपाचे मतभेद झाले. टिळकांनी लिहिले, "मी जरी त्यांच्या वक्तृत्वाची, विद्वेची आणि त्यांच्या काम करण्याच्या अथक शक्तीची प्रशंसा करीत असलो, तरी राजकीय बाबतीतील आपली मते सर्वोच्च आहेत, ही त्यांची भूमिका मी क्षणभरही सहन करू शकणार नाही." (२०) महात्मा गांधी व ॲनी बेझंट यांच्या मतप्रणालीत मूलभूत स्वरूपाचे मतभेद होते. गांधीजी समानतेचा पुरस्कार करीत, तर ॲनी बेझंटचा उच्चवर्णीयांच्या नेतृत्वावर विश्वास होता. जातिव्यवस्था मोडणे हे गांधीजींचे ध्येय ब्राह्मणांचा पाठिंबा असणाऱ्या बेझंट बाईंच्या विरोधात जात होते. त्यांच्यातील मतभेद १९१९ मध्ये चव्हाट्यावर आले. त्यांनी गांधींविरुद्ध कडक शब्द वापरले. उदा. "गांधींच्या राज्यात असहकार करणाऱ्यांखेरीज इतरांना भाषणस्वातंत्र्य व सभास्वातंत्र्य असणार नाही." (२१)

जनमत ॲनी बेझंटच्या विरुद्ध गेले आणि त्यांच्या मतांवर अधिकाधिक टीकेची झोड उठवली जाऊ लागली. मुंबईच्या एक्सेलसिअर थिएटरमध्ये लोकांनी त्यांना भाषण करू दिले नाही. जे अटळ होते त्याचा स्वीकार करून त्यांनी होमरुल लीगच्या अध्यक्षपदाचा राजीनामा दिला. महात्मा गांधींनी त्यांच्यानंतर ते पद स्वीकारले.

ॲनी बेझंटचा राजकीय वारसा निःसंशय टिकाऊ होता. भारतीय राष्ट्रवादाच्या उदयासंबंधीच्या त्यांनी केलेल्या विविध लिखाणांत थिऑसॉफिकल कन्व्हेंशन हा भारतीय राष्ट्रीय काँग्रेसपुढील आदर्श असल्याचे त्यांनी म्हटले आहे. १८८५ मध्ये मुंबईमध्ये ॲलन ऑक्टोव्हियन ह्यूम यांच्या निमंत्रणाला प्रतिसाद देऊन विचारविनिमयासाठी काही लोक एकत्र जमले होते. त्यांमध्ये पत्रकार, वकील व अन्य व्यावसायिक होते. त्यांपैकी बरेच जण थिऑसॉफिस्ट झाले, ही गोष्ट खरी आहे. मोतीलाल नेहरू सेंट्रल हिंदू कॉलेजला उत्साहाने मदत करीत असत. मोतीलालजींच्या विनंतीवरून ॲनी बेझंटनी जवाहरलालना शिकवण्यासाठी एफ.टी. ब्रूक्स यांचे नाव सुचवले. एफ. टी. ब्रूक्स हे थिऑसॉफिस्ट असून, त्यांनी १८९९ ते १९०२ या कालावधीत जवाहरलालना शिकवण्याचे काम केले.

भारतीयांचे पाश्चिमात्त्यीकरण झालेले पाहण्याची त्यांची इच्छा नव्हती. राजकीय अभिनिवेशाने जळजळीत शब्दांत झगडे करणारे राजकीय पक्ष पाहण्याचीही त्यांना इच्छा नव्हती. ज्या लोकांनी त्यांना उच्च पदावर बसवले, त्यांना तुच्छ लेखून, अज्ञानात ठेवून क्षुल्लक राजकीय लाभासाठी झुंजणारे पक्ष त्यांना बघायचे नव्हते. भारताच्या भविष्य काळातील मोठेपणाबद्दल त्यांना खात्री वाटत होती. तसेच भारतीय लोकांना राजकीय पद्धतीने सुखसमाधान प्राप्त होणार नाही तर धर्माच्या व तत्त्वज्ञानाच्या पुनरुज्जीवनाने ते प्राप्त होईल, असा त्यांचा ठाम विश्वास होता.

संदर्भ

१. वेस्ट, जॉफ्रे., मिसेस ॲनी बेझंट, जेराल्ड हो लि., लंडन, १९२७, पृ. ४९
२. वेंट्रॉब, एस., (संपा.), द डायरीज ; १८८५-१८९७, 'इंट्रोडक्शन' पेनिसिल्वानिया
स्टेट, युनिव्हर्सिटी प्रेस, १९८६
३. बॉनर, एच. बी., चार्ल्स ब्रॅडलॉ, खंड १ आणि २, फिशर अन्विन, लंडन, १८९४
४. चिरोल, व्हॅलेंटाईन, इंडियन अनरेस्ट, मॅकमिलन, लंडन, १९१०
५. वेस्ट. जी., उपरोक्त, पृ. ९
६. टेलर, ॲनी, ॲनी बेझंट : अ बायॉग्राफी, ऑक्सफर्ड युनिव्हर्सिटी प्रेस, १९९२
७. बेस्टरमन, थिओडोर, मिसेस ॲनी बेझंट : अ मॉडर्न प्रोफेट, केगन पॉल, लंडन, १९३४, पृ. १९१
८. वेस्ट, उपरोक्त, पृ. ३७
९. बेस्टरमन, थिओडोर, उपरोक्त, पृ. १९२
१०. सिलोन (श्रीलंका) व ब्रह्मदेशात (म्यानमार)
११. बेस्टरमन, उपरोक्त, पृ. १९५
१२. बेझंट, ॲनी, ॲन ऑटोबायोग्राफी, जॉर्ज एस. अरुंडेल यांच्या टीपांसह, अड्यार आवृत्ती, मद्रास, १९३९, पृ. २७
१३. बेझंट, ॲनी, आयडियल्स इन एज्युकेशन, रिलिजन, फिलॉसॉफी ॲंड आर्ट, थिऑसॉफिकल पब्लिशिंग हाऊस, अड्यार, १९३०
१४. ८ मे
१५. मद्रासमधील सर्वात जुने इंग्रजी वृत्तपत्र, १८४१मध्ये ते सुरू झाले होते.
१६. राज. आर. के., सोशल कॉन्फ्लिक्ट ॲट पोलिटिकल अनरेस्ट इन बेंगॉल, १८७५-१९२७, ऑक्सफर्ड युनिव्हर्सिटी प्रेस, १९८४, पृ. १०५, १४१
१७. मार्गरिट कझिन्सचा नवरा
१८. टेलर, उपरोक्त, पृ. २९३
१९. टेलर, उपरोक्त, पृ. ३१२
२०. इंडियन नॅशनल काँग्रेस पेपर्स, अड्यार पुराभिलेखागार
२१. बेझंट, ॲनी, द फ्यूचर ऑफ इंडियन पॉलिटिक्स, थिऑसॉफिकल पब्लिशिंग हाऊस, अड्यार, १९२२.

■ गतकालीन आठवणी ■

डॉ. उषा मेहता

डॉ. उषा मेहता : विख्यात गांधीवादी आणि प्रमुख स्वातंत्र्यसैनिक. त्यांनी आपले सारे आयुष्य गांधीविचार आणि लोकशाही मूल्ये यांसाठी खर्च केले. मुंबई विद्यापीठाच्या नागरिकशास्त्र व राज्यशास्त्र विभागाच्या त्या प्राध्यापिका व विभागप्रमुख होत्या. त्यांना अनेक राष्ट्रीय व आंतरराष्ट्रीय पुरस्कार प्राप्त झाले. पद्मविभूषण (१९९८), काकासाहेब गाडगीळ पुरस्कार (१९९६), विद्यापीठाचा सर्वोत्तम शिक्षक पुरस्कार (१९८०) आणि ताम्रपत्र (१९६७), हे त्यांतील काही महत्त्वाचे पुरस्कार होत.

उषा मेहतांनी लिहिलेली इंग्रजी व गुजराती भाषांतील अनेक पुस्तके प्रसिद्ध झाली आहेत. त्यांपैकी काही पुस्तकांची शीर्षके पुढे दिली आहेत. 'गव्हर्न्मेंट अँड द गव्हर्नड्', 'गांधीज कॉंट्रिब्युशन टू इमॅनिसिपेशन ऑफ विमेन' (१९९१), आणि 'काँग्रेस रेडिओ स्पीकिंग' (१९९८) ही इंग्रजी पुस्तके आणि 'अमर शहिदों' (१९९०) आणि 'विश्वनि महान नारियों' ही गुजराती भाषेतील पुस्तके होत. गांधीजी, स्वातंत्र्य चळवळ, स्त्रिया आणि राजकीय विचार या विविध विषयांवर उषाबेननी सत्तरहून अधिक लेख-निबंध प्रसिद्ध केले आहेत. डॉ. उषा मेहता यांनी परिसंवादाच्या समारोपाच्या वेळी केलेले अभिभाषण.)

श्री. तल्यारखान साहेब, डॉ. आलू दस्तूर, परिसंवादात सहभागी झालेले लोक व मित्रहो, सर्वप्रथम मला आमच्या राज्यशास्त्र विभागाचा खास उल्लेख करावासा वाटतो. याच विभागात डॉ. दस्तूर, डॉ. फडके आणि मी यांनी काम केले आणि आज पुन्हा इथे यायला मिळाले, याचा आम्हा सर्वांनाच आनंद होत आहे. इतर कोणतेही कारण नसले तरी मुंबईचा अनभिषिक्त राजा असलेल्या फिरोजशहा मेहता यांच्या नावाशी मुंबई विद्यापीठाचा राज्यशास्त्र विभाग जोडला गेला आहे म्हणून आम्हाला तो अतिशय मोलाचा वा श्रेष्ठ वाटतो. फक्त मुंबईसाठीच नव्हे, तर संपूर्ण भारतासाठी फिरोजशहा मेहता म्हणजे एक प्रेरणादायी उसळणारा स्रोत होते. आज डॉ. नवाझ मोदी यांनी आम्हा सर्वांना अभिमान

वाटेल असा परिसंवाद आयोजित केला आहे. फिरोजशहा मेहता आणि स्वातंत्र्यासाठी लढलेल्या सर्वांनाच या परिसंवादाद्वारा उचित आदरांजली वाहिली जाते आहे. तसेच भारतीय स्वातंत्र्याला पन्नास वर्षे पूर्ण झाल्याबद्दल सोहळा साजरा करण्याचा परिसंवाद हा एक उत्तम मार्ग आहे, असे मला वाटते. मित्रहो, गौरवशाली भारतीय लढ्यात सहभागी झालेले आम्ही सर्वच नशीबवान होतो. आज त्या आनंदी गतकाळाचे स्मरण करताना एका कवीच्या शब्दात म्हणावेसे वाटते, ''त्या पहाटेत जगण्याचा आनंद होता तर तरुण असण्यात स्वर्गीय आनंद होता.'' डॉ. मोदी, तुम्ही हा परिसंवाद आयोजित करून त्या आनंदाचा पुन्हा अनुभव घेण्याची संधी आम्हा सर्वांना दिली. मला खात्री आहे मी व्यक्त करीत असलेल्या भावना फक्त माझ्या एकटीच्या नाहीत, तर व्यासपीठावर माझ्या शेजारी बसलेल्या कॅ. लक्ष्मी व लज्जाराणींच्या मनातही त्याच भावना आहेत. मी तसेच कॅ. लक्ष्मी व लज्जाराणी- आम्ही सर्व जणी - ७५, ८० व ८५ वर्षांच्या म्हाताऱ्या आहोत, असे आज आम्हाला वाटत नाही. आपली सर्वांची उपस्थिती आणि भारतीय स्वातंत्र्यलढ्याच्या वेगवेगळ्या पैलूंवर झालेली रंगतदार चर्चा, यांनी आम्हाला भूतकाळात नेले. आम्हाला पुन्हा एकदा तरुण होण्याची, तसेच देशसेविका संघाच्या तरुण स्वयंसेविका बनण्याची संधी दिल्याबद्दल मी आपणा सर्वांचे मनःपूर्वक आभार मानते.

आम्हा चौघा स्त्रीस्वातंत्र्यसैनिकांचा सन्मान केल्याबद्दल मी डॉ. नवाझ मोदी आणि मुंबई विद्यापीठाच्या कुलगुरू डॉ. स्नेहलता देशमुख यांचे आभार मानते. मित्रहो, कॅप्टन लक्ष्मी व राणी झाशी पलटणीतील त्यांच्या सहकारी किंवा भारतीय स्वातंत्र्यलढ्यात कार्य करणाऱ्या आम्ही सर्वांनी कोणत्याही बक्षिसाची वा पुरस्काराची अपेक्षा न ठेवता हे कार्य केले होते, हे आपणा सर्वांनाच माहीत आहे. मातृभूमीने दिलेल्या हाकेला आम्ही प्रतिसाद दिला. राष्ट्राच्या स्वातंत्र्यासाठी भारतात गांधीजींनी व भारताबाहेर नेताजींनी कार्य करण्याची आज्ञा दिली. आम्ही उचललेल्या छोट्याशा वाट्याची दखल घेऊन तुम्ही आम्हाला सन्मानित केले, त्याबद्दल आम्ही आपले व विद्यापीठाचे अतिशय ऋणी आहोत. हा परिसंवाद आयोजिल्याबद्दल व त्याची चार विभागांत उत्तम विभागणी केल्याबद्दल डॉ. नवाझ मोदी यांचे कौतुक करायला हवे. तसेच डॉ. दस्तूर व अन्य राज्यशास्त्र विभागप्रमुखांनी घालून दिलेली परंपरा पुढे चालू ठेवल्याबद्दल त्यांच्या पाठीवर शाबासकीची थापही द्यायला हवी. भविष्यातही डॉ. मोदी ही परंपरा चालू ठेवतील. डॉ. य. दि. फडके यांचे मी अभिनंदन करते. महाराष्ट्रातील राष्ट्रवादाच्या इतिहासाबद्दलच नव्हे, तर कदाचित संपूर्ण भारताच्या संदर्भात ते एक ख्यातनाम अधिकारी व्यक्ती आहेत. आपण इतिहाससंबंधी काही म्हणालात अथवा त्यांना

काही विचारलेत, तर तो सारा इतिहासाचा भाग त्यांना मुखोद्गत असल्याचे आपल्या लक्षात येईल. वीणा दास या अनुसूचित जातीतील नाहीत, हे त्यांनी प्रथम निदर्शनास आणून दिल्याचे आपल्या लक्षात असेल. त्यांची नजर खऱ्या संशोधकाची व अभ्यासकाची आहे. या परिसंवादाची छान सुरुवात त्यांनी आपल्या बीजभाषणाने केली. त्यांचा शोधनिबंध अर्थातच अभ्यासपूर्ण व भरपूर माहिती देणारा असून, तो अत्यंत विश्वसनीय व सर्वसमावेशक आहे. याशिवाय शोधनिबंध वाचणाऱ्या सर्वांनीच स्वातंत्र्यलढ्याच्या विविध पैलूंविषयी आणि फारशा माहीत नसलेल्या पैलूंशी आमचा परिचय करून दिला. तसेच आजपर्यंत ज्या स्वातंत्र्यसैनिकांच्या कार्याची दखल घेतली गेली नव्हती, अशा अपरिचित स्वातंत्र्यसैनिकांची आम्हाला ओळख करून दिली, त्याबद्दल त्या सर्वांचेही मी अभिनंदन करते. भारतीय स्वातंत्र्यलढ्याची सुरुवात १८५७मध्ये झाली, असे सर्वसामान्यपणे मानले जाते. जेव्हा आपण १८५७चा विचार करतो, तेव्हा आपल्यासमोर प्रामुख्याने येतात ते तात्या टोपे व नानासाहेब पेशवे; परंतु जिला आपण आजही स्फूर्तिदेवता व पुढारी मानतो, ती लढवय्यी स्त्री म्हणजे झाशीची राणी लक्ष्मीबाई!

कॅप्टन लक्ष्मी, आज तुम्ही इथे आमच्यात येऊन या परिसंवादाचे उद्घाटन केलेत, याबद्दल मला आनंद वाटत आहे. लहानपणापासून आम्ही झाशीच्या राणीबद्दल ऐकत आलो, इतकेच नव्हे तर त्यांचाच आदर्श आमच्यासमोर होता. जेव्हा जेव्हा राणी लक्ष्मीबाईचा विचार मनात येतो, तेव्हा तेव्हा विख्यात कवयित्री सुभद्राकुमारी चौहान यांच्या कवितेतील दोन ओळी आठवतात. या ओळी आम्ही बालपणी नेहमी म्हणत होतो,

बुंदेले हर बोलों के मुख हमने सुनी कहानी थी
खूब लडी मर्दानी वह तो झाशीवाली रानी थी।।

झाशीच्या राणीने इंग्रज सैन्याशी कशी कडवी झुंज दिली, त्याची कहाणी आम्ही बुंदेलखंडातील शूर लोकांकडून ऐकली होती.

कॅप्टन राणी लक्ष्मीमध्ये झाशीची राणी साकार झालेली दिसते या मताशी मित्रहो, तुम्ही सहमत व्हाल. १८५७ मध्ये सुरू झालेला लढा १९४७ मध्ये संपला असे मला म्हणावयाचे आहे. आपल्या भारतात चालवलेला स्वातंत्र्यलढा प्रामुख्याने अहिंसात्मक असला तरी क्रांतिकारकांनीही यामध्ये महत्त्वाचे योगदान दिलेले आहे, हे आपण विसरू शकत नाही. भारत गुलामगिरीत खितपत पडू नये म्हणून ज्या क्रांतिकारकांनी आपल्या आयुष्यातील सर्वोत्तम काळ देशासाठी खर्ची घातला, त्यांची दखल या परिसंवादात घेतली गेली, ही अतिशय स्तुत्य बाब आहे. गांधींच्या

नेतृत्वाखालील कालखंडात करण्यात आलेले बरेचसे सत्याग्रह अहिंसात्मक होते; मात्र त्यातही कधीकधी हिंसा उफाळून येत असे.

आपल्या हिंसक तसेच अहिंसक क्रांतीची काही वैशिष्ट्ये होती. पहिले वैशिष्ट्य म्हणजे आपला हिंसक वा अहिंसक लढा स्वातंत्र्यासाठी होता; पण अनेक शोधनिबंधकारांनी दर्शवल्याप्रमाणे आपला हा लढा फक्त राजकीय स्वातंत्र्यासाठी नव्हता. स्वातंत्र्य ही एक व्यापक संज्ञा असून, तिच्यात पुष्कळ अर्थ भरलेला आहे. त्या स्वातंत्र्याचा पाया नैतिक होता. स्वातंत्र्य केवळ भारतासाठी नसून अन्य आशियाई देशांचे स्वातंत्र्य, असाही अर्थ त्यात अभिप्रेत होता. इतकेच नव्हे, तर ती संज्ञा संपूर्ण जगण्यासाठी होती. गांधीजींच्या नेतृत्वाखालील लढ्याचा विचार करताना ही गोष्ट आपल्याला लक्षात ठेवावी लागेल. त्यामागे स्पष्ट अशी नैतिक बैठक होती. 'करेंगे या मरेंगे' हा १९४२च्या चळवळीतील संदेश देताना त्यांनी निश्चयपूर्वक म्हटले होते- "भारतीय स्वातंत्र्यलढा भारताला स्वातंत्र्य मिळताच संपुष्टात येणार नाही. जोपर्यंत जगातील एखाद्या देशातही परकीय वर्चस्व असेल अथवा एखाद्या देशाचा छळ व दडपणूक चालू असेल, तोपर्यंत हा लढा चालूच राहील." बऱ्याच वर्षांपूर्वी स्वातंत्र्य या संज्ञेचा खराखुरा आशय स्पष्ट करताना गांधीजी म्हणाले होते, "आपण निश्चितच स्वतंत्र होऊ; पण हे स्वातंत्र्य सत्य सांगण्यासाठी आहे, असत्य सांगण्यासाठी नाही हे पक्के लक्षात ठेवा." तसेच आपण "दुसऱ्यांचे शोषण करण्यासाठी नव्हे सेवा करण्यासाठी स्वतंत्र झालो आहोत; दुसऱ्यांना ठार मारण्यासाठी नव्हे, तर देशसेवेसाठी आपल्या आयुष्याचे बलिदान देण्यासाठी आपण स्वतंत्र आहोत." त्यांची स्वातंत्र्याबद्दलची मते आणि जगात कोठेही घडणाऱ्या अन्यायाच्या प्रतिकाराबाबतचे त्यांचे तत्त्वज्ञानही यातून थोडक्यात स्पष्ट होते.

उत्स्फूर्तपणा हे आपल्या स्वातंत्र्यलढ्याचे दुसरे वैशिष्ट्य होते. विशेषतः १९४२चे स्वातंत्र्यलढ्यातील अखेरचे पर्व म्हणजे निश्चितच अतिशय उत्स्फूर्त क्रांती होती. समाजातील एखाद्या विशिष्ट गटाने अथवा वर्गाने हाती घेतलेली ती क्रांती नव्हती, तर संपूर्ण राष्ट्राने एकत्रितपणे केलेला तो उठाव होता. वास्तविक आधीच्या लढ्यातील परिस्थितीही अशीच होती; पण १९४२ मध्ये या लढ्यातील लोकांचा सहभाग अधिक तीव्र होता.

स्त्रियांचा सहभाग नसलेला एकही लढा नव्हता. १९३२ मध्ये गांधीजींनी लढ्याचा आदेश दिला, तेव्हा मी जेमतेम १२ वर्षांची होते. मोठी माणसे, स्त्रिया-पुरुष उत्साहाने या लढ्यात सामील होत असलेली पाहिल्यावर लहान मुलांनाही आपण देशासाठी काहीतरी केले पाहिजे, असे वाटू लागले. लहान मुलांनी वानरसेना काढल्याचे इतिहासाचे विद्यार्थी म्हणून आपणा सर्वांना माहीत आहे. मुलींनाही मागे राहायचे नव्हते. त्यांनीही आपली एक सेना तयार केली

व तिला मांजरसेना नाव दिले. या दोन्ही सेनांच्या शस्त्रागारांत दोनच शस्त्रे होती- ती म्हणजे घोषणा देण्याची. वानरसेनेतील सैनिक हुपहुप करीत तर मांजरसेनेतील सैनिक म्यांव-म्यांव करीत. पोलिसांचे लक्ष वळवण्यासाठी या घोषणा पुरेशा समर्थ होत्या. उदाहरणादाखल, एकदा मांजरसेनेच्या सैनिकांनी एक मिरवणूक काढली. 'वंदे मातरम्', 'इन्किलाब जिंदाबाद', 'महात्मा गांधी की जय' अशा घोषणा देत मिरवणूक पुढे चालली होती. आम्हालाही थोडेफार इंग्रजी येते, हे ब्रिटिश अधिकाऱ्यांना दाखवून आम्हाला त्यांच्यावर प्रभाव पाडायचा होता म्हणून आम्ही 'अप, अप नॅशनल फ्लॅग, डाऊन, डाऊन द युनियन जॅक' अशी घोषणा देण्यास सुरुवात केली. या घोषणा देत आम्ही पुढे चाललो होतो. इतक्यात पोलिसांचे एक पथक दुसऱ्या बाजूने आले व जोरदार लाठीहल्ला झाला. त्यामुळे सरला नावाची मांजरसेनेतील एक सेविका बेशुद्ध होऊन खाली पडली. ती पडल्यामुळे तिच्या हातातील ध्वजही खाली पडला. दररोज सकाळी आम्ही 'विजयी विश्व तिरंगा प्यारा, झंडा ऊँचा रहे हमारा' हे गाणे म्हणत होतो तरीही ध्वजाचा मान आम्ही राखू शकलो नाही. यामुळे आमचे अवसान गळून गेले. आम्ही गोदरेज साहेब, डॉ. दस्तूर आणि त्यांच्यासारख्या इतर नेत्यांकडे गेलो आणि म्हणालो, ''कृपा करून ध्वजाचा मान राखला जाईल असा मार्ग आम्हाला सांगा. आमचे प्राण गेले तरी बेहत्तर; पण आपला ध्वज जमिनीवर पडता कामा नये.'' तथापि त्यांना असा मार्ग दाखवता आला नाही. तेव्हा आम्ही सांगितले, ''जर तुम्हांला तसे करता येत नसेल तर आमच्या आज्ञा पाळा.'' त्यांनी आमचे हुकूम विचारले. ती मध्यरात्रीची वेळ होती. आम्ही उत्तर दिले, ''कृपा करून तुमची खादीची दुकाने उघडा व ध्वजाच्या तीन रंगांची आम्हाला जेवढी खादी पाहिजे तेवढी आम्हाला द्या.''

ध्वजाचा रंग तेव्हा पांढरा, लाल व हिरवा होता हे डॉ. दस्तूरना आठवत असेल. म्हणून आम्ही म्हटले, 'आम्हांला तीन रंगांची खादी द्या''जेवढी पाहिजे तेवढी घ्या' असे म्हणून नेते मंडळी निघून गेली. रात्रीच्या वेळी उशीर झाला होता. आई, आजी, आत्या, मावशी यांसारखी वडीलधारी मंडळी तिथे येऊन 'मुलांनो, आज घरी यायचे नाही का?' असे विचारू लागली. 'आम्ही तर घरी येणारच नाही पण तुम्हालाही आम्ही घरी जाऊ देणार नाही' असे आम्ही ठामपणे सांगितले. 'का?' असे विचारल्यावर, 'तुम्ही घरी जाऊन सुईदोरा घेऊन या. आमच्याबरोबर बसून गणवेष शिवायला आम्हाला मदत करा' असे आम्ही त्यांना सांगितले. त्यांनी आमचे म्हणणे ऐकले. दुसऱ्या दिवशी आम्ही काय केले?

गांधीजींची सकाळची प्रार्थना पहाटे ४ वाजता सुरू होत असे. हातात ध्वज न घेताच आम्ही पहाटे साडेतीन वाजता मिरवणूक काढली. घोषणा न देता आम्ही

पोलिस स्टेशनवर गेलो आणि तेथील पोलिसांना आव्हान दिले. पांढऱ्या रंगाची ओढणी, लाल रंगाचा ब्लाउज व हिरव्या रंगाचा परकर असा आमचा पोषाख होता. आम्ही पोलिसांना सांगितले, 'अगर तुममें हिम्मत है तो आज हमारे सामने हमारा झंडे को नीचे गिराकर देखो' आम्ही पुढे म्हटले, "अये पोलिसवाला, आज तो चलाव लाठी, चलाव डंडा, झुक ना सकेगा अपना झंडा" म्हणजे कितीही प्रयत्न केला तरी आमचा झेंडा खाली खेचणे तुम्हाला शक्य होणार नाही.

आम्ही जिवंत ध्वज बनलो होतो आणि आमचे ध्वज खाली उतरविण्याचे आव्हान आम्ही पोलिसांना देत होतो. अशा प्रकारचे धैर्य व निर्भयपणा स्त्री स्वयंसेविकांत, इतकेच नव्हे तर त्या काळात लहान मुलांमध्येही होता. अशा प्रकारचे धैर्य स्त्रिया व मुलांनी दाखवले. गांधीजींनी आम्हाला शिकवलेल्या अहिंसेचा हाच अर्थ होता. "आज तुमचे झेंडे आम्ही खाली उतरवू शकत नाही" अशी प्रतिक्रिया पोलिसांनी व्यक्त केली. ते पुढे असेही म्हणाले, "आम्ही मिरवणुकीत सामील होऊ." ते प्रभात फेरीत आमच्याबरोबर आले.

जेव्हा सक्रिय सत्याग्रह चालू नसेल, तेव्हा अनुयायांनी विधायक कार्यक्रमांत स्वतःला झोकून द्यावे, असा गांधीजींचा आग्रह असे, हे ध्यानात ठेवले पाहिजे.

दरिद्री लोकांच्या आणि समाजातील उपेक्षित घटकांच्या संपर्कात आम्ही राहावे असे गांधीजींना वाटत असे. त्याबरोबरच तळागाळात कार्य करणाऱ्या संघटनांशीही संबंध ठेवण्यास ते सांगत असत. देशासमोर त्यांनी ठेवलेल्या अठरा कलमी कार्यक्रमाच्या तपशिलात मी जात नाही. खादी, ग्रामोद्योगांना प्रोत्साहन व अस्पृश्यता निर्मूलन या काही महत्त्वाच्या बाबींचा विधायक कार्यक्रमांत समावेश केलेला होता. स्त्रियांची उन्नती ही त्या कार्यक्रमाचे महत्त्वाचे अंग बनली होती. कोणत्याही सत्याग्रहाला प्रारंभ करण्यापूर्वी, अशा प्रकारच्या उपक्रमांतून गांधीजी सामान्य जनतेला कसे प्रशिक्षित करीत असत, याची कल्पना येते.

स्वातंत्र्य चळवळीतील अल्पसंख्य स्त्रियांच्या सहभागाबद्दलची तथ्ये आपल्यापुढे सादर केली गेली. गांधीजींनी प्रज्वलित केलेल्या या स्वातंत्र्य यज्ञात प्रत्येक जण यथाशक्ती सहभागी होण्याचा प्रयत्न करीत होता, हे तुम्ही पाहिलेत.

येऊ घातलेल्या लढ्यात सहभागी होणारे स्वयंसेवक तयार करण्यासाठी गांधीजी निरनिराळ्या गावांना, शहरांना भेटी देत, सभांतून भाषणे करीत आणि शिबिरे भरवीत.

आमच्या मूळ खेड्याच्या जवळच असलेल्या ओल्पाड या छोट्याशा शहरात असेच एक शिबिर आयोजित करण्यात आले होते. माझी चुलत बहीण व मी त्या शिबिरात सामील होण्याची परवानगी स्थानिक पुढाऱ्यांकडे मागण्यासाठी त्या शहरात गेलो. त्यांच्या सांगण्यावरून आम्ही गांधीजींकडे गेलो व म्हणालो, "बापू,

तुमच्या शिबिरात आम्हाला यायचे आहे.'' बापू चरख्यावर सूत कातत होते. त्या दिवशी त्यांचे मौनव्रत होते म्हणून ते आमच्याशी बोलले नाहीत; पण त्यांनी आमच्याकडे पाहिलेही नाही.

आम्ही आमच्या टिपेच्या आवाजात ओरडू लागलो. ''बापू, तुम्ही मुलांवर खूप प्रेम करता असं लोक म्हणतात. इथे तर आम्ही अर्ध्या तासाहून अधिक वेळ कंठशोष करूनही तुम्ही आमच्याशी बोलला तर नाहीच; पण आमच्याकडे ढुंकूनही पाहिले नाही.'' तेव्हा आमच्याकडे पाहून तुम्हाला शिबिरात प्रवेश मिळणार नाही अशा आशयाची बापूंनी फक्त खूण केली. जेव्हा आम्ही शिबिरात प्रवेश न देण्याचे कारण विचारले तेव्हा बापू म्हणाले, ''तुम्ही परदेशी कपडे अंगावर घातले आहेत.'' आम्ही म्हणालो, ''त्याचा काही प्रश्न नाही.'' दुसऱ्या दिवशी खादी वापरणाऱ्या माझ्या आत्याच्या दोन खादीच्या साड्या पळवून, त्या नेसून पहाटे साडेतीन वाजता गांधीजींच्या शिबिरात हजर झालो. गांधीजींकडे जाऊन त्यांना विनंती केली, ''बापू, आज आम्ही खादीच्या साड्या नेसून आलो आहोत. आता आम्हाला शिबिरात प्रवेश द्यावाच लागेल.'' ते म्हणाले, ''प्रिय मुलींनो, तुम्ही खादीच्या साड्या नेसलात याचा मला आनंद झाला तरीही मी तुम्हाला प्रवेश देऊ शकत नाही.''

''आम्ही आणखी काय करायला हवे असे तुम्हांला वाटते?'' आम्ही विचारले.

गांधीजी म्हणाले, ''तुम्ही खादी वापरलीत हे चांगलेच झाले; पण यापुढे आयुष्यभर तुम्ही फक्त खादीच वापराल, असे वचन मला तुमच्याकडून हवे आहे.'' गांधीजींचे नेतृत्व भुरळ घालणारे होते आणि देशभरातील लोक भारावून जाऊन गांधीजी जे म्हणतील ते करायला तयार असत. आमच्यासारख्या लहान मुलीच नव्हेत तर मोठी माणसेही चटकन 'होय, बापू' म्हणत असत. त्यामुळे गांधीजी जेव्हा म्हणाले, ''आयुष्यभर तुम्ही खादी वापराल'', तेव्हा आम्ही ''हां, बापू'' म्हणालो. ''आता आम्ही प्रार्थनेला जातो'' असे म्हटल्यावर आम्हाला अडवून गांधीजी म्हणाले, ''तुम्हाला किती साड्या लागतील? एक वापरायला, एक धुऊन टाकायला, म्हणजे तुम्हाला दोन साड्या व लागल्यास आणखी एखादी; पण तीनपेक्षा अधिक साड्या तुमच्याकडे कधीही असता कामा नयेत.'' आमचा तात्काळ प्रतिसाद होता, ''होय बापू.'' पुन्हा ते म्हणाले, ''थांबा, तुम्ही प्रार्थनेला जाऊ शकत नाही.'' आम्ही प्रश्न केला, ''आणखी कोणती वचने तुम्हाला आमच्याकडून हवी आहेत?'' बापूंनी प्रतिसाद दिला, ''आयुष्यभर तुम्ही अविवाहित राहिले पाहिजे.'' आमचे प्रत्युत्तर, ''होय, बापू''; तथापि तिथेच बसलेली माझी आत्या म्हणाली, ''बापू, या मुली एक मूर्ख आहेत पण तुमचे काय? तुम्ही निष्कारण त्यांच्यावर बंधन का घालता आहात? लग्नायोग्य वयाच्या झाल्यावर त्यांना लग्न करावेसे वाटले तर त्यांना वचन मोडावे लागेल. बापू,

या गोष्टीचा विचार करा.'' तेव्हा बापू म्हणाले, ''ठीक आहे. जर तुम्हाला लग्न करावेसे वाटले तर हुंडा न घेणारा आणि तुम्हाला देशसेवेच्या कार्यात मदत करणारा मुलगा शोधून त्याच्याशी लग्न करा.'' हुंडाविरोधी चळवळीसारखा विधायक कार्यक्रम त्यांनी स्वातंत्र्यलढ्याशी अशा प्रकारे जोडला होता.

हुंडा, विधवांच्या पुनर्विवाहास बंदी, बालविवाह यांसारख्या दुष्ट रूढींचा जोपर्यंत समाजाला त्रास होतो, तोपर्यंत या सर्व वाईट चालिरीतींशी सामना करण्याची आणि त्या नष्ट करण्याची तयारी ठेवावी लागेल. मित्रांनो, १९२०चा लढा किंवा १९३०-३२मधील सविनय कायदेभंग अथवा १९४२चा 'चले जाव' लढा या प्रत्येक लढ्यात सहभागी झालेल्या स्त्रियांकडून काही गुणवैशिष्ट्यांची त्यांनी अपेक्षा केली आणि ती वैशिष्ट्ये प्रत्यक्षात त्यांना आढळली. मॅडम भिकायजी कामा असोत, कल्पना दत्त, मणीबेन नानावटी किंवा ज्योत्स्नाबेन शुक्ला असोत, या सर्व जणी अस्सल देशभक्त होत्या. मातृभूमीसाठी प्राणत्याग करण्याची सर्व जणींची तयारी होती. जर भारत जिंवत राहायचा असेल तर आपल्याला आपले प्राण देण्याची तयारी ठेवावी लागेल. कारण 'भारत जगला तर कोण मरेल आणि भारत मेला तर कोण जगेल' याची त्यांना पूर्णपणे कल्पना होती.

स्त्रीसत्याग्रहींकडून त्यांनी अपेक्षिलेले दुसरे गुणवैशिष्ट्य म्हणजे संपूर्ण निर्भयता आणि आत्मविश्वासपूर्वक अंगी बाणवलेले धाडस होय. स्त्री स्वातंत्र्यसैनिकांसकट सर्वच स्वातंत्र्यसैनिकांना तुरुंगातील त्रासाला व छळाला सामोरे जावे लागत असे. एकदा मला अटक झाली. पोलिस मला छळताहेत आणि त्या त्रासाला कंटाळून मी पोलिसांना लेखी क्षमायाचना देऊन तुरुंगाबाहेर येणार आहे, अशी अफवा पसरली. मला एकाकी कोठडीत ठेवण्यात आले होते व मला कोणालाही भेटण्याची वा कोणाशीही बोलण्याची परवानगी नव्हती. ही गोष्ट खरी आहे; पण मी क्षमायाचना करण्याचा विचार करीत होते, ही गोष्ट निखालस खोटी होती. परंतु ५वी किंवा ६वीपर्यंतही शिक्षण न घेतलेल्या माझ्या वृद्ध आईच्या कानावर ही गोष्ट गेल्यावर ती अतिशय अस्वस्थ झाली. तुरुंगाधिकाऱ्याकडे जाऊन तिने विनंती केली, ''जेलर साब, मला माझ्या मुलीला भेटण्याची कृपा करून परवानगी द्या.'' जेलरने ''परवानगी नाही'' असे सांगितले. आईने पुन्हा विनंती केली, ''माझ्या मुलीसाठी किमान खाण्याचे पदार्थ पाठवण्याची तरी परवानगी द्या. ते पदार्थ मी स्वतः करून आणीन.'' त्यावरही त्याचे उत्तर ''नाही'' असेच होते. तरीही त्या वृद्ध मातेने पुन्हा युक्तिवाद केला, ''मी आणलेले पदार्थ तुमच्या मुलांना देईन आणि उरलेले तुम्ही माझ्या मुलीकडे पाठवा; पण कृपया माझ्या मुलीसाठी एवढे तरी करा.'' या गोष्टीला तुरुंगाधिकारी तयार झाला. तासाभराच्या अवधीत माझी आई दोन जेवणाचे डबे घेऊन आली.

मोठा डबा जेलरच्या मुलांसाठी. तिने जेलरला सांगितले, "आता कृपया हा डबा माझ्या मुलीकडे पोहोचता करा." जेलरने तो डबा माझ्याकडे पाठवला. बऱ्याच दिवसांनी घरचे आईच्या हातचे अन्न खायला मिळणार म्हणून मला आनंद झाला होता. डबा उघडल्यावर मला काय आढळले? डब्यात दोन चपात्या होत्या व त्या दोन चपात्यांमध्ये एक छोटीशी चिट्ठी होती. चिट्ठीत लिहिले होते, "क्षमापत्र देऊन तू तुरुंगाबाहेर येण्याच्या विचारात आहेस असे मी ऐकले. पण लक्षात ठेव, जर तू असे काही केलेस तर तुरुंगाबाहेर आल्यावर घराचे दरवाजे तुला कायमचे बंद होतील." एका वृद्धेचा हा निर्भयपणा होता. मांजरसेनेतील आम्ही लहान मुली काही धाडस करण्याचा प्रयत्न करीत होतो; पण आपली मुलगी फितुर झाली तर तिच्यासाठी घराचे दरवाजे बंद करण्याचे धाडस दाखवणारी एक अशिक्षित वृद्धा स्त्रीही इथे होती. सत्याग्रहींकडून अशा गुणांची अपेक्षा होती.

स्वातंत्र्यासाठी लढत असताना स्वतंत्र भारताचे एक चित्र निश्चितच आमच्या डोळ्यांसमोर होते. गांधीजींच्या विधायक कार्यक्रमाच्या आग्रहाद्वारा नव्या भारताची उभारणी करण्याची शिकवण गांधीजी देत असत. नव्या भारतात उच्च-नीच असा जातिभेद नसेल, तसेच गरीब व श्रीमंत असाही फरक नसेल. नव्या भारतात एक लोकसमुदाय दुसऱ्या लोकसमुदायापेक्षा वेगळा नसेल व स्त्री-पुरुष भेदभावही उरणार नाही. घटनेतील तरतुदींची अंमलबजावणी केली जाईल, अशी आम्ही आशा करीत होतो. हे स्वप्न वास्तवात न उतरल्यामुळे आम्ही ज्या स्वातंत्र्यासाठी लढलो, ते हे स्वातंत्र्य नव्हे; असे काही स्वातंत्र्यसैनिकांना बऱ्याच वेळा वाटते. गेल्या ५० वर्षांत आमच्या सरकारने काहीच केले नाही, असा माझ्या म्हणण्याचा हेतू नाही. स्त्रियांची स्थिती सुधारण्यासाठी अनेक कायदे संमत झाले आहेत. तरीही समानतेचे स्वप्न सत्यापासून अनेक योजने दूर आहे.

भारतामधील सर्वच समाज एकत्र येऊन इंग्रजांविरुद्ध लढले. 'हिंदू, मुस्लिम, शीख, इसाई, आपस में है भाई भाई' ही त्या काळातली आवडती घोषणा होती. आजही भारताला एकत्र राहण्याची गरज आहे. तसेच स्त्री-पुरुष दोघांनाही देशासाठी आपली कर्तव्ये पार पाडावयास हवीत. आजही खेड्यापाड्यांतल्या स्त्रियांना पाण्याचे एक मडके भरून आणण्यासाठी दूरवर अंतर चालून जावे लागते. स्त्रियांची स्थिती आजही अशी आहे.

आजही बलात्काराच्या घडणाऱ्या असंख्य घटना, स्त्रियांचा होणारा छळ आणि हुंडाबळींची वाढती संख्या यांसारखे प्रकार घडत असताना आपण काय करू शकतो? या संदर्भात तिहेरी उपाययोजनेची गरज आहे असे मला वाटते. १) सरकारने आवश्यक ते कायदे मंजूर करून घेतले पाहिजेत. आपल्या लोकसभेतील

व विधानसभेतील तसेच स्थानिक पातळीवरील निवडून आलेल्या प्रतिनिधींनी त्यांना प्रामाणिकपणे व सन्मानाने जगण्यास मदत केली पाहिजे. २) सामाजिक व स्वयंसेवी संघटनांनी स्त्रियांना संघटित करून त्यांना योग्य मदत दिली पाहिजे. तसेच पुरुषांच्या बरोबरीचे जोडीदार बनता येण्यासाठी त्यांनी स्त्रियांना प्रोत्साहन द्यायला हवे. ३) प्रत्येक व्यक्तीने प्रामाणिक व शिस्तबद्ध आयुष्य जगले पाहिजे. समाजातील अहिंसक नेतृत्वाची धुरा वाहण्यासाठी स्त्रिया अधिक योग्य आहेत, असे गांधीजी म्हणत असत. यामधून योग्य तो बोध घेऊन आपण एकत्र येऊन अहिंसक म्हणजेच समानता मानणारा, पुरोगामी व शांततापूर्ण समाज निर्माण करू या.

◆